# മാർത്താണ്ഡവർമ്മ

**marthandavarmma**
•
c v ramanpillai
•
novel pazhama series editor
n santhosh kumar
•
*first chintha edition*
january 2013
•
*second edition*
march 2013
•
*third edition*
january 2017
•
*second impression*
january 2021
•
*typesetting & published*
chintha publishers, thiruvananthapuram
•

•
*cover*
black mole
•



***വിതരണം***
**ദേശാഭിമാനി ബുക്ക് ഹൗസ്**
H O തിരുവനന്തപുരം-695 035
Ph: 0471-2303026, 6063020
www.chinthapublishers.com
chinthapublishers@gmail.com

***ബ്രാഞ്ചുകൾ***
ഹെഡ്ഡാഫീസ് ബ്രാഞ്ച് കുന്നുകുഴി • സ്റ്റാച്യു തിരുവനന്തപുരം • കെ എസ് ആർ ടി സി ബസ് സ്റ്റേഷൻ ആലപ്പുഴ • കെ എസ് ആർ ടി സി ബസ് സ്റ്റേഷൻ എറണാകുളം • മച്ചിങ്ങൽ ലെയ്ൻ തൃശൂർ • ഐ ജി റോഡ് കോഴിക്കോട് • മാവൂർ റോഡ് കോഴിക്കോട് • എൻ ജി ഒ യൂണിയൻ ബിൽഡിങ് കണ്ണൂർ • സെൻട്രൽ ബസ് ടെർമിനൽ കോംപ്ലക്സ് താവക്കര കണ്ണൂർ

CR - 1567 / 4044
ISBN - 978-93-82808-68-8

# മാർത്താണ്ഡവർമ്മ

നോവൽ പഴമ : 8
1891


സി വി രാമൻപിള്ള


നോവൽ പഴമ സീരീസ് എഡിറ്റർ
എൻ സന്തോഷ് കുമാർ

പഠനം
ഷാജി ശങ്കർ


ചിന്ത പബ്ലിഷേഴ്സ്
തിരുവനന്തപുരം-695 035

# പ്രസാധകക്കുറിപ്പ്

**പ**ത്തൊമ്പതാം നൂറ്റാണ്ടിൽ മലയാളഭാഷയിൽ രചിക്കപ്പെട്ട പതിനഞ്ചു നോവലുകളാണ് 'നോവൽ പഴമ' എന്ന പേരിൽ ചിന്ത പബ്ലിഷേഴ്സ് പുനഃപ്രസിദ്ധീകരിക്കുന്നത്. കൊളോണിയൽ ആധിപത്യവും അതിന്റെ സാംസ്കാരികാധിനിവേശവും കേരളത്തിന്റെ സാമൂഹിക ജീവിതത്തിൽ സൃഷ്ടിച്ച ആഘാതങ്ങളും നിർമിതികളും ഈ നോവലുകളിൽ വായിച്ചെടുക്കാവുന്നതാണ്. കേരളത്തിന്റെ ഉൽപ്പാദന ബന്ധങ്ങൾ, ആൺ-പെൺ ബന്ധം, കുടുംബജീവിതം, ലൈംഗികത, ജാതിവ്യവസ്ഥ, ആചാരങ്ങൾ, ആരാധനാരീതികൾ, വാമൊഴിവഴക്കങ്ങൾ, സൗന്ദര്യദർശനം, രാഷ്ട്രീയബോധം, ആഖ്യാനസമ്പ്രദായങ്ങൾ തുടങ്ങിയവയെല്ലാം വിശദമായി ചർച്ചചെയ്യപ്പെടുന്ന കൃതികളാണിവ. കൊളോണിയൽ സാംസ്കാരികവ്യവസായം എങ്ങനെയാണ് തദ്ദേശീയ ജനകീയ സംസ്കാരങ്ങളുടെമേൽ മേൽക്കൈ നേടിയതെന്നും വിക്ടോറിയൻ സദാചാരബോധത്തിന്റെയും കൊളോണിയൽ ആധുനികതയുടെയും അച്ചിൽ മലയാളികളുടെ സാംസ്കാരിക-സാമൂഹിക ജീവിതത്തെ എങ്ങനെയാണ് പുനർനിർമിച്ചതെന്നും മനസിലാക്കാൻ ഈ കൃതികൾ നമ്മെ സഹായിക്കുന്നതാണ്. ഏഷ്യാറ്റിക് ലോകങ്ങളെയെല്ലാം പ്രാകൃത സമൂഹങ്ങളായും പാശ്ചാത്യലോകത്തെ സാംസ്കാരത്തിന്റെ സ്രോതസായും വിഭാവനം ചെയ്യുന്ന പാശ്ചാത്യയുക്തി ഇന്നും പ്രബലമായി ലോകത്തിൽ നിലനിൽക്കുകയാണ്. അധിനിവേശം എന്ന ഹിംസാത്മകത അതിന്റെ സഹജമായ വംശീയാഹന്തയോടെ ലോകത്തിനുമേൽ നടത്തുന്ന സംഹാരതാണ്ഡവത്തെ പ്രശ്നവൽക്കരിക്കേണ്ട ഈ കാലഘട്ടത്തിൽ മലയാള സാഹിത്യത്തിലെ ഈ അപൂർവ വസന്തങ്ങൾ പുനർവായിക്കപ്പെടേണ്ടത് അത്യാവശ്യമാണ്. കേരളീയ സമൂഹം ഒരു ആധുനിക സമൂഹമായി പരിവർത്തിക്കപ്പെടുമ്പോൾ അതിന് അനിവാര്യമായും അഭിമുഖീകരിക്കേ

ണ്ടിവന്ന പുതിയ പ്രശ്നങ്ങളെയും ഈ നോവലുകൾ അനാവരണം ചെയ്യുന്നുണ്ട്. എന്നാൽ അതേസമയംതന്നെ നവോത്ഥാനത്തിന് തിരി കൊളുത്തിയ കാലഘട്ടത്തിലാണ് ഈ നോവലുകൾ രചിക്കപ്പെട്ടത്. ബ്രാഹ്മണാധിപത്യത്തിനും ജാതിമർദനത്തിനുമെതിരായ നവോത്ഥാന-കീഴാള ഉയിർപ്പുകളെ സാക്ഷ്യപ്പെടുത്തുകയും ചെയ്യുന്നവയാണ് ഇതിലെ പല കൃതികളും.

ഈ പുസ്തകങ്ങളും ഇവയെക്കുറിച്ചുള്ള പഠനക്കുറിപ്പുകളും സമാഹരിച്ചു നൽകിയ എൻ സന്തോഷ് കുമാറിന്റെ ശ്രമം മലയാള സാഹിത്യ ചരിത്രത്തിലെ ഒരു വലിയ സംഭവമായി ഞങ്ങൾ കരുതുന്നു. മാർത്താണ്ഡവർമ്മയുടെ ഒന്നും രണ്ടും പതിപ്പുകൾക്ക് ലഭിച്ച സ്വീകരണം മൂന്നാം പതിപ്പിനും ലഭിക്കുമെന്ന് ഞങ്ങൾക്ക് ഉറപ്പുണ്ട്.

ഈ കൃതി മലയാളി വായനാസമൂഹത്തിനു മുമ്പിൽ സസന്തോഷം സമർപ്പിക്കുന്നു.

**ചിന്ത പബ്ലിഷേഴ്സ്**

# കേരളീയ നവോത്ഥാനത്തിന്റെ ഭൂമിക

## പത്തൊമ്പതാം നൂറ്റാണ്ടിലെ മലയാള നോവലുകൾ ഇന്ന് വായിക്കുമ്പോൾ

രണ്ടുതരം ആഖ്യാനലക്ഷ്യങ്ങളാണ് തങ്ങളുടെ രചനകളെക്കുറിച്ച് വിശദീകരിക്കുമ്പോൾ പത്തൊമ്പതാം നൂറ്റാണ്ടിലെ മലയാള നോവലിസ്റ്റുകൾ സൂചിപ്പിച്ചിട്ടുള്ളത്. അപ്പുനെടുങ്ങാടിയെയും ചന്തുമേനോനെയും പോലെയുള്ളവർ ഇഷ്ടജനങ്ങളുടെ വിനോദത്തിനായി നോവലുകൾ രചിച്ചപ്പോൾ പോത്തേരി കുഞ്ഞമ്പുവും ജോസഫ് മൂളിയിലും സോദ്ദേശ്യാധിഷ്ഠിതമായിത്തന്നെയാണ് തങ്ങളുടെ രചനകൾ എന്നു തുറന്നുപറയുന്നുണ്ട്. നോവൽ രചനയ്ക്കു പിന്നാലെ പരസ്പരപൂരകങ്ങളായ രണ്ടു ധർമങ്ങളെയും കൂട്ടിയിണക്കുകയായിരുന്നു ഈ എഴുത്തുകാരെല്ലാം തന്നെ. നോവൽ എന്ന സാഹിത്യശാഖ ഇന്ത്യൻ ഭാഷകളിൽ രൂപപ്പെടാനും വളർന്നുവികസിക്കാനും ഈ രണ്ടുഘടകങ്ങളും ഒരുപോലെ കാരണമായിട്ടുണ്ട്. ഒരു നൂറ്റാണ്ടിന് ഇപ്പുറത്തുനിന്ന് ആ നോവലുകൾ വായിക്കുമ്പോൾ അവ കേവലം വിനോദത്തിനുമപ്പുറം അക്കാലത്തെ ചരിത്രപരവും രാഷ്ട്രീയവും സാംസ്കാരികവുമായ വ്യവഹാരങ്ങൾകൂടിയായി മാറുന്നതെങ്ങനെയെന്ന് തിരിച്ചറിയാൻ കഴിയുന്നുണ്ട്.

ഇന്ത്യൻ നവോത്ഥാനമാണ് ആദ്യകാല ഇന്ത്യൻ നോവലുകൾക്ക് ജന്മം നൽകിയതെന്ന വസ്തുത വിസ്മരിച്ചുകൊണ്ട് അവയെ സമീപിക്കുന്നത് ചരിത്രവിരുദ്ധമാണ്. യൂറോപ്യൻ നോവലുകളുടെ കേവലാനുകരണമാണ് ആദ്യകാല ഇന്ത്യൻ നോവലുകൾ എന്ന വാദം അതുകൊണ്ടുതന്നെ അപ്രസക്തമായിത്തീരുന്നു. നോവലുകൾ മുന്നോട്ടുവെക്കുന്ന ആധുനികമായ ഭാവുകത്വവും അനുഭവപരിസരവും കൊളോണിയൽ വിദ്യാഭ്യാസം ലഭിച്ച ഇന്ത്യൻ ഉപരിവർഗത്തിനിടയിലെങ്കിലും വേരോടിയിരുന്നു എന്നതിന്റെ ശക്തമായ തെളിവുകൾകൂടിയാണ് അവ. അത്തരം അനുഭവപരിസരം ബ്രിട്ടീഷ് ഇന്ത്യയിൽ എങ്ങനെ രൂപപ്പെട്ടു എന്നതിന്റെ രേഖകൾകൂടിയായി സ്വാഭാവികമായും പത്തൊമ്പതാം നൂറ്റാണ്ടിലെ മല

യാള നോവലുകൾ മാറുന്നുണ്ട്. അതുകൊണ്ടുതന്നെ കേരളീയമായ നവോത്ഥാനശ്രമങ്ങളുടെ ഒരു മുന്നോടിയായി ഈ നോവലുകളെ വായിച്ചെടുക്കാൻ കഴിയും.

ബംഗാളി ഭാഷയിൽ മിസിസ്സ് കാതറീൻ ഹന്നാ മുല്ലൻസ് രചിച്ച *ഫുൽമോനി ഓ കരുണാർ ബിബരണിന്* റവ. ജോസഫ് പീറ്റ് നിർവഹിച്ച *ഫുൽമോനി എന്നും കോരുണ എന്നും പേരായ രണ്ടു സ്ത്രീകളുടെ കഥ* (1858) വിവർത്തനം ചെയ്യപ്പെട്ടതോടെ ആരംഭിക്കുന്നു മലയാള നോവലുകളുടെ ചരിത്രം എന്നു പറയാം. ബംഗാളിഭാഷയിൽനിന്നും മലയാളവൽക്കരിക്കുമ്പോൾ മലയാള സമൂഹത്തെക്കൂടി അഭിസംബോധന ചെയ്യുന്ന എഴുത്തായി അത് മാറുന്നു. പിൽക്കാലത്ത് 1894ൽ കേരളവർമ വലിയകോയിത്തമ്പുരാൻ വാൻലിം ബർഗ് ബ്യൂവറുടെ ഡച്ച് നോവലായ *അക്ബർ* ഇംഗ്ലീഷിൽനിന്ന് മലയാളത്തിലേക്ക് വിവർത്തനം ചെയ്തപ്പോൾ ഇല്ലാതെപോയതും ഈയൊരു ഗുണമാണ്. ഇങ്ങനെയാണ് റവ. ജോസഫ് പീറ്റ് മൊഴിമാറ്റം നിർവഹിച്ച *ഫുൽമോനിയുടെയും കോരുണയുടെയും കഥ* പത്തൊമ്പതാം നൂറ്റാണ്ടിലെ മലയാള നോവലുകളുടെ സമഗ്രസമാഹാരമായ നോവൽ പഴമയിലെ ആദ്യനോവലായി പരിണമിച്ചത്. പി പി രവീന്ദ്രന്റെ ആമുഖപഠനം വിവർത്തന നോവലുകൾ ഭാഷാനോവലുകളായിത്തീർന്നതിന്റെ പശ്ചാത്തലം വ്യക്തമായിത്തന്നെ വിശദമാക്കുന്നുണ്ട്. ഇങ്ങനെ *ഫുൽമോനിയുടെയും കോരുണ*യുടെയും കഥ എന്ന വിവർത്തനത്തിൽ തുടങ്ങുന്ന പതിനഞ്ച് നോവലുകളുടെ സമാഹാരമാണ് നോവൽ പഴമ എന്ന പത്തൊമ്പതാം നൂറ്റാണ്ടിൽ പ്രസിദ്ധീകരിച്ച മലയാള നോവലുകളുടെ ഒരു പാക്കേജിൽ ഉൾപ്പെടുത്തിയിരിക്കുന്നത്.

നോവലിന്റെ രൂപഘടനയെക്കുറിച്ചുള്ള സാമ്പ്രദായിക വീക്ഷണങ്ങൾ ഇല്ലാതായ പുതിയ കാലത്ത്, നോവലിന്റെ സ്വരൂപഘടനയെക്കുറിച്ചുള്ള അപ്രസക്തമായ വിചാരങ്ങൾക്കപ്പുറത്ത് പത്തൊമ്പതാം നൂറ്റാണ്ടിലെ മലയാള നോവലുകളെ ഇന്നു വായിക്കുമ്പോൾ അക്കാലത്തെ ചരിത്രവും സംസ്കാരവും രൂപപ്പെട്ടതിന്റെ വ്യക്തമായ ദിശാബോധം ലഭിക്കുന്നുണ്ട്. ഒറ്റയൊറ്റയായി വായിക്കുന്നതിനേക്കാൾ ഒരു സമഗ്രസമാഹാരമായി വായിക്കുമ്പോൾ പത്തൊമ്പതാം നൂറ്റാണ്ടിലെ ചരിത്രത്തിന്റെയും സംസ്കാരത്തിന്റെയും തുടർച്ച അതിൽ കണ്ടെത്താനാവും. ആധുനിക കേരളീയ സമൂഹത്തിന്റെ രൂപപ്പെടലും അതിനെ നിയന്ത്രിച്ച വിവിധ ശക്തികളും ഘടകങ്ങളുമെല്ലാം ഈ സമഗ്രവായനയിൽ തെളിയുന്നുണ്ട്. ഈ വായനയ്ക്ക് സഹായകമാകുന്ന തരത്തിൽ തന്നെയാണ് ഇവയുടെ ആമുഖപഠനങ്ങളും രേഖപ്പെടുത്തിയെടുത്തിട്ടുള്ളത്. ഇക്കാര്യങ്ങളെല്ലാം ഓരോ നോവലിന്റെയും ആമുഖ പഠനങ്ങൾ വളരെ വിശദമായി ചർച്ച ചെയ്യുന്നുണ്ട്. പത്തൊമ്പതാം നൂറ്റാണ്ടിലെ നോവലുകളുടെ സമഗ്രതയായ നോവൽ പഴമ പുറത്തുവരുന്നതോടുകൂടി നമ്മുടെ സാഹിത്യ പാരമ്പര്യത്തിന്റെ പൊതു അന്തരീക്ഷത്തിൽ ഒരു സംവാദം രൂപപ്പെടു

മെന്ന് ഉറപ്പുണ്ട്. അധിനിവേശം/ദേശീയ, മേലാളൻ/കീഴാളൻ, സവർണൻ/അവർണൻ, പുരുഷൻ/സ്ത്രീ, ആധുനികത/പാരമ്പര്യം തുടങ്ങിയ സംവർഗങ്ങൾ പല പ്രകാരത്തിൽ സംഘർഷത്തിലേർപ്പെടുന്നതിന്റെ സൂചനകൾ ഈ നോവലുകളിൽ തെളിയുന്നുണ്ട്. സ്ത്രീ വിദ്യാഭ്യാസവും സ്ത്രീ സ്വാതന്ത്ര്യവും ഉൾപ്പെടുന്ന വിഷയങ്ങൾ മലയാളത്തിൽ ആദ്യമായി ചർച്ച ചെയ്ത മാധ്യമവും ഈ നോവലുകൾ തന്നെ. കീഴാളരുടെ ഉദ്ഗ്രഥനവും മതപരിവർത്തനവും അടക്കമുള്ള വിഷയങ്ങളും ഇവയെ സജീവമാക്കുന്നു. ഒപ്പം മാറിവരുന്ന ലോകബോധവും നീതിന്യായക്രമങ്ങളും സജീവമായ ചർച്ചയാവുന്നു. വൃത്തിയും വെടിപ്പും ആധുനികമായ കുടുംബവും വിദ്യാഭ്യാസവുമൊക്കെ ഉൾപ്പെടുന്ന ആധുനികവൽക്കരണ പ്രക്രിയയും നിരന്തര സംവാദമായിത്തീരുന്നുണ്ട്. ഒപ്പം പിൽക്കാലത്ത് കേരളീയ നവോത്ഥാന പ്രക്രിയയുടെ രൂപീകരണത്തിലേക്ക് നയിച്ച സാഹചര്യങ്ങളും പരിഗണിക്കപ്പെടുന്നുണ്ട്. ഇങ്ങനെ പത്തൊമ്പതാം നൂറ്റാണ്ടിനെ സാംസ്കാരികമായി വായിക്കാനുള്ള മികച്ച ഉപാധികൂടിയാണ് അക്കാലത്തെ നോവലുകളുടെ സമഗ്രതയായ നോവൽ പഴമ എന്ന ഈ സമാഹാരം.

ഈ നോവലുകൾക്ക് വിശദമായ ആമുഖപഠനം തയാറാക്കിത്തന്ന വിശിഷ്ടരായ എഴുത്തുകാർക്കും ഇത്തരമൊരു സമഗ്രതയുടെ പ്രസക്തി മനസിലാക്കി പ്രസാധനത്തിന് മുൻകൈയെടുത്ത ചിന്ത പബ്ലിഷേഴ്സിനും ഞാൻ നന്ദി രേഖപ്പെടുത്തുന്നു. കേരളീയ വായനാസമൂഹം പത്തൊമ്പതാം നൂറ്റാണ്ടിലെ നോവലുകളുടെ സമഗ്രതയായ നോവൽ പഴമയെ സ്വീകരിക്കുമെന്ന പ്രത്യാശയോടെ.

പിലിക്കോട്
04-01-2013

**എൻ സന്തോഷ് കുമാർ**
നോവൽ പഴമ സീരീസ് എഡിറ്റർ

## പഠനം

# എഴുത്തും പരാജയപ്പെട്ട ഉപദേശീയതയും: സി വി രാമൻപിള്ള ചരിത്രത്തെ ആഖ്യാനം ചെയ്യുമ്പോൾ

ഷാജി ശങ്കർ

യുക്തിക്കു വഴങ്ങാത്ത ദുരൂഹസമസ്യകളായി ജീവിതത്തിന്റെ സങ്കീർണമായ ബഹുസ്വരത പ്രകാശനം ചെയ്യപ്പെടുന്നു. എന്നാൽ രാഷ്ട്രീയമാകട്ടെ ആപേക്ഷികതയുടെ കലയാണ്; സാധ്യതകളുടെയും വരുംവരായ്കകളുടെയും യുക്തിനിബദ്ധമായ പരീക്ഷണവേദി. ദാർശനികമായ കാഴ്ചപ്പാടിൽ, ജീവിതത്തിന്റെ അടിസ്ഥാനസമസ്യകൾക്ക് രാഷ്ട്രീയത്തിന്റെ ലളിത പരിഹാരങ്ങൾ ഫലപ്രദമാകുന്നില്ല എന്നത് മനുഷ്യന്റെ രാഷ്ട്രീയ യത്നങ്ങൾക്കും ജീവിതത്തിനുതന്നെയും ദുരന്തമാനങ്ങൾ നൽകുന്നു. പക്ഷേ, മനുഷ്യർ തോൽക്കാൻ തയാറല്ല. ഘടനാപരമായ പൊളിച്ചെഴുത്തുകൾ സാധിക്കുന്ന മഹായത്നങ്ങളിലൂടെ അവൻ/അവൾ സമഷ്ടിയുടെ ജാതകം തിരുത്തിയെഴുതുകയും രാഷ്ട്രീയത്തെ ചരിത്രമാക്കുകയും ചെയ്യുന്നു. ജനതകളുടെ ഭാഗധേയത്തെ മാറ്റിയെഴുതുന്ന യുഗപ്രഭാവന്മാരാകട്ടെ രാഷ്ട്രീയത്തിന് ദാർശനികതീക്ഷ്ണത നൽകി ജീവിതമെന്ന പ്രഹേളികയെ നേരിടാനുതകുന്ന മഹാവാക്യങ്ങൾ രചിച്ച് ജീവിതത്തിന്റെ ദുരന്തമാനങ്ങളെ കൈവെള്ളയിൽ ഒതുക്കാനും ശ്രമിക്കുന്നു. മറിച്ച്, ജീവിതം രാഷ്ട്രീയയത്നങ്ങളെയും അതിന്റെ മഹാവാക്യങ്ങളെയും തകർക്കാൻ കെൽപ്പുള്ള അസംബന്ധതയുടെ ബാബേലുകൾ ഒരുക്കുന്നു. സി വി രാമൻപിള്ളയുടെ *മാർത്താണ്ഡവർമ്മ*യെക്കുറിച്ച് ഓർത്തപ്പോൾ ജീവിതമൊരുക്കുന്ന മഹാപരാജയസ്തംഭങ്ങളെയും അതിനുമുന്നിൽ പൊരുതിവീഴുന്ന മനുഷ്യന്റെ വീരത്വത്തെയും കുറിച്ചുള്ള ചിത്രങ്ങൾ ഉയർന്നുവരുന്നു.

1891 ലായിരുന്നു സി വി രാമൻപിള്ള *മാർത്താണ്ഡവർമ്മ* എന്ന പേരിൽ തന്റെ ആദ്യ ആഖ്യായിക പ്രസിദ്ധീകരിച്ചത്. 1729–1758 കാലത്ത് തിരുവിതാംകൂറിന്റെ അതിർത്തികൾ വിപുലമാക്കിയ മാർത്താണ്ഡവർമ്മ എന്ന മഹാരാജാവിന്റെ കഥ. നാട്ടുരാജ്യത്തെ സാമ്രാജ്യത്തിനു തുല്യ

മായി വളർത്താനും അതിന് കേന്ദ്രീകൃത ഭരണകൂടം സ്ഥാപിക്കാനും ശത്രുനിഗ്രഹം കർശനമായി നടപ്പാക്കിയ ആ ഭരണാധികാരി, ആയ് രാജാക്കന്മാരുടെയും പിൽക്കാലത്തെ വേണാട്ടധിപന്മാരുടെയും കുലദൈവമായ ശ്രീപത്മനാഭന് 1750 ജനുവരി 3-ാംതീയതി രാജ്യത്തെ തൃപ്പടിദാനംചെയ്ത് പത്മനാഭദാസനായി രാജ്യം വാണു. അതൊരു ചരിത്രനിമിഷമായിരുന്നു. നൂറ്റാണ്ടുകൾക്കപ്പുറവും പുനരാവർത്തന ശേഷി നേടിയെടുത്ത മുഹൂർത്തം. പിൽക്കാലജനതയുടെ ജാതകങ്ങളിൽ ആ നിമിഷം വീണ്ടും വീണ്ടും മുളയിട്ടുവന്നു.

രണ്ടുനൂറ്റാണ്ടുകൾക്കുശേഷം, 1946-47. ബ്രിട്ടീഷ് അധികാരക്കൈമാറ്റത്തിന്റെ സംവത്സരത്തിൽ ഹിന്ദു-മുസ്ലീം സംഘർഷംപോലെ സങ്കീർണമായിരുന്നു കൊളോണിയൽ ഭരണത്തിന്റെ വൈതാളികരായിരുന്ന നാട്ടുരാജാക്കന്മാരുടെ പുനരധിവാസപ്രശ്നം. സ്വാതന്ത്ര്യം നേടാൻ പോകുന്ന ഇന്ത്യയുടെ ആദ്യത്തെ രാഷ്ട്രീയസമസ്യയും ഇതായിരുന്നു. ഹൈദരാബാദ്, ബറോഡ, കാശ്മീർ, മൈസൂർ എന്നീ രാജസ്ഥാനങ്ങൾപോലെ ശക്തവും സുസംഘടിതവും വിസ്തൃതവുമായിരുന്നു തിരുവിതാംകൂർ എന്ന നാട്ടുരാജ്യവും.

ഇന്ത്യ എന്ന ആശയം രാഷ്ട്രീയയാഥാർഥ്യമാവുന്നതിന് നിരവധി പ്രതിബന്ധങ്ങളുണ്ടെന്ന് സ്വാതന്ത്ര്യസമരത്തിന്റെ നെടുനായകരേക്കാൾ ഉറപ്പുണ്ടായിരുന്നത് ബ്രിട്ടീഷുകാർക്ക് തന്നെയായിരുന്നു. ദ്വിരാഷ്ട്രവാദത്തിന്റെ പ്രചാരകർക്ക് നൽകിവന്ന പരോക്ഷമായ പിന്തുണ സാമ്രാജ്യത്വരാഷ്ട്രതന്ത്രത്തിന്റെ അടിസ്ഥാനശിലയായിരുന്നു. അടിയാളരുടെ അധ്വാനത്തിന്റെ മിച്ചവാരത്തിൽ, സുഖലോലുപതയുടെ കൊച്ചുകൊച്ചുതട്ടകങ്ങളിൽ വിരാജിക്കുന്ന നാട്ടുരാജാക്കന്മാരിൽ പലരും ബ്രിട്ടീഷുഭരണം നിലനിന്നുകാണാൻ ആഗ്രഹിച്ചു. രണ്ടാം ലോകമഹായുദ്ധത്തിന്റെ പരിസമാപ്തിയിൽ ഇന്ത്യയുടെ സ്വാതന്ത്ര്യവും വിഭജനവും അനിവാര്യമായി. പരസ്പരം മുറിച്ചുമാറ്റപ്പെട്ട ഖണ്ഡങ്ങളായി ഇന്ത്യ മാറാൻ പോകുകയായിരുന്നു. അപ്പോൾ ബ്രിട്ടീഷ് ദാസ്യവൃത്തി അതിജീവനതന്ത്രമായി ശീലിച്ച നാട്ടുരാജാക്കന്മാർക്ക് മറ്റൊരു പ്രലോഭനംകൂടി വിടവാങ്ങൽവേളയിൽ ബ്രിട്ടീഷുകാർ വച്ചുനീട്ടി. ഒന്നുകിൽ നിലവിൽവരുന്ന രണ്ട് രാഷ്ട്രങ്ങളിൽ ഏതെങ്കിലും ഒന്നിൽ ലയിക്കുക; അതല്ലെങ്കിൽ സ്വതന്ത്രപന്ഥാവിലൂടെ, വിഘടനമോഹങ്ങളുടെ ഭൂതകാലത്തിന് പുനർജനി നൽകി പ്രാദേശികതയുടെ ക്ലോണുകൾപോലെ സ്വതന്ത്രരാജ്യങ്ങളായി നിൽക്കുക. കോൺഗ്രസും നെഹ്റുവും ഒരേ സ്വരത്തിൽ തള്ളിയ പഴയ 'ക്യാബിനറ്റ് മിഷൻ' പദ്ധതിയുടെ പ്രച്ഛന്നമായ പുനരവതാരമായിരുന്നു ഇത്. സ്വന്തമായ തുറമുഖങ്ങളും സൈന്യവും ആധുനിക വ്യവസായങ്ങളും വിദ്യുച്ഛക്തിയും വിദ്യാഭ്യാസമുള്ള ഇടത്തരക്കാരും അടങ്ങുന്ന വികസിത നാട്ടുരാജ്യമായിരുന്നു തിരുവിതാംകൂർ. ശ്രീ ചിത്തിരതിരുനാൾ മഹാരാജാവിന്റെ നാമധേയത്തിൽ ദിവാൻ സർ സി പി രാമസ്വാമി അയ്യർ

എന്ന ശക്തനായ മദിരാശിക്കാരൻ ഭരിച്ചിരുന്ന നാട്. ഒഴിയാത്ത മടിശ്ശീല പോലെയുള്ള നാഞ്ചിനാടെന്ന നെല്ലറയുടെ സമ്പന്നതയും മൂന്ന് സമുദ്രങ്ങൾ മേളിക്കുന്ന കന്യാകുമാരിയിലെ ജലപരിലാളനവും കന്യാകുമാരി മുതൽ വടക്കൻ പറവൂർവരെ നീണ്ടുപരന്ന് കിടക്കുന്ന ഭൂവിസ്തൃതിയും ചേർന്ന നാട്. പണ്ടു പണ്ട് വിഴിഞ്ഞം ആസ്ഥാനമായി വാണ ആയ്ക്കുടി മന്നന്മാരുടെ പിന്മുറക്കാരായ വേണാട്ടരചന്മാർ തിരുവിതാംകൂർ രാജവംശത്തിന്റെ മൂലസ്ഥാനമായ തൃപ്പാപ്പൂർ സ്വരൂപത്തിന് അടിത്തറയിട്ടത് തിരുവിതാംകൂറിന്റെ പൊതുപുരാവൃത്തമായിരുന്നു. സർ സി പിയുടെ ചാണക്യചാതുരിക്ക് ഈ പുരാവൃത്തവും മാർത്താണ്ഡവർമ്മയുടെ ചരിതം നൽകിയ ദേശീയതാമോഹങ്ങളും ആയുധമാകാൻ പോകുകയായിരുന്നു. പക്ഷേ, ചരിത്രം സർ സി പി യുടെ കരുതലുകൾക്കപ്പുറവും ചിലത് സൂക്ഷിച്ചുവെച്ചിരുന്നു.

1946ലെ തുലാമാസം. പുന്നപ്ര-വയലാറിൽ സർ. സി പി പ്രതീക്ഷിക്കാത്ത വഴികളിൽ ചരിത്രം മുന്നോട്ടുപോയി. പുന്നപ്ര-വയലാർ സമരത്തെ സ്വാതന്ത്ര്യസമരത്തിന്റെ ജ്വലിക്കുന്ന അധ്യായമാക്കി മാറ്റുന്നത്, സംഘടിത തൊഴിലാളിവർഗത്തിന്റെ പടയൊരുക്കം ശക്തമായി നടന്ന ചേർത്തല-അമ്പലപ്പുഴ താലൂക്കുകളിൽ അവർ ഉയർത്തിയ രാഷ്ട്രീയമുദ്രാവാക്യമായിരുന്നു. നാൽപ്പത്തിയാറ് സെപ്തംബർ ആദ്യവാരം സർ. സി പി തിരുവനന്തപുരത്ത് സ്വവസതിയായ 'ഭക്തിവിലാസ'ത്തിൽ സന്ധിസംഭാഷണത്തിന് വിളിച്ചുവരുത്തിയ രണ്ട് സമുന്നതരായ നേതാക്കൾ തിരുവിതാംകൂർ സ്റ്റേറ്റ് കോൺഗ്രസിലെ ഇടതുപക്ഷവിഭാഗനേതാക്കളായ സഖാവ് എൻ ശ്രീകണ്ഠൻനായരും സഖാവ് ടി വി തോമസുമായിരുന്നു. തൊഴിലാളികളുടെ എല്ലാ സാമ്പത്തിക ആവശ്യങ്ങളും അംഗീകരിച്ച ദിവാൻ രണ്ടുനേതാക്കളോടും ആവശ്യപ്പെട്ടത് മറ്റൊന്നായിരുന്നു. തൊഴിലാളികൾ ഉന്നയിച്ച ഉത്തരവാദിത്വഭരണം, പ്രായപൂർത്തി വോട്ടവകാശം എന്നീ പൗരാവകാശ മുദ്രാവാക്യങ്ങൾ പിൻവലിക്കുകയും ദിവാന്റെ പ്രേരണയിൽ രാജാവ് നടപ്പിലാക്കാൻ ഉദ്ദേശിക്കുന്ന പ്രസിഡൻഷ്യൽ മോഡൽ അമേരിക്കൻ ഭരണസമ്പ്രദായത്തെ പിന്തുണയ്ക്കുകയും വേണം. അമേരിക്കൻ താളത്തിൽ വഞ്ചീശമംഗളം!! രണ്ടുനേതാക്കളും ഒരേ സ്വരത്തിൽ പറഞ്ഞത്, സാമ്പത്തികനീതിയേക്കാൾ തൊഴിലാളികൾ ഈ ചരിത്രസന്ദർഭത്തിൽ ആവശ്യപ്പെടുന്നത് രാഷ്ട്രീയനീതിയാണ് എന്നാണ്. പിന്നീട് ഒക്ടോബർ അവസാനം മഹാരാജാവിന്റെ ജന്മദിനവാരത്തിൽ നടന്ന പുന്നപ്ര-വയലാർ സമരത്തെ ചോരയിൽ മുക്കിക്കൊല്ലാൻ ദിവാനെ പ്രേരിപ്പിച്ച വികാരം 'സ്വതന്ത്രതിരുവിതാംകൂർ' എന്ന പദ്ധതിയെ അവിഭക്ത ഇടതുപക്ഷം പൂർണമായും തിരസ്കരിച്ചു എന്ന രോഷമാണ്. സമരത്തിൽ ഉടനീളം മുഴങ്ങിക്കേട്ട പ്രധാനമുദ്രാവാക്യം 'അമേരിക്കൻ മോഡൽ അറബിക്കടലിൽ' എന്നായിരുന്നല്ലോ. തികച്ചും സ്വേച്ഛാധിപതിയായ സർ. സി പിയുടെ നിഷ്ഠുരതയ്ക്കു പിന്നിൽ ദുർബലനായ തിരുവിതാം

കൂർ രാജാവിന്റെ നിഴൽരൂപമുണ്ടായിരുന്നു എന്നുമാത്രം. രണ്ടു നൂറ്റാണ്ടുകൾക്കുമുമ്പ് തിരുവിതാംകൂറിൽ കേന്ദ്രീകൃത ഭരണകൂടത്തിനായി മാർത്താണ്ഡവർമ്മ കാണിച്ച വൈരനിര്യാതന ബുദ്ധി എതിരാളികളുടെ കാര്യത്തിൽ സർ. സി പിയും പുലർത്തി. മാർത്താണ്ഡവർമ്മയുടെ വലംകൈയായിരുന്ന രാമയ്യൻ ദളവയുടെ കുശാഗ്രബുദ്ധി സി പി രാമസ്വാമിഅയ്യരിൽ വീണ്ടും പ്രകാശിച്ചു. നാട്ടുരാജാക്കന്മാരുടെ അഖിലേന്ത്യാ ചേമ്പറിന്റെ സെക്രട്ടറിയായി പ്രവർത്തിച്ച സർ.സി പി കാര്യക്ഷമതയുള്ള, പാരമ്പര്യ അനുഷ്ഠാനങ്ങൾ നിയമക്രമമായി മാറുന്ന സ്വതന്ത്രതിരുവിതാംകൂറിനെയാണ് സ്വപ്നം കണ്ടത്. ആ സ്വപ്നത്തിന്റെ വേരുകൾ പതിനെട്ടാം നൂറ്റാണ്ടിലെ മാർത്താണ്ഡവർമ്മയുടെ പടയോട്ടക്കാലത്തോളം നീണ്ടുകിടക്കുന്നു. സ്വാതന്ത്ര്യസമരകാലത്തെ പ്രക്ഷോഭങ്ങൾ എല്ലാം അടിച്ചമർത്തിയ സർ. സി പി, ചിത്തിരതിരുനാൾ രാജാവിനെ നോക്കുകുത്തിയാക്കുകയും അമ്മമഹാറാണിയുടെ പ്രീതിയിൽ രാജ്യഭാരം നിർവഹിക്കുകയും ചെയ്തു. കെ സുരേന്ദ്രൻ തന്റെ കൃതിയായ *ജ്വാല*യിൽ വരച്ചിട്ട ഒരു വരേണ്യവർഗത്തിന്റെ സ്ഥാപിതതാൽപ്പര്യങ്ങളും ദിവാന്റെ ഉരുക്കുമുഷ്ടിയും ചേർന്നപ്പോൾ 1946 തിരുവിതാംകൂർ ചരിത്രത്തിലെ നിണച്ചാലുകൾ ഒഴുകിയ വർഷമായി. 1946 ൽ വർഗസമരത്തിന്റെ തീ ആളിക്കത്തിയപ്പോൾ മൂന്നു നൂറ്റാണ്ടുകളായി തിരുവിതാംകൂർ എന്ന നാട്ടുരാജ്യത്തിൽ നിലനിന്ന, മാർത്താണ്ഡവർമ്മ എന്ന ചരിത്രപുരുഷനിലൂടെ സൃഷ്ടമായ ഒരു ഉപദേശീയതയുടെ ചില്ലുകൊട്ടാരം വീണുടയുകയായിരുന്നു.

18-ാം നൂറ്റാണ്ടിലെ മാർത്താണ്ഡവർമ്മയ്ക്കും 20-ാം നൂറ്റാണ്ടിലെ സർ. സി പി ക്കും ഇടയിൽ 19-ാം നൂറ്റാണ്ടിലെ സി വി രാമൻപിള്ളയുടെ ജീവിതത്തെയും അദ്ദേഹത്തിന്റെ *മാർത്താണ്ഡവർമ്മ* എന്ന ആഖ്യായികയെയും നാം കണ്ടെത്തുന്നു. ശ്രീ പത്മനാഭന്റെ നാലുചക്രം ശമ്പളം പറ്റുന്ന ആ വ്യക്തിയും അതിലേറെ അദ്ദേഹത്തിന്റെ 'ഹിസ്റ്റോറിക്കൽ റൊമാൻസ്' എന്ന സാഹിത്യഗണത്തിൽപ്പെടുത്താവുന്ന കൃതിയും ചരിത്രത്തിലും സ്വതന്ത്രതിരുവിതാംകൂർ എന്ന പൊതുസ്വപ്നത്തിന്റെ വളർച്ചയിലും ഏതു രീതിയിലുള്ള ഇടപെടൽ നടത്തി എന്ന് ആലോചിക്കേണ്ടിയിരിക്കുന്നു.

മാർത്താണ്ഡവർമ്മയുടെ മച്ചുനന്മാരായിരുന്നു തമ്പിമാർ. അവർ തിരുവിതാംകൂർ രാജ്യത്ത് ഭാരതത്തിലെ മറ്റ് രാജസ്ഥാനങ്ങളിലെന്നപോലെ പിതൃദായക്രമംവഴി കിരീടാവകാശം നിശ്ചയിക്കപ്പെടണമെന്നും അതിനാൽ രാജ്യഭരണം തങ്ങൾക്കവകാശപ്പെട്ടതാണെന്നും വാദിച്ചു. രാജാവിനോട് നീരസം ഉണ്ടായിരുന്ന എട്ടുവീട്ടിൽ പിള്ളമാർ എന്ന കരപ്രമാണിമാരുടെ പിൻബലമായിരുന്നു തമ്പിമാരുടെ അവകാശവാദത്തിന്റെ കരുത്ത്. *രാമായണ*ത്തിലെ കൈകേയിക്ക് ദശരഥൻ കൊടുത്തതുപോലുള്ള ഉറപ്പ് നാടുനീങ്ങിയ മഹാരാജാവ് തന്റെ ഭാര്യയും തമ്പിമാരുടെ അമ്മയുമായ അഭിരാമിക്ക് നൽകിയതായി പറയപ്പെടുന്നു.

അഭിരാമി അയോധ്യക്കാരിയാണെന്നത് വിചിത്രമായ ഇതിവൃത്ത സാമ്യമായി നമുക്ക് കണ്ടെടുക്കാം. അച്ഛൻ അമ്മയ്ക്ക് നൽകിയ പ്രതിജ്ഞ മൂലമുണ്ടായ അവകാശബോധംകൊണ്ടുകൂടിയാണ് തമ്പിമാർ അനന്തിരവനായ മാർത്താണ്ഡവർമ്മയെ എതിർക്കുന്നതും. എട്ടുവീട്ടിൽ പിള്ളമാരെക്കുറിച്ചുള്ള ചരിത്രപരാമർശങ്ങൾ കനത്ത ചായക്കൂട്ടുകൾ കൊണ്ട് അലങ്കാരപ്പെടുത്താനും ഇതിവൃത്തത്തെ പലഘടകങ്ങളുടെയും സംയോജനമായി വളർത്തി പരിണാമഗുപ്തിയിൽ എത്തിക്കാനുമുള്ള ഭാവനയുടെ ധാരാളിത്തം സി വി പ്രദർശിപ്പിക്കുന്നു. രസരാജൻ അത്ഭുതരസമായിരുന്നുവെന്ന് വിശ്വസിച്ച സി വി ആ രസോപാസനയിലൂടെ ചരിത്രവ്യക്തിത്വങ്ങൾക്ക് അസാധാരണത്വവും പൊലിമയും അവരുടെ ഉൾപ്രകൃതിയിൽ സന്നിവേശിപ്പിച്ചിരിക്കുന്നു. വിഭിന്നങ്ങളായ കഥാസന്ദർഭങ്ങളുടെ അതിർവരമ്പുകൾ മാഞ്ഞുപോകുന്നതുപോലും ഈ അസാധാരണീകരണത്തിന്റെയും അത്ഭുതരസത്തിന്റെയും സർവാശ്ലേഷണത്തിലാണ്. എല്ലാ രസങ്ങളും സൂക്ഷ്മത്തിൽ അത്ഭുതരസത്തിന്റെ കൈവഴികളാണെന്ന കലയുടെ മൂലതത്വം ഇവിടെ അരക്കിട്ടുറപ്പിക്കപ്പെടുന്നു.

ആഖ്യായികയിൽ തെളിയുന്ന കുടമൺപിള്ള, രാമനാമഠംപിള്ള, കഴക്കൂട്ടംപിള്ള തുടങ്ങിയവർ രാജാവിന് എതിരായി നിലകൊണ്ടപ്പോൾ മാങ്കോയിക്കൽ കുറുപ്പ്, തിരുമുഖത്തുപിള്ള മുതലായവരുടെ സഹായഹസ്തം രാജാവിന് ലഭിക്കുകയുണ്ടായി. പിള്ളമാരുടെ ചിത്രണത്തിൽ കാണാവുന്ന ഒരു പ്രത്യേകത അവരെ കേവലം അധർമ്മശക്തികളായി ഇകഴ്ത്തിക്കാണിക്കുന്നില്ല എന്നതാണ്. പപ്പുതമ്പിയെ സഹചാരിയായ സുന്ദരയ്യനോടൊപ്പമുള്ള സന്ദർഭങ്ങളിൽ വിടനായി ചിത്രീകരിക്കുന്നുണ്ടാവാം. പിള്ളമാരുടെ സ്വഭാവത്തോട് വിയോജിപ്പും ആഖ്യാനത്തിൽ കണ്ടെത്താം. എങ്കിലും സുഖദമായ ഉദാരതാഭാവത്തിൽ എല്ലാമൊന്ന് മയപ്പെടുന്നു. സങ്കീർണമായ ഈ നിലപാടിനെ വിശദീകരിക്കാൻ സി വി ചരിത്രത്തോടും തന്റെ പാരമ്പര്യത്തോടും എടുത്ത നിലപാടിന്റെ ഉള്ളടക്കം കണ്ടെത്തേണ്ടിവരും.

ഉദ്യോഗസ്ഥനെന്ന നിലയിൽ തന്റെ ഇടുങ്ങിയ ലാവണത്തെക്കുറിച്ചുമാത്രം ചിന്തിച്ചു ജീവിതം കഴിച്ച വ്യക്തിയായിരുന്നില്ല സി വി രാമൻ പിള്ള. ജാത്യാഭിമാനവും ദേശാഭിമാനവും ആ മനുഷ്യനിൽ ഒരുപോലെ തുടിച്ചുനിന്നു. വികാരവിവശമായ ഹൃദയത്തോടെ അദ്ദേഹം ജീവിച്ചു. പൊതുമണ്ഡലത്തിൽ സജീവമായ ഇടപെടലുകളും അദ്ദേഹത്തിന്റേതായി ഉണ്ടായിരുന്നു. കേരളീയസമൂഹത്തിൽ നവോത്ഥാനത്തിന്റെ തിരശ്ശീല ഉയരാൻ തുടങ്ങിയ അക്കാലത്ത് നവചരിത്രത്തിന്റെ ആദ്യാങ്കുരങ്ങൾ പുറത്തുവന്നത് സാമുദായികസംഘാടനത്തിലൂടെയായിരുന്നു. പ്രത്യേകിച്ച് തിരുവിതാംകൂറിൽ അത് അപ്രകാരംതന്നെയായിരുന്നു. സ്വത്വപ്രകാശനവും സ്വത്വലക്ഷ്യപ്രാപ്തിയും സഫലമായിത്തീരുന്നത് സ്വസമുദായത്തിലൂടെ എന്ന മൂഢാവബോധത്തിന് (False conciousness)

ചരിത്രദൃഷ്ട്യാസ്ഥായിയായ മൂല്യമില്ലെങ്കിലും ആ കാലത്തിന്റെ സവിശേഷഖണ്ഡത്തിൽ സാമുദായികസംഘാടനങ്ങളിൽ പുരോയാനത്തിന്റെ വിത്തുകൾ ഗർഭംകൊണ്ടിരുന്നു. നായർ സർവീസ് സൊസൈറ്റിയുടെ സംഘടിതപ്രവർത്തനം ആരംഭിക്കുന്നതിനുമുമ്പ് സി കൃഷ്ണപിള്ള എന്ന സ്നേഹിതൻ നയിച്ച കേരളീയ നായർസമാജത്തിന്റെ ആദ്യകാല പ്രവർത്തകനായിരുന്നു സി വി രാമൻപിള്ള.

തിരുവിതാംകൂർ ചരിത്രത്തിലെ വീരാപദാനകാലം അസ്തമിച്ചെങ്കിലും കാൽപ്പനികമായ ഗൃഹാതുരയോടെ സി വി നായന്മാരുടെ പ്രതാപം നിറഞ്ഞ സുവർണഭൂതകാലത്തെ മനസിന്റെ കണ്ണാടിയിൽ നിരന്തരം മനനം ചെയ്തിരുന്നുവെന്ന പ്രൊഫസർ എൻ കൃഷ്ണപിള്ളയുടെ നിരീക്ഷണം ഇത്തരുണത്തിൽ പ്രസക്തമാണ്. (*പ്രതിപാത്രം ഭാഷണഭേദം*) "സി വി ജനിക്കുന്നതിന് എഴുപതുവർഷംമുമ്പവസാനിച്ച സുമാർ അരനൂറ്റാണ്ടുകാലത്തെ ആചാരോപചാരങ്ങൾ, അനാചാരങ്ങളും അന്ധവിശ്വാസങ്ങളും, വേഷഭൂഷാദികൾ, പയറ്റുമുറകൾ, ആയുധസജ്ജീകരണങ്ങൾ, കരക്കൂട്ടങ്ങൾ, ഉത്തമവും അധമവുമായ പ്രഭുഭൃത്യബന്ധങ്ങൾ, വിനോദവിശേഷങ്ങൾ, കലാവിഭവങ്ങൾ, ഭരണസംവിധാനം, ശിക്ഷാവിധികൾ, ദായക്രമസംബന്ധികളായ മാനസികചായ്മാനങ്ങൾ, കരളറുത്തുകൂട്ടിയും ദേവസ്വങ്ങൾ തസ്കരിച്ചും ധനികഭവനങ്ങൾ കൊള്ളയടിച്ചും പിടാചകവിചാരം ചെയ്തും ഒന്നുമില്ലായ്മയിൽനിന്നും കുബേര പദവിയിലേക്കും പ്രതാപപ്രകർഷണത്തിലേക്കും ഉയരുന്ന ഭാഗ്യാന്വേഷികളായ പെരുങ്കയ്യന്മാരുടെ ഈടുവെയ്പുകളും നിധിചോരണസാഹസങ്ങളും-എന്നിങ്ങനെ അന്നത്തെ ജീവിതാന്തരീക്ഷത്തെ ആസകലമായി, സൂക്ഷ്മനിരീക്ഷണകുശലതയോടെ, ആവാഹിച്ചുവരുത്തി ആദ്യന്തം നിലനിറുത്തിയിട്ടുള്ളത് കിടയറ്റ വൈഭവത്തോടെയാണെങ്കിലും, ആ അന്തരീക്ഷത്തെ തേജോമയവും, പിൻതലമുറക്കാരെ സംബന്ധിച്ചിടത്തോളം അർഥസമ്പന്നവുമാക്കുന്നത് സി വി അതിൽ പശ്ചാൽപ്രക്ഷേപം ചെയ്തിരിക്കുന്ന വിശിഷ്ടമാനുഷികമൂല്യങ്ങളാകുന്നു. നന്മയും കരുത്തും ഭാവശുദ്ധിയും ത്യാഗബുദ്ധിയും മേധാശക്തിയും അറുത്തിട്ടാൽ തുടിക്കുന്ന പൗരുഷവും അചഞ്ചലമായ ആസ്തിക്യവുംകൊണ്ടുണ്ടാകുന്ന മനുഷ്യപ്പെരുമയുടെ ഉത്തുംഗഗോപുരങ്ങളും, പാപഗുഹാന്തരങ്ങളെ ഉള്ളിലൊളിക്കുന്ന പരാക്രമപർവതങ്ങളും, ഏകകാലത്ത് സഹവർത്തനം ചെയ്തിരുന്നതായി താൻ വിഭാവന ചെയ്ത ഒരു കാലഘട്ടത്തിന്റെ മഹിമാവിശേഷമായിരുന്നു സി വി യുടെ ആത്യന്തികവും ആമൂല്യഗ്രഹവുമായ വർണ്യവിഷയം."

കളരികളും നാട്ടുകൂട്ടങ്ങളും അപ്രത്യക്ഷമായി, വാളുകളും പരിചകളും ചുരികകളും വേലുകളുമെല്ലാം തറവാടുകളുടെ മച്ചിൻപുറങ്ങളിൽ തുരുമ്പെടുത്തു തുടങ്ങി. ഭരണയന്ത്രം തിരിക്കുന്ന പുതിയ ഉദ്യോഗസ്ഥപ്രഭുത്വത്തിന്റെ മുമ്പില്ലാത്ത മുറവിളികൾ അധികാരത്തിന്റെ

ഇടനാഴികകൾക്കു പുറത്തേക്കും കേട്ടുതുടങ്ങിയ കാലഖണ്ഡത്തിലാണ് സി വി യുടെ സൃഷ്ടിപരത വികാസംകൊള്ളുന്നത്. കാലം തളംകെട്ടിനിന്ന നായർ തറവാടുകളിൽ അന്തഃച്ഛിദ്രത്തിന്റെ അന്തകവിത്തുകൾ പൊട്ടിമുളയ്ക്കുകയായിരുന്നു. തറവാടുകൾ വിഭജനം ചെയ്യപ്പെട്ട് ആളോഹരിവിഹിതത്തിൽ അസ്ഥിവാരമിട്ടതും ആധുനികജീവിതശൈലിക്ക് യോജിച്ചതുമായ അണുകുടുംബവ്യവസ്ഥിതിയിലേക്കുള്ള മാറ്റം ഏതാണ്ട് അനിവാര്യമായി.

ഭാഗപത്രത്തിന്റെ കീഴ്‌വഴക്കങ്ങൾക്കൊപ്പം നൂറ്റാണ്ടുകളായി പരിപാലിച്ചിരുന്ന മരുമക്കത്തായത്തിൽനിന്ന് മക്കത്തായത്തിലേക്കുള്ള മാറ്റത്തെയും "നായർ റെഗുലേഷ"നുകളിലേക്ക് വഴിവെച്ച പരിഷ്കാരങ്ങളെയും നഖശിഖാന്തം എതിർത്ത വിഭാഗത്തിന്റെ, പ്രത്യേകിച്ച് തിരുവനന്തപുരത്തെ ആഢ്യനായർ പ്രഭുത്വത്തിന്റെ നേതാവായിരുന്നു സി വി രാമൻപിള്ള. 1908 ൽ നിലവിൽവന്ന മരുമക്കത്തായം കമ്മിറ്റിയുടെ ശുപാർശകൾ 1915 ൽ കേരളീയ നായർസമാജത്തെ പിളർപ്പിൽ കൊണ്ടെത്തിച്ചു. മധ്യതിരുവിതാംകൂറിലേയും വടക്കൻ തിരുവിതാംകൂറിലേയും നായർ സമുദായക്കാർ ഈ പരിഷ്കരണശ്രമങ്ങളെ സ്വാഗതം ചെയ്തപ്പോൾ, ഇംഗ്ലീഷ് സ്കൂൾ ബിരുദധാരിയും അധ്യാപകനായ ധ്വരയുടെ നാമം (Rose) സ്വന്തം ഭവനത്തിന് *നാമകരണം ചെയ്ത വ്യക്തിയുമായ സി വി മരുമക്കത്തായത്തെ മാതൃകയായി എടുത്തുയർത്തി. പുറമേക്ക് ആധുനികതയുടെ കവചങ്ങൾ അണിയുമ്പോഴും ആന്തരികമായി യാഥാസ്ഥിതികനായിരുന്നു സി വി എന്ന അലസനിഗമനത്തിലേക്ക് എത്താൻ ഈ വൈരുധ്യം നമ്മെ പ്രേരിപ്പിച്ചേക്കും. എന്നാൽ, സി വിയുടെ കാലത്ത് നായർ പാരമ്പര്യമെന്നത് സമ്പൂർണമായി ഇംഗ്ലീഷ്‌രീതികൾകൊണ്ട് മാറ്റിത്തീർക്കേണ്ട പിന്തിരിപ്പൻ ആചാരസമാഹാരമായി ചിന്തിക്കുന്ന മനസുകൾക്ക് തോന്നിയിരുന്നില്ല. ജാത്യാഭിമാനത്തിനും സാമുദായിക സംഘടനാപ്രവർത്തനത്തിനും സാമൂഹ്യപുരോഗമനത്തിന്റെ ഉള്ളടക്കം ഉണ്ടായിരുന്ന അക്കാലത്ത് സാമുദായികചിന്തകൾക്കും പുരോഗമനത്തിന്റെ സന്ദേശം പടിഞ്ഞാറുനിന്നു കൊണ്ടുവന്ന ഇംഗ്ലീഷ്‌സംസ്കാരത്തിനും തമ്മിൽ വൈരുധ്യം കണ്ടെത്തേണ്ടുന്ന കാര്യവുമില്ലല്ലോ. ഇംഗ്ലീഷിനോട് ബഹുമാനമുള്ള നന്മനിറഞ്ഞ യാഥാസ്ഥിതികനായിരുന്നു സി വി രാമൻപിള്ള. പൂർവികർ അനുഷ്ഠിച്ച ആചാരമര്യാദകളുടെ ചിട്ടവട്ടങ്ങളെ സർവാത്മനാ ബഹുമാനിച്ച വ്യക്തിയായിരുന്നു അദ്ദേഹം. മാർത്താണ്ഡവർമ്മ മഹാരാജാവിന്റെ വീരാപദാനകഥ കേവലം തെക്കുള്ള ഒരു ശക്തൻതമ്പുരാന്റെ ചരിതം മാത്രമല്ല. പ്രത്യുത മരുമക്കത്തായത്തെ വെല്ലുവിളിച്ച കുലംകുത്തികളെ തച്ചുടച്ച്, അവരുടെ കുടുംബങ്ങളെ കുളംകോരി, അവരുടെ സ്ത്രീകളെയും കുട്ടികളെയും നിഷ്കരുണം തുറയിലെ മുക്കുവർക്ക്

---

* Rose Cot എന്നാണ് ഭവനത്തിന്റെ പേര്. Rose Cottage ന്റെ ചെറുരൂപമാണ്.

നൽകിപ്പോലും ആചാര്യവ്യവസ്ഥയെ നിലനിർത്തിയ ഒരു ധ്വജസ്തംഭത്തിന്റെ വിളംബരയാത്രയാണ്. ഏകീകൃതവിശാല തിരുവിതാംകൂർ എന്നത് അത്തരമൊരു മഹാ രാഷ്ട്രീയയത്നത്തിന് പ്രതിഫലമായി ലഭിക്കുന്ന പുരസ്കാരവും. പഴമയുടെ ഊർജസ്രോതസായി കാലം നിർമിച്ച മഹാദുർഗമായി സി വി യുടെ മനസിൽ മാർത്താണ്ഡവർമ്മ നിറഞ്ഞുനിന്നു. ആ ആഖ്യായികയാകട്ടെ; മാർത്താണ്ഡവർമ്മയ്ക്കും സർ. സി പിക്കും ഇടയിൽ പഴമയുടെ മൂല്യങ്ങളും അതിൽനിന്ന് ഉൽപ്പന്നമാകുന്ന സ്വതന്ത്രതിരുവിതാംകൂർ എന്ന രാഷ്ട്രീയസ്വപ്നവും നിലനിന്ന അക്ഷരലോകവും.

മച്ചുനന്മാരായ തമ്പിമാരുടെ കൊടുംപാതകം ആഭ്യന്തരഭിന്നിപ്പിന്റെ പടപ്പുറപ്പാടുമായി ആചാരവ്യവസ്ഥ എന്ന തിരുവായുടെ എതിർവായയാവാൻ ഒരുങ്ങിപ്പുറപ്പെട്ടു എന്നതാണ്. എതിർപ്പ് ജീവിത വീക്ഷണമാക്കിയ ഒരു തലമുറയുടെ തൊട്ടുമുൻപത്തെ തലമുറയിൽപ്പെട്ട ആളായിരുന്നു സി വി രാമൻപിള്ള. എതിർപ്പിന്റെ നീതിന്യായങ്ങളെ സിവി ഒരു കാലത്തും അനുകൂലിച്ചിരുന്നില്ല. നിങ്ങൾ എന്തിനെയെങ്കിലും എതിർക്കുകയാണെങ്കിൽ നിങ്ങൾ എങ്ങും എത്തിച്ചേരുന്നില്ല..... നിങ്ങൾ ഏതെങ്കിലും ഒന്നിലേക്ക്, ഒരു ലക്ഷ്യത്തിലേക്ക് പ്രയാണം ആരംഭിച്ചാൽ മാത്രമേ നിങ്ങൾ എവിടെയെങ്കിലും എത്തിച്ചേരൂ എന്ന് പറയാറുണ്ടല്ലോ. സി വി എക്കാലവും പറയുന്ന ആദർശസംസ്കാരത്തിന്റെ അന്തഃസത്ത മൂല്യങ്ങളുടെ സ്ഥായീഭാവത്തെ അന്വേഷിക്കുന്നവയാണ്. സി വി നമ്മോട് ഉന്നയിക്കുന്ന ചോദ്യങ്ങൾ ഇവയാണ്: എന്തിനാണ് നിയമങ്ങൾ നിർമിക്കപ്പെട്ടിരിക്കുന്നത്? നിയമനിർമാണത്തിന്റെ അടിസ്ഥാനഹേതുക്കളിലേക്ക് ശ്രദ്ധതിരിക്കുക. ആ ഗ്രാഹ്യത്തിന്റെ ഉണർവിലേക്ക് നിങ്ങൾ എത്തിച്ചേരുമ്പോൾ പൗരത്വത്തിന്റെ മൂല്യസഞ്ചയത്തിന്റെ അടിത്തറയുണ്ടാകും. മൂല്യങ്ങൾ മൗലികമാണെന്ന് വിശ്വസിച്ച സി വി തിരുവനന്തപുരത്തെ നായർ പ്രമുഖരും സുറിയാനി ക്രിസ്ത്യാനികളിലെ വരേണ്യവിഭാഗമായ മാർത്തോമാസഭയും മുൻകൈയെടുത്ത് മഹാരാജാവിന് സമർപ്പിച്ച, പുകൾപെറ്റ 'മലയാളി മെമ്മോറിയലി'ൽ നേതൃസ്ഥാനം വഹിച്ചിരുന്നു.

1891 ജനുവരി ഒന്നാംതീയതി പതിനായിരം പേർ ഒപ്പിട്ട ഒരു ഭീമഹർജി മഹാരാജാവിന് സമർപ്പിക്കപ്പെട്ടു. പ്രശസ്തചരിത്രകാരൻ എ ശ്രീധരമേനോൻ ഈ ചരിത്രസന്ദർഭം വിലയിരുത്തുന്നത് ഇപ്രകാരം:

> വിദ്യാഭ്യാസം സാർവത്രികമായി പ്രചരിച്ചതോടെ വിദ്യാസമ്പന്നരായ ഇടത്തരക്കാരുടെ വർഗം സാമൂഹ്യരംഗത്ത് പ്രാമാണ്യം നേടി. തിരുവിതാംകൂറിലാണ് ഈയൊരു പ്രതിഭാസം പ്രത്യേകിച്ചും ശ്രദ്ധേയമായത്. ഔദ്യോഗികരംഗത്തും രാഷ്ട്രീയരംഗത്തും ബ്രാഹ്മണർ കൈയടക്കിവച്ചിരുന്ന സ്ഥാനമാനങ്ങളുടെ കുത്തക പൊളിക്കുന്നതിന് അവർ മുന്നോട്ടുവന്നു. മാർത്താണ്ഡവർമ്മ

> യുടെ കാലത്തിനുശേഷം പൊതുവേ തിരുവിതാംകൂർ രാജാക്കന്മാർ സംസ്ഥാനത്ത് ദിവാന്മാരായി നിയമിച്ചിരുന്നത് തമിഴ് ബ്രാഹ്മണരെയാണ്. ഇത് നാട്ടുകാർക്ക് ഹിതകരമാകാതായിത്തുടങ്ങി. സർക്കാർ ഉദ്യോഗങ്ങളിൽ വിദ്യാഭ്യാസമുള്ള നാട്ടുകാരേയും നിയമിക്കണമെന്നൊരു ശക്തമായ അവകാശവാദം ഉയർന്നുവന്നു.

നായന്മാർ നേതൃത്വംനൽകിയ ശക്തമായ പ്രക്ഷോഭത്തിന്റെ മുൻപന്തിയിൽനിന്ന സി വി രാമൻപിള്ള 1891-ലെ മലയാളി മെമ്മോറിയലിന്റെ വർഷത്തിൽത്തന്നെയാണ് തമിഴ് മേൽക്കോയ്മയുടെ ബീജാവാപം നടന്ന മാർത്താണ്ഡവർമ്മയുടെ ജീവിതകഥയെ പ്രകീർത്തിക്കുന്ന കാൽപ്പനികചരിത്രം എഴുതിയത് എന്നത് വിസ്മയാവഹമായ വൈരുധ്യമായി കരുതണം. ആളോഹരിവിഹിതത്തിനും മക്കത്തായത്തിനും വാദിച്ചവരായിരുന്നു മധ്യതിരുവിതാംകൂറിലെ നായന്മാർ എന്ന് മുൻഖണ്ഡികകളിൽ വിശദീകരിച്ചതാണല്ലോ. കാരണവന്മാരുടെ കെടുകാര്യസ്ഥത മൂലം തറവാടുവകഭൂമി, ഉയർന്നുവരുന്ന ചരക്കു സമ്പദ്‌വ്യവസ്ഥയുടെ പ്രതിനിധികളായ സുറിയാനി ക്രിസ്ത്യാനികളുടെ കൈകളിൽ എത്തിച്ചേരുന്നത് കണ്ടവരായിരുന്നു കർഷകരായ ഇക്കൂട്ടർ. അതിനാൽത്തന്നെയാവണം കുട്ടനാട്ടുകാരുടെ മണ്ണിൽനിന്നും വിശ്വത്തോളം ഉയർന്ന സർദാർ കെ എം പണിക്കർ മാർത്താണ്ഡവർമ്മയുടെ പ്രതാപകാലത്തെപ്പറ്റി ഇപ്രകാരമെഴുതിയത്:

> തിരുവിതാംകൂർ ഭരണകൂടം യഥാർഥത്തിൽ ഒരു തമിഴ്സംപ്രത്യയമാണ്. വടക്കോട്ടുള്ള അതിന്റെ പ്രയാണം മലയാള സംസ്കാരത്തിനുമേൽ തമിഴ് നേടിയ ആധിപത്യത്തിന്റെ അടയാളമുദ്രയാണ്. തന്റെ വംശാധിപത്യമോഹങ്ങൾ സാക്ഷാൽക്കരിക്കാൻ വേണ്ടി മാർത്താണ്ഡവർമ്മ തന്റെ അടുത്ത അനുചരരായി തെരഞ്ഞെടുത്തത് രാമയ്യനെപ്പോലുള്ള തമിഴനേയും ദില്ലിനേയി (De Lannoy) യെപ്പോലുള്ള വിദേശികളെയുമാണ്. സ്വാർഥമതികളും അധികാരമോഹികളായ അവസരവാദികളുമായിരുന്നു ഇക്കൂട്ടർ.

എൻ എസ് എസ് ആസ്ഥാനമായ ചങ്ങനാശ്ശേരിയിലെ പെരുന്നയിൽ ഇന്നും എട്ടുവീട്ടിൽപിള്ളമാരുടെ ചില തിരുശേഷിപ്പുകൾ സൂക്ഷിച്ചിരിക്കുന്നു. തിരുവിതാംകൂർ രാജകുടുംബാംഗങ്ങൾ ഈ പ്രദേശംവഴി സഞ്ചരിക്കാറില്ലെന്നതും യാഥാർഥ്യം. മധ്യതിരുവിതാംകൂറിലെ നായർ ആയിരുന്നില്ല സി വി രാമൻപിള്ള എന്ന രാജഭക്തനായ നായർ എന്ന് നാം മനസിലാക്കേണ്ടിയിരിക്കുന്നു.

തന്റെ ജനനത്തിന് എഴുപത് വർഷംമുമ്പ് അസ്തമിച്ച ഒരു കാലഘട്ടത്തെ, പതിനെട്ടാംനൂറ്റാണ്ടിലെ കലാപകലുഷിതമായ ഒരു ചരിത്ര

ഖണ്ഡത്തെ, തീവ്രമായ കാൽപ്പനിക അഭിനിവേശത്തെ പുണരുന്നതു പോലെ അദ്ദേഹം സ്വീകരിച്ചു. വീരാരാധനമാത്രമല്ല, പാറുക്കുട്ടി അനന്ത പത്മനാഭൻ കഥയിലെ പ്രണയവും, ഭ്രാന്തൻ ചാന്നാൻ എന്ന വിധേയന്റെ കോമാളിത്തവുമെല്ലാം സി വി തന്റെ രാഷ്ട്രീയചരിത്രത്തിലേക്ക് കൊണ്ടുവരുന്നു. ഇവയെല്ലാം ജീവിതസാകല്യത്തെ രാഷ്ട്രീയ സമവാക്യങ്ങളുടെ യാന്ത്രികഫലങ്ങളായി മാറ്റാതെ നിലനിർത്തുന്നു. ചരിത്രം, ഭൂമിശാസ്ത്രം എന്നീ ഭൗതികസാഹചര്യങ്ങൾക്കപ്പുറം ജീവിത സമസ്യകളുടെ രഹസ്യോർജങ്ങൾ രാഷ്ട്രീയജീവിതത്തിന്റെ നേർരേഖകളെ വർത്തുളമാക്കുമ്പോളാണ് സി വി യുടെ ആഖ്യാനം രാഷ്ട്രീയവും സൗന്ദര്യശാസ്ത്രവും രണ്ട് അക്ഷങ്ങളായുള്ള പ്രതലത്തിൽ സ്ഥാനം പിടിക്കുന്നത്. എന്നാൽ ഭൂതകാലാരാധകനായ സി വി യിൽ മാർത്താണ്ഡവർമ്മയുടെ ആദർശവൽക്കരണം മാത്രമല്ല നിറഞ്ഞുനിൽക്കുന്നത്. സ്വന്തമായി കളരികളുണ്ടായിരുന്ന, ക്ഷാത്രവീര്യമുള്ള നായന്മാരുടെ നഷ്ടപ്രതാപത്തെപ്പറ്റിയുള്ള വ്യസനംകലർന്ന ഔദ്ധത്യം അദ്ദേഹത്തിൽ നിറഞ്ഞുനിന്നിരുന്നു. രാജശത്രുക്കളായ മച്ചുനൻതമ്പിമാർക്ക് ഒത്താശ ചെയ്തുകൊടുക്കുന്നത് എട്ടുവീട്ടിൽപിള്ളമാരാണെങ്കിൽ, രാജപ്രതിരോധത്തിന്റെ കുന്തമുന മാങ്കോയിക്കൽ കുറുപ്പ്, തിരുമുഖത്തുപിള്ള തുടങ്ങിയ നായർ പ്രമാണിമാരായിരുന്നു. പ്രൊഫസർ എൻ കൃഷ്ണ പിള്ളയുടെ അഭിപ്രായത്തിൽ.

> പ്രകൃതികളിലും വൈഭിന്ന്യവും വൈരുദ്ധ്യവും പുലർത്തുന്ന ആ പാത്രങ്ങളുടെ ജീവിതങ്ങൾ അന്യോന്യം കെട്ടിമറിയുകയും മുട്ടിയുരുമ്മുകയും ചെയ്യുന്നതിന്റെ ഫലമായി വികസിതമാകുന്ന കഥാമണ്ഡലങ്ങളാണ് അദ്ദേഹം സൃഷ്ടിച്ചിട്ടുള്ളത്.... അസാധാരണത്വം മുഖമുദ്രയും അന്തരംഗപ്രകൃതിയുമായ തന്റെ കഥാപാത്രങ്ങൾക്ക് ആശയപ്രകാശനം ചെയ്യാൻപോന്ന പ്രതിപാത്രഭിന്നങ്ങളായ ഒട്ടധികം ഭാഷാമാതൃകകളും അവരുടെ ഗതിവിഗതികളാൽ അവശ്യം അസാധാരണമായി പരിണമിച്ചിട്ടുള്ള കഥാവസ്തുക്കളെ വിവരിക്കാനും വ്യാഖ്യാനിക്കാനും പര്യാപ്തമായ അപൂർവത തുളുമ്പുന്ന ഒരാഖ്യാനശൈലിയും അനുപേക്ഷണീയങ്ങളായ ആവിഷ്കാരമാധ്യമങ്ങളായി സി വി ക്ക് സുമുദ്ഭാവന ചെയ്യേണ്ടിവന്നു.

മാർത്താണ്ഡവർമ്മയ്ക്ക് ചുറ്റും ഭ്രമണംചെയ്യുന്ന ഭൂതകാലത്തെപ്പറ്റിമാത്രം മനനംചെയ്യുന്ന, മാറ്റത്തെയും വളർച്ചയെയും ദുഃഖമായി കരുതുന്ന ഒരു മനസിന്റെ ഏകാഗ്രധ്യാനമായി ഈ ആഖ്യാനത്തെ അലസവായനയിൽ നമുക്ക് അനുഭവപ്പെടാം. അപ്രകാരം സി വി യുടെ ഈ നോവലിനെ പരിഹസിച്ചുതള്ളുന്ന പാരമ്പര്യംതന്നെ നമുക്കുണ്ടല്ലോ. ഭൂതവർത്തമാനങ്ങളെ സ്ഥായീഭാവമുള്ള ചില ചരിത്രനിയമങ്ങളാൽ സൃഷ്ടമായ നേർപാതയുടെ രണ്ട് അഗ്രബിന്ദുക്കളായി നമുക്ക്

തെറ്റിദ്ധരിക്കാം. നവോത്ഥാനത്തിന് കളമൊരുക്കിയ, ഫ്യൂഡലിസത്തിനുള്ളിലെ കേന്ദ്രീകരണത്തിന്റെ പ്രതീകമായ ഉപദേശീയതയെ, അതിന്റെ അടയാളചിഹ്നമായ രാജസ്ഥാനത്തെ ദേശീയരാഷ്ട്രീയത്തിന്റെ കണ്ണടയിലൂടെ നമുക്ക് തെറ്റിവായിക്കാം. പതിനെട്ടാംനൂറ്റാണ്ടിലെ മാർത്താണ്ഡവർമ്മയുടെ കാലം അധീശത്വംനിറഞ്ഞ രാഷ്ട്രീയയാഥാർഥ്യമാണെന്നതിൽ തർക്കമില്ല. എന്നാൽ ഇത് യാഥാർഥ്യത്തിന്റെ എഴുന്നുനിൽക്കുന്ന ഒരുവശം മാത്രമേ ആകുന്നുള്ളൂ. ലോകത്ത് എവിടെയുമുള്ള മനുഷ്യരെപ്പോലെയാണ് മാർത്താണ്ഡവർമ്മയുടെ കാലത്തെ തിരുവിതാംകൂറിലെ മനുഷ്യരെന്നും സി വി രാമൻപിള്ള നമുക്ക് ബോധ്യപ്പെടുത്തിത്തരുന്നു. പലസ്തീനിലും ഗുജറാത്തിലും ഇറാക്കിലും ഏതുതരം രാഷ്ട്രീയസാഹചര്യങ്ങളിൽ ജീവിക്കുന്നവരാണെങ്കിലും അവർ സഹവസിക്കുകയും ചിരിക്കുകയും പ്രണയിക്കുകയും ചെയ്യുന്നു. മനുഷ്യരുടെ ഭാഷയിൽ എഴുതാൻ തുടങ്ങുന്ന മാനവികതയുടെ കാലത്തിലെ ആദ്യാക്ഷരങ്ങളിലൊന്നായി മാറുന്നു ഈ ആഖ്യായിക. ഓർമയിൽനിന്നുപോലും അടർന്നുപോയ ഭൂതകാലത്തിലേക്ക് തിരിഞ്ഞുനോക്കുമ്പോൾ അതിജീവനത്തിന്റെയും പ്രതിരോധത്തിന്റെയും മാറാനുള്ള സന്നദ്ധതയുടെയും പഠിക്കാനുള്ള നിശ്ചയദാർഢ്യത്തിന്റെയും ചിത്രങ്ങൾ നമുക്ക് കാണാനാവും. പക്ഷേ, ദേശീയതയുടെയോ മറ്റേതെങ്കിലുമോ ബൃഹദാഖ്യാനത്തിന്റെ വിവരണങ്ങളിലേക്ക് ഉപദേശീയതയുടെ ഭൂതകാലത്തെ ഒതുക്കുമ്പോൾ ഈ കാഴ്ചകളെല്ലാം മങ്ങുന്നു. ദേശീയരാഷ്ട്രീയത്തിന്റെ കണ്ണിൽ പുരോഗാമിയായി ചലിക്കുന്ന ചരിത്രത്തെമാത്രമേ നാം സ്വീകരിക്കൂവെങ്കിൽ നമുക്ക് ഒരുപാട് നഷ്ടങ്ങൾ ഭവിക്കുന്നു. സത്യമാണ്, 1891 ലെ മലയാളിമെമ്മോറിയൽ വിഭാവന ചെയ്യാത്ത ദിശകളിലേക്ക് ചരിത്രം ചാൽമാറിയൊഴുകി. 1896 ൽ മഹാരാജാവിന് ഒരുവിഭാഗം 'കീഴാളപ്രജകൾ' നൽകിയ 'ഈഴവമെമ്മോറിയൽ' കൊണ്ടാടപ്പെട്ടു. പിൽക്കാലത്ത് തിരുവിതാംകൂർ പ്രദേശത്തെ സാമൂഹ്യരാഷ്ട്രീയ മണ്ഡലത്തെ പ്രഹേളികയാക്കിയ സംവരണരാഷ്ട്രീയവും നിവർത്തന പ്രക്ഷോഭവും ക്ഷേത്രപ്രവേശനവിളംബരവും പുന്നപ്ര-വയലാറുമെല്ലാം സി വി യോ അദ്ദേഹത്തിന്റെ ആഖ്യായികയോ പ്രതീക്ഷിക്കാത്ത, ഉപദേശീയതയുടെ മോഹങ്ങളിലൊതുങ്ങാത്ത ചരിത്രത്തിന്റെ വളർച്ചതന്നെ.

എങ്കിൽ സി വി കൃതിയിലെ ഉപദേശീയത വെറുമൊരു ഭ്രാന്തൻ ഭാവനയായിരുന്നോ? അല്ല. ചരിത്രത്തിൽ പലവട്ടം പുനർജനി നേടുകയും പിന്നീട് ഓരോവട്ടവും പല കാരണങ്ങളാൽ പക്വമാകാതെ കൊഴിഞ്ഞുപോകുകയും ചെയ്ത സാമവായികമോഹം തന്നെയായിരുന്നു. മാർത്താണ്ഡവർമ്മയുടെയും സർ. സി പി യുടെയും കാലശേഷം തിരുവിതാംകൂർ ഇന്ത്യയെന്ന രാഷ്ട്രത്തിൽ അലിഞ്ഞുചേർന്നു. മലബാറിനോടും കൊച്ചിയോടും ചേർന്ന് തിരുവിതാംകൂറിന് കേരളമെന്ന സംസ്ഥാനത്തിലും വിലയംപ്രാപിക്കേണ്ടിവന്നു. പക്ഷേ, ഉപദേശീയതാ മോഹങ്ങൾ വീണ്ടും തിരിച്ചുവന്നു. 1970 ൽ മത്തായി മാഞ്ഞൂരാന്റെ നേതൃത്വത്തിലും 1980 ൽ

കെ വേണുവിന്റെ സ്വതന്ത്രകേരളത്തിനായി മോഹിക്കുന്ന കേരളദേശീയതാവാദവുമായും അത് തിരിച്ചുവന്നപ്പോൾ സ്വതന്ത്രതിരുവിതാംകൂർ എന്ന സ്വപ്നത്തിന്റെ തുടർച്ചയും വളർച്ചയും സംഭവിക്കുകയായിരുന്നു. അങ്ങനെ മാർത്താണ്ഡവർമ്മതൊട്ട് മത്തായിമാഞ്ഞൂരാനും കെ വേണുവുംവരെ നീളുന്ന ഉപദേശീയതാപ്രസ്ഥാനത്തിന്റെ ചരിത്രം നാം കാണുന്നു. ദേശീയതയുടെ കണ്ണടകൾ അഴിച്ചുവെച്ച്, ചരിത്രത്തിന്റെ പിന്തുണയില്ലെങ്കിലും ഉപദേശീയതാപ്രസ്ഥാനത്തിന് മൂല്യം നൽകി, നാം ഈ ചരിത്രത്തെ വായിക്കാൻ തുടങ്ങിയാലോ? അത്തരമൊരു എഴുത്തിന്റെ മധ്യത്തിൽ സി വി യുടെ *മാർത്താണ്ഡവർമ്മ* എന്ന ആഖ്യായിക ജ്വലിച്ചു നിൽക്കും. മാർത്താണ്ഡവർമ്മയ്ക്കുശേഷം ഉപദേശീയതാ സ്വപ്നങ്ങളെ ഒരു രാജ്യത്തിന്റെ ജനതകൾക്കായി അക്ഷരരൂപത്തിൽ ഭാവിയിലേക്കായി കരുതിവെച്ച ആഖ്യായികയ്ക്ക് ഒരു മാനിഫെസ്റ്റോയ്ക്ക് തുല്യമായ രാഷ്ട്രീയമൂല്യങ്ങൾ നൽകാൻ വിമർശകർ ബാധ്യസ്ഥരാവും.

ജീവിതമുയർത്തുന്ന സങ്കീർണസമസ്യകൾ മനുഷ്യയത്നങ്ങളെ നിഷ്ഫലമാക്കുന്ന ദുരന്തത്തെക്കുറിച്ച് പരാമർശിച്ചാണ് നാം തുടങ്ങിയത്. ചരിത്രത്തിലൊരിക്കലും പ്രകാശിതമാവാൻ സാധ്യതയില്ലാത്ത ഉപദേശീയതാസ്വപ്നങ്ങളുംപേറി ദേശീയതയുടെ വായനകളിൽ പിന്തിരിപ്പനെന്ന പരിഹാസ്യവിശേഷണത്തോടെ സ്വജീവിതത്തിനു ശേഷവും അലയേണ്ടിവരിക എന്നതായിരുന്നില്ലേ സി വി യുടെ യത്നങ്ങളെ തകർക്കാൻ ജീവിതം കണ്ടെത്തിയ വഴി? സാമുദായികചിന്തകൾക്ക് പുരോഗമനമൂല്യമുണ്ടെന്ന് ചിന്തിക്കാൻപോലും സാധിക്കാത്ത പുതിയ കാലത്തിനുമുന്നിൽ സാമുദായികചരിത്രത്തെക്കുറിച്ചും അതിലെ ഉദാത്തതാസങ്കൽപ്പങ്ങളെക്കുറിച്ചും പറയേണ്ടിവരിക എന്നതു കൂടിയായപ്പോൾ സി വി എന്നെന്നേക്കുമായി പഴഞ്ചനെന്നു മുദ്രകുത്തപ്പെട്ടു. എന്നാൽ അദ്ദേഹം എഴുത്തിലൂടെതന്നെ കാലത്തോട് കലഹിച്ചു. നോവൽ എന്ന മാധ്യമത്തിൽ അദ്ദേഹം ചെയ്തതെന്തായിരുന്നു? ഈ മാധ്യമം തികച്ചും ഇടത്തരക്കാരന്റെ ജനകീയകലയാണെന്ന് റാൽഫ് ഫോക്സ് (Ralf Fox) സിദ്ധാന്തിച്ചിട്ടുണ്ട്. ഈ നിർവചനത്തെ ന്യായീകരിക്കുന്ന അയഞ്ഞശൈലിയാണ്, സ്ഥൂലപ്രകൃതിയാണ് ഗദ്യത്തിൽ സി വി സ്വീകരിച്ചത്. വാക്കിനെ വാചകവും വാചകത്തെ ഖണ്ഡികകളും അതിവർത്തിക്കുന്ന ശൈലീപദ്ധതിയും, വാങ്മയത്തിന്റെ അഭിജാതമട്ടുകൾക്ക് സമാന്തരമായി നാട്ടുപ്രകൃതമുള്ള ഭാഷണഭേദങ്ങളും നമുക്കിതിൽ കണ്ടെത്താനാവും. വൈയാകരണന്മാർ നിശിതമായി വിമർശിക്കുമെന്നറിഞ്ഞിട്ടും വ്യവസ്ഥാപിത ആഖ്യാനത്തിന്റെ പുറത്തുകിടക്കുന്ന ജനസാമാന്യത്തിന്റെ ഭാഷണഭംഗികളെ സി വി തന്റെ ഗദ്യത്തിൽ ആവാഹിച്ചെടുത്തു.

കാലത്തെ വെയിലേറ്റ് പൊള്ളുന്ന യാത്രയായി കണ്ട ഭീതി മനസിനെ ഗ്രസിച്ചുനിൽക്കുമ്പോഴും സി വി രാമൻപിള്ള തന്റെ സൃഷ്ടിയോട് തികഞ്ഞ കൂറുപുലർത്തി.

# പീഠിക

**ഈ** പുസ്തകത്തെ ഉണ്ടാക്കീട്ടുള്ളത് ഇംഗ്ലീഷിൽ 'ഹിസ്റ്റാറിക്കൽ റൊമാൻസ്' എന്നു പറയപ്പെടുന്ന കഥാസമ്പ്രദായത്തിൽ ഒരു മാതൃക മലയാളഭാഷയിൽ നിർമ്മിക്കണമെന്നുള്ള ഉദ്ദേശ്യത്തോടുകൂടിയാകുന്നു. ഇതു സാദ്ധ്യമാകുന്നെങ്കിൽ ഗ്രന്ഥകർത്താവിന്റെ ശ്രമം സഫലമായിത്തീരുന്നതാണ്.

ഈ കഥയിൽ ഒരു അനുബന്ധം ചേർക്കണമെന്ന് ഗ്രന്ഥകർത്താവിന് ആദ്യത്തിൽ ആഗ്രഹം ഉണ്ടായിരുന്നു. എന്നാൽ പുസ്തകത്തിന്റെ വലിപ്പം ആരംഭത്തിൽ വിചാരിച്ചിരുന്നതിൽ ഇരട്ടിയായതിനാൽ ആ ആഗ്രഹത്തെ ഉപേക്ഷിക്കയും കഥയെ അവസാനത്തിൽ കുറച്ചു ചുരുക്കുകയും ചെയ്തിരിക്കുന്നു.

ഈ പുസ്തകത്തിൽ മൂന്നാം അദ്ധ്യായത്തിന്റെ ആദ്യഭാഗത്ത് ശ്രീവരാഹം, പെരുന്താന്നി മുതലായ സ്ഥലങ്ങളെക്കുറിച്ചു സൂചിപ്പിച്ചിരിക്കുന്ന സ്ഥിതിക്ക് ആ ഭാഗം അച്ചടിച്ചുതീർന്നതിന്റെ ശേഷം സർക്കാരിന്റെ കൃപഹേതുവാൽ കുറച്ചുഭേദഗതി വന്നിട്ടുള്ളതിനെ സന്തോഷപൂർവ്വം പ്രസ്താവിച്ചുകൊള്ളുന്നു.

കൊച്ചുകോയിത്തമ്പുരാൻ തിരുമനസ്സുകൊണ്ട് ഈ ശ്രമത്തിൽ ഗ്രന്ഥകർത്താവിനെ പലവിധേനയും ആ തിരുമനസ്സിലെ പ്രസിദ്ധമായുള്ള ഔദാര്യത്തോടുകൂടി ഉത്സാഹിപ്പിച്ചിട്ടുള്ളതിലേക്കു ഗ്രന്ഥകർത്താവ് തന്റെ ഹൃദയപുരസ്സരമായുള്ള കൃതജ്ഞതയെ ഈ പ്രസ്താവന മാർഗ്ഗേണ അറിയിച്ചുകൊള്ളുന്നു.

ഈ ഗ്രന്ഥകർത്താവ് വായനക്കാരുടെ അല്പമായ സന്തോഷത്തിനെങ്കിലും പാത്രവാനാകുന്നെങ്കിൽ ആയതിലേക്കുള്ള അവകാശത്തിനെ ഗ്രന്ഥകർത്താവ് തന്റെ അഭിനന്ദിയോടുകൂടി, ഈ പുസ്ത

കത്തെ സംബന്ധിച്ച് മടികൂടാതെയും സ്നേഹത്തോടും വളരെ പ്രയത്നിച്ചിട്ടുള്ള മാ-രാ-രാ നെയ്യാറ്റിൻകര എൻ. രാമൻപിള്ള ബി.എ അവർകൾക്ക് ദത്തം ചെയ്തുകൊള്ളുന്നു.

മാ-രാ-രാ-കെ.അർ. മാധവവാര്യർ അവർകൾ, മാ-രാ-രാ-കെ. പപ്പുപിള്ള ബി.എ അവർകൾ, മാ-രാ-രാ-പി.ആറുമുഖംപിള്ള ബി.എ, മാ-രാ-രാ-കിളിമാനൂർ രാജരാജവർമ്മ കൊച്ചുകോയിത്തമ്പുരാൻ തിരുമനസ്സുകൊണ്ട് ഇവരിൽനിന്നും ഈ വിഷയത്തിൽ ഉണ്ടായിട്ടുള്ള സഹായത്തിനു ഈ പുസ്തകം ആദ്യമായി അച്ചടിച്ചുതന്ന മെസ്സെഴ്സ് അഡിസൻ കമ്പനിയോടും ഗ്രന്ഥകർത്താവ് തന്റെ കൃതജ്ഞതയെ ഇപ്രകാരം ധരിപ്പിച്ചുകൊള്ളുന്നു.

ഗ്രന്ഥകർത്താവ്

അശ്വതിതിരുനാൾ തിരു അവതാരംചെയ്തരുളിയ മാർ ത്താണ്ഡവർമ്മ ബി എ നാലാംമുറ തമ്പുരാൻ തിരുമനസ്സി ലെ തൃപ്പാദങ്ങളിൽ അത്യന്തം ഭക്തി ബഹുമാനവിനയ ങ്ങളോടുകൂടി ഈ പുസ്തകത്തെ തൃപ്പാദാശ്രിതനായ ഗ്രന്ഥകർത്താവ് സമർപ്പണം ചെയ്തുകൊള്ളുന്നു

# ഒന്നാം അദ്ധ്യായം

*"വീണിതല്ലോ കിടക്കുന്നു ധരണിയിൽ*
*ശോണിതവുമണിഞ്ഞയ്യോ ശിവ ശിവ!*
*നല്ല മരതകക്കല്ലിനോടൊത്തൊരു*
*കല്യാണരൂപൻ കുമാരൻ മനോഹരൻ."*

**ഈ** കഥയുടെ ആരംഭത്തിൽ പ്രസ്താവിക്കപ്പെടുന്ന സംഗതികൾ ഒരു വനപ്രദേശത്താണു നടന്നത്. വനപ്രദേശം എന്നു പറഞ്ഞതുകൊണ്ട് 'ഝില്ലിഝങ്കാരനാദമണ്ഡിതം' ആയും 'സിംഹവ്യാഘ്രശല്യാദിമൃഗഗണ നിഷേവിതം' ആയും ഉള്ള ഒരു ഘോരവിപിനം എന്നു വായനക്കാർ വിചാരിച്ചുപോകരുത്. ചെറുതായ വൃക്ഷങ്ങളും മുൾച്ചെടികളും നിറഞ്ഞ്, ജന സഞ്ചാരം അപൂർവ്വമായി മാത്രം ഉള്ളതായ ഒരു ചെറുപ്രദേശമെന്നേ ഗ്രഹിക്കാനുള്ളൂ. വല്ല തടിനികളാലാകട്ടെ ശിലാതലങ്ങളാലാകട്ടെ സുരഭികളായ പുഷ്പങ്ങളാലാകട്ടെ ആ വനം അലങ്കരിക്കപ്പെട്ടിരുന്നില്ല. ഒരാൾപ്പൊക്കത്തോളം ഉയർന്നുനില്ക്കുന്ന ചില ചെടികൾ ദുർഗ്ഗന്ധവാഹികളായ പുഷ്പങ്ങളെക്കൊണ്ടു പ്രശോഭിതമായും അത്യുന്നതങ്ങളായ ചില വൃക്ഷങ്ങൾ അവിടവിടെ വിയന്മാർഗ്ഗത്തോളം പൊങ്ങിയും കാണപ്പെടുന്നതുകൊണ്ടുള്ള രമ്യതയല്ലാതെ ചേതോഹരങ്ങളായ മറ്റു ലക്ഷണങ്ങൾ യാതൊന്നുംതന്നെ ആ വനത്തിനുണ്ടായിരുന്നില്ല. നെടുതായി വളർന്നുനില്ക്കുന്ന കരിമ്പനക്കൂട്ടങ്ങൾ നല്ല വനദേവതയുടേയും ഘോഷയാത്രയിൽ പിടിക്കപ്പെട്ട പച്ചക്കുടകൾപോലെ കാണ്മാനുണ്ടായിരുന്നു. അന്യവൃക്ഷങ്ങളേയും ചെടികളേയും ആ വനത്തിൽ വാഴിച്ചുകൂടെന്നുള്ള മാത്സര്യംകൊണ്ടെന്നു തോന്നിക്കുംവണ്ണം കള്ളിയെന്നുള്ള ഒരുവക മുൾച്ചെടി ഉൾമദത്തോടുകൂടി കരിമ്പന മുതലായ ഓരോ തരുക്കളേയും വളഞ്ഞു തിക്കിത്തിരക്കി നിരോധിച്ചു നിന്നിരുന്നു. നിലത്തിന്റെ സ്വഭാവം

മേല്പറഞ്ഞ ലക്ഷണങ്ങൾക്ക് ഏറ്റവും യോജിപ്പുള്ളതായിരുന്നു. ചെറിയ പാറകളേയും കൂർത്തുള്ള ചരൽക്കല്ലുകളേയും ഒഴികെ ആ കാട്ടിന്റെ മദ്ധ്യേയുള്ള ഒറ്റയടിപ്പാതയിൽക്കൂടി സഞ്ചരിച്ചിട്ടുള്ള ജനങ്ങളുടെ പാദങ്ങൾ വേറൊന്നിനേയും സ്പർശിച്ചിട്ടില്ല. മഴ ചൊരിയുന്ന സമയങ്ങളിലല്ലാതെ മറ്റു കാലങ്ങളിൽ ആ വനത്തിൽ ജലം തീരെ ദുർല്ലഭമായിരുന്നു. കുന്നുംകുഴിയുംകൊണ്ടു സഞ്ചാരത്തിന് അതിദുർഘടമായ ആ പ്രദേശത്ത് അടുത്തുവെങ്കിൽ എത്ര ബലവാനായ പുരുഷനും ഉടൻ ദാഹവും ക്ഷീണവും ഉണ്ടാകുമായിരുന്നു. വനമെന്നുള്ള നാമധേയത്തെ ധരിക്കുന്നതുകൊണ്ട് പക്ഷി, മൃഗം ഈവക ജന്തുക്കൾക്ക് ഇരിപ്പിടം നല്കാഞ്ഞാൽ ലോകബോദ്ധ്യത്തിനു പോരല്ലോ എന്നു തോന്നീട്ടെന്നപോലെ കഴുക്, കൂമൻ എന്നീ പറവകൾക്കും കാടൻ, കാട്ടുകുന്നൻ മുതലായ മൃഗങ്ങൾക്കും ആ വനം അഭയം അരുളി അവയെ പോറ്റി രക്ഷിച്ചുപോന്നു. നായാട്ടിൽ തല്പരന്മാരായ നായന്മാർ ഈ വനത്തെ മാത്രം തങ്ങളുടെ പാദങ്ങളെക്കുറിച്ചുള്ള പ്രതിപത്തിമൂലം ആക്രമിക്കാൻ ആലോചിക്കപോലും ചെയ്തിട്ടില്ല.

മഹത്തുക്കളുടെ സാമീപ്യമോ സംസർഗ്ഗമോകൊണ്ട് നിസ്സാരന്മാരും ചിലപ്പോൾ ഉത്കൃഷ്ടന്മാരായി കാണപ്പെടുന്നുണ്ടല്ലോ. എന്നാൽ അങ്ങനെയുള്ളവരുടെ പ്രകൃത്യാ ഉള്ള ഹീനസ്വഭാവത്തെക്കാണുമ്പോൾ, മഹത്തുക്കൾക്ക് ഒരു ഭാവഭേദം സംഭവിച്ചുപോവുകയും ചെയ്യുന്നു. ഇതിന്മണ്ണം മേല്പറഞ്ഞ കാട് ഒരു രാത്രിയിൽ പ്രഥമയാമത്തിൽ ചന്ദ്രസ്പർശത്താൽ ശോഭിച്ചിരുന്നുവെങ്കിലും, ചെങ്കനൽനിറത്തോടുയർന്നുവന്ന പൂർണ്ണചന്ദ്രൻ മേൽഭാഗത്തെത്തിയപ്പോഴേക്കും വിളറി വർണ്ണംപകർന്നു കാണപ്പെടുന്നു. ആകാശവീഥിയിൽ സഞ്ചരിക്കുന്ന മേഘശകലങ്ങൾ സത്വരഗതിയെവിട്ടു മാന്ദ്യത്തെ അവലംബിച്ചിരിക്കുന്നു. എന്തോ ഭയങ്കരമായ കാഴ്ചയാൽ സ്തബ്ധരാക്കപ്പെട്ടതുപോലെ വൃക്ഷലതകളും തങ്ങളുടെ നൃത്തങ്ങളെ വെടിഞ്ഞു നിശ്ചലന്മാരായി നില്ക്കുന്നു. മാരുതനും ഭയാക്രാന്തനായി ശ്വാസോച്ഛ്വാസരഹിതനായി ചമഞ്ഞിരിക്കുന്നു. രജനിയുടെ സ്തുതിപാഠകന്മാരായ ജംബൂകസമൂഹങ്ങൾമാത്രം അവരുടെ ഉദ്യോഗത്തിൽ ഏതും ഉപേക്ഷകൂടാതെ രാഗവിസ്താരങ്ങൾചെയ്ത് അർദ്ധരാത്രിയുടെ മഹാത്മ്യത്തെ വാഴ്ത്തുന്നു. ഈ സംഗീതത്തിനു താളമായി നിദ്രാഭംഗംവന്ന് ഭീതിമൂലം അങ്ങോട്ടും ഇങ്ങോട്ടും പറക്കുന്ന പക്ഷികളുടെ ചിറകടികളും കേൾപ്പാനുണ്ട്. യക്ഷിപ്രേതാദികളായ ദേവതകളുടെ വാസഭൂമിയെന്നു ജനങ്ങളാൽ വിശ്വസിക്കപ്പെട്ടിരുന്ന ഈ വനത്തിലെ പക്ഷികളുടെ നിദ്രാവിധ്വംസനം ചെയ്ത സംഭവം എന്താണെന്ന് ആരായുകതന്നെ.

ഈ കാട്ടിന്റെ മദ്ധ്യത്തിൽക്കൂടെയുള്ള മാർഗ്ഗത്തിൽ ഒരു സ്ഥലത്ത് മുകളിൽ നില്ക്കുന്ന ചന്ദ്രന്റെ പ്രതിബിംബമോ എന്നു സംശയിക്കത്തക്കതായ ഒരു ഛായ കാണപ്പെടുന്നു. സമീപവീക്ഷണത്തിനു ദൃശ്യമാകുന്നത് അതിഘോരമായുള്ള ഒരു കാഴ്ചയാണ്. മാർദ്ദവം എന്നതറിഞ്ഞിട്ടില്ലാത്ത ആ നിലത്ത് തന്റെ ദേഹത്തിൽനിന്നു പ്രവഹിച്ചതായ കടുനിണ

ത്തിൽ മഗ്നനായിട്ട് ദിവ്യവിഗ്രഹനായ ഒരു പുരുഷൻ മരണവേദന കൊണ്ടു കൈകാലുകൾ നിലത്തടിച്ചും, “അയ്യോ! നാരായണ! അമ്മ!” എന്നിങ്ങനെയെല്ലാം അതിദയനീയമാംവണ്ണം ഇടയ്ക്കിടെ ആർത്തസ്വര ത്തിൽ വിളിച്ചും, ശ്വാസംമുട്ടി ചിലപ്പോൾ ഭൂമിയിൽനിന്നു പൊങ്ങിവീണ്ടും പതിച്ചും, ചരമപ്രാന്തസ്ഥനായി കിടക്കുന്നു. ദേഹത്തിൽ അവിടവിടെ അനേകം വെട്ടുകൾ ഏറ്റ്, അതുകളിൽനിന്ന് അപ്പോഴും രക്തം തിളച്ചു പൊങ്ങുന്നു. അരയിൽ ധരിച്ചിരിക്കുന്ന വസ്ത്രം രക്തത്തിൽ മുങ്ങിയിട്ട് കാലോടു പതിഞ്ഞുകാണപ്പെടുന്നു. തലയിൽ ധരിച്ചിരുന്ന വസ്ത്രം ഒരു ചെടിമേൽ വീണുകിടക്കുന്നു. വലതുകരത്തിനു സമീപത്തു പിടിവിട്ടു കിടക്കുന്ന ഖഡ്ഗത്തിൽ രക്തപാനം അതു ധാരാളമായി കഴിച്ചതിന്റെ ലക്ഷണങ്ങൾ കാണുന്നുമുണ്ട്. വെട്ടുകളേറ്റ് ശകുലിതമായിരിക്കുന്ന ഒരു പരിച, സമീപത്തുള്ള ഒരു വൃക്ഷത്തിൽനിന്നു വെട്ടുകൾകൊണ്ടുതന്നെ അറ്റ് ചിതറിക്കിടക്കുന്ന ലതകളുടേയും ശാഖാഗ്രങ്ങളുടേയും ഇടയിൽ കിടക്കുന്നു. അതിന്മേലുള്ള വെള്ളിക്കുമിളകൾ ചന്ദ്രരശ്മി പതിക്കയാൽ ഏറ്റവും ശോഭിച്ചും, ചുറ്റുമുള്ള ചെടികൾ പാദാഘാതംകൊണ്ട് ഒടിഞ്ഞും നിലത്തോടു പതിഞ്ഞും ചരൽക്കല്ലുകൾ പൊടിഞ്ഞും എല്ലാം രക്തകണ ങ്ങൾ അണിഞ്ഞും കാണപ്പെടുന്നു. മരണാവസ്ഥയിൽ കിടക്കുന്ന ഈ യുവാവിന് ഇരുപതിലധികം വയസ്സു കാണുകയില്ല. തലവളർത്തി ഭുജ ത്തോളം നീട്ടി കണ്ടിച്ചിരിക്കുന്നു. വിശാലമായ നെറ്റിയും, മഷി അണി ഞ്ഞിരിക്കുന്നുവോ എന്നു തോന്നിപ്പിക്കുന്നതായ കറുപ്പോടുകൂടിയ പുരിക ങ്ങളും, ദന്തത്തിൽ പണിചെയ്തിട്ടുള്ള ചില വിശേഷവിഗ്രഹങ്ങളിൽ കാണപ്പെടുന്നതുപോലെയുള്ള നാസികയും കരിമസ്തകംപോലെ വിരിഞ്ഞ മാറും, ഒതുങ്ങിയ അരയും, നീണ്ടുരുണ്ട് ഘനം പൂണ്ടുള്ള ബാഹുക്കളും അതിമനോഹരമായ വർണ്ണവും കണ്ടാൽ, ആൾ അസാരന ല്ലെന്നു പ്രഥമദൃഷ്ടിയിൽത്തന്നെ ഏവനും ബോദ്ധ്യപ്പെടും. ഈ യുവാ വിന്റെ ശരീരത്തിൽനിന്നു പുറത്തേക്കുള്ള രക്തഗതി കുറച്ചുനേരം കൊണ്ടു നിന്നുതുടങ്ങി. കൈകാൽ അനക്കങ്ങൾ ഇടവിട്ടും വളരെ ക്ഷീണത്തിലുമായി; ശ്വാസവും അടങ്ങി; പെട്ടെന്നു നേത്രങ്ങൾ ഒന്നു തുറന്നു. മരണാവസ്ഥയിലാണെങ്കിലും ആ നേത്രങ്ങളിലെ കരുമിഴിക ളിൽനിന്നു സ്ഫുരിക്കുന്ന തേജസ്സിനെ എങ്ങനെ വർണ്ണിക്കുന്നു? എന്തു പൗരുഷവും പ്രൗഢിയും ഗാംഭീര്യവും ആ മുഖത്ത് ഇപ്പോൾ കളിയാ ടുന്നു! നവമായി വികസിച്ച പുഷ്പംപോലെ എത്രയും ചോതോഹര നായുള്ള ഈ യുവാവിന്റെ നവയൗവനാവസ്ഥയിൽ ഈ മൃതി വന്നു കൂടുന്നത് വിധിയുടെ നിഷ്കരുണത്വംകൊണ്ടെന്നല്ലാതെ എന്തുപറ യുന്നു? നേത്രങ്ങൾ തുറന്ന് ആകാശത്തോട്ടു നോക്കിയപ്പോൾ തന്നെ അനുഗ്രഹഭാവത്തോടും അനുകമ്പയോടും കടാക്ഷിക്കുന്ന ചന്ദ്രനെ കണ്ട് ഒരു മന്ദഹാസം തൂകുന്നു. എന്തോ തന്റെ അഭിമതത്തെ ഉച്ചരിക്കുന്നതിനു ശ്രമിച്ചതിൽ ‘പ് ’ എന്ന അർദ്ധാക്ഷരംമാത്രം കഷ്ടിച്ചു ചുണ്ടുകളിൽനിന്നു പുറപ്പെടുന്നു. അതികഠിനമായുള്ള വ്യസനത്തിന്റെ സൂചകമായി

നേത്രങ്ങളിൽ കണ്ണീർ നിറയുന്നു. മുഖം മുഴുവൻ ഭാവം പകരുകയും മാറിടം വികസിച്ച് അമരുകയും ചെയ്യുന്നു. ഇത്രയും അരനിമിഷംകൊണ്ടു കഴിഞ്ഞ് നേത്രങ്ങൾ വീണ്ടും അടയുന്നു. സകല ചലനവും നില്ക്കുന്നു. ലോകസാക്ഷിയോടു യാത്രയും ചൊല്ലി കാമോപമനായ ആ യുവാവ് ചരമഗതിക്കു സന്നദ്ധനാകുന്നു.

മാതാപിതാക്കന്മാരുടെയോ ഭാര്യാബന്ധുക്കളുടേയോ വാത്സല്യത്തോടുകൂടിയുള്ള അവസാനശുശ്രൂഷകളൊന്നും കൂടാതെ ഈ തോജോരൂപന് ഈ വിധമായ മരണം സംഭവിക്കുന്നതിനു സംഗതിയാക്കിയ പാപകർമ്മം എന്താണെന്നുള്ള അന്വേഷണം നിഷ്ഫലമായുള്ളതാണ്. ഇന്ദ്രിയങ്ങൾക്കു ഗോചരങ്ങളല്ലാത്തതായ സംഗതികളെപ്പറ്റി പ്രതിപാദിക്കുന്നതിന് പ്രത്യേകം ഒരു പാണ്ഡിത്യം വേണം. അതിനാൽ ഈ മരണം സംബന്ധിച്ചുള്ള ലൗകികാന്വേഷണങ്ങളെ മാത്രം ചെയ്കയല്ലാതെ ആത്മീയമായുള്ള പൂർവ്വോത്തരസംബന്ധങ്ങളെപ്പറ്റി ഈ കഥയിൽ വായനക്കാർക്ക് ഒരറിവും കൊടുക്കാൻ ശ്രമിക്കുന്നില്ല. കലഹകാരണങ്ങളെ കനകം, കാമിനി എന്നീ രണ്ടുവകയായിട്ട് കുഞ്ചൻ എന്ന കവിമുഖ്യൻ വിഭാഗിച്ചിട്ടുണ്ട്. ഇതുകളിൽ കനകകാംക്ഷകൊണ്ടല്ല ഈ കൊല ചെയ്യപ്പെട്ടതെന്ന്, ഒരു സംഗതിയാൽത്തന്നെ പ്രത്യക്ഷപ്പെടുന്നുണ്ട്. കർണ്ണങ്ങളിൽ മിന്നുന്ന രണ്ടു കുണ്ഡലങ്ങളേയും കൈവിരലിൽ കിടക്കുന്ന നവരത്നഖചിതമായ അംഗുലീയത്തേയും തസ്കരന്മാർ ഉപേക്ഷിക്കുമെന്നു തോന്നുന്നില്ല. തസ്കരന്മാരുടെ കൃത്യമെന്നു വിചാരിക്കുന്നതിന് ഈ ആക്ഷേപമുള്ളതുകൊണ്ട്, ഈ യുവാവിന്റെ മരണം കാമിനിമൂലം ഉണ്ടായ കലഹത്തിന്റെ ഫലമെന്നുതന്നെ ഇതരതെളിവുണ്ടാകുന്നതുവരെ വിചാരിക്കേണ്ടതായിരിക്കുന്നു. എന്തു കാരണത്താലായാലും വഞ്ചകപ്രയോഗത്താൽ വന്നിട്ടുള്ള മൃതിയെന്നു തീർച്ചയാക്കുന്നതിൽ യാതൊരാക്ഷേപവുമില്ല.

യുവാവ്, ശ്വാസോച്ഛ്വാസങ്ങൾ നിന്നു യാതൊരു ചലനവും കൂടാതെ നിശ്ചേഷ്ടനായി കിടപ്പായപ്പോൾ, വനത്തിന്റെ ഒരു ഭാഗത്തുനിന്നു ചില ശബ്ദങ്ങൾ കേട്ടുതുടങ്ങി. കാട്ടുചെടികളിന്മേലും കല്ലുകളിന്മേലും ജോടുകൾ പതിക്കുന്നതിന്റെ ശബ്ദമാണു മുഖ്യമായി കേൾക്കുന്നത്. ഘനമായ മനുഷ്യസ്വരങ്ങളും കേൾക്കുന്നുണ്ട്. കാൽപ്പെരുമാറ്റം അടുത്തടുത്തു വരുന്നു. ചെടികളുടെ ഇടയിൽ ചില വർണ്ണഭേദങ്ങൾ ചന്ദ്രികയിൽ കാണപ്പെടുന്നു. വിചിത്രവസ്ത്രധാരികളായി ആയുധപാണികളായി നാലുപേർ ചെടികളെ കൈകൊണ്ടു ഭേദിച്ചും ആവശ്യമുള്ളപ്പോൾ ആയുധങ്ങളെക്കൊണ്ടു വെട്ടിയും വഴിയുണ്ടാക്കി, യുവാവിന്റെ ശരീരം കിടക്കുന്ന രക്തക്കളത്തിൽ എത്തി. അവർ കുപ്പായങ്ങളും മൂന്നുനാല് ആളുകൾക്ക് വിഷമംകൂടാതെ കടന്നിരിക്കുന്നതിനു സ്ഥലമുള്ളതായ കാലുറകളും മിന്നുന്ന കിരീടങ്ങളും നാനാവർണ്ണം കലർന്നുള്ള അരക്കെട്ടുകളും ധരിച്ച് വാൾ, കുന്തം മുതലായ ആയുധങ്ങളും വഹിച്ചിരുന്നു. സ്വർണ്ണവസ്ത്രധാരിയായി ഒരു യുവാവും, ഗജവിഗ്രഹനായി ദണ്ഡധാരി

യായി ഒരു വയോധികനും രണ്ടു ഭയങ്കരാകാരന്മാരായ ഭൃത്യന്മാരും ആയ ഈ നാലാളുകളും യുവാവു കിടക്കുന്ന പ്രദേശമെത്തിയപ്പോൾ, ഒരു പോലെ ഞെട്ടി, പുറകോട്ടു മാറി കുറച്ചുനേരം എല്ലാവരും അങ്ങോട്ടും ഇങ്ങോട്ടും നോക്കിക്കൊണ്ടു നിന്നു. പിന്നീട് സ്വർണ്ണവസ്ത്രധാരിയായ വൻ മരണാവസ്ഥയിൽ ആയിരുന്ന യുവാവിന്റെ സമീപത്തു ചെന്നു മുട്ടു കുത്തി കുറേനേരം സൂക്ഷിച്ചുനോക്കീട്ട് വൃദ്ധനോട് എന്തോ പറഞ്ഞു. വൃദ്ധൻ തലകുലുക്കിയതല്ലാതെ ഉത്തരം ഒന്നും പറഞ്ഞില്ല. മറ്റെയാൾ ഉടനെ വൃദ്ധന്റെ സമീപത്തു ചെന്ന് അപേക്ഷാഭാവത്തിൽ ഓരോന്നു പറഞ്ഞു. ഒടുവിൽ ഊക്കനായ വൃദ്ധൻ, തന്റെ ഉദരഭാഗത്തെ വഹിച്ചു കൊണ്ട് നരച്ച വെള്ളിക്കമ്പികൾപോലെ ഉദരത്തോളം എത്തീട്ടുള്ള താടിയെ കൈകൊണ്ടു പ്രേമത്തോടെ തടവി ഒതുക്കീട്ട് മരിക്കുന്നവനോ മരിച്ചവനോ ആയ യുവാവിന്റെ അടുത്തുചെന്ന് വടിയെ ബലമായി നിലത്തൂന്നിയും മുട്ടിൽ കൈകൊടുത്തും നരച്ചുള്ള പുരികങ്ങളെ ചുളു ക്കിയും വളരെ ബുദ്ധിമുട്ടി, ഒരുവിധത്തിൽ ഒന്നു കുനിഞ്ഞ്, മുറിവേറ്റിട്ടുള്ള ഭാഗങ്ങളെ നോക്കി നിർണ്ണയപ്പെടുത്തുകയും മാറിന്റെ ഇടതുഭാഗത്ത് അല്പനേരം കൈവച്ചുകൊണ്ടിരിക്കയും ചെയ്തതിന്റേശേഷം താഴുന്നതി നുണ്ടായതിലും അധികം പ്രയത്നങ്ങൾചെയ്ത് ഉയർന്നു തന്നോടുകൂടി യുള്ള യുവാവിനോട് ആവിയന്ത്രത്തിൽനിന്നും 'ഭും ഭും' എന്നു പുക പൊങ്ങുന്ന സ്വരത്തിൽ എന്തോ പറഞ്ഞു. ആ യുവാവ് കിങ്കരന്മാർക്ക് എന്തോ ആജ്ഞകൊടുത്തു. തങ്ങളുടെ കൈകളിലുണ്ടായിരുന്ന നെടിയ ശൂലങ്ങളെയും അരയിൽ കെട്ടിയിരുന്ന വസ്ത്രങ്ങളേയുംകൊണ്ട് ഒരു മഞ്ചലും ഇലകൾകൊണ്ട് മെത്തയും വേഗത്തിൽ അവർ ആജ്ഞാനു സരണം ചമച്ചു. സ്വർണ്ണവസ്ത്രക്കാരൻ തന്റെ കിരീടത്തിന് അലങ്കാര മായി ധരിച്ചിരുന്ന തലക്കെട്ടിനെ അഴിച്ച് ഇലകളുടെമേൽ വിരിച്ചു. ഉടൻ കിങ്കരന്മാർ ആ യുവാവിന്റെ ശരീരത്തെ എടുത്ത് അതിന്മേൽ കിടത്തി തങ്ങളുടെ സ്കന്ധങ്ങളിൽ വഹിച്ചുകൊണ്ട് വന്ന മാർഗ്ഗത്തൂടെ നടന്നു തുടങ്ങി. വൃദ്ധനും യുവാവും പുറകെ യാത്രയായി. ഇവർ യമകിങ്കര ന്മാരോ, തസ്കരന്മാരോ, വഞ്ചിക്കപ്പെട്ട യുവാവിന്റെ വൈരികളോ, ആരാണ്? ആർക്കറിയാം.

# രണ്ടാം അദ്ധ്യായം

*"എത്രയും ശ്രീമാനിവൻ നാകേന്ദ്രസമനല്ലോ*
*സുസ്ഥിരൻ പീനസ്കന്ധനാജാനുബാഹുയുഗൻ*
*വിസ്തൃതവക്ഷഃസ്ഥലൻ വൃത്തോരുദ്വന്ദ്വധരൻ*
*ശക്തിമാൻ ബ്രഹ്മക്ഷത്രതേജസ്വി യുവാവേറ്റം."*

**പ**ത്മനാഭപുരം എന്ന നഗരം മുൻകാലങ്ങളിൽ തിരുവിതാംകോടു സംസ്ഥാനത്തിന്റെ തലസ്ഥാനമായിരുന്നുവല്ലോ. അതിനു സമീപമായി ചാരോട് എന്നു വിളിക്കപ്പെടുന്ന ദിക്കിൽ ചെറുതായ ഒരു കൊട്ടാരം ഇക്കാലത്തും കാണുന്നുണ്ട്. കൊല്ലം 903-ലും ആ സ്ഥലത്ത് ഒരു കൊട്ടാരം ഉണ്ടായിരുന്നു. കൊട്ടാരം എന്ന നാമം മാത്രമേയുള്ളൂ. ചെറുതായൊരു നാലുകെട്ടും മഠപ്പള്ളിയും മാത്രമുണ്ടായിരുന്നു. രാജാക്കന്മാരുടെ പാർപ്പും മറ്റും ഇല്ലാതിരുന്നതിനാലും ഇക്കാലങ്ങളിൽ ചില സംസ്ഥാനങ്ങളിൽ ചില ഉദ്യോഗസ്ഥന്മാർ സ്ഥലവിവരണയാദാസ്തുക്കൾ തയ്യാറാക്കുന്നതു പോലെ ആ കൊട്ടാരം വിചാരിപ്പുകാരൻ കൊട്ടാരംകാര്യങ്ങൾ അന്വേഷിച്ചുവരുന്നത് തന്റെ സ്വന്തഭവനത്തിൽ ഇരുന്നുതന്നെ ആയിരുന്നതിനാലും, ചാരോട്ടുകൊട്ടാരം ഇടിഞ്ഞും പൊടിഞ്ഞും വാവൽ, മൂഷികൻ, സർപ്പം മുതലായ ജന്തുക്കളുടെ മന്ദിരമായും കിടന്നിരുന്നു. ഇക്കാലത്തും അനേകം കൊട്ടാരങ്ങളിൽ കടന്നാൽ അച്ചിട്ടു നിർമ്മിതമായാൽ എങ്ങനെ ഭേദമില്ലാതെ വരുന്നുവോ അതുപോലെ ഒരേവിധത്തിലുള്ള ഗന്ധം നസികാരന്ധ്രങ്ങളെ പരിതപിക്കുന്നതാണ്. ഈ ഗന്ധം ചാരോട്ടുകൊട്ടാരത്തിന്റെ പ്രത്യേകലക്ഷണമായിരുന്നു. ഈ രാജമന്ദിരത്തിന്റെ ചുറ്റും ഒരു മതിൽക്കെട്ടും, മതിൽക്കെട്ടിൽ തെക്കും കിഴക്കും ഓരോ വാതിലും ഉണ്ടായിരുന്നു. ഒന്നാമത്തെ അദ്ധ്യായത്തിൽ വിവരിച്ച സംഭവങ്ങൾ നടന്നു രണ്ടുകൊല്ലം കഴിഞ്ഞശേഷം ഒരുദിവസം പ്രഭാതസമയത്ത്

മേല്പറഞ്ഞ നാലുകെട്ടിന്റെ കിഴക്കേ വരാന്തയിൽ ഒരു മലയാളബ്രാഹ്മണൻ ഇരുന്നിരുന്നു. ഇരുപതിനുമേൽ ഇരുപത്തിയഞ്ചിനകം വയസ്സുകാണും. നമ്പൂതിരിയോ തിരുവല്ലാദേശിയായ പോറ്റിയോ എന്നു സംശയിക്കാം. കേശവും മീശയും വളർത്തിയിരിക്കുന്നതുകൊണ്ട് ദീക്ഷയായിരിക്കാമെന്നും വിചാരിക്കാം. എന്നാൽ മുഖത്തു വൈദികതേജസ്സ് തീരെ ഇല്ലതന്നെ. വീരരസമാണ് നടനം ചെയ്യുന്നത്. വർണ്ണം നല്ല വെളുപ്പാണ്. നാസിക അസാധാരണമായ ദൈർഘ്യത്തോടും അല്പം സ്ഥൗല്യത്തോടും കൂടിയതാകയാൽ മുഖസൗന്ദര്യത്തെപ്പറ്റി ശ്ലാഘിക്കുന്നതു സൂക്ഷിച്ചുവേണ്ടിയിരിക്കുന്നു. ഈ അംഗം അധികമായി ജൃംഭിച്ചു നില്ക്കുന്നതുകൊണ്ടുള്ളൊരു വൈരൂപ്യമല്ലാതെ മറ്റു യാതൊരു കുറ്റവും അദ്ദേഹത്തിന്റെ മുഖാകൃതിയെ സംബന്ധിച്ച് ആരോപിച്ചു കൂടുന്നതല്ല. പിന്നെ ഇതരാംഗങ്ങൾ എല്ലാം പൂർണ്ണലക്ഷണസംയുക്തമായിട്ടുള്ളവ എന്നും സൂക്ഷ്മമായി പരിശോധിക്കുമ്പോൾ കാണപ്പെടും. അദ്ദേഹത്തിന്റെ ബാഹുക്കൾ മുട്ടിനു താഴെവരെ എത്തുന്നുണ്ട്. ബ്രാഹ്മണവേഷമാണെങ്കിലും, ഉരുണ്ടുയർന്നുള്ള സ്കന്ധങ്ങളും നെടുതായ കണ്ഠപ്രദേശവും ലോഹയഷ്ടികൾപോലെയുള്ള ബാഹുക്കളും ലേശവും മാർദ്ദവം തോന്നിക്കാത്ത വിശാലമായ വക്ഷഃപ്രദേശവും ഗജത്തെക്കണ്ട സിംഹം കണക്കുള്ള നോട്ടങ്ങളും ഇത്യാദിയായുള്ള ലക്ഷണങ്ങൾകൊണ്ടു ക്ഷത്രീയവംശജനാണെന്നു കാഴ്ചക്കാർ നിശ്ചയിച്ചുപോകും. എന്നാൽ സാധുവായ ഒരു ബ്രാഹ്മണന്റെ ഒറ്റമുണ്ടും കച്ചമുണ്ടും അല്ലാതെ രജോഗുണപ്രധാനന്മാരായ ക്ഷത്രിയന്മാരുടെ അലങ്കാരങ്ങളോ രസികത്വമോ യാതൊന്നുംതന്നെ ഇദ്ദേഹത്തിന് ഇല്ലായിരുന്നു. മേല്പറഞ്ഞ വസ്ത്രങ്ങളെത്തന്നെ ഒട്ടും ശ്രദ്ധയോടുകൂടി ധരിച്ചിരുന്നില്ല. കച്ചമുണ്ട് അരയിൽ ചുറ്റിയിരിക്കയായിരുന്നു.

മുമ്പിൽ കാണപ്പെടുന്ന വേളിമലയിൽ നോക്കി എന്തോ മനഃക്ലേശങ്ങളോടുകൂടി ബ്രാഹ്മണൻ ഇരിക്കുന്നു. ഇടയ്ക്കിടെ കോപഭാവങ്ങളും മുഖത്തു പുറപ്പെടുന്നുണ്ട്. മേഘങ്ങൾ മേല്പറഞ്ഞ പർവ്വതത്തിന്റെ അഗ്രഭാഗത്തെ മുഴുവനും മറച്ചിരിക്കുന്നതിനെ കണ്ടിട്ട് ബ്രഹ്മണന് ഇപ്രകാരമെല്ലാം ആത്മഗതമുണ്ടായി:"അല്ലേ പർവ്വതമേ, നിന്റെ ഔന്നത്യം തന്നെ നിനക്ക് ആപത്തായിത്തീർന്നിരിക്കുന്നല്ലോ. നിന്റെ താഴ്വരകളിലെ ചെറിയ കുന്നുകൾ ഉദയരവിയുടെ കിരണങ്ങൾ തട്ടി എത്ര ആനന്ദതുന്ദിലന്മാരായി കാണപ്പെടുന്നു! ആവിമയമായ മേഘങ്ങൾ അവയെ ബാധിക്കുന്നില്ലല്ലോ. ഒന്നു വിചാരിച്ചു നീ ആശ്വസിക്ക. നിന്നെക്കാൾ പൊക്കമേറുന്ന ഗിരികൾക്ക് ഹിമം എന്നുള്ള ഒരു ശത്രുകൂടി ഉണ്ടല്ലോ. നിനക്ക് അതിന്റെ പീഡയില്ല. താഴ്ച നല്ലതുതന്നെയാണ്. പീഡകൾ ഒഴിഞ്ഞ് മനസ്സമാധാനത്തോടുകൂടി ജന്മം കഴിക്കാം. എന്നാൽ ഈ തത്ത്വത്തെ മനുഷ്യർ ഗ്രഹിക്കുന്നുണ്ടോ? അതില്ല. തൃഷ്ണ വലുതായ ഒരു മൂർത്തി തന്നെയാണ്. തൃഷ്ണയെ വെടിഞ്ഞ് എല്ലാവരും ഇരുന്നാലോ? പിന്നെ പ്രപഞ്ചം ഇല്ല. ഏയ്! നടക്കാത്ത കാര്യങ്ങളെപ്പറ്റി ഞാൻ ഇങ്ങനെ മനോരാജ്യംകൊണ്ടിരുന്നാലോ! മറുകര കാണില്ല. ഒടുവിൽ വ്യസനിക്കേണ്ടിയും വരും.

നടപ്പുള്ളകാര്യങ്ങളെ ആലോചിച്ചു നേരെ നടത്തുന്നതാണ് ഉത്തമപുരുഷലക്ഷണം. ആട്ടെ, "ഇപ്രകാരമുള്ള മനോരാജ്യങ്ങൾ കഴിഞ്ഞ്, ബ്രാഹ്മണൻ, "പരമേശ്വരാ!" എന്ന് ഒന്ന് വിളിച്ചു. "അടിയൻ" എന്നു വിളി കേട്ടുകൊണ്ട് മതിൽക്കെട്ടിനു പുറത്തു നിന്നിരുന്ന ഒരു നായർ അകത്തോട്ടു കടന്നിട്ട് ബ്രാഹ്മണന്റെ മുമ്പിൽ എത്തി കൈകെട്ടി വാപൊത്തി രാജസന്നിധിയിൽ എന്നപോലെ നിന്നു. ഈ നായർ സ്ഥാനമാനികളായ ഇടപ്രഭുക്കന്മാരുടെ അകമ്പടിക്കാരെപ്പോലെ വാളും പരിചയും ധരിച്ചിരുന്നു.

ബ്രാഹ്മണൻ: പരമേശ്വരാസ, എന്താണു നാം ഇനി ചെയ്യേണ്ടത്! ഇവിടങ്ങളിൽ താമസിക്കുന്നത് അത്ര വെടിപ്പാണെന്നു തോന്നുന്നില്ല. തിരുവനന്തപുരത്തേക്കു പോകയല്ലേ?

പരമേശ്വരൻപിള്ള: ഭൂതപ്പാണ്ടിയിൽ ചെന്നു വന്ന കാര്യം സാധിക്കാൻ നോക്കാതെ പോയാലോ?

ബ്രാഹ്മണൻ: അമ്മാവനു സുഖമില്ലെന്ന വർത്തമാനം കിട്ടിയിരിക്കുന്ന സ്ഥിതിക്ക് ഉടനേ ഞാൻ അവിടെ എത്തേണ്ടതല്ലയോ? ഇവിടെ താമസിച്ചാൽത്തന്നെ എന്തു കാര്യസാദ്ധ്യമാണുള്ളത്? ദ്രവ്യവും ആളും ഇല്ലാതെ ഒന്നും നടക്കയില്ല. രണ്ടും നമുക്കില്ല. ഒരു പട്ടാണിയുടെ സഹായംമാത്രം ലഭിച്ചു.

പരമേശ്വരൻപിള്ള: ഇനിയും ഈ ഭാഗത്ത് ആൾ ഉണ്ടാകും. ഉപേക്ഷകൊണ്ടൊന്നും അറിവാൻ ഇടവരാത്തതാണ്.

ബ്രാഹ്മണൻ: (കോപവും ഈർഷ്യയും വർദ്ധിച്ച ഭാവത്തോടെ) "നാം എന്താണു ചെയ്യേണ്ടത്? ഈ സ്ഥലങ്ങളിലുള്ള പ്രമാണികളെ വരുത്താൻ ആ ശനി പത്മനാഭപുരത്തു വന്നിരിക്കുന്ന സ്ഥിതിക്കു കഴിയുന്നതല്ല. എന്നാൽ ഒന്ന് ആലോചിക്കുന്നു. നീ ഭൂതപ്പാണ്ടിയിൽപ്പോയി ആറുമുഖംപിള്ളയെ കാണാൻ നോക്കണം. ഞാൻ തിരുവനന്തപുരത്തേക്കുതന്നെ പോകാം.

പരമേശ്വരൻപിള്ള: അടിയൻ തിരുവനന്തപുരംവരെ കൂടി വിടകൊണ്ടിട്ട്, ഭൂതപ്പാണ്ടിയിലേക്കു പിന്നീട് ആകാം. തനിച്ചെഴുന്നള്ളുന്നതു ശരിയല്ല. കള്ളിയങ്കാട്ടുവെച്ച് പറ്റിയതുപോലെ ഇനിയും ആപത്തിൽ ചാടരുത്.

ബ്രാഹ്മണൻ: ആപത്തിനെ ഭയന്നാലോ? നീ ഇന്നുതന്നെ ഭൂതപ്പാണ്ടിക്കു പുറപ്പെടണം. ഇപ്പോൾ ഉള്ളതിൽ വലിയ ആപത്ത് ഇനി വരാനുണ്ടോ?

പരമേശ്വരൻപിള്ള: ഇങ്ങനെ കല്പിക്കരുത്. എന്തായാലും കേരളപുരത്ത് എഴുന്നള്ളിയിട്ട് അവിടുന്ന് തിരുവനന്തപുരത്തേക്കു തിരിക്കാം. കടവിലെഴുന്നള്ളത്തും ഒന്നും കഴിക്കാതെ ഇവിടെ ഇരുന്നാൽ കണക്കല്ല.

ബ്രാഹ്മണൻ: ഞാൻ തിരുവനന്തപുരത്തേക്കുതന്നെ തിരിക്കയാണ്. ആലസ്യത്തിന്റെ വിവരം അറിഞ്ഞിട്ടും മേലിൽ നടത്തേണ്ട കാര്യങ്ങളെപ്പറ്റി ആലോചിക്കാം. അതിനിടയിൽ നീ പോയി മധുരക്കാരെ സമാധാനപ്പെടുത്തണം. ആ കേൾക്കുന്ന ശബ്ദമെന്താണ്? എന്നു പറഞ്ഞുകൊണ്ട്, ബ്രാഹ്മണൻ എഴുന്നേറ്റു.

ഒടുവിലെ വാക്കുകൾകേട്ടു പരമേശ്വരൻപിള്ള അരനിമിഷംകൊണ്ടു

വാതിൽക്കൽ എത്തി പുറത്തേക്കു നോക്കീട്ട് ധൃതിയോടും പരിഭ്രമത്തോടും മടങ്ങിയെത്തി. "ക്ഷണം മതിൽ ചാടണം. പത്തുപന്ത്രണ്ടു വേൽക്കാർ ഇങ്ങോട്ടുതന്നെ വരുന്നു" എന്നു പറഞ്ഞു. ബ്രാഹ്മണൻ ഇതു കേട്ടിട്ട് കുലുങ്ങാതെ വടക്കോട്ടുള്ള ഒരു വാതിൽ തുറന്ന് കെട്ടിനു പുറത്തുകടന്ന് നിഷ്പ്രയാസമായി വടക്കേ മതിൽ ചാടുകയും ചെയ്തു. പുറകേ പരമേശ്വരൻപിള്ളയും എത്തി. ഇവർ മതിൽക്കെട്ടിനു പുറത്തായപ്പോൾ വേൽക്കാർ കൊട്ടാരത്തിന്റെ തെക്കേ പടിക്കൽ എത്തി. ആകെ പതിന്നാലു വേൽക്കാർ ഉണ്ട്. ഇവരുടെ പ്രമാണിയായ വേലുക്കുറുപ്പ്, കട്ടിയും കവണിയും ഉടുത്ത് തലയിൽ ഒരു പട്ടുംകെട്ടി വാളും പരിചയും ധരിച്ചു മുമ്പിൽ നടക്കുന്നുണ്ട്. ഈ ആളുടെ പരിവാരങ്ങൾ ഓരോ കുന്തം ധരിച്ചിട്ടുള്ളതു കൂടാതെ അരയിൽ ഓരോ വാളും കെട്ടിയിട്ടുണ്ട്. വേലുക്കുറുപ്പിനെ ഒരിക്കൽ കണ്ടാൽ പിന്നെ മറക്കുക പ്രയാസമാണ്. കേരളീയനാണെന്ന് പൂർവ്വശിഖ ഒന്നുമാത്രംകൊണ്ട് അറിയണം. കാഴ്ചയിൽ പടിഞ്ഞാറെക്കടലിന്റെ പടിഞ്ഞാറെ തീരത്താണോ ജനനം എന്നു ഭൂമിശാസ്ത്രപരിജ്ഞാനം ഉള്ളവരായ ആളുകൾ സംശയിക്കും. പൊക്കം ഒരു കരിങ്കൽച്ചക്കോളമേയുള്ളു. വണ്ണം, ദേഹകാഠിന്യം എന്നിവയിലും ചക്കിനോടു സാദൃശ്യമുണ്ട്. നേത്രങ്ങൾ വൃത്താകാരമായി തുറിച്ചും, നാസിക ഒരു മാംസക്കഷണം ഉരുട്ടി മുഖത്ത് ഒട്ടിച്ചതുപോലെയും ദന്തങ്ങൾ രണ്ടോ മൂന്നോ വരികൾ ഉള്ളവ തങ്ങളിൽ മത്സരം കലർന്നു കറുത്തു തടിച്ചുള്ള ചുണ്ടുകളെ ആക്രമിച്ചും നെറ്റിയുണ്ടോ എന്നു സംശയിക്കത്തക്ക വിധത്തിൽ വിസ്താരം കുറഞ്ഞും ഇങ്ങനെ വികൃതമായുള്ള രൂപത്തോടുകൂടിയ ഈ ആളുടെ ധൈര്യത്തെ അയാളുടെ കണ്ഠകത്വം ഒന്നിനോടു മാത്രമേ ഉപമിച്ചുകൂടൂ. ബന്ധുക്കൾ എന്നും അബലകൾ എന്നും, ബ്രാഹ്മണർ എന്നും കുട്ടികൾ എന്നും മറ്റുമുള്ള യാതൊരു ഭേദങ്ങളും വേലുക്കുറുപ്പിനു ഗ്രന്ഥമാർഗ്ഗമായിപ്പോലും പരിചയമില്ല. തന്റെ നാഥനായ വലിയതമ്പിയുടെ ഉത്തരവുണ്ടായാൽ 'വെട്ടൊന്ന് കണ്ടം രണ്ട്' എന്നുള്ള പ്രമാണമേ അയാൾക്കു പാഠമുള്ളു.

വേലുക്കുറുപ്പും സന്നാഹങ്ങളും കൊട്ടാരത്തിനകത്തു കടന്നു ധൃതിയോടുകൂടി മുറ്റങ്ങളും മുറികളും തട്ടിൻപുറവും എല്ലാം പരിശോധന തുടങ്ങി. അല്പം ആലോചനകഴിഞ്ഞ് പതിന്നാലുപേരും വാനരന്മാരെപ്പോലെ മതിൽ ചാടിക്കടന്ന് ബ്രാഹ്മണനും ശിഷ്യനും പോയിട്ടുള്ള വഴി പുല്ലുകളും ചെടികളും പതിഞ്ഞു കിടക്കുന്നതു കണ്ടറിഞ്ഞ്, അവരെ പിന്തുടർന്നു. കുറച്ചുദൂരം ചെന്നപ്പോൾ ബ്രാഹ്മണനേയും ശിഷ്യനേയും കണ്ടുതുടങ്ങി. വിശന്ന ചെന്നായ്ക്കളെപ്പോലെ വേൽക്കാർ പാഞ്ഞുതുടങ്ങി. 'പിടിച്ചോടാ' എന്നു വേലുക്കുറുപ്പു വിളികൂടി തന്റെ ഭടന്മാരെ ഉത്സാഹപ്പെടുത്തി. കല്ലും മുള്ളുംകൊണ്ടു പാദങ്ങൾക്കുണ്ടായ വേദനയെ ഏതും ലക്ഷ്യമാക്കാതെ ബ്രാഹ്മണനും ശിഷ്യനും വ്യാധനെക്കണ്ട മാൻപേടകളെപ്പോളെ കുതിച്ചുപാഞ്ഞു. തലേദിവസം ഉപവാസമായിരുന്നതിനാൽ കുറച്ചു കഴിഞ്ഞപ്പോൾ രണ്ടുപേരും ക്ഷീണിച്ചുതുടങ്ങി.

എങ്കിലും ജീവിതത്തിലുള്ള ആഗ്രഹംകൊണ്ട് പക്ഷിവേഗത്തെ വെല്ലുന്ന ശീഘ്രഗതിയോടുകൂടി വൃക്ഷങ്ങളും പാറകളും ചുറ്റി, കുന്നുകളും കുഴികളും സമഭൂമികളും കടന്ന്, വേൽക്കാരുടെ മുമ്പിൽനിന്ന് മറഞ്ഞ് അസ്ത്രങ്ങൾപോലെ പാഞ്ഞുപോകുന്ന വഴിയിൽ മുമ്പിൽ വളരെ അകലെയായിട്ട് ഒരു ചാന്നാൻ നിന്നു ചില ആംഗ്യങ്ങൾ കാട്ടുന്നതു കാണുകയുണ്ടായി. അവൻ നിന്നിരുന്നതിനു സമീപത്ത് വാർദ്ധക്യം കൊണ്ടു കാതൽ എല്ലാം ചാവിവീണു ദ്രവിച്ചും ഇലകൾ കൊഴിഞ്ഞും ഉള്ള ഒരു പ്ലാവു നിന്നിരുന്നു. ഇടിവീണും മറ്റു ഹേതുക്കളാലും കൊമ്പുകൾ എല്ലാം നശിച്ചുപോയിരുന്നു. ചെറുതായ ഒരു മുറിയോളം വിസ്താരമുള്ള പോട് ഈ വൃക്ഷശിഷ്ടത്തിൽ ഉള്ളതിനെ വായുവേഗത്തോടു തന്റെ സമീപത്ത് എത്തിയ ബ്രാഹ്മണൻ, ചാന്നാൻ കാണിച്ചുകൊടുത്തതിനെ കണ്ട് അവന്റെ ആംഗ്യങ്ങളുടെ താല്പര്യത്തെ മനസ്സിലാക്കീട്ട് കാൽക്ഷണംകൊണ്ട് അദ്ദേഹവും ശിഷ്യനും അതിനകത്തു കടന്നു. ഇവർ രണ്ടുപേരും വൃക്ഷകോടരത്തിനുള്ളിൽ ആയതു കണ്ടശേഷം ചാന്നാൻ നേരെ പടിഞ്ഞാറുനോക്കി ഓടിത്തുടങ്ങി. വേൽക്കാർ വഴി തെറ്റാതെ, ബ്രാഹ്മണനും ശിഷ്യനും ശ്വാസത്തെ അടക്കി നിശ്ചേഷ്ടരായിരുന്ന വൃക്ഷത്തേയും കടന്ന് മുമ്പിൽ കണ്ട കാലടികളെ ലക്ഷ്യമാക്കി പടിഞ്ഞാറോട്ടു തിരിഞ്ഞ് ഓടിപ്പോകുകയും ചെയ്തു. തങ്ങൾ ഇരിന്നിരുന്ന വൃക്ഷത്തെ കടന്ന് വേൽക്കാർ പോയ ഉടനെ ബ്രാഹ്മണനും പരമേശ്വരൻപിള്ളയും വൃക്ഷഗഹ്വരത്തിൽനിന്നു പുറത്തിറങ്ങി വേഗത്തിൽ കിഴക്കോട്ടു നടന്നുതുടങ്ങി. ഏകദേശം കാൽനാഴികദൂരം ചെന്നപ്പോൾ വലുതായ ഒരു പനങ്കാവ് (പനകൾ നിറഞ്ഞുള്ള പറമ്പ്) കണ്ടിട്ട്, അതിൽ കടന്ന് അവിടെ നിന്നിരുന്ന ചില ചാന്നാന്മാരോട് സമീപത്തു നായർഗൃഹം ഏതെങ്കിലും ഉണ്ടോ എന്നും മറ്റും അന്വേഷിച്ചുതുടങ്ങി.

ഇതിനിടയിൽ വേൽക്കാർ വേഗം കുറയ്ക്കാതെ പായുന്നുണ്ട്. 'ആണുങ്ങളെങ്കിൽ തല കൊണ്ടുപോരണം' എന്നും മറ്റും ചില നിശ്ചയങ്ങളെ ഓടുന്നതിനിടയിൽ വേൽക്കാരെ വേലുക്കുറുപ്പ് ധരിപ്പിക്കുന്നു. എന്നാൽ കുറച്ചുമുമ്പിൽ കാണപ്പെട്ട ബ്രാഹ്മണനും ശിഷ്യനും ഒന്നു മറഞ്ഞതിന്റെശേഷം വീണ്ടും പ്രത്യക്ഷരാകുന്നതേയില്ല. കാലടികളും കാണാതായിത്തുടങ്ങി. എന്തോ ഒരു ശബ്ദംകേട്ടിട്ട് എല്ലാവരും നായാട്ടുനായ്ക്കളെപ്പോലെ കുതിച്ചുകൊണ്ട് ആ സ്ഥലത്തെത്തുന്നു. അവിടെ ഒരു ഭ്രാന്തരൂപനായ ചാന്നാൻ പാട്ടുപാടി വെയിലുംകൊണ്ടു സുഖിച്ചു നില്ക്കുന്നു.

വേലുക്കുറുപ്പ്: എടാ പയലേ, ഈ വഴിയെ രണ്ടുപേർ ഓടുന്നതു കണ്ടോടാ?

ചാന്നാൻ: "കണ്ടോടാ കണ്ടോടാ പുലി ചാടിവരുന്നതു കണ്ടോടാ" എന്നിങ്ങനെ പാടിക്കൊണ്ടു ചില കലാശങ്ങൾ തുടങ്ങി. വേലുക്കുറുപ്പിന്റെ കർണ്ണങ്ങളിൽ ചാന്നാന്റെ സ്വരം വ്യക്തമായി എപ്പോൾ പതിച്ചുവോ അപ്പോൾ അയാളുടെ ഉള്ളിൽ ഒരു സംഭ്രമമുണ്ടായി. അകാരണമായിട്ടുണ്ടായതെന്ന് അയാൾക്ക് അപ്പോൾ തോന്നിയതായ സംഭ്രമത്തെ അടക്കീട്ട് "എടാ ഭ്രാന്താ, ചോദിക്കുന്നതിന് ഉത്തരം പറയാണ്ടു ഭൂതം പോലെ

നിന്നു തുള്ളിയാൽ അനുഭവം ചെള്ളയിലാണ്" എന്നു ദേഷ്യത്തോടു പറഞ്ഞു. ഇതിനുത്തരമായി, "വേളിമലയിലെ പോവാതുങ്കോ.... തീ കോരിച്ചൊരിയിറ പൂതമുണ്ടേ" എന്നു പാടിക്കൊണ്ടു ചില ചുവടുകളും വിസ്തരിച്ചു വച്ചതല്ലാതെ വേലുക്കുറുപ്പിന്റെ തുള്ളലിനെകണ്ടിട്ട് ചാന്നാൻ ഒട്ടുംതന്നെ അതിനെ ആദരിച്ചില്ല. ഈ അനാദരഭാവം കണ്ടുണ്ടായ കോപംകൊണ്ട്, ചാന്നാൻ ബുദ്ധിഹീനനാണെന്നു വിചാരിച്ചു സമാധാനപ്പെടേണ്ടതെന്നുള്ള സംഗതിയേയും മറന്ന്, അവനെ വേലുക്കുറുപ്പ് തന്റെ പാദത്താൽ ഒന്നു പ്രഹരിച്ചു. അപ്പോൾ എന്താശ്ചര്യമാണ്! എങ്ങുനിന്നു പുറപ്പെടുന്നു എന്നറിയാതെ ബാണങ്ങൾ വർഷിച്ചുതുടങ്ങി. ഒന്നുരണ്ടു വേൽക്കാർ അസ്ത്രമേറ്റു നിലത്തുപതിക്കുകയും ചെയ്തു. ഇങ്ങനെയുള്ള ആപത്തിനിടയിൽ ആ സ്ഥലത്തു നില്ക്കുന്നതു കണക്കല്ലെന്നു കരുതീട്ട് അതുവരെ ചാന്നാന്റെ ഗോഷ്ഠികൾ കണ്ടു രസിച്ചുകൊണ്ടു നിന്നിരുന്ന വേൽക്കാർ കാറ്റുതട്ടിയ കരിയിലകൾപോലെ പറന്നു പത്മനാഭപുരത്തെത്തി. തന്റെ പരിവാരങ്ങൾ ഓടിക്കളഞ്ഞതുകൊണ്ട് വേലുക്കുറുപ്പും പുറകേ എത്തി.

വേലുക്കുറുപ്പിന്റെ പാദം തന്റെമേൽ പതിച്ചപ്പോൾ മിന്നൽപോലെ തന്റെ മുഖത്തു പ്രകാശിച്ചതായ രൗദ്രത്തെ അടക്കീട്ട്, ശരങ്ങൾ തന്റെ മുമ്പിൽ വീഴുന്നതിനെ കണ്ടിട്ടും ഏതും ഗണ്യമാക്കാതെ പാട്ടുപാടിയും ആട്ടം ആടിയും ഗോഷ്ഠികാട്ടിയുംകൊണ്ടുതന്നെ ചാന്നാൻ ആ നിലത്തു നിന്നു. വേലുക്കുറുപ്പു മുമ്പായവർ ഓടിപ്പോയതിന്റെശേഷം കുറച്ചകലെ ഒരു വൃക്ഷത്തിന്റെ മറവിൽനിന്ന് വില്ലും ആവനാഴിയും ധരിച്ച ഒരു നായർ ചാന്നാന്റെ മുമ്പിൽ പ്രത്യക്ഷനായി. വില്ലും വില്ലാളിയും തമ്മിൽ യോജിപ്പായിരുന്നു. വില്ലിൽ ചായംതേച്ചു മിനുക്കീട്ടുള്ളതു കൂടാതെ രണ്ടറ്റത്തും വെള്ളിക്കെട്ടുകളും ഉണ്ട്. അതിന്റെ നീളവും ഘനവും കണ്ടാൽ പൂർവ്വയുഗങ്ങളിലെ മഹാരഥന്മാർ വല്ലവരും ഉപയോഗിച്ചിരുന്ന വില്ലാണോ എന്നു സംശയിച്ചുപോകും. നായർ തുലോം കറുത്തു കൃശനായ ഒരു പ്രാകൃതസ്വരൂപനായിരുന്നു. എങ്കിലും അയാളുടെ പൊക്കവും ഗാത്രത്തിന്റെ ദാർഢ്യവും നോട്ടങ്ങളുടെ ഉഗ്രഭാവവും ശൗര്യമുദ്രകളായി അയാളിൽ കാണപ്പെട്ടിരുന്നു. വലത്തുകൈയാൽ വില്ലിനെ ഈർക്കിലെന്നപോലെ ചുഴറ്റിക്കൊണ്ടാണ് ചാന്നാന്റെ മുമ്പിൽ നായർ പ്രവേശിച്ചത്. തന്റെ കാലിൽതടയുന്ന ചെറിയ ചെടികളെ കാലുകൊണ്ടുതന്നെ വേരോടെ പറിച്ചു ദൂരെ എറിഞ്ഞുകൊണ്ടായിരുന്നു യാത്ര. ആവനാഴിയിൽ അനേകവിധമായ അസ്ത്രങ്ങൾ കിടന്നിരുന്നു. ചാന്നാന്റെ സമീപത്തെത്തി അവിടെ വീണുകിടന്ന അസ്ത്രങ്ങളെ എടുത്ത് ആവനാഴിയിലും അസ്ത്രംകൊണ്ടു മരിച്ചുകിടന്നിരുന്ന രണ്ട് വേൽക്കാരെ പുറങ്കാലാൽ കോരി അനായാസേന അകലത്തുള്ള ഒരു ചുള്ളിക്കാട്ടിലും നിക്ഷേപിച്ചു. ഒടുവിലത്തെ ക്രിയ കണ്ട് ചാന്നാന്റെ ഭാവം അല്പം പകർന്നു. രണ്ടു പേരുമായി കുറച്ചു സംഭാഷണം കഴിഞ്ഞ് ഓരോവഴിക്കു തിരിഞ്ഞു പോകുകയും ചെയ്തു.

# മൂന്നാം അദ്ധ്യായം

*''എന്നിനിക്കാണുന്നു ഞാൻ എൻ പ്രിയതമ!"*
*"പീഡിക്കേണ്ടാ തനയേ സുനയേ."*

**തി**രുവനന്തപുരത്തു പത്മനാഭസ്വാമിക്ഷേത്രത്തിനു പടിഞ്ഞാറുള്ള ഭാഗങ്ങളിൽ അക്കാലങ്ങളിൽ നമ്പൂതിരിമാർ, പോറ്റിമാർ, തിരുമുല്പാടന്മാർ, അമ്പലവാസികൾ, നായന്മാർ ഇവരുടെ ഗൃഹങ്ങൾ മാത്രമേ ഉണ്ടായിരുന്നുള്ളു. പടിഞ്ഞാറോട്ട് ഒരു രാജപാതയും അനേകം ഇടവഴികളും അല്ലാതെ സഞ്ചാരത്തിനു സൗകര്യമുള്ളതായ റോഡുകൾ ഇല്ലായിരുന്നു. ഇടവഴികൾ മിക്കതും ശുചിയില്ലാതെയും വിസ്താരംകുറഞ്ഞും ഇരുന്നിരുന്നു. തിരുവിതാംകൂർ മഹാരാജാക്കന്മാർ ഈ പട്ടണത്തെ പത്മനാഭപുരത്തെപ്പോലെതന്നെ ഒരു രാജധാനി ആക്കിവെച്ചിരുന്നു. രാജകുടുംബത്തിന്റെ പാർപ്പും മിക്കവാറും ഈ സ്ഥലത്തുതന്നെ ആയിരുന്നു. എങ്കിലും ഒരു സംസ്ഥാനത്തിന്റെ തലസ്ഥാനത്തിനു വേണ്ട ബഹിരാഡംബരങ്ങൾ ഇല്ലായിരുന്നു. പൂർവ്വസ്ഥിതികളെ ഭേദപ്പെടുത്തിയാലും അതുകളുടെ മാതൃകയ്ക്കു മാത്രമായി വല്ല അവശിഷ്ടങ്ങളേയും സൂക്ഷിച്ചു രക്ഷിക്കുന്ന ഒരു നടപ്പ് ചില ദേശങ്ങളിൽ ഉണ്ടല്ലോ. അനന്തൻകാട് എന്നു പ്രസിദ്ധിയുള്ള വനത്തിലെ ചില വൃക്ഷങ്ങളെ ഇന്നും നിറുത്തി പൂജിച്ചുവരുന്നതായി കേൾക്കുന്നുണ്ട്. അപ്രകാരംതന്നെ തിരുവനന്തപുരം പട്ടണത്തിന്റെ പൂർവ്വസ്ഥിതി ഗ്രഹിക്കുന്നതിനു താൽപര്യമുള്ളവരുടെ അഭീഷ്ടസാദ്ധ്യത്തിനായി മറ്റു ഭാഗങ്ങളെപ്പോലെ ആവശ്യമുള്ള റോഡുകളും മറ്റും കൊണ്ട് അലങ്കോലപ്പെടുത്താതെ ശ്രീവരാഹം, പെരുന്താന്നി, പാൽക്കുളങ്ങര എന്നീ പ്രദേശങ്ങളെ കഴിയുന്നതും രക്ഷിച്ചിരിക്കുന്നു. ഈ സ്ഥലങ്ങളിൽ കാണപ്പെടുന്നതുപോലെ ഉള്ള ഇടവഴികളും കയ്യാലകളും ഭവനങ്ങളും ആണ് അന്നു തിരുവനന്തപുരം കൊട്ടാരത്തിനും പത്മനാഭ

സ്വാമിക്ഷേത്രത്തിനും ചുറ്റും ഉണ്ടായിരുന്നത്. ഇടവഴികളിലെ മുട്ടോളം പുതയുന്ന മണലിൽ അനേകം ദിവ്യനിക്ഷേപങ്ങളെ ദിവസംപ്രതി ജനങ്ങൾ സ്ഥാപിച്ചുപോന്നിരുന്നു. അതിനാൽ ആ പ്രദേശങ്ങളിൽ രോഗാദി സമ്പത്തുകളും വർദ്ധിച്ചുവന്നിരുന്നു.

പത്മനാഭസ്വാമിക്ഷേത്രത്തിൽനിന്നു മിത്രാനന്ദപുരം ക്ഷേത്രത്തിലേക്കുള്ള മാർഗ്ഗത്തിൽനിന്നു കുറച്ചു തെക്കുമാറി പടിഞ്ഞാറോട്ട് ഒരു ഇടവഴി കുറച്ചു വിസ്താരവും ശുചിയും ഉള്ളതായി കാണ്മാനുണ്ടായിരുന്നു. ഈ വഴി കുറച്ചു പടിഞ്ഞാറുചെന്ന് ഒരു ഭവനത്തോട് അവസാനിച്ചിരുന്നു. മരിച്ചുപോയ ഉഗ്രൻ കഴയ്ക്കൂട്ടത്തു പിള്ളയുടെ ഭാര്യയുടെ ഗൃഹമായ പ്രസിദ്ധിയുള്ള ചെമ്പകശ്ശേരിവീട് ഇതാണ്. പഴയമാതിരിയിലുള്ള ഊക്കൻകെട്ടിടങ്ങൾ ഇതിനകത്തു കാണ്മാനുണ്ട്. ചെമ്പകശ്ശേരി വീട്ടിന്റെ കണക്കിൽ ഇക്കാലങ്ങളിൽ വീടുകൾ ഉണ്ടെന്നു തോന്നുന്നില്ല. ഈ വീട്ടിലെ കാരണവന്മാർ വേണാട്ടധിപന്മാരുടെ മന്ത്രിമാരായിരുന്ന കാലങ്ങളിൽ പണിചെയ്യിച്ചിട്ടുള്ള ഗൃഹമാണ്. പ്രധാനകെട്ടിടത്തിൽ തെക്കേ അറ്റത്ത് ഒരു പൂമുഖവും, പൂമുഖത്തിൽനിന്ന് പടിഞ്ഞാറോട്ട് ഒരു വാതിൽ ഉള്ളതുകടന്നാൽ തെക്കുവടക്കായി ഒരു മുറിയും, ഈ മുറിയുടെ പടിഞ്ഞാറതിരു കീഴുമേൽ അടിയിൽ മൂന്നിൽ ഒരുഭാഗം കൽക്കെട്ടും ശേഷം നിരയും. ഈ നിരയിൽ രണ്ടു മുറികളിലേക്കുള്ള വാതിലുകളും ഈ വാതിലുകളുടെ പടികളിൽ കയറുന്നതിന് വ്യാളീവിഗ്രഹങ്ങളാൽ താങ്ങപ്പെട്ടിട്ടുള്ള പടികളും വാതിലുകൾ ഈരണ്ട് ഇടങ്ങഴിപ്പൂട്ടുകളും കുറ്റികളും പിന്നൽച്ചങ്ങലകളുംകൊണ്ടു ബന്ധിക്കപ്പെട്ടിട്ടുള്ളതുകളും നെടുതായ മുറിയിൽനിന്നു വടക്കോട്ട് ഒരു വാതിലും, ആ വാതിൽ കടന്നാൽ കിഴക്കു പടിഞ്ഞാറായി ഒരു മുറിയും; ഈ മുറിയുടെ തെക്കേ നിരയിൽ പടിഞ്ഞാറുനീങ്ങി മേൽ പറഞ്ഞ രണ്ടു മുറികളുടെയും പടിഞ്ഞാറുവശത്തുള്ളതായ ഒരു അറയിലേക്കുള്ള വാതിലും, മേൽ പറയപ്പെട്ട നാലു മുറികളും അറയും പൂമുഖവും ചുറ്റി വരാന്തയും, തെക്കേ വരാന്തയിൽ പൂമുഖത്തിന്റെ അറുതിമുതൽ പടിഞ്ഞാറ് അറയുടെ അറുതിവരെ അഴികളും ആണ്. പൂമുഖത്തു നവരംഗത്തട്ടും അനേകം വിഗ്രഹങ്ങൾ കൊത്തീട്ടുള്ള കൽത്തൂണുകളുമുണ്ട്. ഈ പ്രധാനകെട്ടിടത്തിനു പടിഞ്ഞാറായി ഇക്കാലങ്ങളിലെ അറപ്പുരമാതിരിയിൽ ഒരു കെട്ടിടവും, കിഴക്കുവശത്ത് ഒരു ചാവടിയും തെക്കുവശത്ത് 'തെക്കത്' എന്നു പറയപ്പെടുന്ന പരദേവതാഗൃഹവും വടക്കുവശത്ത് 'വടക്കത്' എന്നു പറയപ്പെടുന്ന അടുക്കള, കലവറ മുതലായതും ഉണ്ടായിരുന്നു. അറപ്പുരയിൽനിന്നു പ്രധാനകെട്ടിടത്തിലേക്കു തെക്കുംവടക്കുമായി രണ്ടു വെട്ടിച്ചേർപ്പുകളും തളങ്ങളും ഉണ്ടായിരുന്നു; അതുപോലെതന്നെ വടക്കതിൽനിന്ന് അറപ്പുരയിലേക്കും പ്രധാനകെട്ടിടത്തിലേക്കും ഓരോന്നും ഉണ്ടായിരുന്നു. ഈ വെട്ടിച്ചേർപ്പുകളിലെ തളങ്ങൾക്കു പുറവശങ്ങളിൽ നിരകളും വാതിലുകളും ഉണ്ടായിരുന്നു. അറപ്പുരയുടെ പടിഞ്ഞാറുമാറി തെക്കുവടക്കായ ഒരു കെട്ടിടംകൂടിയുണ്ട്. ഇത് ആയുധപ്പുരയായിരുന്നു.

ഈ ആയുധപ്പുരസൂക്ഷിപ്പുകാരൻ ശങ്കുആശാൻ എന്നൊരാളായിരുന്നു. അതാതുകാലങ്ങളിലെ സൂക്ഷിപ്പുകാരും ആ ഭവനത്തിലെ കാരണവരും ഒഴികെ മറ്റുള്ളവർ ഈ ആയുധപ്പുരയുടെ അകം കണ്ടിട്ടില്ല. തെക്കതിന്റെ തെക്കും ആയുധപ്പുരയുടെ പടിഞ്ഞാറും വടക്കേ കെട്ടിടത്തിന്റെ വടക്കും വശങ്ങൾ ചുറ്റി കോട്ടക്കയ്യാലയും തെക്കേ മതിലിനു തെക്കു നീങ്ങി ഒരു മഠവും കുളവും കുളപ്പുരയും കിണറും ഉണ്ടായിരുന്നു. വടക്കേ കെട്ടിന്റെ കിഴക്കുവശത്തും 'വീട്' എന്നുമാത്രം പറയപ്പെടുന്ന പ്രധാനകെട്ടിടവും 'പടിപ്പുര' എന്നു പറയുന്ന ചാവടിയും ചേർത്ത് ഒരു മതിൽ ഉള്ളതിന്റെ വടക്കുമായി ഒരു വലിയ കരിങ്കൽക്കെട്ടു കിണറും തൊട്ടിയും ഒരു ഉരപ്പുരയും ആയുധപ്പുരയുടെ വടക്കായി ഒരു തേങ്ങാക്കൂടുംകൂടി ഉണ്ട്. ചെമ്പകശ്ശേരിവീട്ടിൽ ചില കല്ലറകളും കൃത്രിമമാർഗ്ഗങ്ങളും ഉള്ളതായി ഒരു ശ്രുതിയുണ്ട്.

ഈ കെട്ടിടങ്ങളിലെ മുറികൾ ഒന്നുംതന്നെ കിടപ്പിനും ഇരുപ്പിനും സുഖമുള്ളതായിരുന്നില്ല. അറപ്പുരയ്ക്കകംമാത്രം കുറച്ചു വെടിപ്പാക്കി ഇട്ടിരുന്നു. ഇവിടെയുള്ള പ്രധാന ഇറയത്ത് കരിന്താളിയിൽ പണിചെയ്യപ്പെട്ട വലുതായ ഒരു കട്ടിലിൽ സൂര്യപടംകൊണ്ടുള്ള മെത്ത, തലയണ മുതലായതുകൾ ഇട്ട് അലങ്കരിച്ചിരുന്നു. അന്യരായ സാധാരണ പുരുഷന്മാർ വന്നാൽ പടിപ്പുരയിലും പ്രമാണിമാർ പൂമുഖത്തും ഇരിക്കയാണു പതിവ്. മരിച്ചുപോയ കഴയ്ക്കൂട്ടത്തുപിള്ളയുടെ അനന്തരവൻ തേവൻ വിക്രമൻ പിള്ളയ്ക്കും ചെമ്പകശ്ശേരി മൂത്തപിള്ളയ്ക്കും ഗൃഹത്തിലെ പരിചാരകന്മാർക്കും അല്ലാതെ മറ്റു പുരുഷന്മാർക്കു വടക്കേക്കെട്ടിലും അറപ്പുരയിലും കടന്നുകൂടാത്തതാകുന്നു. ചെമ്പകശ്ശേരി മൂത്തപിള്ളമാരുടെ ഉറക്കം അറപ്പുരയിലായിരുന്നെങ്കിലും അക്കാലത്തെ മൂത്തപിള്ളയുടെ ഭഗിനിയും മരിച്ചുപോയ കഴയ്ക്കൂട്ടത്തുപിള്ളയുടെ ഭാര്യയും ആയ *കാർത്ത്യായനിപ്പിള്ള പുത്രീസമേതം ഭർത്താവിന്റെ മരണാനന്തരം തന്റെ ഭവനത്തിലേക്കു മടങ്ങിവന്നതു മുതൽ ആ സ്ഥലം അവർക്കായി വിട്ടുകൊടുക്കപ്പെട്ടിരുന്നു. ചെമ്പകശ്ശേരി മൂത്തപിള്ളയുടെ സഹപാഠിയും ഇഷ്ടനും ആയിരുന്ന മരിച്ചുപോയ കഴയ്ക്കൂട്ടത്തുപിള്ളയുടെ മകളും തന്റെ ഭാഗിനേയിയുമായി ഒരു പെൺകുട്ടിയുള്ളവൾ വിശേഷിച്ച് മറ്റു ശേഷക്കാർ ആരും ഇല്ലാതിരുന്നതിനാൽ, കാരണവരുടെ അതിവാത്സല്യഭാജനമായിരുന്നു. ഈ കഥയുടെ ആരംഭകാലത്ത് അദ്ദേഹത്തിനു നാല്പത്തിഒൻപതും സഹോദരിക്കു മുപ്പത്തിഏഴും അനന്തരവൾക്കു പതിനാറും വയസ്സായിരുന്നു. ഈ അനന്തരവൾ കുട്ടിയെ വിവാഹംചെയ്യുന്നതിന് അവളുടെ അച്ഛന്റെ ഭാഗിനേയൻ തേവൻ വിക്രമൻപിള്ള വളരെയൊക്കെ താൽപ്പര്യപ്പെട്ടിട്ടും കുട്ടിയുടെ വിസമ്മതം ഹേതുവാൽ നടന്നില്ല. ഈ കുട്ടിയെ അച്ഛനും മറ്റൊരാളും മാത്രം പാറുക്കുട്ടി എന്നു

---

* തെക്കൻദിക്കുകളിൽ കാർത്ത്യായനിപ്പിള്ള എന്നല്ലാതെ കാർത്ത്യായനിഅമ്മ എന്നു പറക പതിവില്ല. ഇപ്പോൾ തിരുവനന്തപുരത്ത് അമ്മപദം ധാരാളം ഉപയോഗിക്കാറുണ്ട്.

വിളിച്ചുവന്നിരുന്നു. അമ്മ മുതലായവർ 'തങ്കം' എന്നാണു വിളിക്കുന്നത്. നാമധേയം പാർവതിപ്പിള്ള എന്നായിരുന്നു.

പാറുക്കുട്ടി പ്രായംകൊണ്ട് നവയൗവനവും വന്നു നാൾതോറും വളരുന്നു എന്നു പറയാവുന്ന സ്ഥിതിയിൽ ആയിരിക്കുന്നെങ്കിലും ബാല്യത്തിന്റെ ലക്ഷണങ്ങൾ മുഴുവനും നീങ്ങി ചേതോമോഹിനികളായുള്ള യുവതികളുടെ ശരീരമുഴുപ്പും പ്രൗഢിയും അക്കാലത്ത് അവളിൽ ആസന്നമായിരുന്നില്ല. അവൾ പൊക്കം കൂടിയവളാണ്. എന്നാൽ കാഴ്ചയ്ക്ക് കൗതുകം തോന്നിക്കാത്തവിധം പൊക്കം ഉണ്ടായിരുന്നില്ല. സകല അവയവങ്ങളും ഒന്നിനൊന്നു യോജിപ്പായിരുന്നതുകൊണ്ട് ഈ പൊക്കം അവളുടെ സൗന്ദര്യത്തിൽ ഒരംശമായിരുന്നതേയുള്ളു. ചെമ്പകപുഷ്പത്തെ വെല്ലുന്ന വർണ്ണത്തോടുകൂടിയ കൃശമായ ഗാത്രം, വിശിഷ്യ അതിന്റെ ലാവണ്യത്താലും മാർദ്ദവത്താലും അതിമനോജ്ഞമായിരിക്കുന്നെങ്കിലും, ആദിത്യൻ മറഞ്ഞ ഉടനെ കാണപ്പെടുന്ന ചന്ദ്രനെ സംബന്ധിച്ച് ആരോപിക്കാവുന്ന ഒരു ന്യൂനതയുണ്ടെന്നുള്ളത് തുടിക്കുന്ന കവിൾത്തടങ്ങളിൽ ദൃശ്യമാകുന്ന കൗമാരചിഹ്നംകൊണ്ടുതന്നെ പ്രത്യക്ഷമാകുന്നുണ്ട്. ശിരസ്സുമുതൽ ഏകദേശം മുഴങ്കാലോളം ഇരുഭാഗത്തും കവിഞ്ഞുകിടക്കുന്ന കേശപാശത്തിന്റെ കാർഷ്ണ്യം അവളുടെ ശരീരകാന്തിയെ ഉജ്ജ്വലിപ്പിക്കുന്നു. വൃത്താകാരത്തെ വിട്ട് അല്പം ഒന്നു നീണ്ടുള്ള മുഖത്തോടു സാമ്യം പറയുന്നതിനു യാതൊന്നുംതന്നെ ഇല്ല. എങ്കിലും കാമുകന്മാരായുള്ളവരോട് അകലെ എന്നു കല്പിക്കുന്നതായ ഒരു സ്ഥൈര്യരസം നെടിയ നേത്രങ്ങളിൽനിന്നു പ്രവഹിക്കുന്നതുകൊണ്ടും ശോണമായുള്ള അധരപല്ലവത്തിലും വളഞ്ഞുള്ള ചില്ലീയുഗങ്ങളിലും കളിയാടുന്ന രസങ്ങൾ വശീകരപ്രധാനമല്ലാത്തതിനാലും നമ്മുടെ നായികയുടെ സൗന്ദര്യം രസവത്തായും ലളിതമായും ഉള്ളതല്ലെന്ന് രസികന്മാർ ചിലർ വിചാരിച്ചേക്കാം. എന്നാൽ ഓരോ സന്ദർഭാനുസരണം അവളുടെ മുഖത്ത് ഉളവാകുന്ന വിശിഷ്ടങ്ങളായ ഭാവരസങ്ങളെ കാണുന്നവർ സീത, ദ്രൗപദി മുതലായ ദിവ്യയുവതികളോടു നമ്മുടെ നായികയെ ഉപമിച്ചുവരാറുണ്ട്. സത്യം, ആർദ്രത, ഔദാര്യം ഇത്യാദിയായ ഗുണങ്ങൾക്കു വിളനിലമായിരുന്ന അവളുടെ മനസ്സിന്റെ നിഷ്കളങ്കത ഒന്നിനെ മാത്രം നമ്മുടെ നായികയുടെ സൗന്ദര്യസാരസർവ്വസ്വമായി അവളുടെ അച്ഛനും മറ്റൊരാളും വിചാരിച്ചുവന്നിരുന്നു.

പാർവ്വതിഅമ്മയ്ക്ക് പതിന്നാലുവയസ്സായ കാലംമുതൽ എന്തോ ഒരു മനഃക്ലേശം സംഭവിച്ചിട്ടുണ്ട്. എല്ലായ്പ്പോഴും ജീവച്ഛവംപോലെ ഒന്നിലും ഒരു സന്തോഷം കൂടാതെ തന്റെ സ്ഥാനത്തുതന്നെ ഇരുന്ന് ഓരോ മനോരാജ്യങ്ങളെക്കൊണ്ടു ദിവസം കഴിച്ചുകൂട്ടിപ്പോരുന്നു. ചില വ്രതം, ധ്യാനം, പുരാണപാരായണം എന്നിവയും അനുഷ്ഠിച്ചുപോരുന്നു. വിവാഹകാര്യത്തെപ്പറ്റി സംസാരിക്കുന്നവരോടു മുഷിയുകയും ചെയ്യും. അച്ഛന്റെ ഗൃഹത്തിൽവച്ച് ഒരു ആശാൻ എൺചുവടി മുതലായ

കണക്കുകളും സിദ്ധരൂപം, അമരകോശം മുതലായതും പാറുക്കുട്ടിയെ പഠിപ്പിച്ചു. പിന്നീട് ഒരു പിഷാരൊടി കുറച്ചുകാലം ചില കാവ്യങ്ങളും വായിപ്പിച്ചിരുന്നു. സംഗീതാഭ്യാസം ഉണ്ടായിട്ടില്ലെങ്കിലും സ്വരമാധുര്യം ഇതുപോലെ മറ്റൊരു സ്ത്രീക്കും ഇല്ലെന്നുതന്നെ പറയാം. രാമായണം മുതലായ കിളിപ്പാട്ടുകൾ പാറുക്കുട്ടി വായിക്കുന്നതു കേട്ടാൽ 'ശിലയുമലിഞ്ഞുപോം' എന്നുള്ള ചൊല്ലും 'കോകിലവാണി', 'ശുകവാണി', 'കളഭാഷിണി' ഇത്യാദിയായ സ്വരപ്രശംസകളും പാറുക്കുട്ടിയെ സംബന്ധിച്ചിടത്തോളം അതിശയോക്തികളല്ലെന്ന് ആരും ഭയപ്പെടും. സാധുപ്രകൃതിയാണെങ്കിലും വാല്യക്കാർക്കും മറ്റും പാറുക്കുട്ടിയെ ബഹുഭയമാണ്. തന്റെ സ്വന്തഭവനങ്ങളും അച്ഛനമ്മാവന്മാരുടെ ഇഷ്ടൻ തിരുമുഖത്തുപിള്ളയുടെ ഗൃഹവും ചില ക്ഷേത്രങ്ങളും അല്ലാതെ മറ്റൊരു സ്ഥലവും താൻ കണ്ടിട്ടില്ലാതിരുന്നതിനാലും അന്യരായ ജനങ്ങളോട് അധികസഹവാസം ഇല്ലാതിരുന്നതിനാലും പാറുക്കുട്ടിക്ക് ലോകപരിജ്ഞാനം വളരെ കുറവായിരുന്നു. നിസ്സാരമായുള്ള വിഷയങ്ങളെപ്പറ്റി സംസാരിക്ക, വൃഥാകോപിക്ക, അനാവശ്യമായി ഭൃത്യരെ ശാസിക്ക ഇത്യാദിയായ ദുശ്ശീലങ്ങൾ ഒന്നുംതന്നെ പാറുക്കുട്ടിയെ ബാധിച്ചിരുന്നില്ല. അച്ഛന്റെ ഛായയും സ്വഭാവഗാംഭീര്യവും മകൾക്കു സിദ്ധിച്ചിട്ടുണ്ട്. കാർത്ത്യായനിഅമ്മയ്ക്കു മകളെക്കുറിച്ച് അധികം വാത്സല്യവും അതുമൂലം കുറച്ചൊരു ഭയവും ഉണ്ട്.

രണ്ടാമത്തെ അദ്ധ്യായത്തിൽ വിവരിച്ച സംഗതികൾ നടന്നതിനു മൂന്നുനാലുദിവസം മുൻപിൽ നമ്മുടെ നായിക അവളുടെ മഠത്തിൽ കുളിയും അത്താഴം ഊണുംകഴിച്ച് വാല്യക്കാരിയും ആയിട്ട് ചെമ്പകശ്ശേരി അറപ്പുരയിൽ മടങ്ങി എത്തിയിരിക്കുന്നു. പാറുക്കുട്ടിക്ക് അന്നു സോമവാരവ്രതം ആയിരുന്നു. അറപ്പുരനിരയിൽ തൂക്കിയിരുന്ന ഒരു മാന്തോൽ എടുത്ത് അവിടെ നിന്നിരുന്ന വിളക്കിനു തെക്കുവശത്തിട്ട് അതിന്മേലിരിപ്പായി. ആഭരണങ്ങൾ അധികമൊന്നും ധരിച്ചിട്ടില്ലായിരുന്നു. രത്നഖചിതമായുള്ള ചെറിയൊരു താലി വെള്ളനൂലിൽ കോർത്ത് കഴുത്തിൽ ധരിച്ചിരുന്നതു കൂടാതെ നാസികയിൽ വിലയേറിയതും സമീപത്തുള്ള ദീപത്തിന്റെ പ്രതിബിംബത്താൽ മറ്റൊരു ദീപംകൂടി കത്തുന്നുണ്ടോ എന്നു തോന്നിക്കുന്നതുമായ ഒരു ഒറ്റച്ചുവപ്പുവച്ച മുക്കുത്തിയും വിരലിൽ രണ്ട് ഈർക്കിലൊടിയൻ മോതിരവും മാത്രമേ ഉണ്ടായിരുന്നുള്ളു. കറുത്ത ഈർക്കിൽക്കരയൻ കോട്ടാർമുറി അരയിലും ആ വെട്ടിൽത്തന്നെയുള്ള ഒരു കവണി വിടുർത്തി മാറത്തും ധരിച്ചിരുന്നു. ഈ കവണി ധരിച്ചിരുന്നത് മുലക്കച്ചയായും ഏത്താപ്പായും മേൽപ്പുടവയായും കുചങ്ങൾക്ക് ഒരു കൈലേസായും അല്ലായിരുന്നു. ഒരു വശത്തെ മുന്തികൊണ്ട് മാറു മുഴുവൻ മറച്ചിട്ട് ഭുജങ്ങളേയും മുൻപിൻഭാഗങ്ങളേയും മറയ്ക്കത്തക്കവണ്ണം കവണിയെ ചുറ്റി മറ്റേ മുന്തികൊണ്ട് ഒന്നുകൂടി മാറിനെ ചുറ്റിയിരിക്കുകയായിരുന്നു. മാന്തോലിൽ ഇരുന്നിട്ട് പാറുക്കുട്ടി വാല്യക്കാരിയോട്, "ആ ഗ്രന്ഥവും പലകയും ഇങ്ങെടുക്ക്" എന്നു പറഞ്ഞു.

വാല്യക്കാരി: "ഏതു കെരന്തം കൊച്ചമ്മാ? എന്നും വായിക്കണതോ നൊയമ്പിന് വായിക്കണതോ?"

പാറുക്കുട്ടി: "എന്നും വായിക്കുന്ന ഗ്രന്ഥം മതി."

വാല്യക്കാരി: "അതെന്താ-ഇന്നു തിങ്കളാഴ്ച അല്ലിയോ?"

പാറുക്കുട്ടി: "രാമായണഗ്രന്ഥം മതി; ഓ! മതിൽക്കകത്തെ ശംഖ നാദം കേൾക്കുന്നു. പ്രസന്നപൂജയും മറ്റും കഴിഞ്ഞിരിക്കണം. നിനക്ക് ഉറങ്ങേണ്ട നേരമായിപ്പോയി."

വാല്യക്കാരി: "എന്നാൽ ഞാൻ കെരന്തവും എടുത്തുവച്ചേച്ച് ഇങ്ങു തന്നെ വല്ല മൂലയിലും ചുരുണ്ടുകെടന്നോട്ടേ?"

പാറുക്കുട്ടി: 'അതു വേണ്ട; ഗ്രന്ഥം എടുത്തുതന്നിട്ട് അങ്ങു വല്ലയിടത്തും പൊയ്ക്കൊൾകേ വേണ്ടൂ. പലകയും വേണം.

വാല്യക്കാരി ഈ സാധനങ്ങൾ എടുത്ത് പാറുക്കുട്ടിയുടെ മുമ്പിൽ വച്ചിട്ട് വടക്കേക്കെട്ടിലേക്കു പോയി. പാറുക്കുട്ടി ഗ്രന്ഥം കൈയിലെടുത്തുവച്ചുകൊണ്ട് കുറച്ചുനേരം ആലോചനയോടുകൂടി ഇരുന്നു. മുഖം ക്രമേണ ഭേദിച്ചുതുടങ്ങി. രക്തപ്രസാദമുള്ള മുഖമാകയാൽ കുറേശ്ശെ ചുവന്നു തുടങ്ങി. കഠിനമായ വ്യസനംകൊണ്ട് കവിൾത്തടം വിറയ്ക്കുന്നു. നേത്രങ്ങളിൽ കണ്ണുനീർ നിറഞ്ഞ് ഓരോ തുള്ളിയായി മാറുമറച്ചിരുന്ന വസ്ത്രത്തിൽ വീണുതുടങ്ങി. വ്യസനം അടക്കാൻ ശ്രമിച്ചിടത്തോളം അതു വർദ്ധിക്കുകയും ചെയ്തു. വസ്ത്രപുച്ഛംകൊണ്ട് നേത്രങ്ങളും മുഖവും തുടയ്ക്കുകയും ദീർഘനിശ്വാസങ്ങൾ ഇടയ്ക്കിടെ വിടുകയും, അമർത്തുന്ന വിലാപസ്വരം ചിലപ്പോൾ പൊട്ടിപ്പോകയും ഇങ്ങനെ ആയിട്ട് സ്വല്പനേരംകൊണ്ട് കണ്ണുനീർ വീണു മാറിടം തണുത്തപ്പോൾ ദുഃഖവും ഒട്ടു ശാന്തമായി. പെട്ടെന്ന് ഒരു യുക്തി ഉള്ളിലുദിക്കയാൽ വസ്ത്രം കൊണ്ടു നേത്രങ്ങൾ തുടച്ചിട്ട് രാമായണഗ്രന്ഥം എടുത്ത് പലകമേൽവച്ചു കെട്ടഴിച്ചു. പിന്നീട് ഗ്രന്ഥത്തെ രണ്ടു കൈകളാലും എടുത്തു നേത്രങ്ങളോടു ചേർത്തു കുറച്ചുനേരം ധ്യാനസ്ഥിതിയിൽ ഇരുന്നു. തന്റെ പ്രശ്നത്തിന്റെ ഫലം എങ്ങനെ കാണപ്പെടുന്നുവോ എന്നുള്ള ചാഞ്ചല്യം കൊണ്ടുണ്ടായ കൈവിറയലോടുകൂടി ഗ്രന്ഥത്തിന്റെ നൂൽകൊണ്ട് അതിനെ രണ്ടായി വിഭജിച്ച് രണ്ടാമത്തെ ഭാഗത്തിൽ ആദ്യത്തെ ഓല കൈയിലെടുത്ത് ഭക്തിപൂർവ്വം കണ്ണിൽവച്ചിട്ട് ഏഴുവരിയും ഏഴക്ഷരവും തള്ളി ഇങ്ങനെ വായിച്ചു:

*അവരജനുമഖിലകപികുലബലവുമായി മുതിർ-*
*ന്നാശു വരുമതിനില്ലൊരു സംശയം;*
*സുതസചിവസഹജസഹിതം ദശഗ്രീവനെ*
*സൂര്യാത്മജാലയത്തിന്നയക്കും ക്ഷണാൽ.*

ഇവിടെ പൂർവ്വാർദ്ധം വായിച്ചപ്പോൾ കുറച്ചു സന്തോഷം മനസ്സിൽ ജനിച്ചു. എങ്കിലും ഉത്തരാർദ്ധം ആയപ്പോൾ ശുഭഫലമോ അശുഭ ഫലമോ പ്രശ്നത്താൽ കാണപ്പെടുന്നതെന്നു സന്ദേഹസ്ഥിതിയിലാ

യതിനാൽ പിന്നെയും പാറുക്കുട്ടി പരവശയായെന്നേ വേണ്ടൂ. എന്നാൽ, രണ്ടാമതും ആരംഭിച്ച വ്യസനം വർദ്ധിക്കുന്നതിനു മുമ്പിൽ പാറുക്കുട്ടിയുടെ വായന കേട്ടു പുറപ്പെട്ട കാർത്ത്യായനിഅമ്മ അറപ്പുരയ്ക്കകത്തു പ്രവേശിച്ചു. കാർത്ത്യായനിഅമ്മയുടെ വെളുത്തു തടിച്ചുള്ള ആകൃതിയും, ഗൗരവത്തോടുകൂടിയുള്ള നടയും നോട്ടങ്ങളും പാദത്തോളം നീട്ടി ഉടുത്തിട്ടുള്ള കട്ടിമുണ്ടും മുലക്കച്ചയായി ധരിച്ചിരിക്കുന്ന വെള്ളക്കവണിയും മുമ്പോട്ടുകെട്ടി ഒട്ടു പുറകോട്ടു തള്ളിയിരിക്കുന്ന കേശഭാരവും കണ്ഠത്തിൽ ധരിച്ചിരുന്ന പൊൻനൂലും എല്ലാം കണ്ടാൽ അവസ്ഥയുള്ള ഒരു തറവാട്ടിലാണു ജനനം എന്നു വിശേഷിച്ചൊരു പ്രസ്താവനകൂടാതെ ആർക്കും മനസ്സിലാകുന്നതാണ്. തന്റെ ഭർത്താവ് തുർക്കീസുൽത്താനെപ്പോലെ കഠിനാജ്ഞക്കാരനായിരുന്നതിനാൽ അദ്ദേഹത്തോടൊരുമിച്ചു താമസിച്ചിരുന്ന കാലങ്ങളിൽ അടുക്കളഭരണവിഷയം ഒന്നിലല്ലാതെ അന്യകാര്യങ്ങളിൽ യാതൊരു സ്വാതന്ത്ര്യവും കാർത്ത്യായനിഅമ്മയ്ക്കില്ലായിരുന്നു. എങ്കിലും ഭർത്താവിങ്കൽനിന്നു ഭാര്യയും ചില കണിശങ്ങളും കരാറുകളും പഠിച്ചിട്ടുണ്ടായിരുന്നു. വാല്യക്കാരോടും മറ്റും തീരെ ദയയില്ലാത്ത ഒരു സ്വാമിനി ആയിരുന്നു. മകളെക്കുറിച്ച് അതിവാത്സല്യമാണെങ്കിലും ചില ചാപല്യങ്ങൾ കാട്ടുന്നത് തനിക്ക് ഒട്ടും രസിക്കുന്നില്ലെന്ന് പാറുക്കുട്ടിയെ ചിലപ്പോൾ ഗ്രഹിപ്പിക്കാറുണ്ടായിരുന്നു. ചെമ്പകശ്ശേരിപ്പിള്ളയ്ക്ക് സഹോദരിയെ വലിയ കാര്യമായിരുന്നു. തറവാട്ടവസ്ഥയെ രക്ഷിക്കുന്നതിന് അതിസമർത്ഥയാണെന്നു ബോദ്ധ്യമുണ്ടായിരുന്നതിനാൽ കാർത്ത്യായനിഅമ്മയുടെ അഭിമതം എങ്ങനെയെന്നാൽ അങ്ങനെ അദ്ദേഹം സകലതും നടത്തിപ്പോന്നിരുന്നു. തന്റെ മാതാവിന്റെ ആഗമനം കണ്ടുകൂടിയപ്പോൾ പാറുക്കുട്ടി ഗ്രന്ഥം പലകമേൽ വച്ചിട്ട് വസ്ത്രാന്തംകൊണ്ട് കണ്ണുംമുഖവും തുടച്ചു ശരിയാക്കി എഴുന്നേറ്റു നിന്നു. അപ്പോൾ കാർത്ത്യായനിഅമ്മ പുഞ്ചിരിയോടുകൂടി, “നീ ഇന്നും കരഞ്ഞു. ഇല്ലയോ?” എന്നു ചോദിച്ചുകൊണ്ട് പുത്രിയെ കൈയ്ക്കുപിടിച്ച് ഇരുത്തി താനും ഇരുന്നു.

പാറുക്കുട്ടി: ഞാൻ വായിക്കുന്നതു കേട്ടാണോ അമ്മ ഇങ്ങോട്ടു വന്നത്?

കാർത്ത്യായനിഅമ്മ: അതേ, നിന്റെ കണ്ണു ചുവന്നു ശബ്ദം അടഞ്ഞും ഇരിക്കുന്നതു കരഞ്ഞിട്ടല്ലയോ?

പാറുക്കുട്ടി: എന്തിനാണമ്മാ ഞാൻ കരയുന്നത്?

കാർത്ത്യായനിഅമ്മ: (പുത്രിയെ തലോടിക്കൊണ്ട്) കരഞ്ഞെന്നുള്ളതിനു സംശയമില്ല. നിന്റെ വാക്കുകൾകൊണ്ട് അതു തീർച്ചയായി. അല്ലേ തങ്കം, നീ ഇങ്ങനെ വ്യസനിച്ചെത്രനാൾ കഴിക്കും? കുട്ടികളായാൽ കുറച്ചൊരു നിലയൊക്കെ വേണ്ടയോ? ഇതെന്തൊരു മാതിരിയാണ്? നിനക്കു കുറെ ഭ്രാന്തുണ്ട്. വല്ല നമ്പൂതിരിയേയുംകൊണ്ട് ഒന്നു ജപിച്ചു തരുവിക്കണം.

പാറുക്കുട്ടി: അതു വേണ്ട. എന്റെ ബുദ്ധി സ്ഥിരമായിരിക്കുന്ന ദോഷമല്ലാതെ യാതൊന്നുമില്ല. സ്ഥിരബുദ്ധിക്കു ചികിത്സ വേണമോ?

കാർത്ത്യായനിഅമ്മ: കാലം മാറിവരുന്നു. അല്ലാതെ എന്തു പറയുന്നു! പറയുന്നതിനൊക്കെ തർക്കുത്തരം! എല്ലാത്തിനും നാക്കിട്ട ടിച്ചുകൊള്ളുക! എന്നാൽ, അതിനടുത്ത കരളുറപ്പുണ്ടോ? അതില്ലതാനും. തങ്കം., ഞാൻ പറയുന്നതു കേൾക്ക്. വെറുതെ ഇങ്ങനെ കരഞ്ഞു കണ്ണു പുണ്ണാക്കീട്ട് കാര്യമില്ല. രണ്ട് ആണ്ടു തികച്ച് നീ വ്യസനിച്ചല്ലോ; അതു മതി. നിന്റെ അമ്മാവനും എനിക്കും ഒക്കെ താല്പര്യം നിന്നെ സംബന്ധം ചെയ്തുകാണണമെന്നാണ്. അങ്ങനെ ഒന്നു നടന്നാൽ നിന്റെ വ്യസന ത്തിനു കുറവുണ്ടാകും.

പാറുക്കുട്ടി: എന്റെ വ്യസനംകൊണ്ട് ആർക്കുമൊരുപദ്രവും ഇല്ലല്ലോ. എന്റെ ജന്മം ഇങ്ങനെ കഴിയട്ടെ.

കാർത്ത്യായനിഅമ്മ: ഇതാ, ഇതാണു കാലം മറിഞ്ഞുപോയെന്നു ഞാൻ പറഞ്ഞത്. അല്ലേ, നീ ഇങ്ങനെയിരുന്നാൽ ഈ തറവാട്ടിന് സന്തതി വേണ്ടന്നോ? പെണ്ണുങ്ങളുടെ മാതിരിയാണോ ഇപ്പറയുന്നത്? നല്ല മര്യാദതന്നെ! ഇതൊക്കെ ഈ സുഭദ്രയ്ക്കോ മറ്റോ ചേരും. ഈ തറവാട്ടിൽ നിന്നെപ്പോലെ താന്തോന്നിയായിട്ട് ആരും തന്നെ ഉണ്ടായിട്ടില്ല. ഒരു ചെറുക്കൻ കുറച്ചുനാൾ കൂടെ കളിച്ചുനടന്നു എന്നു വിചാരിച്ച് ഇങ്ങനെ അവനുവേണ്ടി ചാവാറുണ്ടോ? ലോകർ കേട്ടാൽത്തന്നെ എന്തു പറയും? ചെമ്പകശ്ശേരിയിൽ ഒരു വേശ്യ വന്നുകൂടിയിട്ടുണ്ടെന്നല്ലാതെ പറയുമോ?

പാറുക്കുട്ടി: ഞാൻ ആർക്കുവേണ്ടിയും മരിക്കുന്നില്ല. അമ്മ സ്നേ ഹമില്ലാതെ കഠിനമായ വാക്കുകൾ പറയുന്നതു കേട്ടിട്ടുള്ള വ്യസനമേ എനിക്കുള്ളു.

കാർത്ത്യായനിഅമ്മ: ഹൊ മര്യാദക്കാരി! കേൾക്കട്ടെ. നീ ഇന്നു കരഞ്ഞത് ഞാൻ കഠിനവാക്കു പറഞ്ഞിട്ടാണോ?

പാറുക്കുട്ടി: അങ്ങനെ കരഞ്ഞുപോകുന്നതിന് ഞാൻ എന്തു ചെയ്യും? എല്ലാവരുടെ സ്വഭാവവും ഒന്നുപോലെ ഇരിക്കുമോ? അച്ഛൻ ഇരിക്കുമ്പോഴും ഞാൻ ഇങ്ങനെ കരഞ്ഞിട്ടുണ്ടല്ലോ. അന്ന് അച്ഛൻ എന്നെ സമാധാനപ്പെടുത്തിയതല്ലാതെ ആക്ഷേപിക്കുകയും ദേഷ്യപ്പെടുകയും ചെയ്തിട്ടുണ്ടോ?

കാർത്ത്യായനിഅമ്മ: ആയിടയാകകൊണ്ട് ആരും ഒന്നും പറഞ്ഞില്ല. പഞ്ചവൻകാട്ടിൽ നീലി അടിച്ചു കൊന്നുകളഞ്ഞ ഒരാളെപ്പറ്റി രണ്ടുവർഷം ഒരു പെണ്ണ്–

കാർത്ത്യായനിഅമ്മ ഇത്രയും പറഞ്ഞപ്പോഴേക്ക് പാറുക്കുട്ടി പൊട്ടി ക്കരഞ്ഞുതുടങ്ങി. പുത്രിയുടെ വിഷാദം കണ്ട് കാർത്ത്യായനിഅമ്മയുടെ മനസ്സലിഞ്ഞുപോകയാൽ മകളെപ്പിടിച്ചു മാറോടണച്ചുകൊണ്ട് ഇപ്രകാരം പറഞ്ഞു: തങ്കം, നിന്നെക്കുറിച്ചുള്ള സ്നേഹംകൊണ്ടാണ് ഞാൻ ഇങ്ങനെയൊക്കെപ്പറയുന്നത്. നിന്റെ മനസ്സ് നിഷ്ഫലമായി പതിഞ്ഞി രിക്കുന്ന സംഗതിയിൽനിന്ന് അതിനെ വേർപെടുത്താൻ ഞാൻ ശ്രമിക്ക യല്ലയോ? നിനക്കു വയസ്സു പതിനാറായല്ലോ. നീ ഒരു ഭർത്താവിനോട്

ഇരിക്കുന്നതു കാണ്മാൻ എനിക്കു താല്പര്യമില്ലയോ? മരിച്ചുപോയ ആളെ ധ്യാനിച്ചുകൊണ്ടിരുന്നിട്ടു കാര്യമുണ്ടോ?

പാറുക്കുട്ടി: മരിച്ചുപോയെന്ന് ആരു പറയുന്നു?

കാർത്ത്യായനിഅമ്മ: "വേലുക്കുറുപ്പ് നിന്റെ അച്ഛനോട് ഈ വർത്തമാനത്തെക്കുറിച്ചു പറഞ്ഞപ്പോൾ നീ അടുത്തുണ്ടായിരുന്നില്ലയോ?

പാറുക്കുട്ടി: വേലുക്കുറുപ്പ് പറഞ്ഞതുകൊണ്ടാണ് എനിക്കു നല്ല വിശ്വാസമുണ്ടാകാത്തത്. കള്ളിയങ്കാട്ടു ക്ഷേത്രത്തിൽവച്ച് ഇളയതമ്പുരാനെ കൊന്നുവെന്നും പിറ്റേദിവസം ആ കാട്ടിൽവച്ച് അങ്ങനെ നടന്നുവെന്നും വേലുക്കുറുപ്പ് അച്ഛനോടു പറഞ്ഞത് അമ്മയും കേട്ടല്ലോ. ഇളയതമ്പുരാൻ സുഖമായി ഇപ്പോഴും ഇരിക്കുന്നില്ലയോ?

കാർത്ത്യായനിഅമ്മ: അത് ആൾതെറ്റി തമ്പുരാനെന്നു വിചാരിച്ചു പോയതാണ്. ഇക്കാര്യത്തിൽ അങ്ങനെ തെറ്റി വിചാരിക്കാൻ ഇടയില്ല. അനന്തപത്മനാഭനെ വേലുക്കുറുപ്പ് നല്ലതിന്മണ്ണം അറിയും. അവന്റെ ദേഹം കണ്ടാൽ അയാൾക്ക് അറിഞ്ഞുകൂടയോ? പഞ്ചവങ്കാട്ടു നീലി അടിച്ചുകൊന്നെന്നു പറഞ്ഞതിൽ ആരെങ്കിലും ജീവിച്ചതായി നീ കേട്ടിട്ടുണ്ടോ?

'അനന്തപത്മനാഭൻ' എന്ന പേരു കേട്ടപ്പോൾ പാറുക്കുട്ടിയുടെ കണ്ണിൽ വീണ്ടും ജലം നിറഞ്ഞു. സ്വല്പനേരം അവൾ മിണ്ടാതെ ഇരുന്നു. പിന്നെ ഗദ്ഗദസ്വരത്തോടുകൂടി ഇപ്രകാരം പറഞ്ഞു: ഒരുകാലത്തും മരിച്ചിട്ടില്ല. അങ്ങനെ ഒരു മരണം അദ്ദേഹത്തിന് ഒരിക്കലും സംഭവിക്കയില്ല. സജ്ജനങ്ങൾക്ക് ഈശ്വരൻ ഒരിക്കലും ദുർമ്മരണം കൊടുക്കുകയില്ല.

കാർത്ത്യായനിഅമ്മ: എന്റെ തങ്കം, അവനെക്കുറിച്ചു നിനക്കുള്ള സ്നേഹംകൊണ്ടാണ് നീ ഇങ്ങനെ പറയുന്നത്. ആലോചിച്ചുനോക്ക്. മരിച്ചുപോയ ആൾ തിരിച്ചുവരുമോ? പിന്നെ എന്തിന് ഈ വിഷാദം ഒക്കെ?

പാറുക്കുട്ടി: മരിച്ചെങ്കിൽ മുണ്ടുകളും ആയുധങ്ങളും മറ്റും എവിടെപ്പോയി?

കാർത്ത്യായനിഅമ്മ: യക്ഷിയുടെ കൈയിൽ അകപ്പെട്ടാൽ അതൊക്കെ അന്വേഷിക്കാറുണ്ടോ? നീ നീലിയുടെ കഥ കേട്ടിട്ടില്ലായിരിക്കും. കരയാതിരിക്ക്. ഞാൻ പറയാം.

പാറുക്കുട്ടി വിഷാദത്തോടുകൂടി ഓരോന്ന് ആലോചിച്ചുകൊണ്ടിരിക്കയായിരുന്നതിനാൽ കാർത്ത്യായനിഅമ്മയുടെ ഈ വാക്കുകൾ കേട്ടില്ല. കാർത്ത്യായനിഅമ്മ മകൾ ശ്രദ്ധവച്ചു കേൾക്കുന്നുണ്ടോ മൂളുന്നുണ്ടോ എന്നൊന്നും അന്വേഷിക്കാതെ മറ്റാർക്കും ഉണ്ടാകാത്ത ക്ഷമയോടുകൂടി പഞ്ചവങ്കാട്ടു നീലിയുടെ ആഗമനത്തെക്കുറിച്ച് ഇപ്രകാരം പ്രസംഗിച്ചുതുടങ്ങി.

പണ്ട് നാഗർകോവിലിനടുത്ത് ഒരുത്തി പാർത്തിരുന്നു. ചെറുപ്പമായിരുന്നു. കൈയിൽ കുറച്ചു മുതലും ഉണ്ട്. പുരുഷന്മാരാരും ഒരു

സഹായവും ഇല്ലായിരുന്നു. അങ്ങനെ ഇരിക്കുമ്പോൾ ഒരു പട്ടർചെന്നു സേവകൂടി. സംബന്ധവും ചെയ്തു. മൂന്നുനാലുമാസം കഴിഞ്ഞപ്പോൾ അവൾക്കു ഗർഭമുണ്ടായി. ഗർഭം ആറാംമാസമായപ്പോൾ പ്രസവത്തിനു പത്മനാഭപുരത്തുപോയി താമസിക്കണമെന്നും മറ്റും സ്ത്രീയോടു പട്ടർ പറഞ്ഞുതുടങ്ങി. അയാളെ വിശ്വസിച്ച് എല്ലാം അരിച്ചുപെറുക്കി വിറ്റു കിട്ടിയ മുതലും കൈയിലുണ്ടായിരുന്നതുംകൊണ്ട് ഏഴാംമാസത്തിൽ ഭാണ്ഡവും ചുമന്നു പട്ടരുടെ പുറകെ അവൾ തിരിച്ച് വെള്ളിയാഴ്ച നട്ടുച്ച സമയത്ത് പഞ്ചവങ്കാട്ടിലെത്തി. ആ കാട്ടിലെ കല്ലുകളിൽ കേറി നടന്നപ്പോൾ അവൾക്കു ക്ഷീണംകൊണ്ട് ഒരടി മുൻപോട്ടു വയ്ക്കാൻ പാടില്ലാതെ ആയി. വഴിയരുകിൽ നിന്നിരുന്ന ഒരു കള്ളിച്ചെടിയുടെ ചുവട്ടിൽ അവളെ ഇരിക്കാൻ പറഞ്ഞിട്ട് പട്ടരും അടുത്തിരുന്നു. ഭാണ്ഡത്തിനെ താഴെ ഇറക്കിവച്ച്, അതിനെ അഴിച്ചു പട്ടർക്കു മുറുക്കാൻ എടുത്തു കൊടുത്തു. അതിനെ വാങ്ങി തിന്നിട്ടു സന്തോഷത്തോടുകൂടി അവളെ പിടിച്ചു തന്റെ മടിയിൽ കിടത്തി. ക്ഷീണംകൊണ്ട് അവൾ ഉറങ്ങിയും പോയി. പട്ടര് അവളുടെ മുഖത്തു സൂക്ഷിച്ചുനോക്കി ഉറക്കം തന്നെയെന്നു നിശ്ചയംവരുത്തീട്ട്, തലയെ മടിയിൽനിന്നു പതുക്കെ ഉയർത്തി ഒരു കല്ലിൽ വച്ച് മറ്റൊരു വലിയ കല്ലുകൊണ്ട് ഒന്നു തല്ലി. വേദനയോടുകൂടി അവൾ കണ്ണു തുറന്നുനോക്കിയപ്പോൾ എഴിച്ചുനിന്ന് രണ്ടാമതും കല്ലിനെ ഓങ്ങുന്ന പട്ടരെ കണ്ട് 'കള്ളീ! നീയേ സാക്ഷി' എന്ന് ആ മുൾച്ചെടിയെ കൈചൂണ്ടിക്കാണിച്ചുകൊണ്ട് ആ രാക്ഷസന്റെ മുഖത്തു നോക്കി നോക്കി സ്ത്രീ പരലോകത്തേക്കങ്ങുപോകയും ചെയ്തു. പട്ടരോ, ഭാണ്ഡത്തിനേയും അവൾ അണിഞ്ഞിരുന്ന ആഭരണങ്ങളേയും കരസ്ഥമാക്കിക്കൊണ്ടു സ്വസ്ഥനായി പത്മനാഭപുരത്തെത്തി സുഖമായി പാർത്തു.

പാറുക്കുട്ടി ആദ്യം കഥയിൽ ശ്രദ്ധവയ്ക്കാതെ അന്യവിചാരങ്ങളോടുകൂടി ഇരുന്നെങ്കിലും സ്ത്രീയെന്നും ഭർത്താവെന്നും വിശേഷിച്ചും പഞ്ചവങ്കാടെന്നും മറ്റും ഉള്ള സംഗതികൾ അവളുടെ ബുദ്ധിയെ ബലേന കഥാശ്രവണത്തിലേക്ക് ആകർഷിച്ചു. ബ്രാഹ്മണൻ പത്മനാഭപുരത്തെത്തി സുഖമായി പാർത്തു എന്നു കേട്ടത് തനിക്ക് അത്ര ബോദ്ധ്യമാകാതെ "കഷ്ടം! ആ ബ്രാഹ്മണൻ എന്തു ദുഷ്ടനാണ്! തന്നെ വിശ്വസിച്ച സ്ത്രീയെ വഞ്ചിച്ചു കൊലചെയ്തല്ലോ! ഈവിധമുള്ള ദുഷ്ടന്മാർക്ക് ഒരു ദോഷവും വന്നു നേരിടാതെ അവർ ലോകത്തിൽ സുഖിച്ചിരിക്കുന്നതു കാണുമ്പോൾ ദൈവകോപം എന്ന് ഒന്നില്ലെന്നുതന്നെയും തോന്നിപ്പോകുന്നു!" എന്ന് അവൾ പറഞ്ഞു.

കാർത്ത്യായനിഅമ്മ "നില്ക്കൂ മകളെ. കഥ മുഴുവനും കേൾക്കാതെ അഭിപ്രായപ്പെട്ടാലോ? പട്ടർക്കു തക്കതായ ശിക്ഷ കിട്ടി. ഇഹത്തിൽ വച്ചു തന്നെ കർമ്മഫലം അനുഭവിക്കാതെ വന്നേക്കാം. അതുകൊണ്ടു നീതിയില്ലാത്ത പ്രപഞ്ചം എന്നു വിചാരിച്ചുകൂടാ" എന്നു പറഞ്ഞുകൊണ്ടു കഥ തുടർന്നു. ഇപ്രകാരം വർദ്ധിച്ച ഉത്സാഹത്തോടുകൂടി തുടങ്ങി:

"പട്ടർക്ക് അധികം താമസിക്കാതെതന്നെ ശിക്ഷ കിട്ടി. അയാൾ ആ

വഴിയെ പിന്നീട് യാത്രയില്ലാതെ ആയി. ഒരിക്കൽ ശുചീന്ദ്രത്തു തേരോട്ടം കാണ്മാൻ പോകുന്നതിന് അയാളെ ചില ഇഷ്ടന്മാർകൂടി ക്ഷണിച്ചു. തനിക്ക് ഉത്സവങ്ങളിലും മറ്റും താല്പര്യമില്ലെന്നു പട്ടർ പറഞ്ഞു. മറ്റുള്ളവർ ഒഴികഴിവുകൾ ഒന്നും അംഗീകരിക്കാതെ നിർബ്ബന്ധിച്ച് അയാളെ തേരോട്ടം കാണാൻ കൂട്ടിച്ചുകൊണ്ടു പോയി. പഞ്ചവൻകാട്ടിനു സമീപത്തായപ്പോൾ ഒരു ആൽത്തറമേൽ അതിസുന്ദരിയായ ഒരു സ്ത്രീ ദിവ്യതേജസ്സോടുകൂടി പ്രകാശിക്കുന്ന ഒരു കുട്ടിയെ മുമ്പിൽ ഇരുത്തിയും കൊണ്ടു വഴിപോക്കരെ നോക്കി ചില നാട്യങ്ങൾ കാണിച്ചുകൊണ്ടിരിക്കുന്നതു കണ്ടു. കനകമയം! തെളുതെളെയുള്ള പട്ടുചേലയും പിന്നെ കുറിയും കണ്ണെഴുത്തും തലക്കെട്ടും എല്ലാം ഒന്നു പറവാനില്ല. പൂമണം അതങ്ങനെ. ഇതെല്ലാംകൊണ്ടു വേശ്യയാണെന്നു മനസ്സിലാക്കിയിട്ടുമുള്ള വഴിപോക്കർ ഇവളെ ഗണ്യമാക്കാതെ നടന്നു. പട്ടർ മാത്രം തിരിഞ്ഞു നിന്നല്ലോ. പതുക്കെ സ്ത്രീയുടെ സമീപമെത്തത്തി. അപ്പോൾ വെള്ളിയാഴ്ച നട്ടുച്ച. പട്ടർ സ്ത്രീയുടെ ഒന്നിച്ച് നടന്നുതുടങ്ങി. ഗോഷ്ഠികൾ ഒന്നും പറവാനില്ല. സ്ത്രീയുടെ കൈയിൽ ഒരു കുട്ടി ഇരുന്ന കാര്യവും രണ്ടുപേരും മറന്നുപോയി. ഇവളെപ്പോലുള്ള കൂട്ടങ്ങളാണ് സ്ത്രീകളുടെ മാനം കെടുക്കുന്നത്. അവളുടെ പുരികങ്ങളുടെ ഇളക്കങ്ങളും മഷി എഴുതിയിട്ടുള്ള കണ്ണുകൾകൊണ്ടു ചില ചിമിട്ടും കൊഞ്ചിക്കുഴഞ്ഞ വാക്കുകളും ഇടയ്ക്കിടെ പാട്ടുകളും ദേഹം മുഴുവൻ ഉലച്ചുകൊണ്ടുള്ള നടയും പട്ടരുടെ താടിക്കും ചെകിട്ടത്തും ഇടയ്ക്കിടെ ഓരോ കുത്തും കീറലും, ഇതെല്ലാം കൊണ്ടും കണ്ടും കേട്ടും പട്ടർ മതിമറന്നുപോയി. പെണ്ണുങ്ങളെമാത്രം കുറ്റംപറയുന്നതെന്തിന്? ഈ പട്ടരെപ്പോലെ കൂത്താടാൻ ആണുങ്ങളില്ലെങ്കിൽ പെണ്ണുങ്ങൾക്കു കുറച്ച് ഒതുക്കം വരുല്ലയോ? ആകപ്പാടെ പട്ടരെ കൊണ്ടുചെന്നു പഴയ കള്ളിച്ചെടിയുടെ മൂട്ടിൽ ഇരുത്തി, സ്ത്രീ പണ്ടത്തെപ്പോലെ മുറുക്കാൻ എടുത്തുതുടങ്ങി. പട്ടർ അക്കാര്യമെല്ലാം മറന്നുപോയി. പുരുഷന്റെ ഹൃദയത്തോളം കഠിനമായ സാധനം ഭൂലോകത്ത് എന്തുതന്നെയുണ്ട്? കൂടിയിരിക്കുമ്പോൾ 'പൊന്നേ, തങ്കമേ, വെള്ളിയേ' എന്നൊക്കെ മിരട്ടുന്ന ആണുങ്ങളെ സ്വപ്നത്തിൽപ്പോലും വിശ്വസിച്ചുകൂടാ. നാലുനേരത്തിൽ ഒരു നേരമെങ്കിലും ഉള്ളലിഞ്ഞുള്ള സ്നേഹം സ്ത്രീകൾക്കേ ഉള്ളു. പട്ടർ ഉപയോഗിച്ച കല്ലുരണ്ടും അയാളുടെ സമീപത്തുതന്നെ കിടക്കുന്നു. ഏ ഹേ! അയാൾ യാതൊന്നും കാണുന്നില്ല. തേവിടിശ്ശിയുടെ പുഞ്ചിരി കണ്ടു മയങ്ങിപ്പോയി. അവൾ എടുത്ത മുറുക്കാൻ വായിൽത്തന്നെ വാങ്ങുന്നതിന് അവളുടെ സമീപത്തുനീങ്ങി പട്ടർ ചുണ്ടു വിടർത്തി. അപ്പോൾ അയ്യോ അബ്ബ! ചതിച്ചുപോട്ടാളെ' എന്നു പഞ്ചവങ്കാടു പൊടിയാൻതക്കവണ്ണം ഒന്ന് അലറിക്കൊണ്ടു പട്ടർ ചാടി എഴീച്ച് ഓടാൻ ഭാവിച്ചു. മുമ്പിൽ ഉപയോഗിച്ച വലിയ കല്ലിന്മേൽത്തന്നെ കാലുതടഞ്ഞു നിലത്തു വീണു. സ്ത്രീ ദാസിയുടെ വേഷം മാറ്റി പട്ടരുടെ ഗർഭിണിയായിരുന്ന ഭാര്യയുടെ രൂപമായി. പട്ടർ വീഴുന്നിടത്തുകിടന്നു സ്ത്രീയുടെ മുഖത്ത് അതിപരവശനായി നോക്കിയപ്പോൾ തന്റെ ഭാര്യയുടെ സ്വരൂപവും മാറിത്തുടങ്ങി.

ആകാശം മുട്ടി, കാടുനിറഞ്ഞ്, അതിഭയങ്കരമായുള്ള ദംഷ്ട്രങ്ങളും, രക്തനിറമായി നിലത്തോളം മുട്ടുന്ന നാക്കും ഗുഹപോലെയുള്ള വായും തീപ്പൊരി ചിതറുന്ന വട്ടക്കണ്ണുകളും വൃക്ഷങ്ങളെപ്പോലെ നിവർന്നു നില്ക്കുന്ന തടിച്ചരോമങ്ങളും ഇങ്ങനെയുള്ള ആകൃതിയോടുകൂടിയ പഞ്ചവങ്കാട്ടിലെ യക്ഷിതന്നെ പട്ടരുടെ മുമ്പിലുണ്ട്. യക്ഷിയുടെ വായിലും മൂക്കിലും കണ്ണിലും നിന്നു തീയും പുകയും പിന്നെ അട്ടഹാസവും. പത്മനാഭ! പാവം പട്ടര്! തങ്കം, നീ എന്തിനു വിറയ്ക്കുന്നു? ഇത്ര പേടിയോ? പട്ടരെ യക്ഷി രണ്ടായി കീറി ചോരകുടിച്ചു ഭക്ഷണംകഴിച്ചെന്നു പറഞ്ഞാൽ കഥ തീർന്നല്ലോ. ആ കുട്ടി കള്ളിച്ചെടിയുടെ ഒരു കൊമ്പുകൊണ്ടു മായയാൽ നിർമ്മിക്കപ്പെട്ടതായിരുന്നു. കുട്ടിയെ സാക്ഷിയാക്കീട്ട് യക്ഷി പട്ടരുടെ പാതകത്തിനു മതിയായ ശിക്ഷ കൊടുത്തു. ഇങ്ങനെ അവരവർ ചെയ്യുന്ന കർമ്മങ്ങളുടെ ഫലം ഒരു കാലത്ത് അവരവർതന്നെ അനുഭവിക്കും. യക്ഷി അതിഭയങ്കരിയാണ്. അതുകൊണ്ട് ആ വഴിയിൽക്കൂടെ ഒന്നുരണ്ടുപേർ ഇന്നും തനിച്ചു പോകാറില്ല. ഇതാ, ഇങ്ങനെയുള്ള യക്ഷി കൊന്ന ആളെക്കുറിച്ചു രാപ്പകൽ ദുഃഖിച്ചിട്ടെന്തു ഫലം?"

ഇങ്ങനെ പഞ്ചവങ്കാട്ടു നീലിയുടെ കഥ അവസാനിപ്പിച്ചിട്ടു കാർത്ത്യായനിഅമ്മ മകളെ നോക്കി. പാറുക്കുട്ടി തന്റെ പ്രാണസമാനനായ യുവാവിന്റെ മരണവൃത്താന്തത്തെക്കുറിച്ചു വല്ലവരും പറയുമ്പോഴൊക്കെ വ്യസനിച്ചിരുന്നുവെങ്കിലും ഇത്ര അധൈര്യവും കഠിനമായ വ്യസനവും ഒരിക്കലും കാണിച്ചിരുന്നില്ല. ഈ ഭയങ്കരമായ കഥയിൽ പറയപ്പെട്ട ബ്രാഹ്മണനെ കൊന്ന ഘോരയക്ഷിയിൽനിന്നുതന്നെ അനന്തപത്മനാഭനു മരണം നേരിട്ടുവെന്നുള്ള മാതാവിന്റെ വാക്കുകൾ കേട്ടപ്പോൾ ദുസ്സഹമായ ശോകാധിക്യത്താൽ മുഖം സാമാന്യത്തിലധികം വിളറി ഭാവം മുഴുവനും വല്ലാതെ ഭേദിച്ചു. കാർത്ത്യായനിഅമ്മ സംഭ്രമത്തോടുകൂടി മകളെ ആശ്വസിപ്പിക്കുന്നതിന് ഒരുങ്ങുന്നതിനിടയിൽ, അറപ്പുരയിൽ ആരോ കടന്നുവരുന്നുവെന്നു തോന്നി തുറന്നുകിടന്ന വടക്കേ വാതിലിലോട്ടു നോക്കി. പാറുക്കുട്ടിയും അങ്ങോട്ടുതന്നെ നോക്കി. രണ്ടുപേരുടെയും മുമ്പിൽ ഒരു ബ്രാഹ്മണനാണ് അപ്പോൾ ആവിർഭവിച്ചത്. അറപ്പുരയിൽ അന്യപുരുഷന്മാർ കടക്കുക പതിവില്ലാതിരുന്നതുകൊണ്ടും രാത്രിയിൽ അസമയത്തു മുൻകൂട്ടി യാതൊരറിവും കൊടുക്കാതെ ഈ ബ്രാഹ്മണൻ പ്രവേശിച്ചതു കണ്ടും കാർത്ത്യായനി അമ്മ ഒന്ന് അന്ധാളിച്ചു. തന്റെ മനസ്സിൽ പഞ്ചവങ്കാട്ടിലെ ബ്രാഹ്മണന്റെ കഥ വ്യാപരിച്ചുകൊണ്ടിരിക്കയായിരുന്നതിനാൽ പെട്ടെന്നും നിയമവിരോധമായും പ്രവേശിച്ച ഈ ആളുടെയും അപ്പോൾ അവസാനിച്ച കഥയിലെ പുരുഷന്റെയും ജാതിസാമ്യത്തെക്കണ്ടു വല്ലാതെ ഭയപ്പെട്ട സാധുശീലയായ പാറുക്കുട്ടി ഝടിതിയിൽ തന്റെ അമ്മയുടെ പുറകിൽ മറഞ്ഞു.

# നാലാം അദ്ധ്യായം

*"ഉർവീസുരചാപലം പെരുതേ പാരിൽ സർവവിദിതം കേവലം."*

**ചെ**മ്പകശ്ശേരി അറപ്പുരയ്ക്കുള്ളിൽ നിശ്ശബ്ദമായി കടന്നുചെന്ന ബ്രാഹ്മണൻ പാറുക്കുട്ടിയുടേയും കാർത്ത്യായനിഅമ്മയുടേയും ഭാവഭേദങ്ങൾ കണ്ടു സ്വല്പം വല്ലാതെയായെങ്കിലും അബദ്ധനായെന്നുള്ള തന്റെ വിചാരത്തെ പുറത്തു പ്രദർശിപ്പിക്കാതെ അവരുമായി അനേകചതുർയുഗകാലത്തെ പരിചയമുള്ളതുപോലെ ഒന്നു ലളിതമായി പുഞ്ചിരിക്കൊണ്ടു. ഈ അഭിനയാനന്തരം "എന്ന കൊളന്തൈ, ഇത്രയും പറഞ്ഞപ്പോഴേക്കു വേറൊരു വിചാരം തോന്നി. താൻ ആരാണെന്നുള്ളതിനെക്കുറിച്ചു പീഠികയായി ഒരു പ്രസ്താവന ഇപ്രകാരം ആരംഭിച്ചു: "കൊച്ചമ്മക്കു നാൻ ആരെന്നു തെരിയാതാക്കും. കഴക്കൂട്ടത്തങ്കത്തെ അവാൾ മുതലാനവർക്ക് എന്നെ തെരിയും. പെരിയങ്കത്തെ ഇരുക്കെ. പെരിയതമ്പി അങ്കത്തെ. അവാളുടെ കുട്ടിപ്പട്ടർ ശൂന്തരത്തെത്തെരിയാവടിക്കിരിക്ക വഴിയില്ലിയെ."

സുന്ദരയ്യർ എന്നുപേരായ ആ ബ്രാഹ്മണൻ ചില അംഗവിക്ഷേപങ്ങളോടുകൂടി തന്റെ വാക്സാമർത്ഥ്യത്തെ പ്രകടിപ്പിച്ചുതുടങ്ങിയപ്പോൾ പാറുക്കുട്ടിയുടെ ഭയം മിക്കവാറും നീങ്ങി. എന്നാൽ മുൻകൂട്ടി അറിവുകൊടുക്കാതെയും അനുവാദമില്ലാതെയും അന്തഃപുരത്തിൽ ബ്രാഹ്മണൻ കടന്നുചെന്നതാകയാൽ, അദ്ദേഹത്തെക്കുറിച്ചു കാർത്ത്യായനിഅമ്മയ്ക്കും പുത്രിക്കും അത്ര ബഹുമതി തോന്നിയില്ല എങ്കിലും അദ്ദേഹത്തിന്റെ തോളിൽ അതിശുഭ്രവർണ്ണമായി കാണപ്പെട്ട 'ബ്രഹ്മസ്വ'ത്തെ ആദരിച്ച് ഇരിക്കണം എന്നു സല്ക്കരിച്ചിട്ട്, പാർവ്വതിഅമ്മ ഇരുന്നിരുന്ന മാന്തോലിനെത്തന്നെ അദ്ദേഹത്തിന് ഇരിക്കാനായി കാർത്ത്യായനിഅമ്മ നീക്കിയിട്ടു. ബ്രാഹ്മണന് നാല്പതോളം വയസ്സുകാണും. മുന്നോട്ട് ഒരു

വളവുള്ളത് ഇല്ലായിരുന്നുവെങ്കിൽ, കെട്ടി അഗ്രത്തിൽ ഒരു മുല്ലമാലയും ചൂടി വിരിച്ചു പൂർവ്വശിഖയാക്കി വച്ചിരിക്കുന്ന പിൻകുടുമ ചെമ്പകശ്ശേരി അറപ്പുരയിലെ തട്ടുതുലാങ്ങളെ തടവുമായിരുന്നു. ലലാടാസ്ഥി അകത്തോട്ടു വളഞ്ഞുള്ളതാകയാൽ ഫാലദേശം ഉണ്ടോ എന്നു സംശയിക്കത്തക്ക സ്ഥിതിയിൽ അതിസൂക്ഷ്മരേഖകളെന്നപോലെ കാണപ്പെടുന്ന പുരികങ്ങളും ക്ഷൗരകർമ്മത്താൽ ഏറ്റവും വെടിപ്പാക്കപ്പെട്ടിട്ടുള്ള കേശദേശവും സാധാരണയിലധികം സമീപസ്ഥരായിരിക്കുന്നു. കുങ്കുമം കൊണ്ടൊരു ഗോപിയും അതിന്മേൽ കറുത്ത കണ്ണാടി ശകലംപോലെ തെളിയുന്ന ഒരു ചാന്തുപൊട്ടും വാനരസൈന്യത്തെ നാണിപ്പിക്കുന്ന ആ മുഖത്തിന് അലങ്കാരമായി തൊട്ടിരുന്നു. കണ്ണുകളിൽ അഞ്ജനമണിഞ്ഞു തുടച്ചതുപോലെ അധികമായ നീലിമാവു കാണുന്നുണ്ടെങ്കിലും കൃഷ്ണമണികളുടെ സഹജമായ പ്രകാശം ആ നേത്രങ്ങളിൽനിന്നു വിദൂരമായിരിക്കുന്നു. കണ്ഠം മെലിഞ്ഞു നീണ്ടുള്ളതാണെങ്കിലും ആകപ്പാടെയുള്ള ആകൃതിക്ക് ഏറ്റവും അനുരൂപമായിട്ടുള്ളതാണ്. മാറത്ത് അഗാധമായ ഒരു കുഴിയുള്ളത് ഉദരത്തിനു വളരെ മുകളിൽ ചേർത്തു ധരിച്ചിരിക്കുന്ന കരയൻകവണികൊണ്ടു പാതിയും മറയ്ക്കപ്പെട്ടിരിക്കുന്നു. ഉദരത്തോടണച്ചുപിടിച്ചിരിക്കുന്ന ഇടതുകൈയിൽ മടക്കു നിവർക്കാതെ വിശേഷതരത്തിലുള്ള ഒരു തോർത്തുമുണ്ട് അലക്ഷ്യമായി ഇട്ടിരിക്കുന്നു. കർണ്ണങ്ങളിൽ ഓരോ മുല്ലപ്പൂ തിരുകി കുണ്ഡലമാക്കി ഇട്ടിരിക്കുന്നതും കടുകളവെന്ന് ഏകദേശം പറയാവുന്നതുമായ ഒരു വെള്ളിത്താക്കോൽ പൂണൂലിൽ ബന്ധിച്ചിരിക്കുന്നതു ബ്രാഹ്മണ്യത്തോടുകൂടി വിടത്വവും ആ ബ്രാഹ്മണങ്കൽ സമർപ്പിതമായിട്ടുണ്ടെന്നു പ്രത്യക്ഷപ്പെടുത്തുന്നു. “മുട്ടാളനായ കമലോത്ഭവനെന്റെ രൂപം-സൃഷ്ടിച്ച മണ്ണിലധികം മഷികൂട്ടി ദുഷ്ടൻ'' എന്ന് അതിസരസനായ ഒരു കവി എഴുതിയിട്ടുള്ളത് സുന്ദരയ്യന്റെ നിരന്തരമായ മനഃക്ലേശത്തെ അറിഞ്ഞല്ലയോ എന്നു സുന്ദരയ്യന്റേയും ആ കവികുലോത്തംസത്തിന്റേയും ജീവിതകാലങ്ങൾക്കു വ്യത്യാസമില്ലാതിരുന്നുവെങ്കിൽ വിചാരിക്കാമായിരുന്നു. പരദേശത്താണു ജനനമെങ്കിലും മലയാളദേശത്തെ ആചാരങ്ങളെ അദ്ദേഹം വളരെ പരിശ്രമിച്ചു വശമാക്കീട്ടുണ്ട്. എന്നാൽ സുന്ദരയ്യനെ ഈ ആചാരങ്ങളെ സംബന്ധിച്ചിടത്തോളമുള്ള വൈദുഷ്യമോ പുച്ഛമോ ഏറുന്നതെന്നു ഗ്രഹിക്കുന്നതിന് ഒരുവനു കഴിവുണ്ടായിട്ടില്ല. കേരളഭാഷാപരിജ്ഞാനവും തനിക്ക് അതിശയിക്കത്തക്കവിധത്തിൽ വശമായിട്ടുണ്ടെന്നു സുന്ദരയ്യനു നാട്യമുണ്ട്. അതിന്റെ വാസ്തവം കാകൻ ഹംസനട അഭ്യസിച്ചതിന്റെ പരിണാമംപോലെ കൈയ്ക്കലുണ്ടായിരുന്ന മാതൃഭാഷ ഭേദപ്പെട്ടു പ്രാകൃതമായ ഒരു മിശ്രഭാഷ കൈവശമായെന്നതേയുള്ളു. നന്ന് എന്നുള്ള പദത്തിലെ 'ന' എന്ന അക്ഷരത്തെ വഴിപോലെ ഉച്ചരിക്കുന്നതിനുള്ള സാമർത്ഥ്യംപോലും മലയാളഭാഷയിൽ അദ്ദേഹത്തിനു സമ്പാദിക്കാൻ കഴിഞ്ഞില്ല. അക്ഷരാഭ്യാസവും ഭാഷാപരിജ്ഞാനവും ഒക്കെ പുല്ലല്ലേ! ഭാഗ്യം ഒന്നുണ്ടായാൽ പിന്നെ വിധിയും മിണ്ടാതിരിക്കയല്ലേയുള്ളു! മഹാ

ഭാഗ്യവാനായ സുന്ദരയ്യനു യാതൊരു വിഷയത്തിലും പാണ്ഡിത്യമില്ലെന്നു പറയുന്നതു വ്യാജ മായിരിക്കും. എന്തെന്നാൽ സേവാക്രമങ്ങലിൽ അപാരമായ വൈദുഷ്യം അദ്ദേഹത്തിനുണ്ടായിരുന്നു. അതുമൂലം അദ്ദേഹം രാമവർമ്മമഹാരാജാവിന്റെ ആദ്യപുത്രനായ ശ്രീപത്മനാഭൻ തമ്പി അങ്ങുന്ന് അവർകളുടെ അസംഖ്യം സേവകജനങ്ങളിൽ മുമ്പനായി ഭവിച്ചു.

കാർത്ത്യായനിഅമ്മയുടെ ആദരപൂർവ്വമായ സൽക്കാരത്തെ കേട്ട് 'ഹ ഹ' എന്നുള്ള ശബ്ദത്താലും ശിരഃകമ്പനമന്ദസ്മിതാദികളാലും ക്ഷണസ്വീകാരത്തെ ആ സ്ത്രീയെ ധരിപ്പിച്ചിട്ട് സുന്ദരയ്യൻ മാന്തോൽ നീക്കി ഇട്ടുകൊള്ളാതെ പടിമേൽത്തന്നെ വടക്കരികിലായിട്ട് ആസനം ഉറപ്പിച്ചു. എന്നിട്ട് ഇടത്തെ കൈ മുറുക്കി മടക്കിവച്ച് മുഴങ്കാലുകളുടെ മദ്ധ്യേയായിട്ട് ഊന്നുകയും, തല ഒരുവശത്തോട്ടു ചരിച്ചിടുകയും പൃഷ്ഠത്തെ അല്പം ഉയർത്തുകയും ചെയ്തുകൊണ്ട് നാളികേരവൃക്ഷങ്ങൾ കാറ്റിൽ അലയുമ്പോലെ ചാഞ്ചാടിത്തുടങ്ങി. സംഭാഷണത്തിനു മുടക്കം വരുത്തുകയും ചെയ്തില്ല. "വലിയങ്കത്തെ രാമാനംകൊണ്ടു താൻ കിഴക്കേ പോകുന്നു". സ്ത്രീകൾക്കു മനസ്സിലാകുന്നതിനുവേണ്ടി തമിഴിനെ മുഴുവൻ ബ്രാഹ്മണൻ ഉപേക്ഷിച്ചിരിക്കുന്നു. വിശേഷിച്ചും സുന്ദരയ്യന്റെ നയനങ്ങൾ വളരെ വിഷമിച്ച് പാർവ്വതിഅമ്മയുടെ കേശാദിപാദ പരിശോധന തുടങ്ങിയിരിക്കുന്നു: "കാര്യത്തെ നാൻ ശൊല്ലവേണ്ടിയതില്ലല്ലോ. പെരിയവർ പടുത്തിരിക്കെ ഇളയവർക്ക് ഊർദ്ധംതാൻ. അടുത്ത മുറെ അകത്തേക്കുതാൻ. ന്യായവും രീതിയും ലോകം മുച്ചൂടും വഴക്കവും, അപ്പിടിത്താനെ. പ്രകൃതത്തുക്കും മറിച്ചു വരലാമാ? അവരൊ? കണ്ണുക്കുകാമൻ കൊടയിലെ കർണ്ണർ. വീര്യത്തിലെ ഇന്ദ്രജിത്ത്, നയത്തിലെ വിദുരർ. ധനത്തിലെ കുബേരൻ, കീർത്തിയിലെ പാർത്ഥർ എന്ന പ്രതാപം! അബ്ബാ!"

ഇങ്ങനെ സുന്ദരയ്യർ ചൊരിഞ്ഞുതുടങ്ങിയ വാഗ്വർഷംകൊണ്ട് കാർത്ത്യായനിഅമ്മ കുറച്ച് അസ്വസ്ഥയായി ചമഞ്ഞു. തന്റെ വാചാടോപത്തെ പ്രദർശിപ്പിക്കുന്നതിൽ സുന്ദരയ്യന് ഒരിക്കലും അലംഭാവം തോന്നീട്ടില്ല. കാലദോഷത്താൽ സുന്ദരയ്യന്റെ ശ്രോതാക്കളായി ചെന്നു വീഴുന്ന ജനങ്ങളുടെ രസനീരസങ്ങളെക്കുറിച്ച് ആലോചിക്കുന്നതിന് സുന്ദരയ്യന്റെ മനസ്സ് പഞ്ഞികൊണ്ടും വെണ്ണകൊണ്ടും ഉണ്ടാക്കപ്പെട്ടതുമല്ല. മറ്റുള്ളവരുടെ അസന്തോഷത്തെ ഗണ്യമാക്കുന്നതിന് സുന്ദരയ്യൻ ഭീരുവോ മറ്റോ ആണോ? എല്ലായിടത്തും ആലാപ്പറന്തുപൈത്യാ.... എന്നിങ്ങനെ ബ്രാഹ്മണൻ തന്റെ സംഭാഷണത്തെ തുടർന്നു. ഈ വാക്കുകൾ കേട്ട് കാർത്തായനിഅമ്മ ഒന്നു ഞെട്ടി. ഭയത്തോടു നാലുപാടും നോക്കീട്ട് ഉള്ളിലുണ്ടായ കോപത്തോടുകൂടി ഇങ്ങനെ പറഞ്ഞു: "അങ്ങ് ആരെക്കുറിച്ചാണു സംസാരിക്കുന്നതെന്നു മറന്നുപോയെന്നു തോന്നുന്നു. ആളും അവസ്ഥയും വിചാരിച്ചല്ലേ സംസാരിക്കേണ്ടത്?"

സുന്ദരയ്യൻ: (കാർത്ത്യായനിഅമ്മയെ ഇളക്കി ഒന്നു സംസാരിപ്പി

ക്കണമെന്നുള്ള തന്റെ ഉദ്ദേശ്യം സഫലമായതുകൊണ്ടുണ്ടായ സന്തോഷത്തോടുകൂടി) അവരവർതാൻ ഉള്ള അവസ്ഥയെ കെടുത്തു പോട്ടാലോ? ഉള്ളതേ ശൊല്ലറവൻപേരിലാണോ പഴി? 'നല്ല ന്യായം!' സ്ഥാനേ സ്ഥിതസ്യ പത്മസ്യഹ, മിത്രേ വരുണ ഭാസ്കരഹൗ; സ്ഥാനാത് ഭ്രഷ്ടസ്യ തസൈ്യവഹ, ശോഷകപ്ലോഷകാവപീഹി' എന്നാക്കുമേ വിദ്വാംസാൾ ചൊല്ലിയിരിക്കുന്നത്.

ശ്ലോകത്തിന്റെ അർത്ഥം കാർത്ത്യായനിഅമ്മയ്ക്കു തീരെ മനസ്സിലായില്ലെങ്കിലും സുന്ദരയ്യന്റെ മറുപടിയുടെ പൂർവ്വാർദ്ധത്തിന് ഉത്തരമായി ഇങ്ങനെ പറഞ്ഞു: "എന്തുകൊണ്ടാണ് അവസ്ഥയെ നശിപ്പിച്ചിരിക്കുന്നത്? വെറുതെ ആരെയും ദുഷിക്കരുത്. പിന്നെയും ഉണ്ടാകുന്ന ദോഷങ്ങളെക്കൂടി വിചാരിച്ചുവേണം ഓരോന്നു പറയേണ്ടത്."

സുന്ദരയ്യൻ: ദോഷം നോക്ക്! എനിക്ക് എന്താണു വരാൻപോകാനുള്ളത്? വിരുത്തിയെ എടുത്തുപ്പോടുവാരോ? പോച്ചൊല്ലണം കൊച്ചമ്മ കഴുവേത്തിടുമോ? നോക്കു ഭയപ്പെടറുതുക്ക് ആൺപിള്ള ശിങ്കങ്കൾ അങ്കെ വേറെ ഇരിക്ക്.

കാർത്ത്യായനിഅമ്മ: ഞങ്ങൾക്ക് അങ്ങനെയൊക്കെ വിചാരിക്കാനും ധൈര്യപ്പെടാനും പാടില്ല. അതുകൊണ്ട് ആ വർത്തമാനം നിറുത്തിക്കളയണം.

സുന്ദരയ്യൻ: സ്വകാര്യത്തിലെ ഓരോരുത്തർ എന്തെല്ലാം ശൊല്ലുന്നു! അതുക്കെല്ലാം നാക്കെ പിടുങ്കറുതുണ്ടോ?

കാർത്ത്യായനിഅമ്മ: അങ്ങുപോന്ന കാര്യമെന്താണ്? മറ്റേ സംഗതി വിട്ടുകളയണം. വഴിയേ പോകുന്ന അനർത്ഥം വലിയേ പിടിച്ചുതലയിൽ കേറ്റുന്നതെന്തിന്?

'ആശാനും അടവു പിണങ്ങും' എന്നൊരു പഴഞ്ചൊല്ലുണ്ടല്ലോ. അതിസമർത്ഥന്മാർക്കും ചിലപ്പോൾ അബദ്ധങ്ങൾ സംഭവിച്ചുപോകും. ആവിധത്തിൽ സുന്ദരയ്യനും അടവൊന്നു പിണങ്ങി എന്നുതന്നെ പറയേണ്ടിയിരിക്കുന്നു. കഴക്കൂട്ടത്തുപിള്ളയുടെ ഭാര്യക്ക് രാജദൂഷണം കർണ്ണപീയൂഷമായിരിക്കുമെന്നു വിചാരിച്ചു പ്രകടിപ്പിച്ച അഭിപ്രായങ്ങൾ കാർത്ത്യായനിഅമ്മയ്ക്കു സന്തോഷപ്രദമായിരുന്നില്ലെന്നു കണ്ടപ്പോൾ സംഭാഷണത്തെ അന്യമാർഗ്ഗത്തിൽ തിരിക്കുന്നതിനു സുന്ദരയ്യൻ തരം നോക്കിത്തുടങ്ങി. അപ്രകാരമുള്ള ആലോചനയുടെ മദ്ധ്യേയാണ് കാർത്ത്യായനിഅമ്മ മേൽപ്രകാരം പറഞ്ഞത്. ഇങ്ങനെ നല്ല അവസരം തന്റെ ഇച്ഛാനുകൂലമായി കിട്ടിയിതിനെ സുന്ദരയ്യൻ സന്തോഷപൂർവ്വം സ്വീകരിച്ചു.

സുന്ദരയ്യൻ: ശരിതന്നെ ആകുന്നു. ആമാം. ശരിതാൻ. നല്ല ബുദ്ധി. ശരിയാന അഭിപ്രായം. ചെമ്പകശ്ശേരിവീട്ടുകാർപേരിലെ പെരിയങ്കത്തേക്കുള്ള ഇത്, അവർ ചൊല്ലറതേ കേട്ടാൽതാൻ തെരിയും. ഹങ്ങിനെ അല്ലാമൽ വരവഴിയല്ലയേ, ഇന്ത വാക്ക്, ഇന്ത നിലൈ ഇതെല്ലാം അവർ അറിയാവടിക്കിരിക്കുമാ? (പാർവ്വതിഅമ്മ തന്റെ അമ്മയുടെ പുറകിൽനിന്ന് ദീപ

ത്തിന്റെ പ്രഭയില്ലാത്ത സ്ഥലത്തേക്കു മാറിനില്ക്കയാൽ) കുഴന്തപൊയി എന്താകുന്നു. ഏൻ ഇരുളിൽ മറവാനേ? (പാർവ്വതിഅമ്മയുടെ കേശ സമൃദ്ധിയെ ഉദ്ദേശിച്ച്) ഒരിരുൾ പോരാതെന്നോ?

കാർത്ത്യായനിഅമ്മ: അദ്ദേഹവും അവളുടെ അച്ഛനുമായി കുറച്ചു പരിചയമുണ്ടായിരുന്നു.

സുന്ദരയ്യൻ: കുറച്ചു പരിചയമോ? ആത്മസ്നേഹം! ഉശിരുക്കുശിർ നാൻ കണ്ണാലെ പാർത്തിട്ടുണ്ടല്ലോ. അന്ത പരിശയം വളരെപ്പോറതുണ്ടും കൊച്ചമ്മ, സാപ്പാടെല്ലാം ആഹലയൊ?

കാർത്ത്യായനിഅമ്മ: (എന്തോ ആലോചനയോടുകൂടി) "അദ്ദേഹം എന്തായായലും ശ്രീമാനാണല്ലൊ.

സുന്ദരയ്യൻ "അപാരശ്രീമാൻ! ശന്ദേഹമാ? അവർക്കൊന്നുതാൻ കുറെ അതുവും..." എന്നു പറഞ്ഞുകൊണ്ടു സുന്ദരയ്യൻ പാർവ്വതി അമ്മയെ ലക്ഷ്യമാക്കി ഒന്നു കടാക്ഷിച്ച് തന്റെ വാക്കിന്റെ സാരം മനസ്സി ലായോ എന്നു ചോദ്യം ചെയ്യുന്ന ഭാവത്തിൽ കാർത്ത്യായനിഅമ്മയുടെ മുഖത്തു ദൃഷ്ടി ഉറപ്പിച്ചു.

കാർത്ത്യായനിഅമ്മ: (ദീർഘമായ ആലോചനയിൽനിന്നു വിര മിച്ചിട്ട്) അദ്ദേഹത്തിന് എന്തു കുറവാണ്? പത്മനാഭൻ പ്രസാദിച്ചിരി ക്കുന്നല്ലോ?

സുന്ദരയ്യൻ: പത്മനാഭൻതാൻ യാവർക്കും തുണൈ. (പാർവ്വതി അമ്മയോട്) കുഴന്തയ്ക്ക് എന്നവോ പാരായണം ഇരിക്കുന്നപോലെ ഇരിക്കുന്നല്ലൊ. വേണ്ടതുതന്നെ ഹാകുന്നു. (കാർത്ത്യായനിഅമ്മയോട്) അണ്ണാവെക്കണ്ട് എന്നവോ ശൊല്ലറുതുക്കാക അങ്കത്തെതാൻ വരുവാർ പോലിരുക്ക്.

കാർത്ത്യാനിഅമ്മയുടെ മനസ്സ് ആ സ്ഥലത്തുനിന്നു പറന്നു പോയി രിക്കുന്നു. നിയമവിരുദ്ധമായ സുന്ദരയ്യന്റെ പ്രവേശനവും ക്രമമില്ലാതുള്ള ദൂഷണവചനങ്ങളും എല്ലാം ആ സ്ത്രീ മറന്ന് അദ്ദേഹം ആകപ്പാടെ നല്ല കൂട്ടത്തിലാണെന്നു വിചാരിച്ചുതുടങ്ങിയിരിക്കുന്നു. തന്റെ പുത്രിക്കുണ്ടാ യിരിക്കുന്ന വിരഹതാപോദ്ഭൂതമായ രോഗത്തിന് ഒരു സിദ്ധൗഷധം കിട്ടി യതുപോലെ സന്തോഷംകൊണ്ടു കാർത്ത്യയനിഅമ്മയുടെ മുഖകമലം വികസിക്കുന്നു. അഭീഷ്ടസിദ്ധിക്കുള്ള മാർഗ്ഗാന്വേഷണങ്ങളിൽ അവസ്ഥ മുതലായ ശബ്ദമാത്രങ്ങളേയും ഗണ്യമാക്കുന്നതു നിസ്സാരന്മാരുടെ ലക്ഷ ണമെന്നാണല്ലോ, അമാനുഷരെന്നു നടിക്കുന്ന ചില ആധുനികപണ്ഡിത കേസരികൾ അല്പസുഖാഗ്രഹികളായിട്ട് മാനാഭിമാനങ്ങളെയും പൗരുഷത്തെയും തിരസ്കരിച്ചു നിന്ദാവഹമായ ഓരോ കൃത്യങ്ങളെ ആചരിച്ചുവരുന്നതുകൊണ്ടു ദൃഷ്ടാന്തപ്പെടുന്നത്. ഈ സ്ഥിതിക്ക് അറിവു തുലോം കുറഞ്ഞ് അബലാവർഗ്ഗത്തിൽ ചേർന്നുള്ള ഒരാൾ ഭൂതസംഗ തികളെയും തന്റെ നിയമം, സ്ഥിതി ഇത്യാദികളെയും മറന്ന്, ഒട്ടുകഴിഞ്ഞു എന്നു വന്നാൽ വായനക്കാർ ആശ്ചര്യപ്പെടേണ്ടതില്ലല്ലോ. ആഗ്രഹ

ങ്ങളോ, സകലജീവലോകത്തിനും സഹജമായിട്ടുള്ളതാണല്ലോ. വിശേഷിച്ചും സ്ത്രീക്ക്. അതിലും യൗവനാരൂഢയും അപരിഗൃഹീതയുമായുള്ള ഒരു പുത്രിയോടുകൂടിയ മാതാവിന്റെ മോഹങ്ങൾ ബ്രഹ്മാണ്ഡകടാഹത്തെത്തന്നെയും ഭേദിച്ചു തിരിച്ചു എന്നു വന്നേക്കാം. അഷ്ടദിക്കുകളിലും പുത്രിക്കു സ്വഗുണാനുരൂപനായ രമണനെ ആരാഞ്ഞു വലയുന്ന ഒരു മാതാവിന്റെ മാനസനേത്രങ്ങൾക്ക് സുന്ദരനും ധനികനും പ്രബലനും കുലീനനുമായ ഒരു യുവാവ് ഗോചരനായാൽ തന്നെത്താൻ മറന്നുപോകുന്നത് അസംഭവ്യമാണോ? മേൽപ്പറഞ്ഞ ഗുണങ്ങളിൽ ധനം ഒന്നുമാത്രം ഉണ്ടായിരുന്നാൽത്തന്നെ സകലലക്ഷണങ്ങളും തികഞ്ഞതായി വിചാരിച്ച് മാനവും മര്യാദയും പണയത്തിലാക്കുന്നവർ ലക്ഷം ഉണ്ടല്ലോ. 'ദ്രവ്യം ദൈവം' എന്നാണല്ലോ കലിയുഗവേദജ്ഞന്മാരുടെ മതമായിരിക്കുന്നതും അതിനാൽ ദ്രവ്യത്തിനു പുറമേ സൗന്ദര്യാദിലക്ഷണങ്ങൾകൂടി ഒരു യുവാവിൽ തികഞ്ഞു കാണപ്പെടുന്നുവെങ്കിൽ അയാളെക്കുറിച്ചു സാമാന്യം അധികമായ ആഗ്രഹം സ്ത്രീകൾക്കുണ്ടാകുന്നത് ലോകനീതിയാണ്.

കാർത്ത്യാനിഅമ്മയെ ആകർഷിച്ചിരുന്ന അന്തർഗ്ഗതങ്ങൾ എന്താണെന്ന് അന്യസഹായംകൂടാതെ വായനക്കാർക്ക് ഊഹിക്കാവുന്നതാണ്. വലിയതമ്പിക്ക് ചെമ്പകശ്ശേരിവീട്ടുകാരോടുള്ള പ്രതിപത്തിയെക്കുറിച്ചു സുന്ദരയ്യൻ പറഞ്ഞതു കേട്ടപ്പോൾ ആ സ്നേഹത്തെ ഒരു ബന്ധത്താൽ ഉറപ്പിച്ചെങ്കിൽ നന്നെന്ന് ആ സ്ത്രീക്കു തോന്നി. നാടുവാഴുന്ന മഹാരാജാവിന്റെ പുത്രൻ തന്റെ പുത്രിയുടെ ഭർത്താവായാൽ ചെമ്പകശ്ശേരി തറവാട്ടിന് "ആചന്ദ്രതാരമേ സന്തതിപ്രവേശമേ" സായൂജ്യമാണല്ലോ "സാക്ഷാൽ ശ്രീപത്മനാഭൻതമ്പിഅങ്ങത്തെ കൊച്ചമ്മ" എന്നിങ്ങനെ നാടടക്കമുള്ള ജനങ്ങൾ തന്റെ പുത്രിയെക്കുറിച്ചു ഘോഷിക്കും എന്നുള്ള ഫലം കൂടാതെ ആപാദചൂഡം ആഭരണങ്ങളും അറ നിറയെ നെല്ലും പണവും ആകാശത്തോളം സ്ഥാനമാനങ്ങളും ഉണ്ടാകാനുള്ള തക്കം കിട്ടിയിരിക്കുന്നതു കൈവിടുന്നത് ഭോഷത്വത്തിലും വലുതായ ഭോഷത്വമായിരിക്കും. എന്നുതന്നെയല്ല, തന്റെ പുത്രിക്കുണ്ടായിരിക്കുന്ന പരിതാപവും ശമിക്കുമല്ലോ. സുന്ദരയ്യൻ അഭിപ്രായപ്പെട്ടതുപോലെ പത്മനാഭൻ തന്നെ പ്രസാദിക്കണം. ലക്ഷ്മീവല്ലഭനായ ശ്രീപത്മനാഭസ്വാമിയോ പാർവ്വതീവല്ലഭനാകാൻപോകുന്ന ശ്രീപത്മനാഭൻതമ്പി അങ്ങുന്നോ പ്രസാദിക്കേണ്ടതെന്ന് അറിവാൻ പ്രയാസം. ആ-വൂ! വലിയൊരു സമുദ്രത്തിന്റെ മറുകര കാണാറായിരിക്കുന്നു. അതിനാൽ അമരക്കാരനായ സുന്ദരയ്യനെ കുറച്ചുകൂടി ബഹുമാനിക്കയല്ലേ വേണ്ടത്!

ഇപ്രകാരമുള്ള വിചാരങ്ങളിലാണ് കാർത്ത്യാനിഅമ്മയുടെ മനസ്സു വ്യാപരിച്ചുകൊണ്ടിരുന്നത്. ഒടുവിലത്തെ ആലോചനയിൽ എത്തിയപ്പോൾ കനിവോടുകൂടി സുന്ദരയ്യനോട് ആ സ്ത്രീ ഇപ്രകാരം പറഞ്ഞു: "ഹേ, എന്തു മാതിരിയാണിത്? ബ്രാഹ്മണരുടെ ആസനം നിലത്തു

തൊട്ടാൽ അവിടം മുടിഞ്ഞുപോകുമെന്നാണല്ലോ പറഞ്ഞുവരുന്നത്. തോൽ നീക്കി ഇട്ടിരിക്കണം. ഇതേ തോലിലിരിക്കണം."

എന്നേ മഹാഭാഗ്യമേ! വിവാഹദൗത്യം അനവധി സുഖങ്ങളെ പ്രദാനം ചെയ്യുന്ന ഒരു വ്യാപാരമാണല്ലോ. രാവും പകലും മുഷിഞ്ഞ് യജമാനന്മാരുടെ മുമ്പിൽ സേവതുള്ളുന്നതിനു കൊതിക്കുന്നതിനേക്കാൾ ജനങ്ങൾ സുന്ദരയ്യനെ പിന്തുടർന്നാൽ നാം കാണുന്നതിൽ എത്ര കലഹങ്ങൾ ഇല്ലാതാകും. എന്തു സുഖങ്ങൾ അനുഭവിക്കാം. ഈ ഭൂലോകത്തിന്റെ സ്ഥിതിതന്നെ ആകപ്പാടെ ഒന്നുമാറി നാകലോകതുല്യമായി ഭവിക്കയില്ലയോ എന്നു സംശയമുണ്ട്. അത് എങ്ങനെയും ആകട്ടെ. കാർത്ത്യായനിഅമ്മയുടെ നൂതനസൽക്കാരങ്ങൾ കേട്ടപ്പോൾ തന്റെ ആഗമനോദ്ദേശ്യം സഫലം എന്നു നിശ്ചയിച്ച് "ജയ ജയ കൈലാസോദ്ധാരകാരിൻ!' എന്നുള്ള നാരദഗീതത്തെ കേട്ട രാവണനെപ്പോലെ സുന്ദരയ്യൻ താൻ അറിയാതൊന്നു ഞെളിഞ്ഞ് ഗംഭീരവദനത്തോടുകൂടി ഇരിപ്പായി. "വേണ്ടാം. എങ്കെ ഇരുന്താലെന്ന? കുഴന്ത ഇപ്പോതും വല്ലാതെ നിക്കറത് എന്ന കാരണത്താലോ?" എന്നിങ്ങനെ പറകയും ചെയ്തു.

കാർത്ത്യായനിഅമ്മ: തങ്കമോ? അവൾക്ക് കുറേനാളായി ഒരു വിഷാദം വന്നുകൂടിയിരിക്കുന്നു.

തന്റെ വ്യസനത്തിന്റെ ഹേതുവേയും സുന്ദരയ്യനെ തെരിയപ്പെടുത്തിയേക്കും എന്നുള്ള ഭയത്തോടുകൂടി പാറുക്കുട്ടി ഈ വാക്കുകൾ കേട്ട ഉടനെ ധൃതിയിൽ കാർത്ത്യായനിഅമ്മയുടെ സമീപത്തോട്ട് അണഞ്ഞു. പാറുക്കുട്ടി തന്റെ ശരീരത്തോടണഞ്ഞത് സ്പർശനത്താൽ അറിഞ്ഞ കാർത്ത്യായനിഅമ്മ തിരിഞ്ഞ് മുഖം ഉയർത്തി പുത്രിയുടെ മുഖത്തു നോക്കി. അപ്പോൾ ആ മുഖത്തു തങ്ങളിൽ ഇടഞ്ഞു കളിയാടിക്കൊണ്ടിരുന്ന ഹാസ്യകോപരസങ്ങൾ കണ്ടിട്ട് കാർത്ത്യാനിഅമ്മ എഴുന്നേറ്റ്, "സുന്ദരയ്യൻ മുറുക്കീല്ലല്ലോ, അപ്പുറത്തുപോയി മുറുക്കാം, വരണം. നൊയമ്പുകാരി ഉറക്കംകൊണ്ട് കുപിത ആയിരിക്കുന്നു'' എന്നു പറഞ്ഞുകൊണ്ട് വടക്കേക്കെട്ടിലേക്കു യാത്രയായി. ''പടുത്തുക്കോ അമ്മാ, പടുത്തുക്കോ. ഇതെന്നേക്കും ഉതഹാത്" എന്നു പാറുക്കുട്ടിയെ ശാസിച്ചുകൊണ്ട് സുന്ദരയ്യൻ എഴുന്നേറ്റ് കാർത്ത്യായനിഅമ്മയ്ക്ക് വഴികൊടുത്ത് മാറിനിന്നു. മുമ്പിൽ കാർത്ത്യായനിഅമ്മയും പുറകെ സുന്ദരയ്യനും ആയി വടക്കേക്കെട്ടിലേക്കു പോകുന്നതിനിടയിൽ തന്റെ സ്വഭാവചാപല്യാതി ക്രമത്താൽ ബ്രാഹ്മണൻ പിന്തിരിഞ്ഞ് താൻതന്നെ വലിയതമ്പി എന്നുള്ള നാട്യത്തിൽ 'കൺമുനയെത്തന്നെ കാമലേഖനമാക്കി' അയയ്ക്കുന്നതായിട്ട് പാർവ്വതിഅമ്മയെ ഒന്നു കടാക്ഷിച്ചു. ആ സമയത്ത് കിഴക്കുവശത്ത് ആരോ കയർക്കുന്ന ശബ്ദം കേട്ടുതുടങ്ങി. "കുടികിടക്കാൻ പാടുണ്ടോ? ചുത്ത മറവൻ! അടിച്ചു കുറുക്കിനെ ഞെരിച്ചൂടണം. കപ്പാൻ മടിക്കുമോ? ആളും തരവും ഇല്ലല്ലോ." എന്നിങ്ങനെ ചില വാക്കുകൾ ഉച്ചത്തിൽ പുറപ്പെടുന്നതു കേട്ടപ്പോൾ സുന്ദരയ്യന്റെ ശൃംഗാരരസം പകർന്ന് കൈകാൽ വിറച്ച് മുഖം വിളറി കണ്ണുകൾ തുറിച്ച്

അയാൾ അങ്ങും ഇങ്ങും നോക്കിത്തുടങ്ങി. സുന്ദരയ്യന്റെ ശൃംഗാരചേഷ്ട കളെക്കുറിച്ചു കേവലം ഒരു വിടന്റെ അർത്ഥമാക്കാനില്ലാത്ത ഗോഷ്ടിക ളെന്നു പാറുക്കുട്ടി വിചാരിച്ചു എങ്കിലും, പിന്നീടുണ്ടായ ഭാവഭേദങ്ങൾ കണ്ട് സ്വല്പനേരം സ്തബ്ധയായി നിന്നു. എന്നാൽ ക്ഷണനേരംകൊണ്ട് സുന്ദരയ്യൻ ധൈര്യം അവലംബിച്ച് ഇടതുകൈയിൽ ഇട്ടിരുന്ന വസ്ത്ര ത്തെ സൂക്ഷിച്ചു സ്വസ്ഥാനത്താക്കീട്ട് കാർത്ത്യായനിഅമ്മയോടുകൂടി എത്തുന്നതിനായി വേഗത്തിൽ വടക്കേക്കെട്ടിലേക്കു കടന്നുപോയി. എന്തുകഥയാണ് ഇക്കണ്ടതെല്ലാം എന്നുള്ള വിചാരത്തിൽ മഗ്നയായി പാറുക്കുട്ടി അറപ്പുരയ്ക്കകത്തുതന്നെ ഇരുന്നു. സുന്ദരയ്യൻ പുറത്തിറങ്ങി അല്പനേരം ആയപ്പോൾ "നാരായണ നാരായണ" എന്നു കോപത്തോടു കൂടി ജപിച്ചുകൊണ്ട് എഴുപതിൽപ്പരം വയസ്സായ ഒരു വൃദ്ധൻ പാറു ക്കുട്ടിയുടെ മുമ്പിൽ എത്തി, കോപഭാവത്തെ ത്യജിക്കാതെ, അതിപുത്ര നായ കോപമൂർത്തിയെപ്പോലെ ജ്വലിച്ചുകൊണ്ട് ഇങ്ങനെ ചോദ്യം തുടങ്ങി: "എന്തൊരു മാതിരിയാണു പിള്ളേ? വല്ല കോമട്ടിയേയും കണ്ടാൽ അങ്ങു മറിഞ്ഞുവീഴുന്നൂടണതോ? ഇത്ര നെഞ്ചുറപ്പില്ലിയോ? അതേതു പട്ടരാണ് അങ്ങനെ വന്നു കേറൂട്ടത്? ഇത്ര ഇരട്ടക്കരളുള്ളവൻ ആര്? ഈ അറപ്പുരയ്ക്കകത്ത്, ഈ ചെമ്പകശ്ശേരി അറപ്പുരയ്ക്കകത്ത്, രാത്രി യെങ്കിലും, പകലെങ്കിലും അങ്ങനെ ഒരുത്തൻ കാലെടുത്തുവയ്ക്കുമോ? അവന്റെ തലമണ്ടയെ നെരിച്ചുവിടണ്ടയോ? എന്നിത്രയും പറഞ്ഞുകൊണ്ട് ആ വയസ്സൻ തന്റെ വാക്കിനു ചേർച്ചയായി കൈയിലിരുന്ന വടിയെ ഒന്ന് ഓങ്ങിയപ്പോൾ അത് ഊക്കോടുകൂടി തട്ടിൽ തട്ടുകയും ഉടൻതന്നെ "നാരായണ നാരായണ" എന്നുള്ള ശബ്ദത്തോടുകൂടി അതിനെ സ്വസ്ഥാ നത്തിൽ വയ്ക്കുകയും ചെയ്തു. ഈ വൃദ്ധൻ ചെമ്പകശ്ശേരിവീട്ടിൽ ആയുധപ്പുര സൂക്ഷിപ്പുകാരനായിരുന്ന വിദ്വാൻ കുറുപ്പിന് ആ ഭവനത്തി ലുണ്ടായിരുന്ന ഒരു ഭൃത്യസ്ത്രീയിൽ ജാതനായ പുത്രനാണ്. ഈയാൾ ചെറുപ്പമായിരുന്നപ്പോൾ ആയുധാഭ്യാസത്തിൽ അതിനിപുണനായിരുന്നു. ചെമ്പകശ്ശേരിവീട്ടിൽത്തന്നെ ഒരു കളരിയിട്ട് അവിടത്തെ മൂത്തപിള്ള യേയും തിരുമുഖത്തു വീട്ടുകാരേയും മറ്റു പലരേയും വാൾ, പരിച, ഈട്ടി, കുന്തം, വില്ല്, അമ്പ് മുതലായ ആയുധങ്ങൾകൊണ്ടുള്ള പ്രയോഗങ്ങളെ വളരെ സമർത്ഥതയോടുകൂടി ഗുരുസ്ഥാനം വഹിച്ച് അഭ്യസിപ്പിച്ചതിനാൽ 'ആശാൻ' എന്നു പേർ സമ്പാദിച്ചു. ചെറുപ്പകാലത്തെ പ്രതാപം ഹേതു വാൽ ഇപ്പോഴും ശങ്കുആശാനോട് എതിർപ്പാൻ ആരുംതന്നെ തുനിഞ്ഞു ചെല്ലുകയില്ല. ആ ചെമ്പകശ്ശേരിഗൃഹം തന്റെ സ്വന്തമെന്നാണ് ആശാന്റെ വിചാരം. വാർദ്ധക്യംകൊണ്ട് അതികോപിഷ്ഠനായി ചമഞ്ഞിരിക്കു ന്നതിനാൽ വൃദ്ധൻ ചെമ്പകശ്ശേരി മൂത്തപിള്ളയെപ്പോലും ചിലപ്പോൾ കഠിനമായി ശാസിക്കും. പാറുക്കുട്ടിയോട് ആശാനുള്ള വാത്സല്യത്തിന് അതിരില്ല. പാറുക്കുട്ടി ചിരിച്ചു എങ്കിൽ വൃദ്ധനും ചിരിക്കും; കരഞ്ഞു എങ്കിലും വൃദ്ധനും വഴിയെ. ഇത്രയൊക്കെ പാറുക്കുട്ടിയെക്കുറിച്ച് ആശാനു സ്നേഹമാണെങ്കിലും ആശാന്റെ അഭിപ്രായങ്ങൾക്കു

പ്രതികൂലമായി ഒന്നു പറയുന്നതായാൽ പാറുക്കുട്ടിയോടും ആശാൻ കയർക്കും. എന്നാൽ ആശാന്റെ കോപം എത്ര വലുതായിരുന്നാലും പാറുക്കുട്ടിയുടെ വാക്കു കേട്ടാൽ ശാന്തപ്പെടുക പതിവായിരുന്നു. വാല്യക്കാർ മുതലായവർക്കു ചിലപ്പോൾ ആശാന്റെ നെടുവടിയുടെ രുചി അനുഭവിക്കുന്നതിനു സംഗതി ആകാറുണ്ട്. ആശാൻ സാധാരണ കൊണ്ടു നടന്നുവരുന്നത് ഇളയതമ്പുരാൻ തിരുമനസ്സിനാൽ നല്കപ്പെട്ട സ്വർണ്ണക്കെട്ടുകളോടുകൂടിയ ഒരു വടിയാണ്. ആശാന്റെ വടികൊണ്ടു പ്രഹരം കിട്ടുന്നത് എളുപ്പത്തിൽ കഴിയുന്ന ഒരു കാര്യമാണ്. "എത്ര വയസ്സായി അമ്മാവാ? എന്നുള്ള ചോദ്യത്തിന് സാധാരണ ഉത്തരം പ്രഹരമാണ്. തലയിൽ കുടുമയുടെ സ്ഥാനത്ത് മൂന്നോ നാലോ രോമം ഒരു വിരൽ നീളത്തിൽ പുറകോട്ടു വളഞ്ഞുനില്ക്കുന്നത് ഒഴികെ ശേഷം രോമങ്ങൾ മിന്നുന്ന കഷണ്ടിയുടെ ആക്രമംകൊണ്ടു നാസ്തിയായിരിക്കുന്നു. കാഴ്ച അഞ്ചെട്ടു വർഷങ്ങൾക്കു മുമ്പു കുറഞ്ഞിരുന്നു എങ്കിലും ഇപ്പോൾ നേത്രങ്ങൾക്ക് ഒരു ദോഷവും ഇല്ല. പ്രായത്തിന് ഒരു ക്ഷീണം ആശാന്റെ ദേഹത്തെ ബാധിച്ചിട്ടില്ല. ആരെയും അസഭ്യവാക്കുകൾകൊണ്ട് മർമ്മഭേദനം ചെയ്യുന്നതിന് ആശാനും തരിമ്പും കൂസലില്ല. ചെമ്പകശ്ശേരി തറവാട്ടുകാര്യന്വേഷണങ്ങൾ മിക്കവാറും ആശാൻ തന്നെയാണ്. മൂത്തപിള്ള കാരണവനെന്ന നാമം മാത്രമേ വഹിക്കുന്നുള്ളു.

ആശാന്റെ കോപത്തെക്കണ്ട് പാറുക്കുട്ടി ഒരു അമർത്തിയ പുഞ്ചിരിയോടുകൂടി മിണ്ടാതെ ഇരിക്കയായിരുന്നു. തന്റെ ചോദ്യങ്ങൾക്ക് ഉത്തരമൊന്നും കാണാത്തതിനാൽ വൃദ്ധൻ വീണ്ടും കോപത്തോടുകൂടി, "എന്ത്, ഉർറക്കവും കിർറക്കവും ഒന്നുമില്ലയോ? ഇതൊന്നും കൊള്ളൂല്ല. വല്ലതുമൊക്കെ വലിച്ചുവയ്ക്കും," എന്നു പാറുക്കുട്ടിയുടെ മുഖത്തുനോക്കി പറഞ്ഞു. വൃദ്ധന്റെ രൗദ്രഭാവങ്ങൾക്കും കോപവചനങ്ങൾക്കും നേരെ വിപരീതമാംവണ്ണം പാറുക്കുട്ടി വളരെ ശാന്തതയോടും വാത്സല്യത്തോടും ഒരു ചെറിയ മന്ദഹാസത്തോടും രാത്രിയുടെ നിശ്ശബ്ദാവസ്ഥയിൽ അവർണ്ണനീയ രസപ്രദമായ സ്വരത്തിൽ ഇപ്രകാരം പറഞ്ഞു: "എന്നോടെന്തിനാണ് ഈ കോപം ഒക്കെ ആശാനെ? ഞാൻ ഒന്നും ചെയ്തില്ലല്ലോ. ആശാനു ദേഷ്യത്തിന് എപ്പോഴെങ്കിലും ഒരു കാരണം ഞാൻ ഉണ്ടാക്കിയിട്ടുണ്ടോ? ഇത്ര ഒക്കെ ദേഷ്യപ്പെടാൻ ഇവിടെ എന്തുണ്ടായി?"

ശങ്കുആശാൻ: അമ്മേടെ അടുത്ത് ആരാണ് കുശുകുശാന്നു ചെവികടിക്കണത്?

പാറുക്കുട്ടി: സുന്ദരയ്യനെ അറിയാത്തവരാരുമില്ലെന്ന് അദ്ദേഹം തന്നെ അല്പം മുമ്പേ പറകയുണ്ടായി. ആശാൻ അറികയില്ലെന്നു വരുമോ? എന്നാൽ അദ്ദേഹത്തിനെ അറിയാത്തതിൽ ഒരാളുണ്ടെന്ന് ആശാൻ ഒന്ന് അങ്ങോട്ടു ചെന്നു പറയണം. വലിയതമ്പി അദ്ദേഹത്തിന്റെ കെട്ടുപൂട്ടുകാരനാണത്രെ.

ആശാൻ: ശെന്നേ നാരായണ! ശെന്നേ നാരായണ! വലിയതമ്പി അങ്ങത്തെ കുതിരകേറണവനോ? ഞാൻ അറിയൂല്ലയോ പിന്നെ?

ആഭ്ഭാതക്കൂട്ടം! ഇയിത്തങ്ങളെ ഇതിനകത്തു കാലെടുത്തു ചവുട്ടാൻ തമ്മസിച്ചൂടാ. എവൻ പട്ടരോ? അവന്റെ പൂണൂലിനെ പിടുങ്ങി വല കെട്ടണം. എവനോ, എവനെ ഞാൻ അറിയൂല്ലയോ? ആ കരിങ്കള്ളൻ. തലയിലിടിവീഴണ കറുത്തവാവിനു പിറന്ന ചുടലമാടൻ. പല്ലൻകുറുപ്പ്-എന്തൊരു കറുപ്പ്? കുന്തക്കുറുപ്പ്പോ, അല്ലാ വേലുക്കുറുപ്പ്, അവന്റെ തന്ത്യാനാണ്. ഓ! മറ്റവന്റെ പേരു പറഞ്ഞപ്പം ഒരു പിള്ള മിഞ്ഞി കറുപ്പിച്ചല്ലോ. ഏഹേ! അവന്റെ കാര്യം കമാന്ന് ഞാൻ മൂളീല്ല. കരയീം വിളിക്കീം വേണ്ട!

പാറുക്കുട്ടി: മുഖം കറുത്തുവെന്ന് ആശാൻ നിശ്ചയിച്ചുകൊള്ളുന്നതുതന്നെ. ആശാന്റെ വാക്കു കേട്ടാൽ എനിക്കു വേലുക്കുറുപ്പിനെ വലിയ പേടിയാണെന്നു തോന്നും.

ആശാൻ: ആ കരിക്കട്ടപ്പൂതത്തിനെ എല്ലാവർക്കും പേടിതന്നെ. അവന്റെ പല്ലും ചിറിയും കണ്ണും എല്ലാംകൂടി കണ്ടാൽ മൊകത്തു കാർക്കിച്ചുതുപ്പാൻ തോന്നും. അവൻ ചത്തല്ലാതെ പൂമിക്കു പാരം തീരൂല്ല. ചവത്തിന്റെ പുറകേ എത്ര നാളുനടന്നു! നാ ചന്തയിൽ പോയതു പോലെ അലഞ്ഞില്യോ? വെറുതേ നട്ടന്തിരിഞ്ഞിട്ടും ഒരു തീപ്പുമുണ്ടായില്ല. എന്തൊരു കട്ഠം? ചോതിഷം തെറ്റുമോ? പതിനേഴു വയത്തില് ഒരു കെരവപ്പുഴ ഒണ്ടെന്ന് അച്ചരൻ അല്ലയോ എഴുതിയത്? ഏതെല്ലാം ആയാന്മാരെ കാണിച്ചു പിന്നെ? തല കീഴുമേലാ മറഞ്ഞിട്ടും ഒരു ചുഴിപ്പു മാറ്റി ആരെങ്കിലും എഴുതിയോ? അച്ഛനെ പിള്ള കണ്ടിട്ടില്ലല്ലോ? അല്ലേ! കരയാനോ പാവിക്കണത്? ചുമ്മാ അല്ലേ ചിണുങ്ങിഅമ്മ എന്ന് എല്ലാവരും പറയണത് ഇതുമാത്രം എക്കു കണ്ടൂടാ. തങ്കം കരഞ്ഞിട്ടു കാര്യം വല്ലതുമുണ്ടോ? പെയ്യത് പെയ്യൂ ഏ..... അല്ലേ, ഒരു പൊറുതി വേണ്ടയോ? എന്നും കൊച്ചോ? കൊള്ളാം!

പാറുക്കുട്ടി: അമ്മ പറയുന്നതുപോലെ ഒക്കെ ആശാനും പറയുന്നതിനു തയ്യാറുണ്ട്. രണ്ടുപേർക്കും ദയകൂടാതെ സംസാരിക്കുന്നതിൽ ഒരു മടിയും ഇല്ല. ആശാനെ, എന്നെങ്കിലും ഒരു തീർച്ചയായ അറിവു കിട്ടുന്നതു വരെ ഒരു വിധത്തിലും എന്റെ മനസ്സിനു സമാധാനം ഉണ്ടാകുന്നതല്ല. ദോഷമായ അറിവാണു കിട്ടുന്നതെങ്കിൽ ഈശ്വരകല്പിതമെന്നു വിചാരിച്ചുകൊള്ളാം.

ആശാൻ: ഇനി എന്തൊരു തീർച്ചയാണു വരാനൊള്ളത്? ചീവനോടിരിക്കണെങ്കിൽ ഇങ്ങു വന്നു കാണാതെ ഇരിക്കുമോ?

പാറുക്കുട്ടി: അതില്ല എങ്കിലും ദിവസേന എന്റെ മനസ്സിൽ മരിച്ചിട്ടില്ല എന്നൊരു വിശ്വാസം ക്രമേണ ഉറച്ചുവരുന്നു. അത് അമ്മ പറയുംവണ്ണം അങ്ങനെ സംഭവിക്കണമെന്നുള്ള എന്റെ വിചാരംകൊണ്ട് ഉണ്ടാകുന്നതായിരിക്കാം. എന്നാൽ ചിലസമയങ്ങളിൽ എന്റെ മനസ്സ് ചെമ്പകം അക്കന്റെ അഭിപ്രായത്തോടുയോജിച്ചു പോകുന്നു.

ആശാൻ: ചെമ്പകം അക്കൻ! പ്രാന്തിയേ പ്രാന്തി, ശുദ്ധ പ്രാന്തി, പേറ്റം പിടിച്ച പയൂ! ആ ആട്ടക്കാറീടെ വാക്കിനെയാണോ ചെരിവച്ചു കൊണ്ടിരിക്കണത്! അയ്യേ! ഇളിച്ചുപോയി. വേറെ പേരു കേക്കട്ടെ.

പാറുക്കുട്ടി: അത്ര വളരെ പുച്ഛരിക്കേണ്ട ആശാനെ. ചെമ്പകം അക്കനെ നല്ലവണ്ണം അറിയാതെ എല്ലാവരും വെറുതെ ദുഷിക്കയാണ്. ഏതെങ്കിലും ഒരു സംഗതി കേട്ടാൽ അതിന്റെ സൂക്ഷ്മസ്ഥിതി എങ്ങനെ എന്ന് ആലോചിക്കുന്നതിനുള്ള ബുദ്ധിസാമർത്ഥ്യം ആ അക്കനു തുല്യം വേറെ ആർക്കുമില്ല. വേലുക്കുറുപ്പിന്റെ കഥ കളവാണെന്നും അതിന്റെ വാസ്തവം വെളിപ്പെടുത്തിത്തരാമെന്നും ആ അക്കൻ വാഗ്ദാനം ചെയ്തിട്ടുണ്ട്. പക്ഷേ, അഞ്ചാറുമാസമായി കാണാറില്ല.

ആശാൻ: തുർപ്പുത്തി! തുർപ്പുത്തി! കലിയുഗം മുറ്റി അല്ലയോ വരണത്! പെണ്ണുങ്ങളൊക്കെ കേറി നൂന്നുപോയി. പിള്ളരൊക്കെ അപ്പൂപ്പമ്മാരും അമ്മൂമ്മമാരും ചമയണൂന്നേ! അവളു പറഞ്ഞതിനെ വെള്ളത്തി എഴുതിക്കൊണ്ടാൽ മതി. അവളെ കാണാത്തതോ? അവടെ നായരു തൊലഞ്ഞു; ഇപ്പം ചിറിപപ്പനാവൻതമ്പി അങ്ങുന്നായി, ആ കാലമാടൻ കോടയിൽ കുളിക്കണ രാവണമ്മഠത്തിപ്പിള്ള ആയി, കണ്ട ആളുകളായി കൊറച്ചില്! ആണുങ്ങളെ മെരട്ടാനുള്ള വിത്യ.

പാറുക്കുട്ടി: അരുതാശാനെ, അതൊക്കെ വെറുതെയാണ്. എല്ലാവരോടും സംസാരിക്കയും തന്റെ അഭിപ്രായത്തെ മടികൂടാതെ പറകയും ചെയ്യുന്നതുകൊണ്ടാണ് ജനങ്ങൾ ഈ ദുഷ്പേര് ഉണ്ടാക്കിത്തീർത്തത്. ചെമ്പകമക്കന് എന്നെക്കുറിച്ചു വലിയ കൂറാണ്. ആശാനെപ്പോലെതന്നെ ആ അക്കനും എനിക്കുവേണ്ടി വളരെ മുഷിഞ്ഞിട്ടുണ്ട്. ആശാൻ ഇങ്ങനെ ഒന്നും പറയരുത്.

ആശാൻ: ഉം? മൂക്കിനെ അറുത്തുകളയുമോ?

ആശാനെ പറഞ്ഞു സമ്മതിപ്പിച്ച് തന്റെ അഭിപ്രായത്തോടു ചേർക്കുക വിഷമമെന്നു വിചാരിച്ച് പാറുക്കുട്ടി മിണ്ടാതെ ഇരിപ്പായി. ഉത്തരം പറയാതെ ഇരുന്നതു തന്നെ അപമാനിച്ചതാണെന്നു നിശ്ചയിച്ച് ആശാൻ ഒരാക്ഷേപസ്വരത്തിൽ ഇപ്രകാരം പറഞ്ഞു: "എന്റെ പിള്ള കലവിച്ചല്ലയോ പെയ്യി! ചെമ്പകം അക്കനെ തലയിലോ വച്ചിരിക്കണത്! ഇതാരറിഞ്ഞു ഇച്ചനി? ചെമ്പകം അക്കനോ? ചീലാവതി-താവിത്രി-അരുന്ധതി-ഇപ്പം കറന്ന പാല്-പച്ചവെള്ളം ചവച്ചുകുടിക്കണ പൂച്ചക്കുട്ടി-മതിയോ?"

പാറുക്കുട്ടി: ആശാന് തോന്നിയതൊക്കെപ്പറയണം. എന്തു കോപവുംകൊണ്ടാണു വന്നിരിക്കുന്നത്? ഈ കോപത്തിന് ഒരിക്കലും ഒരു കുറവില്ലെന്നോ? അരനാഴികനേരം സംസാരിച്ചുകൊണ്ടിരുന്നാൽ പത്തുപ്രാവശ്യം ദേഷ്യപ്പെടും.

ആശാൻ: കിഴട്ടുകിഴവന് ഇവിടെ കാര്യമെന്തര്? ചണ്ടപിടിക്കണതും തേക്ഷ്യപ്പെട്ടതും ആരെ അടുത്ത്? അടിക്കാനും പിടിക്കാനും അച്ചിയോ മക്കളോ ഇരിക്കണോ? നിങ്ങളെ ഒക്കെ തർമ്മങ്കൊണ്ട് വെള്ളം മോന്തിക്കിടക്കണു. (തല സാധാരണയിലധികം വിറയ്ക്കുന്നു. ശ്വാസംമുട്ടി വാക്കുകൾ ശരിയായി പുറപ്പെടുന്നില്ല. വെളുത്ത ചക്രങ്ങൾ വീണിട്ടുള്ള കൃഷ്ണമണികൾ കണ്ണുനീർകൊണ്ടു മറഞ്ഞു സ്ഫടികങ്ങൾപോലെ

പ്രകാശിക്കുന്നു.) അ..... അറുപതും ചെന്നു പി—പി—പിറുപിറുത്തു കി--കിഴ--കിഴവനു ചാക്കാലയും പോക്കടിയും ഇല്ലാഞ്ഞിട്ടല്ലയോ ഇതൊക്കെ കാമാനും കേപ്പാനും എടവന്നത്!

പാറുക്കുട്ടി വൃദ്ധന്റെ ഈ വ്യസനം കണ്ട ഉടനെ എഴുന്നേറ്റ് അയാളുടെ കൈക്കുപിടിച്ച് ഇപ്രകാരം പറഞ്ഞു: "ആശാന് ഇത്ര വ്യസനം ഉണ്ടാകാൻ ഞാൻ എന്തു പറഞ്ഞു? എന്റെ വാക്കാണ് ഈ വ്യസനം ഉണ്ടാക്കിയതെങ്കിൽ—"

ആശാൻ "അയ്യോ! പിള്ളേടെ വാക്ക് എനിക്ക് വെഥനമുണ്ടാക്കുമോ? ഞാൻ—ഞാൻ—എന്റെ പാടു പറയുന്നു പിള്ളേ. പാതിരായ്ക്കു മേലായി. ഒറങ്ങാൻ പോവിൻ," എന്നിങ്ങനെ വ്യസനത്തോടും വാത്സല്യത്തോടും പറഞ്ഞിട്ട് ആശാൻ വടക്കേക്കെട്ടിലേക്കു വടിയും ഊന്നി നടയായി. പാറുക്കുട്ടി ആശാന്റെ പുറകെ തിരിച്ചു. ആശാൻ വടക്കേക്കെട്ടിൽ എത്തിയപ്പോൾ സുന്ദരയ്യനെ യാത്രയാക്കീട്ട്, കൃത്രിമമായുള്ള ഒരു സംഗതിയിൽ ബുദ്ധിയെ അധികമായി പ്രവർത്തിപ്പിച്ച് നിവൃത്തിമാർഗ്ഗത്തെ നിർണ്ണയപ്പെടുത്തി, സന്തുഷ്ടചിത്തനായിരിക്കുന്ന മന്ത്രിയുടെ പ്രൗഢഭാവത്തോടുകൂടി, കാർത്ത്യായനിഅമ്മ ഒരു തൂണിനെ ആധാരമാക്കി വിശ്രമിച്ചുകൊണ്ടു നില്ക്കുന്നു. ആ സ്ത്രീയെ കണ്ടപ്പോൾ ആശാന്റെ കോപം വർദ്ധിച്ച് കേവലം ഭ്രാന്തചിത്തനായിട്ട് ഉച്ചത്തിൽ ഇങ്ങനെ പറഞ്ഞുതുടങ്ങി: ''ഇതെന്തൊരു കൂത്തു പിള്ളേ? വല്ല പരക്കഴികളും വന്നു കേറിയാലെക്കൊണ്ടു വീടാക്കുടിയാ പാർക്കണ പെണ്ണുങ്ങളോ അവരെപ്പിടിച്ചിരുത്തി പൂയിക്കണത്? എവിടത്തെ നടപ്പാണിത്? പട്ടരു നമ്മുടെ മച്ചമ്പിക്കാരനോ?" (തന്റെ അറപ്പുരയിലേക്കുള്ള പുറപ്പാടിൽ വടക്കേക്കെട്ടിൽവച്ചു സുന്ദരയ്യൻ തന്നെ ഒന്നു സൂക്ഷിച്ചു നോക്കി എന്നൊരപരാധത്തെ ആ ബ്രാഹ്മണൻ ചെയ്തിരുന്നതിനേയും ഓർത്തിട്ട്) "അവനോ എന്നെ വച്ചു നോക്കണത്! അവന്റെ കുണ്ടുകണ്ണു പൊട്ടും പൂമാലയുംകൊണ്ട് ഇതിനകത്ത് ഇനി കേറട്ട്. അവൻ ഇവിടത്തെ ആര്? ചിരിക്കണോ? കൊള്ളാം. കേൾക്കാൻ ആളുണ്ടോ എന്നറിയട്ടെ. ഉം!"

ഈ പ്രസംഗത്തിനു കാർത്ത്യായനിഅമ്മ ഉത്തരം ഉരിയാടാതെ ചിരിക്ക മാത്രം ചെയ്തതിനെ കണ്ടിട്ടുണ്ടായ ക്രോധത്തെ സഹിക്കാൻ ശക്തനല്ലാതെയായി. വൃദ്ധൻ ചീറുകയും ഇടയ്ക്കിടെ ഓരോന്നു പറകയും വടികൊണ്ട് ബലമായി നിലത്ത് ഊന്നുകയും ചെയ്തുകൊണ്ട് തന്റെ ശയനസ്ഥലത്തേക്കു പുറപ്പെട്ടു. കാർത്ത്യായനിഅമ്മ ഒരു വേലക്കാരനെ വിളിച്ച് "ശങ്കു ആശാൻ അറപ്പുരയിൽ കേറരുതെന്നു ഞാൻ പറഞ്ഞു എന്നു പോയി പറയണം. കേട്ടോ?" എന്നു പറഞ്ഞു. കുറച്ചു കഴിഞ്ഞ് 'ഫ' എന്നൊരു ആട്ടും ഒരു പ്രഹരവും വേദനയോടെ ഒരു നിലവിളിയും ആയുധപ്പുരയിൽ നടന്നു. കാരണം വ്യക്തമാണല്ലോ.

# അഞ്ചാം അദ്ധ്യായം

*"ഈശ്വരകാരുണ്യംകൊണ്ടേ നിഷധേശ്വര, നിന്നെ ഞാൻ കണ്ടേൻ."*

**ചാ**രോട്ടുകൊട്ടാരത്തിൽനിന്നും രണ്ടുനാഴിക വടക്കായി മാങ്കോയിക്കൽ എന്നൊരു ഗൃഹം കഴിഞ്ഞ ശതവർഷാരംഭത്തിൽ ഉണ്ടായിരുന്നു. ഈ ഭവനത്തിലെ നായകൻ ആ കരയ്ക്കു പ്രധാനിയും പുരാതനകാലങ്ങളിലെ സൈനികനിയമപ്രകാരം ഒരു അടവിലേക്ക് എന്നൊരാൾ ആണെന്ന് അക്കാലങ്ങളിൽ തെക്കൻദിക്കിലൊക്കെ പ്രസിദ്ധമായിരുന്നു. ഇദ്ദേഹം കറുത്തു ഗജവിഗ്രഹനായ ഒരു യോദ്ധാവും അതിസമർത്ഥനായ കൃഷിക്കാരനും ആയിരുന്നു. കാലക്ഷേപത്തിന് ധാരാളം മുതൽ ഉണ്ടായിരുന്നു എന്നു മാത്രമല്ല, നാണയമായി സംഖ്യയില്ലാത്ത ദ്രവ്യം കൈയ്ക്കലുണ്ടെന്ന് സമീപവാസികൾ ഗൂഢമായി പറയാറുമുണ്ടായിരുന്നു. ഇദ്ദേഹത്തിന്റെ അധീനതയിൽ ഒരു കളരിയും പോരാളികളായി കച്ച കെട്ടി അഭ്യസിപ്പിക്കപ്പെട്ട അനേകം നായന്മാരും ഉണ്ടായിരുന്നു. സമീപവാസികൾ ഒക്കെ ഇദ്ദേഹത്തെ ഒരു ഇടപ്രഭുവെപ്പോലെ വിചാരിച്ചു വന്നിരുന്നു. അഞ്ചെട്ടുനാഴിക സ്ഥലത്തിനകം ഉണ്ടാകുന്ന സകല വ്യവഹാരങ്ങൾക്കും അറുതിയായി മാങ്കോയിക്കൽകുറുപ്പ് എഴുതുന്ന കണ്ടപത്രങ്ങൾക്ക് അഴിവ് തിരുമുമ്പിൽ ചെന്നാലുമില്ലായിരുന്നു. മാങ്കോയിക്കൽ കോടതിയിൽ അന്നു പതിവുണ്ടായിരുന്ന പള്ളിപ്പലകപ്പണം വസൂലാക്കുക നിയമം ഇല്ലാതിരുന്നതിനാൽ ജനങ്ങൾ കണ്ടൻകുമാരൻ കുറുപ്പിനുവേണ്ടി ജീവനെ ഉപേക്ഷിക്കുന്നതിനും തയ്യാറായിരുന്നു. ശരൽക്കാലചന്ദ്രികപോലെ പുഞ്ചിരിയിട്ടുകൊണ്ടു ശിരഃഛേദനം ചെയ്യുന്ന വിദ്യ ഈ ന്യായാധിപനു പരിചയമില്ലായിരുന്നു. ദാക്ഷിണ്യം, അനാർദ്രത, സ്ത്രീസേവ, മാത്സര്യബുദ്ധി, ഗർവ്വം, ദ്രവ്യകാംക്ഷ ഇത്യാദികളായി വിധികർത്താക്കന്മാരെ സാധാരണ ബാധിക്കുന്ന ദോഷങ്ങളെ ഒരു സംഗതി

യിലും ഒരു കക്ഷിയും മാങ്കോയിക്കൽ കുറുപ്പിന്റെമേൽ ആരോപിക്ക ഉണ്ടായിട്ടില്ല. ഇത്രയൊക്കെ ജനസമ്മതനാണെങ്കിലും മാങ്കോയിക്കൽ കുറുപ്പിനെ കാണുന്നവർ ഒന്ന് ഉള്ളുകൊണ്ടെങ്കിലും ചിരിക്കാതിരിക്ക യില്ല. വാസ്തവത്തിൽ കണ്ടൻകുമാരൻ കുറുപ്പ് തന്റെ ഭവനത്തിനകത്ത് നേരെ നിവർന്ന്, ഒരു കാലത്തും പ്രായം തികഞ്ഞതിന്റെശേഷം നിന്നി ട്ടില്ല. ഇദ്ദേഹത്തിന്റെ ഗാത്രവലിപ്പം ഓർത്ത് ശേഷക്കാർപോലും ചിരിക്ക പതിവായിരുന്നു. യുദ്ധത്തിൽ പിന്തിരിയുകയെന്നുള്ളത് കുറുപ്പിന് ഒരു കാലത്തും വരുന്നതല്ല. തന്റെ കുടവയറ് തന്നെ ഒട്ടധികം വിഷമിപ്പിക്കു ന്നുണ്ടെന്ന് കുറുപ്പിനുതന്നെ ബോദ്ധ്യമായിരുന്നു.

ഇദ്ദേഹം ഒരുദിവസം പ്രഭാതരവിയോടുകൂടി ഉണർന്ന് തന്റെ പ്രധാന ബന്ധുവും സർവ്വദാ സഹചാരിയും തന്നോളംതന്നെ ദൈർഘ്യമുള്ളതും ആയ വടിവാളുമായി ചാരോട്ടു മുതലായ തന്റെ പാടങ്ങളിലുള്ള നിലങ്ങൾ ചുറ്റിനോക്കുന്നതിനായി പുറപ്പെട്ടു. കണ്ടങ്ങളും വരമ്പുകളും മടകളും എല്ലാം പരിശോധിച്ചുകഴിഞ്ഞ് കുറുപ്പ് വീട്ടിലേക്കു തിരിയെ യാത്ര ആരം ഭിച്ചു. വഴിക്കു പാടത്തിനു പടിഞ്ഞാറുവശമുള്ള കുന്നിൻ പുറത്തു വൃക്ഷ ങ്ങളുടെ മറവിൽക്കൂടി രണ്ടുപേർ ധൃതിയിൽ വടക്കോട്ടായി പോകുന്നത് കുറുപ്പ് കണ്ടു. വഴിപോക്കരെ കുറച്ചുനേരം സൂക്ഷിച്ചുനോക്കീട്ട്, കുറുപ്പ് ആയാസപ്പെട്ട് ഒട്ടും താമസംകൂടാതെ തന്റെ ഗൃഹത്തിൽ എത്തി. അറപ്പുരയുടെ തെക്കേവാതിൽ തുറക്കുന്നതിനു ചട്ടം കെട്ടി. അപ്പോഴേക്ക് വഴിപോക്കർ മാങ്കോയിക്കൽ പടിക്കൽ എത്തി. ഇവർ രണ്ടാം അദ്ധ്യായത്തിലെ ബ്രാഹ്മണനും ശിഷ്യനും ആയിരുന്നു. ബ്രാഹ്മണനെ അടുത്തുകണ്ടപ്പോൾ കുറുപ്പിന്റെ ഭാവം ഒന്നു ഭേദിച്ചു. നിശ്ശബ്ദനായി കുറച്ചുനേരം ബ്രാഹ്മണനെ നോക്കിക്കൊണ്ടുനിന്നു. പിന്നീടു പിന്മാറി 'എടാ' എന്ന് ആ ദിക്കൊക്കെ പൊട്ടുമാറുള്ള സ്വരത്തിൽ വിളിച്ചു. ഈ വിളികേട്ട് കുറുപ്പിന്റെ ഒന്നുരണ്ട് ശേഷക്കാരും മൂന്നുനാലു വാല്യക്കാരും ഓടിയെത്തി. അവരോട് എന്തോ ഓരോന്ന് ആജ്ഞാപിച്ചിട്ട് ബ്രാഹ്മണന്റെ മുമ്പിൽ ചെന്നു പിന്നെയും മിണ്ടാതെതന്നെ നിന്നു. രാജസദീപ്തി കൊണ്ടു പരിവേഷ്ടിതമായുള്ള ഗാത്രത്തെക്കണ്ടു ബ്രാഹ്മണനെക്കുറിച്ച് കുറുപ്പിനുണ്ടായിരുന്ന സംശയങ്ങൾ എല്ലാം അസ്തമിച്ചു. സംശയങ്ങൾ ഒടുങ്ങിയപ്പോൾ ഉണ്ടായത് മുമ്പിൽ താൻ അറിഞ്ഞിട്ടില്ലാത്തതായ ഒരു കുഴക്കാണ്. കുറുപ്പിന്റെ ഇപ്രകാരമുള്ള നില കണ്ട് "മലംഭാഗക്കാരൻ കിഴങ്ങൻനായര്-ഒരു ലോഹ്യവുമില്ലാത്ത തടിയൻ- കരിമ്പനപോലെ നില്ക്കുന്നത് കണ്ടില്ലയോ?" എന്നും വിശപ്പും ക്ഷീണവുംകൊണ്ട് അധികമായി വലയുന്ന പരമേശ്വരൻ പിള്ളയും, "ഇയാൾ കുഴങ്ങിനില്ക്കു ന്നതെന്താണ്? ജനശ്രുതി വ്യാജമോ? ഏയ് വരേണ്ടതല്ലായിരുന്നു" എന്നു ബ്രാഹ്മണനും വിചാരിച്ചുതുടങ്ങി. ബ്രാഹ്മണന്റെ മുഖപ്രസാദം കുറ ഞ്ഞതുകണ്ട് കുറുപ്പിന് അദ്ദേഹത്തിന്റെ മനോഗതങ്ങൾ മനസ്സിലായി. മാങ്കോയിക്കൽ കുറുപ്പിന്റെ കരങ്ങൾ ഇതിനിടയ്ക്കു മുകുളീകൃതമാ കുകയും ഉടനെ വേർപെടുകയും പാദങ്ങൾ തമ്മിൽ ഉരുമ്മുകയും

നേത്രങ്ങളിൽ സന്തോഷത്താൽ കണ്ണുനീർ നിറയുകയും രോമശൂന്യമായി തെളിയുന്ന ശിരസ്സിന്റെ രക്ഷയ്ക്കായി മടക്കിയിട്ടിരുന്ന കച്ചമുണ്ട് കക്ഷത്തിനിടയിൽ ആകയും ചെയ്തു. മാങ്കോയിക്കൽ കുറുപ്പിന്റെ കായപരിമിതി കണ്ട് ബ്രാഹ്മണൻ വിസ്മയവശനായി. അദ്ദേഹത്തിൽ പ്രത്യക്ഷപ്പെട്ട ചേഷ്ടകൾ കണ്ട് "ആവൂ! കുലുക്കമുണ്ടോ" എന്നു വിചാരിച്ച്, നിശ്ശബ്ദനായി നില്ക്കുന്നതിനെ കണ്ടു ലജ്ജിതനുമായി. "മിണ്ടാതെ നില്ക്കുന്ന ആളുടെ ലൗകികം വേണ്ടെന്നുവയ്ക്കതന്നെയോ? വല്ലതും ഒരു ഒഴിവുകഴിവു പറഞ്ഞു പൊയ്ക്കളകയോ?" എന്നുള്ള വിചാരത്തോടുകൂടി ബ്രാഹ്മണൻ പരമേശ്വരൻപിള്ളയുടെ മുഖത്തു നോക്കി. ഇനിയും സല്ക്കരിക്കാതെ പരുങ്ങലോടുകൂടി നില്ക്കുന്നതു കണക്കല്ലെന്നും നിശ്ചയിച്ച് "കല്പി—വരുവിൻ. വെയിലിൽനിന്നു തളരാതെ അറപ്പുരയ്ക്കകത്ത് എഴു.....ചെന്നിരിക്കാം" എന്ന് തന്റെ അതിഥികളെ കുറുപ്പ് സല്ക്കരിച്ചു. ഈ ക്ഷണത്തെ കേട്ടു ബ്രാഹ്മണനും പരമേശ്വരൻപിള്ളയും സാവധാനത്തിൽ അറപ്പുരയിൽ പ്രവേശിച്ചു. കുറുപ്പ് പുറത്തു നിന്നതേയുള്ളൂ. ബ്രാഹ്മണനു പല്ലു തേക്കുന്നതിനു തയ്യാറാക്കിക്കൊണ്ട് ഒരു കൊച്ചൻ അറപ്പുരയ്ക്കകത്തു നില്ക്കുന്നതു കണ്ടു എങ്കിലും കുറുപ്പ് പുറത്തു നിന്നതിനെ ഓർത്തു ബ്രാഹ്മണൻ മേല്പോട്ടു ദൃഷ്ടിയുമായി കുറച്ചുനേരം ചിന്താഗ്രസ്തനായി നിന്നു. 'പോറ്റിഅങ്ങൂന്ന് പല്ലു തേയ്ക്കാതെ നിന്നാലക്കൊണ്ടോ? വയറു പയിക്കല്ലയോ? ഉണ്ണാനൊക്കെ എലങ്കത്തിൽ ചമയം ആയല്ലോ" എന്നു ചിലവാക്കുകൾ കേട്ടു, ബ്രാഹ്മണൻ ജാഗരൂകനായി മേല്പറഞ്ഞ നിർബ്ബന്ധക്ഷണത്തിന്റെ വക്താവായ കൊച്ചനോട് ഇപ്രകാരം ചോദ്യം ചെയ്തു: "നിന്റെ പേർ എന്താ? കുറുപ്പിനെന്താകും?

കൊച്ചൻ: (ഇഴഞ്ഞ സ്വരത്തിൽ) "പിന്നെ പേരു വേലൂന്ന്. അമ്മാവന്റെ ചേഴക്കാറൻ."

ബ്രാഹ്മണൻ: നീതന്നെ പല്ലുതേയ്ക്കാൻ കൊണ്ടുവച്ചതെന്താണ്?" വേലു: കൊച്ചക്കച്ചി ചൊല്ലി, അമ്മാമൻ ചൊല്ലീരിക്കണു പോറ്റി അങ്ങത്തെ ഇങ്ങു പിള്ളരാരും വന്നു കേറൂടല്ലെന്നു കൊച്ചണ്ണൻ ചൊല്ലീന്ന്. കോച്ചണ്ണനും കൊമരനും പപ്പനാവരത്ത് ഓടീരിക്കണാര്. എന്തരിനെന്ന് എക്കറിഞ്ഞുകൂടാ.

ഒടുവിലത്തെ വാക്കുകൾ കേട്ട് ബ്രാഹ്മണനും ശിഷ്യനും പരസ്പരം മുഖത്തു നോക്കി.

ബ്രാഹ്മണൻ: ടപി ള്നോ?"[1]

പരമേശ്വരൻപിള്ള: ലൂളിഅ അഞം[2]

ബ്രാഹ്മണൻ: തസ്നറാധതുഷപ്പ് കിപ്ര ദൃപിശിസ്കാക്ഷ് കശട്ടപ്പ് കെബിറ്റ്?[3]

1. ചതിക്കുമോ?
2. സൂക്ഷിക്കണം
3. പത്മനാഭപുരത്ത് ഇത്ര ധൃതിയിൽ ആളയച്ചത് എന്തിന്?

ഈ ചോദ്യത്തിന് പരമേശ്വരൻപിള്ളയ്ക്ക് ഉത്തരം പറയാൻ കഴിയുന്നതിനു മുമ്പിൽ കുറുപ്പ് അറപ്പുരയ്ക്കകത്തു കടന്നുചെന്നു. ബ്രാഹ്മണന്റെയും ശിഷ്യന്റെയും സംവാദത്തിൽ ഒരക്ഷരം ഗ്രഹിപ്പാൻ കഴിയാത്തതിനാൽ വിഷണ്ണനായി നിന്ന വേലുവിന്റെ ഭാവം കണ്ടപ്പോൾ എന്തോ വിശേഷസംഗതി ഉണ്ടെന്നു കുറുപ്പു നിശ്ചയിച്ചു. എന്നാൽ അതിനെപ്പറ്റി അന്വേഷണം ചെയ്യുന്നതു പോരായ്ക ആണെന്നു വിചാരിച്ച് "ഊണിന് എല്ലാം ഒരുങ്ങി ആയല്ലോ. എലങ്കത്തിലേക്ക് എഴു.....(വേലുവിനെ നോക്കീട്ട്) പോകാം" എന്നു ബ്രാഹ്മണനോടു പറഞ്ഞു. തന്റെ സംശയങ്ങളെ ഗൃഹസ്ഥനെ അറിയിക്കുന്നതു മര്യാദയ്ക്കും തന്റെ സ്ഥിതിക്കും അരുതാത്തതാണെന്നുറച്ച് ബ്രാഹ്മണൻ പല്ലുതേച്ചിട്ട് കുറുപ്പും പരമേശ്വരൻപിള്ളയുമായി പുറപ്പെട്ടു. സ്നാനാദിയും ഭക്ഷണവും കഴിച്ച് അറപ്പുരയിൽ മടങ്ങി എത്തി അവിടെ ഒരുക്കിവച്ചിരുന്ന കട്ടിലിന്മേൽ ഇരുന്ന് ആശ്വസിച്ചുതുടങ്ങി. പിന്നീട് വേലുവിനോടുകൂടി പോയി ഊണുകഴിച്ചു വരുന്നതിനു, കുറുപ്പ് പരമേശ്വരൻപിള്ളയോടു പറഞ്ഞു. കുറുപ്പിന്റെ നിയോഗം കേട്ടപ്പോൾ പരമേശ്വരൻപിള്ള ബ്രാഹ്മണന്റെ മുഖത്തുനോക്കി അനുവാദംതന്നെ എന്നു ഭാവം കൊണ്ടറിഞ്ഞ് തന്റെ കൈയിലുണ്ടായിരുന്ന ഖഡ്ഗാദിയെ ബ്രാഹ്മണന്റെ സമീപത്തു കൊണ്ടുചെന്നു നിക്ഷേപിച്ചിട്ട് വേലുവുമായി വടക്കേക്കെട്ടിലേക്ക് ഇറങ്ങി. അപ്പോൾ തന്റെ പുറകെയുള്ള വാതിൽ അടഞ്ഞതുകേട്ടു പരമേശ്വരൻപിള്ള കോപാന്ധനായും സംഭ്രമത്തോടും പിന്തിരിഞ്ഞ് വാതിലിനെ പാദപ്രഹരംകൊണ്ടു തകർത്ത് അകത്തു കടക്കുന്നതിനു ശ്രമിച്ചു. ഉടനെ, "പോയി ഊണു കഴിച്ചുവാ പരമേശ്വരാ" എന്ന് അകത്തുനിന്നു ബ്രാഹ്മണൻ പറഞ്ഞതു കേട്ടതിനാൽ അയാൾ നാണിച്ച്, 'എന്തു ഭ്രാന്താണിത്' എന്നുള്ള വിചാരത്തോടെ നിന്നിരുന്ന വേലുവിനോടുകൂടി തിരിച്ചു. വാതിൽ അടച്ചതു കുറുപ്പായിരുന്നു. കുറുപ്പ് വാതിലടയ്ക്കാൻ ഭാവിക്കുന്നതു കണ്ടപ്പോൾ ബ്രാഹ്മണൻ ഖഡ്ഗം കൈയിലാക്കി. എങ്കിലും കുറുപ്പ് നിരായുധനാണല്ലോ എന്ന് ഓർത്തു ക്ഷണത്തിൽ ഖഡ്ഗത്തെ പൂർവ്വസ്ഥിതിയിൽ വച്ചിട്ടാണ് പരമേശ്വരൻപിള്ളയോടു പോയി ഊണുകഴിച്ചു വരുന്നതിനു ബ്രാഹ്മണൻ ആജ്ഞാപിച്ചത്. പരമേശ്വരൻപിള്ളയും ബ്രാഹ്മണനും കാണിച്ച അധൈര്യത്തേയും അവിശ്വാസത്തേയും കുറുപ്പ് ഗണ്യമാക്കാതെ ബ്രാഹ്മണന്റെ മുമ്പിൽ കുറച്ച് അകലെയായിട്ടു ചെന്നുനിന്ന് വസ്ത്രത്തെ ഒതുക്കിക്കൊണ്ട് മൂന്നുരു നിലത്തോളം താണുതൊഴുതു. തന്റെ തത്ത്വം കുറുപ്പിനു മനസ്സിലായി എന്നു ബ്രാഹ്മണൻ അറിഞ്ഞു എങ്കിലും, സ്വല്പം ആശ്ചര്യഭാവത്തെ നടിച്ചു. മാങ്കോയിക്കൽ കുറുപ്പാകട്ടെ, തന്റെ ഉള്ളിൽ ഉദ്ഭൂതമായ ഭക്തിസ്നേഹബഹുമാനപാരവശ്യത്താൽ പരാജിതപൗരുഷനായിട്ട്, ആത്മഗതങ്ങളെ വചനരൂപേണ ബ്രാഹ്മണനെ ഗ്രഹിപ്പിക്കുന്നതിനു ശക്തനല്ലാതെ ചമഞ്ഞു. കുറുപ്പിന്റെ ഭക്തിസ്നേഹാദികൾ ഫലോദ്ദേശ്യങ്ങളെ ആശ്രയിച്ചുള്ളവ അല്ലായിരുന്നു. അദ്ദേഹം അർത്ഥലാഭമോ സ്ഥാനലാഭമോ മോഹിച്ച് ബ്രാഹ്മണനെ വട്ടംതിരിക്കുന്നതിനായി

കപടഭക്തിയെ കൈക്കൊണ്ടതല്ലായിരുന്നു. അദ്ദേഹത്തിന് "കണ്ടിടുമ്പോൾ മണ്ടിവന്നു കാലു രണ്ടിലും പിടിക്കും, ശിതികണ്ഠമിങ്ങു കണ്ട പോൽ നടിച്ചവ കഴുകി നീർകുടിക്കും; രണ്ടു ചോടു മാറുകിൽ, രഹസി പൽകടിക്കും" എന്നുള്ള സമ്പ്രദായം വശവും അല്ലായിരുന്നു. എന്നാൽ അദ്ദേഹത്തിന്റെ ഹൃദയം നിർവ്യാജമായും നിഷ്കളങ്കമായും ഉള്ള ഭക്തിക്ക് ഒരു വിളനിലമായിരുന്നു. ജാതിസ്വഭാവവിശേഷംകൊണ്ടോ വചനകൗശലരഹിതനായിരുന്നതിനാലോ ഹൃദയപുരസ്സരമായുള്ള തന്റെ വിചാരങ്ങളെ വേണ്ട സന്ദർഭത്തിൽ ഉചിതമായുള്ള വാക്കുകളിൽ പ്രദർശിപ്പിക്കുന്നതിനു സാമർത്ഥ്യം ഇല്ലാതായിട്ട്, മാങ്കോയിക്കൽ കുറുപ്പ് ഓരോ ചേഷ്ടകളെക്കൊണ്ട് തന്റെ മനസ്സിൽ വ്യാപരിക്കുന്ന സീമാതീതമായുള്ള ഭക്തിയെ വെളിപ്പെടുത്തി. കുറുപ്പിന്റെ ആകൃതിയും പരവശതയും നാട്യങ്ങളും ഒട്ടും യോജിപ്പുള്ളവ അല്ലായിരുന്നു. ഏകദേശം ഒക്കെ ഗോഷ്ഠി എന്നുതന്നെ പറയാം. കുറുപ്പിന്റെ ഭാവഭേദങ്ങളും നിലയും കണ്ട് ബ്രാഹ്മണൻ ഈവിധം പറഞ്ഞു: "എന്താണ് വല്ലതും പിഴച്ചതുപോലെ നില്ക്കുന്നത്? ബ്രാഹ്മണസല്ക്കാരം അതിഭംഗിയായല്ലോ. വളരെ സന്തോഷമായി. ഊണും വെടിപ്പായി."

"ബ്രാഹ്മണൻ ഇങ്ങനെ പറഞ്ഞത് തന്നെ ഒന്നു മറിക്കാനാണെന്നു മനസ്സിലായതിനാൽ, ആ വഴിക്കു വിടുന്നതല്ലെന്നുറച്ച് തന്റെ ഊഹത്തെ വെളിവാക്കി കൂസൽ തീർന്ന കുറുപ്പ് ഇപ്രകാരം പറഞ്ഞു: "അടിയന്റെ നൽക്കാലത്തെ നിനച്ച് മനംകലങ്ങി നിന്നതൊഴികെ മറ്റൊന്നുമില്ല തിരുമേനീ. തിരുമനസ്സിലെ ചഞ്ചലങ്ങൾ അടിയനോടും വേണ്ടല്ലോ. ഇന്നിന്നലെ കുരുത്ത കൂറാണെന്ന് കല്പിച്ചു വിചാരിക്കുന്നോ? എന്നാൽ പെരുത്തു സങ്കടമാണ്."

ഈ വാക്കുകൾ കേട്ടപ്പോൾ ബ്രാഹ്മണന്റെ അകമേ ആദ്യം ജനിച്ചതായും പിന്നീടു ക്രമേണ മാറിത്തുടങ്ങിയതായും ഉള്ള അഭിപ്രായം പാടേ നീങ്ങി. തന്നെ അതിഭക്തിയോടും ഔദാര്യത്തോടും സല്ക്കരിച്ച കുറുപ്പിനോടു വേഷച്ഛന്നനായുള്ള നിലയിൽ മേലിൽ വർത്തിക്കുന്നത് അയുക്തമെന്നു തോന്നി. മന്ദഹാസത്തോടുകൂടി ബ്രാഹ്മണവേഷധാരിയായ മാർത്താണ്ഡവർമ്മ യുവരാജാവ് ഇപ്രകാരം അരുളിച്ചെയ്തു: "ചെറുപ്പമാണല്ലോ. ആപത്തും അനേകമായി. ശത്രുമിത്രങ്ങളെ തിരിച്ചറിയുന്നതിനു വളരെ പ്രയാസം. അതിനാൽ വന്ന അബദ്ധത്തെ കുറുപ്പു മറന്നുകളയണം.

കുറുപ്പ്: അതു കല്പിക്കണമോ? പള്ളിമേനാവും ആളും അകമ്പടിയും കൂടാതെ എഴുന്നള്ളിയതെന്തിനെന്ന് അടിയൻ കേക്കണതിൽ വിരോധമില്ലെങ്കിൽ കല്പിക്കണം.

യുവരാജാവ്: പറയാം-എട്ടുവീടർക്കു നമ്മോടുള്ള വിരോധം അറിയാമല്ലോ. അവരും തമ്പിമാരും ഇയ്യിടെ ഒന്നുചേർന്നു കൂട്ടംകൂടിത്തുടങ്ങിയിരിക്കുന്നു. നമുക്കും കുറച്ചു സന്നാഹം കരുതണമല്ലോ. ഈ സ്ഥലങ്ങളിലുള്ള ആളുകളെ ചേർത്തുകൊണ്ടുപോകണമെന്നു താല്പര്യമുണ്ട്.

പിന്നെ, അമ്മാമൻ വരുത്തിയ മധുരപ്പട ഭൂതപ്പാണ്ടിയിൽ താമസിക്കുന്നു. അവർ നമ്മോടു പിണങ്ങിനില്ക്കുന്നു. അവരുടെ ശമ്പളം കൊടുത്തു തീർത്തിട്ടില്ല. ഭണ്ഡാരത്തിൽ മുതലും ഇല്ല. അവരെ വല്ലവിധവും സമാധാനപ്പെടുത്തിക്കൊണ്ടുപോകാമെന്നു വിചാരിച്ചു പുറപ്പെട്ടു. കൂടെ പപ്പുത്തമ്പിയും എത്തിയിരിക്കുന്നു. ഇന്നലെ രാത്രി പത്മനാഭപുരത്തെത്തി. ഉടനെ ഗുഹാമാർഗ്ഗമായി ചാരോട്ടുകൊട്ടാരത്തിലേക്ക് ഞാൻ പോന്നു. അവിടെ തമ്പിയുടെ ആളുകൾ എത്തി നമ്മെ വളഞ്ഞു. ഒരുവിധത്തിൽ രക്ഷപ്പെട്ട് ഇവിടെ വന്നുചേർന്നു.

കുറുപ്പ്: 'കല്പിച്ച് ഓരോ വിനകളിൽ വന്നു ചാടണത് അടിയങ്ങളെ മേൽക്കൂറില്ലാത്തതിനാൽത്തന്നെ. തിരുമേനി പട്ടംകെട്ടിയാൽ വഴക്കുകൾ ഒതുങ്ങുമല്ലോ എന്ന് കുടികൾ കൊതിച്ചു കാത്തിരിക്കുന്നു. വലിയേചെന്ന്, കൊലയ്ക്കു മടിക്കാത്ത കൂട്ടത്തിന്റെ വായിൽ ചാടിയാൽ കുടികൾ നാടു പുറപ്പെട്ടുപോകേണ്ടിയേ വരും.

യുവരാജാവ്: വേണ്ടിവന്നാൽ എന്തുചെയ്യാം! തമ്പിമാരറിയാതെ ഭൂതപ്പാണ്ടിയിൽ എത്താമെന്നു വിചാരിച്ച് ഇങ്ങോട്ടു തിരിച്ച കഥ പരമേശ്വരനും പട്ടക്കാറൻ കാലക്കുട്ടിയും മാത്രമേ അറിഞ്ഞുള്ളൂ. അപ്പോൾ ഒരു ചുറ്റുകൂടി വന്നിരിക്കുന്നു. അമ്മാവന് ആലസ്യം കലശലെന്ന വർത്തമാനം കിട്ടിയിരിക്കുന്നു. അതിനാൽ ഉടനേതന്നെ തിരുവനന്തപുരത്ത് എത്തേണ്ടതായിരിക്കുന്നു. ഭൂതപ്പാണ്ടിയിലെ പടയുടെ സഹായം ഉണ്ടാകാൻ വഴി ഒന്നും കാണുന്നില്ല. പരമേശ്വരനെ അയയ്ക്കയോ എന്നു വിചാരിക്കുന്നു.

കുറുപ്പ്: തിരുമേനീ, തിരുവുള്ളക്കേടുണ്ടാകേണ്ട. പൂതപ്പാണ്ടിയിൽ പാളയംകെട്ടി കിടക്കണ പരദേശപ്പടയ്ക്ക് തിരുമേനി എങ്ങനെയും പോട്ടെന്നേ വിചാരമുള്ളു. കരുവലം നിറഞ്ഞിരുന്നാൽ തിരുമേനി തങ്കക്കുടം; ഒഴിഞ്ഞോ അകിടറ്റ പശു. അടുപ്പിൽ തീ എരിയെ അയൽ വീട്ടിൽ പോയി തിരി കൊളുത്തി ഇരപ്പാനെ? തിരുമേനിയുടെ ഉപ്പും ചോറും തിന്നു കിടക്കണ കുട്ടികളെ അടവുചേർത്തു പടകൂട്ടാതെ മുൻവഴി വിട്ട് എങ്ങാനും കിടന്ന കൂട്ടത്തെ പോയ് 'വാ അപ്പാ, ഒത്താശ ചെയ്യപ്പാ' എന്നു താങ്ങിയതു പുത്തിയോ?

ഇങ്ങനെ ധൈര്യത്തോടുകൂടി സ്വാഭിപ്രായത്തെ കുറുപ്പ് പറഞ്ഞതു കേട്ടപ്പോൾ യുവരാജാവിന്റെ മുഖം ഒന്നു ചുവന്നു. ഹിതം അറിഞ്ഞു വേണം വലിയവരോടു സംസാരിക്കേണ്ടതെന്നുള്ള സമ്പ്രദായം മാങ്കോയിക്കൽ കുറുപ്പിന് അറിഞ്ഞുകൂടായിരുന്നു. നാഗരികത്വം തീരുമാനമില്ലാത്ത കുറുപ്പിന്റെ ഉള്ളിൽ യുവരാജാവിനു നീരസമായിരിക്കും താൻ പറഞ്ഞ വാക്കുകൾ എന്നൊരു വിചാരമേ ഇല്ലായിരുന്നു. യുവരാജാവിനു കുറുപ്പിന്റെ വാക്കുകൾ അത്ര രസിച്ചില്ലെങ്കിലും തൽക്കാലമുണ്ടായ അസന്തോഷത്തെ ക്ഷണത്തിൽ അടക്കീട്ട് ഇങ്ങനെ പറഞ്ഞു: "കുറുപ്പ് പറയുന്നത് ശരിതന്നെ, കഴിഞ്ഞ കഥ പോട്ടെ, വീഴ്ച എന്റേതുമല്ലല്ലോ എന്തെങ്കിലും കുറുപ്പിന്റെ അഭിപ്രായപ്രകാരം ഞാൻ നടത്തുന്നുണ്ട്;

സംശയിക്കേണ്ട, ദ്രവ്യേച്ഛുക്കളും തൽക്കാലലാഭത്തെ മാത്രം കരുതി സേവിക്കുന്നവരും ഈ രാജ്യത്തേയും ഭരണകർത്താക്കന്മാരേയും കുറിച്ചു സ്വാഭാവികമായിത്തന്നെയുള്ള സ്നേഹം ഇല്ലാത്തവരും ആയ ജനങ്ങളെ ആധാരമാക്കുന്നത് അഗ്നിസാക്ഷികമായി പരിഗ്രഹിച്ച കളത്രത്തെ ഉപേക്ഷിച്ചു വേശ്യാലമ്പടൻ ആകുന്നതുപോലെ തന്നെയാണ്. എന്നാൽ ഇപ്പോൾ അതൊക്കെ ആലോചിച്ചുകൊണ്ടിരുന്നാൽ കാര്യം അബദ്ധമാകും. ആലസ്യം കലശലാണെങ്കിൽ ഉടനെ തമ്പിമാരും എട്ടു വീടരും കൂട്ടംകൂടും. അപ്പോഴേക്കു നമ്മുടെ ഭാഗത്തുവേണ്ട ആളില്ലെങ്കിൽ കളിപ്പാംകുളത്തിന്റെ കരയിലേക്കു നമുക്കു യാത്രയാകാം."

മുമ്പിൽ അഞ്ചു രാജാക്കന്മാരുടെ കൊലക്കളമായിരുന്ന കളിപ്പാംകുളത്തിന്റെ കഥയെ സൂചിപ്പിച്ച് ഇത്രയും മാർത്താണ്ഡവർമ്മ യുവരാജാവു പറഞ്ഞതു കേട്ടപ്പോൾ മാങ്കോയിക്കൽ കുറുപ്പ് ആകമ്പിതശരീരനായിട്ട് ഇങ്ങനെ അറിയിച്ചു: "കല്പിച്ചു തിരുവനന്തപുരത്തെഴുന്നെള്ളി വ്യസനം കൂടാതിരിക്കണം. ഒമ്പതാം ദിവസം ഉദയത്തിന് അടിയൻ തിരുവനന്തപുരത്തു വിടകൊണ്ടു മുഖം കാണിക്കാം. അപ്പോൾ ആളും ഉണ്ടാകും. കല്പനപ്പടിക്ക് ആൾ കൂട്ടിക്കൊള്ളുന്നതിന് അരുളിച്ചെയ്യണം. തിരുമുഖത്തുപിള്ള ഏതു ഭാഗത്തോ!"

യുവരാജാവ്: നമ്മുടെ ഭാഗത്തുതന്നെ, അതിനു സംശയമില്ല. മതിയായ സഹായവുമുണ്ടാകും. അയാൾ രണ്ടു വർഷമായി വ്യസനിച്ചു വീട്ടിൽത്തന്നെ പാർക്കയാണ്. ഇപ്പോൾ ഞാൻ എഴുതി അയച്ചിട്ടുണ്ട്. തിരുവനന്തപുരത്തു വന്നുചേരും.

കുറുപ്പ്: എന്നാൽ ഒരു പേടിയും വേണ്ടല്ലോ. ആറു വീട്ടുകാരോ?"

യുവരാജാവ്: നിശ്ചയമില്ല.

കുറുപ്പ്: അവരെ അടിയൻ ഏറ്റു. ഇക്കാര്യത്തിൽ വേണ്ടതൊക്കെ ചെയ്തോളാൻ കല്പനയുണ്ടാകണം.

യുവരാജാവ്: (കുറച്ച് ആലോചിച്ചിട്ട്) കുറുപ്പിനെ വിശ്വാസമില്ലായ്കയാലല്ല ഞാൻ ആലോചിക്കുന്നത്. കുറുപ്പ് ഏല്ക്കുന്ന ഭാരം അതിദുർഘടമായിട്ടുള്ളതാണ്. അനുജൻ തമ്പി നാഞ്ചിനാട്ടു പോയിട്ടുണ്ട്. മധുരക്കാരെ കൈവശപ്പെടുത്തിക്കളഞ്ഞാലോ?

കുറുപ്പ്: അങ്ങനെ വരൂല്ല. തിരുമുഖത്തുപിള്ളയെ വിട്ട് അവരു പോവൂല്ല. അങ്ങേരുകൂടി പോയല്ലയോ അവരെ കൊണ്ടന്നത്?

ഈ ചോദ്യത്തിന് യുവരാജാവ് ഉത്തരം പറയുന്നതിനിടയിൽ പരമേശ്വരൻപിള്ള ഊണുകഴിഞ്ഞു ചെന്നു വടക്കേ വാതിലിൽ തട്ടി. യുവരാജാവിന്റെ അനുമതിയോടുകൂടി വാതിൽ തുറക്കപ്പെട്ടു. രാജസന്നിധി എന്ന് അയാൾ അറിഞ്ഞിരുന്നതിനെ മറന്ന് അത്യുത്സാഹത്തോടുകൂടി പരമേശ്വരൻപിള്ള മന്ദഹാസങ്ങളും തൂകി, അകത്തോട്ടു കടന്നു: "എന്റെ അപ്പിച്ചോ! വല്ലോരും കെട്ടി എടുത്താലും വേണ്ടൂല്ല. ഏവ്..... അമ്മോ!

എന്ത് അരി! ഭേഷ് തീയല്! അയ്യ!" എന്നിങ്ങനെ ഓരോന്നു പറഞ്ഞു കൊണ്ട് യുവരാജാവിന്റെ മുമ്പിൽ ചെന്നു നിന്നു.

യുവരാജാവ്: എന്താ, രാവിലത്തെ പേടി പോയി സ്വസ്ഥനായപ്പോൾ വിഡ്ഢിത്തം കാട്ടിത്തുടങ്ങിയോ?

പരമേശ്വരൻപിള്ള: അടിയനു പേടിയോ? എന്റെ മുമ്പിൽ വന്നെങ്കിൽ കാണാമായിരുന്നു. ഇപ്പോൾ വരട്ടെ. ചറപിറാന്ന് വെട്ടിനുറുക്കി വിട്ടൂടൂല്ലയോ?

യുവരാജാവ്: നിന്റെ ഈ വീർത്ത വയറുംകൊണ്ടോ?

പരമേശ്വരൻപിള്ള: അടിയൻ നുറുക്കുമെന്നു പറഞ്ഞോ? പറയർ പറയര്. വീട്ടിനു ചുറ്റും പറയരെ ഇദ്ദേഹം കാവലിട്ടിരിക്കുന്നു. പിന്നെ പത്മനാഭപുരത്തെ വർത്തമാനങ്ങൾ അറിയുന്നതിന് ആളും അയച്ചിട്ടുണ്ട്. അമ്പോ! മീണ്ടുവിചാരം ഇദ്ദേഹത്തെപ്പോലെ ആർക്കും ഞാൻ കണ്ടിട്ടില്ല. സത്യം! വല്ലതും വഴക്കുണ്ടാകുമെന്നുവെച്ച് പെണ്ണുങ്ങളെയും ഒക്കെ വീട്ടിൽനിന്നും അയച്ചുകളഞ്ഞു.

മാങ്കോയിക്കൽ കുറുപ്പിന്റെ ഏർപ്പാടുകളെകുറിച്ച് മേൽപ്രകാരം പരമേശ്വരൻപിള്ള പറഞ്ഞതിനെക്കേട്ട് ആശ്ചര്യത്തോടുകൂടി കുറുപ്പിന്റെ മുഖത്തു യുവരാജാവു നോക്കി. കുറുപ്പ് വിനീതനായി നിന്നതല്ലാതെ ശ്ലാഘനീയമായ ക്രിയ വല്ലതും താൻ ചെയ്തു എന്നുള്ള ഭാവത്തെ തീരെ പ്രദർശിപ്പിച്ചില്ല. കുറുപ്പിന്റെ ഭക്തിപൂർവ്വമായുള്ള കൃത്യങ്ങളെ ഓർത്തു: 'കഷ്ടമേ! ആദ്യം എന്തൊരഭിപ്രായമാണ് എനിക്കുണ്ടായത്? ആളുകളുടെ സൂക്ഷ്മസ്ഥിതി അറിയാതെ വല്ലതും വിചാരിച്ചുകൊള്ളുന്നത് മഹാ അബദ്ധമാണ്. കൊട്ടാരത്തിൽത്തന്നെ ഇരുന്ന് ഓരോരുത്തർ സേവയ്ക്കു പറയുന്നതിനെമാത്രം വിശ്വസിച്ചാൽ ഇങ്ങനെ ചില രത്നങ്ങൾ പ്രജകളുടെ ഇടയിൽ ഉള്ളത് എങ്ങനെ അറിയും?' എന്നു പശ്ചാത്താപപ്പെട്ടു കൊണ്ട് കുറുപ്പിനെക്കുറിച്ച് പരമേശ്വരൻപിള്ളയോട് ഇങ്ങനെ പറഞ്ഞു: "പരമേശ്വരാ, കുറുപ്പ് നമുക്കു വേണ്ട ആളുകളെ ശേഖരിച്ചുകൊണ്ട് തിരുവനന്തപുരത്തു വരാമെന്നു പറയുന്നുണ്ട്. നമുക്കു വലിയ സഹായമായി. അത്–കുറുപ്പ് ഏൾക്കുന്ന കാര്യം–ഭംഗിയായി നടക്കും. സംശയമില്ല. കുറുപ്പിന്റെ ബുദ്ധി, ഔദാര്യം മുതലായതിന് അതിരില്ല."

പരമേശ്വരൻപിള്ള: അടിയൻ! നട അടിയനും സഹായമായി. ഇദ്ദേഹം ഏല്ക്കുന്ന കാര്യമോ? ഭേഷായ് നടക്കും.

യുവരാജാവ് പിന്നെയും കുറുപ്പിനെക്കുറിച്ച് പ്രശംസിച്ചു. കുറുപ്പിന് അതു പുത്തരിയായിത്തോന്നി. അദ്ദേഹം ഇപ്രകാരം പറഞ്ഞു: "അടിയൻ കടമയെ ചെയ്തതിന് ഇത്രയൊക്കെ തിരുവുള്ളമുണ്ടായി കല്പിക്കണത് അടിയന്റെ ഭാഗ്യംതന്നെ. എന്നാൽ കല്പിച്ച് അധികമായ വാഴ്ത്തും, വാഴ്‌വിൽ അധികമായ കൊതിയും രണ്ടും വിട്ടൂടണം. എന്നാലക്കൊണ്ടുതന്നെ തിരുമേനിക്ക് നല്ലപേരും നല്ലവാഴ്ചയും ഉണ്ടാവൂ."

ഈ വാക്കുകൾ കേട്ടപ്പോൾ കൃഷിക്കാരായ നായന്മാർ എത്രതന്നെ

സമർത്ഥന്മാരായാലും രാജസന്നിധികളിൽ ആചരിക്കേണ്ട ക്രമങ്ങളിൽ പരിജ്ഞാനശൂന്യന്മാരായിത്തന്നെ ഇരിക്കയുള്ളു എന്നു വിചാരിച്ചു പരമേശ്വരൻപിള്ളയും, വാസ്തവമായ സന്തോഷംകൊണ്ട് യുവരാജാവും പുഞ്ചിരിയിട്ടു.

യുവരാജാവ്: "കുറുപ്പിനെ ഇന്നുമുതല്ക്ക് ഒരു ഗുരുവിന്റെ സ്ഥാനത്തു നാം സ്വീകരിച്ചിരിക്കുന്നു. സ്വാതന്ത്ര്യമായി ഗുണദോഷങ്ങൾ പറഞ്ഞുകൊൾകേ വേണ്ടൂ. ഒട്ടും മടിക്കണ്ട."

ഇതിന് ഉത്തരമായി കുറുപ്പ് ഒന്നും പറഞ്ഞില്ല. "അതുപോലെ സ്വാതന്ത്ര്യത്തോടുകൂടി ഗുണദോഷം തുടങ്ങാൻ അടിയനും കല്പന ഉണ്ടായെങ്കിൽ ഹാ!" എന്നു പരമേശ്വരൻപിള്ള അടുത്തുള്ള തൂണിനോടെന്നപോലെ സാവധാനത്തിൽ മന്ത്രിച്ചു.

നാലുനാഴിക പകലുള്ളപ്പോൾ യുവരാജാവ് കുളി മുതലായതും ഭക്ഷണവും കഴിച്ച്, പത്മനാഭപുരത്ത് അയയ്ക്കപ്പെട്ടിരുന്ന ആൾ വന്നു ചേർന്നിട്ട് പുറപ്പെടാം എന്നുള്ള വിചാരത്തോടുകൂടി മേൽനിർവ്വഹിക്കും കാര്യങ്ങളെപ്പറ്റി കുറുപ്പിനോടു സംസാരിച്ചുകൊണ്ട് സന്ധ്യകഴിയുന്നതുവരെ ഇരുന്നു. കുറുപ്പിന്റെ ശേഷക്കാരൻ തിരിയെ എത്താത്തതുകൊണ്ട് എല്ലാവരും ആലോചന തുടങ്ങി. അപകടം ഒന്നും വരികയില്ലെന്ന് കുറുപ്പ് ധൈര്യമായി പറഞ്ഞു: തമ്പിയുടെ സ്വഭാവം നല്ലതിന്മണ്ണം അറിഞ്ഞിരുന്ന യുവരാജാവിന് അത്രതന്നെ ധൈര്യമുണ്ടായില്ല. പരമേശ്വരൻപിള്ളയും ഗൗരവബുദ്ധിമാനായും വിഷണ്ണനായും താടിയിൽ കൈയും ഊന്നി ഒരു കോണിൽ പോയി നിന്നു.

അസ്തമിച്ച് അഞ്ചുനാഴികയായി കാർമേഘങ്ങളാൽ ആകാശം മൂടപ്പെട്ടിട്ട് നക്ഷത്രങ്ങളുടെ വെളിച്ചംപോലും ഇല്ലാതെ ദിക്കെല്ലാം അന്ധകാരമയമായി. ദീപംകൂടാതെ പുറത്തിറങ്ങിനോക്കിയ ആളുകൾക്ക് ഒരടിപോലും മുന്നോട്ടു കാണാൻ പ്രയാസമായിരിക്കുന്നു. വൃക്ഷങ്ങളെല്ലാം നിർവ്യൂഢോല്ലാസങ്ങളായി നില്ക്കുന്നു. അതിഭയങ്കരമായ കൊടുങ്കാറ്റിന്റെ പൂർവ്വചിഹ്നമായി സകല ചരാചരങ്ങളും ശാന്തമായി ഭവിച്ചതുപോലെ കാണപ്പെടുന്നു. അറപ്പുരയിലെ പടിഞ്ഞാറെ വാതിൽ തുറന്നിരുന്നിട്ടും അവിടെയുള്ള ദീപം ഊർദ്ധ്വഗതിയായി യാതൊരു ചലനവും കൂടാതെ കത്തുന്നു. എന്തോ ഒരാരവം കേട്ടുതുടങ്ങുന്നു. കാർ ഇളകുന്ന ഘോഷമാണെന്ന് എല്ലാവരും വിചാരിച്ചു. പടിഞ്ഞാറെ വാതിൽ ബന്ധിക്കുന്നു. കേട്ടുതുടങ്ങിയ ശബ്ദം മുഴുത്തു വരുന്നു. മഴ വീണുതുടങ്ങിയോ എന്നു ശങ്കിച്ച് പരമേശ്വരൻപിള്ള അങ്കണത്തിലേക്കു കൈനീട്ടി നോക്കിയതിൽ ഒരുതുള്ളി വെള്ളംപോലും വീഴുന്നില്ല. എന്തു ഘോഷമാണ് അടുത്തുവരുന്നതെന്നറിവാനായി എല്ലാവരും ചെവി കൊടുത്തു തുടങ്ങുന്നു. അപ്പോൾ ധൃതിയോടും സംഭ്രമത്തോടും രക്തവും അണിഞ്ഞുകൊണ്ട് കുറുപ്പിന്റെ ഇളയ ശേഷക്കാരൻ-പത്മനാഭപുരത്തെ വർത്തമാനങ്ങൾ അറിഞ്ഞു വരുന്നതിന് നിയോഗിക്കപ്പെട്ടിരുന്ന ആൾ-അറപ്പുരയിൽ എത്തുന്നു. "വേ-വേലു-കുറുപ്പും വേൽക്കാരും മറ്റും ഇ-ഇ-ഹിങ്ങോട്ടു

വരുന്നു, അടുത്തുപോയി, പത്തുനൂറ്റമ്പതാളൊണ്ട്" എന്നു വളരെ ബുദ്ധിമുട്ടോടുകൂടി പറയുന്നു.

കുറുപ്പിന്റെ അപ്പോഴത്തെ മനസ്സാന്നിദ്ധ്യം കാണേണ്ടതായിരുന്നു. "കിട്ടാ" എന്ന് ഇടിരവംപോലെ ഒന്ന് ഉച്ചത്തിൽ വിളിച്ചു. കുറുപ്പിന്റെ മൂത്ത അനന്തരവൻ വാളും പരിചയുമായി അറപ്പുരയ്ക്കകത്ത് എത്തി. "കിട്ടാ, ഇദ്ദേഹം പാവമാണ്, ഇവിടെ നിക്കണത് തൊന്തറവാണ്, മേലേക്കാട്ടിൽ കേറ്റി തിരുവട്ടാറ്റു കൊണ്ടുവിട്ടേച്ചു വാ. നീ ചത്താലും അദ്ദേഹത്തിന് വിന വരരുത്. ബ്രഹ്മഹത്തിക്ക് ഇടവരുത്തരുത്; പോ-നന്നായ് വരും. പിള്ളർ മൂന്നുപേരെക്കൂടി വിളിച്ചോ" എന്നു പറഞ്ഞിട്ട് യാത്രയായിക്കൊള്ളുന്നതിനു യുവരാജാവിന്റെ മുഖത്തു നോക്കി "ഇതിന്റെ അവസാനം കണ്ടിട്ട് ഞങ്ങൾ പോകാം" എന്ന് യുവരാജാവു പറഞ്ഞു. ആജ്ഞാനിഷേധം എന്നുള്ളത് കുറുപ്പ് അറിഞ്ഞിട്ടില്ല. അതിനാൽ യുവരാജാവിന്റെ വാക്കുകൾ കേട്ടപ്പോൾ "പോവാൻ പറഞ്ഞാൽ!" എന്നൊന്നലറി. "പിന്നെപ്പോരേ?" എന്നു യുവരാജാവും. "പഞ്ചപാപികളെ കൈയാൽ, എന്റെ വീട്ടിൽവെച്ചോ? ഒരിക്കലും വയ്യാ" എന്നു കുറുപ്പും. ഇതിനിടയിൽ ആളുകളുടെ അട്ടഹാസങ്ങൾ വ്യക്തമായി കേട്ടുതുടങ്ങി. "പോകൂല്ലയോ-തിട്ടംതന്നെയോ?" എന്ന് കുറുപ്പ് പിന്നെയും അലറി. യുവരാജാവ് വല്ലാത്തസ്ഥിതിയിലായിട്ടു മിണ്ടാതെ നിന്നു. കുറുപ്പ് അറപ്പുരമുറിക്കകത്തു കടന്ന് ഒരു വെട്ടുകത്തി കൈയിലാക്കീട്ട് പുറത്തിറങ്ങി. കുറുപ്പ്, തന്നെ ആ സ്ഥലത്തു താമസിക്കുന്നതിന് അനുവദിക്കുന്നതിന് മുമ്പിൽ ആത്മഹത്യയ്ക്കു സന്നദ്ധനാണെന്നു മനസ്സിലാക്കിയിട്ട് യുവരാജാവ് കടന്നു വെട്ടുകത്തിയെ പിടിച്ചുകൊണ്ട് "അരുത്, ഞാൻ പോകുന്നു" എന്നു പറഞ്ഞു. അപ്പോൾ വീടിനുചുറ്റും ഭയങ്കരമായ നിലവിളികളും അട്ടഹാസങ്ങളും കേട്ടുതുടങ്ങി. വേൽക്കാർ പറയരോടേറ്റതാണെന്നു കുറുപ്പിനു മനസ്സിലായി. അരക്ഷണംകൊണ്ട് യുവരാജാവിനെ ഒരു പുൽക്കൊടിപോലെ എടുത്ത് അറപ്പുരമുറിക്കകത്താക്കി, പുറകെ പരമേശ്വരൻപിള്ളയെയും തള്ളിവിട്ടു. വാതിലിനെ പൂട്ടീട്ട് കുറുപ്പു തന്റെ ആറുശേഷക്കാരും അഞ്ചെട്ടു നായന്മാരുമായി കിഴക്കേപ്പുറത്തെത്തി. പറയരേയും വേൽക്കാരെയും ഒന്നും തിരിച്ചറിവാൻ പാടില്ലാത്ത ഇരുട്ടിൽ കുറുപ്പു മുതൽപേർ വളരെ കുഴങ്ങി. കുറുപ്പിന്റെ വടിയിൽനിന്ന് ഏകദേശം രണ്ടുകോൽ നീളമുള്ള ഒരു വാൾ ഊരി കൈയിലാക്കിക്കൊണ്ട് അദ്ദേഹം മുന്നോട്ട് അടുത്തു. 'തന്നേക്കിൻ, പോറ്റിയെ തന്നേക്കിൻ. വെറുതേ ചാവാതിൻ' എന്നട്ടഹസിച്ചുപറയുന്ന ഒരു സ്വരം കേട്ട് കുറുപ്പും ശേഷക്കാരും ആ വഴിക്കു തിരിച്ചു.

കുറുപ്പ്: ആരെ ഉത്തരവാണ് ഈ അക്രമം കാണിക്കാൻ? കേൾപ്പാനും കേൾവിയുമില്ലെന്നുവന്നോ?

ഈ ചോദ്യത്തിന് ഉത്തരമായി മാങ്കോയിക്കൽ കുറുപ്പിന്റെ നേരെ എത്തി. "ഫൂ!-പട്ടീ! താനാണോ ചോദിക്കുന്നത്?" എന്നു വേലുക്കുറുപ്പ്

ആക്ഷേപമായി ആർത്തതും കുറുപ്പിന്റെ ശേഷക്കാരനായ കൃഷ്ണക്കുറുപ്പിന്റെ പ്രഹരം ഏറ്റ് വേലുക്കുറുപ്പിന്റെ ദന്തങ്ങളിൽ ചിലതു നിലത്തു പതിച്ചതും ഒന്നായിക്കഴിഞ്ഞു. പിന്നീടുണ്ടായ കോലാഹലത്തെ വിസ്തരിക്കാൻ പ്രയാസം. വേലുക്കുറുപ്പും മാങ്കോയിക്കൽക്കുറുപ്പും ദുശ്ശാസന ഭീമസേനന്മാരെപ്പോലെ ചീറി അടുത്തു പോർക്കളത്തെ പൊടിപെടുത്തുന്നു. വേലുക്കുറുപ്പിന്റെ പരിവാരങ്ങൾ പറയരെ നിർദ്ദയമായും നിഷ്പ്രയാസമായും അന്തകപുരിയിൽ ചേർക്കുന്നു. കുറുപ്പിന്റെ അനന്തരവൻ പറയർക്കു തുണയായി എത്തുന്നു. ഓങ്ങിവെട്ടുന്ന വെട്ടുകൾ വൃക്ഷങ്ങളിലും നിലത്തും ഓരോ ശരീരങ്ങളിലും ഏല്ക്കുന്നു. ശത്രുമിത്രങ്ങളെ തിരിച്ചറിവാൻ പ്രയാസമായിരുന്നതിനാൽ പോരാളികൾ ഭഗ്നോത്സാഹികളാകുന്നു. മാങ്കോയിക്കൽക്കുറുപ്പിന്റെ മുമ്പിൽനിന്നു വേലുക്കുറുപ്പ് തുള്ളിത്തുടങ്ങുന്നു. മാങ്കോയിക്കൽക്കുറുപ്പു വീശുന്ന വാളിന്റെ ചീറ്റം കേട്ട് വേലുക്കുറുപ്പു നടുങ്ങുന്നു. നീളംകുറഞ്ഞ തന്റെ വാൾ കേവലം നിഷ്പ്രയോജനകമായിട്ടുള്ളതെന്നു നിശ്ചയിച്ച് വേലുക്കുറുപ്പ് ഒരു വേലും വാങ്ങി അടുക്കുന്നു. വേൽക്കാരും ചിലർ കുറുപ്പിനെ വളയുന്നു. കണ്ഠം, കാൽ, കരം എന്നിവ അറ്ററ്റു വീഴുന്നു. അപ്പോൾ ഒരു പ്രകാശം കണ്ടുതുടങ്ങുന്നു. ശുഷ്കമായുള്ള ഇലകളിൽ മണൽത്തരികൾ വീഴുന്നതുപോലെയുള്ള ഒരു ശബ്ദമാണു കേൾക്കുന്നത്. മേഘങ്ങളെ പൊടിപെടുത്തി വീഴ്ത്താനെന്നു തോന്നുംവണ്ണം വേൽക്കാർ ഒന്നായിച്ചേർന്ന് ജയസൂചകമായ ഒരു സിംഹനാദം പുറപ്പെടുവിക്കുന്നു.

അന്ധകാരം ഒഴിഞ്ഞുതുടങ്ങിയതിന്റെ കാരണം അറിയുന്നതിനായി കുറുപ്പ് നാലുചുറ്റും പരിഭ്രമത്തോടെ നോക്കിയപ്പോൾ തന്റെ ഗൃഹത്തിൽ അഞ്ചെട്ടു സ്ഥലത്തു തീവയ്ക്കപ്പെട്ടിരിക്കുന്നതു കണ്ടു. പുറമേയുള്ള തീയിലും അധികം തൈക്ഷ്ണ്യമുള്ള ഒരു തീ കുറുപ്പിന്റെ ഉള്ളിൽ കത്തിത്തുടങ്ങി. "മാറെടാ ദ്രോഹീ!" എന്ന് അതിഭയങ്കരമായ സ്വരത്തിൽ വിളിച്ചുകൊണ്ട് ഭവനത്തിന്റെ നേർക്ക് കുറുപ്പ് പാഞ്ഞു.

വേലുക്കുറുപ്പ്: എരിയട്ട്-ചാകട്ട്-ബ്രാഹ്മണൻ ഇല്ലല്ലോ-പിന്നെ എന്തിത്ര വേവലാതി?

കുറുപ്പിന്റെ ഉള്ളിൽ ആധി വളർന്ന് അനന്തരവൻ എവിടെ എന്ന് നോക്കിത്തുടങ്ങി. അഗ്നി വളരെ ഭയങ്കരമായും ക്രൂരതയോടും കത്തിത്തകർക്കുന്നു. ജ്വാലകൾ മേല്പോട്ടു പൊങ്ങി അഗ്നിയാൽ നിർമ്മിതമായ ഒരു സ്തംഭംകണക്ക് അംബരത്തിലുയർന്നു കളിയാടുന്നു. വായുവിന്റെ ചലനം വർദ്ധിച്ചുകൂടുമ്പോൾ അതു ഭിന്നിച്ചു ശിഥിലങ്ങളായി പരന്നു ചുവന്ന് അങ്ങുമിങ്ങും ചലിച്ച് ഉഴറിക്കൊണ്ടിരിക്കുന്ന അഗ്നിജിഹ്വകൾ എന്നപോലെ ജ്വലിക്കുന്നു. പിന്നീടെല്ലാം ഒന്നായിച്ചമഞ്ഞ് ഒരു ഗോപുരാകൃതിയിൽ മേല്പോട്ടുയർന്നും അഗ്രഭാഗം ഇടത്തോട്ടും വലത്തോട്ടും കൂടക്കൂടെ ഊക്കോടു ചാഞ്ഞും ഒരു പത്തുനൂറായിരം ദീപയഷ്ടികളുടെ ശോഭയെ വെല്ലുന്ന തേജസ്സോടുകൂടി കാണപ്പെടുന്നു. അന്ധകാരം നിശ്ശേഷം നീങ്ങി ആകാശം ശോണവർണ്ണമാകുന്നു. ഇപ്പോൾ പാവ

കന്റെ ശക്തി കഠിനസാഹസത്താൽ താനേ ശമിച്ച് അമർന്നതുപോലെ തോന്നിക്കുന്നു. അതാ, പിന്നെയും തന്റെ ക്രൂരപ്രവൃത്തിയെ നൂതന ശക്തി കൈക്കൊണ്ട് ആവർത്തിക്കുന്നതിനു വേണ്ട ഒരുക്കങ്ങൾ ചെയ്യാൻ അടങ്ങിയിരുന്നുവെന്നു തോന്നുംവണ്ണം പൊടുന്നനവെ പല ആകൃതികൾ പൂണ്ട് കഠിനതേജസ്സോടുകൂടി വീണ്ടും ഉജ്ജ്വലിച്ചുകാണുന്നു. അസംഖ്യം കുടച്ചക്രങ്ങളിൽനിന്നു യോജിപ്പോടുകൂടി പുറപ്പെടുംവണ്ണം തീപ്പൊരികൾ ആകാശത്തിൽ പരന്നു നാലുഭാഗങ്ങളിലും ചിതറുന്നു. വികൃതദേഹന്മാരായി നിണവുമണിഞ്ഞു പ്രാണനേയും ഉപേക്ഷിച്ച് യജമാനനെ രക്ഷിക്കണം എന്നുള്ള ഏകകരുതലോടുകൂടി ഭ്രമിച്ച് അങ്ങുമിങ്ങും ഓടുന്ന പറയരെ വേൽക്കാർ വെളിച്ചത്താലുണ്ടായ സഹായം നിമിത്തം അരിഞ്ഞുതള്ളുന്നതും കണ്ട് കുറുപ്പ് ദീർഘനിശ്വാസം ചെയ്യുന്നു. അനന്തരവരേയും അകലെ കാണുന്നുണ്ട്. നിന്നനിലത്തു നിന്ന് ഒന്നു മാറുന്നതിന് വേൽക്കാർ അവരെ സമ്മതിക്കുന്നില്ല. മാങ്കോയിക്കൽക്കുറുപ്പ് പിന്നെയും ക്ഷണേന തിരിഞ്ഞ് ഗൃഹത്തെ നോക്കി പായുന്നു. വേൽ, കുന്തം എന്നിവകൊണ്ടു ചമയ്ക്കപ്പെട്ട ഒരു കോട്ട കുറുപ്പിനെ തടുക്കുന്നു.

വേലുക്കുറുപ്പ്: ഹാ-ഭേഷ്! ബ്രാഹ്മണന്റെ ദഹനം അതികേമം! ഛീ! ചത്ത കാറ്റിനു കുറേക്കൂടി സഹായിക്കരുതോ?

മഴ വീണെങ്കിലോ എന്ന് കുറുപ്പു പ്രാർത്ഥിച്ചു. മഴ വീഴുന്നില്ല. കാറ്റ് ഊറ്റമായിത്തുടങ്ങി. “അയ്യോ” എന്ന് ആർത്തുകൊണ്ട് കുറുപ്പു പിന്നെയും മുന്നോട്ടു പാഞ്ഞു. വേലുക്കുറുപ്പ് മുതൽപേർ പിന്നെയും തടുത്തു. ഒരു വഴിയും ഇല്ലാതായപ്പോൾ “കിട്ടാ-നാരായണാ-എടാ ചത്തെങ്കിലും ബ്രാഹ്മണനെ രക്ഷിപ്പിനെടാ-ആരൊണ്ട് എന്നെ സഹായിപ്പാൻ, ബ്രാഹ്മണനെ രക്ഷിപ്പാൻ? അവർക്കെന്റെ വസ്തുവും വീടും എല്ലാം” എന്ന് ഉച്ചത്തിൽ വിളിച്ചുകൊണ്ട് പ്രാണഭയംകൂടാതെ വെടികൊണ്ട പന്നിയെപ്പോലെ കുറുപ്പു മുന്നോട്ടു പാഞ്ഞു. “അടിയൻ ലച്ചിപ്പോം” എന്നൊരു പ്രതിശബ്ദം കേൾക്കുകയുണ്ടായി. ഒരു അട്ടഹാസവും തുടരെ കേട്ടു. അടർക്കളത്തിന്റെ നാലുഭാഗത്തുനിന്നും വെട്ടുകത്തി, വാച്ചി, കുറുവടി, അരവാൾ എന്നീവക ആയുധങ്ങളോടുകൂടി പറയരുടെ പ്രേതങ്ങൾ എന്നു തോന്നത്തക്കതായ ഒരുകൂട്ടം പുറപ്പെട്ട് വേൽക്കാരെയും അവരുടെകൂടെയുള്ള നായന്മാരെയും വളഞ്ഞു.

# ആറാം അദ്ധ്യായം

*"കോപിതയമോപമദശാനനനിയോഗാൽ,*
*ആസകലമാശരമഹാബലമസംഖ്യം*
*നാലുപുറത്തും വലിയ ഗോപുരങ്ങളുടേ*
*തിക്കി ഞെരിച്ചാശു പുറപ്പെട്ടു ഹരിരാമ."*

**പ**ത്മനാഭപുരത്തു തെക്കേത്തെരുവിൽ ഒരുദിവസം പുലർച്ച ആയപ്പോൾ ജനബാഹുല്യം സാധാരണയിൽ അധികമായി കാണപ്പെടുന്നു. അവിടവിടെയായി അനേകം ജനങ്ങൾ കൂടിനില്ക്കുന്നുണ്ട്. അധികവും രാജപരിവാരങ്ങളായ ജനങ്ങളാണ്. ആളുകളുടെ സംഖ്യ മുന്നൂറിൽ ഒട്ടും കുറവില്ലെങ്കിലും എല്ലാവരും നിരുദ്ധവീര്യന്മാരാക്കപ്പെട്ട സർപ്പങ്ങളെപ്പോലെ നിശ്ചേഷ്ടരായി നില്ക്കുന്നു. വഴിപോക്കരായുള്ളവർ അവരുടെ യാത്രയിൽ വടക്കരികിൽ ഒതുങ്ങുകയും ഛത്രങ്ങളെ ആ വശത്തോട്ടു ചരിച്ചുപിടിച്ചുകൊള്ളുകയും ഇടയ്ക്കിടെ തെക്കോട്ട് അതിബഹുമതിയോടുകൂടി നോക്കുകയും വഴിക്ക് തെക്കുവശത്തായി നില്ക്കുന്ന ഒരു മാളികയുടെ പുരോഭാഗത്താകുമ്പോൾ ഛത്രാദികളായി കൈയിലുള്ള സാധനങ്ങൾ നിലത്തുവയ്ക്കുകയും രണ്ടാംമുണ്ടുകൾ അരയിലോ തലയിലോ പ്രായഭേദംപോലെ കെട്ടുകയും ചെയ്തുകൊണ്ട് താണുതൊഴുകയും- ഇത്രയും ഒക്കെ വിശേഷവിധികൾ അനുഷ്ഠിക്കുന്നുണ്ട്. മേല്പറഞ്ഞ മാളിക പത്മനാഭപുരം രാജമന്ദിരത്തിന്റെ ഒരു ഭാഗമാണ്. തെക്കേത്തെരുവിൽ ആണെന്നു സൂചിപ്പിച്ചതുകൊണ്ട് ഈ മാളിക കൊട്ടാരത്തിന്റെ ദക്ഷിണഭാഗത്താണെന്ന് വായനക്കാർ ഗ്രഹിക്കരുത്. ആ നഗരത്തിലുള്ള തെരുവുകൾ കൊട്ടാരത്തിനെയോ വല്ല പ്രധാനക്ഷേത്രത്തെയോ ചുറ്റിയുള്ളതല്ല; കൊട്ടാരത്തിന്റെ വടക്കുഭാഗത്ത് ഗൃഹങ്ങളെ ചുറ്റി രഥോത്സ

വത്തിനായി ഉണ്ടാക്കപ്പെട്ടിട്ടുള്ള വീഥികളാണ്. ഈ തെരുവുകളിൽ തെക്കേത്തെരുവ് കൊട്ടാരത്തിന്റെ വടക്കേ അതിർത്തിയാണ്.

കൊട്ടാരത്തിനകത്തുനിന്നു പ്രമാണികളായ ചിലർ പുറത്തേക്ക് അപ്പൊഴപ്പോൾ ഓടിവരികയും, ചിലരെ കൈകാട്ടിവിളിക്കയും, ഓരോ നിർദ്ദേശങ്ങൾ ഭരമേല്പിച്ച് അവരെ നാനാദിക്കിലേക്ക് ഓടിക്കയും ചെയ്യുന്നു. മാളികയുടെ മുകളിൽനിന്ന് "വിശാരിപ്പുകാരൻ" എന്ന് ഒരാൾ വിളിക്കുന്നത് നാഴിക ഇടയിൽ നാല്പത് ഉരു കേൾപ്പാനുണ്ട്. "സ്വാമി" എന്നു വിളികേട്ടുകൊണ്ട് പൊന്നുകെട്ടീട്ടുള്ള വേത്രദണ്ഡം ധരിക്കുന്ന ഒരു കുംഭോദരൻ മേല്പോട്ട് ഓടിക്കയറുകയും ഉടനെ കീഴ്പോട്ട് ഇറങ്ങുകയും അങ്ങുമിങ്ങും പാഞ്ഞുനടക്കുകയും ഓരോരുത്തരെ ശാസിക്കയും പിന്നെയും വിളി കേൾക്കുമ്പോൾ മേൽപ്രകാരമുള്ള നടപടികൾ എല്ലാം ആവർത്തിക്കയും ചെയ്യുന്നു. വേണാട്ടധിപനായ മഹാരാജാവിന്റെ ജ്യേഷ്ഠപുത്രൻ ശ്രീപത്മനാഭൻ തമ്പി അങ്ങുന്ന് അവർകളുടെ പരിചാരകന്മാരാണ് തെരുവിൽ കൂടി നിൽക്കുന്നത്. അദ്ദേഹത്തിന്റെ ആജ്ഞാകാരന്മാരാണ് ഓടിനടക്കുന്നത്. വഴിപോക്കർ കണ്ടു വന്ദിക്കുന്നത് 'ഉമ്പർകോനു സമവിഭവനായ തമ്പിയങ്ങത്തെ'യാണ്. അദ്ദേഹം മാളികയിൽ രണ്ടാമത്തെ നിലയിലുള്ള വരാന്തയിൽ 'അക്ഷമനായിട്ടു നടക്കുന്നു. ശ്രീപത്മനാഭൻതമ്പിയുടെ നിറം പരിപൂർണ്ണ പക്വാവസ്ഥയെ പ്രാപിച്ച് സ്വർണ്ണകാന്തിയേയും അധികരിക്കുകന്നതായ ഗംഭീരഫലത്തിന്റെ വർണ്ണത്തിലും അധികം ശോഭായമാനമായിട്ടുള്ളതാണ്. തമ്പിയുടെ രൂപം കണ്ടാൽ "പുണ്ഡരീകഭവസൃഷ്ടികൗശലമണ്ഡലമായി വിലസുന്നു' എന്നു വർണ്ണിച്ചിട്ടുള്ളത് ഇദ്ദേഹത്തെ ഉദ്ദേശിച്ചായാൽ ഉചിതമായിരിക്കും. ചേതോമോഹിനികളായ സ്ത്രീരത്നങ്ങളുടെ കേശഭാരത്തെ ലജ്ജിപ്പിക്കുന്ന നീണ്ട, പക്ഷേ, ചുരുണ്ടതല്ലാതുള്ള പൂർവ്വശിഖയെ കെട്ടിനീട്ടി വാമനേത്രത്തെ മിക്കവാറും ആച്ഛാദിക്കുന്ന സ്ഥിതിയിൽ നിർത്തിയിരിക്കുന്നതിന്റെ പുച്ഛം പൂവൻകോഴിയുടെ അങ്കവാൽ എന്നപോലെ പുറകോട്ടു വളഞ്ഞുകിടക്കുന്നു. ഇരുഭാഗത്തോട്ടും കോതി ഒതുക്കിയിരിക്കുന്ന കൃതാക്കളുടെ ഇടയിൽക്കൂടി കാണപ്പെടുന്ന കർണ്ണഭൂഷണങ്ങൾ വായുവേഗത്തിൽ വിച്ഛിന്നമാക്കപ്പെട്ട കാർമേഘങ്ങളുടെ ഇടയിൽ വിലസുന്ന നക്ഷത്രങ്ങളെപ്പോലെ ശോഭിക്കുന്നു. വക്ഷഃസ്ഥലത്തിന്റെ വിരിവും, മദ്ധ്യപ്രദേശത്തിന്റെ ഒതുക്കവും, ബാഹുക്കളുടെ ദാർഢ്യവും, സ്കന്ധങ്ങളുടെ പൃഥുലതയും അദ്ദേഹത്തിൽ കാണപ്പെടുന്നതുപോലെ മൽപ്പിടുത്തക്കാരായ അഭ്യാസികളിലും കാണുന്നതല്ല. തമ്പിയുടെ വൻപുനടിച്ചുള്ള ഞെളിവും, പ്രൗഢിയോടുള്ള കൈവീശലും, ശ്വാസം അടക്കി തലപൊക്കിയുള്ള നോട്ടങ്ങളും, കാണികൾ തൊഴുമ്പോൾ അലക്ഷ്യമായി തല വെട്ടിത്തിരിച്ചു കളയുന്നതും കാണുന്നവർ അദ്ദേഹത്തിന്റെ മഹത്ത്വത്തെക്കുറിച്ചു വളരെ അതിശയിക്കാറുണ്ട്. നേത്രങ്ങളുടെ സാധാരണക്രൗര്യം ഹേതുവായിട്ട് അദ്ദേഹത്തിന്റെ മുഖത്തു നോക്കി സംസാരിക്കുന്നതിന് അന്യന്മാർ സന്നദ്ധരാകുന്നതല്ലെന്നു സേവകന്മാർ പറഞ്ഞു ധരിപ്പിച്ചിട്ടു

ള്ളതിനാൽ അങ്ങുന്ന് തരാതരം കൂടാതെ ആരെക്കണ്ടാലും ഇമകളെ വിടർത്തി, അണകളെ അമർത്തി, വട്ടമിട്ടു നോക്കിത്തുടങ്ങും. ഈ ദുശ്ശീലം എങ്ങനെ സിദ്ധിച്ചു എന്നുള്ളതിന്റെ സൂക്ഷ്മമറിയാത്ത ആളുകൾ അതിനെ അദ്ദേഹത്തിന്റെ രൗദ്രപ്രകൃതിയുടെ ബാഹ്യലക്ഷണമായി വ്യാഖ്യാനിച്ചുവന്നു. മാറിൽ ഒരു പച്ചമാലയും, കൈകളിൽ വീരശൃംഖലകളും രത്നഖചിതമായ കയ്ക്കെട്ടുകളും, വിരലുകൾ എട്ടിൽ മോതിരങ്ങളും അണിഞ്ഞിരിക്കുന്നു. ഉടുത്തിരുന്ന കസവു പട്ടക്കര വസ്ത്രധാരണത്തിന്റെ ഉദ്ദേശ്യത്തെ നിറവേറ്റുന്നില്ലെങ്കിലും, അരയിൽ പൊന്നരഞ്ഞാണവും കല്ലുവച്ച ഏലസ്സുകളും ധരിച്ചിരിക്കുന്നതിന്റെ ഭംഗി അച്ഛന്റെ പ്രജകൾ കണ്ടു രസിച്ചുകൊള്ളട്ടെ എന്നുള്ള അദ്ദേഹത്തിന്റെ അപാരമായുള്ള പരോപകാരതല്പരതാജന്യമായ അഭിലാഷത്തെ സാധിപ്പിക്കുന്നുണ്ട്.

ശ്രീപത്മനാഭൻതമ്പി അങ്ങുന്ന് എന്നും പപ്പുത്തമ്പി എന്നും വലിയതമ്പി എന്നും ഈ കഥയിൽ പറയപ്പെടുന്ന ഈ മഹാന്റെ കീർത്തി ദേശിംഗനാട്, ചെമ്പകശ്ശേരി, കോഴിക്കോട്, ആർക്കാട്, മധുര, തൃശ്ശനാപ്പള്ളി മുതലായ ദിക്കുകളിലും പരന്നിട്ടുണ്ട്. നാട്ടുകാർ ഇദ്ദേഹത്തിന്റെ മുമ്പിൽ മാർജ്ജാരനെക്കണ്ട മൂഷികനെപ്പോലെ വിറയ്ക്കും. ഇന്ദ്രനേയും വിരിഞ്ചനേയും തൃണംപോലെ വിചാരിക്കുന്ന എട്ടുവീട്ടിൽപിള്ളമാരായ പരാക്രമശാലികളും 'തമ്പി' എന്ന ശബ്ദമാത്രത്തെപ്പോലും ഭയപ്പെടുന്നുണ്ട്. അച്ഛൻ നാടുനീങ്ങിയാൽ സിംഹാസനം പുത്രനുതന്നെ എന്നു നാട്ടിൽ ഒരു വിശ്വാസം എങ്ങനെയോ പരന്നിട്ടുണ്ട്. അതുകൊണ്ട് സകലജനങ്ങൾക്കും തമ്പിയെക്കുറിച്ചുള്ള ഭയം ഇത്രയെന്നു പറഞ്ഞുകൂടുന്നതല്ല.

ഇപ്രകാരമെല്ലാമിരിക്കുന്ന തമ്പി അങ്ങുന്നാണ് പത്മനാഭപുരത്തു തെക്കേത്തെരുവിലുള്ള മാളികയിൽ താമസം സഹിക്കുന്നില്ല എന്നുള്ള ഭാവത്തിൽ പല്ലുകൾകടിച്ചുകൊണ്ടു നടക്കുന്നത്. പുറകെ അദ്ദേഹത്തിന്റെ നിഴലെന്നപോലെ സുന്ദരയ്യനുമുണ്ട്. സുന്ദരയ്യൻ അന്നുരാവിലെ അവിടെ എത്തിയതേ ഉള്ളൂ. യജമാനന്റെ കോപത്തെ ശമിപ്പിക്കുന്നതിനായി സുന്ദരയ്യൻ സമാധാനം പറയുന്നുണ്ടെങ്കിലും തമ്പി അതുകളെ സാരമാക്കുന്നില്ല. ഒടുവിൽ സഹിക്കാൻ പാടില്ലാഞ്ഞിട്ട്, സുന്ദരയ്യൻ കുറച്ചു കോപത്തോടുകൂടി ഇങ്ങനെ പറഞ്ഞു: "എന്ന തിടുക്കം ഇത്? വരുവാരങ്കത്തെ, ഇപ്പോൾ വരുവാർ. തിടുക്കപ്പെട്ടതിനാലെ എന്നവും ആഹുമോ പറ്റിത്ത്-അതുതാൻ ഇവളവുനേരം."

തമ്പി: (ഝടിതിയിൽ തിരിഞ്ഞു സുന്ദരയ്യനെ മുഖത്തു പിടിച്ചു പിറകോട്ട് തള്ളീട്ട്) പറ്റിത്തു-ഇപ്പോൾ പറ്റിത്തു! ഉലക്കയാണു പറ്റിയത്.

സുന്ദരയ്യൻ: എന്നവും ആട്ടും. കൊഞ്ചം പൊറുക്കവേണം. അങ്കത്തെ.....

തമ്പി: പൊറുക്കവേണം. ഫോ പെറുക്കീ! മിനക്കെട്ട വേലയ്ക്കു വേലുവിനെ അയച്ചു. കാലത്തെ വന്നു മുഖം കഴുകുന്നതിനു മുമ്പിൽ ഒരു കള്ളം!

സുന്ദരയ്യൻ: പൊയ്യോ! ഇന്തക്കണ്ണു രെണ്ടാലെ പാർത്താൻ. അന്ത പരമേശ്വരൻപിള്ളയെത്താൻ.

തമ്പി: ഛെ! മുമ്പിൽ നിന്ന് ഇനിയും കള്ളം പറഞ്ഞാൽ അനുഭവം ഉണ്ട്. പട്ടരെന്നും മറ്റും ഞാൻ വിചാരിക്കൂല്ല, പറഞ്ഞേക്കാം. ആളറികയില്ലയോടാ നീ?

സുന്ദരയ്യൻ: കണ്ണുനീരോടുകൂടി-ആവശ്യപ്പെടുമ്പോൾ പുറപ്പെടുന്നതിന് ഈ സാധനം സദാ സുന്ദരയ്യന്റെ പക്കൽ ഹാജരുണ്ട്) "മഹാപ്രഭു അങ്കത്തെ കോപപ്പെട്ടാൽ നാങ്കളെല്ലാം അശുക്കൾ പിളക്കറത്...."

തമ്പി: മുമ്പിൽ നിന്നു മോങ്ങാതിരിക്കൂ. കണ്ടുപോലും! എന്നാൽ എവിടെ-പറന്നുകളഞ്ഞോ?

സുന്ദരയ്യൻ: പാർത്തതു നിജം. അങ്കത്തയുടെ തിരുപ്പാദങ്ങളെ പിടിച്ചു (ക്രിയയും നടത്തുന്നു) ചൊല്ലുറേൻ സത്യം.

തമ്പി: സത്യം! ഹരിശ്ചന്ദ്രന്റെ അടുത്ത വീട്ടുകാരൻ! കള്ളം എന്നതു കണികണ്ടിട്ടോ മറ്റോ ഉണ്ടോ? അയ്യ! നിന്റെ സത്യം! എടോ താൻ-പിന്നെ-ആ എന്തുവീട്?-ചെമ്പകശ്ശേരി-ശരി. അവിടെ പോയോ?"

സുന്ദരയ്യൻ: ഉത്തരവ്-പോനേൻ-പോനേൻ.

തമ്പി: കണ്ടോ?

സുന്ദരയ്യൻ: (മന്ദസ്മിതത്തോടുകൂടി) സുമാറാഹ.....

തമ്പി: ഇന്നു കണ്ടപോലെതന്നെ ആയിരിക്കും?

സുന്ദരയ്യൻ: (ധൃതിയിൽ) അതല്ലെ.

തമ്പി: അങ്ങനെ സമ്മതിക്കൂ. പരമേശ്വരൻപിള്ളയെക്കണ്ടതോ അവളെക്കണ്ടതോ കളവ്? താൻ നാക്കെടുത്തുവളച്ചുതുടങ്ങിയതിൽപ്പിന്നെ ഒരു സത്യമെങ്കിലും പറഞ്ഞിട്ടുണ്ടോടോ? ഗണപതിക്കുകുറിച്ചതേ കള്ളം. തന്നെയും പട്ടരെന്നു പറയുന്നല്ലോ.

സുന്ദരയ്യൻ: (വല്ലാതെ വിറച്ചുകൊണ്ട്) എന്നെയാ!....അങ്കത്തെ-നാൻ-എൻ-ഗോത്രം....

തമ്പി: തന്റെ ഗോത്രത്തെക്കൊണ്ടു ചുടൂ. എടോടോ നോക്കൂ. അതേ പോകുന്ന സ്ത്രീയെ നോക്കൂ. എന്ത് കുണുങ്ങലാണ്! അടി! നമ്മെ കടാക്ഷിക്കുന്നുമുണ്ട്. ഫൂ രസികത്തി! (സ്ത്രീ തന്റെ വഴിക്കു സ്വസ്ഥയായി പോകുകയായിരുന്നു. 'കുണുങ്ങി' എന്നുള്ളതും മറ്റും കേവലം തമ്പിയുടെ മനോരാജ്യവും ആയിരുന്നു) എന്തു തലമുടി! ആ!

സുന്ദരയ്യൻ: അങ്കത്തയുടെ അഴകു ചെയ്കിറ ശെയ്തി ഒന്നും ശൊല്ല ആഹാത്. അവളുക്കു മുന്നടി എഴുമ്പറതില്ലിയെ-അവൾ കണ്ണെല്ലാം ഇങ്കെത്താൻ.

സുന്ദരയ്യന്റെ സ്തുതിയും വ്യാജവും കേട്ടപ്പോൾ യുവരാജാവിനെ വധിച്ചു വരുന്നതിനു വേലുക്കുറുപ്പിനെ താൻ നിയോഗിച്ചിട്ട് വേലുക്കുറുപ്പിന്റെ ശ്രമപരിണാമം എങ്ങനെ എന്ന് അറിയാഞ്ഞതിനാൽ കോപിച്ചു നില്ക്കയായിരുന്നു എന്നുള്ളതും മറ്റും തമ്പി മറന്നു.

തമ്പി: ഏഴാംകുടി*യെക്കാൾ ഓമനയെടാ-ആരെന്നന്വേഷിക്കണം. പാറുക്കുട്ടി ആൾ ഇതിലും....?

സുന്ദരയ്യൻ: മെച്ചം-മെച്ചം-ഉർവശിതാൻ-കിളികിളിപോലിരിക്ക്.

തമ്പി: നമ്മുടെ ശിവകാമിയെക്കാൾ?

സുന്ദരയ്യൻ: കിഴട്ടുപ്പിണത്തെ പോട്ട്. സദൃശംകൂട്ട ഇഴാതും. ഒമ്മുടെ കണ്ണെ അഴിച്ചു വാർക്കത്താൻ വേണം.

സുന്ദരയ്യൻ ദാസനെന്നുള്ള നിലയും 'അങ്കത്തെ', 'ഉത്തരവ്' ഇത്യാദിയായ ബഹുമാനവാചകങ്ങളും മറന്നിരിക്കുന്നു. "യഥാ നാഥഃ തഥാ ഭൃത്യഃ" എന്നുള്ള പ്രമാണം അനുസരിച്ച് തമ്പി തന്റെ ക്രോധവും ക്രോധമൂലവും മറന്നതുകൊണ്ട് സുന്ദരയ്യനും വല്ലതും മറക്കേണ്ടതാണല്ലോ.

തമ്പി: ഫൂ! അസത്തേ, നിന്റെ മുഖത്തെയാണ് ഉടച്ചുവാർക്കേണ്ടത്. ആട്ടെ-തന്റെ ഉർവശിയെ ഒന്നു വർണ്ണിക്കൂ.

സുന്ദരയ്യൻ: വർണ്ണിക്ക അനന്തൻതാൻ വേണം. എന്നാലാഹാത്.

തമ്പി: ഞാൻ ചോദിക്കാം. നിറം?

സുന്ദരയ്യൻ: തങ്കം, പഴുക്കെച്ചുട്ട തങ്കം.

തമ്പി: തരം?

സുന്ദരയ്യൻ: ഒമ്മുടെ നെഞ്ചളവ്. ഉടലോ? 'സരസാംഗയഷ്ടി' എങ്കിറതു താൻ. പ്രായമോ? പതിനാറ്-നവമാനയൗവനം കോട്ടാത്ത് മാങ്കായ് പഴുത്താപ്പോലെ ഇരിക്ക്. തിങ്കത്താൻവേണം. ഒമ്മുടെ യോഗം താൻ യോഗം.

തമ്പി: തലമുടി?

സുന്ദരയ്യൻ: അതെപ്പോട്ട് ഒമ്മേയും ശിന്ന അങ്കത്തേയും രെണ്ടുപേരെയും മുടിയൂടലാം. ഒമ്മാണെ പോയിപ്പാരും.

തമ്പി: ശണ്ഠി, വീണത്വം പറയുന്നോ?

സുന്ദരയ്യൻ: സുന്ദോപസുന്ദരാട്ടം വരക്കൂടാത്.

തമ്പി: അല്ലാ, തനിക്കു വല്ലതും കിട്ടുമേ."

സുന്ദരയ്യൻ: കിട്ടെ (അടുത്ത്) പ്പോനാൽ താഴംപൂ വാടൈ (ഗന്ധം) പാതത്തുടെ അടി ചെന്താമരപ്പുഷ്പത്തുടെ വർണ്ണം എന്ന സരളമാന പേച്ച്! തായാർ കൽത്തൂണെപ്പോലെ ഇരുന്താൾ. പാറുക്കുട്ടി അമ്മാൾ-കൊച്ചമ്മ-അടൈ അമ്പ്! എന്ന പേച്ച്-ശരവർഷം. തേൻ ഒഴുകിറാപ്പോലെ-ധട ധട ധടാ-എന്ന മാധുര്യം!

തമ്പി: ഉം, കൊള്ളാം, മിടുക്കൻ! തലയും കാലും നാക്കും മാത്രമേ അവൾക്കുള്ളൂ?"

സുന്ദരയ്യൻ: കൈകൾ-

---

* തെക്കൻദിക്കുകളിലെ ദേവദാസികൾ. സർക്കാർരേഖകളിലും മറ്റും അവരുടെ ഗ്രന്ഥനമ്പരുകൊണ്ടാണു തിരിച്ചറിയപ്പെടുന്നത്.

തമ്പി: ഫൂ! മണൽത്തലയാ!

സുന്ദരയ്യൻ: കണ്ണ്- ശൊല്ലണമോ? കാമനുടെ വസതിയെ അങ്കേത്താൻ.

തമ്പി: എടോ ഏഭ്യശിരോമണി, അതല്ല. സാരമായുള്ള-

സുന്ദരയ്യൻ: എന്നെ നീർ ആഭാസനെന്നെണ്ണിനീരോ? കൊച്ചമ്മയാ കപ്പോകറത്-കുചം കിചം എല്ലാം നാൻ വർണ്ണിത്തു ശൊല്ലണമാക്കും. ന്യായം താൻ! നല്ല മുറൈ! എന്നുടെ കണ്ണൈ ശൂന്തുവച്ചുപോടുവാരേ നീർ. യാൻ പാർക്കറതാ?-സറി സറി!

തമ്പി സുന്ദരയ്യന്റെ മുതുകിൽ സന്തോഷപരവശനായി ഒന്നു തലോടി: "ശരി, പട്ടരായാലും ഗുരുത്വമുണ്ട്. സുന്ദരം, എനിക്കൊന്നു കാണണമല്ലോ."

സുന്ദരയ്യൻ: വരുത്തമാ? നാൾ സുമാറു ശെയ്യുറേൻ. തപസ്സുചെയ്യ വേണമേ ഒമ്മെ കിടയ്ക്ക അവൾ കാത്തിരുപ്പാളെ. മാമനാർ, തായാർ, കീയാർ എല്ലാം വന്തു കാലിലെ വീഴുവാരെ.

തമ്പി: എല്ലാം ഇവിടുന്നു പോയെങ്കിലല്ലേ നടക്കൂ. (പിന്നെയും ദേഷ്യം തുടങ്ങി) കഴുത വേലുക്കുറുപ്പ് ശവം! ആണുങ്ങൾക്കു വേണം ചോറു കൊടുക്കുന്നത്. ശവത്തുകഴുത. ഹേയ്! മുഷിയുന്നു. ഈ അനർത്ഥത്തെ ഒഴിക്കാൻ ആരാലും കഴിയുന്നില്ലല്ലോ. എന്തു വിശേഷണാണ്. എട്ടുവീടർ പഠിച്ച വിദ്യ എല്ലാം നോക്കി. നാമും ഒട്ടും ഉപേക്ഷ കാണിച്ചിട്ടില്ല. കൈയിൽ കിട്ടുന്നില്ലല്ലോ.

സുന്ദരയ്യൻ: അദോ അന്ത ശത്തം എന്ന? വന്തിട്ടത്-വേലുക്കുറുപ്പു താൻ. ഏണിപ്പടി കിടുങ്കിറതെ-കേൾക്കലെയാ? ഇതൊ അവൻ താൻ-

വേലുക്കുറുപ്പ് വാടിവിയർത്ത മുഖത്തോടുകൂടി അകത്തു പ്രവേശിച്ചു. "കണ്ടോ? കാച്ചിയോ" എന്നു സംശയസംഭ്രമങ്ങളോടുകൂടി തമ്പി ചോദ്യം ചെയ്തു.

വേലുക്കുറുപ്പ്: കാച്ചുണു! ഇന്ത്രശാലം മഹേന്ത്രശാലം ഒക്കെ പടിച്ചു കറ്റവരെ കാച്ചുണു. നല്ലതരം പൊന്നങ്ങുന്നേ, തെറ്റിപ്പോയി-രക്ഷിക്കണം.

സുന്ദരയ്യൻ: അങ്കത്തെ, നാൻ ശൊന്നതിപ്പം നിജംതാനെ?

തമ്പി: സുന്ദരം, കൊടുക്കൂ അവന്റെ ചെവിട്ടിൽ. കൊടുക്കൂ നാല്. ഇന്ദ്രജാലം-മഹേന്ദ്രജാലം! നിന്റെ-നിന്റെ-നിന്റെ മറ്റവന്റെ ജാലം!

വേലുക്കുറുപ്പ്: "ഇന്ന് ആദ്യമോ അങ്ങുന്നേ? കള്ളിയങ്കാട്ടുവച്ച് പട്ടരുടെ വേഷമായി. പട്ടരെ ആദ്യം എന്ന്, തോന്നിച്ചില്ലയോ? പനത്തറപ്പൊഴിയിൽ കുറ്റാക്കുറ്റിരുട്ടത്ത് കടലും ആറും ഒന്നായി കിടക്കണ ഇടവപ്പാതിയിൽ പാതിരാത്രി, ആറ്റിൽ വെള്ളത്തിന്റെ മീതേകൂടി അല്ലയോ ഓടിക്കളഞ്ഞത്? പെരുങ്കടവിളവച്ച് ഈഴക്കുടിയിൽ കയറിയ ആളിനെപ്പിന്നെ കാണാനേ ഇല്ല. നെടുമങ്ങാട് കോട്ടയ്ക്കകത്തു വീട്ടിൽവച്ചാണ് ആകായത്തുകൂടി പറന്നുകളഞ്ഞത്.

തമ്പി ഭഗ്നോദ്ദേശ്യനായി ചിന്താകുലനായി മിണ്ടാതെ നിന്നു.

വേലുക്കുറുപ്പ്: കേൾക്കണം അങ്ങുന്നേ... ഉത്തരവായി കേൾക്കണം. ഇന്ന് കടന്നുപിടിച്ചപ്പോൾ പക്ഷികളായി പറന്നുകളഞ്ഞു. ആ പരമുപിള്ളയേയും പഠിപ്പിച്ചിരിക്കുന്നു. ഞങ്ങളു പിന്നെയും തിരഞ്ഞുനടന്നു. ആരോടു ചോദിക്കുന്നത്? ഒരു ചാന്നാനെ വല്ലവണ്ണവും കണ്ടു കിട്ടി. ആളു മാറിനിക്കയാണെന്നുവച്ച് അവനെ പിടിച്ചു. കൂടുവിട്ട് കൂടുമാറണശീലം കൂടി ഒണ്ടെങ്കിലോ എന്നു വിചാരിച്ച് അവനെ പിടിച്ചപ്പോൾ ഒണ്ടല്ലോ, എന്റെ പൊന്നങ്ങുന്നേ, അങ്ങുന്ന് കണ്ടില്ലല്ലോ! ചോറൂതരണ അങ്ങത്തെ കാലാണെ, അച്ചനാണെ, തിരുവാണപ്പടിയാണെ, എന്റെ ആയാനാണെ, ഞാൻ പറഞ്ഞാൽ പോരാ-അവിടം ഒക്കെ അമ്പുകൊണ്ടു മൂടി; കുട്ടിപ്പിള്ളയും, പപ്പനാച്ചാരും, ചടയൻപിള്ളയും, ഊളിനായരും പരപ്പൻനായരും ഒക്കെ തൊലഞ്ഞു. ഞാൻ എന്റെ ആയുസ്സിന്റെ വലിപ്പംകൊണ്ട് ഈങ്ങു വന്നുപിഴച്ചു-ഈ കഥയുടെ അവസാനത്തിൽ വേലുക്കുറുപ്പ് ദീർഘമായി ഒന്നു നിശ്വസിച്ചു.

തമ്പി: നിനക്കുംകൂടി തൊലഞ്ഞൊഴിഞ്ഞുപോകാൻ പാടില്ലായിരുന്നോ? ഒരു അമ്പിനു നിന്റെ കാളക്കഴുത്തുംകൊണ്ടു പോകാൻ കഴിഞ്ഞില്ലല്ലോ!

വേലുക്കുറുപ്പ്: പൂച്ശ്രാണ്ടും ഒന്നും ഈ പരിച എന്റെ കൈയിലുള്ളപ്പോൾ പറ്റൂല്ല. ഏഴുകോടി താമ്പന്ത്രം ആണ് ഇതിൽ അപ്പോർ നമ്പൂതിരിപ്പാടു ജപിച്ച് ആവാഹിച്ചിട്ടുള്ളത്. അങ്ങുന്നേ, വരുന്ന വഴിക്ക് ഒരമ്പുകണ്ടുകിട്ടി; അതിതാ നോക്കണം. അതെങ്ങനെ അവിടെ വന്നു എന്ന് എനിക്കൊരിത്.

തമ്പി അസ്ത്രം വാങ്ങി നോക്കി, അതിൽ 'ചടച്ചിമാർത്താണ്ഡപിള്ള' എന്നു പേർ വെട്ടിയിരിക്കുന്നതിനെ വായിച്ചിട്ടു കുറേനേരം ആലോചനയോടുകൂടി നിന്നു. ഒടുവിൽ സുന്ദരയ്യനെ ഭസ്മമാക്കാനെന്നു തോന്നിക്കുംവിധം കോപിച്ചു ചുവന്നു ജ്വലിക്കുന്ന നേത്രങ്ങളോടുകൂടി ബ്രാഹ്മണന്റെ മുഖത്തു നോക്കീട്ട്, "നിന്റെ സുമാറ്! പിടി പട്ടരുടെ കൊങ്ങയ്ക്ക്. (വേലുക്കുറുപ്പ് ഉടനെ കടന്നു സുന്ദരയ്യന്റെ കണ്ഠത്തിൽ പിടികൂടി) ചോദിക്ക് ചുള്ളിയിൽ ചടച്ചി മാർത്താണ്ഡപിള്ള ഏതു ഭാഗത്തെന്ന്. അസ്ത്രങ്ങൾ അയച്ചത് ചടച്ചിയാണ്. ചാന്നാൻ ആരോ? ചടച്ചി അടുത്തുണ്ട്. ചാന്നാന്മാരു കുറച്ചു കവിഞ്ഞുപോണു." എന്ന് ഉൽക്കടമായ ക്രോധത്തോടുകൂടി പറഞ്ഞു.

സുന്ദരയ്യൻ: (ഉറക്കെ വാവിട്ടു കരഞ്ഞുകൊണ്ട്) അങ്കത്തേ, കൊല്ലാതും അങ്കത്തെ. വിട ഉത്തരവു കൊടുത്ത് കാപ്പാത്തും. കിട്ടക്കെ കാണറ ചാണാപയകളെ മുച്ചൂടും കറകറന ഇഴുത്തു കൊണ്ടര ഉത്തരവുകൊടും. ഇതിലെ എന്നവോ പിരട്ടിരുക്ക്. അതുക്കു പിഴച്ചതു നാനാ പൊന്നങ്കത്തെ? എന്നുടെ സുമാർ സുമാറാകത്താനിരിക്കും. ഒരെണ്ടു നാളുക്കുള്ളെ കാണലാം.

തമ്പി: ശവത്തിനെ വിടു വേലു. കേൾക്ക്, കാണുന്ന ചാന്നാപ്പരിഷകളെ അരനാഴികയ്ക്കകം ഇവിടെ....ഫോ! ഇതിന്റെ അവസാനം കണ്ടിട്ട്

ഇനിമേൽ കാര്യം. അത്ര മുതിർന്നുപോയല്ലോ ഓരോരുത്തർ. ഫോ! കൊണ്ടുവാ. തെളിയുമോ ഇല്ലയോ എന്നറിയട്ടെ. മുഴുവനും ജാലമല്ല; തീർച്ചയാണ്. വൈകുംമുമ്പിൽ ആ ചാന്നാനെ കൊണ്ടന്നില്ലെങ്കിൽ ഒന്നിന്റെ കഴുത്തിനെ വച്ചേക്കൂല്ല-ഫോ.

ഗംഭീരഭാവത്തോടുകൂടി കൊടുക്കപ്പെട്ട ഈ ആജ്ഞ കേട്ട് വേലുക്കുറുപ്പ് പുറത്തു ചാടി താഴത്തിറങ്ങി സാരമായ സംഗതി എന്തോ വിട്ടുപോയതു പറയുന്നതിനെന്നുള്ള ഭാവത്തിൽ സുന്ദരയ്യനും പുറകെ എത്തി.

സുന്ദരയ്യൻ: അടേ, എന്ന പൊയ്യെടാ! അവർ ഓടിയുട്ടാരാക്കും.

വേലുക്കുറുപ്പ്: പറന്നേകളഞ്ഞു. തൊറന്തുപ്പാത്തേൻ, പറന്തുപ്പോച്ചേൻ! ബള ശങ്കിച്ചുംപോയി. പിന്നെ എന്തുചെയ്യും?

സുന്ദരയ്യൻ: അന്ത ശാണാൻ ആര്?

വേലുക്കുറുപ്പ്: ഏത് അറവലയോ?

സുന്ദരയ്യൻ: അന്ത അമ്പുടെ കതയോ?

വേലുക്കുറുപ്പ്: അതൊള്ളതുതന്നെ.

സുന്ദരയ്യൻ: ശെത്തത് എത്തിന പേർ?

വേലുക്കുറുപ്പ്: രണ്ടേ രണ്ട്. ഇനി ഇപ്പോൾ ഞാൻ എന്തുവേണം? ചാന്നാന്മാരെ കൊണ്ടന്നിട്ട് എന്തുവേണം?

സുന്ദരയ്യൻ: അവരുക്കുതാൻ തെരിയും. എന്നത്തേയോ കേട്ട് എന്നത്തേയോ ശൊല്ലൂട്ടാർ. ഉനക്കെന്ന? പോ അപ്പാ പോ, എല്ലാത്തെയും ഇഴ്. ഇഴുത്തിഴുത്തിങ്കെകൊണ്ട പോട്. എന്നവും ശെയ്യട്ടും. അതിലെ ഒന്നിരുക്ക്. അന്ത ചടച്ചിപ്പിള്ള പറ്റിച്ചുപോട്ടാർപോലിരിക്ക്. ചാണാപ്പയലെ കൊണ്ടുവന്നാൽ അമ്പുട കാര്യത്തെപ്പറ്റി എന്നവും തുപ്പു കിടയ്ക്കും. പായകളെ എല്ലാം കൊല്ലറതാന, അതുംതാവിളെ-പാര്-ഇന്ത ആളുകൾ മുച്ചൂടും കിടുങ്കംപടിക്ക് എന്നതാവിത് ഇപ്പോശ്ശെയ്യവേണ്ടിയത്. അതുക്ക് നല്ല അവസരം, പോ. എൻ കലുത്തിലെ പിടിച്ചന്നെത മനസ്സിലെ വച്ചുക്കോ.

വേലുക്കുറുപ്പ്: കള്ള സ്വാമി! അയ്യ! കിടന്നു കോട്ടാൻ തൊറക്കുമ്പോലെ തൊറന്നല്ലോ. അതു കള്ളമല്ല! അമ്പേ സാമി! ഇത്ര കള്ളം എനിക്കുമില്ല. നൊന്തിട്ടാണോ ഈ വിളി എല്ലാം വിളിച്ചത്? ഞാൻ അങ്ങുന്നു കാണാൻവേണ്ടി വച്ച് അമുക്കിപ്പിടിക്കുംപോലെ പിടിയെടാ പിടി.....ഒരാളു കിടന്നു പുലയൻ വിളിക്കുംപോലെ വിളിയെടാ വിളി- ഹ! ഹ!

സുന്ദരയ്യൻ: മൊള്ളേട പൈത്യാറാ. അവർ കേപ്പാർ-

വേലുക്കുറുപ്പ്: കേട്ടാലെന്ത്? തരത്തിനു വല്ലതും പറയും. വായിൽ നാക്കല്ലയോ കിടക്കണത്?

സുന്ദരയ്യൻ: പോ, ശീഘ്രം പോ. അവർ അതോ 'അയം പോടറതെക്കേൾ. അലമാറുതാൻ

വേലുക്കുറുപ്പ് ചാന്നാന്മാരെ ആരാഞ്ഞും സുന്ദരയ്യൻ തമ്പിയെ സമാധാനപ്പെടുത്തുവാനും തിരിച്ചു. പത്തിരുന്നൂറു നായന്മാരും വേൽക്കാരും ആയി ആണ് വേലുക്കുറുപ്പ് ചാന്നാന്മാരെ പിടികൂടുന്നതിനു തിരിച്ചത്. ഇങ്ങനെ വലുതായ സന്നാഹത്തോടുകൂടി തിരിച്ചത് വേലുക്കുറുപ്പിനു തന്നെ മനസ്സിലായിരുന്ന ഒരു ഉദ്ദേശത്തോടുകൂടി ആയിരുന്നു. വേലുക്കുറുപ്പ് യാത്രയായതിന്റെശേഷം തമ്പി ദേഷ്യത്തോടുകൂടിത്തന്നെ കുളിയും ഊണും കഴിച്ചു മാളികയിൽ കേറി ഇരിപ്പായി. സുന്ദരയ്യനോടു മിണ്ടാൻ ഭാവമില്ല. മദ്ധ്യാഹ്നം ആയപ്പോൾ ഒരു ചാന്നാനെയും കൊണ്ട് ഒരുകൂട്ടം വേൽക്കാർ എത്തി. ചടച്ചിമാർത്താണ്ഡപ്പിള്ളയെ ആകട്ടെ, മറ്റു വേണ്ട ആളുകളെയാകട്ടെ കണ്ടിട്ടില്ലെന്നും, പിടികൂടി കൊണ്ടുവന്നിട്ടുള്ള ചാന്നാൻ യാതൊന്നും അറിഞ്ഞിട്ടില്ലെന്നും പറയുന്നു എന്നും ബോധിപ്പിച്ചു. വേലുക്കുറുപ്പ് 'ചാന്നാൻ' എന്ന ഒരു വാക്ക് ഉച്ചരിച്ചതു കേട്ട് തനിക്കു ചില ആലോചനകൾ അപ്പോൾ ഉണ്ടായതല്ലാതെ, ചാന്നാന്മാരെ പിടികൂടി കൊണ്ടുവരാൻ ആജ്ഞാപിച്ചതിന്റെ ഉദ്ദേശം എന്താണെന്നു കോപാന്ധനായിത്തന്നെ ഇരിക്കുന്ന അദ്ദേഹത്തിനു രൂപമില്ല. "ചാന്നാപ്പയൽ ഒരുത്തനെ കൊണ്ടന്താച്ച്" എന്ന് വേൽക്കാരുടെ റിപ്പോർട്ടിനെ വ്യക്തമായി സുന്ദരയ്യൻ പറഞ്ഞു.

തമ്പി: വെട്ടിക്കളയട്ടെ കഴുത്ത്. അല്ലെങ്കിൽ സത്യം പറയട്ടെ.

സത്യം പറയുന്നതിനു ചാന്നാന് യാതൊരറിവും ഇല്ലായിരുന്നു. അരനിമിഷംകൊണ്ട് അവൻ തലയറ്റ് നിലത്തു വീണു. ഇങ്ങനെ ഏകദേശം അമ്പതു ചാന്നാന്മാരുടെ കഥ കഴിഞ്ഞു. "പൊന്നേമാന്മാരെ, ഒടയതമ്പുരാനെ. അടിയങ്കൾ ഒണ്ണും പിളച്ചില്ലേ" എന്ന മുറവിളികൾ കേട്ടും, പ്രേതങ്ങൾ വർദ്ധിച്ചുവരുന്നതും രക്തം ഒഴുകിത്തുടങ്ങിയതും തമ്പിയുടെ നിർദ്ദയമായുള്ള കൃത്യത്തെ അറിഞ്ഞു വ്യാകുലപ്പെട്ടുതുടങ്ങിയ നഗരവാസികൾ ഓരോന്നും മന്ത്രിച്ചുതുടങ്ങിയതു കണ്ടും, സംഗതിയുടെ ഗൗരവം കുറച്ചു മനസ്സിലായതിനാൽ തമ്പിക്കുതന്നെ ഒരു പരിഭ്രമം പിടിപെട്ടു. ഒടുവിൽ ഭ്രാന്തനായ ഒരു ചാന്നാനെ പത്തിരുപതു വേൽക്കാർ കൂടി വലിച്ചിഴച്ചു കൊണ്ടുവന്ന് പ്രേതക്കുന്നിന്റെ മുമ്പിലായി നിറുത്തി. ശവക്കൂട്ടത്തെ കണ്ടപ്പോൾ ചാന്നാന്റെ നേത്രങ്ങൾ അടഞ്ഞ് ശരീരം ഒന്നു വിറയ്ക്കുകയും ചെയ്തു. "എടാ" എന്നു തമ്പി തന്നെ ദേഷ്യത്തോടു വിളിച്ചതു കേട്ടു ഞെട്ടി ഉണർന്നതുപോലെ ചാന്നാൻ കണ്ണുതുറന്നു ബീഭത്സനായ ചാന്നാന്റെ ദയനീയമായ വേഷം കണ്ട് തമ്പി ഇങ്ങനെ ചോദ്യം ചെയ്തു: "എടാ നീ ഒരു വസ്തു കഴിച്ചില്ലയോടാ ഇന്ന്?"

ചാന്നാൻ: പവിഴനല്ലൂർ നടുക്കാട്ടിലെ-തങ്കം പട്ട പടുകുളത്തിൽ, ചണ്ടാളപ്പാവി പാപ്പാൻ-ചതിയാക കൊന്നാനെ.

വ്യക്തമായും മധുരമായുമുള്ള സ്വരത്തിലും തമ്പിയുടെ ചോദ്യത്തിന് ഉത്തരമായും ഉച്ചത്തിൽ ഇങ്ങനെ പാടിയതു കേട്ടപ്പോൾ തമ്പിയും സുന്ദരയ്യനും വിവർണ്ണന്മാരായി പരസ്പരവിചാരങ്ങളെ മനസ്സിലാക്കിയിട്ട്

"എന്ന സൊറം" എന്നു സുന്ദരയ്യനും, "എടാ നിന്നോടു ചോദിച്ചതിന് ഉത്തരം പറ; നിന്നെ ഒന്നും ചെയ്യില്ല" എന്നു തമ്പിയും പറഞ്ഞു.

ചാന്നാൻ: കൊല്ലവരം വെല്ലവരം-കുടിയഴിയെ മുടിക്കവരം-പാലികളെ[1] ചൂലികളെ-ഇമ്പമുടൻ കൊല്ലവരം.

"സുന്ദരയ്യൻ: ബലെ, ഇവൻ പൈത്യക്കാറനെന്ന്.

തമ്പി: ഹേയ് ഒരു കഥയുമില്ലാത്ത പിച്ചൻ. എങ്കിലും ഒന്നു ചോദിക്കട്ടെ. പിന്നെ, ശരി-ആഃ, ഇന്ന് നീ ഒരു ഏമാനെ കണ്ടോടാ? വില്ലും അമ്പുമായിട്ട് ഒരു തമ്പുരാനെ?

ചാന്നാൻ: നീലക്കുറുപ്പ് ചാലിങ്ക[2] വില്ലെത്തിന-കടകം വെട്ടിക്കുത്തിക്കൊണ്ട് കടത്തല-മുറിയിൽ തടുക്കും വെടിക്കാറരെത്തിന-ചതുരം പെരുത്ത-"

തമ്പി: ഛെ ഛെ! കൊണ്ട് ആ കല്ലറയിൽ ഇട്ടേക്കട്ടെ. ഇനി വരുന്ന വരേയും അങ്ങനെതന്നെ കൊല്ലണ്ട.

തമ്പിയുടെ ആജ്ഞാനുസരണം, കിങ്കരന്മാർ ഭ്രാന്തനെ പിടിച്ച് അന്ധകാരമയമായ ഒരു കല്ലറയിൽ കൊണ്ടാക്കി വാതിലും ബന്ധിച്ചു. ഭ്രാന്തന്റെ ഭാഗ്യംകൊണ്ട് വേലുക്കുറുപ്പും അയാളോട് അന്നു രാവിലത്തെ പുറപ്പാടിൽ ഉണ്ടായിരുന്ന വേൽക്കാരിൽ യാതൊരുത്തരും അവിടെ ഉണ്ടായിരുന്നില്ല. ഭ്രാന്തന്റെ വരവു കഴിഞ്ഞതിൽപ്പിന്നെ ചാന്നാന്മാരുടെ വരവുണ്ടായില്ല. തമ്പി രക്തധാര കണ്ടു തൃപ്തനായി. സുന്ദരയ്യനോട് ഉത്സാഹമായി സല്ലാപം തുടങ്ങി. ഏകദേശം മൂന്നുനാലുനാഴിക കഴിഞ്ഞപ്പോൾ വേലുക്കുറുപ്പ് തന്റെ ദന്തനിരകളേയും പുറത്തുകാട്ടി വിജയിയായ ഭാവത്തിൽ മാളികയിലേക്കു കടന്നുചെന്നു.

തമ്പി: വന്നോ, ഒന്നിനും കൊള്ളാത്ത ഏഭ്യൻ? ചിരിക്കുന്നു! നിന്റെ ഭാര്യയോ മറ്റോ ഇരിക്കുന്നോ ഇവിടെ നിന്റെ സൗന്ദര്യം കണ്ടു രസിപ്പാൻ.

വേലുക്കുറുപ്പ്: ഈ കൈയ്ക്കു വള തരാനുള്ള പൊന്നങ്ങുന്നുണ്ട്. അങ്ങുന്നേ, വേലു പോയാൽ വെറുതെ വരൂല്ല. സ്വാമി വിചാരിച്ചതു ഞാൻ ചാന്നാന്മാരെ പിടിക്കാൻ പോയെന്നാണ്. അതിനല്ല ഞാൻ പോയത്.

തമ്പി: പിന്നെ?

വേലുക്കുറുപ്പ്: സുന്ദരസ്വാമിക്കേ ബുദ്ദിയൊള്ളൂന്നാണ് ബാവം. നോക്കിക്കൊള്ളണം സ്വാമി. അങ്ങുന്നേ, കൈയിൽ കിട്ടിപ്പോയി. ഒരമുക്ക്; ശാലം ഒക്കെ ദൂരെ. ഞാൻ ഇതാ പോണു. രാത്രി ഇരുട്ടി രണ്ടുനാഴിക ആകുമ്പോൾ ഇവിടെന്ന് ഒരു നൂറ്റമ്പതു വേലക്കാരെയും നായന്മാരെയും അയച്ചേക്കണം. അവര് നേരെ മാങ്കോയിക്കൽ എത്തണം. അവിടെയോ അതിനടുത്തോ ഞാൻ കാണും. അങ്ങത്താണെ ഇന്നു തീട്ടിയേക്കാം.

---

1 ബാലികകളേയും ഗർഭിണികളേയും
2 ചായില്യമിട്ടു.

സംശയിക്കേണ്ട. നൂറ്റമ്പതു വേൽക്കാരെ ഞാൻ ഓരോ വഴിയിൽ നിറുത്തീട്ടുണ്ട്.

തമ്പി: എന്തിനെടാ മാങ്കോയിക്കൽ ഉണ്ടോ?

വേലുക്കുറുപ്പ്: ഒണ്ട്, രാത്രി കണിശമായി വേൽക്കാർ അവിടെ എത്തണം. ഇരുളും വേലുവും ചേർന്നാൽ ശാലമൊക്കെ ഫൂ!

ഭ്രാന്തൻ ചാന്നാൻ കല്ലറയ്ക്കകത്തായി വാതിലും അടഞ്ഞുകണ്ടപ്പോൾ ലേശമെങ്കിലും ഭീതിയോ പരിഭ്രമമോ കൂടാതെ ബന്ധിക്കപ്പെട്ട വാതിലിനു സമീപത്തെത്തി കുറച്ചുനേരം ചെവികൊടുത്തുനിന്നു. തന്നെ ബന്ധനത്തിലാക്കിയ ഭടന്മാർ അകലെ ആയെന്നും നിശ്ചയം വന്നപ്പോൾ മുറിക്കകത്തു ചുറ്റിനടന്നു. കൈകൊണ്ടും കാലുകൊണ്ടും മുറിയെ പരിശോധനചെയ്തു. ഈ മുറി സമഭൂമിയിൽനിന്നു പത്തിരുപത് അടി താണുള്ളതായിരുന്നു. സൂര്യരശ്മികൾക്കു കടക്കുന്നതിന് ഒരു മാർഗ്ഗവും ഇല്ലാതിരുന്നതിനാൽ ചാന്നാന്റെ പരിശോധന കഴിയുന്നതിനു വളരെ താമസമുണ്ടായി. ഒടുവിൽ തന്റെ പാദത്തിൽ ഒരു ഇരുമ്പുവളയം തടഞ്ഞതിനെ മേല്പോട്ടു വലിച്ചുനോക്കിയതിൽ ചെറുതായ ഒരു വാതിൽ നിലത്തു തുറന്നതായി കണ്ടു. ഇപ്രകാരം തുറക്കപ്പെട്ട ദ്വാരത്തിന്റെ രണ്ടു വക്കിലും കൈപിടിച്ചുകൊണ്ട് ചാന്നാൻ കീഴ്പ്പോട്ട് തൂങ്ങിയിറങ്ങി നിലത്തുമുട്ടി. മുകളിലുള്ള വാതിൽ അടച്ചു. താൻ നില്ക്കുന്ന മുറി എത്രയും കുടുസ്സായതും വായുസഞ്ചാരം മിക്കവാറും ഇല്ലാത്തതും ആണെന്നറിഞ്ഞ് നാലുവശവും ധൃതിയിൽ ശോധന കഴിച്ച് ഒരു വാതിലിനെ കണ്ടുപിടിച്ച്, അതിനെ പ്രയാസംകൂടാതെ തുറന്നു. മുന്നോട്ടു വച്ചത് ഒരു കൽപ്പടിയുടെ മുകളിലായിരുന്നു. എട്ടുപടികൾ ഇറങ്ങിയപ്പോൾ നിരപ്പുള്ള ഭൂമിയായി. മുന്നോട്ടു നടന്ന്, ഏകദേശം അരയ്ക്കാൽ നാഴിക ചെന്നപ്പോൾ മാർഗ്ഗം അടഞ്ഞുകണ്ടു. പത്മനാഭപുരത്തുനിന്നു ചാരോട്ടേക്ക് ഒരു ഗുഹാമാർഗ്ഗം ഉള്ളതായി ചാന്നാൻ അറിഞ്ഞിട്ടുണ്ട്. മാർഗ്ഗം അടഞ്ഞുകണ്ടപ്പോൾ പിന്നോട്ടു തിരിച്ചു. നടന്നിട്ടു വഴി അവസാനിക്കുന്നില്ല. അങ്ങോട്ടും ഇങ്ങോട്ടും തിരിഞ്ഞും, ചിലപ്പോൾ വഴിമുട്ടിയും പിന്നോക്കം നടന്നും, പാറ, ചരൽ, ചേറ്, മണൽ എന്നിങ്ങനെ പലമാതിരിയുള്ള നിലങ്ങളും അനേകം ജീവജന്തുക്കളേയും ചവിട്ടിയും, ഓരോ സ്ഥലത്ത് കൈ, കാൽ, തല എന്നിവ മുട്ടിയും, ഏകദേശം പത്തുപന്ത്രണ്ടു നാഴികനേരം നടന്നതിന്റേശേഷം ഒരു കൽപ്പടയിൽ കാലുതട്ടി. ഈ സ്ഥലത്തുണ്ടായിരുന്ന പടിക്കൂട്ടത്തെ കയറിയപ്പോൾ ഒരു വാതിലും അതിനെ തുറന്നപ്പോൾ മുമ്പിലത്തേതുപോലെ കുടുസ്സായുള്ള ഒരു മുറിയും കണ്ടു. ആ മുറിയുടെ മച്ചിലുള്ള വാതിൽ തുറന്നപ്പോൾ ചാരോട്ടുകൊട്ടാരത്തിന്റെ ഒരു മുറിക്കകത്തായി. ആ മുറിയുടെ വാതിൽ ബലംകൊണ്ടു തുറന്ന് പുറത്തിറങ്ങിയപ്പോൾ സന്ധ്യ കഴിഞ്ഞു രണ്ടുമൂന്നു നാഴിക രാത്രി ആയിരിക്കുന്നതായി കണ്ടു. വഴി അറിയുന്നതിന് അന്ധകാരം ഹേതുവാൽ വളരെ ബുദ്ധിമുട്ടി. കല്ലും മുള്ളുകളും കാലിൽ തറച്ചതും സഹിച്ചുകൊണ്ട് മാങ്കോയിക്കലിന് അരനാഴിക തെക്കുള്ള ഒരു കുറ്റിക്കാട്ടിലെത്തി. അവിടെ വലി

യൊരു സംഘം കൂടിനില്ക്കുന്നുണ്ട്. തമ്പിയുടെ ക്രൂരകൃത്യത്തെ ഭയന്ന് ഓരോ ദിക്കിലായി ഓടിപ്പോയിരുന്ന ചാന്നാന്മാർ കൂടി പ്രതിക്രിയയ്ക്കുള്ള മാർഗ്ഗം ആലോചിക്ക ആയിരുന്നു. പലരും പലവിധം അഭിപ്രായപ്പെടുന്ന സന്ദർഭത്തിലാണ് നമ്മുടെ ഭ്രാന്തൻ ആ സ്ഥലത്ത് എത്തിയത്.

പലരും: ആ-പിച്ച വണ്ണുട്ടല്ലൊ. പിച്ചയെ കൊണ്ണില്ലയോടാ?

ഒഴക്കനെന്നൊരു ചാന്നാൻ: ഏതു പിച്ചയെടാ മച്ചമ്പി?

കൊപ്പിളൻ: നോക്കൂ തെരിയാതെണ്ണ?

ഒഴക്കൻ: എക്കെ അപ്പിച്ചനാണ എക്കറിഞ്ചൂടെ.

പൊടിയൻ: മാനത്തെ മളയിക്കൂടി വണ്ണുട്ടാരോ! എന്നു പറഞ്ഞു കൊണ്ട് തുറന്ന വായോടുകൂടി പിച്ചയെ നോക്കിക്കൊണ്ടു നിന്നു.

നണ്ടൻ: പിച്ചയെ അറിഞ്ച് എന്ന വേണമോ? പിച്ച ശൊല്ലണതേ കേപ്പോം.

ഭ്രാന്തൻ: പയകളെ എല്ലാം ഒണ്ണൊണ്ണാ അരിഞ്ചല്ലാ മാവാവി പോട്ടി രിക്കിറത്. നമ്മ ആണുങ്ങളെങ്കി പൊറുക്കുമെണ്ണ്?

രാക്കിതൻ: എടേ ചുപ്പിറമണിയാ, ഏനോ-നാൻ ചൊല്ലല്ലോ?

പൊന്നൻ: എന്ന ചെയ്യ പിച്ചേ? ഞങ്കക്കു തെരിയപ്പണി.

ഭ്രാന്തൻ: കുടികളിപ്പോയി ചരിവിനെടാ[1]-എക്കപുത്തിയിലെ അങ്ക നയാണു തോറ്റം.

പൂതത്താൻ: ഏറെ ഒരു വെട്ടം-അതെന്തരെന്നു പാപ്പിനെടാ?[2]

പൊടിയൻ: മാനത്തെ വാളെടുത്തു വീയണത്?

ഭ്രാന്തൻ: അതല്ലെ. തീ പിടിച്ചിടണ എങ്ങോ? മാങ്കോയിക്ക ഏമാന്റെ വീട്ടി-വരുവിനെടാ എടാ പൊടിയാ, ഇളിഞ്ചപ്പാത്തു നിന്നാലക്കൊണ്ടാ? നീ വറേല്ലേ? (വരുന്നില്ലേ?)

ഇങ്ങനെ പൊടിയനെ ശാസിച്ചുകൊണ്ട് ഭ്രാന്തൻ വായുവേഗത്തോടു പായുന്നതിനെക്കണ്ടു പുറകെ മറ്റുള്ളവരും എത്തി. വടി, വാച്ചി, അറുപ്പു കത്തി എന്നീവക ആയുധങ്ങൾ എല്ലാവരും ധരിച്ചിട്ടുണ്ട്. മാങ്കോയിക്കൽ അടുക്കുന്തോറും പ്രകാശവും വർദ്ധിച്ചുകണ്ടു. ധൂമഗന്ധം നാസികക ളിൽ തട്ടിത്തുടങ്ങി. ചില മുറവിളികൾ കേൾക്കുന്നുണ്ട്. ജ്വാല പൊങ്ങു ന്നതും കാണാറായി. പ്രാണവേദനയോടുകൂടി വികൃതാംഗന്മാരായി ഓരോ പ്രാകൃതവേഷങ്ങൾ പാഞ്ഞുപോകുന്നതും കാണുന്നു. ചാന്നാന്മാർക്കു മാങ്കോയിക്കൽ കുറുപ്പിന്റെ മേലുള്ള ഭക്തികൊണ്ടു വേഗം കൂടുന്നു. ഭ്രാന്തന്റെ പാദങ്ങൾ നിലത്തു തൊടുന്നില്ല. മാങ്കോയിക്കൽ തെക്കേപ്പുറ മ്പിൽ എത്തി. പറയരുടെ പ്രേതങ്ങൾ തന്റെ കാലിൽ തടഞ്ഞപ്പോൾ

---

1 കിടപ്പിൻ

2 ഒരു പ്രദേശത്തിൽക്കൂടെയുണ്ടാകുന്ന ജലപ്രവാഹഗതി അനുസരിച്ച്, മുകൾ ഭാഗം 'ഏറെ' എന്നും താണഭാഗം 'താഴെ' എന്നും തെക്കൻ തിരുവിതാംകൂറിൽ പറഞ്ഞു വരുന്നു.

അതിഭയങ്കരമായ സംഗരമാണു നടക്കുന്നതെന്ന് ഭ്രാന്തനു നിശ്ചയമായി. വീണുകിടക്കുന്ന ഒരു വേൽക്കാരന്റെ ഖഡ്ഗത്തേയും വേലിനേയും ഭ്രാന്തൻ ക്ഷണം കൈയിലാക്കി അകലെനിന്നു യുദ്ധഭൂമിയിൽ പരക്കെ നോക്കിത്തുടങ്ങി. പ്രാകൃതഭാവത്തെ ത്യജിച്ചിട്ട് ഏണത്തെ കണ്ട കേസരിയെപ്പോലെ മുന്നോട്ടു കുതിക്കാൻ ഭാവിച്ചു. നാലുഭാഗവും ക്ഷണമാത്രംകൊണ്ടു നോക്കിത്തീർന്നപ്പോൾ എന്തോ സംശയഗ്രസ്തനായിട്ട് അതിവിവശനായി മാങ്കോയിക്കൽ കുറുപ്പിനെ വേൽക്കാർ വളഞ്ഞു ഞെരുക്കുന്നതിനെക്കണ്ട് അദ്ദേഹത്തിനു തുണയായി ചെല്ലാൻ ഭാവിച്ചു. അപ്പോൾ കഴിഞ്ഞ അദ്ധ്യായത്തിൽ പ്രസ്താവിക്കപ്പെട്ടതുപോലെ 'കിട്ടാ-നാരായണാ-എടാ ചത്തെങ്കിലും ബ്രാഹ്മണനെ രക്ഷിപ്പിനെടാ-ആരൊണ്ട് എന്നെ സഹായിപ്പാൻ-ബ്രാഹ്മണനെ രക്ഷിപ്പാൻ-അവർക്കെന്റെ വസ്തുവും വീടുകളും എല്ലാം' എന്നു കുറുപ്പ് വിളിച്ചുപറകയാൽ ആ വാക്കുകൾക്ക് ഉത്തരമായി 'അടിയൻ ലച്ചിപ്പോം' എന്നു കണ്ഠക്ഷോഭത്തോടുകൂടി പറഞ്ഞുകൊണ്ട് ഭ്രാന്തൻ കുറുപ്പിന്റെ അടുക്കൽ എത്തുകയും ഭ്രാന്തന്റെകൂടെയുള്ള ചാന്നാന്മാർ അധൈര്യന്മാരാകാതെ നിലയില്ലാത്ത ക്രോധത്തോടുകൂടി വേൽക്കാരെയും അവരോടുകൂടിയുള്ള നായന്മാരെയും വളയുകയും ചെയ്തതായിരുന്നു.

# ഏഴാം അദ്ധ്യായം

*"അങ്ങോട്ടു പോകിലനലിങ്ങോട്ടു പോകിലനൽ-എങ്ങോട്ടുപോവ
തിനിയെന്ന് അവനിപതി അന്ന്-അവശത കലർന്നു"*

**മാ**ർത്താണ്ഡവർമ്മ യുവരാജാവിനെ വൃക്ഷങ്ങളുടെ ഇടയിൽക്കൂടി കണ്ടപ്പോൾ ആളിന്റെ യാഥാർത്ഥ്യത്തെ സംബന്ധിച്ചു കുറുപ്പിനു സംശയമുണ്ടായി എന്നും, തന്റെ ഭവനത്തിലേക്കുതന്നെ യാത്രയെന്നു സങ്കല്പിച്ചുകൊണ്ട് അദ്ദേഹത്തിനെ വഴിപോലെയും ഗൂഢമായും എന്നാൽ ആപത്തിനു പ്രതിവിധികൾ കരുതിക്കൊണ്ടും സൽക്കാരംചെയ്തു എന്നും യുവരാജാവ് ആദ്യം അറപ്പുരയ്ക്കകത്തു കടന്നപ്പോൾ കുറുപ്പ് പുറത്തു നിന്നത് ഒരുക്കങ്ങൾ ചെയ്യുവാനും രണ്ടാമതു കടന്നപ്പോൾ അറപ്പുരയുടെ വാതിലിനെ അടച്ചത് യുവരാജാവിനെ അദ്ദേഹത്തിന്റെ സ്ഥാനത്തിനു അനുരൂപമായി താൻ ആദരിക്കുന്നതിനെ മറ്റുള്ളവർ കാണാതിരിക്കാനും ആയിരുന്നു എന്നും വായനക്കാർ ഗ്രഹിച്ചിരിക്കുമല്ലോ. കുറുപ്പിന്റെ ബുദ്ധിവൈഭവം അനല്പമായിട്ടുള്ളതായിരുന്നെങ്കിലും വേൽക്കാർക്ക് തന്റെ ഗൃഹത്തിന് തീവയ്ക്കാൻ തോന്നത്തക്കേടത്തോളം കണ്ടകത്വം ഉണ്ടെന്നുള്ളതു ഗണിക്കുന്നതിലേക്കു മതിയായിരുന്നില്ലെന്നുള്ളതു സമ്മതിക്കേണ്ടിയിരിക്കുന്നു. തന്റെ അനന്തരവൻ വേൽക്കാരുടെ ആഗമനത്തെപ്പറ്റി അറിവുകൊടുത്തു കൂടിയപ്പോൾ തന്റെ ഭൃത്യരിൽ ഒരുത്തൻ കുറുപ്പിന്റെ മുഖത്തു നോക്കീട്ട് പുറത്തേക്കു വേഗത്തിൽ പോകുന്നതിനെ താൻ കണ്ടിരുന്നതിനാൽ വേൽക്കാരെ വല്ലവിധവും കുറച്ചുനേരം വാക്തർക്കംകൊണ്ടോ എതിർത്തോ നില്ക്കാൻ കഴിഞ്ഞെങ്കിൽ നേരിട്ടേക്കുന്ന ആപത്തിനു നിവൃത്തി ഉണ്ടാകുമെന്നു കുറുപ്പിനു വിചാരമുണ്ടായിരുന്നു. വേലുക്കുറുപ്പിന്റെ മുൻകോപവും മാങ്കോയിക്കൽ ചെറിയകുറുപ്പിന്റെ അവിവേകവും ഇടചേർന്നപ്പോൾ 'ചക്രാസ്ത്രങ്ങളടുത്തിടചേർന്ന' സ്ഥിതിയായി.

വേലുക്കുറുപ്പ് തമ്പിയോടു വ്യാജങ്ങൾ പറഞ്ഞുകേൾപ്പിക്ക പതിവായിരുന്നെങ്കിലും അയാൾക്കുള്ളിടത്തോളം തമ്പിയെക്കുറിച്ചു മനഃപൂർവ്വമായ സ്നേഹം തമ്പിയുടെ അവരജനായ ശ്രീരാമൻതമ്പിക്കു മാത്രമേ ഉണ്ടായിരുന്നുള്ളു. തമ്പിയുടെ ശ്രേയസ്സിനായി തന്റെ ജീവനെത്തന്നെയും കൈവെടിയുന്നതിന് വേലുക്കുറുപ്പിനു തീരെ സംശയമില്ലെങ്കിലും, തന്റെ പ്രയത്നങ്ങൾ നിഷ്ഫലമായിപ്പോകുന്ന സന്ദർഭങ്ങളിൽ തമ്പിയുടെ കോപത്തെ ശമിപ്പിക്കുന്നതിന് വ്യാജമായ സമാധാനങ്ങൾ പറകയെന്നുള്ള ഒരു നിവൃത്തിയേ ഉണ്ടായിരുന്നുള്ളു. എന്നാൽ രണ്ടാമതു തമ്പിയുടെ മുമ്പിലെത്തി യുവരാജാവിനെ പിടികൂടുന്നതിനു മാർഗ്ഗം ലഭിച്ചിരിക്കുന്നു എന്നു പറഞ്ഞതു വ്യാജമല്ലായിരുന്നു. വേൽക്കാരുമായി കാടുകളും പുരയിടങ്ങളും ചുറ്റി ചാന്നാന്മാരെ ആരായുന്നതിനിടയിൽ യുവരാജാവിന്റെ ഗതിയെക്കുറിച്ചുകൂടി വേലുക്കുറുപ്പ് അന്വേഷണങ്ങൾ ചെയ്തു മാങ്കോയിക്കൽ ഗൃഹത്തിന് ഏകദേശം ഒരുനാഴിക തെക്ക് ഒരു കാട്ടിൽ വേലുക്കുറുപ്പ് ആരാഞ്ഞു നടക്കുന്ന സമയം. ഒരു രൂപം ചെടിയുടെ ഇടയിൽ മറയുന്നതിനെ കണ്ടിട്ട് അതിന്റെ പുറകെ എത്തിയപ്പോൾ, ഒളിച്ചത് ഒരു പറയനാണെന്നു കണ്ട്, അവനെ പിടികൂടി ഹിംസിച്ചതിൽ, പ്രാണനെ ഭയന്ന്, താൻ മാങ്കോയിക്കൽ കാവലിനു പോകയാണെന്നും അവിടെ ഒരു 'പിരാമ്മണത്തമ്പുരാര്' ചെന്നിരിക്കുന്നു എന്നും പറഞ്ഞു. പറയനെ പിന്നീടു വിട്ടയച്ചില്ല. ഉടനെ തമ്പിയോടു പറഞ്ഞു കേൾപ്പിച്ചതുപോലുള്ള ഏർപ്പാടുകൾ ചെയ്തിട്ട് കുറുപ്പ് പത്മനാഭപുരത്തെത്തി രാത്രി ആ സ്ഥലത്തുനിന്ന് അയയ്ക്കേണ്ട വേൽക്കാരുടെ കാര്യത്തെപ്പറ്റി സകലതും ചട്ടംകെട്ടി. അനന്തരം മാങ്കോയിക്കൽ ചുറ്റിയുള്ള കാവലിനു താനും ചെന്നെത്തി. വേൽക്കാരുടെ ഉദ്യമങ്ങളെ കണ്ടു. ചോദ്യം ചെയ്തവരോടൊക്കെ മാങ്കോയിക്കൽക്കുറുപ്പിന്റെ ആജ്ഞാനുസരണം പ്രവർത്തിക്കുന്നതാണെന്ന് വേൽക്കാർ വേലുക്കുറുപ്പിന്റെ ശാസനപ്രകാരം പറഞ്ഞതിനാൽ ഈ കഥ ഒന്നും മാങ്കോയിക്കൽ എത്തിയില്ല. ആദിത്യൻ അസ്തമിച്ചപ്പോൾ വേലുക്കുറുപ്പ് ഭടന്മാരുടെ നിലയെ മാങ്കോയിക്കലിനു പൂർവ്വസ്ഥിതിയിൽ നിന്നു കുറച്ചുകൂടി അടുപ്പിച്ചാക്കുകയും ഒരു കാഹളശബ്ദം കേൾക്കുമ്പോൾ അവർ മാങ്കോയിക്കൽ എത്തണമെന്നും മറ്റും നിബന്ധനചെയ്കയും ചെയ്തിട്ട് മാങ്കോയിക്കൽനിന്നു കാൽനാഴിക കിഴക്കുതെക്കായി പത്മനാഭപുരത്തുനിന്നുള്ള വഴിയിൽ പത്തിരുപതു വേൽക്കാരുമായി ചെന്നുനിന്നു.

മാങ്കോയിക്കൽകുറുപ്പിന്റെ അനന്തരവൻ കാരണവനോളം ബുദ്ധിമാനല്ലായിരുന്നു. തമ്പിയുടെ പ്രൗഢിയും വേൽക്കാരുടെ ലഹളകളും ചാന്നാന്മാരുടെ വരവും അവരുടെ മൃതിയും എല്ലാം കണ്ടു രസിച്ചുകൊണ്ടു നിന്നു. തന്റെ ഗൃഹത്തെ സംബന്ധിച്ചുള്ള കാര്യങ്ങളല്ലാതിരുന്നതിനാൽ ഇതുകളെ മാങ്കോയിക്കൽ അറിയിക്കേണ്ടത് ആവശ്യമില്ലെന്ന് സ്വയമേ നിശ്ചയിച്ചുകൊണ്ട് സന്ധ്യയായപ്പോൾ വേൽക്കാർ കൂട്ടംകൂടി ആയുധങ്ങളും മറ്റും ശരിയാക്കുന്നതിനെ കണ്ടിട്ട് രാത്രിയും ഉത്സവമായി കഴിക്കാമെന്ന് കൊച്ചുകുറുപ്പു സങ്കല്പിച്ചു രണ്ടുനാഴിക കഴിഞ്ഞപ്പോൾ

വേൽക്കാർ യാത്രയാരംഭിച്ചു. വരുണൻ പ്രസാദിക്കാൻ പോകുന്നതിന്റെ പൂർവ്വചടങ്ങുകളെ കണ്ടിട്ട് ആകപ്പാടെ താമസം വെടിപ്പല്ലെന്നു നിശ്ച യിച്ചുകൊണ്ട് വേൽക്കാരുടെ മുമ്പിലായി നടന്നുതുടങ്ങി. ഈയാൾ മാങ്കോ യിക്കലേക്കുള്ള വഴിക്കു തിരിഞ്ഞപ്പോൾ വേൽക്കാരും ആ വഴിക്കുതന്നെ തിരിയുന്നതിനെ കണ്ടിട്ട് വല്ലാതെ അന്ധാളിച്ചുകൊണ്ട് പാച്ചിൽ തുട ങ്ങി. വഴിയിൽ നിന്നിരുന്ന ചില ആളുകളെയും തള്ളി നിലത്തു വീഴിച്ച്, താനും ഏതാനും കുഴികളിലും മറ്റും വീണ്, ചില മുറിവുകളും സമ്പാ ദിച്ച്, ആകപ്പാടെ സംഭ്രമത്തോടുകൂടി മാങ്കോയിക്കൽ എത്തി. യഥാർത്ഥ ത്തിൽ വേലുക്കുറുപ്പിനെ തന്റെ പുറകെ എത്തിയ വേൽക്കാരുടെ കൂട്ട ത്തിൽ കണ്ടില്ലെങ്കിലും സ്വകല്പിതമായി അയാൾകൂടി ഉണ്ടെന്നുംമറ്റും കാരണവനോടു പറഞ്ഞുകേൾപ്പിച്ചു.

ഭ്രാന്തൻ ചാന്നാൻ യുദ്ധഭൂമിയിൽ എത്തി. മാങ്കോയിക്കൽ കുറു പ്പിന്റെ സമീപത്തു ചെന്നപ്പോൾ അദ്ദേഹം എന്തോ രണ്ടുവാക്ക് ഉറക്കെ വിളിച്ചുപറഞ്ഞു. ഇതു വേൽക്കാർക്കും മറ്റും വല്ല മന്ത്രമായിരിക്കുമോ എന്നു തോന്നി. ഈ വാക്കുകൾ കേട്ടയുടനെ ചാന്നാൻ തന്റെ വഴിക്കു നിന്നിരുന്ന വേൽക്കാരെ വെട്ടി നിലത്തു വീഴ്ത്തീട്ട് നേരെ പടിഞ്ഞാറോട്ട് ഓടി. അറ പ്പുരയുടെ തെക്ക് അറ്റം മുതൽ പടിഞ്ഞാറോട്ടുള്ള കയ്യാലയിൽ കത്തി ത്തുടങ്ങീട്ടുള്ള ഓലകളെ വലിച്ചും വേലിനാൽ തള്ളിയും നിലത്താക്കി വടക്കോട്ടു കടക്കുന്നതിനു വഴിയുണ്ടാക്കീട്ട് തെക്കോട്ടു മാറി ആയംപി ടിച്ചു മുന്നോട്ട് ഓടി. കയ്യാലമേൽ ഒരു കൈ ഊന്നി ഊന്നിയില്ല എന്നു തോന്നത്തക്ക വേഗത്തിൽ കുതിച്ചുചാടി അറപ്പുരയുടെ പടിഞ്ഞാറേമു റ്റത്ത് എത്തി. അവിടെനിന്ന് മേൽപ്പോട്ടു നോക്കിയതിൽ അറപ്പുരയുടെ വടക്കും തെക്കും ഭാഗങ്ങൾ ദഹിച്ചുതുടങ്ങീട്ടുള്ളതായും ക്ഷണത്തിൽ രണ്ടു ഭാഗങ്ങളിലും ഉള്ള തീ സന്ധിക്കുമെന്നും, കാണുകയാൽ, വരുന്നതു വരട്ടെ എന്നുള്ള ധൈര്യത്തോടുകൂടി, അനലസംയോഗം അണഞ്ഞിട്ടി ല്ലാത്ത ഭാഗം പുരപ്പുറത്തു ചാടിക്കയറി വാരികൾ പൊളിക്കയും പട്ടിയലുകളെ കയ്യൂക്കുകൊണ്ടു വലിച്ചിളക്കുകയും ചെയ്തിട്ട് തട്ടിനുള്ളിൽ കടന്നു. അവിടെനിന്നു കീഴ്പോട്ടിറങ്ങുന്നതിനുള്ള വാതിലിനെ വേലിന്റെ മുന കൊണ്ടു തെന്നിത്തുറക്കാൻ നോക്കിയതിൽ കഴിയായ്കകൊണ്ടു മറ്റ നേകം സാമാനങ്ങളുടെ കൂട്ടത്തിൽ കിടന്നിരുന്ന ഒരു കോടാലി കൈക്ക ലാക്കി അതുകൊണ്ട് വാതിലിന്റെ മതിയനെ വെട്ടിപ്പൊളിച്ച് വാതിൽ തുറന്നു കൈയിലുണ്ടായിരുന്ന കോടാലി മുതലായതിനെ മുറിക്കക ത്തോട്ടു ഇട്ടിട്ട് "ഉടയവരെ പറയപ്പെടല്ലേ' എന്നു പറഞ്ഞ്, അകത്തുള്ള വരെ താൻ ഒരു ബന്ധുവാണെന്നു ധരിപ്പിച്ചുകൊണ്ടു താഴത്തു ചാടി.

യുവരാജാവും പരമേശ്വരൻപിള്ളയും മുറിക്കകത്തായപ്പോൾ കുറു പ്പിന് എന്ത് ആപത്തുവരുമോ എന്നും, അദ്ദേഹത്തെ സഹായിക്കുന്നതിന് താൻ നില്ക്കേണ്ടതായിരുന്നു എന്നും ഉള്ള വിചാരങ്ങൾകൊണ്ടു യുവ രാജാവ് അതിവിവശനായി സന്തോഷകാലങ്ങളിൽ ചപലനും ആപൽക്കാ ലങ്ങളിൽ സ്ഥിരധൈര്യവാനും ആയിരുന്ന പരമേശ്വരൻപിള്ള തന്റെ

കൈയ്ക്കൽ ഉണ്ടായിരുന്നതിൽ ഒരു ഖഡ്ഗം യുവരാജാവിന്റെ കൈയിൽ കൊടുത്തിട്ട് തന്റെ വാളും പരിചയുമായി ആപത്തു വല്ലതും നേരിടുന്നെങ്കിൽ എതിരിടുന്നതിനു സന്നദ്ധനായി നിന്നു. ഓരോ ശബ്ദങ്ങൾ അവ്യക്തമായി മുഴങ്ങുന്നതു കേട്ടുതുടങ്ങി. എന്തു ശബ്ദമാണെന്ന് ഒന്നും തിരിച്ചറിയുന്നതിനു കഴിവുണ്ടായില്ല. ജനക്ഷേമതല്പരനും പരാജയങ്ങളെക്കൊണ്ടു സുസ്ഥിരധൈര്യശാലിയും ആയിരുന്ന യുവരാജാവ്, കേൾക്കുന്ന ധ്വനി സംഗരധ്വനി ആണെന്നറിഞ്ഞ് കൂട്ടിലാക്കപ്പെട്ട വ്യാഘ്രത്തെപ്പോലെ ഉഴന്നുതുടങ്ങി. കുറച്ചുകഴിഞ്ഞപ്പോൾ മുറിക്കകത്തെ വായുവിന് ഘനവും ഔഷ്ണ്യവും ഉണ്ടായിത്തീർന്നപോലെ തോന്നി. ഈ പീഡകൾ വർദ്ധിച്ചപ്പോൾ വാതിൽ തുറന്നു പുറത്തുചാടണമെന്നു നിശ്ചയിച്ചു കഴിയുന്ന പരിശ്രമങ്ങൾ ചെയ്തു. അനലസാമീപ്യംകൊണ്ടുള്ള ചൂടാണെന്നു മനസ്സിലാക്കിയിട്ടു യുവരാജാവും പരമേശ്വരൻപിള്ളയും വാതിലിനെ പാദംകൊണ്ടു തകർത്തുതുടങ്ങി. അകത്തുനിന്നാകയാൽ ഒരു ഫലവും ഉണ്ടായില്ല. ദേഹത്തിൽ ഒഴുകിക്കൊണ്ടിരുന്ന വിയർപ്പു പറ്റി രോമകൂപങ്ങളിൽ വല്ലാതുള്ള നീറ്റലും, അധികമായ ദാഹവും, ശ്വാസോച്ഛ്വാസം ചെയ്യുന്നതിനു വിഷമവും ഉണ്ടായിത്തുടങ്ങി. ചൂട് ദുസ്സഹമായിത്തീർന്നു. രക്ഷപ്പെടുന്നതിനു വഴിയും ഒന്നും കാണുന്നില്ല. നിരയുടെ ചേർപ്പുകൾ പഴക്കത്താൽ അങ്ങുമിങ്ങും കുറേശ്ശ ഭേദിച്ചിരിക്കുന്നതിനിടയിൽക്കൂടി പുക അകത്തോട്ടു കടന്നുവരുന്നതിനാൽ മരണം സന്ദിഗ്ധപക്ഷം അല്ലെന്നു നിശ്ചയമായിട്ടും, യുവരാജാവിന് സ്വാർത്ഥത്തെക്കാൾ പരകാര്യത്തിലായിരുന്നു അധികം അന്വേഷണം. “കുറുപ്പിനെന്തുപറ്റി എന്നറിഞ്ഞുകൂടല്ലോ, പരമേശ്വരാ” എന്നു യുവരാജാവു പറഞ്ഞതിനു പ്രത്യുക്തി ഒന്നും ഉണ്ടായില്ല. ഇതിന്റെ കാരണം എന്തെന്നു പരിഭ്രമിച്ച് യുവരാജാവു തിരിഞ്ഞു പരമേശ്വരൻപിള്ളയെ നോക്കിയപ്പോൾ അയാൾ മുറിയുടെ ഒരു കോണിൽ ഒതുങ്ങിനില്ക്കുന്നതു കണ്ടു. മുറിക്കകത്തു കുറേശ്ശേ പ്രകാശം ഇല്ലെന്നില്ല. എന്നാൽ യാതൊന്നും വ്യക്തമായി അറിയാൻ പാടില്ലായിരുന്നു. പരമേശ്വരൻപിള്ളയെ സ്പർശിച്ചുനോക്കിയതിൽ അയാൾ സ്തംഭാകാരമായി നില്ക്കുന്നു. “ഇങ്ങനെയോ കലാശിക്കുന്നത് പത്മനാഭാ!” എന്നു പറഞ്ഞുകൊണ്ട് ആശ്രിതവത്സലനായ യുവരാജാവ് തന്റെ രണ്ടാംമുണ്ടിനെ വ്യജനമാക്കി പരമേശ്വരൻപിള്ളയെ വീശിത്തുടങ്ങി. അത് തനിക്കും കുറച്ച് ആശ്വാസഹേതുകമായി. യുവരാജാവ് ശുശ്രൂഷാവൃത്തിയെ അനുഷ്ഠിച്ചുതുടങ്ങിയപ്പോൾ തട്ടിന്റെ മുകളിൽ ചില ശബ്ദങ്ങൾ കേട്ടു ശത്രുക്കളുടെ പ്രവേശനമാണെന്നു വിചാരിച്ച്, യുവരാജാവ് പരമേശ്വരൻപിള്ളയെ താങ്ങി സാവധാനത്തിൽ നിലത്തു കിടത്തി, തന്റെ ഉത്തരീയത്തെ മടക്കി അയാൾക്ക് ഉപധാനമായി വച്ചിട്ട് വാളും കൈയിലാക്കി മേല്പോട്ടു നോക്കി നിന്നു. അപ്പോൾ മുറിയിൽനിന്നു തട്ടിൻപുറത്തേക്കുള്ള വാതിലിന്മേൽ എന്തോ ബലം പ്രയോഗിക്കപ്പെടുന്നതായി തോന്നി. വാതിൽ തുറക്കപ്പെട്ടു. മുറിക്കുള്ളിൽ അധികമായ പ്രകാശവും വായുസഞ്ചാരവും ഉണ്ടായി. എന്തോ സാമാനങ്ങൾ മുറിക്കുള്ളിൽ വീണു. പുറകേ അന്നു രാവിലെ യുവരാജാവിനെ സഹായിച്ച ചാന്നാനും ആവിർഭവിച്ചു.

ചാന്നാൻ പുരപ്പുറത്തു കയറിയപ്പോൾ ചില വേൽക്കാർ താഴത്തെത്തി. പടിഞ്ഞാറുവശത്തുള്ള വാരികൾക്കു നിരപ്പേ തീവച്ചു. ഇതിന്റെ പ്രകാശമാണ് മുറിക്കകത്തു കാണപ്പെട്ടത്. അനലപ്രഭാവം മുഴുത്തു വരികയാൽ ജ്വാലകൾ തട്ടിലും തട്ടിത്തുടങ്ങിയിരിക്കുന്നു. പുറത്തുനിന്ന് വേൽക്കാർ ആർത്തുഘോഷിക്കുന്ന ശബ്ദവും കേൾപ്പാനുണ്ട്. ചാന്നാൻ ചാടി മുറിക്കകത്തായപ്പോൾ "കുറുപ്പ് എവിടെ? എന്തുചെയ്യുന്നു? വിശേഷം വല്ലതും ഉണ്ടോ?" എന്നു യുവരാജാവു ചോദിച്ചു. ചാന്നാന്റെ ഉത്തരം "കല്ലും കാടും മലയും കിടുങ്കവേ-എല്ല* ഇല്ലാക്കടവും കലങ്കവേ" എന്നൊരു പാട്ടും കോടാലികൊണ്ട് വാതിലിന്മേൽ ഊക്കോടുകൂടി ചില വെട്ടുകളുമായിരുന്നു. യുവരാജാവു ചോദ്യം നിറുത്തി. വാതിൽ പൊടിഞ്ഞപ്പോൾ ചാന്നാൻ അതിസാഹസമായുള്ള പരിശ്രമവും നിറുത്തി. കാറ്റ് ഏറ്റപ്പോൾ മൂർച്ഛയിൽനിന്നുണർന്ന പരമേശ്വരൻപിള്ളയെ ഹസ്തത്താൽ താങ്ങിപ്പിടിച്ചുകൊണ്ട് യുവരാജാവും കുറുപ്പിന്റെ വകയായ ഒരു ഖഡ്ഗം കൈയിലാക്കിക്കൊണ്ടു ചാന്നാനും പുറത്തിറങ്ങി. പടിഞ്ഞാറേവശത്തു തീവച്ചിട്ടു പത്തിരുപത് വേൽക്കാർ കാവലായി അവിടെ നില്ക്കുന്നുണ്ട്. കിഴക്ക്, തെക്ക്, വടക്ക് ഈ വശങ്ങളിലേക്കു പോകാൻ വഴിയില്ലാതേയും, മുകളിൽ എരിയുന്ന തീ കുറച്ചുകൂടി വടക്കോട്ടു നീങ്ങുമ്പോൾ തങ്ങളുടെ തലകളിൽ ആകും എന്നുള്ള സ്ഥിതിയിൽ ഇരിക്കുന്നു എന്നും കണ്ടിട്ട് പടിഞ്ഞാറോട്ടു തന്നെ കടക്ക എന്നു നിശ്ചയിച്ചു ചാന്നാൻ വാതിലിന്റെ പടിമേൽ കയറി. ദേഹത്തെ ഹ്രസ്വമാക്കി, താഴത്തിറങ്ങി മുന്നോട്ടു ചാടി വേൽക്കാരുടെ ഇടയിൽ കടന്നു. യുവരാജാവും പരമേശ്വരൻപിള്ളയും ഭ്രാന്തൻ കാണിച്ചുകൊടുത്ത സമ്പ്രദായത്തെ അനുകരിച്ച് അവന്റെ പുറകേ എത്തി.

ആ വശത്തുണ്ടായിരുന്ന വേൽക്കാർ അരനിമിഷംകൊണ്ട് യുവരാജാവിന്റെയും ഭ്രാന്തന്റെയും ഖഡ്ഗങ്ങൾക്കു ഭക്ഷണമായിത്തീർന്നു. അവിടെനിന്ന് യുവരാജാവും മറ്റും ക്ഷണത്തിൽ തെക്കേ ചുവർ ചാടികുറുപ്പിനെ സഹായിക്കാൻ പുറപ്പെട്ടു. യുവരാജാവിന്റെ തല അകലെയായിട്ടു കണ്ടപ്പോൾ വേലുക്കുറുപ്പ് "കൈയിൽ കിട്ടിപ്പോയി-വിളിയെടാ, കൊമ്പുവിളി-വിടുന്നെങ്കിൽ നാം ആണുങ്ങൾക്കു പിറന്നവരല്ല," എന്നിങ്ങനെ വിളിച്ചുപറഞ്ഞുകൊണ്ടു മാങ്കോയിക്കൽക്കുറുപ്പിനെ ഉപേക്ഷിച്ചിട്ട് യുവരാജാവിന്റെ നേർക്ക് അണഞ്ഞു. വേലുക്കുറുപ്പിന്റെ ആജ്ഞപ്രകാരം ഒരു കാഹളശബ്ദം മുഴങ്ങി. വേലുക്കുറുപ്പു കാവലായി അവിടവിടെ നിറുത്തീട്ടുള്ള വേൽക്കാർക്ക് അറിവുകൊടുക്കുന്നതിനായിട്ടാണ് കാഹളം മുഴക്കിയത്. അവർ തങ്ങളുടെ സ്ഥാനങ്ങളെ വെടിഞ്ഞിട്ട്, തീജ്ജ്വാല പൊങ്ങുന്നതു കണ്ടുരസിച്ച്, പടിഞ്ഞാറൊരു ദിക്കിൽ കൂട്ടംകൂടി നില്ക്കുകയായിരുന്നു. കാഹളശബ്ദം കേട്ട് അവർ മാങ്കോയിക്കലേക്കു ത്വരിതമായി നടകൊണ്ടു. ഇതിനിടയ്ക്കു വേലുക്കുറുപ്പ് അടുക്കുന്നതിനെക്കൊണ്ടു യുവരാജാവ് സംഹാരരുദ്രനെപ്പോലെ പാഞ്ഞടുത്തു. നിമിഷമാത്രംകൊണ്ടു വേൽക്കാരെല്ലാവരും യുവരാജാവിനെ വളഞ്ഞു. "വിടരുതെടാ-

---

* എല്ല= എലുക, അതിര്

തല കൊയ്യണം" എന്ന് വേലുക്കുറുപ്പും, "ദ്രോഹികളേ, ചതിക്കരുതേ" എന്നു പരമേശ്വരൻപിള്ളയും വിളികൂട്ടിത്തുടങ്ങി. പത്മവ്യൂഹത്തിൽപ്പെട്ട പാർത്ഥാത്മജനെപ്പോലെ യുവരാജാവ് ഒരേ നിലയിൽനിന്ന് അരികളെ അണയാൻ സമ്മതിക്കാതെ അതിചതുരതയോടുകൂടി പൊരുതി. സർപ്പജിഹ്വപോലെ തന്റെ കൈയിൽ ലസിക്കുന്ന ഖഡ്ഗത്തെ നാലു ചുഴവും വീശുമ്പോൾ പുറപ്പെടുന്ന ചീറ്റം കേട്ടുതന്നെ വേൽക്കാർ നടുങ്ങി. യുവരാജാവിന്റെ പുറകിൽ ഒരാൾ സഹായത്തിനായെത്തിയെങ്കിൽ അദ്ദേഹം കുറച്ചുനേരം രക്ഷപ്പെട്ടുനില്ക്കുമെന്നുള്ള വിചാരത്തോടുകൂടി മാങ്കോയിക്കൽക്കുറുപ്പ് തിക്കിത്തിരക്കി മുന്നോട്ടടുത്തു. വേൽക്കാർ തടഞ്ഞുനിറുത്തി. അഭിമന്യുവിന്റെ അവസാനം യുവരാജാവിനും നേരിടും എന്നുള്ള സ്ഥിതിയിലായി. യുവരാജാവിന്റെ അപകടസ്ഥിതി കണ്ടു വ്യസനം സഹിക്കാതെ "അയ്യോ എന്റെ പൊന്നുതമ്പുരാനേ! വായിൽ മണ്ണടിക്കാതിനെടാ" എന്നു പരമേശ്വരൻപിള്ള മുറവിളി തുടങ്ങി. ഇതിന്റെ തുടർച്ചയായി അതിവ്യക്തമായും സകല ആരവങ്ങൾക്കും മുകളിലായി ഉച്ചത്തിലും അതിമധുരമായും ഉള്ള ഒരു ഗാനം കേട്ടുതുടങ്ങി: "പഞ്ചമാപാതകി പഴികാറിവിനകാറി-അഞ്ചാമലവൾ കൈയിൽപ്പെട്ടായോ മകനേ നീ?" ഈ പാട്ടുകേട്ടു വേലുക്കുറുപ്പും വേൽക്കാരും പെട്ടെന്നു തിരിഞ്ഞു നോക്കി. ഓതിരംകടകം എന്നു താങ്ങി വേൽക്കാരെ വീഴ്ത്തിക്കൊണ്ട് ഭ്രാന്തൻ അടുക്കയായിരുന്നു. ഭ്രാന്തന്റെ അടവുകൾ വേൽക്കാർ മുമ്പിൽ കണ്ടിട്ടുള്ളതല്ലായിരുന്നു. വാളിളക്കി പാട്ടുപാടി, ഇടത്തുകാൽ നിലത്തൂന്നി വട്ടംതിരിഞ്ഞ്, വാൾ വീശി, കണ്ണിൽ ചൂണ്ടി കാലിൽ വെട്ടിയും തട കാട്ടി വയറ്റിൽകുത്തി കുടൽചാടിച്ചും കടകം ഓങ്ങി ഓതിരം കാച്ചിയും മാടു മാറി തലയ്ക്കു താങ്ങിയും വലതുകാൽകൊണ്ടു തൊഴുക്കുത്തി ചിലരെ വീഴ്ത്തിയും വെട്ടുംകുത്തും ദൃഢമായി നോക്കി തടഞ്ഞും ഇടതു കൈയിൽ ചിലരുടെ കണ്ഠങ്ങൾ ഞെരിച്ചും ഇങ്ങനെ അസാമാന്യമായുള്ള സാമർത്ഥ്യത്തോടുകൂടി സമരംചെയ്തുകൊണ്ട് വേലുക്കുറുപ്പിന്റെ മുമ്പിൽ എത്തി. ആ കരിംകൂറ്റന്റെ ഖഡ്ഗം അരനിമിഷംകൊണ്ട് ആകാശവീഥിയിൽ അല്പനേരത്തെ സഞ്ചാരസുഖം അനുഭവിച്ചിട്ട് ഒരു വേൽക്കാരന്റെ ഉത്തമാംഗത്തിൽ ചെന്നുപതിച്ചു. മറ്റൊരു വാൾ വാങ്ങി കാളമേഘംപോലെ പിന്നെയും വേലുക്കുറുപ്പു ചീറി അടുത്തു. രാവിലെ വേലുക്കുറുപ്പിന്റെ പാദസംയോഗം ഉണ്ടായത് ഓർത്തോ എന്തെന്നറിഞ്ഞില്ല, ചാന്നാന്റെ ശരീരം കോപംകൊണ്ടെന്നപോലെ ഒന്നു വിറച്ചു. എങ്കിലും കപടഭ്രാന്തനായ ആ വിശിഷ്ടപുരുഷൻ (ചാന്നാനെ വിശിഷ്ടപുരുഷൻ എന്നു പറയുന്നത് 'കലികാവിശേഷം' എന്നു പറയുന്നതിനു സന്നദ്ധരായവർ ക്ഷമിപ്പിൻ), തന്റെ ആത്മസംയമനശക്തികൊണ്ട് അവയവങ്ങളെ ദൃഢപ്രവൃദ്ധങ്ങളാക്കിത്തീർത്തു. പഠിച്ച വിദ്യകൾ പലതും പ്രയോഗിച്ചിട്ടും വേലുക്കുറുപ്പിന്റെ സാഹസങ്ങൾ ഒന്നും ചാന്നാനോടും ഫലിക്കുന്നില്ല. അയാൾ ശ്വാനനെപ്പോലെ കിതച്ചുതുടങ്ങി. അപ്പോൾ തന്റെ നൂതന സംഘം വേൽക്കാർ വന്നുചേർന്ന കോലാഹലം കേട്ടു.

"ഇനിയോടാ പയലേ? ഫൂ! പോക്കിരീ! പിടിക്കിനെടാ ഇവനെ" എന്നു വേലുക്കുറുപ്പ് ഉൾമോദത്തോടുകൂടി പറഞ്ഞു. ഈ മുഷ്കിനു ജീവാവസാനംവരെ അയാൾ ഓർമ്മിക്കത്തക്കതായ ഒരു സമ്മാനമായിട്ട് വേലുക്കുറുപ്പിന്റെ കർണ്ണങ്ങളിൽ ഒന്നിനെ ചെത്തി ചാന്നാൻ നിലത്തു വീഴിച്ചു. വെടികൊണ്ട ഗജത്തെപ്പോലെ വേദനയോടുകൂടി വേലുക്കുറുപ്പ് ഒന്നലറിക്കൊണ്ടു പിന്നോക്കം ഓടി. രാവിലത്തെ പ്രഹരത്തിനു പ്രതിക്രിയ ആയി പാദംകൊണ്ട് ഒരു പ്രഹരവും ചാന്നാൻ കൊടുത്തു. വേൽക്കാരുടെ നായകൻ നിലത്തു വീണു. ഇതുകണ്ട് തമ്പിയുടെ പരിവാരങ്ങൾ വർദ്ധിച്ച ക്രോധത്തോടുകൂടി പിന്നെയും യുവരാജാവിന്റെ നേർക്കടുത്തു. അപ്പോൾ രണ്ടാമതും ഒരു കാഹളശബ്ദം കേട്ടുതുടങ്ങി. യുവരാജാവിന്റെ മുഖം വിളറി. പരമേശ്വരൻപിള്ള വയറ്റിൽ കൈവച്ച് പരക്കെനോക്കിത്തുടങ്ങി. പടക്കളത്തിൽ നില്ക്കുന്ന വേൽക്കാരെത്തന്നെ ഒടുക്കുന്നത് അസാദ്ധ്യമാണ്. ചാന്നാന്റെ അതിസാഹസമായ കൃത്യങ്ങൾകൊണ്ട് അത്രനേരം നിലനിന്നു. ഇനിയും വേൽക്കാർക്കു തുണനില്പാൻ ആളുകൾ വന്നു ചേർന്നാൽ യുവരാജാവിന്റെ കഥ കഴിഞ്ഞു. ഇങ്ങനെയുള്ള വിചാരങ്ങൾകൊണ്ട് പരവശന്മാരായി യുവരാജാവും ഭൃത്യനും പോർചെയ്തു നില്ക്കുന്നതിനിടയിൽ മാങ്കോയിക്കൽക്കുറുപ്പിന്റെ കളരിയിൽ കച്ചകെട്ടി അഭ്യസിച്ചിട്ടുള്ളവരായ ഇരുന്നൂറു ഭടന്മാർ മാങ്കോയിക്കൽ എത്തി. ഇവരെ കൊണ്ടു വരുന്നതിനായിട്ടായിരുന്നു മാങ്കോയിക്കൽക്കുറുപ്പിന്റെ ഒരു ഭൃത്യൻ അറപ്പുരയിൽനിന്ന് അദ്ദേഹത്തിന്റെ മുഖത്തു നോക്കീട്ടു വേഗത്തിൽ പുറത്തേക്കു കടന്നുപോയത്.

മാങ്കോയിക്കൽക്കുറുപ്പിന്റെ ഭടന്മാർ വന്നതിന്റെശേഷം ഉണ്ടായപോർ അധികമായി വർണ്ണിക്കാനൊന്നുമില്ല. വേൽക്കാരാൽ പറയർ എത്രവേഗത്തിൽ അന്തകപുരത്തിലേക്ക് യാത്രയാക്കപ്പെട്ടോ, അതുപോലെ തന്നെ അപ്രയാസമായി വേൽക്കാർ കുറുപ്പിന്റെ സാലതുല്യാകാരന്മാരായ കിങ്കരന്മാരാൽ ആ ദേശത്തേക്ക് നയിക്കപ്പെട്ടവരായി. വേൽക്കാർ നാഥനില്ലാത്ത സേന ആകയാൽ വിശേഷിച്ചും ക്ഷണത്തിൽ പരാജതന്മാരായി. യുവരാജാവും ഭ്രാന്തനും കുറുപ്പും അനന്തരവരും പരമേശ്വരൻപിള്ളയും കുറുപ്പിന്റെ ഭടന്മാരുടെ നായകനും ഓരോ ദിക്കിലായി നിന്നു വേൽക്കാരെ തടഞ്ഞുനിറുത്തി പൊരുതപ്പോൾ അവർ യുവരാജാവിനോട്, "പൊന്നുതമ്പുരാനേ, രക്ഷിക്കണേ" എന്നു കരഞ്ഞു പറഞ്ഞുതുടങ്ങി. ആയുധം വയ്ക്കുന്നവർക്ക് അഭയംകൊടുക്കുന്നതിന് യുവരാജാവ് ഉടനെ കല്പനകൊടുത്തു. മാങ്കോയിക്കൽഗൃഹം ആസകലം എരിഞ്ഞു നിലത്തായപ്പോൾ യുദ്ധവും അവസാനിച്ചു. പടക്കളത്തിൽനിന്നു തന്നെ യുവരാജാവ് മാങ്കോയിക്കൽക്കുറുപ്പിനെ സമീപത്തു വിളിച്ച് അദ്ദേഹത്തിന്റെ കരങ്ങൾ രണ്ടിനേയും തൃക്കൈകളാൽ പിടിച്ച് ഒന്നു ലഘുവായി അമർത്തീട്ട് "എന്നെ രക്ഷിച്ച ചാന്നാൻ എവിടെ?" എന്നു ചോദിച്ചുകൊണ്ടു തിരിഞ്ഞുനോക്കി. ഭ്രാന്തനെ കാണ്മാനില്ല.

# എട്ടാം അദ്ധ്യായം

*"നീതിനിഗമാഗമസാഗരസാരവേദിയാകുന്ന ഭവാനിഹ*
*ദുർവിധം തുടരുന്നതാകിലോ ഗുണഭോഷഭാഗകഥനേ കാമതി."*

"സുന്ദരം, ഒന്നു വീശൂ-ഉഷ്ണം അതികഠിനം. നല്ല രാത്രി. രാജാക്കന്മാർക്ക് യാത്രയ്ക്ക് അതിവിശേഷമായ മുഹൂർത്തം. സ്വർഗ്ഗവാതിൽ ഏകാദശി അല്ല എന്നേ ഉള്ളൂ." ഈ വാക്കുകൾ ഖാദ്യപേയലേഹ്യഭോജ്യങ്ങളായ ചതുർവിധവിഭവങ്ങളോടുകൂടി അത്താഴം ഊണുകഴിഞ്ഞ് ശയ്യാഗൃഹത്തെ പ്രാപിച്ച് വിചിത്രവർണ്ണകംബളനിർമ്മിതമായ ശയ്യോപധാനങ്ങൾകൊണ്ടലംകൃതമായും ദന്തഖചിതമായുമുള്ള പര്യങ്കത്തിന്മേൽ ചെന്നിരുന്നപ്പോൾ ശ്രീപത്മനാഭൻതമ്പി സുന്ദരയ്യനോടു പറഞ്ഞതായിരുന്നു. സുന്ദരയ്യൻ വാമഹസ്തത്താൽ അധരാച്ഛാദനവുംചെയ്ത്, ഒരു വശത്തേക്കു മാറിനിന്നുകൊണ്ട് കുചേലന്റെ ആഗമനസന്ദർഭത്തിൽ രുഗ്മിണി ശ്രീകൃഷ്ണനെ എന്നപോലെ, രമ്യങ്ങളായ അംഗചലനങ്ങളോടുകൂടി മയൂരപിഞ്ഛങ്ങളെക്കൊണ്ടും നാനാവർണ്ണത്തോടു മിന്നുന്ന തകിടുകളെക്കൊണ്ടും സ്വർണ്ണനിർമ്മിതമായുള്ള വൃന്തത്താലും പരിശോഭിതമായുള്ള ആലവട്ടത്താൽ മന്ദമായി വീശിത്തുടങ്ങി.

തമ്പി: വേലു വന്നെങ്കിൽ പരമാനന്ദമായി. വെറുതെ വന്നേക്കുമോ?

സുന്ദരയ്യൻ: ഒരുക്കാലം ഇല്ലെ.

തമ്പി: അഃ എന്നാൽ എന്തു രസം! പൊടിപൊടിച്ചുതുടങ്ങും രാജ്യഭാരം. അമരലോകത്തിനു തുല്യമാക്കും ഈ വേണാട്ടിനെ.

സുന്ദരയ്യൻ: ചാണാൻ കീണാൻ ഇന്ത നീചപ്പായകളെ മുച്ചൂടും തൊരത്തിപ്പോടണം, എന്ന?

തമ്പി: നാളെ എടവാ കടത്തിയേക്കാം.

സുന്ദരയ്യൻ: ബ്രാഹ്മണാൾ. അവാളുടെ പരിചാരത്തുക്കാക ശൂദ്രാൾ; ഇവാൾ പോതുമേ നമ്മ കാര്യത്തുക്കെല്ലാം.

തമ്പി: മതി മതി. പുരാണവിധികളിൽനിന്ന് ഒരടി അങ്ങോട്ടുമിങ്ങോട്ടും മാറി ഞാൻ വയ്ക്കൂല്ല. അതു താൻ സംശയിക്കേണ്ട. ഋഷിപ്രോക്തങ്ങളെ വിട്ടിട്ട് നമുക്ക് ഒരു ശ്രേയസ്സും വേണ്ട.

സുന്ദരയ്യൻ: അപ്പടി ചൊല്ലും.

തമ്പി: സുന്ദരം, ആ ഡപ്പി ഇങ്ങെടുക്കൂ. തണുപ്പുകൊണ്ടു ദഹനം തീരുമാനമില്ല.

സുന്ദരയ്യൻ സമീപത്തുണ്ടായിരുന്ന പെട്ടി തുറന്ന് ഒരു വെള്ളിച്ചെപ്പെടുത്ത് രോഗിയായ ഭർത്താവിനു പ്രേമത്തോടും പതിയുടെ രോഗശമനത്തിനായിട്ടു ഭക്തിപൂർവ്വമുള്ള പ്രാർത്ഥനയോടും പതിവ്രതയായുള്ള ഒരു ഭാര്യ വിശ്രുതനായ ഭിഷക്കിനാൽ കല്പിക്കപ്പെട്ട മഹൗഷധത്തെ പ്രദാനം ചെയ്യുമ്പോലെ, തമ്പിയുടെ കരത്തെപ്പിടിച്ചിട്ട് അതിന്മേൽ വച്ചുകൊടുത്തു. തമ്പി ഡപ്പിതുറന്ന് ഒരു നെല്ലിക്കയോളം മരുന്ന് ഉരുട്ടി സേവിച്ചുകൊണ്ട് 'താനും കുറച്ച് തിന്നോളൂ' എന്നു പറഞ്ഞു. സുന്ദരയ്യൻ വേണാട്ടധിപനാകാൻ പോകുന്ന തന്റെ യജമാനന്റെ ആജ്ഞയെ ലംഘിക്കുന്നതു വെടിപ്പല്ലെന്നുള്ള നാട്യത്തോടുകൂടി ഒരു വെള്ളയ്ക്കായോളം ഉരുട്ടിച്ചെലുത്തി. തമ്പി കുറച്ചുനേരം മിണ്ടാതെ ഗൗരവംപൂണ്ട് ഇരുന്നു. യജമാനന്റെ ഘനഭാവം കണ്ടു ഭൃത്യനും തന്റെ ബുദ്ധിയെ എന്തോ ഒരു വലിയ ആലോചനയിൽ പ്രവർത്തിപ്പിച്ചുകൊണ്ട്, മൗനമായി നിന്നു വീശിത്തുടങ്ങി. എന്നാൽ ഉത്തമാംഗത്തിന് ആലോചന കടന്നുണ്ടാക്കിയ ഘനം നിമിത്തം ഭൃത്യന്റെ ബാഹുക്കൾക്കു ക്രമേണ ദാർഢ്യം കുറയുകയും ആലവട്ടം ചെന്ന് യജമാനന്റെ മുഖത്തു തട്ടുകയും ചെയ്തു. ഇങ്ങനെ മൂന്നുനാലു പ്രാവശ്യം തട്ടുകൾ ഏറ്റപ്പോൾ തമ്പി തന്റെ അഗാധമായ ആലോചനയിൽനിന്നു വിരമിച്ചു. ഉടനെ സുന്ദരയ്യൻ ഭക്തിപൂർവ്വം വീശാനാരംഭിച്ചു.

തമ്പി: ഭേഷ്! കൊള്ളാം! തന്റെ മരുന്ന് അതിവിശേഷമെടോ, എന്താ പേര്? സുന്ദരേശ്വരി എന്നോ? എന്ത് ഈശ്വരി എങ്കിലും പരമസുഖപ്രദായിനിയായ ഒരു ഈശ്വരിയാണ്. അല്ലെന്നുണ്ടോടോ? പറയൂ കോമട്ടീ, പറ.

സുന്ദരയ്യൻ: ഹ ഹ ഹ! നാൻ കോമട്ടിയാ! നല്ല പേച്ച്!

തമ്പി: തന്റെ കോടാങ്കിയെ എനിക്കു കണ്ടേ തീരൂ.

സുന്ദരയ്യൻ: അതേപ്പറ്റി പേശിക്കാര്യമെന്ന?

തമ്പി: വേലു കാര്യം നേരെ നടത്തുന്നെങ്കിൽ നാം ദുഃഖം ആചരിക്കേണമോടോ?

സുന്ദരയ്യൻ: സന്ദേഹമെന്ന?

തമ്പി: തേവിടിശ്ശിയെ കാണുന്നതിൽ വിരോധമുണ്ടോ? (മന്ത്രിക്കുന്ന സ്വരത്തിൽ) സാക്ഷിക്കാറിയെ?

സുന്ദരയ്യൻ: എന്ന അലമാറിത്!

തമ്പി: (ഉറക്കെ) സാക്ഷിക്കാറി തേവിടിശ്ശി-സാക്ഷിക്കാറി! ഥൂ! അലമാറോ?

സുന്ദരയ്യൻ: എവളക്കൊട്!

തമ്പി: വാളും പരിചയുംകൊണ്ട്......ഹാ-ഹാ! അതാണ് ഭേഷ് പറ്റിപ്പ്! സാധുക്കൾ അറിഞ്ഞേ ഇല്ല. താൻ ഏതു ശിങ്കം! തന്നെ ഞാൻ വലിയ സർവ്വാധി ആക്കും.

സുന്ദരയ്യൻ: അദെല്ലാം സ്വാമിയുടെ കൃപൈ.

തമ്പി: ശുദ്ധൻ! കാട്ടിൽ പോയി പരിശോധന.....

"എന്ന പൈത്യം!" എന്നു പറഞ്ഞുകൊണ്ട് അമൃതമഥനത്തിങ്കൽ കാളകൂടഭോക്താവായ ശിവന്റെ വക്ത്രാച്ഛാദനം മഹാവിഷ്ണു ചെയ്തതുപോലെ സുന്ദരയ്യൻ ധൃതിയോടുകൂടി തമ്പിയുടെ വാ പൊത്തി അമർത്തി. തമ്പി ചാടിയെഴുന്നേറ്റ് സുന്ദരയ്യനെ ആലിംഗനം ചെയ്തു.

തമ്പി "ശരിശരി. വല്ലോരും കേട്ടാൽ അബദ്ധം. കമലത്തെക്കണ്ട് കുറെനാളായി. ഒന്നിറങ്ങാം പുറത്ത്." ഇങ്ങനെ പറഞ്ഞുകൊണ്ട് തമ്പി മുന്നോട്ടു നടകൊണ്ടു. അദ്ദേഹത്തിന്റെ പാദങ്ങൾ നിലത്ത് ഉറയ്ക്കുന്നില്ല.

തമ്പി: സുന്ദരം, പൊന്നുസുന്ദരം, എന്റെ തോളിൽ കൈ ഇട്ടോള്ളൂ. ഉം, പേടിക്കണ്ട. ഇട്ടോള്ളൂ. അല്ലെങ്കിൽ വീഴും താൻ. താനും ഞാനും ഒന്നുതന്നല്ലോ-ഇട്ടോള്ളൂ.

തമ്പിയും സുന്ദരയ്യനും "ഹസ്തേന ഹസ്തതലമാത്തസുഖം ഗൃഹീത്വാ" എന്നുള്ള സ്ഥിതിയിൽ പുറത്തിറങ്ങി.

തമ്പി: (ആകാശത്തോട്ടു നോക്കീട്ട്) ശീതകിരണൻ! -വകതിരിവില്ലാത്ത വഷളൻ! എന്താണ് ഇന്നു വ്യസനിച്ചിരിക്കുന്നോ? എടോ സുന്ദരം, നമുക്കേ-ഈ നാട്ടിലൊക്കെ-ഹേ, എന്തു ചേറാണിത്?

രണ്ടുപേരും തെക്കേത്തെരുവിൽ ഇറങ്ങി നടന്നുതുടങ്ങിയപ്പോൾ പകൽ കൊല്ലപ്പെട്ട ചാന്നാന്മാരുടെ രക്തം പെരുകിക്കെട്ടി മണ്ണോടുചേർന്നു ചേറായിരിക്കുന്നതിന്മേൽ തമ്പിയുടെ പാദം പതിച്ചു. തമ്പിയെപ്പോലുള്ള മഹാന്മാർക്കു ദ്വേഷ്യം ആദ്യവും, ആലോചനയുണ്ടെങ്കിൽ പിന്നീടും ആണല്ലോ. ഈ സാധാരണനീതിക്കു ലംഘനം വരുത്താതെ ആരോടോ എന്തിനോ ആയിക്കൊണ്ടു തമ്പി കുറച്ചു കയർത്തിട്ട്, ചേറ് എങ്ങനെ വന്നതാണെന്ന് ആലോചിച്ചു. "ഹേ-യി! നീചരക്തത്തിലാണ്-സാവരി വേണ്ട" എന്നു പറഞ്ഞുകൊണ്ട് തമ്പി മാളികയിലേക്കു മടങ്ങി പാദപ്രക്ഷാളനം ചെയ്തിട്ടു പൂർവ്വസ്ഥിതിയിലായി ഇരിപ്പായി.

തമ്പിയുടെ നേത്രങ്ങൾ ചകോരങ്ങളുടെ നേത്രങ്ങൾപോലെ ചുവന്നിരിക്കുന്നെങ്കിലും അർദ്ധോന്മീലിതമായിരിക്കുന്നതിനാൽ വർണ്ണഭേദത്തെ നല്ലതിന്മണ്ണം കാണുന്നതിനു വഴിയില്ല. ഭക്തിപാരവശ്യംകൊണ്ടെന്നപോലെ കരുമിഴികൾ ഇമകളുടെയിടയിൽ അസ്തമിച്ചിരിക്കുന്നു.

അദ്ദേഹം കട്ടിലിന്മേൽ ഇരുന്നു മന്ദഹാസങ്ങൾ തൂകിക്കൊണ്ടു ചാഞ്ചാടുന്നു. സുന്ദരയ്യനിൽ യാതൊരു ഭേദവും പ്രത്യക്ഷമാകുന്നില്ല.

പ്രഭുക്കന്മാരും തമ്പിയെപ്പോലുള്ള ഭാഗ്യവാന്മാരുമായുള്ള ജനങ്ങളുടെ സംവാദങ്ങൾ സേവകജനങ്ങളോടായിരിക്കുമ്പോൾ നാനാവിധവിഷയങ്ങളെ സംബന്ധിച്ചായിരിക്കും. ചിലതു വായനക്കാർക്ക് അത്ര രസമുള്ളതായിരിക്കയില്ല. അതിനാൽ കഥ ഇവിടെ കുറച്ചു ചുരുക്കുന്നു.

അർദ്ധരാത്രി കഴിഞ്ഞു. തമ്പി ഉറങ്ങീട്ടില്ല. സുന്ദരയ്യനുമായിട്ടുള്ള സംഭാഷണം അവസാനിച്ചിട്ടുമില്ല. ഔഷധത്തിന്റെ ശക്തി കുറച്ചു ശമിച്ചിരിക്കുന്നു.

തമ്പി: എടോ-അപ്പഴേ-മക്കൾക്കാണ് അവകാശം എന്നുകൊണ്ടു സ്ഥാപിക്കയാണെങ്കിൽ അനുജൻ നമ്മോടു പിണങ്ങുമല്ലോ.

സുന്ദരയ്യൻ: പ്രമാണങ്ങളെല്ലാം ബലവാളുടെ ഹിദത്തുക്കനുകൂലനമാക ഉണ്ടാക്കവും റദ്ദുചെയ്യവും ആഹലാമേ. അതേപ്പറ്റി ഇപ്പോ യോശിപ്പാനേ?

തമ്പി: ചെമ്പകശ്ശേരി വീട്ടിന്റെ ഭാഗ്യം പാറുക്കുട്ടി, തങ്കക്കുട്ടി, യോഗമുള്ള കുട്ടിയാണ്. വേലു വരാത്തതെന്ത്? ആരെങ്കിലും പോയി അന്വേഷിക്കട്ടെ.

സുന്ദരയ്യൻ: കേളും-വേലു വന്തിടുവാൻ. ഇന്തപ്പയകളെ ഒന്നെ നമ്പക്കൂടാത്. വേലു കീലു പോക്കിരിപ്പശക് ഗിട്ടക്കെ വരവെ ഒട്ടാതും രാശാവാനാൽ-ആച്ചാപ്പോൽ താൻ എണ്ണിക്കിടും-വാറവൻ കിട്ടയും പോറവൻ കിട്ടയും പേശക്കൂടാത്. പേശിനാലും രെണ്ടു വാർത്തെ, അദുവും റമ്പ യോശിത്തു വേണ്ടിയത്. ഏവനാലും അടിക്കടി വന്താ പോശൊല്ലുടണം. ഉമക്ക് ആരെത്താൻ പേടിക്ക വേണ്ടിയത്?

സുന്ദരയ്യന്റെ ഈ പ്രസംഗം, വിട്ടിരിക്കുന്ന ഭാഗങ്ങളിൽ ഒടുവിലത്തെ ഭാഗത്തിന്റെ തുടർച്ചയാണ്. ഓരോ ഉപദേശത്തിനും അനുരൂപമായ നാട്യങ്ങൾ തമ്പി കാട്ടിവന്നു. തിരുവിതാംകോട്ട് ഒരുകാലത്തു പൂജ്യനായിരുന്ന ഒരു മഹാന്റെ അഭിപ്രായപ്രകാരം ദീപോത്സവങ്ങൾക്കുപോലും മുമ്പിൽക്കൂട്ടി അരങ്ങേറ്റം കഴിച്ച് ചടങ്ങുകൾ ദൃഢപ്പെടുത്തേണ്ടതാണ്. പരിഷ്കാരകാലത്തെ മീശക്കൊമ്പന്മാർ ഈവിധം പരസ്യമായി അഭിപ്രായപ്പെടുന്ന സ്ഥിതിക്ക്, തമ്പി തന്റെ മണിയറയിൽ ഇരുന്ന് നൃപനാട്യങ്ങൾ അഭിനയിച്ചുതുടങ്ങിയത് പരിഹാസയോഗ്യമായിട്ടുള്ളതെന്നു വിചാരിച്ചുകൂടുന്നതാണോ? പ്രസംഗത്തിൽ “ഉമക്ക് ആരെത്താൻ പേടിക്കവേണ്ടിയത്?” എന്നുള്ള ഭാവമായപ്പോൾ സർപ്പങ്ങളുടെ ഗതിയിലും നിശ്ശബ്ദമായിട്ടുള്ള പാദപതനത്തോടുകൂടി ഒരാൾ അകത്തോട്ടു പ്രവേശിച്ചു. കട്ടിയും കവണിയും ഉടുത്ത്, വിലയേറിയതായ ഒരു സാൽവ പുതച്ച്, തലയിൽ താടിക്കെട്ടോടുകൂടി തൊപ്പി ധരിച്ചും ഇരുന്നു. കൈയിൽ മാങ്കോയിക്കൽ കുറുപ്പിന്റെ വടിയുടെ മാതിരിയിൽ സ്വർണ്ണം കെട്ടീട്ടുള്ളതായ വടിവാളുമുണ്ടായിരുന്നു. മുഖം തമ്പിയുടെ നിറത്തെയും മങ്ങിക്കുന്ന നിറ

ത്തോടുകൂടിയതായിരുന്നു. അധികമായ തൈക്ഷ്ണ്യത്തോടുകൂടി പ്രകാശിക്കുന്ന ഭാസ്കരനെ ലോലമായ മേഘങ്ങൾ മറച്ച് ശാന്തകിരണനാക്കുമ്പോലെ ആഗതനായ പുരുഷന്റെ സ്വാഭാവികമായുള്ള ഗാംഭീര്യത്തെ എന്തോ മനഃക്ലേശം മങ്ങിച്ചിരിക്കുന്നതായി കാണപ്പെട്ടു. വയസ്സ് അൻപതിൽ കുറവല്ല. പൊക്കം സുന്ദരയ്യനോളംതന്നെ ഉണ്ടായിരുന്നു.

ഇദ്ദേഹം തമ്പിയുടെ മുറിക്കകത്തേക്കു പാദംവച്ചപ്പോഴേക്ക് ധൈര്യോപദേഷ്ടാവായ സുന്ദരയ്യൻ മായയാലെന്നപോലെ മറഞ്ഞുകളഞ്ഞു. അഖിലഭയങ്കരനായ തമ്പി മഞ്ചത്തിൽനിന്നു ചാടി താഴത്തിറങ്ങി, ആദരവോടും ഭയത്തോടും സംഭ്രമത്തോടും തന്റെ നേത്രങ്ങൾകൊണ്ടു നിയമപ്രകാരം കാട്ടേണ്ട ചാപല്യങ്ങളെ മറന്നും, ഉന്മാദകരമായ സാധനത്തെ ഭക്ഷിച്ചിരിക്കുന്നതോർത്തു ലജ്ജയോടും, വേലുക്കുറുപ്പിനെ നിയോഗിച്ചിരിക്കുന്ന കാര്യത്തെ വിചാരിച്ചു പരുങ്ങലോടുകൂടിയും, ആകപ്പാടെ അല്പം മുമ്പിൽ മനോരാജ്യത്താൽ നിർമ്മിതമായ സിംഹാസനത്തിൽ സ്ഥിതിചെയ്തിരുന്നിടത്തുനിന്ന് അതിദുർഘടമായ ഒരു കുണ്ടിൽ പതിച്ചതുപോലെ നിന്നു. കലിപ്രേരിതനായ പുഷ്കരനെയും, ശാസിപ്പാൻ വാളെടുത്ത അഗ്രജനെയുംപോലെ ഒരാൾ ബഹുമാനഭയപൂർവ്വവും അപരൻ അലക്ഷ്യത്തോടും അവിശ്വാസത്തോടും, ഒരാൾ ശ്വാനനെപ്പോലെ കിഴിഞ്ഞും, അപരൻ നിസ്സാരമായ കീടത്താൽ ബാധിക്കപ്പെട്ട മൃഗേന്ദ്രനെപ്പോലെ ഹാസ്യഭാവം കലർന്നും, ഏകദേശം അരനാഴികയോളം മിണ്ടാതെ നിന്നു. രണ്ടുപേരും തമ്മിൽ കണ്ടിട്ടു കുറേക്കാലമായതുപോലെ കാണപ്പെട്ടു. രണ്ടുപേരും അനിലമാന്ദ്യംകൊണ്ട് ഊർദ്ധ്വഗതിയായിത്തന്നെ എരിയുന്ന അനലശിഖകളെപ്പോലെ ചലനരഹിതരായി നില്ക്കുന്നു. രണ്ടു തേജഃപുഞ്ജങ്ങൾപോലെ അവർ നില്ക്കുന്നെങ്കിലും തജ്ജന്യമായ കാന്തികൾക്ക് ഈഷൽഭേദങ്ങൾ ഉണ്ട്. അതായത്, ഒന്നു കാഴ്ചയ്ക്കു മനോഹരമായിട്ടുള്ളതാണെന്നു വരികിലും, സൂക്ഷ്മത്തിൽ നേത്രങ്ങൾക്ക് അതികഠിനമായ അസഹ്യതയെ ഉണ്ടാക്കുന്നതും ആവൃതമായുള്ള വായുവെ വിഷമയമാക്കുന്നതുമായ അഗ്നികണങ്ങളെ ഹുങ്കാരത്തോടുകൂടി സ്ഫുരിപ്പിക്കുന്ന പൂക്കുറ്റികൾപോലെയും, മറ്റത് സുഗന്ധദ്രവ്യങ്ങളുടെ അർപ്പണംകൊണ്ടും ആജ്യാഹുതികൊണ്ടും ഉജ്ജ്വലിപ്പിക്കുന്ന ഹോമകുണ്ഡാർച്ചീസ്സിനെപ്പോലെയും ആകുന്നു.

ആഗതനായ പുരുഷനെ കണ്ടപ്പോൾ താൻ ബാല്യാവസ്ഥയിൽ മാതാപിതാക്കന്മാരുടെ പരിലാളനയോടുകൂടി പരമാനന്ദചിത്തനായി വളർന്നതും, വിദ്യാഭ്യാസപരിശ്രമങ്ങളിൽ വൈമുഖ്യം ഒട്ടേറെ കാണിച്ചിട്ടും ഗുരുജനങ്ങളാലും വാത്സല്യപുരസ്സരം ബഹുമാനിക്കപ്പെട്ടു വന്നതും, യന്ത്രിയായ ഒരുവന്റെ തന്ത്രങ്ങൾക്കു വശനായന്നുമുതൽ സമുദ്രതരംഗങ്ങളിൽപ്പെട്ട ശുഷ്കപത്രംപോലെ ആയിരിക്കുന്നതും, ചിന്തിക്കുമ്പോൾ ജീവനാഡികളെയും സ്തംഭിപ്പിക്കുന്ന ഓരോ കൃത്യങ്ങളെ ആചരിച്ചിട്ടുള്ളതും, അതുകൾ ഹേതുവായിട്ട് അടിമാവസ്ഥയിൽപ്പെട്ട പുലയനെപ്പോലെ തന്റെ ദുഷ്പ്രേരിതന്റെ സകലഹിതങ്ങളെയും അനുസരിക്കേ

ണ്ടിവന്നിരിക്കുന്നതും, തന്റെ കൃത്യങ്ങളെ മറയ്ക്കുന്നതിനായി ഓരോ ദുർന്നയങ്ങളെ അദ്യാപി അനുവർത്തിക്കുന്നതും-ഇതുകൾ ഓർത്തു തമ്പിയും, തമ്പിയുടെ ബാല്യകൗമാരാവസ്ഥകളിൽ നിന്നു ഭേദപ്പെട്ട് തന്റെ നേത്രങ്ങൾക്കു പ്രത്യക്ഷപ്പെട്ട ഉന്മാദാവസ്ഥയെ കണ്ടതിനാലും മറ്റും അപരനും പരസ്പരം മുഖത്തു നോക്കിക്കൊണ്ടു നില്ക്കുന്നതല്ലാതെ കുശലപ്രശ്നം ചെയ്യുന്നതിന് തമ്പിയോ, ആഗമനോദ്ദേശ്യത്തെ പറയുന്നതിന് അപരനോ ഒരുമ്പെടുന്നില്ല.

പെട്ടെന്നുണ്ടായ ഭയംകൊണ്ട്, പ്രഹരം ഏറ്റ മദ്യപനെപ്പോലെ തമ്പി സ്വബോധവാനായിത്തീർന്നിരിക്കുന്നു. അർദ്ധരാത്രി കഴിഞ്ഞ് അസമയത്തു വന്നുകേറിയ അന്യന്റെ ഉദ്ദേശ്യത്തെ തമ്പി ഏകദേശം ഗ്രഹിച്ചിരിക്കുന്നു. അപ്രകാരം തമ്പിക്ക് അറിവുള്ള സംഗതി അന്യൻ ഗ്രഹിച്ചിട്ടുമില്ല. തമ്പിയുടെ ഭയവും പരിഭ്രമവും ക്രമേണ നീങ്ങി. ഒടുവിൽ ഇങ്ങനെ സൽക്കാരം തുടങ്ങി: "കണ്ടിട്ട് രണ്ടു വർഷമായി സൗഖ്യംതന്നെ അല്ലേ?"

അന്യൻ: സൗഖ്യംതന്നെ. അവിടുത്തേക്കും സൗഖ്യംതന്നല്ലോ?

തമ്പി: ഒരു വിധത്തിലൊക്കെ സൗഖ്യംതന്നെ. ഇഷ്ടമുള്ള ജനങ്ങളെ കാണാൻ കിട്ടാത്ത സുഖക്കേട് ഇന്നവിധമെന്നു പറവാനില്ല. ഇപ്പോഴെങ്കിലും എന്നെ കാണ്മാൻ വരുന്നതിനു ധൈര്യമുണ്ടായല്ലോ.

അന്യൻ: പേടിച്ചു വരാത്തതെന്നാണോ വിചാരം?

തമ്പി: ഏകദേശം അങ്ങനെതന്നെ.

അന്യൻ: ആരെക്കുറിച്ചുള്ള പേടികൊണ്ടോ?

തമ്പി: ശ്രീ വീരമാർത്താണ്ഡവർമ്മ ഇളമുറ മഹാരാജാവിനെ.

അന്യൻ: ആ തിരുമനസ്സുകൊണ്ടു ജ്വലനല്ല.

തമ്പി: എന്നു ചിലർക്കു വിചാരമുണ്ട്.

അന്യൻ: ആണെന്നു സമ്മതിച്ചാലും മറ്റുള്ളവർ ഭീരുക്കളാണെങ്കിലല്ലേ ഇവിടത്തെ സംശയം സാധുവായിരിക്കൂ?

തമ്പി: ഭീരുക്കളല്ലായിരിക്കാം.

അന്യൻ: എന്നാൽ അങ്ങത്തെ സംശയം അസംബന്ധമാണല്ലോ.

തമ്പി: "നീരസം തോന്നണ്ട. ഘനമുള്ള ആസനം താങ്ങുക ലോകനടപ്പാണ്. സ്നേഹവും സകല ബന്ധവും മറന്ന് സേവയ്ക്കുവേണ്ടി ചിലർ വകതിരിവുകേടും കാണിക്കും. എന്നാൽ അവിടുത്തെ സംബന്ധിച്ച് ഒരുകാലം ഇങ്ങനെയുള്ള അഭിപ്രായങ്ങൾ എനിക്കുണ്ടാകുന്നതല്ല. സൂക്ഷ്മം വിചാരിച്ചുനോക്കണം.

അന്യൻ: ശരിതന്നെ. പക്ഷേ, ബീജദോഷം കൊണ്ടുണ്ടാകുന്ന ഭീരുത്വത്തിനു മരുന്നില്ല. എന്നാൽ ഓരോരുത്തരുടെ വഷളത്വത്തിന്റെ വീഴ്ച ഇളയതമ്പുരാന്റെ മേൽകൂടി ചുമത്തരുത്.

തമ്പി: അതു പറയണ്ട. ഞാൻ അറിയും; പ്രസവിച്ചന്നുമുതൽ അറിയും. കഷ്ടം! അവിടത്തേക്കും ഇങ്ങനെ ആണല്ലോ വിചാരം.

അന്യൻ: ഉം? എനിക്കെന്തു വിശേഷസംഗതി?

തമ്പി: വിശേഷസംഗതിയോ? അതു പോകട്ടെ; അവിടുന്ന് ഈ അർദ്ധരാത്രി ഇങ്ങോട്ടു പോന്നത് എന്തിനാണ്?

അന്യൻ: വന്നു എന്നേയുള്ളു. ഇവിടെ വന്നപ്പോൾ അങ്ങുന്നു വന്നിട്ടുണ്ടെന്നും ഉറങ്ങീട്ടില്ലെന്നും കേട്ടു. എന്നാൽ ഒന്നു കണ്ടേക്കാമെന്നു വിചാരിച്ചു. കുറച്ചൊരു കാര്യവുമുണ്ട്.

തമ്പി: എന്നെക്കൊണ്ട് എന്താ വേണ്ടത്? പറയണം.

അന്യൻ: "പറയാം. ഞാൻ കിഴക്കോട്ട് ഒരു കാര്യായി പോകയാണ്. അവിടെ ഒന്നുരണ്ടു ദിവസത്തെ താമസമുണ്ട്. നാളെ സൗകര്യമുള്ളപ്പോൾ വന്നു കണ്ടുകൊള്ളാം. ഇപ്പോൾ ഉറങ്ങാറായല്ലോ."

തമ്പി: 'ഉറക്കം വരുന്നില്ല, പറയണം. നാളെ എന്ന് എന്തിനു വയ്ക്കുന്നു?

അന്യൻ: എന്നാൽ എനിക്കൊരു സംഗതി അറിവാനുണ്ട്. അങ്ങുന്നു സത്യം പറയണം.

തമ്പി: ഞാൻ കളവല്ലാതെ പറകയില്ലെന്നാണല്ലോ നിങ്ങളുടെയൊക്കെ വിചാരം. പിന്നെ എന്നോടു ചോദിക്കുന്നത് വെറുതെ വാക്കു ചെലവുചെയ്ക അല്ലയോ?

അന്യൻ: അവിടുന്നു കുറച്ചുമുമ്പിൽ യുവരാജാവിനെ ഊന്നിപ്പറഞ്ഞതിന്റെ സാരം എന്തെന്നു പറയണം.

തമ്പി: (വലുതായ വ്യസനം നടിച്ചുകൊണ്ട്) അതാണോ സംഗതി? ഞാൻ അതിനെപ്പറ്റി ഒന്നും പറയുന്നില്ല. ദൂഷ്യം പറഞ്ഞെന്നുവരും. ഞാൻ പണ്ടേതന്നെ ദുഷ്ടനും ദുർന്നയനുമാണ് എന്നാണല്ലോ കേൾവി.

അന്യൻ: അങ്ങനെയല്ല-പറയണം.

തമ്പി: പറയുന്നതിനു വിശേഷിച്ചൊന്നുമില്ല. ജനങ്ങൾ പതുക്കെ പറയുന്ന ഒരു കഥ സുന്ദരയ്യൻ കൊണ്ടുവന്നു. കേട്ടിട്ട് എനിക്കുതന്നെ വിശ്വാസം ഉണ്ടായില്ല.

അന്യൻ: എന്താണെന്നു പറഞ്ഞുകൂടയോ?

തമ്പി: എനിക്ക് അവിടുത്തോടുപറഞ്ഞു കേൾപ്പിക്കാൻ ധൈര്യമില്ല. സുന്ദരയ്യൻതന്നെ പറയട്ടെ-സുന്ദരം!

ഈ വിളി കേട്ട് 'ഉത്തരവ്' എന്ന് ഉറക്കെപ്പറഞ്ഞുകൊണ്ടു സുന്ദരയ്യൻ മുറിക്കകത്തോട്ടു പ്രവേശിച്ച് കൈകെട്ടി വാപൊത്തി ഒരു കോണിൽ ചെന്നു നിലയായി. സുന്ദരയ്യന്റെ മൂക്ക് നിലത്തു മുട്ടുന്നില്ലന്നേയുള്ളു; അത്രത്തോളം താണ് ആദരവോടുകൂടി നില്ക്കുന്നുണ്ട്."

തമ്പി: എടോ, എന്തെല്ലാമാണ് കൊച്ചുതമ്പുരാനെക്കുറിച്ചു കേട്ടത്? പറയൂ.

സുന്ദരയ്യൻ: എന്നവോ വയത്തുകടിയാം. മുലൈ കിലൈ കുടിക്കറതില്ലയാം. എപ്പവും അഴറതാം-

തമ്പി: ഏഭ്യാ, എളയതമ്പുരാനെക്കുറിച്ചുള്ളതാണ് പറയാൻ പറഞ്ഞത്.

സുന്ദരയ്യൻ: (അന്യനോട് മലയാളത്തിൽ) അങ്കത്തെ, അതേ ഒന്നും ശൊല്ലാനില്ല. നിജമോ പൊയ്യോ ആർക്കാഹുന്നു അറിയാം?

അന്യൻ: പറയൂ, സത്യമോ കളവോ എന്നുള്ളതു ഞങ്ങൾ തീർച്ചപ്പെടുത്തിക്കൊള്ളാം.

സുന്ദരയ്യൻ: പെരിയവരെപ്പത്തി എന്നവും ശൊല്ലി അശു എനിക്കു എന്നവും വന്തൂട്ടാൽ താങ്കറത് എന്നാലെ ആഹുമോ?

അന്യൻ: ആട്ടെ, താങ്ങാൻ വഴിയുണ്ടാക്കാം; പറയൂ.

സുന്ദരയ്യൻ: കരുതിവേണമേ ചൊല്ലുന്നത്. പില്പാട്, സൊല്ലറവൻ തിരട്ടുക്കാരൻ ആഹുമേ. അവളവുതന്നെ ബയം.

അന്യൻ: ഇത്രയൊക്കെ ഭയവും ആലോചനയും ഉണ്ടെങ്കിൽ അങ്ങത്തോടു പറഞ്ഞത് എങ്ങനെയാണ്?

സുന്ദരയ്യൻ: ശൊല്ലിപ്പോച്ച്-അതേ വിശാരമാച്ച്.

അന്യൻ: (ദേഷ്യത്തോടുകൂടെ) "ഉരുട്ടാതെ പറയൂ.

സുന്ദരയ്യൻ: (വിറച്ചുകൊണ്ട്) അങ്ങത്തേ, ശൊല്ലറേൻ. കോപപ്പെടാതും അന്തപ്പക്കം പോയി ശൊല്ലലാം.

സുന്ദരയ്യനും അന്യനും പുറത്തിറങ്ങി ഏകദേശം രണ്ടുനാഴികനേരം സംസാരിച്ചുകൊണ്ടു നിന്നു. ഒടുവിൽ അന്യൻ മുറിയിലേക്കു മടങ്ങി. അപ്പോൾ അദ്ദേഹത്തിന്റെ മുഖം ചുവന്നും നേത്രങ്ങളിൽ കണ്ണുനീർനിറഞ്ഞും കാണപ്പെട്ടു.

അന്യൻ: കേട്ടതുപോലെതന്നെ സുന്ദരയ്യനും പറയുന്നു. തെളിവു കിട്ടട്ടെ ചോദിച്ചേക്കാം. ചടച്ചിയെ കിഴക്കോട്ട് അയച്ചിട്ടുണ്ട്.

തമ്പി: ചുള്ളിയിലെ അല്ലയോ?

അന്യൻ: അതേ.

തമ്പി: അയാളിപ്പോൾ ഏതു ഭാഗത്തോ?

അന്യൻ: എട്ടുവീടരുടെ.

സുന്ദരയ്യൻ സാവധാനത്തിൽ വാതിലിന്റെ ഇടയിൽക്കൂടി തന്റെ ആനനത്തെ അകത്തോട്ടു കാണിച്ചു. തമ്പി ഈ ക്രിയ കണ്ടിട്ടു പകൽ വേലുക്കുറുപ്പിനെക്കൊണ്ട് ബ്രാഹ്മണന്റെമേൽ പ്രവർത്തിപ്പിച്ച അക്രമം തന്റെ അവിവേകത്താൽ വന്നുപോയതാണെന്നു ഭാവംകൊണ്ട് അയാളെ മനസ്സിലാക്കി.

അന്യൻ: അവന്റെ കാര്യം ചോദിക്കാൻ സംഗതി എന്താണോ?

തമ്പി: ഇന്നു രാവിലെ അവൻ ഒരു ചാന്നാനെ നമ്മുടെ വേൽക്കാർക്ക് വിപരീതമായി സഹായിച്ചു.

അന്യൻ: ചാന്നാനോടു വല്ല പ്രത്യേകപരിചയവും ഉണ്ടായിരിക്കും. ചാന്നാന്റെ കഥ പറഞ്ഞതുകൊണ്ട് ഞാനും ഒന്നു ചോദിക്കുന്നു; ഇന്ന് എന്തെല്ലാമാണ് ഇവിടെ നടത്തിയത്?

തമ്പി മിണ്ടാതെ നിന്നു. സുന്ദരയ്യൻ അകത്തോട്ടു നീട്ടിയിരുന്ന മുഖത്തെ പിൻവലിച്ച് വാതിലിനേയും ബന്ധിച്ചു.

അന്യൻ: അവിടുന്ന് അറിവില്ലാത്ത കൂട്ടത്തിൽ അല്ല. ഗുണദോഷിക്കേണ്ട പ്രായവും കഴിഞ്ഞിരിക്കുന്നു. ഇതൊന്നും ശരിയല്ല. താഴ്ന്നജാതികൾ ജീവനില്ലാത്തവരെന്നോ മറ്റോ വിചാരമുണ്ടോ? അവരും അവിടത്തെ അച്ഛൻതിരുമേനിയുടെ പ്രജകളല്ലയോ? അവരുടെ കുഞ്ഞുകുട്ടികൾക്കുണ്ടാകുന്ന വ്യസനത്തേയും വിചാരിച്ചില്ലല്ലോ. ഇത്ര നിർദ്ദയനോ! ആളുകൾക്കു സഹിക്കാൻ പാടില്ലാതെ ആകുമ്പോൾ അവരും വല്ലതും അവിവേകം കാണിക്കും. സൂക്ഷിച്ചുവേണം ഓരോന്നു പ്രവർത്തിക്കുന്നത്. എന്നും ശണ്ഠയും കലശയും കൊലയും-ഇങ്ങനെ കഴിക്കാമെന്നു വിചാരമുണ്ടോ? സന്ധ്യക്കു വേൽക്കാരെ അയച്ചത് എങ്ങോട്ടോ?

തമ്പി: മാ-മാങ്കോയിക്കലേക്ക്.

അന്യൻ: എന്തിനായിട്ട്?

തമ്പി പിന്നെയും മിണ്ടാതെ നിന്നു.

അന്യൻ: പറഞ്ഞുകൂടാത്ത കാര്യം ആണോ? ഇളയതമ്പുരാൻ തിരുമനസ്സുകൊണ്ട് അവിടെ എഴുന്നള്ളീട്ടുണ്ടോ? സത്യം പറയണം.

തമ്പി: ഉണ്ട്.

"ചതിച്ചു!" എന്നു പറഞ്ഞുകൊണ്ട് അന്യൻ മിന്നൽപോലെ പാഞ്ഞ് പുറത്തുകടന്നു. തമ്പി പുറകെ എത്തി. കടന്ന് കൈയ്ക്കു പിടിച്ചുകൊണ്ട്, "ഒരിക്കലേക്കു രക്ഷിക്കണം. സുന്ദരയ്യൻ പറഞ്ഞതിനെ ഇത്ര വേഗം മറന്നോ?" എന്നു പറഞ്ഞു. അന്യൻ തിരിഞ്ഞ് ഗാഢമായ ആലോചനയോടുകൂടി കുറച്ചുനേരം നിന്നു.

അന്യൻ: എത്ര നാഴിക വെളുപ്പുണ്ട്?

തമ്പി: എട്ടോ പത്തോ.

അന്യൻ: ഞാൻ പോകുന്നില്ല. അവിടുന്ന് ഉടനെ തിരുവനന്തപുരത്തേക്കു പൊയ്ക്കൊൾകയാണു നല്ലത്.

തമ്പി: ഉം?-ഇത്ര ശുദ്ധഗതിയോ? വേലുവാണു പോയിരിക്കുന്നത്. മുന്നൂറുണ്ടു വേൽക്കാര്. മാങ്കോയിക്കൽ ഇതിനു മുമ്പിൽ ഭസ്മം. അവിടത്തെ കൊച്ചുതിരുമേനിയും അനുഭവിക്കട്ടെ. അവിടുന്ന് പ്രതിക്രിയയ്ക്ക് ഇനി പരിശ്രമിക്കേണ്ട.

അന്യൻ: പ്രതിക്രിയയ്ക്കു ശ്രമംചെയ്യുമെന്നു മനസ്സിലാക്കിയത് അബദ്ധം, അങ്ങത്തെ ഉദ്ദേശം സാധിച്ചിരിക്കും എന്നു പറഞ്ഞത് അതിലും അബദ്ധം.

തമ്പി: കാണാം; കുറച്ചു താമസിക്കണം.

അന്യൻ: കാണണ്ടാ.

തമ്പി: ഹേ, ഇത്ര നിശ്ചയമോ?

അന്യൻ: അല്ലെങ്കിൽ ഞാൻ ഇവിടെ നില്ക്കുമെന്നു വിചാരമുണ്ടോ?

തമ്പി: വേൽക്കാർ മുന്നൂറുണ്ടെന്നു പറഞ്ഞതു കേട്ടില്ലായിരിക്കും.

അന്യൻ: കേട്ടു. അവരെ തിന്നാൻ കരുത്തനായ വാൾക്കാർ അവിടെയുണ്ട്.

തമ്പി: മാങ്കോയിക്കലോ?

അന്യൻ: അതെ.

പെട്ടെന്ന് ഒരു അഗാധമായ കുഴിയുടെ വക്കിൽ ആയതുപോലെ തമ്പി ഒന്നു ഞെട്ടി.

അന്യൻ: അവിടുത്തെ ആലോചനകൾക്ക് ഇങ്ങനെയുള്ള ന്യൂനതകൾ സഹജമാണ്. എന്തിനു പരിഭ്രമിച്ചുനില്ക്കുന്നു! ഗുണദോഷം പറഞ്ഞാൽ കേൾക്കയില്ല. ഇതാ ആരോ വരുന്നു.

ഒരു വേൽക്കാരൻ സംഭ്രമത്തോടുകൂടി ആ സ്ഥലത്ത് എത്തി. അന്യനെക്കണ്ടിട്ട് പ്രത്യേക ആദരവോടുകൂടി മാറിനിന്നു.

തമ്പി: മാങ്കോയിക്കൽ ചുട്ടുപൊടിച്ചില്ലേടാ?

വേൽക്കാരൻ: ചാമ്പലായി.

തമ്പി: ഭേഷ്!

അന്യൻ: കഷ്ടം! അങ്ങത്തേക്കു ബലവാനായ ഒരു ശത്രുകൂടിയുണ്ടായി.

തമ്പി: ശത്രു! പോകാൻ പറയണം. അവിടുന്നുമാത്രമെന്നെ സഹായിച്ചാൽ ഞാൻ-ഇളയതമ്പുരാൻ എവിടേടാ?

വേൽക്കാരൻ: അവിടെത്തന്നെ ഉണ്ട്.

അന്യൻ: (ദീർഘനിശ്വാസത്തോടുകൂടി) അതു ഭേഷ്.

തമ്പി: എന്ത്! വേലു എവിടെ?

വേൽക്കാരൻ: പിടിച്ചുകെട്ടീരിക്കുന്നവിടെ.

അന്യൻ: അതും ഭേഷ്! മറ്റുള്ള വേൽക്കാർ എവിടെ? വേഗം പറ.

വേൽക്കാരൻ: മിക്കതും ചത്തു. ശേഷം വേലുക്കുറുപ്പദ്ദേഹത്തിനെപ്പോലെതന്നെ.

അന്യൻ: എന്തങ്ങുന്നേ, വേൽക്കാരെ വാൾക്കാർ തിന്നോ? ചെന്നു ചാടിയല്ലോ മാങ്കോയിക്കൽ കണ്ടൻകുമാരൻകുറുപ്പിന്റെ വായിൽ. ഈ കൊട്ടാരത്തിനെത്തന്നെ കുറുപ്പ് ഭസ്മമാക്കുകയില്ലയോ എന്നു സംശയമുണ്ട്.

തമ്പി: അവിടുന്ന് അവർക്കെന്തോ സഹായം ചെയ്തു.

അന്യൻ: ഞാനോ! എന്റെ സഹായം ആർക്ക്? ഞാൻ ഒന്നിനുമില്ല.

തമ്പി: ഇല്ല, ഇല്ല! ഇപ്പോൾ ചാടിവീഴുന്ന് ഓടാൻ തുടങ്ങിയതോ?

അന്യൻ: ആൾ ആരാണ്? എന്റെ ഈ സ്ഥിതി എവിടുന്നുണ്ടായി? എന്റെ കുഞ്ഞിനെക്കാളും എനിക്കു വാത്സല്യവും ഉണ്ട്. ഇതൊക്കെ വിചാരിച്ചിട്ട് ആക്ഷേപിക്കണം.

തമ്പി: തലയിലെടുത്തു വച്ചുകൊള്ളണം! വേണ്ടെന്ന് ആരു പറയുന്നു? കൊണ്ടിട്ടും അറിയുന്നില്ലല്ലോ.

അന്യൻ: കൊണ്ടെങ്കിൽ കൊടുക്കാൻ ദൈവമുണ്ട്. നീതിയില്ലാത്ത ഭാഗത്തു ഞാനില്ല. എന്റെ പാടെനിക്ക്.

തമ്പി: (ദേഷ്യത്തോടെ) തടിപോലെ മുന്നൂറുണ്ടായിരുന്നല്ലോടാ?

വേൽക്കാരൻ മാങ്കോയിക്കൽ നടന്ന കഥകളെ വിസ്തരിച്ചു പറഞ്ഞു കേൾപ്പിച്ചു. മാങ്കോയിക്കൽക്കുറുപ്പിന്റെ പരദേവത ഒന്നു ചാന്നാന്റെ വേഷമായി ആവിർഭവിച്ച് ആ ഭാഗത്തെ സഹായിച്ചതിനാൽ വേൽക്കാർ പരാജിതരായെന്നും, താൻ ഒരുവിധം രക്ഷപ്പെട്ടു എന്നും തമ്പിയോടു ബോധിപ്പിച്ചു. ചാന്നാന്റെ വിവരണത്താൽ തമ്പിക്ക് രാവിലത്തെ ഭ്രാന്തൻ കല്ലറയിൽനിന്നു തെറ്റി എന്നു മനസ്സിലായി. കഥകൾ മുഴുവനും കേട്ടപ്പോൾ ഭീതനായി ഇങ്ങനെ പറഞ്ഞു: "അവിടുന്നുതന്നെ എന്നെ രക്ഷിക്കണം. ദോഷി ഞാനാണെന്ന് അവിടുത്തേക്കു വിചാരമുണ്ടായിരിക്കും. സത്യത്തിൽ ഞാനല്ല; എന്നെ ദ്രോഹിക്കുന്നു. ജീവനെ സ്നേഹം ആർക്കും കാണും. ആത്മരക്ഷയ്ക്കു ചെയ്യുന്നത് ജനങ്ങൾക്കു മറിച്ചു തോന്നിപ്പോകുന്നു. ആ ഭാഗത്താണു ന്യായം എന്നുണ്ടു ചിലർക്കു വിചാരം. യോഗ്യതയും അങ്ങനെ ആയിവരണമോ? ഇത്രയൊക്കെ ഞാൻ പറയുന്നതെന്തിന്? ഒന്നുതന്നെ അവിടെ അറിയരുതോ? പത്മനാഭനാണ, അച്ഛനാണ, അവിടത്താണ ഞാൻ കണ്ടതും കേട്ടതും അറിഞ്ഞതും അല്ലേ."

അന്യൻ: എന്നാൽ ഒരു സഹായം കഴിയും. നിങ്ങൾ രമ്യമായിരിപ്പിൻ; ഗുണദോഷം ഞാൻ ഉപദേശിക്കാം. ക്രിയയ്ക്കു കുറച്ചു സംശയമുണ്ട്. കേട്ട സംഗതികൾ സത്യമാണെങ്കിൽ ആ ഭാഗത്തു ഞാനില്ല. അതു തീർച്ചതന്നെ.

തമ്പി: മതി

അന്യൻ: നിരക്കയാണു നല്ലത്.

തമ്പി: ഈ ആയുസ്സിലില്ല.

അന്യൻ: ഫലം അനുഭവിക്കും.

തമ്പി: ഏറെ വന്നാൽ ജീവനോടു നില്ക്കും.

അന്യൻ: ജീവനെക്കുറിച്ചു സ്നേഹമുള്ളവർകൂടി ആപത്തുവരുത്തുന്നല്ലോ.

തമ്പി: അങ്ങനെയുള്ളവർ എന്നോടു ചേരേണ്ട.

അന്യൻ: നിരപരാധികളായുള്ളവരെ ഹിംസിക്കരുത്.

തമ്പി: അതില്ല.

അന്യൻ: ഞാൻ പോണൂ. എന്റെ വ്യസനത്തെ ഈശ്വരൻ അറിയട്ടെ.

തമ്പി: ചെയ്തവർ അനുഭവിക്കും.

അന്യൻ: അതുകൊണ്ട് എന്റെ ദുഃഖത്തിനു ശാന്തി ഉണ്ടാകയില്ല.

എല്ലാവരും നന്നായിരിക്കട്ടെ. എന്നു പറഞ്ഞിട്ട് അന്യൻ യാത്രയായി. തമ്പി തിരിഞ്ഞു നോക്കിയപ്പോൾ സുന്ദരയ്യൻ സമീപത്തുണ്ട്.

സുന്ദരയ്യൻ: നാൻ മുച്ചൂടും കേട്ടിത്. പതറാതും. വേലു പോനാൽ പോക്കഴിഞ്ചു പോട്ടും, നാനിരിക്കെ ഉമക്ക്, ശൊല്ലലയാ? അന്ത ചാണാപ്പയലേ കൊല്ലാമൽ വിട്ടതേ തപ്പിതം.

തമ്പി: അവൻ എങ്ങനെ അവിടെ എത്തി?

സുന്ദരയ്യൻ: കേൾപ്പാനെ? കുണ്ടുവഴിയേ പറന്തുട്ടാൻ. അതേ കല്ലെപ്പോട്ടു ചാത്തൂടണം.

തമ്പി: മാങ്കോയിക്കൽക്കുറുപ്പ് ആ ഭാഗത്തായല്ലോ.

സുന്ദരയ്യൻ: അവനുടെ തകപ്പനാനാലെന്ന? കാലത്താലെ പുരപ്പെടത്താൻ വേണം. തിരുവനന്തപുരം കയ്യിലെ കിടത്താൻ സുമാർ. പൊണ്ണെക്കണ്ടു സുമാർ ചെയ്ത്, എട്ടുപിള്ളമാരെക്കണ്ടു പേശി വഴിക്കു വഴിയാക പോകലാം. ഒമ്മുടെ വേല അന്നു പാരും. ഇവർ കണ്ണിയിലെ* പൊട്ടാച്ച്. സുന്ദരം ചൊല്ലുറതെക്കേളും. രാജ്യം ഉമക്കുതാൻ. അലമ്പൽ വന്തിതാനാൽ ഇന്ത ബ്രഹ്മസ്വത്തെ അറുത്തു മീൻ പിടിക്ക വല കെട്ടക്കൊടുത്തുടറേൻ.

സുന്ദരയ്യൻ തമ്പിയെ വേർപെട്ട് കൊട്ടാരത്തിന്റെ ഒരു ഭാഗത്ത് ചെന്ന് ഒരു മുറിയുടെ വാതിലിൽ തട്ടി. ഒരുവൻ പുറത്തിറങ്ങി. അയാളോടു കുറച്ചുനേരം സുന്ദരയ്യൻ മന്ത്രിച്ചു. "അങ്ങനെതന്നെ. എള്ളഴവ് തെറ്റൂല്ല" എന്ന് അയാൾ പറഞ്ഞു. "വേലുവെപ്പോലെ വരാതെ. വേൽകീൽ കൊണ്ടു പോകാതെ. വാൾ തരലാം. ഇങ്കെയിരുന്തു പത്തുപേർ പോതുമെ?" എന്നു സുന്ദരയ്യനും, "സ്വാമി" എന്നു മറ്റേ ആളും പറഞ്ഞു സംവാദത്തെ അവസാനിപ്പിച്ചു.

---

* കണ്ണി = കുടുക്ക്

# ഒൻപതാം അദ്ധ്യായം

*"ശൈശവം തുടങ്ങി ഞാനും ആശയേ ഉറച്ചു*
*കേശവൻ നാഥനെന്നല്ലോ കേവലം വാഴുന്നു;*
*എന്നയഹോ ചേദീപനുതന്നെ നൽകീടുവാൻ*
*ഇന്നു രുഗ്മി നിശ്ചയിച്ചു കിന്നു കരവൈ ഞാൻ."*

**യു**വരാജാവും തമ്പിയും തിരുവനന്തപുരത്ത് എത്തി അവരവരുടെ മന്ദിരങ്ങളിൽ വസിക്കുന്നു. മഹാരാജാവിന് ആലസ്യം കലശലായിരിക്കുന്നു. രാജകുടുംബത്തോടു സംബന്ധമുള്ള ഇടപ്രഭുക്കന്മാർക്ക് ആലസ്യത്തെക്കുറിച്ച് അറിവുകൊടുക്കുന്നതിനു ദൂതന്മാർ പുറപ്പെട്ടിരിക്കുന്നു. അസ്ഥിയും തൊലിയും മാത്രം ശേഷിച്ചു ഗോവെന്ന നാമത്തെ ധരിക്കുന്ന ജന്തുക്കൾക്കു വില കൂടിയിരിക്കുന്നു. വൃദ്ധന്മാരായ ബ്രാഹ്മണർ ദാനങ്ങളെ കാംക്ഷിച്ചു കൊട്ടാരവാതുക്കൽ ഹാജരായി നില്ക്കുന്നു. അഞ്ചാറു ദിവസത്തേക്കു വേണ്ട സസ്യാദികൾ മുതലായവയെ കാർണ്ണോത്തികൾ കരുതിത്തുടങ്ങുന്നു. വരുന്ന വിഷുവും ഓണവും പാഴാകുന്നല്ലോ എന്നു വിചാരിച്ചു കുട്ടികൾ വ്യസനിക്കുന്നു. തൽസംബന്ധമായുള്ള വ്യയങ്ങൾ ലാഭമാകുമെന്നു ലുബ്ധന്മാരായ ജനങ്ങൾ സന്തോഷിക്കുന്നു. ചന്ദനക്കട്ട, ഘൃതം എന്നീവക സാധനങ്ങളെ രാജമന്ദിരത്തോടു ചേർന്നുള്ള ചില ശാലകളിൽ നായന്മാർ ഗൂഢമായി സംഭരിക്കുന്നു. വലിയ സർവ്വാധികാര്യക്കാർക്ക് ഊണുമില്ല, ഉറക്കവുമില്ല. അദ്ദേഹത്തിന്റെ ഭാര്യ പ്രസവിച്ചു കിടക്കുന്നു; ഒരു മകൾ പത്തുമാസവും തികഞ്ഞു ഗർഭിണിയായിരിക്കുന്നു. അനന്തരവൻ രോഗാതുരനായി ഇഹപരലോകങ്ങളുടെ മദ്ധ്യത്തിലായിരിക്കുന്നു. എങ്കിലും തന്റെ സ്വാമിയെക്കുറിച്ചുള്ള ഭക്തിമൂലം അദ്ദേഹം സദാ പള്ളിയറവാതിൽക്കൽത്തന്നെ കാത്തുനില്ക്കുന്നു.

കാപ്പി, തേയില മുതലായ സാധനങ്ങൾ അന്നു നടപ്പില്ലായിരുന്നു. അതിനാൽ അദ്ദേഹത്തിനെ ഭവനത്തിലേക്കു പ്രത്യേകം ആകർഷിക്കു

ന്നതിനു യാതൊന്നുംതന്നെ ഇല്ലായിരുന്നു. അതുകൊണ്ടായിരിക്കാം അദ്ദേഹത്തിന്റെ സ്വാമിഭക്തിക്ക് ഒരു ലംഘനവും വരാതിരുന്നത്. ആ സംഗതി പോകട്ടെ. ആകപ്പാടെ മഹാരാജാവിന്റെ അത്യാസന്നമായ രോഗസ്ഥിതി അറിഞ്ഞു ജനങ്ങൾ സകല ഉത്സാഹങ്ങളെയും വെടിഞ്ഞു മുമ്പിൽക്കൂട്ടിത്തന്നെ ദുഃഖം ആചരിച്ചുതുടങ്ങിയതുപോലെ ഇരിക്കുന്നു.

ചെമ്പകശ്ശേരിയിൽ ചില ആളുകൾ-ഈ കഥ ഒന്നും അറിയാത്തതിനാലായിരിക്കാം-സന്തോഷവർത്തികളായിത്തന്നെ ഇരിക്കുന്നു. ചെമ്പകശ്ശേരിപ്പിള്ള പട്ടക്കാരെയും മറ്റും വരുത്തി ഓരോ ഏർപ്പാടുകൾ ചെയ്യുന്നു. അദ്ദേഹത്തിന്റെ സഹോദരിക്കു വലിയ സർവ്വാധികാര്യക്കാരെപ്പോലെതന്നെ ഊണും ഉറക്കവുമില്ല. നിദ്ര ആകുന്നതുവരെ ഗൃഹകാര്യാന്വേഷണങ്ങളും നിദ്രയ്ക്ക് ആരംഭിച്ചാൽ മനോരാജ്യങ്ങളുംകൊണ്ട് ദിനരാത്രങ്ങൾ കഴിച്ചുവരുന്നു. മുറ്റങ്ങളിൽ ഒരു പുല്ലുപോലും നില്ക്കാൻ സമ്മതിക്കുന്നില്ല. അടിച്ചുതളിക്കാരിയെ ഒരുനേരം സ്വസ്ഥമായിരിക്കാൻ വിടുന്നില്ല. തുന്നൽപ്പണിക്കാരെക്കൊണ്ടു മേക്കട്ടി, വെളിയട മുതലായതുണ്ടാക്കിച്ച് പൂമുഖം, അറപ്പുരത്തളം ഈ സ്ഥലങ്ങളെ അലങ്കരിച്ചിരിക്കുന്നതു കൂടാതെ ഭവനത്തിൽ ഇരിപ്പുണ്ടായിരുന്ന മേനാവിനു ചുവന്ന ചകലാസിൽ ഒരു ഉറയും തുന്നിച്ചിരിക്കുന്നു. തിരിയുന്ന ദിക്കിലെല്ലാം വെള്ള സാമാനങ്ങൾ കാണ്മാനുണ്ട്. വിശേഷമാതിരിയിലുള്ള പുല്ലുപായ്, രത്നക്കംബളം മുതലായതുകളെ പുറത്തെടുത്തിട്ടിരിക്കുന്നു. ഉണക്കുന്നതിനു വെയിലില്ലാഞ്ഞിട്ട് കാര്യത്ത്യായനിഅമ്മ മനഃസ്താപപ്പെടുന്നു. തലയണ, ചാവട്ടകൾ എന്നിവയുടെ ഉറകൾ ദിവസേന മാറ്റുന്നു. മുഷിഞ്ഞ വസ്ത്രത്തോടു കാണപ്പെടുന്ന വേലക്കാർക്ക് ഉടനെ വെളുത്ത വസ്ത്രങ്ങൾ കൊടുക്കുകയും ഭൃത്യവർഗ്ഗത്തെ ദിവസംപ്രതി കുളിക്കുന്നതിന് നിർബന്ധിക്കുകയും ചെയ്യുന്നു. കാർത്ത്യായനിഅമ്മയുടെ വയസ്സിൽ പാതി താൻ അറിയാതെ മാഞ്ഞുപോയതുപോലെയും ഇരിക്കുന്നു. തന്റെ ഭർത്താവായി ഒരാൾ ഉണ്ടായിരുന്നു എന്നും മറ്റുമുള്ള സംഗതികൾ ചെമ്പകശ്ശേരിയിലെ ഗ്രന്ഥവരികളിലല്ലാതെ കാർത്ത്യായനിഅമ്മയുടെ സ്മരണയിൽ ഉള്ളതായി തോന്നുന്നില്ല. അസ്തമനം ഒന്നുണ്ടെങ്കിൽ സുന്ദരയ്യന്റെ ആഗമനവും ഉണ്ടെന്നു നിയമമായിരിക്കുന്നു. സുന്ദരയ്യനെ കാർത്ത്യായനി അമ്മ നിലത്തല്ല വച്ചിരിക്കുന്നത്.

പാറുക്കുട്ടിയും മുമ്പിലത്തെ സ്ഥിതിയിൽനിന്നു വളരെ ഭേദപ്പെട്ടിരിക്കുന്നു. സുന്ദരയ്യനെക്കണ്ടു ഭയാക്രാന്തയായ യുവതി ഇതാണോ എന്നു വായനക്കാർ ഇക്കാലത്തു കണ്ടുവെങ്കിൽ നിസ്തർക്കമായി സംശയിച്ചു പോകുമായിരുന്നു. മുഖത്തുണ്ടായിരുന്ന ദൈന്യരസങ്ങൾക്കു പകരം ഇപ്പോൾ കാണപ്പെടുന്നത് ഇന്നതാണെന്ന് ക്ലിപ്തമായി പറയുന്നതിനു കഴിവുള്ളതല്ല. ആവിധത്തിൽ മുഖത്തിലെ ഭാവം പകർന്നിരിക്കുന്നു. വ്യസനഭാവം അധികമില്ല. ഗാംഭീര്യം കുറച്ചു കൂടീട്ടുണ്ട്. എന്നാൽ തന്റെ ഭവനത്തിന്റെ പുരോഭാഗങ്ങളിലും വടക്കേക്കെട്ടിലും ഉള്ള സഞ്ചാരം ഏകദേശം നിറുത്തി അറപ്പുരയിൽത്തന്നെ സദാ ഇരിപ്പായിരുന്നു.

മാങ്കോയിക്കൽ യുദ്ധം കഴിഞ്ഞ്, ഏഴാംദിവസം വെളിച്ചം ആയി നാലഞ്ചുനാഴിക ചെന്നപ്പോൾ, പാറുക്കുട്ടി അറപ്പുരയുടെ പടിഞ്ഞാറേ വാതിലിന്റെ പടിയിന്മേൽ വരാന്തയുടെ ചവിട്ടുപടിയിൽ കാലുമുറപ്പിച്ച്, കൈരണ്ടും മുട്ടുകളിന്മേൽ മടക്കി ഊന്നി, വദനത്തെ ഉള്ളംകൈകളാൽ താങ്ങിക്കൊണ്ടും, പ്രസന്നമായി മന്ദഹാസംചെയ്തുകൊണ്ടും ഇരിക്കുന്നു. മുഖം കുറച്ചു വിളറിയും നേത്രങ്ങളുടെ പ്രകാശം മങ്ങിയും കാണപ്പെടുന്നു. മന്ദഹാസത്തിനു ഹേതുഭൂതൻ നമ്മുടെ ശങ്കു ആശാനാണ്. മൂപ്പൻ വടിയുമൂന്നി മുറ്റത്തുനിന്നു കരയുകയോ, ചിരിക്കുകയോ, പുലമ്പുകയോ എന്തെല്ലാമൊക്കെ ചെയ്യുന്നു. കാർത്ത്യായനിഅമ്മയുടെ ശാസന അനുസരിച്ച് ആശാൻ അറപ്പുരയ്ക്കകത്തു കടക്കുന്നില്ലെന്നു മാത്രമല്ല ചെമ്പകശ്ശേരിയിലുള്ള സകല ജനങ്ങളോടും പാറുക്കുട്ടിയോട് ഒഴികെ പരിഭവപ്പെട്ടും ഇരിക്കുന്നു. വിശപ്പു സഹിക്കാതാവുമ്പോൾ അടുക്കളക്കാരോടു വല്ലതും വാങ്ങി കഴിക്ക എന്നല്ലാതെ മൂന്നുനേരത്തെ ഊണും മറ്റും ഉപേക്ഷിച്ചു മിക്കവാറും പട്ടിണികിടന്ന് ആശാന്റെ ദേഹം വളരെ ശോഷിച്ചിരുന്നു.

ആശാൻ: ഒരു കാലനും എന്നെ വേണ്ടല്ലോ. എടുത്തോണ്ടു നടന്നതിനു വയത്തുകാലത്ത് ഒരു കൂലി തരണ്ടയോ? അതിനാണ് (ആകാശത്തു നോക്കിക്കൊണ്ട്) എന്റെ പഹവാനേ! എന്റെ ചീവനെ തിടുങ്കുമിനെ എടുത്തോണ്ടുപോണേ.

പാറുക്കുട്ടി: ഇത്ര ശുദ്ധനാണോ ആശാൻ? അമ്മ പറയുന്നതിനെ സാരമാക്കുന്നല്ലോ. എന്തെല്ലാം പറയാറുണ്ട്! അതൊക്കെ കുണ്ഠിതമായി വിചാരിച്ചു തുടങ്ങിയാൽ പിന്നെ അതിനേ നേരമുള്ളു.

ആശാൻ: ഈ വയത്തിനിടയ്ക്ക് ഒരുത്തര് കമാന്നൊരു ചത്തം എന്റത്തടുത്തു മൂളീട്ടില്ല. ഇപ്പം ഇതാ ഇങ്ങനെയും കേട്ടു. കാലംതന്നെ!

പാറുക്കുട്ടി: എന്താണു കേട്ടത്? തൽക്കാലത്തെ ദേഷ്യംകൊണ്ട് എന്തോ പറഞ്ഞതിനെ വകവയ്ക്കാനുണ്ടാ?

ആശാൻ: കട്ടയ്ക്കു കാലും നീട്ടിയിരിക്കണ ഈ കെഴവന്റെ അടുത്താണോ തേക്ഷ്യങ്ങളും മറ്റും?

പാറുക്കുട്ടി: ഇങ്ങു കേറി നില്ക്കണം, ആശാനേ. ഈറനിൽ നിന്നു തണുപ്പ് കൊള്ളണ്ട.

ആശാൻ: ഞാനോ! ഈ ചെമ്മാന്ത്രത്ത് ഇനി ഇല്ല.

പാറുക്കുട്ടി: ആശാന്റെ പരിഭവവും സിദ്ധാന്തവുംകൊണ്ടു നിവൃത്തിയില്ലാതായി. പറഞ്ഞാൽ ഒന്നും സാരമില്ല.

ആശാൻ: തങ്കത്തിനു പറയരുതോ? പാക്യംപെറന്ന തങ്കം! എക്ക് ഇങ്ങനെ കെടന്നു ചത്താ മതി. ഒരുത്തരു പറയണതും കേക്കണ്ടാ.

പാറുക്കുട്ടി: മഹാഭാഗ്യം! സ്ത്രീജാതിയിൽ ഇത്ര ഭാഗ്യം വേറെ ആർക്കും ഇല്ല. അത് ആശാനും നിശ്ചയമുണ്ടല്ലോ.

ആശാൻ: ഒണ്ടായിരിക്കും പിന്നെ! വലിയതമ്പിഅങ്ങത്തെ കൊച്ചമ്മ അല്ലയോ ആവാൻ പോണത്!

പാറുക്കുട്ടി: (പ്രസന്നത പോയി താമ്രവർണ്ണമായ മുഖത്തോടുകൂടി) എന്തു വർത്തമാനമാണിത്?

ആശാൻ: എന്തൊരു വത്വാനമോ? ആരും അറിയാത്തപോലെ. അവ നേ, ആ ചങ്കും പുങ്കുമില്ലാത്ത പട്ടൻ, അവൻ എന്നും വന്നുകേറണത് ആരും കണ്ടിട്ടില്ലെന്നായിരിക്കും. എക്കിപ്പം ആരെയും പേടിയും മറ്റും ഇല്ല. കണ്ടതിനെ ചൊല്ലിയാലക്കൊണ്ടു കേറി മൂക്കിപ്പാഞ്ഞൂടുമ്മറ്റുമില്ല.

പാറുക്കുട്ടി: അദ്ദേഹം വന്നേച്ചു പോകട്ടെ. അദ്ദേഹത്തിന്റെ കാലിന ല്ലാതെ നമുക്കെന്താണു ചേതം?

ആശാൻ: അതു കാണുമ്പമാണ് എക്കെന്റെ ചങ്കു കഴയ്ക്കണത്. ഇപ്പറയണ തങ്കത്തിന് അതൊക്കെ തന്തോഴം.

പാറുക്കുട്ടി തന്റെ ശരീരത്തിൽ കൂർത്തുള്ള ഒരസ്ത്രം തറച്ചതു പോലെ ഞെട്ടി. ആശാന്റെ മുഖത്തു ലജ്ജയോടും കോപത്തോടും വെറു പ്പോടും നോക്കി. നെടുതായുള്ള പുരികക്കൊടികൾ അടുത്തു. അഗ്രോ ന്നതമായുള്ള അധരം എന്തോ ഉച്ചരിക്കുന്നതിനായി മൂന്നുനാലു പ്രാവശ്യം ചെറുതൊന്നിളകി. ഉച്ചരിക്കാൻ ഭാവിച്ച വികാരങ്ങളെ അട ക്കീട്ട് ആ സ്ഥലത്തുനിന്നു പോകുന്നതിനായി എഴുന്നേല്ക്കാൻ വട്ടംകൂ ട്ടി. പോകാതെ പടിമേൽത്തന്നെ കുറച്ചുനേരം വിചാരത്തോടെ ഇരുന്നു. മുഖത്തോട്ടു വീണ ധമ്മില്ലത്തെ നീക്കി പുറകോട്ടിട്ട്, വലത്തേ കൈമു ട്ടിനെ ഊരുവിന്മേൽ ഊന്നി, ഓമനയായ ഉള്ളങ്കയ്യാൽ ഫാലത്തെ താങ്ങി ക്കൊണ്ട് അധോമുഖിയായിരുന്നു. ഇതു കണ്ട് പശ്ചാത്താപത്തോടുകൂടി ആശാൻ അടുത്ത വരാന്തമേൽ വടി ഊന്നി കുനിഞ്ഞു പാറുക്കുട്ടിയുടെ മുഖത്തു നോക്കിയുംകൊണ്ട് ഇങ്ങനെ പറഞ്ഞു: "കളിവട്ടം പറഞ്ഞതിനു കലവിച്ചിരിക്കാറുണ്ടോ? എന്റെ പൊന്നു തങ്കം അല്ലിയോ? ഇത്തിപ്പോരം എന്റെ മൊഖത്തു നോക്കൂല്യേ? അയ്യേ! കരയണോ?"

പാറുക്കുട്ടി ആനനത്തെ ഉയർത്തി ആശാന്റെ മുഖത്തു നോക്കി. നേത്രങ്ങൾ കലുഷമായിരിക്കുന്നു. വദനം വാടിയും ഇരിക്കുന്നു. ഇതു കൾകണ്ട് ആശാൻ പാറുക്കുട്ടിയേക്കാൾ അധികം പാരവശ്യം കലർന്നു; "കെഴവൻ പറഞ്ഞതിനെ വകയിക്കൂട്ടണല്ലോ, കൊള്ളാം!" എന്നു പറഞ്ഞു.

പാറുക്കുട്ടി: ആശാനും ഇതുവരെ എന്റെ സ്വഭാവം മനസ്സി ലായില്ലല്ലോ. കഷ്ടം!

ആശാൻ: തങ്കം, ഒന്നും പറയണില്ല. പട്ടര് എന്നും കേറിവരുണു. തങ്കം തന്തോഴമായിരിക്കുന്നുമുണ്ട്. അതുകൊണ്ട്–

പാറുക്കുട്ടി: ഞാൻ എന്താണു പറയേണ്ടത്? പറഞ്ഞാൽത്തന്നെ ഫല മുണ്ടോ? അമ്മ അതിമോഹത്തിൽ മുങ്ങിയിരിക്കുന്നു. ഒരു വസ്തുവും ഇപ്പോൾ കാണുകയും കേൾക്കുകയുമില്ല. വല്ലതും പറഞ്ഞാൽ വഴക്കാ യിത്തീരും.

ആശാൻ: ചണ്ടയും കൂട്ടവും നമുക്കയ്യം. അമ്മ കണ്ണിവയ്ക്കണതെ ന്തരിനെന്നു പിള്ളയ്ക്ക് അറിയാമല്ലോ. എന്റെപിള്ളേ, ഞാനൊന്നും പറ

യണില്ല. എക്കവനെ കാണുമ്പമൊണ്ടല്ലോ എങ്ങുമില്ലാത്ത തുന്തിരി ഒക്കെ വരും.

പാറുക്കുട്ടി: ആശാൻ പറയണ്ട; പട്ടർ വന്ന അന്നുതന്നെ എനിക്കും മനസ്സിലായി. തമ്പിയദ്ദേഹത്തിനെക്കൊണ്ട് എന്നെ സംബന്ധം ചെയ്യിക്കാനാണ് പട്ടരും അമ്മയും ശ്രമിക്കുന്നത്.

ആശാൻ: അതുതന്നെ. അതാ! വീട്ടിനെ ഒക്കെ തേവിടിയാക്കുടിപോലെ ഒരുക്കണതെല്ലാം അതിനാണ്.

പാറുക്കുട്ടി: വീട്ടിനെ വെടിപ്പാക്കി ഇടേണ്ടത് ആവശ്യംതന്നെ. പക്ഷേ, അമ്മയുടെ ഉദ്ദേശം നല്ലതല്ല. ഇങ്ങനെ എന്നെക്കുറിച്ച് ഈ അമ്മയ്ക്കു കൂറില്ലാതായല്ലോ. ഈശ്വരൻതന്നെ അറിയട്ടെ. കഷ്ടം! ഞാൻ–എന്റെ–അമ്മേടെ മനസ്സു കല്ലുകൊണ്ടോ? ഭഗവാനേ! നാരായണ! വിചാരിക്കാൻപോലും പാടില്ല. തലയിലെഴുത്തിനെ മാറ്റാൻ കഴിയുമോ? എന്റെ വിചാരംപോലെ നടന്നില്ലെങ്കിലും വേണ്ടൂല്ല, ജീവിച്ചിരിക്കുന്നു എന്നു കേട്ടാൽ മതി. എല്ലാവരും പുരുഷന്മാരോ?

ആശാൻ: ഇതൊക്കെച്ചുമ്മാ അമ്മേടെ അടുത്തു പറഞ്ഞൂടയോ? തങ്കം പേടിക്കുന്നതെന്തിന്? തല വീയിക്കളയുമോ?

പാറുക്കുട്ടി: നല്ല ഉപദേശം! നമ്മുടെ ഇടയിലുള്ള നടപ്പ് ആശാനറിയാമല്ലോ. ഇപ്പോൾത്തന്നെ ഭ്രാന്തിയെന്ന് അമ്മയും മറ്റും എന്നെ പറയുന്നുണ്ട്. ഇനി വല്ലതും പറഞ്ഞാൽ താന്തോന്നി എന്നും ഗുരുത്വം കെട്ടവളെന്നുംകൂടി പേരുവരും. എന്റെ പ്രാണ–എന്റെ മനസ്സിലുള്ള എല്ലാ വിചാരങ്ങളേയും പുറത്തുപറയുന്നതായാൽ നല്ലതായ ഒരു പേര് വേറെയും കിട്ടും. അതു സഹിച്ചുകൂടുന്നതല്ല. ഒന്നും കൂടാതെ കഴിക്കാം ആശാനേ, അതാണു നന്ന്.

ആശാൻ: അല്ലേ, നായരെക്കൊണ്ട് തലയിൽ കെട്ടിവയ്ക്കാറും മറ്റുമുണ്ടോ?

പാറുക്കുട്ടി: അതെല്ലാം നടപ്പും ഏർപ്പാടും ആണ്. ചുമത്തുന്ന ഭാരം ചുമക്കണം. മര്യാദയുള്ള സ്ത്രീകൾക്കാണ് ഒരു മാർഗ്ഗത്തിലും ഒഴിയാൻ പാടില്ലാത്തത്. പക്ഷേ, എന്നെ അമ്മ നിർബന്ധിക്കുന്നതു കഷ്ടമാണ്. ഞാൻ സന്തോഷിച്ചിരിക്കുന്നു എന്ന് ആശാനെപ്പോലെതന്നെ അമ്മയും വിചാരിക്കുന്നു. എന്റെ സ്ഥിതി എനിക്കറിയാം. മനോവ്യാധി മഹാവ്യാധിയാണിത്. അണയാൻപോകുന്ന ദീപത്തിന്റെ പ്രകാശം കണ്ട് ആളുകൾ വെറുതെ സന്തോഷിക്കുന്നു.

ആശാൻ എന്തോ മനോരാജ്യത്തിൽ പ്രവേശിച്ചിരുന്നതിനാലോ, ഒടുവിലത്തെ വാക്കുകൾ തനിക്കു മനസ്സിലാകായ്കയാലോ മറുപടി പറഞ്ഞത് ഇങ്ങനെ ആയിരുന്നു: “ഒന്നു നോക്കുമ്പം തമ്മന്തവും കിമ്മന്തവും ഇല്ലാതിരിക്കണതു തൊർക്കം.”

“തൊർക്കവുംകൊണ്ട് അവിടുന്നു പോണം പിന്നെ” എന്ന് ആക്ഷേപമായി പറഞ്ഞുകൊണ്ട് കാർത്ത്യായനിഅമ്മ പുത്രിയുടെ പിറകിൽ

എത്തി. ആശാൻ ചിരിക്കൊണ്ട് ആയുധപ്പുരയിലേക്കു തിരിച്ചു. പാറുക്കുട്ടി അകത്തോട്ടു കടന്ന് അമ്മയുടെ മുമ്പിലായിട്ടു നിന്നു. തന്റെ അമ്മയെ ആ സന്ദർഭത്തിൽ കാണുകയാൽ പാറുക്കുട്ടിയുടെ ഉൾപ്പൂവിൽ പെട്ടെന്ന് അപാരമായ ഒരു വ്യസനം ഉണ്ടായി. അതിനെ ഹൃദയത്തിൽ ഗോപനം ചെയ്യുന്നതിനു ശ്രമിച്ചു. എങ്കിലും, പാറുക്കുട്ടിയുടെ ആത്മസംയമനശക്തിയെ ആക്രമിച്ച് ചില ക്ഷോഭങ്ങൾ മുഖത്തു പ്രകാശിച്ചു. തന്റെ കാംക്ഷിതത്തിന്റെ അനവാപ്തിയെയും അതിനു വിപരീതമായി വരാൻപോകുന്ന പരിണാമത്തെയും ഓർത്തപ്പോൾ മുഖത്തിൽ ഉള്ള ഗാംഭീര്യം ആസകലം നീങ്ങി. ആ വിധമായ പരിണാമത്തിനു ഹേതുഭൂതരായവരുടെ നിഷ്കരുണത്വം ഓർത്തപ്പോൾ മുഖത്ത് അധികമായ കാലുഷ്യവും പരവശതയും ഉദിച്ചു. ഈ സ്ഥിതിയിൽ പാറുക്കുട്ടിയുടെ മുഖം ദിനാന്തചിത്രഭാനുവെപ്പോലെ കോമളകാന്തിയോടുകൂടി വിലസി. ആ മനോഹരമായ മുഖത്തിൽ തന്റെ ഉദ്ദേശ്യത്തെ സഫലമാക്കുന്നതിന് വേണ്ടിടത്തോളം വശീകരണശക്തിയുണ്ടോ എന്ന്, ചിത്രമെഴുത്തുകാർ തങ്ങളുടെ കരരചനകൾക്ക് വൈശിഷ്ട്യം മതിയായോ എന്നു പിന്മാറി നിന്നു നോക്കി നിശ്ചയിക്കുംപോലെ, കാർത്ത്യായനിഅമ്മ കുറച്ചുനേരം നോക്കിക്കൊണ്ടു നിന്നു. അനന്തരം സന്തോഷത്തോടുകൂടി പുത്രിയുടെ സമീപത്തണഞ്ഞ് കേശബന്ധത്തെപ്പിടിച്ചു മുമ്പോട്ട് ഇട്ടിട്ട്, ശിരസ്സിൽ അതികരുണയോടു കൂടി തലോടി. പിന്നീട് പാറുക്കുട്ടിയെ തന്റെ മാറോടണച്ചു നിർത്തീട്ട്, ഇങ്ങനെ പറഞ്ഞു: "നിനക്കു വിശപ്പില്ലയോ തങ്കം? അതു പോകട്ടെ, ഈ തലയെ ഒന്നു പിടിച്ചുകെട്ടിയാൽ നിനക്കെന്തു ചേതം? പറയുമ്പോഴോ ദേഷ്യവും വരും. ഇതാ ഈ മുഷിഞ്ഞ മുണ്ട് ഉടുത്തുകൊണ്ടിരിക്കുന്നല്ലോ. നീ എന്നെപ്പോലെ പേറും പൊറുതിയും മാറിയവളോ? ഒരു നല്ല താലിയോ കണ്ഠശരമോ എടുത്തു കെട്ടിക്കൊണ്ടൂടയോ? ഇല്ലാത്ത കുറ്റമല്ലല്ലോ."

പാറുക്കുട്ടി: മുണ്ട് ഇന്നലെ എടുത്തതാണല്ലോ. ഇന്നു കുളിക്കുമ്പോൾ മാറ്റാം. കണ്ഠശരത്തിനെക്കാൾ ഈ താലിയാണ് എനിക്കു കെട്ടാൻ സുഖമുള്ളത്.

കാർത്ത്യായനിഅമ്മ: പോടീ, നിനക്കൊരു വസ്തു അറിഞ്ഞൂടാ. നിന്റെ തരത്തിലുള്ള നാലുപെണ്ണുങ്ങളോടു ചോദിച്ചാലറിയാം. എന്തൊരു വേഷമാണിത്! പെണ്ണുങ്ങളായാൽ നന്നായിരിക്കണമെന്നൊരു വിചാരം വേണം. മൂപ്പും മുറയും പറയാൻ മാത്രം മുതിർന്നുനിന്നോ നീ.

പ്രണയശാസനയായിട്ട് കാർത്ത്യായനിഅമ്മ ഇപ്രകാരം പറഞ്ഞതിന് പാറുക്കുട്ടി ഉത്തരം ഒന്നും പറഞ്ഞില്ല.

കാർത്ത്യായനിഅമ്മ: മണവും ഗുണവും ഇല്ലാത്ത പെണ്ണ്! ആ സുഭദ്രയെ കണ്ടെങ്കിലും കുറച്ചു പഠിക്കരുതോ? എന്നുവെച്ച് അവളെപ്പോലെ ആട്ടക്കാറി ആകരുത്. തങ്കം, നീ ഒരു കോടാങ്കിയെ കണ്ടില്ലല്ലോ? (ചിരിച്ചുംകൊണ്ട്) കള്ളലക്ഷണം! മിണ്ടാതെ നില്ക്കുന്നതു കണ്ടില്ലയോ!

കോടാങ്കി എന്തെല്ലാം പറഞ്ഞെന്നറിഞ്ഞോ? മിടുക്കൻ! ഭിക്ഷയ്ക്കു വരുന്ന കള്ളക്കൂട്ടങ്ങളെപ്പോലെയല്ല.

പാറുക്കുട്ടി: (തന്റെ സ്വന്തമായ ഒരു വിചാരത്തിന് അനുകൂലമായി) അവൻ പോയോ?

കാർത്ത്യായനിഅമ്മ: പിന്നെ ഇല്ല! നിനക്കുവേണ്ടി നില്ക്കണു. മൂലയിൽ കേറി ഇരുന്നോ. നീ ഇങ്ങനെ അമ്മാവിചമഞ്ഞ് അറപ്പുരയ്ക്കകത്തുകേറി ഇരിക്കുന്നതെന്തിനാണ്?

പാറുക്കുട്ടി: (കോടാങ്കിയുടെ കഥ കേൾപ്പാൻ കൊതിയോടുകൂടി) അവൻ ഇനി വരികയില്ലയോ അമ്മാ?

കാർത്ത്യായനിഅമ്മ: അതെന്തോ? അവൻ പറഞ്ഞതൊക്കെ ഒത്തിരുന്നു. എനിക്കെത്ര മക്കളുണ്ടെന്നും നിന്റെ അച്ഛന്റെ കാര്യങ്ങളും അണ്ണന്റെ കാര്യവും തിരുമു-അല്ല-എല്ലാം ശരിയായി പറഞ്ഞു. നിനക്കൊരു വലിയ ഭാഗ്യം വേഗം വരുമെന്നു പറഞ്ഞു.

സുന്ദരയ്യന്റെ ആദ്യവരവുദിവസംമുതൽ പാറുക്കുട്ടി മുമ്പിലത്തെ വ്യസനം മറന്നതുപോലെ ആചരിച്ചുവന്നിരുന്നു. അതുകണ്ടിട്ട് തമ്പിയുടെ സംബന്ധം പാറുക്കുട്ടിക്ക് ഹിതമായി വരുമെന്നു നിശ്ചയിച്ച് കാർത്ത്യായനിഅമ്മ സന്തോഷിച്ചുവന്നിരുന്നു. “തിരുമു-അല്ല-എല്ലാം” എന്നിങ്ങനെ തിരുമുഖത്തുപിള്ളയുടെ മകനും പാറുക്കുട്ടിയുടെ പ്രേമഭാജനവും ആയിരുന്ന യുവാവിനെക്കുറിച്ചു താൻ അറിയാതെ പറഞ്ഞുപോയ വാക്കുകളെ കേട്ട് പാറുക്കുട്ടിയുടെ ഭാവം പകർന്നതുകണ്ട് കാർത്ത്യായനിഅമ്മ ക്ഷണത്തിൽ സംഭാഷണവിഷയം മാറ്റി: “തങ്കം, നീ കേട്ടോ? കിഴക്കൊരു വീട്ടിൽ ഇളയതമ്പുരാൻ തീവെച്ചുകളഞ്ഞുപോലും! നമ്മുടെ തമ്പിഅങ്ങത്തെ വേൽക്കാരെയും ഒക്കെ കൊന്നുകളഞ്ഞു പോലും! നമുക്കും സൂക്ഷിച്ചിരിക്കണം. വേലിതന്നെ വിളവു തിന്നുതുടങ്ങിയിരിക്കുന്നു. എന്തൊരു കാലമാണ്! തമ്പുരാക്കന്മാരിങ്ങനെ തുടങ്ങിയാലെങ്ങനെ?”

പാറുക്കുട്ടി: തമ്പുരാനോ തമ്പി അദ്ദേഹമോ തീവെച്ചത്?

കാർത്ത്യായനിഅമ്മ: ഛേ! അങ്ങുന്നങ്ങനെ ചെയ്യൂല്ല.

പാറുക്കുട്ടി: അതും ചെയ്യും അപ്പുറവും ചെയ്യുമെന്നാണല്ലോ ശ്രുതി.

കാർത്ത്യായനിഅമ്മ: നിനക്കെന്തും പറയാം. ചുമ്മാ പറഞ്ഞോ. എനിക്കു പാടില്ല.

പാറുക്കുട്ടി: അമ്മയ്ക്കും പറയാം, ധാരാളം പറയാം.

കാർത്ത്യായനിഅമ്മ: നിന്റെ അമ്മ ആകകൊണ്ടോ? കുറച്ചു ചെല്ലട്ടെ. അപ്പോൾ ഞാൻതന്നെ വല്ലതും പറഞ്ഞാലും നീ കേറി കൊല്ലുകൊല്ലെന്നു നില്ക്കുമേ.

പാറുക്കുട്ടി: അങ്ങനെ ഒരുകാലം വരൂല്ല.

കാർത്ത്യായനിഅമ്മ: നീയാകകൊണ്ടു വരൂല്ലായിരിക്കും.

പാറുക്കുട്ടി: അതല്ല.

കാർത്ത്യായനിഅമ്മ: അല്ലെങ്കിൽ ഇരിക്കട്ടെ, നീ വാ.

ഇത്രയും പറഞ്ഞപ്പോൾ ചെമ്പകശ്ശേരി മൂത്തപിള്ള വടക്കേ വാതിലിനു പുറത്തു വന്നുനിന്നുകൊണ്ട്, "കാർത്ത്യായനി, തിരുമുഖത്തണ്ണന്റെ ഒരെഴുത്തിതാ പടിയിൽ ഇരിക്കുന്നു" എന്നു പറഞ്ഞ് ഒരു ഓലയെ വാതിലിന്റെ പടിമേൽ വച്ചിട്ടുപോയി. കാർത്ത്യായനിഅമ്മ എഴുത്തിനെ എടുത്തുവായിച്ചുതുടങ്ങി. എഴുത്തിന്റെ താല്പര്യം മനസ്സിലായപ്പോൾ കാർത്ത്യായനിഅമ്മയുടെ മുഖഭാവം മാറി. കുറച്ചു വ്യസനിച്ചു. ഉടനെ മുഖം പ്രസന്നമായി: "ഇതാ ഇനിയോ?" എന്നു പറഞ്ഞുകൊണ്ട് എഴുത്ത് പാറുക്കുട്ടിയുടെ കൈയിൽ കൊടുത്തു. പാറുക്കുട്ടി എഴുത്തു വാങ്ങി പാതി വായിച്ചപ്പോൾ വിഗതധൈര്യയായി മുഖത്തുള്ള രക്തപ്രസാദം ആസകലം പോയി, പ്രേതംപോലെ ആയിച്ചമഞ്ഞു. നിലത്തു വീഴുമെന്നു ഭയന്നു കാർത്ത്യായനിഅമ്മ മകളെ താങ്ങി. എഴുത്തു പാറുക്കുട്ടിയുടെ കൈയിൽനിന്നും നിലത്തു വീണു. "ശുദ്ധകളവാണ്", എന്നു പാറുക്കുട്ടി തൊണ്ട വിറച്ചുകൊണ്ടു പറഞ്ഞിട്ട്, അമ്മയുടെ പിടി വേർപെടുത്തി. പിന്നെയും എഴുത്ത് എടുത്തു വായിച്ചുതുടങ്ങി. കാർത്ത്യായനിഅമ്മ മകളുടെ മുമ്പിൽ ആശ്ചര്യത്തോടുകൂടി നിന്നു. എഴുത്തുവായിച്ചിട്ടു പാറുക്കുട്ടി അതു ദൂരത്തെറിഞ്ഞു. ഹാസ്യത്തോടുകൂടി അമ്മയുടെ മുഖത്തു നോക്കി കരഞ്ഞുകൊണ്ട് "അമ്മാ, എന്നെ ചതിക്കുന്നതിന് അമ്മയ്ക്കു മനസ്സു വന്നല്ലോ" എന്നു ചോദിച്ചതിന് ഉത്തരം പറയാതെ, തന്റെ പുത്രിയുടെ അവിശ്വാസത്തെ ഓർത്തു വ്യസനിച്ചുകൊണ്ട്, കാർത്ത്യായനിഅമ്മ വടക്കേക്കെട്ടിലേക്കു തിരിച്ചു.

# പത്താം അദ്ധ്യായം

*"ശൃണു സുമുഖി! തവ ചരണനളിനദാസോസ്മ്യഹം*
*ശോഭനശീലേ, പ്രസീദ പ്രസീദ മേ."*

**അ**ന്നും സൂര്യാസ്തമനത്തോടുകൂടി ചെമ്പകശ്ശേരിയിൽ സുന്ദരയ്യന്റെ ഉദയം ഉണ്ടായി. ബ്രാഹ്മണനെ കണ്ടപ്പോൾ കാർത്ത്യായനി അമ്മയുടെ മുഖം 'മുഴുതിങ്കളുദയേന കുമുദമെന്നതുപോലെ' വികസിച്ചു. സുന്ദരയ്യനെ കണ്ടാൽ ഉടനെ ആ ഗൃഹത്തിലെ ഭൃത്യരെല്ലാം ഓരോ കോണിൽ ഒതുങ്ങിക്കൊള്ളും. സുന്ദരയ്യന്റേയും ചെമ്പകശ്ശേരി നായികയുടേയും സംഭാഷണം ശ്രവിക്കുന്നതിൽ ആസക്തി തോന്നുന്നവർക്ക് ആശാന്റെ ഗതി അനുഭവമെന്ന് അവർക്കു മനസ്സിലായിട്ടുണ്ട്. സുന്ദരയ്യനും കാർത്ത്യായനിഅമ്മയും സ്വേച്ഛപോലെ രണ്ടുമൂന്നു നാഴികനേരം സ്വസ്ഥരായി സ്വകാര്യവാദം തുടർന്നു. അന്നത്തെ സംഭാഷണത്തിന്റെ അവസാനത്തിൽ, അഭിലാഷത്തെ പ്രദാനം ചെയ്യുന്നതിനായി പ്രത്യക്ഷനാകുന്ന ഭഗവാനെ എന്നപോലെ, ഉചിതമായുള്ള സ്തോത്രങ്ങൾകൊണ്ടും മറ്റും കാർത്ത്യായനിഅമ്മ സുന്ദരയ്യനെ അഭിനന്ദിച്ചു. സുന്ദരയ്യൻ അന്നു വഹിച്ചിരുന്ന നിർദ്ദേശത്തെ, കാർത്ത്യായനിഅമ്മയുടെ അപേക്ഷാനുസാരമായി അദ്ദേഹംതന്നെ ചെമ്പകശ്ശേരി മൂത്തപിള്ളയോട് അറിയിച്ചു. മൂത്തപിള്ള വർത്തമാനം കേട്ട ഉടനെ താൻ കിടന്നിരുന്ന കട്ടിലിൽനിന്ന് എഴുന്നേറ്റ് "കാർത്ത്യായനിയുടെ അടുത്ത് ആലോചിച്ചോ?" എന്നു ചോദിച്ചു. "ചൊല്ലി ആയി. കൊച്ചമ്മയ്ക്കു സന്തോഷംതാൻ ഹാകുന്നു. ഇവിടെ ചൊല്ലാൻ പറഞ്ഞു." എന്നു സുന്ദരയ്യൻ മറുപടി പറഞ്ഞു. മൂത്തപിള്ളയും സുന്ദരയ്യനും സംഭാഷണംകൊണ്ട് അന്നത്തെ രാത്രി ഒരു ശിവരാത്രി ആക്കിക്കഴിച്ചു. കാർത്ത്യായനിഅമ്മയുടെ കഥ പിന്നെ പറയേണ്ടതുമില്ല. അടുത്ത ദിവസം നടത്തേണ്ട കാര്യങ്ങളെക്കുറിച്ചു മനഃക്ലേശം ചെയ്തു

തന്നെ നേരം വെളുപ്പിച്ചു. ചെമ്പകശ്ശേരിയിൽ മറ്റൊരാൾക്കും അന്നു മിക്ക വാറും നിദ്രയുണ്ടായില്ല. തന്റെ ശിരോലിഖിതത്തെ ഓർത്തു ഖേദിച്ചും, സ്വാത്മനാ വരിച്ചിട്ടുള്ള പതിയുടെ മനോഹരമായ കളേബരത്തെ ധ്യാനിച്ച് ആനന്ദിച്ചും, സ്വപ്രണയാസ്പദനായിരുന്ന യുവാവിന്റെ പരിചര്യ തനിക്ക് അപ്രാപ്തമാക്കിത്തീർത്തിരിക്കുന്ന വിയോഗത്തെ വിചാരിച്ചു. സദാ ആധി വശയായും മന്ദഗതിയായ രജനിയെ ശപിച്ചു. ഒടുവിൽ ആലസ്യത്തോടു കൂടി നിദ്രയെ പ്രാപിച്ചു. ഭയങ്കരമായ സ്വപ്നങ്ങൾ കണ്ട് പാറുക്കുട്ടിയും ഒരുവിധത്തിൽ രാത്രി കഴിച്ചുകൂട്ടി.

അല്പമായുള്ള പ്രകാശം കണ്ട് ഉദയമായെന്നു ലോകർ നിശ്ചയിച്ചു എങ്കിലും ആദിത്യദർശനം അസാദ്ധ്യമായിരിക്കുന്നു. എന്തെന്നാൽ സർവ്വോന്മേഷത്തേയും പരിഖണ്ഡനം ചെയ്യുന്ന ഒരു തമസ്സോടുകൂടി യാണ് അന്ന് അരുണോദയം ആയത്. ഉദയരാശിവേള കഴിഞ്ഞിട്ടും ആകാ ശമണ്ഡലത്തിന്റെ മനോഹരമായുള്ള നീലവർണ്ണത്തെ കാർമേഘസഞ്ച യങ്ങൾ മറച്ചിരിക്കുന്നു. ധൂമത്തിന്റെ വർണ്ണത്തോടു സാമ്യമുള്ള ഒരു നീലി മാവ് ഭൂമിക്കൊരു പരിവേഷമെന്നപോലെ ആവരണംചെയ്തിരിക്കുന്നു. ഇതു മേഘങ്ങളുടെ കാളനിറം ആകാശത്തു വ്യാപരിക്കുന്ന ജലബിന്ദു ക്കളിൽ പ്രതിബിംബക്കുന്നതിന്റേയും നിബിഡമായി നില്ക്കുന്ന വൃക്ഷ ങ്ങളിൽ നിരുല്ലാസികളായി വിരമിക്കുന്ന പത്രങ്ങളുടെ മരതകവർണ്ണ ത്തിന്റെയും സമ്മേളനത്തിൽനിന്ന് ജന്യമായിട്ടുള്ളതാണ്. ജീവസ്വരങ്ങ ളിൽ, അസ്വാസ്ഥ്യത്തോടു പറന്നു നടക്കുന്ന കാകഗണങ്ങളുടെ കർണ്ണാ രുന്തുദമായ നിനാദങ്ങളല്ലാതെ അന്യപക്ഷിസ്വരങ്ങൾ പോലും കേൾപ്പാ നില്ല. എന്നാൽ ഹുങ്കാരത്തോടുകൂടി പശ്ചിമസമുദ്രത്തിലെ തിരമാലകൾ ഭൂഭേദനം ചെയ്വാനെന്നപോലെ ഗർജ്ജിക്കുന്ന ഗംഭീരധ്വനി ഒരേ ശ്രുതി യിൽ കേൾപ്പാനുണ്ട്. ഉദയാനന്തരമുള്ള പ്രഥമയാമം കഴിഞ്ഞപ്പോൾ അതിഘോരമായ മാരിയും മാരുതപ്രചാരവും ആരംഭിച്ചു. വൃക്ഷങ്ങളിലും പുരപ്പുറങ്ങളിലും നിലത്തും വൃഷ്ടിപൊഴിയുന്ന ത്രിവിധമായ സ്വരങ്ങൾ ഇടകലർന്നു ശ്രവണപുടഭേദനം ചെയ്യുന്നതായ ആ വർണ്ണത്തിന്റെ ശ്രുതിക്ക് ഒരു ഉപശ്രുതിയായിച്ചമഞ്ഞു. ദ്വിഗ്വാസികൾ എല്ലാം അവരവ രുടെ ഭവനങ്ങളിൽ ഒതുങ്ങി അവരവർക്ക് ഹിതമായുള്ള ഓരോ സുഖ വൃത്തികളെ തുടർന്നു.

പുലർച്ച ആയപ്പോൾ മുതല്ക്ക് ചെമ്പകശ്ശേരിയിലൊരു പൊടിപൂര മായിരിക്കുന്നു. ആ ഭവനത്തിൽ കാർത്ത്യായനിഅമ്മ അഞ്ചോ എട്ടോ ഉള്ളതുപോലെ തോന്നിക്കുന്നു. ഉരക്കളത്തിൽ അടപ്രഥമന് അരി ഇടി ക്കുന്നതിനിടയിൽ "തെള്ളിയതു പോരാ" എന്നു കുറ്റം പറയുന്നതിനും കാർത്ത്യായനിഅമ്മ ഉണ്ട്. ഉപ്പേരിയിൽ ശർക്കര പുരട്ടാൻ പാവുകാച്ചു ന്നിടത്ത് "മുറുകിപ്പോകരുത്" എന്നു ഗുണദോഷിക്കാനും കാർത്ത്യായനി അമ്മ ഹാജർ. കെട്ടിനകത്ത് എരിശ്ശേരി മുതലായതിനു നുറുക്കുന്നിടത്ത് "വേണ്ടിടത്തോളം അരിയിൻ കൂടി ആള് വളരെ വന്നേക്കാം" എന്നു ലുബ്ധുകൂടാതെ വ്യയം ചെയ്തുകൊള്ളുന്നതിന് അനുവദിക്കുന്നതിനും

കാർത്ത്യായനിഅമ്മതന്നെ. ഓരോ സ്ഥലങ്ങളിൽനിന്ന് ഓരോരുത്തർ കൊണ്ടുവരുന്ന പഴക്കുലകൾ വാങ്ങി സംഭരിക്കുന്നതും മറ്റാരുമല്ല. വിളക്കു മുതലായതു തുടച്ചു മിനുസമാക്കുന്നതിനു നിയമിക്കപ്പെട്ടിരുന്ന വേലക്കാരി ഉപേക്ഷകാണിച്ചു എന്നു സംശയിച്ചുകൊണ്ട് "കൈയിൽ കുരുവോ? വെള്ളിപോലെ മിനുങ്ങണം" എന്നു ശാസനം ചെയ്യുന്നതും ആ സ്ത്രീതന്നെ. ഇരുപത്തിനാലു തിരിയിടുന്ന നിലവിളക്കു മൂന്നിനും-ഒന്ന് പൂമുഖത്തു വയക്കുന്നതിന്, ഒന്ന് അറപ്പുരയ്ക്ക്, മൂന്നാമത്തേത് ഭക്ഷണത്തിനിരിക്കുന്ന സ്ഥലത്ത് വയ്ക്കുന്നതിന്-തലനാരിഴയിൽ നേർത്ത കവിണി കീറി അഞ്ഞൂറോളം തിരിതെറുത്തതും നമ്മുടെ കാർത്ത്യായനിഅമ്മതന്നെ. ഈവക ജോലികൾ കൂടാതെ വെള്ളി അടപ്പനിൽ കാത്തുകൂട്ടിയ നൂറടച്ചതും മുഴങ്ങുകൾ കൂടാതെ ചെറിയ ചെറിയ കഷണങ്ങളാക്കി അടയ്ക്ക നുറുക്കി വെള്ളിക്കിണ്ണത്തിൽ ആക്കിയതും, അരിഞ്ഞുകൂട്ടി പച്ചക്കർപ്പൂരവും പുഴുവും ചേർത്തു മണിത്തിരട്ടിയ പുകയില വെള്ളിക്കുഴലിൽ ഇട്ടതും ഏലം, കരയാംപൂ, കൊട്ടത്തേങ്ങാ, കുങ്കുമപ്പൂ മുതലായി എട്ടുകൂട്ടം സാധനങ്ങൾ വെള്ളിലവംഗത്തളികയിൽ ഒരുക്കിയതും വെള്ളിത്തട്ടത്തിൽ പള്ളിപ്പുറം തളിർവെറ്റില നിരത്തി സുമാറാക്കിയതും പുത്രിയെക്കുറിച്ചുള്ള പരമവാത്സല്യം ഹേതുവായിട്ട് എന്തും പ്രവർത്തിക്കുന്നതിനു സന്നദ്ധയായിരിക്കുന്ന കാർത്ത്യായനിഅമ്മതന്നെ.

ആദിത്യാസ്തമനത്തോടുകൂടി പാചകന്മാരുടെ സാഹസങ്ങൾ ഒതുങ്ങി. മഴയും ഒന്നു നിന്നു. പൂമുഖം അണ്ടർകോന്റെ മണിമന്ദിരംപോലെ ശോഭിച്ചു. പടിഞ്ഞാറുള്ള വാതിൽക്കൽനിന്നു ചുവന്ന വെളിയടയേയും, വെള്ള മേൽക്കട്ടിയേയും സൂര്യപടമെത്ത, തലയണ എന്നിതുകളേയും, പൂമുഖത്തിൽ ഇട്ടിരുന്ന കട്ടിലിനുചുറ്റും വിരിച്ചിരിക്കുന്ന കവളപ്പാറ പുല്ലുപായകളേയും, ദീപയഷ്ടിപോലെ എരിയുന്ന ദീപത്തെയും നോക്കി സന്തോഷിച്ചിട്ടു കാർത്ത്യായനിഅമ്മ അറപ്പുരയിലേക്കു തിരിച്ചു. ഈ ആഡംബരങ്ങൾ കാണുന്നതിനായി ചില വാല്യക്കാർ ശങ്കുവാശാനെ ക്ഷണിച്ചു. "പിള്ളരെ അ-എൻറടുത്തു കളിച്ചാലക്കൊണ്ടൊണ്ടല്ലൊ-വച്ചു താങ്ങൂടും, പറഞ്ഞേക്കാം" എന്നു പുലമ്പിയതല്ലാതെ ആശാൻ ഇതിലൊന്നിലും ചേരുന്നില്ലെന്നന്നുറച്ച് ആയുധപ്പുരയിൽത്തന്നെ കിടന്നു.

പാറുക്കുട്ടിയുടെ സ്ഥിതി വായനക്കാർക്ക് ഊഹിക്കാവുന്നതാണല്ലോ. വടക്കേക്കെട്ടിലും മറ്റും പുരുഷന്മാരുടെ സഞ്ചാരം അന്ന് അധികമുണ്ടായിരുന്നതിനാൽ പാറുക്കുട്ടി അറപ്പുരയിൽത്തന്നെ ഇരുന്നതേയുള്ളു. പതിവുപോലെ കുളി മുതലായതും കഴിച്ചു തനിക്കു നേരിടാൻ പോകുന്ന ഉപദ്രവത്തെ തടുക്കുന്നതിനുള്ള വഴികളും ആലോചിച്ചുകൊണ്ടിരിക്കുമ്പോൾ, കാർത്ത്യായനിഅമ്മ ചില ആഭരണാദികളെ താങ്ങി എടുത്തുകൊണ്ട് പാറുക്കുട്ടിയുടെ മുമ്പിൽ എത്തി. "തങ്കം, നീ ഒരു കാര്യം ചെയ്യണം. ഇതാ, ഈ ഉൾക്കെട്ടും കണ്ഠശരവും നാലുപന്തിയും കെട്ടിക്കോ; പിന്നെ ഈ തക്കയുംകൂടി ഇട്ടോ. വാ, ഇങ്ങു വാ, ആ മൂക്കുത്തി എടുത്തുകളയരുതോ? അടുത്തു വാ തണ്ടയും പാദസരവും

ഞാൻതന്നെ കാലിലിട്ടുതരാം. നോക്ക്, ഇതാ കണ്ടോ, നിനക്കുടുക്കാൻ എന്റെ പുടവയും കവിണിയുംതന്നെ എടുത്തോണ്ടു വന്നിരിക്കുന്നു. പട്ടക്കാരയേ വലിയ പട്ടക്കര," എന്നിങ്ങനെയെല്ലാം പറഞ്ഞതിനു പാറുക്കുട്ടി മറുപടി പറയാതെയും അനുസരണഭാവം കാണിക്കാതെയും നിന്നു.

കാർത്ത്യായനിഅമ്മ: എന്റെ തങ്കം അല്ലയോ? തല ഉണങ്ങീട്ടില്ലെങ്കിൽ മുമ്പോട്ടു കെട്ടി ഇടണ്ട. ഇതാ പൂ തലയിൽ ചൂടിക്കോ. തങ്കം ഒരു ചാന്തുപൊട്ടും തൊടണം.

പാറുക്കുട്ടി: എന്തിനായിട്ടെന്ന് എനിക്കു മനസ്സിലാകുന്നില്ല.

കാർത്ത്യായനിഅമ്മ: ഒന്നും അറിയാത്തപോലെ! ഇതാണല്ലോ! ഞാൻ പറയുന്നതു കേൾക്ക്.

പാറുക്കുട്ടി: എന്തിനായിട്ടെന്നു പറയണം.

കാർത്ത്യായനിഅമ്മ: (പുത്രിയുടെ അടുത്തു ചെന്നു സാവധാനത്തിൽ) എന്തിനെന്നു ഞാൻ പറഞ്ഞേ കഴിയുവോ? പിന്നെ-ഇന്നു വലിയതമ്പി അങ്ങുന്ന് ഇവിടെ വരുന്നുപോലും.

പാറുക്കുട്ടി: വരട്ടെ; അതിനു ഞാൻ എന്തുവേണം?

കാർത്ത്യായനിഅമ്മ: "നീ ശുണ്ഠിക്കുകേറി നില്ക്കുന്നതെന്തിന്? നീ വല്ലതും മലമറിക്കണമെന്നു വല്ലോരും പറഞ്ഞോ? നിനക്കു നേരെ ഒന്ന് നിന്നുകളയരുതോ? അത്രേ പറയുന്നുള്ളു. അല്ലാതൊന്നും വേണ്ട. അദ്ദേഹം പക്ഷേ-നിന്നെ-പിന്നെകാണണമെന്നു പറഞ്ഞാലോ?"

പാറുക്കുട്ടി: "എന്നെ കാണണമെന്നു പറകയോ? അത്ര മര്യാദയില്ലാത്ത ആളാണോ അദ്ദേഹം?"

കാർത്ത്യായനിഅമ്മ: "ഒരുത്തിയെ കാണണമെന്നു പറയുന്നത് മര്യാദകേടോ? ഇതെവിടത്തെ ന്യായം? നല്ല യോഗ്യതതന്നെ! ആട്ടെ, നിന്നെ സംബന്ധനം ചെയ്‌വാനാണെങ്കിലോ?"

പാറുക്കുട്ടി: "എന്നാൽ സംബന്ധം ചെയ്യുമ്പോൾ കണ്ടുകൊള്ളണം."

കാർത്ത്യായനിഅമ്മ: "പെണ്ണിനെ കാണാതെ സംബന്ധം ചെയ്ക എവിടെയെങ്കിലും നടപ്പുണ്ടോ?"

പാറുക്കുട്ടി: "ഭർത്താവുതന്നെ പെണ്ണുകാണാൻ ഒരുങ്ങിപ്പുറപ്പെടുക നമ്മുടെ ഇടയിൽ നടപ്പുണ്ടോ? അതു കേൾക്കട്ടെ."

കാർത്ത്യായനിഅമ്മ: "അദ്ദേഹമല്ലാതെ ആരു വന്നു കാണണമെന്നാണ് നിന്റെ അഭിപ്രായം?"

പാറുക്കുട്ടി: "അദ്ദേഹത്തിന്റെ അച്ഛനോ അമ്മാവനോ വന്നു കാണട്ടെ."

കാർത്ത്യായനിഅമ്മ: "അച്ഛൻ വലിയതമ്പുരാൻ കല്പിച്ചിങ്ങെഴുന്നെള്ളുന്നു! പണ്ടും നടക്കുന്ന കാര്യംതന്നെ. 'പണ്ടേ ഗർഭിണി' എന്ന ചൊല്ലുപോലെ ആലസ്യവുംകൂടി ഉണ്ട്."

പാറുക്കുട്ടി: എന്നാൽ അമ്മാവനാകാമല്ലോ?

കാർത്ത്യായനിഅമ്മ: ഇല്ലാത്ത ആളുകളെ നിനക്കായിട്ടു നിർമ്മിക്കാൻ കഴിയുമോ?

പാറുക്കുട്ടി: എന്നാൽ ബന്ധുക്കളിൽ വേറെ ആരെങ്കിലും വരട്ടെ.

ഈ വാക്കുകൾ കേട്ട് കാർത്ത്യായനിഅമ്മ കുറച്ചുനേരം ആലോചനയോടുകൂടി നിന്ന് ഉത്തരം ഒന്നും പറവാൻ പാടില്ലാതെ കുഴങ്ങി. ഒടുവിൽ ഭേദോപായം അനുഷ്ഠിക്കതന്നെ എന്ന് നിശ്ചയിച്ച് ഇങ്ങനെ പറഞ്ഞു: അവരവർക്കു വേണ്ടത് അറിഞ്ഞുകൂടെങ്കിൽ പറയുന്നതു കേൾക്കണം. ഇതു 'വെള്ളത്തിലുമില്ല കരയ്ക്കുമില്ല' എന്നു പറഞ്ഞപോലെ ആയിത്തീർന്നല്ലോ. നീ ആരെക്കൊതിച്ചുകൊണ്ടിരിക്കയാണ്? നീ അല്ലയോ എഴുത്തു വായിച്ചത്? എഴുത്തു കള്ളമാണന്നു നീ മാത്രം പറഞ്ഞാൽ മതിയോ? കാത്തിരുന്നോ, ഒടുവിൽ നീതന്നെ ദുഃഖിക്കും.

പാറുക്കുട്ടി: ഇതിലും വലിയ ദുഃഖം ഏതാണ്?

കാർത്ത്യായനിഅമ്മ: ഏതിലും?

പാറുക്കുട്ടി: തമ്പി അദ്ദേഹത്തിന്റെ ഭാര്യയാകുന്നതിലും.

കാർത്ത്യായനിഅമ്മ: അദ്ദേഹത്തിന് എന്താണൊരു കുറവ്? അവസ്ഥ പോരെന്നോ, മുതലില്ലെന്നോ, അതോ സൗന്ദര്യം പോരെന്നോ?

പാറുക്കുട്ടി: "അതെല്ലാമുണ്ട്. അതിലും വലിയ ഗുണങ്ങൾ ഇല്ലെന്നേയുള്ളു."

കാർത്ത്യായനിഅമ്മ: (ഹാസ്യമായിട്ട്) എന്തെല്ലാമാണ് നിന്റെ വലിയ ഗുണങ്ങൾ? കേൾക്കട്ടെ. അങ്ങത്തെ ബുദ്ധി നിസ്സാരമായിട്ടുള്ളത്; എന്റെ മകളുടെ ബുദ്ധി മനുഷ്യരെ കവിഞ്ഞത്! ആട്ടെ, പറയണം.

പാറുക്കുട്ടി: (ഈ ഹാസ്യവാക്കുകൾ കേട്ടിട്ടും തന്റെ ഗൗരവത്തെ വിടാതെ) മനുഷ്യരായാൽ ചില ഗുണങ്ങൾ ഉണ്ടായിരിക്കണം. അതുകളുടെ ദാരിദ്ര്യം ഏതു പുരുഷനിൽ കാണുന്നോ അങ്ങനെയുള്ള ആളുകളുടെ ഭാര്യ ആകുന്ന സ്ത്രീക്കു വേറെ നരകമില്ല.

കാർത്ത്യായനിഅമ്മ: ഈ പ്രസംഗങ്ങൾ ഒന്നും എനിക്കു മനസ്സിലാകുന്നില്ല. അങ്ങത്തേക്ക് നല്ല ഗുണമില്ലെന്ന് നീ പറഞ്ഞാൽ പോരല്ലോ.

പാറുക്കുട്ടി: ഉള്ളതിൽ ഒരു സൽഗുണം കേൾക്കട്ടെ; അമ്മ പറയണം.

കാർത്ത്യായനിഅമ്മ: (കുറച്ച് ആലോചിച്ചിട്ട്) നേരവും പോണല്ലോ ഈശ്വരാ! ഇതെന്തൊരു ദുസ്തർക്കമാണ്! അദ്ദേഹത്തിനോളം ശൗര്യം ആർക്കാണുള്ളത്?

പാറുക്കുട്ടി: ശരി, അമ്മയ്ക്ക് ഓർമ്മയുണ്ടായിരിക്കുമല്ലോ. നമ്മുടെ കരുമനെപ്പോലെ ശൗര്യം-

പാറുക്കുട്ടിയുടെ വാക്കുകളെ അവസാനിപ്പിക്കുന്നതിന് കാർത്ത്യായനിഅമ്മ സമ്മതിച്ചില്ല. "അധികപ്രസംഗം കേറി മുഴുത്തുപോണു. മതി മതി-ഏറെ കിഴക്കുപോയാൽ കല്ലു ചവിട്ടും. പറഞ്ഞുപറഞ്ഞുകൊണ്ടു വരുന്നത് തമ്പി അങ്ങുന്നു പട്ടിയെന്നോ?" എന്നു കാർത്ത്യായനിഅമ്മ കടുത്ത കോപത്തോടെ പറഞ്ഞു.

പാറുക്കുട്ടി: എന്നു ഞാൻ പറഞ്ഞില്ല. ശൗര്യം മനുഷ്യരിൽ അസംഖ്യംപേർക്കും മൃഗജാതിയിൽ അനേകത്തിനും സഹജമായുള്ള ഒരു ഗുണമാണ്. മനുഷ്യർക്കു മാത്രമുള്ള ചില വിശേഷഗുണങ്ങൾ ഉണ്ട്. അതിലേതെങ്കിലും തമ്പി അദ്ദേഹത്തിനുണ്ടോ എന്ന് എനിക്കു സംശയമുണ്ട്. അതാണു ഞാൻ പറഞ്ഞുവരുന്നത്. വെറുതെ ദ്വേഷ്യപ്പെടേണ്ട.

കാർത്ത്യായനിഅമ്മ: പറയുന്നതിനൊക്കെ തടിമൊറണ്ടു പറഞ്ഞുകൊള്ളുക. നല്ല ഗുരുത്വം! അല്ലേ, നീ മുറയും തറയും പറയുന്നല്ലോ. നിന്റെ ഈമാതിരി എവിടത്തെ നടപ്പാണ്?

പാറുക്കുട്ടി: ഒരിടത്തേയും നടപ്പല്ലായിരിക്കും. എന്റെ ഈ മാതിരികൊണ്ട് ഒരുത്തർക്കും ദോഷത്തിനു വഴിയില്ലല്ലോ, ഉണ്ടോ?

കാർത്ത്യായനിഅമ്മ: ഉണ്ടേ ഉണ്ട്. നിനക്കുതന്നെ.

പാറുക്കുട്ടി: എന്റെ ഗുണത്തിനു ഞാൻതന്നെ വിരോധിയായിത്തീരുമോ? ഒരിക്കലുമില്ല.

കാർത്ത്യായനിഅമ്മ: അറിയുമേ! മിടുമിടുക്കിതന്നെ! ലാളിച്ചുലാളിച്ച് വകയ്ക്കുകൊള്ളാതെ ആയിത്തീർന്നു. അച്ഛൻ വളർത്തുന്ന മക്കള് ഇങ്ങനെ വരും. കേൾപ്പാനാരുമില്ലെന്നാണ് ഒരു ഹുങ്ക്. വരട്ടെ, പഠിപ്പിച്ചേക്കാം.

പാറുക്കുട്ടി: അമ്മ എന്നെ ഇങ്ങനെ വെറുതേ വ്യസനിപ്പിക്കുന്നതെന്തിന്? എന്റെ മനസ്സിന്റെ സ്ഥിതികൂടി കുറച്ചെങ്കിലും ആലോചിക്കാതെയും എന്റെ സുഖത്തെ തീരെ നോക്കാതെയും ഇങ്ങനെ പറയുന്നതിന് അമ്മയ്ക്കു തോന്നുന്നല്ലോ. ഞാൻ പറയുന്നതു കാര്യമാണോ എന്ന് ആലോചിച്ചിട്ടു ദേഷ്യപ്പെടണം.

കാർത്ത്യായനിഅമ്മ: കാര്യം! കാര്യം! നിനക്കെന്തു കാര്യമറിയാം? മിനക്കെട്ട വേലയ്ക്കു തുടങ്ങി കുറച്ചിലുമായി. അദ്ദേഹം ഇപ്പോൾ വരികയും ചെയ്യുമല്ലോ! എന്തുചെയ്യും? (കൈ കുടഞ്ഞുകൊണ്ട്) ഇവളെക്കൊണ്ട് നിവൃത്തിയില്ലാതായേ എന്റീശ്വരാ!

പാറുക്കുട്ടി: അമ്മ വരുത്തിവച്ച അനർത്ഥത്തിന് മറ്റുള്ളവരോട് ദേഷ്യപ്പെടുന്നതെന്തിന്?

കാർത്ത്യായനിഅമ്മ: ഞാൻ വരുത്തിവെച്ചത്! ആർക്കുവേണ്ടി? എനിക്കു സുഖമായിരിക്കാനോ? (പിന്നെയും മനോഗതമായിട്ട് ഉറക്കെ) അടിക്കയും പിടിക്കയും ചെയ്യട്ടോ ഇനി? ആ മുഹൂർത്തത്തിനുതന്നെ കേറിത്തിരിഞ്ഞുകൊണ്ടാലെങ്ങനെ? (സമവാക്കായിട്ട്) തങ്കം, എന്റെ പൊന്നല്ലയോ? എന്തു കുറച്ചിലാണെന്ന് നീതന്നെ ഒന്നു വിചാരിക്ക്. അറിവുള്ളവളാണല്ലോ നീ.

പാറുക്കുട്ടി: ഇത്ര ക്ഷണത്തിൽ ഇങ്ങനെ വരുമെന്നു ഞാൻ വിചാരിച്ചിരുന്നില്ല. ഞാൻ എന്തുചെയ്യും? എനിക്കു തമ്പി അദ്ദേഹത്തെക്കുറിച്ച്, എന്തുകൊണ്ടോ, തീരെ ബഹുമതി തോന്നുന്നില്ല. ഞങ്ങൾ തമ്മിൽ ചേർച്ചയും പ്രയാസമാണ്. ഈ സ്ഥിതിക്ക് ഇപ്പോഴത്തേതിലും സംഗതിയെ വഷളാക്കുന്നതെന്തിന്?

ഇങ്ങനെ തന്റെ അഭിപ്രായത്തെ പാറുക്കുട്ടി ഖണ്ഡിച്ചു പറഞ്ഞു. ശാന്തപ്രകൃതരായുള്ള ജനങ്ങൾ പ്രഥമദൃഷ്ടിക്ക് ഭീരുക്കളാണെന്നുതോന്നിയേക്കാം. അനായാസേന അവരെ സ്വാധീനമാക്കാമെന്നും ആളുകൾ വിചാരിച്ചുപോകും. എന്നാൽ സമബുദ്ധികളും ഉന്നതമതികളും ക്ഷമാശീലരുമായുള്ള ജനങ്ങൾ തങ്ങളുടെ ഹിതങ്ങൾക്കു വിരുദ്ധമായി എന്തെങ്കിലും സംഗതി നേരിടുന്ന അവസരങ്ങളിൽ, ഉന്നതശീലന്മാരായുള്ളവരേക്കാൾ സ്ഥൈര്യവും ധൈര്യവും പ്രകടിപ്പിക്കും. ഈവിധമുള്ള സ്വഭാവവിശിഷ്ടതകളെ തന്റെ പുത്രി പ്രദർശിപ്പിച്ചപ്പോൾ കാർത്ത്യായനിഅമ്മയുടെ ശരീരം ഒന്നു വിയർത്തു. എന്തുകൊണ്ടെന്നാൽ, കോപികളും ദ്രുതഗതികളും ആയുള്ളവരുടെ കോപവൈരാഗ്യാദികൾ ജലാശയങ്ങളിൽ സംഭൂതമാകുന്ന തിരത്തള്ളൽപോലെ അല്പകാലമേ നിലനില്ക്കുകയുള്ളൂ. തൽക്കാലഹേതുവായ ശക്തിയുടെ ക്ഷയത്തോടുകൂടി ഏതാദൃശന്മാരുടെ അവിവേകസാഹസങ്ങൾ അസ്തമിക്കുന്നതാണ്. പാറുക്കുട്ടിയെപ്പോലുള്ള സാത്വികഗുണവത്തുക്കളുടെ ആർജ്ജവശീലത്തിനു ധ്വംസനം സംഭവിച്ചാൽ പിന്നീടു സന്ധിക്ക എന്നുള്ളത് അതിവിഷമമാണ്. ഈ തത്ത്വം കാർത്ത്യായനിഅമ്മ അറിഞ്ഞിരുന്നു. അതിനാൽ പാറുക്കുട്ടിയുടെ വാക്കുകൾ കേട്ടപ്പോൾ താൻ കെട്ടിവന്നിരുന്ന ഏഴുനിലമാടത്തിന്റെ അസ്തിവാരം മറിഞ്ഞുപോയെന്ന് കാർത്ത്യായനിഅമ്മയ്ക്കു ബോദ്ധ്യമായിട്ടു വളരെ പരവശയായിച്ചമഞ്ഞു. എന്നാൽ തമ്പിയുടെ വരവ് അടുത്തിരിക്കുന്നതും, സുന്ദരയ്യന്റെ കൃത്രിമോപായങ്ങൾ അനുകരിച്ചു താൻ ചെയ്തിരുന്ന ഒരുക്കങ്ങൾ നിഷ്ഫലമായാൽ ഭൃത്യർപോലും ഹസിക്കുമല്ലോ എന്നുള്ളതും, തന്റെ കുടുംബത്തിലുണ്ടാകുമെന്നു വിചാരിച്ചിരുന്ന ശ്രേയസ്സുകൾ പാറുക്കുട്ടിയുടെ ഒരു വാക്കാൽ നഷ്ടമാകുന്നതും ഓർത്തപ്പോൾ വിയർപ്പുമാറി കാർത്ത്യായനിഅമ്മയുടെ സ്വാഭാവികമായുള്ള ഗാംഭീര്യവും സിദ്ധാന്തവും ഉജ്ജ്വലിച്ച് ആ സ്ത്രീ കോപംകൊണ്ടു വിറച്ചുതുടങ്ങി; ഏകപുത്രിയെന്നും മറ്റും പാറുക്കുട്ടിയെക്കുറിച്ചുള്ള വിചാരങ്ങൾ അകലെയായി. പുത്രിയെ പ്രഹരിക്കുമെന്നുള്ള സ്ഥിതിയിലായിട്ട് കാർത്ത്യായനിഅമ്മയുടെ ബാഹുക്കൾക്ക് ചില ഇളക്കങ്ങളുമായി. ഇതുകൾ കണ്ടിട്ടും പാറുക്കുട്ടി വഴിപ്പെടുന്നതിനുള്ള ഭാവം ഒന്നും കാണിച്ചില്ല. സാധാരണയായി ലോകത്തിൽ കണ്ടുവരുന്നത് രണ്ടു പക്ഷങ്ങളായി ജനങ്ങൾ തിരിയുന്ന സംഗതികളിൽ ന്യായമുള്ള ഭാഗത്തു ധൈര്യവും, ഇതരപക്ഷത്തിൽ ഭീരുത്വം, ധൈര്യമുണ്ടാകകൊണ്ട് ഒരുഭാഗത്തു ക്ഷമയും മറുപക്ഷത്തിൽ ഭീരുത്വം ഹേതുവായിട്ട് അവിവേകവും, ക്ഷമമൂലം ഒരുഭാഗത്തു ധർമ്മാധർമ്മവിചാരവും, അവിവേകമുള്ള പക്ഷത്തിൽ ഫലസംപ്രാപ്തിയിലുള്ള അത്യാകാംക്ഷകൊണ്ടു കാര്യസിദ്ധിക്കായി അനുഷ്ഠിക്കുന്ന മാർഗ്ഗങ്ങളുടെ ന്യായാന്യായവിവേചനം ഇല്ലായ്മയും ഉണ്ടായിരിക്കുന്നതാണ്. പാറുക്കുട്ടിയുടെ മനഃക്ലേശത്തിന് എത്രത്തോളം ഇളക്കമുണ്ടായോ അത്രത്തോളം അവളുടെ അവളുടെ നിശ്ചയത്തിന് ഉറപ്പുണ്ടായി. പാറുക്കുട്ടി ക്ഷമയും സ്ഥൈര്യവും എത്രത്തോളം പ്രദർശി

പ്പിച്ചുവോ അത്രത്തോളം കോപാദിദുശ്ശീലങ്ങൾ കാർത്ത്യയനിഅമ്മ പ്രത്യക്ഷമാക്കി. തമ്പിയെപ്പോലുള്ള ഒരു പുരുഷൻ ഒരു സ്ത്രീയെ കാമിക്കുമ്പോൾ ആ പുരുഷനെ പരിത്യജിക്കുന്നതിനു വേണ്ട നിശ്ചയത്തെയും സ്ഥൈര്യത്തെയും സ്വാഭിപ്രായാഭിമാനത്തെയും ആ സ്ത്രീയിൽ ജനിപ്പിക്കുന്നതിനു വേണ്ട ശക്തിയുള്ളതായ സംഗതികൾ ചിലതുണ്ടായേക്കാമെന്നുള്ളത് കാർത്ത്യായനിഅമ്മ അറിഞ്ഞിരുന്നില്ല. ഭർത്താക്കന്മാരായി വരുന്നവർ ദുഷ്ടരോ ശിഷ്ടരോ എന്നുള്ള ആലോചനയും അംഗീകാരനിഷേധസ്വാതന്ത്ര്യവും മലയാളകുലസ്ത്രീകൾക്ക് അനുവദിച്ചിട്ടുള്ളതല്ലാത്തതിനാലും, പാറുക്കുട്ടിയുടെ പരിശുദ്ധമായുള്ള പ്രേമത്തിന്റെ മഹത്ത്വം ഗ്രഹിക്കുന്നതിന് തനിക്കു ബുദ്ധിശക്തിയില്ലാതിരുന്നതിനാലും, ആ വിധമായുള്ള അപരിമിതാവസ്ഥ പരിചയത്താലാവട്ടെ മറ്റുപ്രകാരേണ ആകട്ടെ തന്റെ അറിവിൽപ്പെട്ടിട്ടില്ലാതിരുന്നതിനാലും തന്റെ ഭേഷജങ്ങൾ കണ്ടാൽ തന്നെക്കുറിച്ചുള്ള വാത്സല്യം ഹേതുവായെങ്കിലും പാറുക്കുട്ടി വഴിപ്പെടുകതന്നെ ചെയ്യുമെന്ന് കാർത്ത്യായനിഅമ്മ വിചാരിച്ചിരുന്നു. അതു കേവലം മൗഢ്യമെന്ന് ഇപ്പോൾ ബോദ്ധ്യപ്പെട്ടു എങ്കിലും ഒന്നുകൂടി പരീക്ഷിക്ക എന്നു നിശ്ചയിച്ചിട്ട് പാറുക്കുട്ടിയുടെ ഒടുവിലത്തെ വാക്കുകൾ സംബന്ധിച്ച് കാർത്ത്യായനിഅമ്മ അതികോപിഷ്ഠയായ ഭാവത്തിൽ ഇങ്ങനെ ചോദിച്ചു: "എന്തുകൊണ്ടാണ്? നിങ്ങൾ മൂന്നാംനാളാണോ?"

പാറുക്കുട്ടി: അതല്ല. അച്ഛൻ മരിക്കാറായിരിക്കുമ്പോൾ ഭാര്യയുണ്ടാക്കാൻ പുറപ്പെടുന്ന മകൻ നല്ല ഭർത്താവായിരിക്കയില്ല എന്നുമാത്രമല്ല-

കാർത്ത്യായനിഅമ്മ: "ഛേ! ഇപ്പറയുന്നതാര്? നിന്റെ ഗുരുത്വം പറവാനില്ല! എന്റെ വയറ്റിലേ കിടന്നതല്ല നീ. നിന്റെ പാടേ വിധിയേ ആയിക്കോ. തലയിലെഴുത്തുപോലല്ലാതെ വരുമോ?" ഇപ്രകാരം പറയുകയും താൻ കൊണ്ടുവന്നിരുന്ന ആഭരണാദികളെ പാറുക്കുട്ടിയുടെ കട്ടിലിന്മേൽ ഇടുകയും ചെയ്തിട്ട് അറപ്പുര ആകപ്പാടെ കിടുങ്ങത്തക്കവണ്ണം ഊക്കോടെ ചാടി കാർത്ത്യായനിഅമ്മ വടക്കേക്കെട്ടിലേക്കു യാത്രയായി. അറപ്പുരയിൽനിന്നു മേൽപ്പറഞ്ഞ കെട്ടിലേക്കു കടക്കുന്നതിനുള്ള വാതിലിനെ ഉടനെതന്നെ പാറുക്കുട്ടി അടയ്ക്കുകയും ചെയ്തു.

തമ്പിയുടെ അത്യാഡംബരത്തോടുകൂടിയുള്ള ആഗമനവും, അദ്ദേഹത്തെ ചെമ്പകശ്ശേരി മൂത്തപിള്ള ബഹുമാനപൂർവ്വം എതിരേറ്റു ചെയ്ത സൽക്കാരവിധികളും, സുന്ദരയ്യൻ ചെമ്പകശ്ശേരിയിലെ നായകത്വം വഹിച്ചു പ്രകടിപ്പിച്ച അതിസാമർത്ഥ്യങ്ങളും, ഉപ്പിലിട്ടത് അറുപത്തിനാലും തുടങ്ങിയുള്ള സാധനസമന്വിതമായ സദ്യയുടെ കോലാഹലങ്ങളും ഗ്രന്ഥവിസ്താരം ഭയന്നു വിവരിക്കാതെ മറ്റു കഥാഭാഗങ്ങളിലേക്കു പ്രവേശിക്കുന്നു.

തമ്പി ഊണുകഴിഞ്ഞു മുറുക്കിത്തുടങ്ങിയപ്പോൾ അറപ്പുരയുടെ വടക്കേ വാതിൽക്കൽ ചെമ്പകശ്ശേരി മൂത്തപിള്ള കവാത്തു തുടങ്ങി. ശുദ്ധന്മാരിൽ മുമ്പനായ ചെമ്പകശ്ശേരി മൂത്തപിള്ള തന്റെ ഭാഗിനേയി വാതിലടച്ചിരിക്കുന്ന വൃത്താന്തം സുന്ദരയ്യൻ പറഞ്ഞറികയാൽ വാതിൽ

തുറപ്പിക്കുന്നതിനായി അവിടെ എത്തിയിരിക്കുന്നതാണ്. വാതിലടച്ചിരിക്കുന്നതു കണ്ടപ്പോൾ തന്റെ സഹോദരിയുടെ ശ്രമങ്ങൾ പാറുക്കുട്ടിയുടെ ഇച്ഛയ്ക്കു വിരുദ്ധമായിരുന്നു എന്നു മൂത്തപിള്ളയ്ക്കു മനസ്സിലായി. തന്റെ സഹോദരി ചെമ്പകശ്ശേരി തറവാട്ടിന്റെ അവസ്ഥയ്ക്കു ന്യൂനത വരുത്തുന്നതായും പാറുക്കുട്ടിയുടെ ഹിതത്തിനു വിരുദ്ധമായും ഉള്ള യാതൊരു കൃത്യത്തിനും ഒരുമ്പെടുന്നതല്ലെന്നും മൂപ്പർക്ക് വിശ്വാസമുണ്ടായിരുന്നു. എന്നാൽ മേല്പ്പറഞ്ഞതുപോലെ വാതിലിൽ ഗാട്ടുകേറിയപ്പോൾ മുതല്ക്ക് ആ വിശ്വാസത്തിനു കുറച്ചിളക്കമുണ്ടായിത്തുടങ്ങി. തന്റെ അനന്തരവളെ തമ്പി സംബന്ധംചെയ്താൽ നന്നെന്ന് മൂത്തപിള്ളയ്ക്ക് അഭിപ്രായമുണ്ട്. തമ്പി സംബന്ധം ചെയ്യുമെന്നുള്ള നിശ്ചയംകൊണ്ട് അദ്ദേഹത്തിന്റെ പക്ഷത്തിൽ പ്രത്യക്ഷമായിച്ചേർന്ന എട്ടുവീടരുമായി യോജിച്ചു പടക്കോപ്പുകൾ കൂട്ടുന്നതിൽ ചില സഹായങ്ങളും ചെയ്തിരിക്കുന്നു. ഈ വിവരം യുവരാജാവറിയുമ്പോൾ വലുതായ ആപത്തുണ്ടാകുമെന്നുള്ളതിനാൽ തമ്പിയുടെ സഹായമെങ്കിലും ബലമായി ഉണ്ടായിരിക്കേണ്ടത് ആവശ്യമായിരിക്കുന്നു. തമ്പിയുടെ ആഗ്രഹം നിറവേറ്റാതെ വന്നപോലെ തിരിച്ചു യാത്രയാക്കുന്നതായാൽ ത്രിശങ്കുസ്വർഗ്ഗത്തിലാകുമെന്നതു തീർച്ചയാണ്. അതിനാൽ തന്റെ അനന്തരവളുടെ ശാഠ്യം നീക്കി തമ്പിയെ കാണുന്നതിന് അനുവദിക്കതന്നെ വേണ്ടിയിരിക്കുന്നു. സാധുശീലയായ ഭാഗിനേയിയെ നിർബന്ധിക്ക എന്നുള്ളതിനു മനസ്സു ധൈര്യപ്പെടുന്നുമില്ല. ആകപ്പാടെ ഈവിധമുള്ള വിചാരങ്ങൾകൊണ്ടു വിഷണ്ണനായപ്പോൾ കാർത്ത്യായനിഅമ്മ, തമ്പി, സുന്ദരയ്യൻ ഇവരോട് മൂത്തപിള്ളയ്ക്ക് ബഹുനീരസം തോന്നിത്തുടങ്ങി. എങ്കിലും പിന്മാറാൻ പാടില്ലാത്ത സ്ഥിതിയിലായിരിക്കുന്നതുകൊണ്ട് നീരസത്തെ അടക്കുകതന്നെ എന്നുറച്ചിട്ട് വാതിലിൽ തട്ടിവിളിക്കുന്നതിനായി മുമ്പോട്ടു നടന്നു. വിളിച്ചാൽ പാറുക്കുട്ടി വാതിൽ തുറക്കുമോ എന്നും, തുറന്നാലും തമ്പിയെ കാണുന്ന സംഗതിയിൽ വിരോധം പറകയില്ലയോ എന്നും ഉള്ള സംശയങ്ങളോടുകൂടി അങ്ങോട്ടും ഇങ്ങോട്ടും തലചൊറിഞ്ഞും തന്റെ പ്രവൃത്തിയെക്കുറിച്ചു വെറുപ്പു തോന്നി പല്ലുകടിച്ചും കൈ ഞെരിച്ചും മറ്റോരോ ചേഷ്ടകൾ കാട്ടിയും കുറച്ചുനേരം നടന്നു. വാതിലിൽ തട്ടുന്നതിനായി മുന്നോട്ടു നടക്കും; മാതുലനു വിഹിതമായുള്ള കൃത്യം അല്ലല്ലോ എന്നു കരുതി പിന്നോട്ടു തിരിയും; തമ്പിയെ ധിക്കരിച്ചു എന്നു വരുത്തിക്കൂടല്ലോ എന്നു വിചാരിച്ചു പിന്നെയും മുന്നോട്ടു നടക്കും; തന്നെ ആ നിലയിൽ ആക്കിയ സഹോദരിയുടെ ദുർമ്മോഹത്തെക്കുറിച്ച് കലുഷത്തോടുകൂടി പിന്നെയും പുറകോട്ടു മാറും; കാര്യം സഫലമായെങ്കിൽ എന്തു ഭാഗ്യമെന്നുള്ള വിചാരത്തോടുകൂടി പിന്നെയും മുന്നോട്ടു ചെല്ലും-ഇങ്ങനെ ഒരു നാഴികയോളം കഴിഞ്ഞിട്ട് ഒടുവിൽ ഒരുവിധം ഒന്നു നിശ്ചയിച്ചുകൊണ്ടു വാതിലിന്മേൽ തട്ടി. അകത്തുനിന്നും പ്രതിശബ്ദം ഒന്നും ഉണ്ടായില്ല. 'തങ്കം, തങ്കം' എന്നു സാവധാനത്തിൽ വിളിച്ചു. കാരണവർ വിളിക്കുന്നു എന്നറിഞ്ഞ് പാറുക്കുട്ടി വാതിൽ തുറന്നു വാതിലിന്റെ പുറകിലായി മാറിനിന്നു. "തമ്പി

അങ്ങുന്ന് നിന്നെ കാണാൻ വരുന്നു, കതകടച്ചുകളയരുത്. കുറച്ചിലൊന്നും വരുത്തരുത്. മാനമുള്ളാളുകളാണ്. അത് ഓർമ്മവേണം." എന്ന് ഒരുവിധത്തിൽ പറഞ്ഞുകൂട്ടീട്ട് മൂത്തപിള്ള ചാവടിയിലേക്കു ഭ്രാന്തനെപ്പോലെ പാഞ്ഞു. കുറച്ചുനേരം അവിടെ ഇരുന്നു മനസ്സമാധാനം വരുത്തീട്ടു തമ്പിയുടെ സമീപത്തു ചെന്നു.

അല്പം കഴിഞ്ഞപ്പോൾ സുന്ദരയ്യൻ അകത്തുനിന്നു പൂമുഖത്തിലേക്കു ചാടി തമ്പിയുടെ കർണ്ണങ്ങളിൽ എന്തോ മന്ത്രിച്ചു. തമ്പി ഗംഭീരനായി എഴുന്നേറ്റു. ഉടുത്തിരുന്ന കവിണി നോക്കി ശരിയായിരിക്കുന്നു എന്നു നിശ്ചയം വരുത്തി പടിഞ്ഞാറുള്ള വലിയ തളത്തിലേക്കു തിരിച്ചു. പുറകേ അദ്ദേഹത്തിന്റെ ഛായയായി സുന്ദരയ്യനും എത്തി. മൂത്തപിള്ള കൂടി എത്തി സുന്ദരയ്യനെ തടഞ്ഞു. തമ്പി ഏകനായി അറപ്പുരയിലേക്കു യാത്രയാരംഭിച്ചപ്പോൾ 'സലജ്ജോഹ'ത്തിന്റെ മുമ്പുള്ള അർജ്ജുനന്റെ ഇരിപ്പിലും അതികേമമായി ഞെളിഞ്ഞ് കൈലേസ്സുകൊണ്ട് അധരം തുടയ്ക്കുക, മീശ ഒതുക്കുക, കുടുമയേയും പുരികങ്ങളേയും തലോടി മിനുസമാക്കുക, കുണ്ഡലങ്ങളെപ്പിടിച്ചു ശരിയായ സ്ഥാനത്തുറപ്പിക്കുക, കല്ലുവെച്ച മുഖപ്പുകൾ പുറത്തു കാണത്തക്ക സ്ഥിതിയിൽ മോതിരങ്ങൾ തിരിച്ചുവയ്ക്കുക-ഈവക പ്രവൃത്തികളോടുകൂടി തമ്പി അറപ്പുരയിലേക്കു കടന്നു.

തന്റെ പാദം അറപ്പുരയ്ക്കകത്തു വച്ചപ്പോഴേക്കുതന്നെ തമ്പി പരമാനന്ദചിത്തനായി ഇരട്ടത്തുടൽപ്പൊന്നരഞ്ഞാണത്തിന്റെ ചെമ്പകമൊട്ടുകൾ പുറപ്പെടുവിക്കുന്ന 'ഘിണിഘിണി' സ്വരം അതിമധുരം. രസജ്ഞയാണെങ്കിൽ പാറുക്കുട്ടി തമ്പിക്കടിമപ്പെടും; സംശയമില്ല. കണ്ണാടിയിലുള്ള വസ്ത്രത്തിനെ ഭേദിച്ച് കാന്തി നാലുപാടും ചിതറുന്ന ഊരുക്കളായ സ്വർണ്ണസ്തംഭങ്ങളും കളഭാഞ്ചിതമായുള്ള മാറിടവനപ്രദേശങ്ങളും, നഖരങ്ങളായുള്ള ചെറുചെന്താമരദളങ്ങളും, ദന്തങ്ങളായുള്ള മുല്ലമുകുളങ്ങളും, ഭ്രൂഭംഗങ്ങളായുള്ള ശൃംഗാരരസസാഗരതരംഗങ്ങളും, ഫാലദേശാകാശത്തിൽ ശോഭിക്കുന്ന കുങ്കുമതിലകമായ അസ്തമയദിവാകരനും, കൊഞ്ചിക്കുഴഞ്ഞു തൂകിത്തുടങ്ങിയിരിക്കുന്ന പുഞ്ചിരിക്കുളുർനിലാവും, അംഗുലീയാദി ആഭരണങ്ങളിലെ വജ്രങ്ങളായ നക്ഷത്രപംക്തികളും-ഇതുകളുടെ മനോഹരമായുള്ള സമ്മേളനം കണ്ടാൽ 'കല്ലുമെണീറ്റു കാലിനെ പിടിച്ചമ്പോടു കുമ്പിട്ടിടും.' പാറുക്കുട്ടി നിലത്തൊരുപായിന്മേൽ ഇരിക്കയായിരുന്നു. തമ്പിയെക്കണ്ടപ്പോൾ കപടയോഗിയായ രാവണനെക്കണ്ട സീതയെപ്പോലെ ഞെട്ടി എഴുന്നേറ്റു പടിഞ്ഞാറോട്ടു നീങ്ങി വടക്കോട്ടു മുഖവുമായി നിന്നു. തമ്പി അങ്ങുന്നു പാറുക്കുട്ടിയുടെ ശയ്യയിൻമേൽ ചെന്നിരിപ്പായി. നവരസങ്ങളും അഭിനയിച്ചിട്ടു പതിഞ്ഞൊരു ശൃംഗാരപദം ആടുന്നതിന് ആരംഭിച്ചു. സംബോധനക്കൈ പാറുക്കുട്ടിയുടെ പൃഷ്ഠഭാഗത്തോട്ടു ആകുന്നതിനെ വിചാരിച്ചു മന്ദമായി എഴുന്നേറ്റു പുരോഭാഗത്തു ചെന്നു ചുമച്ചു കണ്ഠത്തെ തെളിച്ചിട്ട് തന്റെ വചനകൗശലങ്ങൾ പ്രയോഗിച്ചുതുടങ്ങി. എന്നാൽ തന്റെ നേത്രങ്ങൾക്കു ഗോചര

മായ സൗന്ദര്യം കണ്ടപ്പോൾ തമ്പിയുടെ പാടവങ്ങൾ എല്ലാം അസ്തമിച്ചു. സുന്ദരയ്യൻ കളവുപറഞ്ഞു തന്നെ വഞ്ചിച്ചതോ, പാറുക്കുട്ടിയുടെ ലജ്ജമൂലം പുറംതിരിഞ്ഞുനിന്നതോ എന്നു തമ്പിക്കു സംശയമുണ്ടായെങ്കിലും ഈ കാഴ്ച ലഭിക്കുന്നതിനു സംഗതിവരുത്തിയ സുന്ദരയ്യനെ തമ്പി മനഃപൂർവ്വമായി അഭിനന്ദിച്ചു. ചാരിത്രതേജസ്സുകൊണ്ടു വിളങ്ങുന്ന പാർവ്വതിഅമ്മയുടെ ഗാത്രലാവണ്യംകൊണ്ട് തമ്പിയുടെ മനസ്സുഭിന്നമായി. രാജ്യവും സ്ഥാനവും പോയാലും പാർവ്വതിഅമ്മയെ ലഭിച്ചാൽ സമാധാനമാകുമെന്നു വിചാരിച്ചുകൊണ്ട് തമ്പി ഇങ്ങനെ മധുരമായി ചോദിച്ചു: "തങ്കം നമ്മെ അറിയില്ലേ?"

തമ്പി തന്റെ മുമ്പിലെത്തിയപ്പോൾ പാറുക്കുട്ടി ആദ്യത്തെ നില ഉപേക്ഷിച്ച് അദ്ദേഹത്തിന്റെ മുഖത്തുനോക്കി നിലയായി. നമ്രമുഖിയായി നിന്നു നിലത്തു പാദംകൊണ്ടു വരച്ചു ലജ്ജയെ അഭിനയിക്കേണ്ടതായിരുന്നു എന്നു ചിലർ അഭിപ്രായപ്പെടുമായിരിക്കും. പാറുക്കുട്ടിയെ തന്റെ മാതാവാകട്ടെ അന്യഗുരുക്കന്മാരാകട്ടെ ഈ വിഷയത്തിൽ ഒട്ടുംതന്നെ അഭ്യസിപ്പിച്ചിട്ടില്ലായിരുന്നു. പ്രകൃത്യാ അപരിഷ്കൃതയും ആയിരുന്നു. അതിനാൽ പുറംതിരിഞ്ഞുനിന്നതുതന്നെ ശരിയല്ലെന്നുള്ള വിചാരത്തോടുകൂടിയാണ് തമ്പിയുടെ മുഖത്തു നോക്കിയത്. തമ്പിയുടെ ചോദ്യം കേട്ടു കുഴങ്ങി. കുറച്ചുനേരം മിണ്ടാതെ നിന്നിട്ട് പാറുക്കുട്ടി "ഇല്ല" എന്നുത്തരം പറഞ്ഞു. സ്വരമാധുര്യത്താൽ തമ്പിയുടെ മനസ്സ് ഒന്നുകൂടി ആകർഷിക്കപ്പെട്ടു. തന്റെ ചോദ്യത്തിന് ഉത്തരം പറവാൻ പാറുക്കുട്ടിക്ക് കരുണ ഉണ്ടായതിനെ വിചാരിച്ച് "നിത്യം ഓരോ വല്ലഭൻ ഞങ്ങടെ പാതിവ്രത്യമിങ്ങനെ" എന്നുള്ള രംഭയുടെ വാക്കുകൾ കേട്ട ദശകണ്ഠനെപ്പോലെ തമ്പി പരമാഹ്ലാദചിത്തനായി.

തമ്പി: നമ്മെ കേട്ടിട്ടുമില്ലേ?

പാറുക്കുട്ടി: കേട്ടിട്ടുണ്ട്.

തമ്പി: നമ്മെക്കുറിച്ചന്വേഷണം ഉണ്ട്. അങ്ങനെവരട്ടെ. എന്തെല്ലാമാണ് കേട്ടിട്ടുള്ളത്?

തമ്പിക്ക് സംഭാഷണത്തെ ദീർഘമാക്കണമെന്നായിരുന്നു മോഹം. പാറുക്കുട്ടിക്ക് വിപരീദോദ്ദേശ്യവുമായിരുന്നു.

പാറുക്കുട്ടി: ചെമ്പകഅക്കൻ പറഞ്ഞോരോന്നു കേട്ടിട്ടുണ്ട്.

ഈ വാക്കുകൾ തമ്പിക്ക് ലേശവും രസിച്ചില്ല. എന്നാൽ അസന്തോഷഭാവത്തെ തീരെ പ്രകാശിപ്പിച്ചില്ല.

തമ്പി: ഓ! ചെമ്പകമോ! ആ അസത്തെത്താത്ത സ്ഥലം ഒരിടമില്ല. ഹേ, അവളോടുള്ള സംസർഗ്ഗം തങ്കത്തിനു നന്നല്ല. പരമവഷള്. തങ്കത്തിനെക്കുറിച്ചു വലിയ സ്നേഹം എന്നൊക്കെ നടിക്കുന്നുണ്ടായിരിക്കും. അതൊന്നും വിശ്വസിക്കരുത്. തങ്കം മാൻകിടാവെപ്പോലെ സാധുപ്രകൃതിയാണ്. ചെമ്പകം ചെന്നായാണ്. ആവൂ! അവളുടെ നാക്ക്! തങ്കമ്മയെ നാം കാണാൻ വന്നത് എന്തിനെന്നറിയാമല്ലോ?

പാറുക്കുട്ടി മിണ്ടാതെ നിന്നു.

തമ്പി: അറിഞ്ഞു. അറിഞ്ഞു. മൗനംകൊണ്ട് അങ്ങനെയാണല്ലോ മനസ്സിലാക്കേണ്ടത്. എന്നോടു ലജ്ജ എന്തിനാ? പത്മനാഭപുരത്തു വച്ചുതന്നെ സുന്ദരം പറഞ്ഞു സകലതും അറിഞ്ഞിരിക്കുന്നു. തമ്മിൽ കാണുകയുണ്ടായില്ലെന്നു മാത്രമേ ഉള്ളു. തിരുവനന്തപുരത്തെത്തി നാലഞ്ചു ദിവസമായി. അതും തങ്കം അറിഞ്ഞില്ലേ?

പാറുക്കുട്ടി കുറച്ചുനേരം മിണ്ടാതെനിന്ന് പിന്നെ "ഇല്ല" എന്നു പറഞ്ഞു:

തമ്പി: സുന്ദരം ഇവിടെ ദിവസവും വരാറുണ്ടല്ലോ. അയാൾ തങ്കത്തിനോട് പറഞ്ഞെന്നാണല്ലോ എന്നോടു പറഞ്ഞത്." ഇതിന് പാറുക്കുട്ടി ഉത്തരം ഒന്നും പറഞ്ഞില്ലെങ്കിലും തമ്പി സംഭാഷണം നീട്ടാൻ പിന്നെയും ആരംഭിച്ചു. "എന്നാൽ എനിക്ക് ഇതുവരെ വരാൻ തരമുണ്ടായില്ല. അതിന്റെ കാരണം ഞാൻ പ്രത്യേകം പറയണമെന്നില്ലല്ലോ? തങ്കത്തിന് അറിഞ്ഞുകൂടേ വർത്തമാനങ്ങളെല്ലാം?

പാറുക്കുട്ടി: അറിഞ്ഞുകൂട.

തമ്പി: അച്ഛന്റെ ആലസ്യത്തെക്കുറിച്ച് ഒന്നും അറിഞ്ഞില്ലേ?

പാറുക്കുട്ടി: അറിഞ്ഞു.

തമ്പി: അതാണ് ഞാൻ പത്മനാഭപുരത്തുനിന്ന് വന്നയുടനെ ഇവിടേക്കു പുറപ്പെടാഞ്ഞത്?

പാറുക്കുട്ടി: എന്നാൽ ഇപ്പോഴും ആലസ്യം കലശലാണല്ലോ?

തമ്പി: അങ്ങനെ പറയൂ; പരിഭവവാക്കുകളെക്കൊണ്ടല്ലേ പ്രേമം പ്രത്യക്ഷപ്പെടേണ്ടത്? കലശൽകൂട്ടേണ്ട. മുഷിച്ചിൽ തോന്നേണ്ട. ഉണ്ടോ മുഷിച്ചിൽ? പറയൂ.

ഈ വാക്കുകൾ കേട്ടിട്ടു വന്ന കോപത്തെ അടക്കി പാറുക്കുട്ടി മിണ്ടാതെനിന്നു. തമ്പി വീണ്ടും "പറയൂ" "പറയൂ" എന്നു പല പ്രാവശ്യം നിർബന്ധിച്ചപ്പോൾ പാറുക്കുട്ടി, "വരാത്തതുകൊണ്ട് എനിക്ക് അശേഷം മുഷിച്ചിൽ തോന്നാൻ ഇടയില്ല" എന്നു തന്റെ മനഃപൂർവ്വവിചാരത്തെ പറഞ്ഞു.

തമ്പി: (സ്വഗതം) ഹോ! സ്വരത്തിന്റെ മാധുര്യം! എന്തു ഭംഗി! പൂന്തേനല്ല. അമൃതമയം!" (പാറുക്കുട്ടിയോട്) "അങ്ങനെ വരാനേ വഴിയൊള്ളു. ഇഷ്ടമുള്ള ജനം എന്തു ചെയ്താലും കുറ്റമായി വരൂല്ല. സുന്ദരം പറഞ്ഞതൊക്കെ സത്യമാണെന്ന് ഇതിനാൽ നിശ്ചയംതന്നെ. എന്തേ ഓമനമുഖം വാടിക്കാണുന്നു? ഞാനുണ്ടല്ലോ സകല വ്യസനത്തേയും നീക്കാൻ.

പാറുക്കുട്ടി "എന്നാൽ-" എന്നു പറഞ്ഞ്, തമ്പിയുടെ സാന്നിദ്ധ്യം തനിക്കു വ്യസനഹേതുവാകയാൽ അതിനെ അവസാനിപ്പിക്കണമെ

ന്നാണ് തന്റെ ഒന്നാമത്തെ കാംക്ഷ എന്നു പറയുന്നതിനു ഭാവിച്ചതിനെ ഉച്ചരിക്കാതെ പിന്നെയും മിണ്ടാതെ നിലയായി.

തമ്പി: എന്നാൽ എന്താ? പറയൂ. പറയൂ. എന്തു പറഞ്ഞാലും എനിക്ക് കർണ്ണപീയൂഷമാണ്. തങ്കത്തിന്റെ ഹിതമെന്തോ അതു ചെയ്‌വാൻ ഞാൻ കാത്തിരിക്കുന്നു. ഇതെ, എന്റെ രാജ്യവും സകലതും പാറുക്കുട്ടിക്ക്, എന്റെ പൊന്നോമനക്കുട്ടിക്ക്.

ഓമനക്കുട്ടിയുടെ മുഖം കറുത്തു. തമ്പിയുടെ തലയ്ക്കു ലഹരി കൊണ്ടുപിടിച്ചിരിക്കുന്നതിനാൽ ചുറ്റുമുള്ള അവസ്ഥകളും അതുകളുടെ ഭേദങ്ങളും അറിയുന്നില്ല. സാവധാനത്തിൽ പാദങ്ങൾ നീക്കി തമ്പി പാറുക്കുട്ടിയോടു വളരെ അടുത്തു വല്ല ദുസ്സ്വപ്നവും കാണുക ആണോ എന്നുള്ള വിചാരത്തോടുകൂടി പാറുക്കുട്ടി മിണ്ടാതെയും താൻ നിന്നിരുന്ന സ്ഥലത്ത് തറഞ്ഞുപോയപോലെയും നിന്നു. ഇതിനെ അനുകൂലഭാവമായി വ്യാഖ്യാനിച്ച് തമ്പി പാറുക്കുട്ടിയുടെ ചില അംഗങ്ങളുടെ സൗന്ദര്യത്തേയും അതുകൾ അദ്ദേഹത്തെ വലപ്പിക്കുന്ന സ്ഥിതിയേയും, പാറുക്കുട്ടിതന്നെ അദ്ദേഹത്തെ രക്ഷിക്കേണ്ട ആവശ്യകതയേയും ബഹുരസമായുള്ള അലങ്കാരപ്രയോഗങ്ങളോടുകൂടി വിസ്തരിച്ചു പറഞ്ഞതു കൂടാതെ ഒന്നുരണ്ട് അസംബന്ധമായുള്ള ശ്ലോകകഷണങ്ങളെയും പുറത്തുചാടിച്ചു. അംഗവർണ്ണന തുടങ്ങിയപ്പോൾ പാറുക്കുട്ടി കർണ്ണങ്ങൾ പൊത്തി. തമ്പി അങ്ങുന്ന് പ്രസംഗം അവസാനിപ്പിച്ചില്ല. പറയാനുള്ളതെല്ലാം പറഞ്ഞുതീരാറായപ്പോഴേ പാറുക്കുട്ടി തന്റെ വാക്കുകൾ കേൾക്കുന്നില്ലെന്നു തമ്പിക്കു മനസ്സിലായുള്ളു. പാറുക്കുട്ടി തന്നോടു കാണിച്ച നിർദ്ദയത്വം തന്റെ ഭാര്യ ആകാൻ പോകുന്നവൾക്ക് ഒരു ഭൂഷണംതന്നെ എന്നു വിചാരിച്ചുകൊണ്ട് തമ്പി ഒന്നും മിണ്ടാതെ പാറുക്കുട്ടിയുടെ ശ്രവണനിരോധികളായിരിക്കുന്ന കരവല്ലികളെ അകലത്താക്കുന്നതിന് തന്റെ കരദണ്ഡങ്ങളെ നിയോഗിച്ചു. പാറുക്കുട്ടി സംഭ്രമം അധികം കാണിക്കാതെ, 'പൊന്നേ നില്ല്, തങ്കമേ നില്ല്' എന്നുള്ള തമ്പിയുടെ അപേക്ഷകളേയും ഗണ്യമാക്കാതെ, ആ സ്ഥലത്തുനിന്നു വടക്കേക്കെട്ടിലേക്കു യാത്രയായി. തമ്പി കുറച്ചുനേരം അറപ്പുരയിൽ നിന്നിട്ട് നാണംപൂണ്ടു പൂമുഖത്തേക്കു തിരിച്ചു. അവിടെ ചെന്നപ്പോൾ ചെമ്പകശ്ശേരി മൂത്തപിള്ളയും സുന്ദരയ്യനും അവിടെ നില്ക്കുന്നതു കണ്ട് തന്റെ ഉദ്ദേശ്യം സഫലമായതുപോലെ സന്തോഷം നടിച്ചുകൊണ്ട്, തമ്പി കട്ടിലിന്മേൽ ചെന്നിരുന്ന്, മൂത്തപിള്ളയോട് രാജ്യകാര്യങ്ങൾ പറഞ്ഞുതുടങ്ങി.

മഴ അതികഠിനമായി പിന്നെയും ആരംഭിച്ചു. ധാരമുറിയാതെ വർഷിച്ചു. മുറ്റങ്ങളിൽ മുട്ടോളം വെള്ളം പൊങ്ങി. തിരിച്ചു യാത്രയ്ക്ക് ഒട്ടും തന്നെ സുഖമില്ലെന്ന് തമ്പി നടിച്ചു. തമ്പിക്കു പാറുക്കുട്ടിയിൽ വാസ്തവമായ പ്രേമം ജനിച്ചിരിക്കുന്നു. 'തങ്കം' എന്നുള്ള നാമം ജപിക്കുന്നതുതന്നെ ഒരു സുഖമായിത്തീർന്നിരിക്കുന്നു. പാറുക്കുട്ടിയുടെ സഞ്ചാരസ്ഥലങ്ങളെ ചുംബനം ചെയ്‌വാനും തമ്പി സന്നദ്ധനായിരിക്കുന്നു. താൻ ഇരിക്കുന്ന കട്ടിലിന്മേൽ കിടക്കുന്ന ഉപധാനങ്ങളെ പ്രേമപൂർവ്വം തമ്പി

തലോടുന്നു. ചെമ്പകശ്ശേരിയിൽനിന്നു പോകുന്നതിനു മനസ്സില്ലാതെയും വന്നിരിക്കുന്നു. പാറുക്കുട്ടിയുമായി ഒരേ ഗൃഹത്തിൽത്തന്നെ താമസിക്കുന്ന സുഖമെങ്കിലും സിദ്ധിക്കുന്നതിന് ആശ മുഴുത്തിരിക്കുന്നു. ആ ആഗ്രഹസിദ്ധിക്കായി മാർഗ്ഗം ആലോചിച്ചു മഴയോടു കയർത്തു തുടങ്ങി. അതു കണ്ടിട്ട് 'ഇവിടെ കിടക്കാമല്ലോ' എന്ന് ലൗകികത്തിനായി മൂത്തപിള്ള പറഞ്ഞു. "അങ്ങനെതന്നെ" എന്നു സന്തോഷപൂർവ്വം തമ്പി സമ്മതിച്ചു. തമ്പി പൂമുഖത്തുതന്നെ കിടക്കുന്നു. മൂത്തപിള്ള ചാവടിയിലേക്കുപോയി. സുന്ദരയ്യൻ കട്ടിലിനു സമീപത്തു കിടന്നു കൂർക്കംവലിച്ചു തുടങ്ങി.

തമ്പിക്ക് മേല്പ്പറഞ്ഞ വിചാരങ്ങൾനിമിത്തം ഉറക്കമില്ലാതായിത്തീർന്നു. കാർത്ത്യായനിഅമ്മ അത്താഴംപോലും കഴിക്കാത്ത പാറുക്കുട്ടിയുടെ ശാഠ്യം കണ്ടു പതിവുപോലെ പുത്രിയുടെ സമീപത്തു ചെല്ലാതെ കോപത്തോടും വ്യസനത്തോടും വടക്കേത്തളത്തിൽ കിടന്ന് ഉറക്കമായി. തമ്പിയുടെ പരിവാരങ്ങളും ചെമ്പകശ്ശേരിയിലെ വാല്യക്കാരും ഓരോ മൂലകളിൽ ഒതുങ്ങി കുംഭകർണ്ണസേവ തുടങ്ങി.

പാറുക്കുട്ടിയുടെ കഥ എന്താണെന്ന് അന്വേഷിക്കതന്നെ: തമ്പി പൂമുഖത്തിലേക്കു പോയതിന്റെശേഷം പാറുക്കുട്ടി ഉള്ളിൽ തിങ്ങിനിന്നിരുന്ന വ്യസനം സഹിക്കാൻ വഹിയാഞ്ഞ് ശയ്യയിന്മേൽ ചെന്നു വീണു. തന്റെ പ്രിയതമന്റെ അകാലമൃതി സംശയസ്ഥാനത്തിലായിരുന്നപ്പോഴും തന്നെ ബാധിച്ചിരുന്ന വ്യസനത്തിന്, തിരുമുഖത്തുപിള്ളയുടെ എഴുത്തു നിമിത്തമായുണ്ടായ ആധിക്യം, വാത്സല്യസമേതം തന്റെ ഹിതങ്ങളെ അനുവർത്തിച്ചുവന്നിരുന്ന മാതുലൻപോലും തന്റെ ഇഷ്ടത്തിനു വിരുദ്ധമായി നിന്ന് ഒഴിയാൻ പാടില്ലാത്ത നിലയിൽ തന്നെക്കൊണ്ടു മുട്ടിച്ചിരിക്കുന്നതിനെക്കൊണ്ട് അതിരില്ലാതെ ആവുകയാൽ, പാറുക്കുട്ടിയുടെ മനോഗാംഭീര്യവും ധൈര്യവും പാടെ വിപാടനം ചെയ്യപ്പെട്ടു. ദിനംപ്രതി ക്ഷീണിച്ചുവന്നിരുന്ന പാറുക്കുട്ടിയുടെ ശരീരം, മനസ്സിന് ദുസ്സഹമായുള്ള വ്യസനാതിരേകം നേരിട്ടപ്പോൾ നിസ്സീമമായുള്ള പരവശതയ്ക്ക് അധീനമായി. ഇപ്രകാരം മനഃകായശക്തികൾ ക്ഷയിച്ചു തന്റെ ശയ്യയിന്മേൽ ഉറക്കം വരാതെ കിടന്ന് ഇടയ്ക്കിടെ ഉരുളുന്നതിനിടയിൽ തന്റെ മാതാമാതുലന്മാരാൽ തനിക്കു നിശ്ചയിക്കപ്പെട്ട വല്ലഭന്റെ ക്രൂരത, ഡംഭം, വിടത്വം ആദിയായുള്ള അനേകസ്വഭാവദോഷങ്ങൾക്കും സ്വാത്മനാ സ്വീകരിക്കപ്പെട്ട പ്രിയതമന്റെ സത്യം, സ്നേഹം, വിനയം, ശൗര്യം, വൈഭവം, മനോനൈർമ്മല്യം മുതലായ അനേകം ശ്രേഷ്ഠഗുണങ്ങൾക്കും തമ്മിലുള്ള വിപരീതാന്തങ്ങളുടെ അതിക്രമത്തെക്കുറിച്ചു പാറുക്കുട്ടി മനോവ്യാപാരം തുടങ്ങി. ഈ വ്യത്യാസം ഗ്രഹിക്കാതെതന്നെ വലപ്പിക്കുന്ന ദുർമ്മോഹികളോട് മനസാ കോപിച്ചും ആജീവനാന്തം ദുഃസ്ഥിതമാക്കാൻ പാടില്ലാത്തവിധത്തിൽ തന്റെ ഹൃദയത്തിൽ പ്രതിഷ്ഠിതമായിട്ടുള്ള പ്രാണപ്രിയതമന്റെ ദേഹവിയോഗത്തെ ഓർത്തു കരഞ്ഞും ആ തേജോരൂപത്തിന്റെ വിഗ്രഹത്തെ ധ്യാനിച്ചും വിഹ്വലചിത്തയായി പലതും പ്രേമപൂർവ്വം പറ

ഞ്ഞും തന്നെ ആ യുവാവിൽനിന്ന് വേർപെടുത്തിയ കർമ്മദോഷങ്ങളെക്കുറിച്ച് അപാരമായി ഖേദിച്ചു പുലമ്പിയും, നിരപരാധിയായ തന്നെ ആധിസമുദ്രത്തിൽനിന്നും ആയുരന്തം വരുത്തിയെങ്കിലും കരകേറ്റുന്നതിന് വിശ്വനാഥയെ പ്രാർത്ഥിച്ചും ഈ വിധമുള്ള മനഃക്ലേശങ്ങൾ കൊണ്ടു പാറുക്കുട്ടിയുടെ ബുദ്ധി ക്ഷോഭിച്ചപ്പോൾ, ഹൃദയത്തിൽ അഗ്നിസ്പർശനം ഉണ്ടായതുപോലെ ഒരു ചൂട് ഉത്ഭവിച്ചു. കൈകാൽ തളരുകയും മനസ്സ് വ്യസനവിചാരങ്ങളുടെ കുഴപ്പങ്ങൾക്ക് ഒരു കളിപ്പാത്രമായിത്തീരുകയും ചെയ്തു. ഒന്നിലും ഓർമ്മയില്ലാതെ ആകുന്നു എന്നു തോന്നി. ഇങ്ങനെ കുറച്ചുനേരം കഴിഞ്ഞപ്പോൾ ഒരു വലിയ സാഹസത്താൽ താൻ കട്ടിലിന്മേലാണ് കിടക്കുന്നതെന്ന് ഓർമ്മയുണ്ടായി. ആ കട്ടിലിന്മേൽത്തന്നെ നേരത്തെ തമ്പി ഇരുന്നിരുന്നു എന്നുള്ള വിചാരവും ക്രമേണ ഓർമ്മയിൽ തെളിഞ്ഞു. ഈ വിചാരം തന്റെ നിരന്തരമായുള്ള മനഃക്ലേശവിഷയത്തെ വീണ്ടും പ്രകാശിപ്പിച്ചു. ശൈശവംമുതൽ താരുണ്യാരംഭംവരെ തന്റെ പ്രിയ സഖാവായിരിക്കുന്ന ആളുടെ പ്രതിരൂപത്തിൽ മനസ്സ് വീണ്ടും ഉറച്ചു. അതു പഞ്ചവങ്കാട്ടിലെ കഥയെ ഓർമ്മപ്പെടുത്തി. മഴ ഘോരമായി ചൊരിയുന്നു. വിളക്കിന്റെ പ്രഭ മങ്ങിത്തുടങ്ങി. പാറുക്കുട്ടി ഭയംകൊണ്ട് ഏറ്റവും വിവശയായി. മഴ ചൊരിയുന്ന ആരവമല്ലാതെ വേറെ ഒരു ശബ്ദവും കേൾപ്പാനില്ല. തന്റെ ദാസികൂടിതന്നെ അന്നുപേക്ഷിച്ചതിനെക്കുറിച്ചു മനസ്താപത്തോടുകൂടി എഴുന്നേല്ക്കാൻശ്രമിച്ചു. പാദങ്ങൾ ഇളകുന്നില്ല. അർദ്ധനിദ്രാവസ്ഥപോലെ ഒരു ബോധക്ഷയം പാറുക്കുട്ടിയെ ബാധിച്ചു. അന്ധകാരത്താൽ മൂടപ്പെട്ട അതിഭയങ്കരമായ ഒരു വനപ്രദേശത്ത് അസാധാരണമായും അമാനുഷമായുമുള്ള ചില രൂപങ്ങളുടെ സമ്മിശ്രമായ ഭ്രമണം എന്നപോലെ, അവ്യക്തമായും ഭയജനകമായും ചില വിചാരങ്ങൾ പാറുക്കുട്ടിയുടെ മനസ്സിൽ സഞ്ചരിച്ചുതുടങ്ങി. കർണ്ണങ്ങളിൽ ഘണ്ടാനാദത്തിന്റെ അവസാനധ്വനിപോലെ ഒരു മുഴക്കം ആരംഭിച്ചു. നേത്രങ്ങൾ അടഞ്ഞിട്ടില്ല. വല്ലതും വിളിച്ചുപറയുന്നതിനു നാവും വശമില്ലാതായി. കൈകൊണ്ടു മഞ്ചത്തിൽ അടിച്ച് അങ്ങനെ എങ്കിലും ഒരു ശബ്ദം പുറപ്പെടുവിച്ചു വല്ലോരേയും ഉണർത്താമെന്നു വിചാരിച്ചു കരങ്ങൾ പൊക്കാൻ ശ്രമിച്ചതിൽ അതും സാധിച്ചില്ല. ഹൃദയത്തിൽ ഉദ്ഭവിച്ച ചൂട് ക്ഷണനേരംകൊണ്ട് വർദ്ധിച്ചു ദേഹത്തെങ്ങും വ്യാപിച്ചു. അറപ്പുര മുഴുവൻ അഗ്നിജ്വാല നിറഞ്ഞിരിക്കുന്നതുപോലെ പാറുക്കുട്ടിക്കു തോന്നി. സൂചികൾ കൊണ്ടു രോമകൂപങ്ങൾതോറും കുത്തിയാലുണ്ടാകുന്നതുപോലുള്ള വേദനയും ദേഹം ആസകലം ഉണ്ടായി. ഈ സ്ഥിതിയിൽ കുറച്ചുനേരം കഴിഞ്ഞപ്പോൾ ഉന്നതമായുള്ള ഒരു പുരുഷരൂപം തന്റെ സമീപത്തോട് അണയുന്നതായി പാറുക്കുട്ടിക്കു തോന്നി. ആ സ്വരൂപം മഞ്ചലിനടുത്ത് തന്റെ മുമ്പിലായി നില്ക്കുന്നതു കണ്ടിട്ട് താൻ ഉറക്കെ വാവിട്ടലറിവിളിച്ചുവെന്നു പാറുക്കുട്ടിക്കുതന്നെ തോന്നി. വാസ്തവത്തിൽ പാറുക്കുട്ടി അപ്പോൾ ഒരു ശബ്ദവും പുറപ്പെടുവിച്ചില്ല. തന്റെ മാറു പിളർക്കാനെന്നപോലെ ആ സ്വരൂപം കൈനീട്ടി എന്ന് അവൾക്കു തോന്നു

കയും ഉടനെതന്നെ ഞെട്ടി അല്പം ഉയർന്ന് മെത്തയിന്മേൽ വീഴുകയും ചെയ്തു. അപ്പോൾ വേറൊരു സ്വരൂപംകൂടി അറപ്പുരയിൽ നില്ക്കുന്നതായി തോന്നി. ഈ സ്വരൂപത്തിൽ തന്റെ ദൃഷ്ടികളെ വിശേഷമായി ആകർഷിക്കുന്നതിനു ശക്തിയുള്ളതായ ഒരു ഛായ കാണപ്പെട്ടതുപോലെയും തോന്നി. രണ്ടാമത്തെ സ്വരൂപം ആദ്യത്തെ സ്വരൂപത്തെ ബലേന വലിച്ചിഴച്ച് വടക്കോട്ടു കൊണ്ടുപോയി. രണ്ടു സ്വരൂപങ്ങളും മുമ്പിൽനിന്നു മറഞ്ഞതായി തോന്നി. അല്പം കഴിഞ്ഞപ്പോൾ രണ്ടാമത്തെ സ്വരൂപം പിന്നെയും പ്രത്യക്ഷമായി തന്റെ ശിരസ്സിൽ ഒന്നുചുംബിക്കയും ശിരസ്സു മുതൽ പാദത്തോളം അൻപു കലർന്ന് പലവുരു തലോടുകയും തന്റെ മേൽ ബാഷ്പധാരചൊരിയുകയും ചെയ്തിട്ട് മറഞ്ഞു എന്നു പാറുക്കുട്ടിക്കു തോന്നി. സാധുശീലയായ പാറുക്കുട്ടിയുടെ നേത്രങ്ങൾ അടഞ്ഞു. കൈകൾ കുഴഞ്ഞ് ഇരുഭാഗത്തും വീണു.

സൂര്യോദയത്തിനു മുമ്പിൽ തമ്പിയും പരിവാരങ്ങളും യാത്രയായി. സൂര്യരശ്മികൾ അറപ്പുരയിൽ പ്രവേശിച്ചുതുടങ്ങിയിട്ടും അതിനകത്ത് യാതൊരു സഞ്ചാരശബ്ദവും കേൾക്കുന്നില്ല. കാർത്ത്യായനിഅമ്മ പാറുക്കുട്ടിയെ കഠിനമായി ശാസിക്കുന്നതിനു തക്കതായ അവസരം ഉണ്ടാവട്ടെ എന്നുറച്ചു കാത്തിരിക്കയായിരുന്നു. ഉണരാൻ താമസിക്കുന്നതിനെക്കുറിച്ച് ശണ്ഠകൂട്ടുകതന്നെയെന്നു നിശ്ചയിച്ചുകൊണ്ട് കാർത്ത്യായനി അമ്മ വട്ടം ചവുട്ടി, കലാശം മുറുക്കി, അറപ്പുരയിലേക്കു പുറപ്പാടായി. അറപ്പുരയിൽ പ്രവേശിച്ചു കുറച്ചു കഴിഞ്ഞപ്പോൾ “എന്റെ പൊന്നു മകളേ-എന്നെ ഇട്ടേച്ചു പോയോ തങ്കം-എന്റെ തലയിൽ തീ കോരിഇട്ടേ-അയ്യോ ഞാൻ ചെയ്ത ദുരിതമേ!” എന്നുംമറ്റും അതിദയനീയമായുള്ള മുറവിളികൾ ആ സ്ഥലത്തുനിന്നു പുറപ്പെടുന്നതു കേൾക്കാറായി.

# പതിനൊന്നാം അദ്ധ്യായം

*"മാർത്താണ്ഡാലയ രാമനാമഠ കളത്തൂരും കഴക്കൂട്ടവും*
*വെങ്ങാനൂരഥ ചെമ്പഴന്തി കുടമൺ പള്ളിച്ചലെന്നിങ്ങനെ*
*ചൊല്പൊങ്ങീടിന ദിക്കിലെട്ടു ഭവനം തത്രത്യരാം പിള്ളമാ-*
*രൊപ്പം വിക്രമവാരിരാശികളഹോ! ചെമ്മേ വളർന്നീടിനാർ"*

**തി**രുവനന്തപുരത്തു പത്മനാഭസ്വാമിക്ഷേത്രത്തിൽനിന്ന് ഒരു നാഴിക കിഴക്ക് ആണ്ടിയിറക്കം എന്നു പേരുപറയപ്പെടുന്ന സ്ഥലത്ത്, രാജപാതയ്ക്ക് കുറച്ചു വടക്കുമാറി, കുടമൺപിള്ള എന്നു പ്രസിദ്ധനായിരുന്ന എട്ടുവീട്ടിൽപിള്ളമാരിൽ പ്രമാണിക്ക് ഒരു ഗൃഹം ഉണ്ടായിരുന്നു. ഈ പിള്ള തിരുവനന്തപുരത്തു താമസിക്കുന്ന കാലങ്ങളിൽ പാർപ്പും ഈ ഗൃഹത്തിൽത്തന്നെ ആയിരുന്നു. പതിവായിട്ട് അവിടെ പാർത്തുവന്നിരുന്നത് അദ്ദേഹത്തിന്റെ ശേഷക്കാരി ഒരു സ്ത്രീയായിരുന്നു. പത്താമദ്ധ്യായത്തിന്റെ അവസാനത്തിൽ വിവരിച്ച സംഗതികൾ നടന്ന ദിവസം രാത്രി, മേല്പറഞ്ഞ ഭവനത്തിന്റെ അറപ്പുരയിൽ വടക്കേ നിരയിൽ ചേർത്തിരിക്കുന്ന ഒരു ദണ്ഡുചാവട്ട ചാരി ഗംഭീരനായ ഒരു വൃദ്ധൻ ആരുടെയോ വരവു കാത്തിരിക്കുന്നതുപോലെ ഇരിക്കുന്നു. അറപ്പുര മുഴുവൻ പാകൾ വിരിച്ചിട്ടുള്ളതുകൂടാതെ പടിഞ്ഞാറും തെക്കുമുള്ള നിരകളിൽ ചേർത്തു കല്യാണപ്പന്തൽ തലയണകളും മൂന്നുനാലു താമ്പാളത്തിൽ മുറുക്കാനും വരാന്തകളിൽ കോളാമ്പികളും പതിനൊന്നു തിരിയിട്ടു കത്തിച്ചിട്ടുള്ള രണ്ടു നിലവിളക്കുകളും അവിടെ കാണ്മാനുണ്ട്. അവിടെ ഇരിക്കുന്ന വയോധികന് വയസ്സ് എഴുപതിൽ കുറവല്ലെങ്കിലും ശരീരദാർഢ്യത്തിനു ലേശവും ക്ഷയം സംഭവിച്ചിട്ടില്ല. പൊക്കം ആറടിയിൽ കുറവല്ല. സ്കന്ധത്തോടു സ്കന്ധമുള്ള വിസ്താരം കോൽ ഒന്നേകാലെന്നു സംശയംകൂടാതെ കണക്കുകൂട്ടാം. എന്നാൽ ശ്മശ്രുശൂന്യമാ

യുള്ള മുഖവും, കരിന്താളിപ്പലക ചിന്തേരിട്ടു മിനുക്കിയതുപോലെ തെളിയുന്ന ശരീരവും, മേല്പോട്ടു ചാടിക്കഴിഞ്ഞ സ്ഥിതിയിലുള്ളവയ്ക്കു തുല്യമായ വക്ഷോജകുംഭങ്ങളും കണ്ടാൽ ഇദ്ദേഹത്തെ അബലാവർഗ്ഗത്തിലേക്ക് ഉദ്ദേശിച്ചു സൃഷ്ടിച്ചതിന്റെശേഷം വിധി തന്റെ ചാപല്യത്താൽ പുരുഷാകൃതികൂടി കുറച്ചൊക്കെ സംഘടിപ്പിച്ച്, ഭൂമിയിലേക്കു യാത്രയാക്കിയതാണോ എന്നു കാണികൾ സംശയിച്ചുപോകും. മരിച്ചുപോയ കഴക്കൂട്ടത്തുപിള്ളയുടെ കാലത്ത് കുടമൺപിള്ള ആയ ഇദ്ദേഹത്തിന്റെ പ്രാധാന്യം ഒന്നു മങ്ങിക്കിടന്നിരുന്നു. എട്ടുവീട്ടിൽപിള്ളമാരുടെ ആലോചനകളെ അദ്ദേഹം ശരിയാക്കിക്കൊണ്ടുപോയിരുന്നു. അക്കാലങ്ങളിലും അദ്ദേഹത്തിന്റെ ആജ്ഞകളെ ലംഘിച്ചു കുടമൺപിള്ള ചില അക്രമങ്ങൾ പ്രവർത്തിച്ചും പ്രവർത്തിപ്പിച്ചും വന്നിരുന്നു. അദ്ദേഹത്തിന്റെ മരണാനന്തരം കുടമൺപിള്ള സ്വാതന്ത്ര്യാധികാരത്തോടുകൂടി എട്ടുവീടന്മാരെ വട്ടംതിരിച്ചുവരുന്നു. തമ്പിയുമായി ഗൂഢമായിട്ടു സഖ്യംചെയ്ത്, രാജവംശത്തെ നിഗ്രഹിച്ച് തമ്പിയെ രാജാവായി അഭിഷേകം കഴിക്കുന്നതിനു വേണ്ട ആലോചനകൾ നടത്തിവരുന്നു. ഇദ്ദേഹത്തിന്റെ വാർദ്ധക്യത്തെ ആദരിച്ച്, തങ്ങളുടെ അഭിപ്രായങ്ങൾ എട്ടുവീടന്മാർ വൃദ്ധഹിതത്തിന് അടിമപ്പെടുത്തിവന്നിരുന്നതിനാൽ, കുടമൺപിള്ള എന്ന നാമത്തിൽ എട്ടുവീടന്മാർ സകലരും അന്തർഭൂതമായെന്നപോലെ ആയിച്ചമഞ്ഞിരിക്കുന്നു. കുടമൺപിള്ളയുടെ നിശ്ചയങ്ങൾ അബദ്ധമാകട്ടെ, സുബദ്ധമാകട്ടെ, ഊർജ്ജിതമായി നടക്കുന്നു. സ്തോത്രപ്രിയന്മാരിൽ അഗ്രനില ഇദ്ദേഹത്തിനായിരുന്നുവെങ്കിലും ദുർവ്വിധങ്ങൾ പ്രവർത്തിക്കുന്നതിനു മനോധൈര്യമുള്ളവർ തത്തുല്യന്മാരായി ആരുമില്ലാതിരുന്നതിനാൽ എട്ടുവീടരിൽ ശേഷമുള്ളവരും ഇദ്ദേഹത്തെ ശങ്കിച്ചുവന്നിരുന്നു. "കുടമൺപിള്ളെ-ത്വാരകയിൽ-കുടിയാണ്ട ശാമിയാൻപോൽ-കൂറാണ്ടാൻ മങ്കയാർ -പതിനായിരത്തി എട്ടൈ" എന്നിങ്ങനെ ഇദ്ദേഹത്തിന്റെ സഹജീവിയായ ഒരു കവി രചിച്ചിട്ടുള്ളതോർക്കുമ്പോൾ ഇദ്ദേഹം പ്രേമവിഹീനനായിരുന്നുവെന്നു പറഞ്ഞുകൂടുന്നതല്ല. എന്നാൽ പുരുഷജാതിയിൽ കുടമൺപിള്ളയുടെ സ്നേഹത്തിനു പാത്രവാനായി ഒരാൾ മാത്രമേ ഉണ്ടായിരുന്നുള്ളു. കുടമൺപിള്ളയും രാമനാമഠത്തിൽപിള്ളയും രണ്ടു ദേഹമായിരുന്നെങ്കിലും അവരുടെ സ്നേഹബന്ധത്തിന്റെ വിശേഷസ്ഥിതിക്ക് ആത്മാവ് ഒന്നുതന്നെ ആയിരുന്നു എന്നല്ലാതെ പറഞ്ഞുകൂടുന്നതല്ല. തിരുവിതാംകൂർ ചരിത്രവായനക്കാർക്ക് ഈ രാമനാമഠത്തിൽപിള്ളയെ പരിചയമുണ്ടായിരിക്കും. പത്തിരുപതു കൊല്ലത്തോളം യശ്ശസ്സോടുകൂടി തിരുവിതാംകൂർ സംസ്ഥാനത്തിൽ ഒരംശത്തെ ദിവാൻപേഷ്കാർസ്ഥാനം വഹിച്ചു ഭരിച്ചിരുന്ന ശങ്കുണ്ണിമേനോൻ അവർകളാൽ ഉണ്ടാക്കപ്പെട്ടിട്ടുള്ള ഇംഗ്ലീഷ് തിരുവിതാംകൂർ ചരിത്രത്തിൽ ഈ രാമനാമഠത്തിൽപിള്ള പ്രവർത്തിച്ച ഒരു നിഷ്ഠൂരകൃത്യത്തെപ്പറ്റി പ്രസ്താവിച്ചിരിക്കുന്നത് ഈ കഥയിൽ ചില സംഭാഷണങ്ങളിലുള്ള അന്തരാർത്ഥങ്ങളെ വ്യക്തമായി അറിയുന്നതിനും ഈയാളുടെ യോഗ്യതാഗ്രഹണത്തിനും സഹായിക്കു

ന്നതാകകൊണ്ട് അതു ഭാഷാന്തരപ്പെടുത്തി ഇവിടെ ചേർക്കുന്നു: "കൊല്ലം 903-ന് ക്രി. 1728-ൽ ഈ രാജകുമാരനെ (മാർത്താണ്ഡവർമ്മ യുവരാജാവിന്റെ ഭാഗിനേയനും 933 മുതൽ 973 വരെ തിരുവിതാംകൂർ രാജ്യഭരണം തനിക്കും പ്രജകൾക്കും യശ്ശസ്കരമാംവണ്ണം നടത്തിയിരുന്ന നൃപനും ആയ രാമവർമ്മമഹാരാജാവ്. 'കൊച്ചുതമ്പുരാൻ' എന്നു തമ്പി പറഞ്ഞതു സംബന്ധമായി എട്ടാമദ്ധ്യായത്തിൽ സുന്ദരയ്യൻ ചില അബദ്ധങ്ങൾ പറഞ്ഞിട്ടുള്ളത് ഈ രാജകുമാരനെ ഉദ്ദേശിച്ചായിരുന്നു.) ആറ്റിങ്ങൽനിന്നു തിരുവനന്തപുരത്തേക്ക് എഴുന്നള്ളിക്കുമ്പോൾ രാമനാമഠത്തിൽപിള്ള മുമ്പായ എട്ടുവീട്ടിൽപിള്ളമാർ ആൾശേഖരത്തോടുകൂടി അമ്മതമ്പുരാട്ടിയേയും രാജകുമാരനേയും കൊലചെയ്യുന്നതിന് ഒരുമ്പെട്ടു. ദൈവഗത്യാ വിക്രമനായ കിളിമാനൂർ കോയിത്തമ്പുരാൻ അവർകൾ എഴുന്നള്ളത്തോടുകൂടി ഉണ്ടായിരുന്നതിനാൽ അദ്ദേഹം ചില കൗശലങ്ങൾ പ്രയോഗിച്ച് രാജ്ഞിയേയും പുത്രനേയും രക്ഷപ്പെടുത്തി. സമീപത്തുള്ള ഒരു ഗ്രാമത്തിലേക്കു രാജ്ഞിയെ പുത്രസമേതം വേഷച്ഛന്നരാക്കി അയച്ചിട്ട് താൻതന്നെ പള്ളിമേനാവിൽ കയറി രാജപരിവാരങ്ങളോടുകൂടി പുറപ്പെട്ട് വൈരിസംഘത്തിന്റെ നടുവിൽ എത്തി. തന്നെ വട്ടമിട്ട വൈരികളോടു കൈയിൽ വാളുമായി മേനാവിൽ നിന്നും പുറത്തുചാടി അതിസാമർത്ഥ്യത്തോടുകൂടി പൊരുതു. അടുത്തവരിൽ അസംഖ്യംപേരെ ഒടുക്കി. കാലദോഷത്താൽ താനും മൃതനായി."

നാലാമദ്ധ്യായത്തിൽ "കോടയിക്കുളിക്കണ രാവണമ്മടത്തിപ്പിള്ള" എന്നുംമറ്റും ശങ്കു ആശാൻ പറഞ്ഞിട്ടുള്ളതും കുടമൺപിള്ളയുടെ പ്രാണസഖനായ ഇദ്ദേഹത്തെ സംബന്ധിച്ചാണ്. ഇദ്ദേഹത്തിന്റെ ജീവനും ആത്മാവും കുടുംബവും രാജ്യവും ഈശ്വരനും കുടമൺപിള്ള ഒരാളായിരുന്നു. കുടമൺപിള്ളയെ കാണാത്ത ദിവസങ്ങളിൽ രാമനാമഠത്തിൽപിള്ളയ്ക്ക് നിദ്രയില്ലതന്നെ. തന്റെ ഭാര്യാപുത്രാദികളെ ചിങ്ങമാസത്തിൽ തിരുവോണംതോറും പകൽ ഒരിക്കൽ കണ്ടാൽ മതിയാകുന്നതാണ്. കുടമൺപിള്ളയെ ദിവസേനതന്നെ കാണേണ്ടത് അത്യാവശ്യമാണ്. എന്നാൽ "ദർഭേ കുശേ ഞങ്ങണേ വയ്ക്കോലേ" എന്നിങ്ങനെ ഈ ദിക്കുകളിൽ നടപ്പുള്ള പ്രമാണം അനുസരിച്ച് കുടമൺപിള്ളയെ കാണ്മാൻ കഴിഞ്ഞില്ലെങ്കിൽ അദ്ദേഹത്തിന്റെ ശേഷക്കാരിൽ വല്ലവരേയും കണ്ടാലും നിഷ്ഠ സാധിച്ചുകൂടുന്നതാണ്. ഇതിലേക്കായി ആദിത്യൻ അസ്തമിച്ചുകൂടുമ്പോഴേക്ക് രാമനാമഠം കുടുമൺപിള്ളയുടെ അനന്തരവൾ താമസിക്കുന്ന മേൽപറയപ്പെട്ട ഗൃഹത്തിൽ കണിശമായി ഹാജർ കൊടുക്കും. നിദ്രയും അവിടെത്തന്നെ ആകും. പരാശ്രയംകൂടാതെ ഏകാകിനിയായി താമസിക്കുന്ന തന്റെ ഇഷ്ടന്റെ അനന്തരവളുടെ ക്ഷേമത്തെ അന്വേഷിക്കേണ്ടത് രാമനാമഠം അല്ലാതെ ആരാണ്? കുടമൺപിള്ളയിലും വിശേഷിച്ച് അദ്ദേഹത്തിന്റെ ശേഷക്കാരിയിലും രാമനാമഠത്തിൽപിള്ള കാണിച്ചുവന്നിരുന്ന പ്രതിപത്തിയെക്കുറിച്ചു ലോകരും ഒരുവിധം കൊണ്ടാടുക പതിവായിരുന്നു. രാമനാമഠത്തിൽപിള്ളയ്ക്ക് അക്കാലങ്ങ

ളിൽ അധികം പ്രചാരമില്ലാതിരുന്ന ഒരു ഭക്തിമാർഗ്ഗാനുഷ്ഠാനം പതിവുണ്ടായിരുന്നു. അതിനാൽ മേൽപ്പറഞ്ഞ വീട്ടിലേക്ക് സന്ധ്യാസമയങ്ങളിൽ യാത്രയാകുന്നതിനിടയ്ക്ക് രാമനാമഠവും വഴിക്കിരുഭാഗങ്ങളിലും ചില സ്ഥലങ്ങളിലുള്ള ചുവരുകളും ആയി ചില കൂടിക്കാഴ്ചകൾ കഴിക പതിവായിരുന്നു. ആകപ്പാടെ രാമനാമഠം നിസ്സാരനല്ലായിരുന്നു എന്നുമേൽ പ്രസ്താവിച്ചിട്ടുള്ള ഭാഗങ്ങൾകൊണ്ടു തെളിയുമല്ലോ.

ഈ കഥാസംബന്ധമായുള്ള രാത്രിയിൽ മേൽപ്പറഞ്ഞ ഗൃഹത്തിൽ എട്ടുവീടന്മാരുടെ സംഘയോഗം തമ്പിയുടെ അപേക്ഷപ്രകാരം നിശ്ചയിച്ചിട്ടുണ്ടായിരുന്നതിനാൽ കുടമൺപിള്ള അവിടെ ഹാജരായി മറ്റുള്ളവരുടെ വരവു കാത്തിരിക്കയായിരുന്നു. മൂന്നു നാഴിക ഇരുട്ടിയപ്പോഴേക്ക് എട്ടുവീടർ ഓരോരുത്തരായി ഖഡ്ഗാദി ആയുധങ്ങളും ധരിച്ചു വന്നുതുടങ്ങി. ചെമ്പഴന്തിപ്പിള്ള, പള്ളിച്ചൽപിള്ള, മാർത്താണ്ഡൻ തിരുമഠത്തിൽപിള്ള, വെങ്ങാനൂർപിള്ള, കുളത്തൂർപിള്ള, കഴക്കൂട്ടത്തുപിള്ള-ഇത്രപേരും വന്നുചേർന്നതിന്റെശേഷം അടുത്തുണ്ടായ ആഗമനം സുന്ദരയ്യന്റേതായിരുന്നു. അന്നത്തെ യോഗത്തിൽ തമ്പിതന്നെ ഹാജരാകുന്നതിനു നിശ്ചയിച്ചിരുന്നു. എങ്കിലും അതികഠിനമായുള്ള വ്യസനം അദ്ദേഹത്തെ ബാധിച്ച് ഉത്സാഹശൂന്യനാക്കിത്തീർത്തിരിക്കുന്നതിനാൽ അദ്ദേഹത്തിന്റെ പ്രതിനിധിയായി തന്നെ അയച്ചിരിക്കുന്നതാണെന്നു സുന്ദരയ്യൻ താഴ്മയോടകൂടി പറഞ്ഞ് ഹാജരുള്ളവരെ ധരിപ്പിച്ചു. അച്ഛന്റെ രോഗാതിക്രമത്തെപ്പറ്റി വിചാരിച്ചുള്ള വ്യസനത്താൽ വരാതിരിക്കയാണെന്നു വ്യാഖ്യാനിച്ചിട്ട് ചിലർ തമ്പിയുടെ പിതൃ ഭക്തിയെ സ്തുതിച്ചു. കുടമൺപിള്ളയ്ക്ക് ഈ വർത്തമാനം അത്ര സന്തോഷപ്രദമായിരുന്നില്ല. തമ്പിതന്നെ ഹാജരായെങ്കിൽ അന്നത്തെ നിശ്ചയങ്ങൾക്കു കുറച്ചുകൂടി ഊർജ്ജിതമായിരിക്കുമെന്നും മറ്റും വിചാരിച്ചിരുന്നതിനാൽ സുന്ദരയ്യന്റെ കഥ കേട്ടപ്പോൾ കുടമൺപിള്ളയുടെ ഉത്സാഹം ഒന്നു മന്ദിച്ചു. തമ്പിയുടെ മനോവ്യാധിയുടെ സൂക്ഷ്മഹേതു അറിഞ്ഞിരുന്ന കഴക്കൂട്ടത്തുപിള്ളയുടെ മുഖം സുന്ദരയ്യന്റെ വാക്കുകൾ കേട്ടു ചുവന്നു. എന്നാൽ തന്റെ അന്തർഗ്ഗതങ്ങൾ മറ്റുള്ളവർ ഗ്രഹിക്കാതിരിക്കുന്നതിനുവേണ്ടി അന്യവിഷയാകർഷിതമനസ്കനെന്ന നാട്യത്തിൽ "രാമനാമഠത്തിനെ കാണുന്നില്ല" എന്നു പറഞ്ഞു. "ഇവിടെങ്ങാനുംതന്നെ കാണും ആ അസത്ത് ഇതിനകത്ത് കടന്നാൽ അടുക്കളമൂലയിലേ ഇരിക്കൂ" എന്നു കുടമൺപിള്ള വാത്സല്യപൂർവ്വം പറയുന്നതിനിടയ്ക്ക് "ഴാമനാമഴം എന്തഴ് വേണം? ഇതാ, ഏലാങ്കേഴിയത് ഴാമനാമഴമാണ്. ക്ങ്ങു!" എന്നിങ്ങനെ പറഞ്ഞുകൊണ്ട് രാമനാമഠത്തിൽപിള്ള നിരയെ ആധാരമാക്കിപ്പിടിച്ചും തപ്പിത്തടഞ്ഞും ഒരുവിധത്തിൽ കുടമൺപിള്ളയുടെ മുമ്പിൽ ചെന്നിരുന്നു. ചുറ്റിനോക്കീട്ട് ഇങ്ങനെ പറഞ്ഞു: "അടിസുന്തഴസ്സാമികഴും വന്നോ? തല എവിഴേഴാ? വാലു തനിയേ വന്നൂട്ടതെന്തങ്കിഴേൻ? കിഴേൻ? കഴക്കൂട്ടത്തപ്പി. നീയും വന്നോഴാ? കാമാനുമില്ല കേപ്പാനുമില്ല, ചെമ്പഴന്തിപ്പിള്ള തേവൻനന്തി അണ്ണനും-ഹ-ഹ-ചിഴിക്കിൻ-ചിഴിക്കിൻ!"

കുടമൺപിള്ള: "അബദ്ധം ഒന്നും എഴുന്നള്ളിക്കാതിരിക്കൂ. അങ്ങത്തേക്ക് സുഖക്കേടാണുപോലും."

രാമനാമഠത്തിൽപിള്ള സുന്ദരയ്യനെ നോക്കി ഒന്നു പുഞ്ചിരിയിട്ടു. ചെമ്പഴന്തിപ്പിള്ള-തേവൻ നന്തിയെന്നു സ്ഥാനപ്പേരുള്ള മഹാൻ ഇങ്ങനെ പറഞ്ഞു: "നേരം പോണു. നമ്മുടെ കാര്യം നോക്കാം. എന്തിനായിട്ടാണ് ഇപ്പോൾ അവിടന്നു (കുടമൺപിള്ള) കുറി അയച്ചു ഞങ്ങളെ വരുത്തിയത്?"

രാമനാമഠം: ശഴി ശഴി, ജോലി നഴക്കട്ട്. പഴവാനുള്ളതിനെ ഒക്കെ പഴഞ്ഞുതീഴ്പ്പിൻ. കഴക്കൂട്ടത്തപ്പി പഴയെഴാ. നീ എന്തഴോക്കെ പിഴുപിഴുത്തോണ്ടു നഴക്കണെന്നും മറ്റും കേട്ടേ. പഴ. അ! നില്ല്! സത്യം-സത്യം ചെയ്താഴെ-ക്ഹു.

കുടമൺപിള്ള: എത്രയായാലും പഴകിയ പുള്ളി പഴകിയ പുള്ളി തന്നെ; ആരെടാ അവിടെ?

ഈ വിളി കേട്ടു കുടമൺപിള്ളയുടെ പരിചാരകന്മാരിൽ ഒരുവൻ അറപ്പുരയ്ക്കകത്തു ചെന്നു. "സത്യത്തിനൊരുക്കെടാ" എന്നു കുടമൺപിള്ള ആജ്ഞാപിച്ചതനുസരിച്ചു പരിചാരകൻ ഒരു വാഴയില കൊണ്ടുവന്ന് അറപ്പുരത്തളത്തിന്റെ മദ്ധ്യത്തിൽ ഇട്ടു. അതിന്മേൽ ചുവന്ന പുഷ്പങ്ങൾകൊണ്ട് അലങ്കരിക്കപ്പെട്ടതും കത്തുന്ന ദീപത്തോടുകൂടിയതുമായ ഒരു വിളക്കും അതിന്റെ മുമ്പിൽ ഒരു സ്വർണ്ണമോതിരവും കൊണ്ടുവച്ചതിന്റേശേഷം കുടമൺപിള്ളയുടെ മുഖത്തു നോക്കി, അദ്ദേഹത്തിന്റെ ഭാവത്താൽ എല്ലാം ശരിയാണെന്നറിഞ്ഞ് പുറത്തേക്കു പോകയും ചെയ്തു. ഉടനെ കുടമൺപിള്ള എഴുന്നേറ്റ് പടിഞ്ഞാറു മുഖവുമായി നിന്ന് ദീപത്തിന്റേമേൽ വലതുകൈ നീട്ടിപ്പിടിച്ചിട്ട് ഇങ്ങനെ സത്യം ചെയ്തു: "തിരു അനന്തശയനത്തിൽ പള്ളികൊണ്ടരുളും ശ്രീപത്മനാഭപ്പെരുമാളാണെ, പൊന്നാണെ, വിളക്കാണെ, ഇക്കുലമാളും കരുംകാളിയാണെ, നാമിപ്പരിഷകൾ തവയോഹ*മാകെക്കൂടി ഒരുയിരായിക്കൂറും ചൊല്ലുയാവൊന്നും ഇക്കരളറ്റു പിണമാകിലും, കുലം പോകിലും, എപ്പോർപ്പെട്ടവിനയിടരടൽ യാവൊന്നിലും, കനകക്കൊതിയിലും, മങ്കമടിയിലും, മനം മയങ്കിയും മറുചെവി പോകാതു പോകാതു സത്യം." സുന്ദരയ്യനെ ഒഴിച്ചു മറ്റുള്ളവരെല്ലാം ഇപ്രകാരമുള്ള സത്യവാചകം ചൊല്ലി പൂർവ്വാചാരാനുസാരമായി പ്രതിജ്ഞചെയ്തു. സുന്ദരയ്യന്റെ മുറയായപ്പോൾ എഴുന്നേറ്റു തനിക്കു വാചകം അറിഞ്ഞുകൂടാത്തതിനാൽ എങ്ങനെ വേണ്ടതെന്നു യോഗത്തോടു ചോദ്യംചെയ്തു.

രാമനാമഠം: ഫൂ! ചിങ്കഴത്തിന്റെ മോനേ, നീയും നിന്റെ അങ്ങുന്നും! ഞാനഴിയൂല്ലെന്നോ? നെനക്കു വാചകമഴിഞ്ഞൂട, ഇല്ലയോ? തഴയിൽ നിന്നാ മതി! ഇന്നോക്ക്.

കഴക്കൂട്ടത്തുപിള്ള എന്തുമാതിരിയാണിത്? അദ്ദേഹത്തിനറിഞ്ഞുകൂ

---

* സഭായോഗം.

ടാഞ്ഞാൽ അസഭ്യം പറകയാണോ വേണ്ടത്? സുന്ദരയ്യൻ സത്യം ചെയ്യൂ. വാചകം ഞാൻ പറഞ്ഞുതരാം.

കഴക്കൂട്ടത്തുപിള്ളയുടെ സഹായത്തോടുകൂടി സുന്ദരയ്യൻ സത്യം ചെയ്തു. എന്നാൽ, 'മയങ്കിയും മറുചെവി' എന്നുള്ള ഭാഗം ആയപ്പോൾ, ആവശ്യപ്പെടുന്നെങ്കിൽ ഈ നടപടികളെ സത്യലംഘനംകൂടാതെ ആരെയും ഗ്രഹിപ്പിക്കുന്നതിനു തടസ്സമില്ലാതിരിക്കണമെന്നുള്ള കരുതലോടുകൂടി ഒരു 'മ' കാരത്തെ സുന്ദരയ്യൻ വിഴുങ്ങി. 'മയങ്കിയും അറുചെവി' എന്നുച്ചരിച്ചു. ഇത് ആർക്കും സൂക്ഷിക്കുന്നതിന് ഇടയായില്ല. എന്തുകൊണ്ടെന്നാൽ, സുന്ദരയ്യൻ സത്യത്തിന് ആരംഭിച്ചപ്പോൾ തെക്കേവശത്ത് ഒരു ശബ്ദം കേട്ടു. മാർജ്ജാരയുദ്ധകോലാഹലമായിരുന്നു. സത്യം അവസാനിക്കാറായപ്പോൾ യോദ്ധാക്കളിൽ ഒന്നിന്റെ മരണസൂചകമായ ദീനനാദം ഉച്ചത്തിൽ ദീർഘമായി കേട്ടു. ശകുനങ്ങളിൽ ഉണ്ടായിരുന്ന പൂർണ്ണവിശ്വാസംകൊണ്ടു തങ്ങളുടെ ശ്രമപരിണാമം ദോഷമായി വന്നേക്കുമോ എന്നു ഭയന്ന് സുന്ദരയ്യന്റെ സത്യത്തെ ഗൗനിക്കാതെയും വളരെ ചാഞ്ചല്യത്തോടും എല്ലാവരും നിശ്ശബ്ദന്മാരായി ഗൗരവഭാവത്തോടുകൂടി ഇരുന്നപ്പോൾ മാത്രമേ എട്ടുവീട്ടിൽപിള്ളമാരായ മാനുഷകേസരികളുടെ ഗൂഢസദസ്സിലാണ് താൻ നില്ക്കുന്നതെന്നുള്ള യാഥാർത്ഥ്യത്തെ സുന്ദരയ്യൻ ഗ്രഹിച്ചുച്ചൊള്ളൂ. ബ്രാഹ്മണൻ നിന്നിരുന്നേടത്തുനിന്ന് ഒന്നു വിറച്ച് തന്റെ സത്യത്തോടുകൂടി ദുശ്ശകുനമായ ഒരു സംഗതി നടന്നതിനെ ഓർത്ത്, ശേഷം എന്തെന്നുള്ള ഭയത്തോടുകൂടി സദസ്യരുടെ മുഖങ്ങളിൽ നോക്കിത്തുടങ്ങി.

രാമനാമഠം: ഛീ! പൂവാൻ പഴ. (സുന്ദരയ്യനോട്) ചങ്കും കഴളും വഴിയിപ്പോയതുപോലെ വിഴച്ചോണ്ട് അവിടെ നിക്കണോ? ഈ ചട്ടിശാസ്സഴങ്ങളെ വകവയ്ക്കണെ ആണുങ്ങളാഴ്? അഹ ഹഹ!

വെങ്ങാനൂർപിള്ള: ഇരവിക്കുട്ടിപ്പിള്ളേടെ ദൃഷ്ടാന്തം അറിഞ്ഞോട്ട് അങ്ങനെ പറയരുത്.

കുടമൺപിള്ള: "നാലും മൂന്നും പറഞ്ഞു നേരം വെറുതെ പോകുന്നല്ലോ. സുന്ദരയ്യൻ പറയട്ടെ; എന്തെല്ലാമാണ് ഇളയതമ്പുരാൻ നിശ്ചയിച്ചിരിക്കുന്നത്?"

സുന്ദരയ്യൻ: അങ്കത്തമാർക്ക് തെരിയുമെല്ലൊ; നാൻതാൻ ശൊല്ലണമെന്നുണ്ടോ? രാമനാമഠം അങ്കത്തെ ചെയ്തതുക്ക് അവരേയും അതുക്ക് ഒതവിചെയ്ത അങ്കത്തമാരേയും കൊല്ലറതുക്ക് പൂതപ്പാണ്ടിപ്പടയെ ഇങ്കേ വരുത്തുന്നു. കിഴക്കേ പോയി എന്നെല്ലാമോ ആൾ ശേത്തിരിക്കുന്നു. മാങ്കോയിക്കകുരുപ്പും തമ്പിമാരാന ആറു വീട്ടുകാരും രെണ്ടു മാളേയ്ക്കുള്ളെ വന്തുചേരും. പില്പാട്-

കുടമൺപിള്ള: നമുക്ക് എന്തായാലും ഒരൊതുക്കം വരുത്തണം. തമ്പി അങ്ങത്തെ സഹായം ഉണ്ടല്ലോ.

ചെമ്പഴന്തിപ്പിള്ള: എന്നും വഴക്കും കലശലും! ഇതു നിറുത്തണം.

രാമനാമഠം: പിള്ളഴുകളിയേ പിള്ളഴുകളി. രാജ്യത്തിന്റെ അവസ്സയും പോയി, അഹിമാന്യവും കെട്ടും.

പള്ളിച്ചൽപ്പിള്ള: നാം മുമ്പിൽ തമ്പിഅങ്ങത്തോടു ചെയ്ത വാഗ്ദത്തം നിറവേറ്റാം.

കുടമൺപിള്ള: (സന്തോഷത്തോടുകൂടി) അതു ശരിയാണ്. അങ്ങു മിങ്ങും എന്നു രണ്ടുപക്ഷം വേമ്ട. കൂട്ടരെന്തു പറയുന്നു?

രാമനാമഠം: എന്തഴു പഴയണത്? അങ്ങനെന്നാലങ്ങനേന്നല്ലാതെ?

സുന്ദരയ്യൻ: ആൺപിള്ളെ ശിങ്കം!

രാമനാമഠം: ചെത്തക്കൊമ്പിലഴിച്ചു കേറ്റാതെ. ശു മൂതേവി, ചിഴിക്കണോ?

കഴക്കൂട്ടത്തുപിള്ള: മുമ്പിലത്തെ വാഗ്ദത്തമെന്നു പറഞ്ഞത് എനിക്കു മനസ്സിലായില്ല.

രാമനാമഠം: പുത്തിയുണ്ടെങ്കിലേ അഴിയൂ.

കഴക്കൂട്ടത്തുപിള്ള: എന്താണെന്നു കേൾക്കാൻ അവകാശമുള്ളതുകൊണ്ടു ചോദിക്കയാണ്. എന്തോ ചില ആലോചനകൾ നടന്നു എന്നു ഞാൻ കേട്ടു. സൂക്ഷ്മം നിങ്ങളാരെങ്കിലും പറയണം.

കുടമൺപിള്ള: അന്ന് കാശിയാത്രയ്ക്കു പോയിരുന്നോ?

കഴക്കൂട്ടത്തുപിള്ള: ഇവിടെത്തന്നെ ഉണ്ടായിരുന്നു. അവിടുന്ന് അന്നെനിക്കു കുറി അയച്ചിട്ടില്ല.

കുടമൺപിള്ള: കുറി അയച്ചു. തന്നെക്കണ്ടില്ല. എന്തിന് അതൊക്കെപ്പറയുന്നു? വലിയതമ്പുരാൻ നാടുനീങ്ങിയാൽ വലിയതമ്പിഅങ്ങത്തെ പട്ടംകെട്ടണമെന്നു ഞങ്ങൾ നിശ്ചയിച്ചിരിക്കുന്നു. ഇപ്പോൾ മനസ്സിലായോ?

കഴക്കൂട്ടത്തുപിള്ള: മനസ്സിലായി. എന്തു മുറ അനുസരിച്ചു പട്ടം കെട്ടും?

കുടമൺപിള്ള: ആരാണു ചോദിക്കുന്നത്?

കഴക്കൂട്ടത്തുപിള്ള: വല്ലോരും ചോദിച്ചുവെങ്കിൽ? അതിനും ആളുണ്ടെന്നു വിചാരിക്കതന്നെ.

കുടമൺപിള്ള: 'കളിപ്പാൻകുളത്തിലെ കാര്യത്തിന് എന്തു കേൾവിയുണ്ടായി? രാമനാമഠം പറയെടാ നിന്റെ കൈകണ്ട കാര്യത്തിന് നിന്റെ തല ആരു വീശി?

കഴക്കൂട്ടത്തുപിള്ള: ഒന്നുരണ്ടു കാര്യങ്ങൾക്കു കേൾവി ഉണ്ടായില്ലെന്നുവെച്ച് ഒരിക്കലും കേൾവി ഉണ്ടാകയില്ലെന്നു വിചാരിച്ചുപോകരുത്. എല്ലാംകൂടി ഒരുകാലത്തു തലയിൽ വന്നുകേറും. അന്നു താങ്ങാനും ശക്തിയുണ്ടാകയില്ല. തരമുണ്ടെന്നുവെച്ചു രാത്രിമുഴുവൻ കട്ടാൻ നേരം വെളുത്തുപോകും.

കുടമൺപിള്ള: ചെയ്താലിരിപ്പത്.

കഴക്കൂട്ടത്തുപിള്ള: എന്തെങ്കിലും ചെയ്യുന്നത് ഒരു നീതി അനുസരിച്ചു വേണ്ടയോ?

കുടമൺപിള്ള: ബലംതന്നെ നീതി.

കഴക്കൂട്ടത്തുപിള്ള: അതു നമുക്കുതന്നെ മനസ്സിനൊരു സമാധാനമാകുമോ?

കുടമൺപിള്ള: എടാ, തമ്പുരാന്റെ ബീജംതന്നെയോ തമ്പി അങ്ങുന്ന്?

കഴക്കൂട്ടത്തുപിള്ള: ആയിരിക്കാം.

കുടമൺപിള്ള: പിന്നെ എന്ത്?

കഴക്കൂട്ടത്തുപിള്ള: ശരി, എന്നാൽ നമ്മുടെ വസ്തുക്കളും മക്കൾ വഴിക്ക് അവകാശപ്പെടുത്തണം.

രാമനാമഠം: ചെക്കെന്നു പറയുമ്പം കൊക്കെന്നു മനസ്സിലാക്കിയാലെങ്ങനെ?

സുന്ദരയ്യൻ: അങ്കത്തമാരേ, അനുവാദപ്പടി നാനും കൊഞ്ചം ശൊല്ലുന്നു. കോപിക്കലാഹാത്. നീങ്കൾ മഹാപ്രഭുക്കൾ, ബഹുബുദ്ധിയുള്ള ജനങ്കൾ, അപാരഗുണമുടയോർകൾ, അളവറ്റ ശക്തിമാൻകൾ രാജ്യത്തുക്കെ–

രാമനാമഠം: പഴിയെഴാ അപ്പീ, പട്ടഴെ അഴുത്തു വന്നു പഴി. കൊള്ളാം സാമീ, തട്ടിവിഴ്.

സുന്ദരയ്യൻ: നീങ്കൾ പരമധൈര്യശാലികൾ. അങ്കത്തമാർചെയ്യറത് അന്യായമായിരുക്കാത്. ന്യായക്കേടാനാലും ഇന്ത നാട്ടാളുകൾ കേക്കവരാത്. അതെ–

കഴക്കൂട്ടത്തുപിള്ള: അങ്ങേടെ പരിചയംകൊണ്ടുണ്ടായ ഒരു ധൈര്യമാണിത്. (എട്ടുവീടരോട്) ഇപ്പോലത്തെ രാജകുടുംബം നമ്മെ ഭരിച്ചുതുടങ്ങീട്ട് കാലം ഒന്നുരണ്ടല്ല. ജനങ്ങൾക്കു ബഹുഭക്തിയുമാണ്. നാം ഇപ്പോൾ വിചാരിക്കുന്നതിൽ എന്തെങ്കിലും ചെയ്‌വാൻ തുടങ്ങിയാൽ നാട്ടാർ കൂട്ടമിട്ടിളകും.

സുന്ദരയ്യൻ: "എന്ന പയം! കഞ്ചികുടിനി–" ശേഷം ക്ഷണത്തിൽ അമർത്തിക്കൊണ്ട് സുന്ദരയ്യൻ അത്യാദരവോടുകൂടി ഒരു വെറ്റിലത്തട്ടത്തെ വെങ്ങാനൂർപിള്ളയുടെ അടുത്തു നീക്കിവെച്ചു.

കുടമൺപിള്ള: നാട്ടാരും കൂട്ടാരും! നാമല്ലാതെ നാട്ടാരാര്!

രാമനാമഠം: നാട്ടാഴെ കണ്ടതാഴ്, കേട്ടതാഴ്!

കഴക്കൂട്ടത്തുപിള്ള: എന്നൊക്കെ തോന്നും. ഈ സംഗതിയിൽ ചോദിക്കുന്നതിനു നാം വിചാരിക്കുന്നതിലും അധികം ആളുകൾ കാണും. ഗോകർണ്ണംമുതൽ കന്യാകുമാരി പര്യന്തമുള്ള ജനങ്ങൾ പുരാതനകാലംമുതല്ക്കേ ആചരിച്ചുവരുന്ന ഒരു നടപ്പിനെ നാം നാലുപേരുകൂടി ഒരു ദിവസംകൊണ്ടു മറിച്ചുവച്ചിട്ട് അതാണു നീതി, നാട്ടാരാര്, എന്നു പറഞ്ഞുകൊണ്ടു നിന്നാൽ–

സുന്ദരയ്യൻ: രാജ്യത്തുക്കു രൊമ്പ ക്ഷേമം. എന്ത ശാസ്ത്രത്തിലെ ഇപ്പടിയൊള്ള നടപ്പെ ശൊല്ലിയിരിക്കുന്നു? തുച്ഛമാന ഇന്ത നടപ്പ് എന്ത ക്കാലത്തിലെ എന്ത രാജ്യത്തിലെ ഇരുന്തത്? ഇന്ത ഊർബ്രാഹ്മണാൾ വച്ചിരുക്കറ ഇന്ത അനാചാരത്താൽ എന്നവെല്ലാം ദോഷങ്ങൾ വരുന്നു? അങ്കത്തമാരെ ഇരുക്കിറ നടപ്പിലെ ഒരു കുടുംബത്തിലേതാൻ ശിങ്കാസനം കിടയ്ക്കണു. മക്കവഴി ആനാൽ അപ്പടി വരാത്. അങ്കത്തമാരുടെ പിൻകാലത്തു വരുകിറ അങ്കത്തമാർക്കും രാജ്യം കിടച്ചുടലാം.

രാമനാമഠം: ശരി. നല്ല പെണ്ണുങ്ങൾ നമ്മുടെ തറവാടുകളിലുമൊണ്ടാഹുമെ.

വേറെ ചിലർ: ശരിതന്നെയാണ്. പക്ഷേ, അതൊന്നും ഇപ്പോൾ ആലോചിക്കേണ്ട. കഴക്കൂട്ടം വെറുതെ തർക്കിക്കുന്നല്ലോ.

കഴക്കൂട്ടത്തുപിള്ള: ഞാൻ വെറുതെ തർക്കിക്കുന്നതാണെന്നു നിങ്ങൾക്കു തോന്നിയതെന്തുകൊണ്ടോ? ആകട്ടെ, തമ്പിയദ്ദേഹത്തെ പട്ടം കെട്ടീട്ടു തമ്പുരാക്കന്മാരെ എന്തുചെയ്യണമെന്നാണു നിങ്ങടെ ആലോചന?

കുടമൺപിള്ള: എവിടെയെങ്കിലും പോയി തുലയട്ടെ.

കഴക്കൂട്ടത്തുപിള്ള: പോകാഞ്ഞാലോ?

രാമനാമഠം: ഴാമനാമഴം പോക്കും. 'പന്തം പൊലിഞ്ഞോഴാ പഴപ്പഹുട്ടി-പനിവെള്ളം വിഴുന്നിട്ടെ തമ്പുഴാനെ-ചതിയോഴാ വിതിയോഴാ പഴപ്പഹുട്ടി-ചതിയല്ല വിതിയാണേ തമ്പുരാനേ' അങ്ങനെ വാഴും; എന്നാലോഴാ-

കഴക്കൂട്ടത്തുപിള്ള: ചെയ്തതൊന്നും പോരെന്നാണ്, അല്ലേ? എന്നാൽ ഒന്നുകൂടി കേൾപ്പിൻ. ഇളയതമ്പുരാൻ തിരുമനസ്സുകൊണ്ട് അതിബുദ്ധിമാനും ദയാലുവും, നമ്മെ എല്ലാവരെക്കാളും സാമർത്ഥ്യവാനും ആണ്. അദ്ദേഹത്തെ നാം പോക്കുമ്മുമ്പേ, നമ്മെ അദ്ദേഹം പോക്കും. സുന്ദരയ്യൻ ആദ്യം പറഞ്ഞതു ശരിയാണ്. എന്നാൽ ശണ്ഠയ്ക്കൊരുമ്പെടാതെ നാം ചെയ്തിരിക്കുന്ന അപരാധങ്ങളെ ക്ഷമിക്കണമെന്നു മുഖം കാണിച്ചു തിരുമനസ്സറിയിച്ചാൽ നമ്മുടെ അവസ്ഥയോടും സ്ഥാനമാനങ്ങളോടും സുഖമായിരിക്കാം.

സുന്ദരയ്യൻ: ഭേഷായ യുക്തി! ഹഹ! കുടമണ്ണങ്കത്തയും പോയി കാലുക്കു കുമ്പിടണമാം; അതുക്കെന്ന? അവർ രാജാവാച്ചേ?

കുടമൺപിള്ള: അവന്റെ മറ്റവൻ പോയി കാലുപിടിക്കണം. എഴുപതും കഴിഞ്ഞു കോമട്ടിയാകണതാരെടാ?

വെങ്ങാനൂർപിള്ള: പേടിക്കുടല്!

ചെമ്പഴന്തിപ്പിള്ള: കുറച്ചില്!

മറ്റുള്ളവർ: ഹാ! കുടുംബത്തിന്റെ മാനംകെട്ടു.

രാമനാമഠം: കാലെ വാർറിപ്പിഴിച്ചു തഴയി കാച്ചുടണം ഈ ചൺഡ്രിത്തനം പഴയണതിന്.

കഴക്കൂട്ടത്തുപിള്ള: തോന്നുമേ! പലതും തോന്നും. ഇനിയും ഒന്നു പറയാനുണ്ട്. ഓർമ്മിച്ചുകൊള്ളിൻ. ന്യായസ്ഥനായ ഒരു വൈരിയെക്കാൾ നീതിരഹിതനായ മിത്രത്തെ ഭയപ്പെടണം. കാര്യം കണ്ടാൽ പിന്നെ നമ്മെ കണ്ടിട്ടില്ലെന്നുവരും. തമ്പി അങ്ങുന്നു തിരിഞ്ഞുമാറും. നമ്മെക്കൊണ്ടു രാജവംശത്തെ കൊല്ലിക്കുംപോലെ മറ്റുള്ളവരെക്കൊണ്ടു നമ്മെ നശിപ്പിക്കും. നാമും അദ്ദേഹവും യോജിക്കുന്ന ബന്ധുക്കളല്ല.

സുന്ദരയ്യൻ: 'ഹരി! ഹരി! എന്ന വാർത്തെ!

രാമനാമഠം: എന്റപ്പി ഗീഴ്വാണത്തിലല്ലയോ ശപ്പണത്? എഴേ ചാത്തിഴികേള. പിച്ചുപഴയാതെ എഴിച്ചോഴുഴ്.

ചിലര്: അങ്ങനെ വന്നോക്കാം.

സുന്ദരയ്യൻ: അപ്പടി ഒരു കാലം വരാത്. അങ്കത്തമാർക്കും ഒന്നേ വിചാരിക്കലാമേ. ഇപ്പവും അവരിടത്തിൽതാനധികാരം ഇരിക്കേ. ഒരുകൊല ചെയ്യിക്ക അവരിൽ മുടിയാതാ?

ചിലര്: ഹാ-അതു ശരി.

സുന്ദരയ്യൻ: അങ്കത്തേക്കു രാജ്യവും വേണ്ടാം. ഒന്നും വേണ്ടാം. കുടമണ്ണങ്കത്തയെ പട്ടംകെട്ടുങ്കോ. അദുവും അങ്കത്തേക്കു സമ്മതംതാൻ. കഴക്കൂട്ടത്തങ്കത്തെ ആനാൽ അതുക്കും അങ്കത്തെ മറുത്തചൊല്ലാത്. അവർക്കെന്ന-ന്യായമാക രാജ്യപരിപാലനം ചെയ്യവരാരെയാവിതു പട്ടം കെട്ടവേണം. അവരെയും അങ്കത്തമാരെയും ദ്രോഹിക്കവും കൂടാത്.

കുടമൺപിള്ള: ഞങ്ങൾക്കും അത്രേ താൽപര്യമുള്ളു. പട്ടം കെട്ടുന്നത് അങ്ങത്തെത്തന്നെ. നേരം കോഴികൂവാറായി. ഒന്നു നിശ്ചയിപ്പിൻ."

മറ്റെല്ലാവരും: അവിടുന്നു നിശ്ചയിക്കുന്നതുപോലെ.

കഴക്കൂട്ടത്തുപിള്ള: ഇളയതമ്പുരാൻ തിരുമനസ്സിലെ നമുക്കു മുഖം കാണിക്കാം; അതാണു നന്ന്. നാംകൂടി തുണച്ചാൽ ഇപ്പോഴത്തെ കലഹങ്ങൾ എളുപ്പത്തിൽ നീങ്ങും. പിന്നീടുള്ള പരിപാലനവും ഭംഗിയായി നടക്കും.

സുന്ദരയ്യൻ: കടുവായിടത്തിലെ കൊടലേ കഴുകക്കൊടുങ്കോ. എനക്കെന്ന? അങ്കത്തെക്കെന്ന?

വെങ്ങാനൂർപിള്ള: മിടുക്കൻ! എന്തൊരു തർക്കമോ വഴക്കോ? എനിക്കൊന്നുമറിഞ്ഞുകൂടാ.

ചെമ്പഴന്തിപ്പിള്ള: സ്വരുമിപ്പില്ലാത്തവൻ!

പള്ളിച്ചൽപ്പിള്ള: ഇതു കാര്യം മറിഞ്ഞുപോയി-

സുന്ദരയ്യൻ: രാമനാമഠമങ്കത്തെ പേശാത്തതെന്ന?

രാമനാമഠം: ഞാനോ? ആ-പഴയാം കൂട്ടഴേ, ഇതിന്റെ എല്ലാം സാഴം ഞാൻ പഴയാം. എവന്റെ മനസ്സെല്ലാം ആ പെണ്ണിലേ കിഴക്കണു. ഏതു പെണ്ണ്? അവന്റെ മുഴപ്പെണ്ണുതന്നെ. ചെമ്പകശ്ശേരിയിലെ മധുരക്കൊഴഞ്ചാത്തി. ഇപ്പം അവനൊഴു പേഴി. വലിയതമ്പിഅങ്ങുന്ന് പെണ്ണിനെ

കൊണ്ടുപോകുമെന്ന പേഴി. (കഴക്കൂട്ടത്തുപിള്ളയോട്) നിന്റെ ന്യായവും മൊഴയും നടപ്പും ശാസ്സഴവും പഴമാണവും ആഴും അഴിഞ്ഞില്ലെന്നോഴാ?"

എല്ലാവരും: ഓഹോ, കേട്ടിട്ടുണ്ട്. ശരി, ശരി. വെറുതെ അല്ല തമ്പി അങ്ങുന്ന് ദുഷ്ടനായിപ്പോയത്.

സുന്ദരയ്യൻ: (രാമനാമഠത്തോടു ഗൂഢമായിട്ട്) ഇവർ ശെതിച്ചുപോട്ടാലോ?

രാമനാമഠം: എവൻ ചതിക്കും, പിഴിക്കിനവനെ.

'പിടിക്കിൻ', 'കെട്ടിൻ'; 'കാച്ചിൻ', 'ചതിക്കും' എന്നിങ്ങനെ ഓരോരുത്തർ ഘോഷിച്ചുതുടങ്ങി. കഴക്കൂട്ടത്തുപിള്ള യാതൊരു ചലനവും കൂടാതെ ഒരു ചാവട്ടമേൽ ചാരി ക്ഷീണിച്ചപോലെ ഇരുന്നു. രാമനാമഠം മുതൽപേർ കാണിച്ചത് അവിവേകമെന്ന് അവർക്കു തോന്നി. രാമനാമഠം എഴുന്നേറ്റു കഴക്കൂട്ടത്തുപിള്ളയുടെ സമീപത്തു ചെന്ന് സാന്ത്വനവാക്കുകൾ പലതും പറഞ്ഞു. എന്നിട്ടും കഴക്കൂട്ടത്തുപിള്ള മിണ്ടാതെ ഇരുന്നതേയുള്ളു. ഇതു കണ്ടിട്ട് "ഇത്രയൊക്കെ പറയുന്നതെന്തിന്? ചതിക്കാൻ തുടങ്ങിയാൽ അനുഭവം ഇങ്ങനെതന്നെ," എന്ന് വെങ്ങാനൂർ, ചെമ്പഴന്തി ഈ പിള്ളമാർ ആക്ഷേപമായി പറഞ്ഞു. കഴക്കൂട്ടത്തുപിള്ള തന്റെ വാൾ കൈയിലാക്കിക്കൊണ്ട് ചാടി എഴുന്നേറ്റു. മറ്റുള്ളവരും എഴുന്നേറ്റ് അവരവരുടെ ആയുധങ്ങൾ ധരിച്ചുകൊണ്ട് കഴക്കൂട്ടത്തിന്റെ വഴിയിൽനിന്നു മാറിനിന്നു. കഴക്കൂട്ടത്തുപിള്ള എഴുന്നേറ്റത് യാത്രയ്ക്കായിരുന്നു. പോകുന്നതിനുമുമ്പ് ഇത്രയും പറഞ്ഞു: "ഈ യോഗത്തിൽ എന്റെ നേരായ അഭിപ്രായം പറഞ്ഞതിൽ നിങ്ങൾ വിപരീതാർത്ഥത്തിൽ ധരിക്കുന്നു. രാമനാമഠത്തിന്റെ കളിവാക്കു കടുത്തുപോയി. ചെമ്പകശ്ശേരിയിലെ കഥ അറിഞ്ഞിരിക്കും; എന്നിട്ടും ഈ യോഗത്തിൽ ഞാൻ ഇനി ഇരിക്കുന്നില്ല. എന്നാൽ ഞാൻ ചതിക്കുമെന്ന് നിങ്ങൾ ഭയപ്പെടേണ്ട. വിശേഷിച്ചും നിങ്ങൾക്ക് ആപത്തു വന്നിരിക്കുന്ന ഈ കാലത്ത് ഞാൻ പിന്മാറുകയില്ല. ആലോചനകൾക്കു ഞാനില്ല. ക്രിയയ്ക്ക്-നമ്മുടെ രക്ഷയ്ക്കുവേണ്ടിടത്തോളമുള്ള ക്രിയയ്ക്ക്-ഞാൻ മുമ്പുണ്ട്. പോകുന്നതുകൊണ്ട് നിങ്ങൾ മറിച്ചു വിചാരിക്കരുത്. വെറുതെ അല്ല, ഇരുപത്തിനാലു ശാസ്താക്കന്മാരെ കേരളത്തിന്റെ രക്ഷയ്ക്കായി മലവാരത്തിൽ പണ്ടു പ്രതിഷ്ഠിച്ചത്. കുടമണ്ണമ്മാവന്റെ കുറിപ്രകാരം നടക്കാൻ ഞാൻ കാത്തിരിക്കും," എന്നു പറഞ്ഞിട്ട് കഴക്കൂട്ടത്തുപിള്ള യോഗത്തിൽനിന്നു പോകയും ചെയ്തു.

കഴക്കൂട്ടത്തുപിള്ള കുപിതനായി പോയത് കണ്ടു മറ്റുള്ളവർ ക്ഷീണന്മാരായിച്ചമഞ്ഞു. അദ്ദേഹത്തിന്റെ കോപത്തെ ഭയന്ന് ഉത്ഥാനം ചെയ്ത് അകലെ മാറിനിന്നവർ വീണ്ടും അവരവരുടെ സ്ഥാനങ്ങളിൽ ഇരുന്നു. എല്ലാവരും മിണ്ടാതെ ഇരുന്നതു കണ്ടു കുടമൺപിള്ള ഇങ്ങനെ പറഞ്ഞു: "ഉം? എല്ലാവരും ഊമകളായിപ്പോയതെന്ത്?" ഒന്നും പേടിക്കാനില്ല. തരം കണ്ടു കൊള്ളിവയ്ക്കുന്നവനല്ലാ കഴക്കൂട്ടം: ആണാണ്. ദ്വേഷ്യപ്പെടുത്തി അയച്ചല്ലോ എന്ന് എനിക്കും ഒരു വല്ലായ്മയുണ്ട്."

രാമനാമഠം "ഞാൻ പോയി വിളിക്കഴ്ട്ടോ? എനിക്കും ഒരു കിഴകിഴപ്പ്. ശ്ശേ!" എന്നു പറഞ്ഞിട്ട് രാമനാമഠം വലതുകൈ കുടയുകയും മുഖം കൊണ്ടു ചില ഗോഷ്ടികൾ കാട്ടുകയും ചെയ്തു.

കുടമൺപിള്ള: വിളിക്കേണ്ട. വിളിച്ചാലും വരികയില്ല. നമുക്കു കാര്യം നോക്കാം. കഴക്കൂട്ടത്തിനെ ഞാനേറ്റു.

എല്ലാവരും: അവിടുന്നു പറയുമ്പോലെ അല്ലാതെ ഞങ്ങൾക്കൊരു തർക്കവും തകരാറും ഇല്ല. നമ്മുടെ സ്ഥിതിക്ക് തമ്പുരാനോടു രമ്യപ്പെടുക പ്രയാസം. ഇനി നില്ക്കാൻ നോക്കണം. അതാണു വേണ്ടത്.

ഇങ്ങനെയുള്ള അഭിപ്രായം കേട്ട് കുടമൺപിള്ള താഴെ പറയുംപ്രകാരമുള്ള നിശ്ചയങ്ങൾ ചെയ്തു.

ഒന്നാമത്-തമ്പിയെത്തന്നെ മഹാരാജാവായി പട്ടംകെട്ടേണ്ടതാണ്. അതിലേക്കു വലുതായ തടസ്സങ്ങൾ നേരിടുന്നതായാൽ പൂർവ്വകാലങ്ങളിലെ നടപ്പുപ്രകാരം അദ്ദേഹത്തെ പന്ത്രണ്ടു കൊല്ലത്തേക്കു രക്ഷാപുരുഷനായി വാഴിക്കണം. രണ്ടാമത്-(ഇതു കുറച്ചു തർക്കം കഴിഞ്ഞു ചെയ്ത നിശ്ചയമാണ്.) തിരുവനന്തപുരത്തുവച്ച് യുവരാജാവിനെ ഹനിക്കുന്നത് ആപൽക്കരമായി വന്നേക്കാമെന്നുള്ളതിനാൽ, നാടുവാഴുന്ന മഹാരാജാവ് നാടുനീങ്ങി പുണ്യാഹം കഴിഞ്ഞ് ഉടവാൾ എടുക്കുന്നതിനായി മാർത്താണ്ഡവർമ്മരാജാവ് തെക്കോട്ട് എഴുന്നള്ളുമ്പോൾ വഴിക്കുവച്ച് എട്ടുവീടർ കൂട്ടംകൂടി അദ്ദേഹത്തെ നിഗ്രഹിക്കണം. മൂന്നാമത്-തൽക്കാലം എല്ലാവരും ഒതുങ്ങിപ്പാർക്കണം. എന്നാൽ തെക്കൻദിക്കുകളിൽനിന്നു യുവരാജാവിനു സഹായമായി ജനങ്ങൾ വന്നുചേരാതെ വെങ്ങാനൂർ, പള്ളിച്ചൽ ഈ സ്ഥലങ്ങളിലെ പിള്ളമാരും, വടക്കൻദിക്കുകളിൽനിന്ന് വരാതെ കഴക്കൂട്ടം, ചെമ്പഴന്തി ഈ പിള്ളമാരും തിരുവനന്തപുരം മുതലായ സ്ഥലങ്ങളിലുള്ള ജനങ്ങൾ ഇളകാതെ കുടമൺ, രാമനാമഠം ഈ പിള്ളമാരും, ഭൂതപ്പാണ്ടിയിൽ താമസിക്കുന്ന പാണ്ടിപ്പടരാജാവിനു വഴിപ്പെടാതിരിക്കാൻ വേണ്ട യത്നങ്ങൾ ചെയ്യുന്നതിന് തമ്പിമാരും ഭരം ഏൾക്കേണ്ടതാണ്.

ഒന്നാമത്തെ നിശ്ചയത്തിന്റെയും തമ്പിമാർ നിർവഹിക്കേണ്ട കാര്യത്തിന്റെയും വിവരങ്ങൾ കാണിച്ചും, പുണ്യാഹം കഴിഞ്ഞ് ഇരണിയിലേക്ക് എഴുന്നള്ളത്തുണ്ടാകുന്നതുവരെ ക്ഷമിച്ചിരിക്കേണ്ടതിലേക്ക് അപേക്ഷിച്ചും, ഒരു യോഗക്കുറി എഴുതി തമ്പിയുടെ പക്കൽ ഏൾപ്പിക്കുന്നതിനായി സുന്ദരയ്യന്റെ കൈയിൽ കൊടുത്തിട്ട് യോഗം പിരിഞ്ഞു.

# പന്ത്രണ്ടാം അദ്ധ്യായം

*"നളിനവിശിഖവീരപ്രാഭവപ്രൗഢി തേടും*
*കളലളിതവിലാസ ശ്രേണികൊണ്ടൂഢമാനം*
*നളിനമിഴി കവർന്നാൾ മാനസം മാനവാനാം*
*നളനഖിലവധൂനാം ചിത്തതാരെന്നപോലെ."*

സംഘം പിരിഞ്ഞു മറ്റുള്ളവർ പോയതിന്റെശേഷം കുടമൺപിള്ളയും രാമനാമഠവും ഒരുമിച്ച് ഊണുകഴിച്ചു. ഗൃഹത്തിന്റെ ഉടമസ്തൻ മാന്യസ്ഥാനമായ അറപ്പുരയിൽ കിടന്നു കടച്ചിൽയന്ത്രത്തിന്റെ ചീറ്റൽപോലെ കൂർക്കംവലിച്ചു തുടങ്ങി. രാമനാമഠം തസ്കരിക്കുന്നതിനു പുറപ്പെടുന്ന മാർജ്ജാരനെപ്പോലെ കാലടികളുടെ പതനശബ്ദം കേൾപ്പിക്കാതെ സാവധാനത്തിൽ വടക്കേക്കെട്ടിലേക്കു കടന്നു. അദ്ദേഹം മദ്യത്തിന്റെ ലഹരി വിട്ടു സ്വബുദ്ധിയോടുകൂടിയവനായിരിക്കുന്നു. തന്റെ അസുരപ്രകൃതിക്കനുരൂപമായി തനിക്കുള്ള പടുത്വം എല്ലാം തൽക്കാലം തന്നെ വെടിയുകയാൽ രാമനാമഠം നിസ്സാരമായുള്ള മോഹങ്ങൾക്കു വശനായ ഒരു കേവലപുരുഷനായിത്തീർന്നിരിക്കുന്നു. കെട്ടിന്റെ പടിഞ്ഞാറേത്തളത്തിൽ ഒരു ദീപപ്രകാശം കണ്ട് രാമനാമഠത്തിന്റെ നേത്രങ്ങൾ മാർജ്ജാരന്മാരുടേതുപോലെ പ്രകാശിക്കുന്നു. അദ്ദേഹത്തിന്റെ പാദങ്ങൾ ഭൂമിയെ സ്പർശിക്കുന്നില്ല. നന്ദനോദ്യാനത്തിൽ സ്വർഗ്ഗംഗാസംഗത്താൽ ശീതളമായും മന്ദാരാദിപുഷ്പസഞ്ചയസംയോഗത്താൽ സൗരഭ്യമുള്ളതായും ഉള്ള മന്ദവായു ഏറ്റും സ്വർവേശ്യാജനങ്ങളുടെ ലാസ്യഗാനാദികളിൽ ലയിച്ചും നാകലോകസുഖം അനുഭവിച്ചുതുടങ്ങിയിരിക്കുന്നതുപോലെ രാമനാമഠം പരിതഃസ്ഥിതികൾ ആസകലം മറന്നിരിക്കുന്നു. തന്റെ ഹൃദയത്തിൽ രക്തത്തിന്റെ ശീഘ്രഗതിയാൽ സഞ്ജാതമാക്കപ്പെട്ട തുടുതുടിപ്പ് തനിക്കുതന്നെ കേൾക്കാമായിരുന്നു. പടിഞ്ഞാറേത്തളത്തിൽ

കടന്ന്, വടക്കോട്ട് ഒരു മുറിയിലേക്കുള്ള വാതിൽ തുറന്നതിലൂടെ അറമുറിയിലേക്കു രാമനാമഠം കടന്നു. മല്ലികാദിപുഷ്പ പരിമളം ഏറ്റ് രാമനാമഠത്തിന്റെ മനം മയങ്ങുന്നു. കിഴക്കോട്ടു മുഖമായി നിന്നു സാഷ്ടാംഗമായി ഒന്നു പ്രണമിക്കട്ടയോ എന്നു രാമനാമഠം വിചാരിക്കുന്നു. മുറിയിൽ കിഴക്കേ അരുകിൽ വച്ചിരിക്കുന്നതായും ശയനസുഖപരിപൂർണ്ണതയ്ക്കായി നാലഞ്ചു മെത്തകൾ അടുക്കി വിരിച്ചിട്ടുള്ളതായും ഉള്ള കട്ടിലിന്റെ മുമ്പിൽ നിന്നുകൊണ്ട് വിടലോകനാഥനായ രാമനാമഠത്തിൽപിള്ള 'ചെമ്പകം, ചെമ്പകം' എന്ന് 'കളകണ്ഠകണ്ഠമുരളീ' നാദത്തിൽ കൂകുന്നു. ഏറ്റവും പ്രകാശത്തോടുകൂടി ഒരു ദീപം ആ മുറിക്കകത്ത് കത്തിനില്ക്കുന്നതിന്റെ ശോഭയേയും താഴ്ത്തുന്ന കാന്തിയോടുകൂടിയ ഒരു സ്വരൂപം മഞ്ചത്തിൽനിന്നെഴുന്നേറ്റ് താഴത്തിറങ്ങി നിന്നു. വിഖ്യാതനായുള്ള രവിവർമ്മ കിളിമാനൂർ കോയിത്തമ്പുരാനാകുന്ന വിധാതാവിനാൽ നിർമ്മിതകളായി പ്രേക്ഷകന്മാരുടെ നേത്രങ്ങൾക്ക് പരമാനന്ദത്തെയും അന്തഃകരണങ്ങൾക്ക് വ്യാകുലതയേയും പ്രദാനം ചെയ്കയും അദ്ദേഹത്തിന്റെ നിസ്തുല്യമായുള്ള മനോധർമ്മചാതുര്യത്തെ പ്രദർശിപ്പിക്കയും ചെയ്യുന്ന ചില ചിത്രയുവതികളുടെ അസൽ ഛായയെന്നു തോന്നിക്കുന്നതായ അംഗസൗന്ദര്യസമ്പത്തോടുകൂടിയ ഒരു വധൂരത്നമാണ് രാമനാമഠത്തിന്റെ മുമ്പിൽ ആവിർഭൂതമായത്. ഈ സ്ത്രീയുടെ അമാനുഷികമായുള്ള സൗന്ദര്യസമൃദ്ധി, മോഹനതരാംഗിയായ വല്ല യക്ഷിയാണോ എന്നു കാണികളുടെ ഉള്ളിൽ ശങ്ക തോന്നിക്കുന്നതായ അപൂർവ്വഭാസ്സോടുകൂടിയതായിരുന്നു ചേതോഹരമായുള്ള അംഗസൗഷ്ഠവത്തോടുകൂടി, നദികളിൽ ചിറകെട്ടിയാൽ തീരങ്ങളിൽ മുട്ടി ജലം കെട്ടിനില്ക്കുന്നതുപോലെ, ഈ സ്ത്രീയിൽ യൗവനം മുതിർന്നിരിക്കുന്നതിനാൽ ഗാത്രം വിശിഷ്ടതരമായുള്ള പുഷ്ടിയോടുകൂടിയതായും ഇരിക്കുന്നു. കേതകീപുഷ്പത്തിനോടു സാമ്യമുള്ള വർണ്ണംകൊണ്ട് ശോഭനമായുള്ളതും വിസ്താരമുള്ളതും ആയ മാറിടത്തിൽ ക്രമേണ ഉന്നതി കലർന്ന് തങ്ങളിൽ ഇടഞ്ഞു നില്ക്കുന്ന കുചകലശങ്ങളും പൃഥുലമായുള്ള നിതംബങ്ങളും തന്റെ ശീരരധാടിയേയും പ്രൗഢാവസ്ഥയേയും പ്രത്യക്ഷീകരിക്കുന്നു. കേശമോ ശിരസ്സിൽനിന്നുല്പന്നമായി ചെറുകല്ലോലമാലകളെപ്പോലെ കണ്ഠത്തോളം മൃദുലഗതിയായി ഒഴുകീട്ട് വമ്പിച്ച തരംഗങ്ങളുടെ ആകൃതി കൈക്കൊണ്ട് ഉരുണ്ടും ചുരുണ്ടും ഉന്നതജഘനതീരത്തോളം പ്രവഹിച്ച് ആ ഭാഗത്തെ ആസകലം ആച്ഛാദനം ചെയ്യുംവണ്ണം പരന്നുകിടക്കുന്നു. മുഖമോ, ഏകദേശം മാരദേവന്റെയും മാരവൈരിയുടെയും കലഹഭൂമിയോട് അതിനെ ഉപമിക്കാം. നീലക്കരിമ്പുകൊണ്ടുള്ള മാരദേവന്റെ ചാപവും, അരവിന്ദാദിയായുള്ള പഞ്ചായുധങ്ങളും അളിവൃന്ദനിർമ്മിതമായുള്ള മൗർവിയും കൊടി അടയാളമുള്ള മീനങ്ങളും, ചാരിത്രവൈരാഗ്യാദിനിഷ്ഠകളെ ധ്വംസനംചെയ്യുന്നതായ അദ്ദേഹത്തിന്റെ പടുതയേറുന്ന വിലാസങ്ങളും കിങ്കരരായ പഞ്ചമിച്ചന്ദ്രനും മന്ദാനിലാദികളും ആ മുറരംഗത്ത് പരചിത്തധൈര്യത്തെ കവരുന്നതിനുള്ള ഉദ്വേഗത്തോ

ടുകൂടി കാണപ്പെടുന്നു. എന്നാൽ, ജഗജ്ജയിയായ കന്ദർപ്പന്റെ ദർപ്പഹരണം ചെയ്തതായ രുദ്രനിടിലനേത്രാഗ്നിയുടെ ദീപ്തിയോടുകൂടിയ ഒരു തേജസ്സും ആ മുഖത്തു വിളങ്ങുന്നുണ്ട്.

ഈ നാരീകുലനായികയെ കണ്ടിട്ട് സൗരഭ്യത്തോടു വിലസുന്ന കേതകിപുഷ്പത്തെക്കണ്ട് മധുപാനകാംക്ഷിയായ ഭ്രമരംപോലെ അടുത്തണഞ്ഞു വട്ടംചുറ്റിക്കൊണ്ട് രാമനാമഠത്തിൽപിള്ള ദീർഘശ്വാസങ്ങൾ വിട്ടുതുടങ്ങി. രാമനാമഠം കണ്ടകനും മദ്യപനും ചിലപ്പോൾ വങ്കനും ആയിരുന്നെങ്കിലും 'കണ്ടാൽ നല്ലവൻ' എന്നു തുടങ്ങി മധുവാണിമാർക്കനുരാഗമുണ്ടാക്കുന്നതായ ഗുണങ്ങളിൽ, 'ഗൂഢമാം നാരീവൃത്തം മറയ്ക്ക' എന്നുള്ളതൊഴിച്ച് സകലതും തികഞ്ഞവനായിരുന്നു. ഇദ്ദേഹത്തിന്റെ പ്രണയസൂചകങ്ങളായ നാട്യങ്ങൾകണ്ട്, രാമനാമഠത്തിന്റെ മനോമോഹങ്ങളെ ഉദ്ദീപിപ്പിക്കുന്നതായ ഒരു പുഞ്ചിരിയോടുകൂടി അദ്ദേഹത്തിന്റെ പ്രേമഭാജനമായ ആ സ്ത്രീ ഇങ്ങനെ പറഞ്ഞു: "ആലോചനകൾ കഴിഞ്ഞോ? ഞാനുറങ്ങിപ്പോയി."

രാമനാമഠം: ആലോചനകൾ എപ്പഴേ കഴിഞ്ഞു. പിന്നെ ഉണ്ടു, വെറ്റിലതിന്നു, വെടിപറഞ്ഞു, ഇവിടെ വന്നു വിളിച്ചു. ഉണർത്തി.

സ്ത്രീ: വളരെ കഷ്ടപ്പെട്ടു. അതിനൊരു കൂലിയായി ഒന്നുകൂടി മുറുക്കിക്കൊള്ളണം.

രാമനാമഠം: (നിലത്തു വിരിച്ചിരുന്ന കംബളത്തിൽ ഇരുന്നു മുറുക്കാൻതട്ടം നീക്കി തന്റെ അടുത്തുവെച്ചിട്ട്) "ഇന്നെന്തു കേമമായിരുന്നു! ചെമ്പകം കേൾക്കേണ്ടതായിരുന്നു. ആ കഴക്കൂട്ടത്തിന്റെ അഹമ്മതി ഒന്നും പറവാനില്ല. വെട്ടിമുറിച്ചേക്കട്ടോ എന്നു വിചാരിച്ചു. എന്നിട്ടു പിന്നെയും നമ്മുടെ പിള്ള അല്ലയോ എന്നു വിചാരിച്ചുകളഞ്ഞു."

സ്ത്രീ: ക്ഷമിച്ചതു നന്നായി. എന്തായിരുന്നു ഇന്നത്തെ ആലോചന?

രാമനാമഠം: അതൊക്കെ വെളിയിൽ പറയാമോ? ഒക്കെ സുകാര്യം- സുകാര്യം കേൾക്കരുത്.

സ്ത്രീ: എനിക്കു കേട്ടുകൂടാത്തതല്ല. പറയണം.

രാമനാമഠം: സത്യം, സത്യം, സത്യം ചെയ്തിട്ടുണ്ട്.

സ്ത്രീ: എന്നും വില കൂട്ടിട്ടേ പറകയൊള്ളു എന്നൊരു സമ്പ്രദായം! ഇതെന്തിനായിട്ട്?

രാമനാമഠം: ഞാൻ വില കൂട്ടീട്ടെങ്കിലും ചെമ്പകം പറയുന്നതിനെ തട്ടുന്നുണ്ടോ? ചെമ്പകമോ?

സ്ത്രീ: തുടങ്ങി! പോയുറങ്ങണം. എനിക്കൊന്നും കേൾക്കണ്ട.

രാമനാമഠം: ഞാൻ കേൾപ്പിക്കും.

സ്ത്രീ: സത്യം-അല്ല, അതിനെ മറന്നോ?

രാമനാമഠം: ശത്രുക്കളുടെ അടുത്തു പറഞ്ഞൂടന്നേ ഉള്ളല്ലോ. അല്ലെങ്കിലും ചെമ്പകത്തിനെ മറച്ചൊന്നുണ്ടോ? കൊള്ളാം!

അന്നത്തെ സംഘത്തിൽ നടന്ന സംഗതികളെല്ലാം രാമനാമഠം ആ സ്ത്രീയെ ധരിപ്പിച്ചു. സ്ത്രീ കുടമൺപിള്ളയുടെ മാതൃസഹോദരിയുടെ പൗത്രിയാണ്. നാമം സുഭദ്ര എന്നും, സാധാരണയായി മറ്റുള്ളവർ വിളിച്ചുപോരുന്നതു ചെമ്പകക്കുട്ടി എന്നും ചെമ്പകം എന്നും ആണ്. സുഭദ്രയുടെ ചരിത്രം ചുരുക്കമായി ഇവിടെ പ്രസ്താവിക്കുന്നു: സുഭദ്രയുടെ അമ്മയ്ക്കു പതിനേഴു വയസ്സായിരുന്ന കാലത്ത് ആ സ്ത്രീയോളം സൗന്ദര്യവതികൾ മറ്റാരുമില്ലായിരുന്നു. ആ സ്ത്രീക്കു യോഗ്യനായ ഒരു ഭർത്താവിനെ ഉണ്ടാക്കുന്നതിന് കുടമൺപിള്ളതന്നെ ഉദ്യോഗിച്ചിരിക്കുന്നതിനിടയിൽ തന്റെ സ്വസാവിൽ തനിക്കൊരു ഭാഗിനേയി ജാതയായിരിക്കുന്നു എന്ന് അദ്ദേഹത്തിന് അറിവുകിട്ടി. ക്ഷണത്തിൽ സഹോദരി താമസിച്ചിരുന്ന തിരുവനന്തപുരത്തുള്ള ഗൃഹത്തിൽ എത്തി ഖഡ്ഗം ഓങ്ങിക്കൊണ്ട് ആ സ്ത്രീയെ കൊലചെയ്‌വാൻ അടുത്തു. അടുത്തുണ്ടായിരുന്ന കഴക്കൂട്ടത്തുപിള്ള കുടമൺപിള്ളയെ വിളിച്ച് ഗൂഢമായി എന്തോ പറഞ്ഞ് അദ്ദേഹത്തിന്റെ കോപം ശമിപ്പിച്ചു. കുടമൺപിള്ള ഉടനെതന്നെ തന്റെ തറവാട്ടുഭവനത്തിലേക്കു പോകയും ചെയ്തു. പുത്രിയുടെ മുഖം വഴിപോലെ കണ്ട് ആനന്ദിക്കാൻ ഇടവരാതെ കുടമൺപിള്ളയുടെ ഭഗിനി മരിച്ചു. മാതൃവാത്സല്യം എന്നുള്ളതറിയാതെ സുഭദ്ര വളർന്നു. തന്റെ അച്ഛൻ ആരാണെന്നുള്ളതിനെക്കുറിച്ചു തന്നെ വളർത്തിയ അച്ചിമാരിൽനിന്നുപോലും സുഭദ്രയ്ക്കറിയുന്നതിനു കഴിവുണ്ടായില്ല. കഴക്കൂട്ടത്തുപിള്ള (മരിച്ചുപോയി), രാമനാമഠത്തിൽപിള്ള, ചെമ്പകശ്ശേരി മൂത്തപിള്ള മുതലായ ചിലർക്കും കുടമൺപിള്ളയുടെ ചില ഭൃത്യന്മാർക്കും ഇതിന്റെ വാസ്തവം അറിവുണ്ടെന്നും സുഭദ്രയോടു ചിലർ പറഞ്ഞിട്ടുണ്ട്. രാമനാമഠത്തിനോടു ചോദിച്ചാൽ അക്കാര്യത്തെപ്പറ്റി ഒരക്ഷരം ഒരാളോടും മിണ്ടിപ്പോകരുതെന്ന് തന്നെയും മറ്റും കുടമൺപിള്ള സത്യം ചെയ്യിച്ചിട്ടുണ്ടെന്നു പറഞ്ഞതിനാൽ സുഭദ്ര ആ വഴിക്കുള്ള അന്വേഷണങ്ങൾ നിറുത്തി. ഈ സംഗതികളെക്കുറിച്ചു വ്യക്തമായ അറിവു കഥാശേഷംകൊണ്ടുണ്ടാകുന്നതാകകൊണ്ട് ഇവിടെ അതുകളുടെ യഥാർത്ഥസ്ഥിതികളെ സംബന്ധിച്ചു പ്രസ്താവന ആവശ്യമില്ല. സുഭദ്ര യാതൊരു ബാലാരിഷ്ടതകളുംകൂടാതെ കാണുന്നവർക്കെല്ലാം പരമാനന്ദപ്രദായിനിയായി വളർന്നു. യൗവനാരംഭം ആയപ്പോൾ തമ്പിമാർ, ചെമ്പഴന്തിപ്പിള്ള മുതലായ യുവാക്കളും, രാമനാമഠം മുതലായ ചില മൂത്ത വിടന്മാരും അടുത്തുകൂടിത്തുടങ്ങി. സുഭദ്ര ഒരുതരത്തിലും പക്ഷപാതം കാണിക്കാതെ എല്ലാവരേയും തന്റെ വശത്താക്കി ഒരുപോലെ സന്തോഷിപ്പിച്ചുവന്നു. തന്റെ ഭാഗിനേയി തനിക്കു ഹിതമല്ലാത്തതായ ചില നാഗരികത്വങ്ങൾ കാണിച്ചുവരുന്നു എന്ന് കുടമൺപിള്ളയ്ക്ക് അറിവുകിട്ടി. തന്റെ ബന്ധുവായ ഒരു ഗൃഹസ്ഥന്റെ അനന്തരവനെക്കൊണ്ടു സുഭദ്രയെ സംബന്ധം ചെയ്യിച്ചു. ദമ്പതിമാർ പരസ്പരാനുരാഗത്തോടുകൂടി ആറുമാസം ഭർതൃഗൃഹത്തിൽ പാർത്തു. അനന്തരം ഭർത്താവിനു ചില സംശയങ്ങൾ തോന്നിത്തുടങ്ങി. കാലുഷ്യം വർദ്ധിച്ചു ഭാര്യയെ ഭർത്താവു ചിലപ്പോൾ

പ്രഹരിക്കയും ചെയ്തു. സുഭദ്രയ്ക്ക് എന്നിട്ടും ഒരു കുലുക്കവും ഇല്ലെന്ന് ഭർത്താവിനു തോന്നി. അനുരാഗം എന്നതേ ഇല്ലാതായി. സുഭദ്രയ്ക്ക് വയസ്സു പതിനേഴായി. ഒരു രാത്രി ഭർത്താവിനെ കാണാനില്ലാതെയും ആയി. കുടമൺപിള്ള മുതലായവർ തിരുവിതാംകൂർ, ദേശിംഗനാട് മുതലായ ദേശങ്ങളിലെല്ലാം ചാരന്മാരെ അയച്ചന്വേഷിപ്പിച്ചിട്ടും സുഭദ്രയുടെ ഭർത്താവിന്റെ ഗതിയെക്കുറിച്ചു യാതൊരറിവും കിട്ടിയില്ല. സുഭദ്ര ഭർത്താവിന്റെ ഗൃഹത്തിൽനിന്ന് മാറി തിരുവനന്തപുരത്തു പാർപ്പായി. പൂർവ്വബന്ധുക്കൾ പിന്നെയും തങ്ങളുടെ പരിചര്യത്തെ അനുവർത്തിച്ചു തുടങ്ങി. ചിലർ തൃപ്തരാകയാലോ മറ്റോ ഉപേക്ഷാധീനന്മാരുമായി. വൃദ്ധൻ രാമനാമഠം മാത്രം തന്റെ ഭക്തിക്ക് അന്തരം വരുത്താതെ സേവിച്ചുവരുന്നു. ഭർത്താവിന്റെ വേർപാടുതുടങ്ങി കൊല്ലം എട്ടായിരിക്കുന്നു. കുലടഎന്ന നാമവും ലോകരുടെ ഇടയിൽ ഈ സ്ത്രീ സമ്പാദിച്ചിരിക്കുന്നു. ശങ്കു ആശാൻ, കാർത്ത്യായനിഅമ്മ മുതലായവർക്കു സുഭദ്രയെക്കുറിച്ചുള്ള അഭിപ്രായം കൊണ്ടുതന്നെ ഈ സംഗതി വായനക്കാർ ഗ്രഹിച്ചിരിക്കുമല്ലോ. 'ചെമ്പകം' എന്നും 'സുഭദ്ര' എന്നും ഉള്ള നാമങ്ങൾ അക്കാലത്തു തിരുവനന്തപുരം മുതലായ പ്രദേശങ്ങളിലുള്ള സ്ത്രീപുരുഷന്മാർക്ക് സ്വതന്ത്രയെന്നുള്ളതിന്റെ പര്യായശബ്ദങ്ങളായിത്തീർന്നു; സുഭദ്രയോടു നേരെ നിന്ന് പുരുഷനാകട്ടെ, സ്ത്രീയാകട്ടെ സംസാരിക്കപോലും പരസ്യമായി ചെയ്കയില്ല. എങ്കിലും സുഭദ്ര എത്താത്ത സ്ഥലങ്ങൾ വളരെ ചുരുക്കമായിരുന്നു. ദരിത്രകൾക്കും ദരിദ്രന്മാർക്കും മാത്രം സുഭദ്രയെക്കുറിച്ചു വളരെ ബഹുമതിയായിരുന്നു. മാതൃസ്വമായി, തന്റെ അധീനത്തിൽ അനവധി ദ്രവ്യം ഉണ്ടായിരുന്നതിനെ തന്റെ സുഖവൃത്തികൾക്കായും മറ്റും സുഭദ്ര ലോഭം കൂടാതെ വ്യയംചെയ്തുവന്നിരുന്നതിനോടുകൂടി, തന്റെ അറിവിൽപ്പെടുന്നതായ ഓരോരുത്തരുടെ അരിഷ്ടതകളെ നിവാരണം ചെയ്യുന്നതിലേക്കു യഥാശക്തി സഹായിക്കയും ചെയ്തിരുന്നതു കേവലം ധൂർത്താണെന്നു ജനങ്ങൾ വ്യാഖ്യാനിച്ചുപോന്നിരുന്നു. ഇക്കഥ തൽക്കാലത്തേക്ക് ഇവിടെ നിറുത്തുന്നു. ഈ അദ്ധ്യായത്തെ അവസാനിപ്പിക്കുന്നതിനു മുമ്പായി ആ രാത്രിതന്നെ നടന്നതായ ഒരു സംഗതികൂടി പ്രസ്താവിച്ചു കൊള്ളുന്നു.

കുടമൺപിള്ളയുടെ ഗൃഹത്തിൽനിന്നു സുന്ദരയ്യൻ ഏകനായി പുറപ്പെട്ടു. രാജവീഥിയിലായപ്പോൾ ഏകദേശം അർദ്ധരാത്രി ആയിരുന്നു. പൂർവ്വരാത്രിയിലെ മഴ നിന്നു, നക്ഷത്രങ്ങൾ ആകാശത്തു പ്രകാശിക്കുന്നുണ്ടെങ്കിലും വടക്കുപടിഞ്ഞാറുനിന്ന് ശൈത്യമുള്ള വായു കഠിനമായി വീശുന്നുണ്ട്. കാറ്റിന്റെ ചീറ്റവും ആറന്നൂർ എന്നു വിളിക്കപ്പെടുന്ന പാടത്തിൽനിന്നും പുറപ്പെടുന്ന മണ്ഡൂകഗീതങ്ങളും വടക്കുപടിഞ്ഞാറു ചെന്തിട്ടക്കാട്ടിലും തെക്കുകിഴക്ക് നെടുങ്കാടെന്നു പറയപ്പെടുന്ന പ്രദേശത്തും കാടന്മാർ മേളിച്ചാർക്കുന്ന ഘോഷവും ചീവീടുകളുടെ മുരളീപ്രയോഗഭേദങ്ങളും അല്ലാതെ മറ്റൊരു ശബ്ദവും കേൾപ്പാനില്ല. ജനസഞ്ചാരം ആസകലം തീർന്നിരിക്കുന്നു. സുന്ദരയ്യന്റെ മനോധൈര്യം

കുറേശ്ശേ അദ്ദേഹത്തെ ഉപേക്ഷിച്ചുതുടങ്ങി. മറ്റു ജനങ്ങൾക്കു ഭയം ഉണ്ടാക്കുന്നതായ ചില സംഗതികൾ സുന്ദരയ്യന്റെ മനോധൈര്യവിച്ഛേദനം ചെയ്യുന്നതിനു കഴിവുള്ളതല്ലായിരുന്നു. എങ്കിലും ഹിന്ദുമതാചാരികളുടെ ചില അന്ധവിശ്വാസങ്ങളെ സംബന്ധിച്ചിടത്തോളം സാധാരണനീതിക്ക് അദ്ദേഹം ഒരു വ്യത്യസ്തമായിരുന്നില്ല. മേല്പറഞ്ഞ വിശ്വാസങ്ങൾ ഈ കാലങ്ങളിൽ വളരെ മാഞ്ഞുപോയിട്ടുണ്ടായിരിക്കാം. എങ്കിലും ഈ ചരിത്രകാലത്ത് ദക്ഷിണ ഇൻഡ്യയിൽ, വിശേഷിച്ചു കന്യാകുമാരിക്കടുത്തു വടക്കായി പൂർവ്വപശ്ചിമസമുദ്രങ്ങൾക്കു മദ്ധ്യേയുള്ള രാജ്യങ്ങളിൽ ഇതുകളുടെ പ്രചാരം പ്രബലമായിരുന്നു. ഈ തെക്കൻദിക്കുകളിൽ ഇന്നും നടത്തിപ്പോരുന്ന ഊട്ട്, പാട്ട്, ഉരുവം, വയ്പ്, അമ്മൻകൊട, കുരുതി, ചാവൂട്ട് മുതലായ ജുഗുപ്സാവഹമായുള്ള ദുർദ്ദേവതാരാധനം പൂർവ്വകാലങ്ങളിലെ ആചാരാവശിഷ്ടങ്ങളാണ്. ഇതുകളിൽനിന്നു ജനങ്ങൾക്ക് ആ കാലങ്ങളിൽ ദുർദ്ദേവതകളിൽ ഉണ്ടായിരുന്ന വിശ്വാസത്തിന്റെ അഗാധതയെ അനുമാനിക്കാവുന്നതാണ്. വിദ്വജ്ജനനേത്രങ്ങൾക്ക് അദൃശ്യമായുള്ളതും അജ്ഞന്മാരായുള്ളവരുടെ മുമ്പിൽ പ്രത്യക്ഷമാകുന്നതും ആയുള്ള ഓരോവക ദേവതകൾ ഉണ്ടെന്നും, അവർ മനുഷ്യാകൃതി കൈക്കൊണ്ട് രാത്രികാലങ്ങളിൽ സഞ്ചരിക്കുമെന്നും, മനുഷ്യരെ പലവിധേനദ്രോഹിക്കുമെന്നും ജനങ്ങൾ-ആ കൂട്ടത്തിൽ നമ്മുടെ സുന്ദരയ്യനും-വിശ്വസിച്ചുപോന്നത് അവർ ഭീരുക്കളായിരുന്നതിനാലല്ല. ഇപ്രകാരമുള്ള അബദ്ധമതങ്ങളുടെ ഉദ്ഭവാദികളെക്കുറിച്ച് ഇവിടെ പ്രഖ്യാപനം ചെയ്യുന്നതിനും ആവശ്യമില്ല. എന്നാൽ ഈ പ്രസ്താവന അവസാനിപ്പിക്കുന്നതിനു മുമ്പായി, അപമൃത്യുവായി ജീവനാശം വരുന്ന ജനങ്ങൾ പ്രേതങ്ങൾ എന്നൊരുവക പിശാചങ്ങളായിത്തീരുമെന്ന് അക്കാലത്തെ ആളുകൾ ഉറപ്പായി വിശ്വസിച്ചിരുന്നു എന്നുള്ള സംഗതിയെ വായനക്കാർ പ്രത്യേകം ഓർമ്മിച്ചുകൊള്ളേണ്ടതാണെന്ന് അപേക്ഷിക്കുന്നു.

എട്ടുവീട്ടിൽപിള്ളമാരുടെ ആലോചനകൾ തന്റെ യജമാനന് അനുകൂലമായി അവസാനിച്ചുകൊണ്ട് അത്യുന്മേഷത്തോടുകൂടിയാണ് തമ്പിയുടെ മന്ദിരത്തിലേക്കായി സുന്ദരയ്യൻ യാത്ര ആരംഭിച്ചത്. എന്നാൽ രാജവീഥിയിൽ താൻ ഏകനായി ചരിക്കുന്നു എന്നുള്ള സംഗതിയെക്കുറിച്ച് ആലോചന തുടങ്ങിയപ്പോൾ സുന്ദരയ്യന്റെ മാനസികശക്തികൾ തളർന്നുവശായി. പാടത്തിന്റെ മദ്ധ്യത്തിലായപ്പോൾ സാധു പരക്കെ നോക്കി, ചെവി വട്ടംപിടിച്ചുതുടങ്ങി. തന്റെ മാർഗ്ഗനിരോധനം ചെയ്വാൻ ഭൂലോകപാതാളസ്വർഗ്ഗങ്ങൾ നിറഞ്ഞു വല്ല സത്വവും മുമ്പിൽ പ്രത്യക്ഷമാകുന്നുണ്ടോ എന്നു നേത്രങ്ങളെ വളരെ പരിശ്രമിപ്പിച്ചു നോക്കി. യാതൊന്നും ഇല്ലെന്നു നിശ്ചയപ്പെടുത്തിയിട്ട്, പിന്തിരിഞ്ഞു നോക്കാതെ, വർജ്ജ്യമാണെങ്കിലും കിഴക്കോട്ടും ഇടയ്ക്കിടെ നോക്കിക്കൊള്ളുന്നു. കാലാവസ്ഥ അനുസരിച്ചുള്ള ഈ സാംക്രമികപീഡകൾക്ക് സുന്ദരയ്യന്റെ പക്കൽ ഔഷധം ഇല്ലാതിരുന്നില്ല. അർജ്ജുനന്റെ നാമദശകത്തെ സുന്ദരയ്യൻ ഉച്ചത്തിൽ നാസികകൊണ്ട് ജപിച്ചുതുടങ്ങി. "അർജ്ജുനഫൽഗുനഹ" എന്ന്

ആരംഭിച്ച ശ്ലോകം "കൃഷ്ണഹാ വൈകുണ്ഠഹാ വിഷ്ഷരശ്രവഹാ-ലക്ഷ്മണഹ പ്രാണദാതാഹരാ-ധിയോഹോ നപ്രശോധനാത്" എന്നിങ്ങനെ പരിണമിച്ചു. ഇതിനെത്തുടർന്ന് ഭയോദ്ഭൂതമായുള്ള ചിന്തകൾ അകറ്റിനിർത്തുന്നതിനായിട്ട് "കലഭ്യം ശൂഡാലംകൃത ശശികലാഭ്യാം നിജ തപഹ ഫലാഭ്യാം ഭക്തേഷുഹുപ്പ്രഹടിത ഫലഭ്യാം" എന്നു ശിവ സ്തോത്രം ആരംഭത്തിൽ ചൊല്ലിയതിന്റെശേഷം തോന്നാതെ ആയിട്ട് 'കലാഭ്യാം' എന്നാവർത്തിച്ച് രാഗവിസ്താരം ചെയ്തുതുടങ്ങി. ഏകദേശം കിള്ളിയാറ് എന്നു പേരുപറയപ്പെടുന്ന നദി അടുക്കാറായപ്പോൾ സുന്ദരയ്യന്റെ സംഗീതം മുറുകി, തലകൊണ്ടും ബാഹുക്കൾകൊണ്ടും അദ്ദേഹം ആകാശത്തെ തകർത്തുതുടങ്ങി. ഈ ഗോഷ്ഠികൾ കണ്ട് പ്രസാദിച്ചോ, സംഗീതത്തിൽ ലയിച്ചോ കേരളാചാരകർത്താവിന്റെ കൃതിയെ വികൃതമാക്കിത്തീർത്തതിനെക്കുറിച്ചു കയർത്തോ പുറകിൽ ആരോ എത്തി സുന്ദരയ്യനെ ആലിംഗനം ചെയ്കയോ പിടികൂടുകയോ ചെയ്യുന്നു. സുന്ദരയ്യന്റെ ഉള്ളിൽ ഒരു മിന്നൽ ഉണ്ടായി. ഉദരഗഹ്വരത്തിൽനിന്നു പുറപ്പെടുന്നോ എന്നു തോന്നിക്കുംവണ്ണം "ഹാ-ഹാരത്?" എന്നു ഭയങ്കരമായുള്ള അഗാധസ്വരത്തിൽ ചോദ്യംചെയ്യുകയും ഉണ്ടായി ഇതിന് ഉത്തരമുണ്ടായത് സുന്ദരയ്യനെ നിലത്തുനിന്ന് അനായാസേന പൊക്കി ഭൂമിയിൽ ശയിപ്പിക്കുകയായിരുന്നു. നിലത്തു വീണപ്പോൾ സുന്ദരയ്യനു തന്നെ പിടികൂടിയതും വീഴ്ത്തിയതുംതാൻ ആദ്യംവിചാരിച്ചതുപോലെ ദേവത അല്ലെന്നും കേവലം ഒരു യാചകൻ ആണെന്നും ബോദ്ധ്യം വരത്തക്കവണ്ണം അവന്റെ ഉടൽ കാണുന്നതിനു വഴിയുണ്ടായി. യാചകൻ ദ്രവ്യേച്ഛകൊണ്ടു മോഷണത്തിനൊരുമ്പെടുകയാണെന്നു വിചാരിച്ചിട്ട് സുന്ദരയ്യൻ തന്റെപക്കൽ വിലയുള്ള സാധനങ്ങൾ യാതൊന്നുമില്ലെന്നു പറഞ്ഞുതുടങ്ങി. എന്നിട്ടും പിടിവിടാതെതന്നെ അമർത്തിപ്പിടിച്ചുകൊണ്ട് ഒരു കൈയാൽ വസ്ത്രത്തിന്റെ ഇടയ്ക്ക് യാചകൻ പരിശോധന ആരംഭിക്കുന്നതു കണ്ട് സുന്ദരയ്യൻ ഊക്കോടുകൂടി അവനെ തള്ളിയിട്ട് എഴുന്നേറ്റു പടിഞ്ഞാറോട്ടോടി. ബ്രാഹ്മണന് ഇത്രത്തോളം ശക്തിയുണ്ടെന്ന് യാചകൻ വിചാരിച്ചിരുന്നില്ല. സുന്ദരയ്യൻ ഓടിയതു കണ്ട് അവനും പുറകെ എത്തി. കിള്ളിയാറ്റിൽ അന്നുണ്ടായിരുന്ന കൽപ്പാലത്തിന്മേൽ വച്ച് അദ്ദേഹത്തിന്റെ കുടുമയ്ക്കു പിടികൂടി. എങ്കിലും ബ്രാഹ്മണൻ പിന്നെയും മുന്നോട്ടു പാഞ്ഞു. പിന്തിരിഞ്ഞ് ഈറ്റപ്പുലിയെപ്പോലെ മുതൃന്നുനിന്നു യാചകനും നിലയായി. ബ്രാഹ്മണന്റെ നില കണ്ടിട്ട് അദ്ദേഹം മുഷ്ടിയുദ്ധത്തിന് ഒരുമ്പെട്ടു നില്ക്കുകയാണെന്ന് ഒറ്റനോട്ടത്തിൽത്തന്നെ ഭിക്ഷുവിനു മനസ്സിലായി. ഉത്തരീയത്തെ ക്ഷണേന മുറുക്കി അരയിൽ ബന്ധിക്കയും ഉപവീതത്തെപ്പിടിച്ച് വസ്ത്രത്തിന്റെ ഇടയ്ക്കു താഴ്ത്തുകയും ചെയ്തിട്ട്, മുഷ്ടി മുറുക്കി യാചകന്റെ നാസിക പ്രമാണമാക്കി സുന്ദരയ്യൻ ഒന്നു താഡിച്ചു. ഭിക്ഷു ഇടി ഏല്ക്കാതെ സാമർത്ഥ്യത്തോടുകൂടി ഒഴിഞ്ഞുകളഞ്ഞു. യാചകൻ അസാരനല്ലെന്ന് സുന്ദരയ്യനു ബോദ്ധ്യപ്പെട്ടു. തന്റെ പ്രതിയോഗിയുടെ സാമർത്ഥ്യത്തെ യാചകൻ ആ നില കണ്ടുതന്നെ മനസ്സിലാക്കീട്ടും

ഉണ്ട്. പൂവൻകോഴികൾ തമ്മിലിടഞ്ഞു പിന്മാറി തരംനോക്കി നില്ക്കുമ്പോലെ, രണ്ടുപേരും കുറച്ചുനേരം വലതുകരങ്ങളെ മുന്നോട്ടു വച്ചിരിക്കുന്ന വലതുപാദങ്ങളുടെ മുട്ടുകളിന്മേൽ ഊന്നിക്കൊണ്ട് ദൃഷ്ടികൾ പറിക്കാതെ നോക്കിനില്ക്കുന്നു. സുന്ദരയ്യൻ മുന്നോട്ടു കുതിക്കുമ്പോൾ ഭിക്ഷു മാറത്തു കൈകൊടുത്തു പുറകോട്ടു തള്ളുന്നു. ഭിക്ഷു സുന്ദരയ്യന്റെ നാഭിക്കുനേരെ പായുമ്പോൾ ബ്രാഹ്മണൻ ഭിക്ഷുവിന്റെ അരയ്ക്കു പിടികൂടുന്നതിനു തക്കംനോക്കുന്നു. അല്പനേരംകൊണ്ടു രണ്ടുപേരും തങ്ങളിൽ ഇടഞ്ഞു പരസ്പരം പാദത്തെ നിലത്തുനിന്നുയർത്തുന്നതിന് അതിസാഹസങ്ങൾ ചെയ്യുന്നു. കല്പാലം കുലുങ്ങുംവണ്ണം ബലംപ്രയോഗിച്ചും ഒരടി വിട്ടുകൊടുക്കാതെയും സർപ്പങ്ങളെപ്പോലെ പിണഞ്ഞും, തോളോടുതോൾചേർത്തു തള്ളിയും ശിരസ്സോടു ശിരസ്സുരുമ്മിയും ഇടയ്ക്കു പാദങ്ങളെ തട്ടിയും, കരങ്ങളെ ഊക്കോടു വെട്ടിവലിച്ചും പിടിയിട്ട് രണ്ടുപേരും നില്ക്കുന്നതിനിടയിൽ, സുന്ദരയ്യനെ ഭിക്ഷു തോളിൽ കയറ്റിയിരിക്കുന്നു. സുന്ദരയ്യൻ ഭിക്ഷുവിന്റെ കണ്ഠത്തെ തന്റെ കക്ഷത്തിനിടയ്ക്കാക്കി അമർത്തുന്നു. ഭിക്ഷു സുന്ദരയ്യനെ കല്പാലത്തിന്റെ രുചി ഒന്ന് അറിയിക്കുന്നു. സുന്ദരയ്യൻ എന്നിട്ടും പിടി വിടുന്നില്ല. ശ്വാസം മുട്ടിത്തുടങ്ങിയപ്പോൾ ഭിക്ഷു തന്റെ അരയിൽ തിരുകിയിരുന്ന ഒരു കഠാരി ഊരി ഓങ്ങുന്നു. കുത്താതെ എന്തോ വിചാരിച്ചിട്ട് അതിനെ താഴത്ത് ഇട്ടുകളഞ്ഞിട്ട് സുന്ദരയ്യന്റെ പിടി വിടുവിക്കാൻ ശ്രമിക്കുന്നു. സുന്ദരയ്യൻ തന്റെ വസ്ത്രത്തിനിടയിൽ വച്ചിരുന്ന യോഗക്കുറി എടുത്ത് നദിയിലേക്ക് എറിയുന്നു. രണ്ടുപേർക്കും പ്രാണാപായം വരുമെന്നുള്ള സ്ഥിതിയിൽ കരുണ കൂടാതെ അവരവർക്ക് കിട്ടിയ തരംനോക്കി പ്രതിയോഗിയെ വീഴ്ത്താൻ നോക്കുന്നു. പാലത്തിന്റെ ഇരുവശത്തും യാതൊരു രക്ഷയും ഇല്ലാതിരുന്നതിനാൽ ഒടുവിലത്തെ കഠിനദ്വന്ദ്വയുദ്ധത്തിൽ കൈലാസത്തെക്കൊണ്ടുയർന്ന ദശകണ്ഠനെപ്പോലെ ഭിക്ഷു സുന്ദരയ്യനെ നിലത്തടിക്കുന്നതിനായി പിന്നെയും ഉയർത്തിയപ്പോൾ ബ്രാഹ്മണൻ തന്റെ ശക്തി ആസകലം പ്രയോഗിച്ച് ഒന്നു കുടഞ്ഞതുകൊണ്ട് രണ്ടുപേരും ഒരുമിച്ചു നദിയിൽ വീഴുന്നു. വീഴുവഴിക്ക് തങ്ങളിൽ പിടിവിട്ട് രണ്ടുപേരും ഒരുമിച്ചു നദിയിൽ താഴുന്നു. കുറച്ചു കഴിഞ്ഞപ്പോൾ പാലത്തിന് അല്പം തെക്കായി രണ്ടുപേരും ഉയർന്നു. ഭിക്ഷു കര നോക്കി നീന്തുകയും സുന്ദരയ്യൻ രണ്ടാമതു താഴുകയും ചെയ്യുന്നു.

സുന്ദരയ്യനു നീന്താൻ വശമില്ലെന്ന് ഭിക്ഷു അറിഞ്ഞപ്പോൾ തന്റെ വൈരത്തെ മറന്ന് സുന്ദരയ്യൻ താണ സ്ഥലം നോക്കി നീന്തിച്ചെന്നു. സുന്ദരയ്യൻ രണ്ടാമതും പൊങ്ങി. 'പൊന്നയ്യാ' എന്നുള്ള വിളിയോടും കൈകൊണ്ട് ജലത്തിൽ ഊക്കോടു പലവുരു അടിച്ചു മൂന്നാമതും താണു. 'കഷ്ടം' എന്നു പശ്ചാത്താപപ്പെട്ടും താനേ ശാസിച്ചുംകൊണ്ട് ഭിക്ഷു ആയംകൂട്ടി ഒഴുക്കോടുകൂടി നീന്തിച്ചെന്ന് 'വ്വ' എന്നു മുഴങ്ങുന്ന ധ്വനിയോടുകൂടിപ്പൊങ്ങിയ സുന്ദരയ്യനെ പിടിച്ചു.

രണ്ടുമൂന്നു നാഴികകൊണ്ട് സുന്ദരയ്യന്റെ ബോധക്ഷയം തീർന്നു. ഉണർന്നു നോക്കിയപ്പോൾ വജ്രകോടികൾപോലെ ആകാശമണ്ഡ

ലത്തെ വിതാനിച്ചു വിളങ്ങുന്ന നക്ഷത്രങ്ങൾ കാണാനുണ്ട്. നദീജലം ഇരുകരയും മുട്ടി ചെടികളിൽ തടഞ്ഞൊഴുകുന്ന ശബ്ദവും കേൾക്കുന്നുണ്ട്. സമീപത്ത് തേജോമയനായ ഒരു യുവാവിനേയും കാണുന്നുണ്ട്. യാചകനോടുള്ള സമരത്തിൽ അസാധാരണമായുള്ള ധൈര്യം പ്രകാശിപ്പിച്ച സുന്ദരയ്യൻ യുവാവിനെ കണ്ടപ്പോൾ ഉള്ളിൽ ഉദ്ഭൂതമായ ഭയം നിമിത്തം കടുതായി വിറച്ച് 'അടിയൻ പിഴയ്ക്കലയേ' എന്നു കരഞ്ഞു പറഞ്ഞുകൊണ്ട് ഝടിതിയിൽ കണ്ണടച്ചു.

പിന്നീടുണർന്നു നോക്കിയപ്പോൾ യുവാവ് അപ്രത്യക്ഷനായിരിക്കുന്നു. നക്ഷത്രങ്ങളും മിക്കവാറും അരുണോദയത്തിന്റെ പ്രകാശത്താൽ മറഞ്ഞിരിക്കുന്നു. ആ കാരണത്താൽത്തന്നെ ധൂസരമായിച്ചമഞ്ഞിരിക്കുന്ന ശശാങ്കകലയും കിഴക്കു കാണ്മാനുണ്ട്.

# പതിമൂന്നാം അദ്ധ്യായം

*"ദുഷ്ടരാം ദാനവന്മാരുടെ പിട്ടുകൾ*
*ഒട്ടുമേ തട്ടുകയില്ലെന്നമട്ടാക്കി ഞാൻ*
*ഒട്ടുമേ താമസംകൂടാതെ നിങ്ങടെ*
*പുഷ്ടമോദത്തെ വരുത്തുന്നതുണ്ടല്ലോ."*

**രാ**മവർമ്മമഹാരാജാവിന്റെ ആലസ്യം വൈദ്യന്മാരുടെ പാടവങ്ങളെ ഭിന്നമാക്കി ദിനംപ്രതി വർദ്ധിച്ച് അദ്ദേഹം ഈ ലോകത്തോടുള്ള ബന്ധത്തെ അധികകാലവിളംബംകൂടാതെ ഖണ്ഡിക്കുമെന്നുള്ള സ്ഥിതിയിൽ ആയിരിക്കുന്നു. മാതുലന്റെ രോഗശമനത്തിനായിട്ട് ഓരോ വഴിപാടുകൾ, ഹോമങ്ങൾ, ദാനങ്ങൾ മുതലായവ യുവരാജാവു നടത്തിക്കുന്നു. എന്നാൽ ഈവക ക്രിയകൾക്കും അരോഗതയ്ക്കുംതമ്മിൽ കാര്യകാരണസംബന്ധം സംഘടിപ്പിക്കാൻ ക്രിയാകർത്താക്കന്മാർക്ക് അശക്യമായിരുന്നതിനാലോ, ആയുരാരോഗ്യാദികളുടെ നിയന്താവായ ശക്തിയെ ഏതാദൃശങ്ങളായ കർമ്മങ്ങൾകൊണ്ടു പാട്ടിലാക്കുക പരമാർത്ഥത്തിൽ അസാദ്ധ്യമാകകൊണ്ടോ, തന്ത്രികൾ, വൈദികന്മാർ, മാന്ത്രികന്മാർ മുതലായ ഓരോവക വിദ്വജ്ജനങ്ങൾ രാമവർമ്മമഹാരാജാവിന്റെ ആയുർവർദ്ധനയ്ക്കായി ചെയ്യുന്ന സാഹസങ്ങൾ രാജഭണ്ഡാരത്തിലെ ദ്രവ്യത്തെ ക്ഷയിപ്പിക്കുന്നതിലേക്കു മാത്രം പ്രയോജകമായിരിക്കുന്നതല്ലാതെ അന്യവിഷയങ്ങളിൽ ഫലശൂന്യങ്ങളായിരിക്കുന്നതേയുള്ളൂ. മഹാരാജാവിന്റെ ഭരണത്താൽ പ്രജകൾക്കുണ്ടായിട്ടുള്ള ഗുണദോഷങ്ങളെ പരിശോധിച്ച് പരസ്യമായി അഭിപ്രായങ്ങൾ പറയുന്നതിന് ഭീരുക്കളും ധൈര്യത്തെ അവലംബിച്ചിരിക്കുന്നു. മഹാരാജാവിന്റെ പ്രത്യേക സേവകന്മാരും ഈ വിഷയത്തിൽ സത്യവാദികളായിത്തുടങ്ങിയിരിക്കുന്നു. വലിയസർവ്വാധി മുമ്പായുള്ള ഉദ്യോഗസ്ഥന്മാർ യുവരാജാവിന്റെ രാജ്യഭര

ണാരംഭം അടുത്തിരിക്കുന്നതിനെ ഓർത്ത് അവരവരുടെ ഉദ്യോഗസംബന്ധമായി സൂക്ഷിക്കേണ്ട റിക്കാർഡുകളേയും മറ്റും ശരിയാക്കി വയ്ക്കുന്നു. മഹാരാജാവിന്റെ ഭൃത്യജനങ്ങളുടെ ആനനങ്ങൾ മ്ലാനമാവുകയും യുവരാജാവിന്റെ ശിഷ്യസംഘങ്ങൾ ഗൂഢമായി സന്തോഷംകൊണ്ടു പുളയ്ക്കുകയും ചെയ്യുന്നു.

ശ്രീപത്മനാഭൻതമ്പി രാജപദവിയോടുകൂടി തലസ്ഥാനത്തു താമസം ഉറപ്പിച്ചിരിക്കുന്നു. എട്ടുവീട്ടിൽപിള്ളമാരും പരിവാരസമേതന്മാരായി രാജധാനിയിൽ എത്തി, രാജകുടുംബത്തെ നഷ്ടമാക്കുന്നതിനു മുതിർന്ന് സന്നാഹങ്ങൾ കൂട്ടുന്നു. കടുതായ കലഹങ്ങൾ ഉണ്ടാകുമെന്നുള്ള ശങ്കകൊണ്ട് പുരവാസികൾ തങ്ങൾ തങ്ങൾക്കുള്ള ദ്രവ്യങ്ങൾക്കു ദോഷം സംഭവിക്കാതെ ഇരിക്കുന്നതിനായിട്ട് ഓരോ ഗൂഢസ്ഥലങ്ങളിൽ അതുകൾ സംഭരിക്കുന്നു. രാജ്യാവകാശക്രമത്തിന് ഒരു ഭേദഗതിയുണ്ടാകുമെന്നു പരക്കെ വിശ്വാസം ജനിക്കയാൽ നാടുവാഴിയെ അനുസരിച്ചുപോന്ന ജനങ്ങളിലും അനേകംപേർ രാജഭോഗങ്ങൾ കൊടുക്കാതെ വിപരീതഭാവം കലർന്നു ശണ്ഠയ്ക്ക് ഒരുമ്പെട്ടു നില്ക്കുന്നു. രാജഭണ്ഡാരത്തിലെ ദ്രവ്യക്കുറവുമൂലം നേരിടുന്ന ബുദ്ധിമുട്ടുകളുടെ നിവൃത്തിക്കായി ദ്രവ്യസ്ഥന്മാരായ ചില കുട്ടികളോടു മന്ത്രിജനങ്ങൾ തന്നെ ദ്രവ്യസഹായം യാചിച്ചതിൽ വൈരിപക്ഷത്തെക്കുറിച്ചുള്ള ഭയം നിമിത്തം യാതൊരുത്തരും അപ്രകാരമുള്ള സഹായം ചെയ്യുന്നതിനു ധൈര്യപ്പെടുന്നില്ല. നാഞ്ചിനാടായ ദക്ഷിണഭാഗത്ത് പാർപ്പുകാരായുള്ളവർ ആ സ്ഥലങ്ങളിലെ പ്രമാണികളായ ചേരകോനാർ, മൈണർ, വണികരാമൻ എന്നുള്ള സ്ഥാനമാനങ്ങൾ വഹിക്കുന്ന മുതലിയാരന്മാരെ വഴിപ്പെട്ടു തമ്പിമാരുടെ പാട്ടിലാക്കിയിരിക്കുന്നു. ചിറയിൻകീഴ്, തിരുവനന്തപുരം, നെയ്യാറ്റുംകര ഈ ദിക്കുകളായ ഉത്തരഭാഗത്തെ ജനങ്ങൾ എട്ടുവീട്ടിൽപിള്ളമാരുടെ അധികാരസ്ഥലങ്ങളിൽ ഉൾപ്പെട്ടവരാകയാൽ മിക്കവാറും ആ ഭാഗത്തുതന്നെ ചാഞ്ഞുനില്ക്കുന്നു. പൂർവ്വരാജധാനികളായ തിരുവിതാങ്കോട്, പത്മനാഭപുരം ഈ നഗരികൾക്കു സമീപമുള്ള മദ്ധ്യദേശമായ ഇരണിയൽ, കൽക്കുളം, വിളങ്കോട് എന്നീ ദിക്കുകളിലെ ജനങ്ങൾ രാജധാനി തിരുവനന്തപുരത്തേക്കു മാറ്റിയതിനാലുള്ള കുണ്ഠിതംകൊണ്ടും നിഷ്ഠൂരന്മാരായ എട്ടുവീട്ടിൽപിള്ളമാരോട് ഇടയുന്നതിന് അത്ര ധൈര്യമില്ലാതിരുന്നതിനാലും, രാജകുടുംബത്തെ തുണയ്ക്കുന്നതിനായി വടക്കോട്ട് ആക്രമിക്കുന്നതിനു മടിക്കുന്നു. ആകപ്പൊടെ രാജപാർശ്വത്തിൽ ജനങ്ങൾ തുലോം കുറവാണെന്ന് മന്ത്രിജനങ്ങൾക്കും യുവരാജാവിനും ബോദ്ധ്യപ്പെടുകയാൽ രാജമന്ദിരത്തിന്റെ രക്ഷയ്ക്കായി വേണ്ട കാവലുകൾ ഏർപ്പെടുത്തിയിരിക്കുന്നു. രാജധാനിയിലുള്ള രാജഭടന്മാരേയും വിശ്വസിക്കാൻ പാടില്ലാത്തവിധത്തിൽ അവരും ചിലപ്പോൾ ആജ്ഞകൾ ലംഘിക്കുന്നു. എട്ടുവീട്ടിൽപിള്ളമാരുടെ ഭൃത്യവർഗ്ഗങ്ങൾ ആയുധപാണികളായി രാജവീഥികളിൽ അഹങ്കാരംപൂണ്ട് സഞ്ചരിക്കുകയും കൊട്ടാരത്തിന്റെ വാതില്ക്കൽ ചിലപ്പോൾ കൂട്ടംകൂടിനിന്നു ലഹളകൾ കൂട്ടുകയും

ചെയ്യുന്നു. യുവരാജാവും മന്ത്രിമാരും കാലാവസ്ഥകൾ കണ്ടും കേട്ടും തങ്ങളെ ചുറ്റിവരുന്ന ആപൽപാശത്തിൽനിന്നു മോചനം സമ്പാദിക്കുന്നതിനു മാർഗ്ഗം കാണാതെ ബുദ്ധികുഴങ്ങിയും പ്രാണഭയത്തോടുകൂടി കൊട്ടാരത്തിനകത്തുതന്നെ ഒളിച്ചു പാർക്കുമ്പോലെ ദിനങ്ങൾ കഴിച്ചുകൂട്ടുന്നു.

യുവരാജാവിനോടു മാങ്കോയിക്കൽകുറുപ്പ് ചെയ്തിട്ടുള്ള വാഗ്ദാനത്തെ അദ്ദേഹം നിറവേറ്റാതെ ഇരിക്കയില്ലെന്ന് യുവരാജാവിനു പൂർണ്ണവിശ്വാസമുണ്ടായിരുന്നു. അതിനാലും, തന്റെ മാതുലനെ വളരെക്കാലം സേവിച്ചുപാർക്കയും തന്നെയും അനേക ആപത്തുകളിൽനിന്ന് രക്ഷിക്കയും ചെയ്തിട്ടുള്ള തിരുമുഖത്തുപിള്ള എന്ന ഗൃഹസ്ഥന്, ദ്രവ്യത്താലും ആളാലും സഹായം ചെയ്യണമെന്നു താൻ എഴുതിഅയച്ചിട്ടുണ്ടായിരുന്നതിനാലും കിളിമാനൂർ കോവിലകത്തേക്ക് ഒരു ദൂതനെ ഈ മൂന്നു സ്ഥലങ്ങളിൽനിന്നും അധികതാമസം കൂടാതെ തന്റെ പക്ഷത്തിലേക്കു മതിയായ ഒരു സൈന്യം ചേർക്കുന്നതിനു വേണ്ട ആളുകൾ വന്നുകൂടുമെന്നുള്ള വിശ്വാസം ഒന്നുകൊണ്ട് യുവരാജാവ് ആശ്വസിപ്പിച്ചിരിക്കുന്നു. മാങ്കോയിക്കൽ കുറുപ്പിന്റെ ഭടന്മാരുടെ യുദ്ധവൈദഗ്ദ്ധ്യവും മറ്റും കണ്ട് തനിക്കു ബോദ്ധ്യംവന്നിരുന്നതിനാൽ അവരെ തന്റെ സ്വാധീനത്തിൽ കിട്ടിയാൽ എട്ടുവീടന്മാരുടെ വമ്പുകൾ ഒട്ടു ശമിപ്പിക്കാമെന്നും മധുരപ്പടയെ സമാധാനപ്പെടുത്തി കൊണ്ടുവരുന്നെങ്കിൽ സംശയംകൂടാതെ വൈരികളുടെ മൂലനാശം വരുത്താമെന്നും യുവരാജാവിനുറപ്പുണ്ടായിരുന്നു. അതിനാൽ മാങ്കോയിക്കൽ കുറുപ്പിന്റെ ആഗമനത്തെയാണ് യുവരാജാവ് മുഖ്യമായി പ്രതീക്ഷിച്ചിരിക്കുന്നത്.

പൂർവ്വകാലങ്ങളിൽ രാജകുടുംബത്തെ രാജ്യഭരണക്രിയകളിൽ സഹായിക്കയും ക്രമേണ സ്വശക്തിയെ സ്ഥാപിച്ചുതുടങ്ങി, രാജവൈരികളായിച്ചമയുകയും ചെയ്തിട്ടുള്ള എട്ടുവീട്ടിൽപിള്ളമാരുടെയും പ്രകൃത്യാമൂഢനായും ഡംഭാദി ദോഷാസ്പദനായും ഉള്ള തമ്പിയുടെയും കൃത്രിമങ്ങൾക്ക് അനുകൂലഭാവം നാട്ടിലുള്ള ജനങ്ങളിലും കാണുന്നുണ്ടെന്ന് യുവരാജാവിന് അറിവുകിട്ടിയത്, മാതുലനായ മഹാരാജാവ് പരദേശത്തുനിന്ന് ഒരു സേനയെ വരുത്തിയത് ജനങ്ങളുടെ സ്വാതന്ത്ര്യഖണ്ഡനം ചെയ്വാനാണെന്ന് അവർക്ക് ആദ്യമേ ശങ്ക ഉദിച്ചിരുന്ന വിവരംകൂടി തനിക്ക് അറിവുണ്ടായിരുന്നതിനാൽ, വാസ്തവമായിത്തന്നെ ഇരിക്കാമെന്ന് യുവരാജാവ് ഊഹിച്ചു. അതുകൊണ്ടും, യുദ്ധംകൂടാതെ കഴിക്കണമെന്നു പ്രജാവത്സലനായ യുവരാജാവിനു മോഹമുണ്ടായിരുന്നതുകൊണ്ടും, തന്റെ പ്രത്യേക ആശ്രിതനും കാര്യനിർവ്വഹണങ്ങളിൽ അതിസമർത്ഥനുമായുള്ള രാമയ്യൻ എന്ന ബ്രാഹ്മണൻമുഖേന തമ്പിയോടു സന്ധിപറയുന്നതിന് അദ്ദേഹം ശ്രമിച്ചു. എന്നാൽ, തമ്പിയെ ഗ്രസിച്ചിരുന്ന സുന്ദരയ്യനായ രാഹുവോടടുത്തപ്പോൾ, തിരുവിതാംകൂർ സംസ്ഥാനത്തിന്റെ വിസ്തീർണ്ണതയെ വർദ്ധിപ്പിക്കുന്നതിന് ഉപയുക്തങ്ങളായിരുന്ന ആ ബ്രാഹ്മണന്റെ മന്ത്രനൈപുണ്യാദികൾ കേവലം നിരസ്തശക്തിക

ളായി ചമഞ്ഞു. അനാവശ്യമായ കലഹങ്ങൾക്ക് ആരംഭിക്കാതെ തന്റെ സ്ഥാനസംബന്ധമായുള്ള പദവികളോടും അവകാശങ്ങളോടും അടങ്ങിപ്പാർത്തുകൊള്ളുന്നത് നാട്ടിനും തനിക്കും തന്റെ അച്ഛന്റെ കുടുംബത്തിനും ശ്രേയസ്കരവും, അത്യാഗ്രഹത്തിൽ മുഴുകി പരമ്പരാചാരലംഘനത്തിനും മറ്റും ഉദ്യോഗിക്കുന്നത് അനർത്ഥദവും ആണെന്നു തമ്പിയെ ഗ്രഹിപ്പിക്കുന്നതിനു യുവരാജാവുതന്നെ ഒരിക്കൽ ഉത്സാഹിച്ചു. ഒരുദിവസം മഹാരാജാവിന്റെ പള്ളിയറയിലേക്കു യുവരാജാവ് എഴുന്നള്ളുന്ന മാർഗ്ഗത്തിൽ കൊട്ടാരത്തിന്റെ വാതിൽക്കലായിട്ട് തങ്കരേക്കുവേലകൾ ചെയ്തിട്ടുള്ള ഒരു മേനാവിനെ ചുറ്റി പഠാൺ സമ്പ്രദായത്തിൽ കുപ്പായങ്ങൾ ഇട്ടു മുറുക്കിയ പട്ടക്കാരും നാട്ടുസമ്പ്രദായത്തിൽ വസ്ത്രം ധരിച്ചിട്ടുള്ള അകമ്പടിക്കാരും നില്ക്കുന്നതു കണ്ട് തമ്പിയുടെ പരിവാരങ്ങൾ ആണെന്നറിഞ്ഞ് തന്റെ ഉദ്ദേശസാദ്ധ്യത്തിന് നല്ല അവസരം ലബ്ധമായെന്നുള്ള സന്തോഷത്തോടുകൂടി മാതുലന്റെ പള്ളിയറയിലേക്കു യുവരാജാവു കടക്കുന്നതിന് ആരംഭിച്ചു. ഇദ്ദേഹത്തിന്റെ ആഗമനം ഉണ്ടെന്ന് മുമ്പിൽ ചെന്ന ചില തിരുമുല്പാടന്മാരെയും മറ്റും കണ്ടു മനസ്സിലാക്കീട്ട് തനിക്ക് ആ സ്ഥാനത്തു നില്ക്കാൻ അർഹത ഇല്ലെന്നുള്ള നാട്യത്തിൽ സുന്ദരയ്യൻ പള്ളിയറയിൽനിന്ന് പുറത്തിറങ്ങി യുവരാജാവിനെ വണങ്ങീട്ട് മേനാവിന്റെ സമീപത്തേക്കു യാത്രയായി. ദൃഷ്ടിഗോചരമല്ലാതുള്ള വല്ല കമ്പികളാലും സുന്ദരയ്യനോടു ബന്ധിക്കപ്പെട്ടിട്ടുള്ളതുപോലെ, മന്ദസ്മിതത്തോടുകൂടി തന്റെ സമീപത്തോടടുത്ത യുവരാജാവിനെ കണ്ടില്ലെന്നുള്ള നാട്യത്തോടുകൂടിയും "തമ്പിയോട് കുറച്ചു സംസാരിക്കാനുണ്ട്; നില്ക്കണം" എന്നു യുവരാജാവ് അപേക്ഷിച്ചതു ധിക്കരിച്ചും അച്ഛനെ വന്ദിക്കേണ്ട ഗുരുത്വത്തെ ഉപേക്ഷിച്ചും മദിച്ച മഹിഷം കണക്കെ ജൃംഭിച്ചുകൊണ്ടും സുന്ദരയ്യന്റെ പുറകെ ഒട്ടും താമസിയാതെ തമ്പിയും നടകൊണ്ടു. സമാധാനോദ്ദേശ്യത്തോടുകൂടി ചെയ്ത പ്രയത്നങ്ങളുടെ അവസാനം ഇപ്രകാരമുള്ള ധിക്കാരമാണെന്നു കണ്ടപ്പോൾ യുവരാജാവിന് അധികമായ വ്യസനം ഉണ്ടായി. ഇങ്ങനെ വ്യസനം ഉണ്ടായത് ഭീരുത്വത്താലാണെന്നു വായനക്കാർ സംശയിച്ചുപോകരുത്. മാതുലന്റെ ദയനീയമായുള്ള അവസ്ഥയേയും, അദ്ദേഹത്തോടുള്ള സഹവാസം ഈശ്വരേച്ഛയാൽ അവസാനിക്കാറായിരിക്കുന്നകാലത്ത് അദ്ദേഹത്തിന്റെ പുത്രനോടുതന്നെ കലഹത്തിന് ആരംഭിക്കേണ്ടതായിരിക്കുന്നതിനേയും മറ്റോരോ സംഗതികളാൽ നേരിട്ടിരിക്കുന്ന ഞെരുക്കങ്ങളേയും യോജിപ്പിച്ച് ആലോചിച്ചപ്പോൾ ആ മഹാപുരുഷന്റെ മനസ്സിന് ഒരു വ്യാധിയായിത്തീർന്നു.

യുവരാജാവിന്റെ പരിചാരകൻ പരമേശ്വരൻപിള്ള തന്റെ ഗൃഹത്തിൽപ്പോലും പോകാതെ ഈ കാലങ്ങളിൽ ഭ്രാന്തുപിടിച്ച ശ്വാനനെപ്പോലെ കൊട്ടാരത്തിൽത്തന്നെ ഉഴറിനടക്കുകയായിരുന്നു. മാങ്കോയിക്കൽക്കുറുപ്പിന്റെ ഭവനത്തിൽനിന്നു രക്ഷപ്പെട്ടത് ഈശ്വരന്മാരിൽ ഒരാൾ പ്രത്യക്ഷനായി സഹായിച്ചതിനാൽ ആണെന്ന് അയാൾ വളരെ ആലോചനകൾ കഴിച്ചു തീരുമാനിച്ചിരിക്കുന്നു. അന്ത്യാവതാരത്തിനു മുമ്പായി

ഭ്രാന്തൻ ചാന്നാന്റെ സ്വരൂപമായിട്ട് അവതാരംചെയ്ത ഭഗവാൻ ആയ മഹാവിഷ്ണുഭക്തജനപരിത്രാണവും ദുഷ്ടനിഗ്രഹവും ചെയ്യുമെന്നുള്ളതിനെ അറിയാതെ അവതാരങ്ങളെ പത്തായി ഖണ്ഡിച്ചത് പുരാണകർത്താക്കന്മാരുടെ അന്ധത്വം കൊണ്ടാണെന്ന് ഒരു അഭിപ്രായവും വിദ്വാന്റെ ബുദ്ധിയിൽ അങ്കുരിച്ചിരിക്കുന്നു. മാങ്കോയിക്കൽക്കുറുപ്പും ഭടന്മാരും വന്നുചേരണമെന്നുള്ള അത്യാകാംക്ഷകൊണ്ട് അതിനായി സദാപ്രാർത്ഥിക്കയും വിരലുകളിന്മേലും മറ്റുവിധേനയും ഓരോ പ്രശ്നപരീക്ഷകൾ കഴിക്കയുംചെയ്യുന്ന ഈ രാജഭൃത്യന് ഭ്രാന്തനെ മാത്രമെങ്കിലും കിട്ടിയാൽ കൊള്ളാമെന്നുള്ള മോഹം വർദ്ധിച്ചിട്ട് അയാൾ അതു സിദ്ധമാകുന്നതിന് ആത്മീയമായും തപസ്സംബന്ധമായുമുള്ള ഓരോ മാർഗ്ഗങ്ങളെ ആലോചിച്ചുതുടങ്ങിയിരിക്കുന്നു.

എട്ടുവീട്ടിൽപിള്ളമാരുടെ സംഘയോഗരാത്രിക്കടുത്തദിവസം പരമേശ്വരൻപിള്ളയ്ക്ക് ഒരു മംഗളകരമായ ദിവസമായിരുന്നു. ഏകദേശം ഏഴു നാഴിക പുലർന്നപ്പോൾ അതിനുമുമ്പിൽ അയാൾ കണ്ടിട്ടില്ലാത്തതായ ഒരു സാധനം അയാളുടെ കൈയിൽ കിട്ടി. അതു നാലുപുറവും തിരിച്ചു നോക്കി ആശ്ചര്യപ്പെട്ടുകൊണ്ട് യുവരാജാവിനു കാഴ്ചവയ്ക്കാനായി വല്ല ചെറിയ പ്രാണികളുടെയും ശവത്തെ എന്നപോലെ അതിനെ രണ്ടു വിരലുകൾക്കിടയിലാക്കി തൂക്കിപ്പിടിച്ചു നടന്നുതുടങ്ങി. അശുദ്ധമായുള്ള സാധനത്തെ കൊട്ടാരത്തിനകത്തു കൊണ്ടു പ്രവേശിച്ചാൽ പുണ്യാഹം കഴിക്കേണ്ടിവരുമെന്നുള്ള ഭയംകൊണ്ടു ചില പ്രതിവിധികളും തോന്നിയതുപോലെ കഴിച്ച് യുവരാജാവിന്റെ മുമ്പിലെത്തിയപ്പോൾ രാമയ്യൻ എന്നു മുമ്പിൽ പേർ പറയപ്പെട്ട ബ്രാഹ്മണനും അവിടെ ഉണ്ടായിരുന്നു. ഇദ്ദേഹം തിരുവിതാംകൂർഭൂമിയിൽ ജനിച്ച് രാജകുടുംബത്തെ സേവിച്ചു പാർക്കുന്ന ഒരാളാണ്. ഈ ബ്രാഹ്മണന്റെ ബുദ്ധിക്ക് അസാമാന്യവൈശിഷ്ട്യമുണ്ടെന്നു മഹാരാജാവിനും ബോധ്യം വരികയാൽ ബ്രാഹ്മണനെ വലിയകൊട്ടാരം രായസംപണിക്കു മഹാരാജാവുതന്നെ നിയമിച്ചു. ഈ ഉദ്യോഗം സംബന്ധിച്ച് തനിക്കുള്ള ജോലികൾ ബ്രാഹ്മണൻ അതിശുഷ്കാന്തിയോടുകൂടി നിർവ്വഹിച്ചുവരുന്നതിനു പുറമേ രാജ്യഭാരസംബന്ധമായുള്ള സംഗതികളെയും ജനസമുദായങ്ങളുടെ സ്ഥിതികളെയും ഭണ്ഡാരസംബന്ധമായുള്ള കണക്കുകളെയും വഴിപോലെ ആരാഞ്ഞുഗ്രഹിക്കയും ആയുധാഭ്യാസം കുറേശ്ശ വശമാക്കുകയും ചെയ്തിട്ടുണ്ട്.

പരമേശ്വരൻപിള്ളയെ കണ്ടിട്ട് യുവരാജാവ്, "എന്താ പരമേശ്വരാ, വിശേഷം വല്ലതുമുണ്ടോ?" എന്നു ചോദിച്ചു. പരമേശ്വരൻപിള്ള, "അടിയൻ" എന്നറിയിച്ചുകൊണ്ടു തന്റെ കൈയിലുണ്ടായിരുന്ന സാധനം യുവരാജാവിന്റെ മുമ്പിൽ നിക്ഷേപിച്ചു.

യുവരാജാവ്: ഇത് ഒരു കടലാസ്സെഴുത്താണല്ലോ. നീ അതിനെ കുളിപ്പിച്ചുവോ?

പരമേശ്വരൻപിള്ള: (അതിബുദ്ധിയെ പ്രദർശിപ്പിച്ചുവെന്നുള്ള നാട്യത്തിൽ) അടിയൻ. മേത്തന്മാരു തൊട്ടതാണ്. ചാന്നാനെ തൊട്ടുതൊടക്കി

യതിനുതന്നെ ഉള്ള മന്ത്രവും തന്ത്രവും ഒക്കെ കഴിച്ചു. ഇനി തോലും തുണിയും ആട്ടുക്കൊഴുപ്പും ഒക്കെക്കൊണ്ടുണ്ടാക്കിയ ഇതിനെ തൊട്ട്-

യുവരാജാവ്: വെള്ളം തൊട്ടുകൂടാത്ത ഒരു സാധനമാണിത്. ആട്ടെ, ആരാണിതിനെ നിന്റെ കൈയിൽ എത്തിച്ചത്?

പരമേശ്വരൻപിള്ള: മൂത്തചെറുക്കൻ കിടാത്തൻ. അവൻ ഒളിച്ചുപതുങ്ങി ആരും കാണാതെ കൊണ്ടുതന്നേച്ച് ഓടെടാ ഓട്ടം. ചെറുക്കന് കരുത്തും മറ്റും ഉണ്ട്.

യുവരാജാവ്: നന്നായ് വരട്ടെ. രാമയ്യൻ ശുദ്ധംമാറീട്ടുണ്ടല്ലോ? എടുത്തുവായിക്കൂ.

ഈ കല്പനയനുസരിച്ച് രാമയ്യൻ ലേഖനത്തെ എടുത്തു വളരെ വിഷമപ്പെട്ടു തുറന്നിട്ട് ഇങ്ങനെ വായിച്ചു:

ബഹുമാനപ്പെട്ട മഹിമയേറുന്ന രാജകുമാരൻ ബഹദൂർ അറിയേണ്ടും സംഗതിക്ക് അവിടുത്തെ പാദശുശ്രൂഷകൻ, ആജിംഉദ്-ദൗളാഖാൻ എഴുതിക്കൊള്ളുന്നത്....

യുവരാജാവ്: അവിടുന്നാണെന്ന് എനിക്കു മനസ്സിലായി. എന്താ വിശേഷം? വായിക്കൂ.

....അള്ളാവിന്റെ കൃപയാൽ ക്ഷേമം.....

പരമേശ്വരൻപിള്ള: ഇന്നത്തെ ചോറു തുലഞ്ഞു. ശ്രീപത്മനാഭസ്വാമികടാക്ഷം എന്നോ മറ്റോ തുടങ്ങരുതോ?

യുവരാജാവ്: മിണ്ടാതിരിക്കൂ.

പരമേശ്വരൻപിള്ളയുടെ മുഖം മങ്ങി.

...തിരുമേനിക്ക് സർവ്വശക്തനായ ഈശ്വരൻ ദീർഘായുസ്സും സുഖവും നൽകട്ടെ.....

യുവരാജാവ്: ആ കൂട്ടത്തിലെ ദ്വിഭാഷിക്ക് മലയാളം നല്ല ശീലമാണെന്നു തോന്നുന്നു. ഇങ്ങനെ നാമും സാധാരണ എഴുതാറില്ലല്ലോ.

രാമയ്യൻ: സ്വാമീ, നല്ലതിന്മണ്ണം എഴുതുന്നുണ്ട്; വകതിരിവായും നല്ല വാചകമായും എഴുതുന്നു. ആശ്ചര്യംതന്നെ.

പരമേശ്വരൻപിള്ള: (മുറുമുറുക്കുന്നു) ഞാൻ തടുത്തപ്പോൾ കുറ്റമായിപ്പോയി. വകതിരിവായി എഴുതീരിക്കണൂ! ഹൂ! കയ്ക്കുറ്റപ്പാടു ചെയ്തുകൊള്ളുന്നത് എന്നു വയ്ക്കാതെ വെറും എഴുതിക്കൊള്ളുന്നത്! വല്ലതും കൊള്ളണം. അപ്പോൾ പടിക്കും.

പരമേശ്വരൻപിള്ള സാവധാനത്തിൽ കോപഭാവത്തോടുകൂടി ഇങ്ങനെ പുലമ്പുകയായിരുന്നെങ്കിലും അയാളുടെ അഭിപ്രായങ്ങൾ യുവരാജാവിനും രാമയ്യനും കേൾക്കാമായിരുന്നു. പരമേശ്വരൻപിള്ള ശുദ്ധനും, സാധുവും അതിഭക്തനും വിശ്വസ്തനുമായിരുന്നതിനാൽ അയാൾക്ക് യുവരാജാവിന്റെ സന്നിധിയിൽ പ്രത്യേക സ്വാതന്ത്ര്യമുണ്ടായിരുന്നു. യുവരാജാവിന്റെ സന്തോഷം ഒന്നിനെമാത്രം ദീക്ഷിച്ച് അദ്ദേഹത്തെ ഒരിക്കലും

വേർപിരിയാതെ സേവിക്കുന്ന ഇയ്യാൾ അല്പംകൊണ്ട് പ്രസാദിക്കയും കോപിക്കയും വ്യസനിക്കയും ചെയ്യുന്ന കൂട്ടത്തിലായിരുന്നു. .യുവരാജാവ് അയാളുടെ അഭിപ്രായങ്ങൾ കേട്ടപ്പോൾ ചിരിച്ചുപോയതിനാൽ വീണ്ടും അയാളുടെ മുഖം പ്രസാദത്തോടുകൂടിയതായി.

"....ചൈത്താന്മാരായ രാജദ്രോഹികൾ ഇന്നലെ രാത്രി കുടമൺപിള്ളയുടെ വീട്ടിൽ കൂടിയിരുന്നു...."

പരമേശ്വരൻപിള്ള: കേന്ത്രിച്ചു!

"....ആലോചനകൾ എന്തെല്ലാമായിരുന്നു എന്നറിയുന്നതിന് കഴിവുണ്ടായില്ല..."

പരമേശ്വരൻപിള്ള: ശരി! കാലം അടുത്തു. അതാ ആണുങ്ങൾ ദൂരെക്കൂട്ടി കാണുന്നു. ഇവിടെ ഇങ്ങ്-തല കഴുത്തീന്നു പോവാറായി-പോട്ട്.

യുവരാജാവ്: മിണ്ടാതിരിക്കൂ പരമേശ്വരാ. എന്റെ തല പോയിട്ടേ നിന്റേതു പോകയുള്ളു. നീ പേടിക്കേണ്ട.

പരമേശ്വരൻപിള്ള: തല പോണത് ആദ്യം അടിയന്റെ-

യുവരാജാവ്: അതിനെക്കുറിച്ചു പിന്നീടു തർക്കിക്കാം. വായിച്ചു തീർക്കൂ, രാമയ്യൻ!

സൃഷ്ടിച്ചവന്റെ കല്പനകൾപോലെ അല്ലാതെ മനുഷ്യരുടെ ആഗ്രഹങ്ങൾപോലെ ഒന്നും നടക്കുകയില്ല. ഊണിലും ഉറക്കത്തിലും ആപത്തുണ്ടെന്നു കരുതിയിരിക്കണം. മാങ്കോയിക്കൽക്കുറുപ്പുസാഹേബ് ഇന്നലെ രാത്രി ഇവിടെ എത്തി....

പരമേശ്വരൻപിള്ള: (സന്തോഷംകൊണ്ട് ഒന്നു പൊങ്ങിച്ചാടുന്നതിനു ഭാവിച്ചിട്ട്) ഹാ! വ്യാഴൻ പതിനൊന്നിലായി. പതിനൊന്നില്-ചാടീ പതിനൊന്നിലാ! ഇനി ആലോചിക്കട്ട്, അയ്യ! ആ ചാന്നാൻകൂടി ഒണ്ടെങ്കിൽ എന്തു രസം! കുറുപ്പദ്ദേഹത്തിനെ കണ്ടിട്ടില്ലല്ലോ? (രാമയ്യനോട്) ആള് മേത്തു വിഴുന്നാൽ രാമയ്യൻകുട്ടി സാമി പൊടിപൊടി! ഇപ്പോൾ വരും; കാണാം.

യുവരാജാവ്: പത്മനാഭൻ നമുക്കു സഹായമുണ്ട്.

പരമേശ്വരൻപിള്ള: കളങ്കമില്ലാത്ത തിരുമനസ്സല്ലയോ? പിന്നെ, അടിയനേയും പൊന്നുപത്മനാഭൻ വ്യസനിപ്പിക്കുമോ?

പരമേശ്വരൻപിള്ളയുടെ പൂർവ്വോത്തരാഭിപ്രായങ്ങളുടെ ഭേദങ്ങൾ ഓർത്ത് രാമയ്യൻ പുഞ്ചിരിയിട്ടു. "വായിച്ചുതീർക്കൂ രാമയ്യൻ" എന്ന് യുവരാജാവ് അരുളിച്ചെയ്തു.

.....തിരുമനസ്സിലെ ദാസന്മാരായ ഞങ്ങൾ കല്പന കാത്തിരിക്കുന്നു. മഹാരാജാവിന്റെ രോഗശമനം വരുത്തുന്നതിനും രാജകുമാരന് അനുഗ്രഹങ്ങൾ നല്കുമാറും അന്തമില്ലാത്തവൻ പ്രസാദിക്കട്ടെ. വിശേഷിച്ചും മഹാരാജാവിന്റെ മകൻ റായി പത്മനാഭൻതമ്പി അവർകളുടെ സേവകനായ സുന്ദരയ്യൻ എന്നൊരു പാപ്പാൻ ഉണ്ടല്ലോ. അയാളെ പ്രത്യേകം സൂക്ഷിച്ചുകൊള്ളണം. അയാളുടെ ഉശിർ പാപ്പാന്റേതല്ല. സൃഷ്ടിച്ചവൻ രക്ഷിക്കട്ടെ."

യുവരാജാവ്: കുറുപ്പ് നല്ല കണിശമുള്ള ആളാണ്. പറഞ്ഞതുപോലെ വന്നുചേർന്നല്ലോ. ഇനി എട്ടുവീടന്മാരുടെ തകരാറുകൾ എന്തെല്ലാമാണെന്ന് അറിയണം. അതിനു വഴി എന്താണു രാമയ്യൻ?

രാമയ്യൻ: അതിനു വഴി ആലോചിച്ചിട്ടു കാര്യമില്ല. കുറുപ്പദ്ദേഹം വന്നുപേർന്നാൽ ഇവിടെ ഇപ്പോൾ ഉള്ളവരേയും അദ്ദേഹത്തിന്റെ ആളുകളേയും ചേർത്ത് എട്ടുവീട്ടിൽപിള്ളമാരെ അടക്കുന്നതിനു നോക്കണം.

പരമേശ്വരൻപിള്ള: അതാണു ബുദ്ധി.

യുവരാജാവ്: അവരോടു പോരിനു പുറപ്പടാൻ വേണ്ട ആളുകൾ എന്നാലും നമ്മുടെ ഭാഗത്ത് കാണുകയില്ലല്ലോ!

രാമയ്യൻ: നേരേനിന്ന് ഒന്നും വേണ്ട. കുടമൺ, കഴക്കൂട്ടം, രാമനാമഠം, ഈ മൂന്നുപേരെയും കല്പനയുണ്ടെങ്കിൽ ഞാൻ കൊണ്ടരാം. അവരെ അടക്കിയാൽ അനർത്ഥമെല്ലാം തീരും.

യുവരാജാവ്: രാമയ്യന്റെ ഉപദേശം നന്നുതന്നെയാണ്. തന്ത്രം കൊണ്ട് അവരെ അടക്കാൻ കഴിയുന്നതുമാണ്. ആ മാർഗ്ഗങ്ങളെ ഞാൻ ആലോചിക്കാതെയും ഇരുന്നിട്ടില്ല. എന്നാൽ നിഗ്രഹിക്കാതെ പാട്ടിലാക്കി രാജ്യഭാരം നടത്തിക്കാണണമെന്ന് എനിക്കൊരു മോഹമുണ്ട്.

രാമയ്യൻ: സ്വാമീ-

യുവരാജാവ്: തന്റെ അഭിപ്രായം എനിക്കു മനസ്സിലായി. അവർ നമ്മെയും നമ്മുടെ പൂർവ്വികന്മാരെയും വളരെ ദ്രോഹിച്ചിട്ടുണ്ട്. എങ്കിലും അവർ നമ്മുടെ പ്രജകളിൽ പ്രമാണികളാണെന്നുള്ള സംഗതി മറന്നുകൂടാ. അതുമല്ലാതെ അവരെ ഇപ്പോൾ നശിപ്പിക്കുന്നതായാൽ മേലിൽ പ്രബലന്മാരായിവരുന്ന കുട്ടികൾക്ക് നമ്മെക്കുറിച്ചു ഭയവും സംശയവുമല്ലാതെ സ്നേഹവും ഭക്തിയും ഉണ്ടാകുന്നതല്ല.

രാമയ്യൻ: ഇങ്ങനെ ദയകാണിച്ചുകൊണ്ടിരുന്നാൽ യാതൊന്നും തന്നെ നടക്കയില്ല. ഒന്നാമത്, രാജകല്പനയ്ക്ക് എതിരായ ഒരു കല്പന നാട്ടിലുണ്ടായിരിക്കുന്നകാലത്ത് ന്യായങ്ങൾ നടത്താനും രാജഭോഗങ്ങൾ പിരിക്കാനും പ്രയാസമാണ്.

യുവരാജാവ്: ഏകനായകത്വം ആക്കിത്തീർക്കുന്നതിനാണ് നാം വഴി നോക്കിവരുന്നത്. ഒരു രാജ്യത്തെയും ജനസമുദായത്തെയും സംബന്ധിച്ചുള്ള സംഗതികളിൽ ഝടുതിയിൽ വല്ലതും നടത്തുന്നതിന് ഒരുമ്പെടുന്നതു ഭോഷത്വമാണ്. അതുമല്ലാതെ, നമ്മുടെ സ്ഥിതിയെത്തന്നെ ഒന്നുറപ്പിച്ചിട്ടു വേണം വൈരിസംഹാരത്തിന് ആലോചനകൾ ചെയ്യുന്നത്.

പരമേശ്വരൻപിള്ള: ഇരുന്നിട്ടേ കാലു നീട്ടാവൂ.

യുവരാജാവ്: പരമേശ്വരനും ബുദ്ധിയുണ്ടായിത്തുടങ്ങി.

രാമയ്യൻ: കല്പിച്ച് ദീർഘമായി ആലോചിക്കുന്നു. മറുകക്ഷി പിടിപിടി എന്നു നില്ക്കുന്നു. വഞ്ചനപ്രവൃത്തികൾക്ക് അവർ മടിക്കയുമില്ല. ആലോചനകൾ നടന്നും ഇരിക്കുന്നു. ഇങ്ങനെയുള്ള സ്ഥിതിയിൽ അവരെ

ചിലരെ തട്ടി ഒന്നു പഠിപ്പിക്കാഞ്ഞാൽ അറിയാതെ കുഴിയിൽ വിഴുന്നു പോകും.

പരമേശ്വരൻപിള്ള: അതു ശരി. തമ്പി അങ്ങുന്നന്മാരും കൂടീട്ടുണ്ട്. വട്ടങ്ങളും കേമമാണ്. മുമ്പിലത്തെപ്പോലെ ഒളിച്ചും പതുങ്ങിയുമല്ല. നാട്ടിലും തോട്ടിലും മലയിലുംവച്ചല്ല ഇനിയത്തെക്കളി. നേരേ മല്ലിനാണു കച്ചകെട്ടുന്നത്.

യുവരാജാവ്: അവർ ചെയ്യുന്നതുപോലെ നമുക്കും ചെയ്തുകൂടാത്തതിനാലാണ് നാം ക്ഷമിക്കുന്നത്. കേൾക്ക രാമയ്യൻ. സാമം, ദാനം, ഭേദം, ദണ്ഡം ഇതുകൾ രാജാക്കന്മാർക്ക് അനുവദിച്ചിട്ടുള്ള ഉപായങ്ങൾ ആണ്. വഞ്ചന ഇതിൽ ഉൾപ്പെടുന്നില്ല. അവർ അസ്ഥത്വങ്ങൾ പ്രവർത്തിക്കുന്നു എന്നുള്ളതിനെ സമാധാനമാക്കി ക്ഷത്രിയധർമ്മത്തെ നമുക്കു ലംഘിച്ചുകൂടാ. ദുർജ്ജനങ്ങളുടെ പന്ഥാവിനെ നാമും സ്വീകരിക്കുന്നതായാൽ അവരും നാമും തമ്മിൽ ഭേദമെന്താണ്?

രാമയ്യൻ: അവർ ചെയ്തിരിക്കുന്ന കഠനപ്രവൃത്തികൾ വിചാരിക്കുമ്പോൾ വഞ്ചനയും ഉചിതംതന്നെ എന്നു തോന്നുന്നുണ്ട്.

യുവരാജാവ്: അവരുടെ ദുഷ്കീർത്തി ഒട്ടുകാലംകൊണ്ടു നീങ്ങിപ്പോകും. നാം ലോകാപവാദത്തിനിടവരുത്തുന്നതായാൽ, അത് ഈ രാജ്യമുള്ള കാലത്തോളം നിലനില്ക്കും. ഓരോ ദീപങ്ങളെ ബാധിക്കുന്ന കളങ്കത്തിനെ അന്നന്ന് അതാതു ഗൃഹത്തിലുള്ളവരേ അറിയുന്നുള്ളു. ചന്ദ്രന്റെ കളങ്കത്തെയോ?

രാമയ്യൻ: ഇപ്പോൾ വലുതായ ആപത്ത് തീർച്ചയായി നേരിടും. ഈ കാലത്ത് ഈ നീതികൾ ആലോചിക്കണമോ? ഒന്നുരണ്ടുപേരെ എങ്കിലും വഴിപോലെ ശിക്ഷിക്കുന്നതായാൽ പ്രജകൾ എല്ലാവരും ആജ്ഞ അനുസരിച്ചു നടക്കും.

യുവരാജാവ്: എന്തഭിപ്രായമാണിത്? എട്ടുവീട്ടിൽപിള്ളമാരിൽ ചിലർ ശിക്ഷാർഹന്മാർതന്നെയാണ്; അതിനു സംശയമില്ല. പക്ഷേ, ആരാണു ശാസനയ്ക്കു പാത്രമെന്നുള്ളത് നമുക്ക് അത്ര നിശ്ചയമായി ക്ലിപ്തപ്പെടുത്തിക്കൂടാ. ആ സ്ഥിതിയിൽ ആ സംഘത്തെ മുഴുവനെയുമോ അവരിൽ ചിലരെയുമോ, വല്ലവിധത്തിലും മറ്റുള്ളവർക്ക് ഒരു ദൃഷ്ടാന്തമാക്കിത്തീർക്കുന്നതിനായിട്ടാകട്ടെ, ശിക്ഷിക്കുന്നത് ധർമ്മശാസ്ത്രവിരുദ്ധം ആയിരിക്കും. അതു നാം അനുവദിക്കുന്നതല്ല. രാജനീതി ശരിയായി നടത്തുന്നതിനു കാലം വരും. അതുവരെ ക്ഷമിക്കണം.

പരമേശ്വരൻപിള്ള: എന്നാൽ സന്യസിക്കരുതോ?

യുവരാജാവ്; ശരിയായ ചോദ്യം. സന്യസിക്കുന്ന സംഗതി പറഞ്ഞതുകൊണ്ട് ഓർമ്മവരുന്നു. പാണ്ഡവകൗരവന്മാർ തമ്മിൽ കലഹമുണ്ടായിട്ട് വളരെക്കാലം പാണ്ഡവന്മാർ ക്ഷമിച്ചു പാർത്തില്ലേ? അതുപോലെ കുറച്ചുക്ഷമിക്കാം. തല കൊണ്ടുപോകാതെ സൂക്ഷിച്ചുകൊള്ളണമെന്നു നിങ്ങൾ പറയുമായിരിക്കും. അതിനു മിടുക്കില്ലെങ്കിൽ പോട്ടെ. ഇരുന്നിട്ടു

ഫലമെന്ത്? ഈ സംഗതികളെക്കുറിച്ചു കുറുപ്പു വന്നിട്ട് ആലോചിക്കാം. അയാൾ ശരിയായ ഗുണദോഷങ്ങൾ ഉപദേശിച്ചുതരും. ഇന്നലെ ആലോചനകൾ എന്തായിരുന്നു എന്നറിയണം. അതിനു മാർഗ്ഗമെന്ത്?"

പരമേശ്വരൻപിള്ള: കടുവാക്കൂട്ടിൽ തലയിടാൻ ആരു പോകും?

രാമയ്യൻ: കല്പനയുണ്ടെങ്കിൽ ഒന്നു ശ്രമിക്കാം.

യുവരാജാവ്: തനിക്ക് ആപത്തുവരുമെങ്കിൽ വേണ്ട.

രാമയ്യൻ: ആപത്ത് ഒന്നുമില്ല; നമ്മുടെ കാലക്കുട്ടിപ്പട്ടക്കാരന്റെ അനന്തരവൾക്കാണ് സുന്ദരം സംബന്ധം.

ഈ വാക്കുകൾ കേട്ട് യുവരാജാവ് ഒന്നു ഞെട്ടി. തന്റെ ഉള്ളിലുണ്ടായിരുന്ന ഒരു സംശയത്തെ സ്ഥിരപ്പെടുത്തുന്നതായ ലക്ഷ്യം രാമയ്യന്റെ പക്കൽനിന്നു കിട്ടിയത് യഥാർത്ഥമായിത്തന്നെ ഇരിക്കുമെന്നുള്ള വിചാരത്തോടുകൂടി കുറച്ചുനേരം ചിന്താകുലനായിരുന്നു. പരമേശ്വരൻപിള്ള ഇതിനിടയ്ക്ക് തനിക്കുണ്ടായ സന്തോഷം അടക്കാൻ പാടില്ലാതെ രാമയ്യന്റെ പുറത്തു താളംപിടിക്കയും തലകൊണ്ടും പുരികങ്ങൾകൊണ്ടും യുവരാജാവിന്റെ മുഖത്തെ ലക്ഷ്യമാക്കി നൃത്തംതുള്ളിക്കയും ചെയ്തു.

യുവരാജാവ്: പരമേശ്വരാ, നിന്റെ അഭിപ്രായം ശരിയായിരിക്കാം. കാലക്കുട്ടി ചതിച്ചിരിക്കണം. അല്ലെങ്കിൽ തിരുമുഖത്തുപിള്ളയുടെ മറുപടിയെങ്കിലും ഇതിനുമുമ്പിൽ കിട്ടുമായിരുന്നു.

പരമേശ്വരൻപിള്ള: മൂത്തോർചൊല്ലും മുതുനെല്ലിക്കയും ആദ്യം കയ്ക്കും പിന്നെ ഇനിക്കും. അടിയന് അന്നേ അറിയാമായിരുന്നു. ചതിക്കും, ചതിക്കും എന്ന് അടിയൻ എത്രതവണ അറിയിച്ചു. തിരുവുള്ളത്തിൽ എന്തോ ദൂഷ്യം പറയുന്നെന്നു മനസ്സിലാക്കിക്കൊണ്ടു. കിഴക്കോട്ട് എഴുന്നള്ളുന്ന അന്ന് അവനും തിരിച്ചു. അങ്ങു മധുരയിലും കാശിയിലും പോവാനല്ലല്ലോ പോയത്.

രാമയ്യൻ: സ്വാമീ! പരമുപിള്ള അറിയിച്ചിട്ടുള്ളതു ശരിയാണ്. സുന്ദരം അവിടെ സംബന്ധംചെയ്തത് തിരുമനസ്സറിയിക്കാത്തതുതന്നെ. സംശയകരമായിരിക്കുന്നു. യദൃച്ഛയാ എനിക്ക് അറിവുകിട്ടിയതാണ്. ആ വഴിക്ക് എട്ടുവീട്ടിൽപിള്ളമാരുടെ ആലോചനകൾ എന്തായിരുന്നുവെന്നു തിരക്കാം.

യുവരാജാവ്; അങ്ങനെ ചെയ്യൂ. തിരുമുഖത്തുപിള്ളയ്ക്കു വേറെ ആൾ അയയ്ക്കണം. ഇനി താമസം കണക്കല്ല; കാലക്കുട്ടി ചതിച്ചിരിക്കും.

യുവരാജാവിന്റെ നേത്രങ്ങൾ ചെമ്പരത്തിപ്പൂകണക്കെ അരുണമായിരിക്കുന്നു. ദന്തങ്ങൾ തമ്മിൽ ഉരുമ്മുന്ന സ്വരവും പുറത്തു കേൾപ്പാനുണ്ട്. അധരങ്ങളിലും കോപം ചൊടിക്കുന്നതുകൊണ്ട് ചില തുടുതുടിപ്പുകൾ പ്രത്യക്ഷമാകുന്നുണ്ട്. രാമയ്യൻ മനഃപൂർവ്വം യുവരാജാവിന്റെ കോപാഗ്നിയെ ഉജ്ജ്വലിപ്പിച്ചതായിരുന്നു. "ഇനി എല്ലാം വഴിക്കുപോകും." എന്നു രാമയ്യൻ മനസാ നിശ്ചയപ്പെടുത്തുന്നു. നരസിംഹമൂർത്തിയെപ്പോലെ ക്രൂരതരമായുള്ള നോട്ടങ്ങളോടുകൂടിയിരിക്കുന്ന തന്റെ സ്വാമി

യുടെകോപത്തെ ശമിപ്പിക്കാനെന്തുപായമെന്ന് പരമേശ്വരൻപിള്ള ആലോചിക്കുന്നു.

യുവരാജാവ്; "ഉപേക്ഷ വളരെ ദോഷത്തെ ചെയ്യും. രാമയ്യൻ കണ്ടുകൊള്ളൂ. എട്ടുവീട്ടിൽപിള്ളമാർ മുതലായവരുടെ പ്രതാപങ്ങൾ അസ്തമിക്കാറായി. പരമേശ്വരൻ അരനിമിഷംകൊണ്ടു കുറുപ്പിനെ വിളിച്ചുകൊണ്ടുവരണം. എവിടെ താമസിക്കുമെന്നു നിന്നോടു പറഞ്ഞിട്ടുണ്ടല്ലോ."

പരമേശ്വരൻപിള്ള അരനിമിഷംകൊണ്ടു യുവരാജാവിന്റെ മുമ്പിൽ നിന്നു മറഞ്ഞു. അരമണിക്കൂർ നേരംകൊണ്ടു മടങ്ങി തിരുമുമ്പിൽ എത്തി കുറുപ്പു വന്നിട്ടില്ലെന്നും പഠാണിമാർക്കു തെറ്റിപ്പോയെന്നും ഉണർത്തിച്ചു. യുവരാജാവിന്റെ ഉള്ളിൽ അന്യഥാ ഒരു സംശയമുണ്ടായി. "എട്ടുവീട്ടിൽപിള്ളമാർ കുറുപ്പിനെ കൊലചെയ്തിട്ടുണ്ട്" എന്നു യുവരാജാവ് ആത്മഗതമായി ഉച്ചരിച്ചതും, "നാരായണ! പത്മനാഭ!" എന്നു ജപിച്ചും കരഞ്ഞും കൈകൾകൊണ്ടു തലയിൽ അലച്ചുംകൊണ്ട് പഠാണിപ്പാളയത്തിലേക്കു പരമേശ്വരൻപിള്ള യാത്ര ആരംഭിച്ചതും ഒരേ മുഹൂർത്തത്തിൽ കഴിഞ്ഞു.

# പതിന്നാലാം അദ്ധ്യായം

*"നന്ദിച്ചുള്ളൊരു ചന്ദ്രികയ്ക്കു സമമാക്കേളീവിലാസങ്ങളും*
*ഇന്നാളല്ലയൊ കണ്ടു ഞാൻ അതിനിടയ്ക്കെന്തായഹോ കാലവും!"*

നമ്മുടെ കഥാനായിക ആകുന്ന പാറുക്കുട്ടിയുടെ അവസ്ഥ എന്താണെന്ന് അറിയുന്നതിനു വായനക്കാർക്ക് ആകാംക്ഷ ഉണ്ടായിരിക്കുമെന്നുള്ളതിനാൽ പത്താം അദ്ധ്യായത്തിന്റെ ഒടുവിൽ പ്രസ്താവിച്ച സംഗതി വിശദമാക്കുന്നതിന് യത്നിച്ചുകൊള്ളുന്നു.

പുത്രിയെ ഉണർത്തി ശാസിക്കുന്നതിനായി കാർത്ത്യായനിഅമ്മ അറപ്പുരയ്ക്കുള്ളിൽ കടന്നു പുത്രിയുടെ സമീപത്തു ചെന്നപ്പോൾ തന്റെ മനോധൈര്യത്തെ പാടെ ഒതുക്കിയതായ ഒരു കാഴ്ചയാണു കണ്ടത്. പാറുക്കുട്ടിക്ക് ഒരു മഹാരോഗം പൂർവ്വരാത്രിയിൽ നിദ്രയ്ക്ക് ആരംഭിച്ചതിന്റെ ശേഷമായി പിടിപെട്ടിരിക്കുന്നു. ഈ രോഗത്തിന്റെ ചിഹ്നങ്ങൾ കണ്ടു ഝടുതിയിൽ ഉണ്ടായ അപാരമായ വ്യസനത്തോടുകൂടി കാർത്ത്യായനിഅമ്മ മുറവിളികൂട്ടിത്തുടങ്ങി. പുത്രിയുടെ ശരീരത്തിന്മേൽ വീണു മുറുകെ അണച്ച് ആലിംഗനം ചെയ്തു നിലയില്ലാത്ത പരവശതയോടുകൂടി ഉരുണ്ടും ദിഗ്ഭേദനം ചെയ്യുമാറു നിലവിളിച്ചും, തലയെ മഞ്ചത്തിന്മേൽ അടിച്ചും മാറത്തു നിർദ്ദയമായി അലച്ചും പുത്രിയെ ഇടയ്ക്കിടെ ചുംബിച്ചും തലോടിയും വാത്സല്യത്തോടുകൂടി വിളിച്ചും താൻ ചെയ്തിട്ടുള്ള അപരാധങ്ങളെ ക്ഷമിക്കണമെന്ന് അപേക്ഷിച്ചും മറ്റോരോവിധത്തിലും പ്രദർശിപ്പിച്ചുതുടങ്ങിയ വ്യസനത്തിനു മൂത്തപിള്ള മുതലായവരുടെ സാന്ത്വനവാക്കുകളാലും അടക്കം വന്നില്ല. ദിവസം ഒന്നു കഴിഞ്ഞിരിക്കുന്നു. ഈ ദിവസങ്ങളിലെ വൃത്താന്തങ്ങൾ വായനക്കാർക്ക് ഊഹിക്കാൻ കഴിയുന്നിടത്തോളം ശരിയായി വർണ്ണിക്കാൻ സാദ്ധ്യമല്ലാത്തതിനാൽ കഥാസംബന്ധമായി ആവശ്യപ്പെടുന്ന സംഗതികൾ മാത്രം

വിവരിക്കുന്നതല്ലാതെ എല്ലാ അവസ്ഥകളും യഥാക്രമം സൂക്ഷ്മമായി വർണ്ണിക്കുന്നതിനു ശ്രമിക്കുന്നില്ല.

പാറുക്കുട്ടിയുടെ രോഗത്തിന്റെ ലക്ഷണങ്ങൾ മിക്കവാറും പക്ഷവാതത്തിന്റേതായിരുന്നു. അനന്യസാധാരണമായുള്ള ചാരുത്വത്തോടുകൂടിയ മുഖത്തിനു നാസികയുടെ അധോഭാഗത്തായി ഒരു വക്രത്വവും, വാമനേത്രത്തിനു നിർജ്ജീവത്വവും വാമഗോത്രത്തിനു ശ്രവണ ശക്തിക്ഷയവും വാമപാദത്തിനും കരത്തിനും സ്തംഭനവും ബുദ്ധിക്ക് അതിമാന്ദ്യവും, പൂർവ്വസംഗതികളെക്കുറിച്ചു വിസ്മൃതിയും സംഭവിച്ചിട്ടുണ്ട്. ഈ രോഗം അനുരൂപനായ ഒരു യുവാവ് തന്റെ ഭർത്തൃസ്ഥാനത്തെ കാംക്ഷിച്ചതിൽ പാറുക്കുട്ടി വിപരീതഭാവം കാണിച്ചതിലേക്കു ശിക്ഷയായി കല്പിക്കപ്പെട്ടതുതന്നെയോ എന്നു തോന്നും. എന്തുകൊണ്ടെന്നാൽ, യൗവനാരംഭം കൊണ്ട് ഏറ്റവും രമണീയമായിരിക്കുന്ന ശരീരത്തിന് വിശേഷിച്ചു മുഖത്തിന് വൈരൂപ്യമാണ് ഈ രോഗത്താൽ മുഖ്യമായി സംഘടിപ്പിക്കപ്പെട്ടിട്ടുള്ളത്. കേവലം നിശ്ചേഷ്ടയായി കിടക്കുന്ന പാറുക്കുട്ടിക്ക് അശനപാനാദികളിലും ലേശവും അഭിരുചിയില്ലാതെയായിത്തീർന്നിരിക്കുന്നു. അതിനാൽ ക്ഷീണം വർദ്ധിച്ച് വല്ലികൾ വാടിവീഴുന്നതുപോലെ പാറുക്കുട്ടിയുടെ ശരീരം മുഴുവൻ തളർന്നു വശായിരിക്കുന്നു. രോഗം അപകടമായി പരിണമിക്കുമോ എന്നു ചികിത്സകന്മാർക്കും സംശയം ഉദ്ഭവിക്കുന്നുണ്ട്. ചിലപ്പോൾ വലതു കരത്താൽ ചില ആംഗ്യങ്ങൾ സംഭ്രമത്തോടുകൂടി കാണിക്കുന്നതിന്റെ താല്പര്യം ആർക്കും മനസ്സിലാകുന്നില്ല. ചിലപ്പോൾ വളരെ കഷ്ടപ്പെട്ട് വാ വിടുർത്തി, നാവു പുറത്തോട്ടു നീട്ടി തന്റെ ആത്മഗതങ്ങൾ ഉച്ചരിക്കുന്നതിനു ശ്രമിക്കുമ്പോൾ നാവു കുഴങ്ങി ചലിക്കയും, അർത്ഥശൂന്യമായും നിശിതങ്ങളായുള്ള ബാണങ്ങളെപ്പോലെ മിതവാദിയായുള്ള ജനങ്ങളുടെ ഹൃദയങ്ങളിൽ തറയ്ക്കുന്നതായുമുള്ള ചില ശബ്ദങ്ങൾ പുറപ്പെടുകയും ചെയ്യുന്നതേയുള്ളു. നേത്രങ്ങൾ അടച്ചുകിടക്കുന്നതിനിടയിൽ അപ്പോഴപ്പോൾ പെട്ടെന്നുണർന്ന് ഞെട്ടി എഴുന്നേൽക്കുന്നതിനു ശ്രമിക്കുമ്പോൾ തന്റെ ശക്തിക്ഷയത്തെക്കുറിച്ചു ജാഗരൂകയായി അതിദീനയായി മേല്പോട്ടു നോക്കുകയും കരയുകയും ചെയ്യുന്നു. ഉടനെ ബോധക്ഷയവും പിന്തുടരുന്നു. മാതാവിന്റെ പ്രേമപുരസ്സരമായുള്ള പ്രലാപങ്ങളും സാന്ത്വനവചനങ്ങളും കേട്ടാൽ ചിലപ്പോൾ വലതു കൈ നീട്ടി മാതാവിന്റെ കരം ഗ്രഹിക്കുന്നതിനു ശ്രമിക്കയും ഓരോ സ്തോഭങ്ങളോടുകൂടി ഗാഢനിദ്രയിൽ ലയിക്കയുംചെയ്യുന്നു.

പ്രായം തികഞ്ഞാൽ പരസ്പരം കണ്ടുകൂടെന്നുള്ള (ദക്ഷിണ) കേരളാചാരത്തെ ലംഘിച്ച് മൂത്തപിള്ളയും ഭഗിനിയും പാറുക്കുട്ടിയുടെ സമീപത്തു ശുശ്രൂഷാശ്രമങ്ങളോടുകൂടെ സഞ്ചരിക്കുന്നു. കാർത്ത്യായനിഅമ്മയുടെ സ്ഥിതി പാറുക്കുട്ടിയുടെ സ്ഥിതിയിലും അതിദയനീയമായിട്ടുള്ളതായിരിക്കുന്നു. തന്റെ പാടവങ്ങളും പ്രൗഢിയും കോപങ്ങളും എന്നുവേണ്ട കരാറുകളും പുത്രിയുടെ ശരീരാസൗഖ്യത്തോടു കൂടി പലായനം

ചെയ്തിരിക്കുന്നു. കാർത്ത്യായനിഅമ്മയെപ്പോലുള്ള സാധുബുദ്ധിക ളായ, ദുരാശകൊണ്ട ജനങ്ങളുടെ ധൈര്യവും മിടുക്കും ഒരു തട്ടുകിട്ടു ന്നേടത്തോളമേ നിലനില്ക്കയുള്ളു. ഈവിധമുള്ള ജനങ്ങളെപ്പോലെ ക്ഷണത്തിൽ മറ്റുള്ളവർ ആപത്തിൽ ശുഷ്കവീര്യന്മാരായി ചമയുന്നതല്ല.

മൂത്തപിള്ളയുടെ മനോവികാരങ്ങളെ സൂക്ഷ്മമായി തിരിച്ചറിയുന്ന തിനു കഴിവുള്ളതല്ലായിരുന്നു. സഹോദരിയുടെ മുറവിളി കേട്ട് അറപ്പുര യിൽ എത്തി താനും കരഞ്ഞുതുടങ്ങി എങ്കിലും ഭാഗിനേയി സജീവയാ ണെന്നും മറ്റും അദ്ദേഹം ഗ്രഹിച്ചപ്പോൾ മുതല്ക്ക് കുറച്ചു ധൈര്യം അവ ലംബിച്ചു. എന്നാൽ, അദ്ദേഹത്തിന്റെ ബുദ്ധിയെ കഠിനമായ രോഷം തപി പ്പിക്കുന്നുണ്ടെന്ന് സഹോദരിയെ നോക്കുന്ന നോട്ടങ്ങളാൽ പ്രത്യക്ഷപ്പെ ടുന്നുണ്ട്. ഭാഗിനേയിയുടെ മുഖത്ത് ഉള്ളലിഞ്ഞു നോക്കി ദീർഘമായി നിശ്വസിച്ചിട്ട് കത്തുന്ന നേത്രങ്ങളോടുകൂടി സഹോദരിയേയും നോക്കു ന്നു. ഇതിൽ അന്തർഭൂതമായുള്ള അദ്ദേഹത്തിന്റെ അന്തർഗ്ഗതം "അത്യാ ഗ്രഹവശയായി എന്നെയും വശപ്പെടുത്തി ചെയ്ത സാഹസങ്ങളുടെ ഫല മായി വന്നുകൂടിയ ഈ വിപത്തിനെ സഹായിക്ക" എന്നല്ലാതെ മറ്റെ ന്തായിരുന്നിരിക്കാം?

മൂത്തപിള്ളയെ മുമ്പിട്ട് കാർത്ത്യായനിഅമ്മയുടെ രോദനം കേട്ടിട്ട് ഒരാൾ അറപ്പുരയിൽ എത്തുക ഉണ്ടായി. ഈയാൾ നമ്മുടെ ശങ്കുആശാ നല്ലാതെ മറ്റാരുമല്ലായിരുന്നു. കാർത്ത്യായനിഅമ്മയും അന്ധാളിക്കത്ത ക്കവിധത്തിൽ ആശാൻ നിലവിളിക്കയും, പരവശതകൾ കാണിക്കയും ചെയ്തു. തന്നെയും, കാർത്ത്യായനിഅമ്മ, മൂത്തപിള്ള, തമ്പി, സുന്ദര യ്യൻ ഇവരെയും ബ്രഹ്മാവിഷ്ണുമഹേശ്വരന്മാരെയും ആശാന്റെ അറി വിൽപ്പെട്ടിട്ടുള്ള എല്ലാ ക്ഷേത്രങ്ങളിലെ ദേവന്മാരെയും ശപിക്കയും ശാസി ക്കയും മാറത്തും തലയിലും താഡിച്ചു വ്രണപ്പെടുത്തുകയും ചെയ്തു. ആശാന്റെ ഉള്ളിൽ കെട്ടിനിന്നിരുന്ന കോപാശയത്തിന്റെ കരകൾ പൊട്ടി കാർത്ത്യായനിഅമ്മയുടെമേൽ അതികേമമായ ഒരു പ്രവാഹവും ഉണ്ടാ യി. ആശാന്റെ വ്യസനവും കോപവും വൈദ്യന്മാർ വന്നു കൂടി ഭയപ്പെ ടാനില്ലെന്നും മറ്റും ഓരോ ഉറപ്പുകൾ പറഞ്ഞതിന്റെശേഷവും ശമിച്ചി ല്ലെങ്കിലും അപ്പോൾ കാർത്ത്യായനിഅമ്മ ചെയ്തതായ ഒരു അന്വേഷണം ആരംഭിച്ചതുമുതല്ക്ക് അന്തരംഗത്തിൽ ഉണ്ടായിരുന്ന എന്തോ ഒരു ഗൂഢ അറിവിനെ അനുസരിച്ച് തന്റെ കോപവ്യസനങ്ങൾ അടങ്ങി വൃദ്ധൻ വല്ലാ തുള്ള സംഭ്രമത്തിന് അധീനനായി. പാറുക്കുട്ടിക്ക് അണിയുന്നതിനായി കാർത്ത്യായനിഅമ്മ കൊണ്ടുചെന്നിരുന്ന ആഭരണാദികളെ മഞ്ചത്തിൽ ത്യജിച്ചിട്ടു പോയതായി മുൻപിൽ പ്രസ്താവിച്ചിട്ടുണ്ടല്ലോ. ആവക സാധ നങ്ങളിൽ വസ്ത്രങ്ങൾ ഒഴികെ യാതൊന്നും പാറുക്കുട്ടിയുടെ മഞ്ചത്തി ലാകട്ടെ അടുത്തുള്ള വടക്കേമുറിയിലാകട്ടെ കാണ്മാനില്ലായിരുന്നു. ഈ സംഗതി പുറത്തായപ്പോൾ തസ്കരന്മാർ എങ്ങനെയോ അറപ്പുരയിൽ കടന്നു എന്നും അവരാൽ പ്രയോഗിക്കപ്പെട്ട ബലത്താലോ മന്ത്രതന്ത്ര ങ്ങളാലോ പാറുക്കുട്ടിയുടെ രോഗത്തിനു സംഗതി വന്നിട്ടുള്ളതാണെന്നും

അതിനാൽ രോഗഹേതു അറിഞ്ഞു ചികിത്സിക്കുന്നതിനു വഴിയായി എന്നും മൂത്തപിള്ള മുതലായവർക്കു തോന്നി. കഠിനമായുള്ള വ്യസനത്താൽ തപ്തമാക്കപ്പെട്ട മനസ്സോടുകൂടിയവരായ മൂത്തപിള്ളയ്ക്കും സഹോദരിക്കും ദ്രവ്യനാശത്തെക്കുറിച്ച് ഒരു ചിന്തയാകട്ടെ കള്ളന്മാരെ തിരക്കിപ്പിടിക്കുന്നതിന് ആഗ്രഹമാകട്ടെ, ഉണ്ടായില്ല. വൈദ്യന്മാരോടും ഗണിതശാസ്ത്രപടുക്കളോടും മറ്റും ഉള്ള ആലോചനകൾക്കിടയിൽ അന്യവിഷയങ്ങളിൽ മനസ്സിനെ ക്ലേശിപ്പിക്കുന്നതിന് അവർക്ക് അവസരമുണ്ടായിരുന്നില്ല. ശങ്കുആശാനിൽമാത്രം ആഭരണങ്ങൾ കാണാത്ത സംഗതി എന്തോ മറ്റുള്ളവരുടെ ബുദ്ധിക്ക് അപ്രാപ്തമായിരുന്ന ചില ഊഹങ്ങളെ ജനിപ്പിച്ചു. ആഭരണങ്ങൾ കളവുപോയതുതന്നെ എന്നു തീർച്ച ആയപ്പോൾ ആശാന്റെ പരവശതകൾ നിന്നു. വൃദ്ധൻ വടിയും ഊന്നി പുറത്തേക്കു യാത്രയായി. ഗൃഹത്തിന്റെ നാലു ഭാഗത്തും ചുറ്റിനടന്നുതുടങ്ങി. ഈ കൃത്യങ്ങളേയും ആശാന്റെ മറ്റോരോ പ്രവൃത്തികളേയും വ്യസനം അതീതമായി ബുദ്ധിക്കു പകർച്ച നേരിടുകകൊണ്ട് വൃദ്ധന്മാർ അനുഷ്ഠിച്ചു പോകുന്ന ചാപല്യങ്ങളാണെന്ന് എല്ലാവരും വ്യാഖ്യാനിച്ചു.

പാറുക്കുട്ടിയുടെ രോഗവർത്തമാനത്തെക്കുറിച്ച് അറിവു കിട്ടിയ ഉടൻതന്നെ സുന്ദരയ്യൻ ചെമ്പകശ്ശേരിയിൽ എത്തി. എന്നാൽ അദ്ദേഹത്തെ സൽക്കരിക്കുന്നതിന് ആരുംതന്നെ തയ്യാറായിരുന്നില്ല. എങ്കിലും ആ തറവാട്ടിലെ ഭരണകർത്തൃത്വം തനിക്കും ഉണ്ടെന്നുള്ള നാട്യത്തോടുകൂടി അദ്ദേഹം വൈദ്യന്മാരോടും മറ്റും ഓരോ നിഷ്കർഷകൾ ചെയ്തു. ചിലരെ ശാസിച്ചു; ചിലർക്കു സമ്മാനങ്ങൾ കൊടുക്കുന്നതാണെന്നു വാഗ്ദാനം ചെയ്തു. മറ്റു ചിലരോട് തമ്പിഅങ്ങത്തേക്കുള്ള പ്രേമത്തിന്റെ സ്ഥിതിയെ വെളിവായി അറിയിക്കയുംചെയ്തു. മൂത്തപിള്ളയോടും കാർത്ത്യായനിഅമ്മയോടും വിധിയന്ത്രത്തിന്റെ തിരിച്ചിലിനെ സംബന്ധിച്ചു പ്രമാണസഹിതം ഒട്ടേറെ പ്രസംഗിച്ചിട്ട് ബ്രാഹ്മണൻ യാത്രയായി. സന്ധ്യയടുത്തപ്പോൾ കഴക്കൂട്ടത്തുപിള്ളയും ചെമ്പകശ്ശേരിയിൽ എത്തി. ഇദ്ദേഹത്തിന്റെ വ്യസനത്തിന് അതിരില്ലായിരുന്നു. തന്നെ ധിക്കരിച്ചതിനേയും മറ്റും മറന്ന് മാതുലപുത്രിയെക്കുറിച്ചുണ്ടായ സഹോദരസ്നേഹത്തോടും ഹൃദയപുരസ്സമായ വ്യസനത്തോടും ചികിത്സയ്ക്കു വേണ്ട ദ്രവ്യം താൻതന്നെ ചെലവിടുന്നതിന് അനുവദിക്കണമെന്നു മൂത്തപിള്ളയോടപേക്ഷിച്ചു. മൂത്തപിള്ളയുടെ വിസമ്മതത്തെ നിർബ്ബന്ധവാക്കുകളെക്കൊണ്ടു നീക്കി, തന്റെ അപേക്ഷയെ അനുവദിപ്പിച്ചു. അനന്തരം അസ്തമിച്ചു രണ്ടുനാഴിക കഴിഞ്ഞപ്പോൾ കുടമൺപിള്ളയുടെ ഗൃഹത്തിലേക്കു തിരിക്കയുംചെയ്തു. ചെമ്പകശ്ശേരിയിൽനിന്നും പുറത്തിറങ്ങി കുറച്ചു കിഴക്കു ചെന്നപ്പോൾ വഴിയിൽ നിന്നിരുന്ന ഒരു ഭിക്ഷു ഇദ്ദേഹത്തെ അല്പനേരം സൂക്ഷിച്ചുനോക്കീട്ടു പിന്തുടർന്നു. എന്നാൽ ഇങ്ങനെ ഒരാൾ തന്നെ പിന്തുടർന്ന സംഗതി കഴയ്ക്കൂട്ടത്തുപിള്ള അറിഞ്ഞതുമില്ല.

ഈ അദ്ധ്യായത്തിൽ രണ്ടാംദിവസത്തെ സംഗതികളെ വിവരിക്കുന്നതിനാണ് ഉദ്ദേശിച്ചിരിക്കുന്നതെന്ന് പ്രാരംഭത്തിലെ സൂചകപദങ്ങളാൽ വായനക്കാർക്കു മനസ്സിലായിരിക്കുമല്ലോ. ചെമ്പകശ്ശേരി വീട്ടുകാരുടെ ബന്ധുക്കളും ചാർച്ചക്കാരും മറ്റുമായുള്ള സ്ത്രീപുരുഷന്മാർ പാറുക്കുട്ടിയുടെ രോഗത്തെ അന്വേഷിച്ചു ചെല്ലുന്നുണ്ട്. ഈ കൂട്ടത്തിൽ രണ്ടാംദിവസം ഉച്ചയായപ്പോൾ നാലഞ്ചു നായന്മാരുടെയും മൂന്നുനാലു സ്ത്രീകളുടെയും ഒരുമിച്ച് കുടമൺപിള്ളയുടെ അനന്തരവൾ സുഭദ്ര ആ സ്ഥലത്ത് എത്തി. കാർത്ത്യായനിഅമ്മ സർവ്വദാ അശ്രുധാര വർഷിച്ചും പുത്രിയുടെ സ്വഭാവഗുണങ്ങൾ വർണ്ണിച്ച് ഓരോന്നു പുലമ്പിയും ഭക്ഷണാദികളെ വെടിഞ്ഞും പുത്രിയെ ശുശ്രൂഷിച്ചുകൊണ്ടു കിടക്കുക ആയിരുന്നു. സുഭദ്രയെ കണ്ടപ്പോൾ കുറച്ചുനേരം പുത്രിയുടെ അടുക്കൽ കിടന്നുകൊണ്ടുതന്നെ ആ സ്ത്രീയെ പാദാദികേശം ഒന്നു പരിശോധിച്ചു. തന്റെ വരവ് കാർത്ത്യായനിഅമ്മയ്ക്കു രസിച്ചില്ലെന്ന് സുഭദ്രയ്ക്ക് അർത്ഥമായി. കാർത്ത്യായനിഅമ്മ മഞ്ചത്തിൽ എഴുന്നേറ്റിരുന്നു. പിന്നെയും സുഭദ്രയുടെ ഗാത്രപരിശോധന ഒന്നുകൂടി കഴിച്ചു. സുഭദ്രയ്ക്ക് അല്പം ഈർഷ്യ തോന്നി. പാറുക്കുട്ടിയുടെ സമീപത്തണയാതെ അകലെത്തന്നെ നിന്നു. ഗംഭീരയായ കാർത്ത്യായനിഅമ്മ മഞ്ചത്തിൽനിന്ന് എഴുന്നേറ്റ് സുഭദ്രയുടെ അടുത്തു ചെന്ന്, കണ്ണിൽ നിറഞ്ഞ അശ്രുക്കളോടുകൂടി ആ സ്ത്രീയെ മാറോടണച്ച് ആലിംഗനംചെയ്തു. സുഭദ്ര 'പങ്കജാക്ഷകൃപകൊണ്ടു മുട്ടി കുചേലൻ' എന്നപോലെ പരമാനന്ദംകൊണ്ടു പരവശയായി മാതാവിന്റെ വാത്സല്യപൂർവ്വമായുള്ള ലാളനാദികളുടെ സുഖത്തെ അറിഞ്ഞിട്ടില്ലാത്തതിനാലും കാർത്ത്യായനിഅമ്മയ്ക്കു തന്നെക്കുറിച്ച് ഹാസ്യമാണെന്നു താൻ അതുവരെ വിചാരിച്ചിരുന്നതിനാലും കാർത്ത്യായനിഅമ്മയുടെ ആലിംഗനം സുഭദ്രയുടെ മനസ്സിൽ അഭിനവങ്ങളായുള്ള ചില വികാരങ്ങളെ ഉൽപാദിപ്പിച്ചു. അപ്പോൾ ഉണ്ടായ രോമാഞ്ചത്തിന്റെ അതിക്രമത്താൽ അപഹൃതചിത്തയാക നിമിത്തം സുഭദ്ര തന്റെ പ്രായത്തേയും മറന്ന് ആശ്ലേഷാനുരൂപമായുള്ള ശൈശവാവസ്ഥയിൽ ആയതുപോലെ കാർത്ത്യായനിഅമ്മയുടെ മാറോടണഞ്ഞുനിന്ന് അല്പനേരം വിശ്രമിക്കയും, ഒരു കൈയാൽ ആ സ്ത്രീയുടെ പുറത്തു താനറിയാതെ മന്ദമായി തലോടുകയും ചെയ്തു. കാർത്ത്യായനിഅമ്മയുടെ നേത്രങ്ങൾ നിറഞ്ഞ് ഒഴുകി; ആ അശ്രുധാര മാർഗ്ഗമായി ആ സ്ത്രീയുടെ ഉള്ളിൽ സുഭദ്രയെ സംബന്ധിച്ച് വല്ല ദുരൂഹങ്ങളുടെ അവശിഷ്ടങ്ങളും ഉണ്ടായിരുന്നെങ്കിൽ അതുകളും നിഷ്ക്രാന്തങ്ങളായി. സുഭദ്രയോ, കാർത്ത്യായനിഅമ്മയുടെ ലാളനകൾക്കു സ്വാധീനയായി നിന്നു. എന്താശ്ചര്യമാണു തനിക്കു വന്നുകൂടിയ പദവി എന്നെല്ലാം ആലോചിച്ചുതുടങ്ങി. "മകളേ, ഈശ്വരൻ എന്തെല്ലാം വരുത്തിവയ്ക്കുന്നു എന്നു നോക്ക്. എന്റെ തങ്കത്തിന്റെ സ്ഥിതി ഇങ്ങനെ ആയല്ലോ. മറുമുഖം നോക്കാനുണ്ടോ എനിക്ക്? എന്റെ കർമ്മമെന്നല്ലാതെ എന്തു പറയുന്നു?" എന്നു പറഞ്ഞുകൊണ്ട് സുഭദ്രയെ പാറുക്കുട്ടിയുടെ മഞ്ചത്തിന്റെ മുമ്പി

ലായിട്ടു കൊണ്ടുചെന്നു നിർത്തി, കാർത്ത്യായനിഅമ്മ പൂർവ്വസ്ഥാനത്തു കിടക്കാതെ ഇരിപ്പായി. പാറുക്കുട്ടിയുടെ അത്യന്തവ്യസനകരമായ അവസ്ഥ ഒന്നിൽ ഏകാഗ്രചിത്തയായി നില്ക്കുന്ന സുഭദ്രയുടെ മുഖത്തെ ലക്ഷ്യമാക്കി കാർത്ത്യായനിഅമ്മയുടെ നേത്രങ്ങൾ സ്ഥിതിചെയ്യുന്നു. എന്തു നൂതനവിചാരങ്ങളാണ് ആ സ്ത്രീയുടെ മനസ്സിനെ ഇപ്പോൾ പരിതപിപ്പിക്കുന്നത്? കരുണാശബളിതമായ വ്യസനത്തിന്റെ ലക്ഷണങ്ങൾ ആണല്ലോ മുഖത്തു കാണുന്നത്. "നീ ഈ വെയിലിൽ നടന്നു മുഖം ചെമ്പരത്തിപ്പൂപോലെ ആയല്ലോ. സന്ധ്യയ്ക്കു വന്നാൽ പോരായിരുന്നോ?" എന്നു കാർത്ത്യായനിഅമ്മ ചോദ്യംചെയ്തതിനെ, "വെയിലധികമല്ലായിരുന്നു" എന്നുമാത്രം സുഭദ്ര പറഞ്ഞതുകേട്ടുണർന്ന പാറുക്കുട്ടിയുടെ മുഖത്ത് സുഭദ്രയെ കണ്ടപ്പോൾ ഉണ്ടായ ചേഷ്ടകളെ, പട്ടിണികിടന്നും പുത്രിയെ ശുശ്രൂഷിക്കുന്ന മാതാവ് എന്തും കാരണത്താലാണ് നിസ്സാരമാക്കിയിരിക്കുന്നത്? പാറുക്കുട്ടിയുടെ മുഖം ശുഷ്കമായും വികൃതമായും ചമഞ്ഞിരിക്കുന്നത് കണ്ടുണ്ടായ ചാഞ്ചല്യത്തോടുകൂടി നില്ക്കുന്ന സുഭദ്രയെ അംഗംപ്രതി എന്തിനായിട്ടാണ് കരുണയോടുകൂടി പരിശോധിക്കുന്നത്? അന്യദുഃഖത്തെക്കുറിച്ചു സഹതാപം, തനിക്കുതന്നെ ആപത്തു നേരിട്ടപ്പോൾ ഉണ്ടായിത്തുടങ്ങിയതുകൊണ്ടായിരിക്കാം. എന്നാൽ അംഗങ്ങളെ പരിശോധിച്ചിട്ട് ആവശ്യമില്ലല്ലോ. സുഭദ്രയുടെ മേൽ പ്രത്യേക വാത്സല്യത്തിനു വല്ല സംഗതിയുമുണ്ടായിരിക്കുമെന്ന് ഊഹിക്കാവുന്നതാണ്. വാസ്തവം എങ്ങനെ എന്ന് വഴിയേ അറിയാവുന്നതാണ്.

തന്റെ വിഷാദത്തിന്റെ അതിക്രമം ഹേതുവായിട്ട് ഇതരവിഷയങ്ങൾക്കു ജാഗരൂകയല്ലാതെ നിന്ന സുഭദ്രയെ കണ്ടിട്ടു പാറുക്കുട്ടി എഴുന്നേൽക്കാനും തന്റെ അഭിമതങ്ങളെ അറിയിക്കുന്നതിനും യത്നിക്കുന്നതുപോലെ ശയ്യയിൽ കിടന്നുതന്നെ ചില സാഹസങ്ങൾ ചെയ്തു. സുഭദ്രയെ കണ്ടപ്പോൾ തന്റെ പ്രാണപ്രിയന്റെ കഥ പാറുക്കുട്ടിക്ക് ഓർമ്മവന്നിരിക്കണം. ആയതു സംബന്ധിച്ച് അനേകസംഗതികൾ പാറുക്കുട്ടിക്കു സുഭദ്രയെ ഗ്രഹിപ്പിക്കാനും സുഭദ്രയിൽനിന്നു ഗ്രഹിക്കാനും ഉള്ളതായി പൂർവ്വകഥാഭാഗംകൊണ്ട് അറിയാവുന്നതാണല്ലോ. എന്നാൽ ഈ സംഗതികളിൽ ബുദ്ധിയെ പ്രവേശിപ്പിച്ചപ്പോൾ അതുകൾ താങ്ങുന്നതിനു ശക്തിയില്ലാതെ ചമഞ്ഞ്, ബുദ്ധി ക്ഷയിച്ച്, മുഖം ക്ലാന്തമായി, തുറന്ന നേത്രം അടയുകയും ചെയ്തു. ഹാ, കഷ്ടം! എന്തു വൈരൂപ്യമാണ് ആ മുഖത്ത് അപ്പോൾ കാണപ്പെട്ടത്! സുഭദ്രയുടെ കണ്ഠത്തിൽനിന്നു നിർഗ്ഗമിച്ച ദീർഘനിശ്വാസത്തിൽ അന്തർഭൂതമായിരുന്ന അനുതാപത്തിന്റെ അഗാധതയെ അഭിനവങ്ങളായ പ്രേമചിഹ്നങ്ങളോടുകൂടി ആ സ്ത്രീയെ സൽക്കരിച്ച കാർത്ത്യായനിഅമ്മയ്ക്കും ഗണിക്കാൻ പാടില്ലായിരുന്നു. നിസ്സാരമതികളായ ചില സമീപവാസികൾ സുഭദ്ര അനാവശ്യമായ വിലാപസംഭാഷണങ്ങൾകൊണ്ടു രോഗിണിയെ അസഹ്യപ്പെടുത്താതിരുന്നത് ആചാരക്രമങ്ങളെക്കുറിച്ചുള്ള ധിക്കാരത്താലാണെന്നും ഇങ്ങനെ ഉള്ള

വരുടെ സാഹചര്യം അത്ര സുഖവും ശരിയും അല്ലെന്നും നിശ്ചയിച്ചുകൊണ്ടു തദ്ദേശവായുവിനു സ്വാതന്ത്ര്യമായി സഞ്ചരിക്കാൻ വേണ്ട സ്ഥലം ഒഴിച്ചുകൊടുത്തു. സുഭദ്രയുടെ നടപടികൾ കാർത്ത്യായനിഅമ്മയ്ക്കും അത്ര സന്തോഷപ്രദങ്ങളായിരുന്നില്ല. എങ്കിലും തന്റെ ഉള്ളിലുണ്ടായ നീരസത്തെ അടക്കിക്കൊണ്ട്, "ഇരിക്കൂ സുഭദ്രേ, തങ്കത്തിന്റെ ബോധക്ഷയത്തെക്കുറിച്ചു നീ വ്യസനിക്കേണ്ട. ഇതാണ് ഈ ദീനത്തിന്റെ പ്രധാന ലക്ഷണം" എന്നു തിങ്ങിപ്പൊങ്ങുന്ന വ്യസനത്തെ പുറത്തുവിടാതെ കാർത്ത്യായനിഅമ്മ പറഞ്ഞു. സുഭദ്രയുടെ സ്വഭാവത്തിന്റെ ഒരു വിശേഷലക്ഷണം എന്തെന്നാൽ കാര്യനടപ്പുകളെ സംബന്ധിച്ചു വേണ്ട ശ്രമങ്ങൾ ചെയ്കയല്ലാതെ ലൗകികങ്ങൾകൊണ്ടും മധുരമായ വാക്കുകൾകൊണ്ടും മനോരാജ്യങ്ങൾകൊണ്ടും വൃഥാ കാലക്ഷേപംചെയ്യാതിരിക്കുക ആയിരുന്നു. കാർത്ത്യായനിഅമ്മയുടെ ക്ഷണത്തിനുണ്ടായ ഉത്തരം ഇങ്ങനെ ആയിരുന്നു: "അമ്മ പട്ടിണി കിടന്നാൽ മകളുടെ രോഗം വാശിയാകുമെന്നു വിചാരിക്കുന്നുണ്ടോ? എഴീക്കണം, വല്ലതും കഴിച്ചുകൊണ്ടുവരാം; വരണം." ഇങ്ങനെ പറഞ്ഞുകൊണ്ട് കാർത്ത്യായനിഅമ്മ പുറപ്പെടുവിച്ചുതുടങ്ങിയ സമാധാനങ്ങളെ ഗണിക്കാതെ ബലേതന്നെ ആ സ്ത്രീയെ പിടിച്ചുകൊണ്ട് ആ സ്ഥലത്തുതന്നെ ഉണ്ടായിരുന്ന ആശാനോടും പാറുക്കുട്ടിയെ സൂക്ഷിച്ചുകൊള്ളുന്നതിനു നിയോഗിച്ചിട്ടു വടക്കേക്കെട്ടിലേക്കു സുഭദ്ര തിരിച്ചു.

കാർത്ത്യായനിഅമ്മ ഭക്ഷണം കഴിക്കുന്നതിനിടയിലും പുത്രിയുടെ സ്ഥിതിയെക്കുറിച്ചു സ്മരണ വിടാതെ പലതും പുലമ്പുന്നുണ്ട്. സുഭദ്രയെക്കുറിച്ച് ആ സ്ത്രീക്ക് വാത്സല്യം വർദ്ധിച്ചിരിക്കുന്നു. സുഭദ്രയുടെ ആദരവോടുകൂടിയുള്ള ശുശ്രൂഷകൾകൊണ്ടു സന്തുഷ്ടയായിരുക്കുന്ന കാർത്ത്യായനിഅമ്മ സുഭദ്രയെ വിശ്വസ്തയായിട്ടു ഗണിച്ചുതുടങ്ങിയിരിക്കുന്നു. കാർത്ത്യായനിഅമ്മ മറ്റോരോ സംഗതികൾ പറഞ്ഞതിനിടയിൽ സുഭദ്രയോട് ഇങ്ങനെ പറഞ്ഞു: "ഈ ദീനം തുടങ്ങിയിട്ടു കാലം കുറച്ചായി. ഇപ്പോഴാണു മൂർച്ഛയായത്. തങ്കത്തിന്റെ അച്ഛനുള്ളപ്പോഴേ ഇതിന്റെ ലാഞ്ഛനകൾ കാണാനുണ്ടായിരുന്നു. വെറുതെ കള്ളന്മാരെയും മറ്റും സംശയിച്ചിട്ടു കാര്യമെന്ത്? ആഭരണങ്ങൾ ഉള്ളറിഞ്ഞവരാരോ കൊണ്ടുപോയി; അത്രതന്നെ."

സുഭദ്ര: അങ്ങനെയായിരിക്കാം. തങ്കത്തിന്റെ മനസ്സ് ഇടിഞ്ഞുപോയി. അതോടുകൂടി രോഗവും തുടങ്ങി.

കാർത്ത്യായനിഅമ്മ: "അതുതന്നെ, നീ അനന്തപത്മനാഭനെ കണ്ടിട്ടുണ്ടോ? ഇല്ലായിരിക്കാം. (സുഭദ്രയുടെ മുഖത്തു സൂക്ഷിച്ചുനോക്കിക്കൊണ്ടു കുറച്ചുനേരം ഇരുന്നിട്ട്) ഉരുണ്ടു നല്ല പൊന്നുണ്ണികൃഷ്ണനെപ്പോലെ ഇരുന്നു. ഇന്നലെ എന്നു തോന്നുന്നു. ഞാൻ തങ്കത്തിനെ പെറ്റുകിടക്കുമ്പോൾ തിരുമുഖത്തെ അക്കൻ മകനെയും കൊണ്ടുവന്നു. എന്നിട്ട് അന്നുണ്ടായ നേരംപോക്കൊന്നും പറവാനില്ല. അന്നു കുറിച്ചു, അവനാണ് ഭർത്താവെന്ന്. എന്നിട്ട് ഇവളുടെ അടുത്തു കേറിയിരുപ്പുമായി. അക്കൻ

പോകുന്നേരം വിളിച്ചിട്ടും അവൻ പോകുല്ല. എന്തു കളിയാണ്! അന്നത്തെ അവന്റെ നിശ്ചയം വിധിനിശ്ചയംപോലെ ആയി. ഏകദേശം ഇവൾക്ക് ഒരു പത്തു വയസ്സാകുന്നതുവരെ ഭാര്യയും ഭർത്താവും ഒന്നിച്ചുതന്നെ വളർന്നു എന്നു പറയാം. അക്കഥയൊക്കെ നിനക്കറിയാമല്ലോ. അവന്റെ മര്യാദയും നിലയും വയസ്സുചെന്നവർക്കുമില്ല. തങ്കത്തിന്റെ അച്ഛന് അവൻ ജീവനായിരുന്നു. പഞ്ചപാപി ആ എളയതമ്പുരാൻ! ആരെ വിശ്വസിക്കാം മകളെ? സന്യാസിയെപ്പോലെ ഇരിക്കുന്ന അദ്ദേഹത്തിനെ കണികണ്ടാൽ വെള്ളം കിട്ടുകയില്ല. ദ്രോഹി! മഹാപാപി!

സുഭദ്ര: അമ്മ ഇങ്ങനെ പറയുന്നതെന്ത്? അദ്ദേഹം പരമയോഗ്യനെന്നാണല്ലോ അദ്ദേഹത്തിന്റെ പക്ഷത്തിലുള്ളവർ പറയുന്നത്.

കാർത്ത്യായനിഅമ്മ: നന്നായ് പറഞ്ഞു! ആഭാസൻ, മഹാ ആഭാസൻ. ആ അനന്തപത്മനാഭനെയും ദുർന്നടപ്പുകാരനാക്കി. അവസാനത്തിൽ കഴുത്തിൽ കത്തിയും വച്ചു. ആർക്കു തോന്നും മകളേ, അങ്ങനെ ആശ്രയിച്ചവരോടു പ്രവർത്തിക്കാൻ?

സുഭദ്ര: എനിക്കൊന്നും മനസ്സിലാകുന്നില്ലമ്മാ. എന്തൊരു കഥയാണിത്? എളയതമ്പുരാന്റെ വലിയ സേവകനെന്നായിരുന്നല്ലോ കേൾവി. പഞ്ചവങ്കാട്ടിൽ യക്ഷി കൊന്നെന്നും മറ്റും ഉള്ള കഥയൊക്കെപ്പോയോ?

കാർത്ത്യായനിഅമ്മ: "നീ തങ്കത്തിനോടു പറഞ്ഞതു ശരിതന്നെ. യക്ഷി കണ്ടതുമല്ല, കേട്ടതുമല്ല. ആ അറുകൊലത്തമ്പുരാൻതന്നെയാണ് യക്ഷി. വെറുതെയാണോ നിന്റെ അമ്മാവനും മറ്റും ഇവരെ കണ്ടുകൂടാത്തത്? പരമദ്രോഹി! നാഗർകോവിലിലോ മറ്റോ ഉള്ള ഒരു തേവിടിശ്ശീടെ സംഗതിയിൽവച്ചു കലശലുണ്ടായിട്ടാണു കൊലപാതകം മകളേ. ഈ കഥ അറിഞ്ഞിട്ടാണ് എന്റെ മകൾക്കിങ്ങനെ വന്നത്. അല്ലാതെ വേറെ ഒന്നുമില്ല. അണ്ണനും മറ്റും എന്റെ പേരിൽ ബഹുദേഷ്യമുണ്ട്. തമ്പി അദ്ദേഹമേ-വലിയ തമ്പിഅങ്ങുന്ന്, ഇവൾക്കു മുണ്ടു കൊടുത്താൽ കൊള്ളാമെന്നു താല്പര്യപ്പെട്ട് ഇവിടെ വന്നു മിനിഞ്ഞാന്നു രാത്രി ഇവിടെത്തന്നെ താമസിക്കയും ചെയ്തു. (സുഭദ്ര 'അ!' എന്ന് ആശ്ചര്യത്തോടുകൂടി ഉച്ചരിച്ചു.) നീയും അണ്ണന്റെ ഭാഗത്തുതന്നെയോ? അത് അണ്ണനു രസിച്ചില്ല. (ഹാസ്യമായി) അതുകൊണ്ടു വന്ന ദണ്ഡമാണെന്നു തോന്നും. അവൾക്കുവേണ്ടിത്തന്നെയാണു ഞാൻ ചെയ്ത ശ്രമങ്ങൾ; ഇതാ ഇങ്ങനെ വന്നുതീർന്നു എന്റെ മകളേ, നീ എന്താണാലോചിക്കുന്നത്?

സുഭദ്ര: "അ-എന്തമ്മ?-ആലോചിക്കുന്നതോ? ഒരു വസ്തുവുമില്ല. ഇവിടുന്ന് അന്നു മോഷണംപോയ ഉരുപ്പടി വല്ലതും കിട്ടിയോ? നാരായണ! എന്തു തമ്പുരാക്കന്മാരാണിത്!"

കാർത്ത്യായനിഅമ്മ: ഒന്നും കിട്ടീല്ല. ആരു കൊണ്ടുപോയോ, ഈശ്വരനറിയാം! കൊണ്ടുപോയവർ വച്ചുവാഴട്ടെ മകളെ. ഈ എളയതമ്പുരാന്റെ കാര്യം ഒന്നും വെളിയിൽ പറയണ്ട. എന്റെ വ്യസനംകൊണ്ടു പറഞ്ഞുപോയതാണ്. നിന്നെ കണ്ടിട്ട് എന്തോ ഇന്നെനിക്ക്-മകളേ-അ-ന-ന്ത-

പത്മനാഭനുണ്ടായിരുന്നെങ്കിൽ ഇതെല്ലാം കാണാനിടവരുമോ പത്മനാഭാ! നീ-നീ-നിന്നെ.

സുഭദ്ര: അമ്മ എന്താണിത്, ഒന്നും കഴിക്കാത്തത്? വല്ലതും രോഗം വരുത്തിവച്ചാൽ തങ്കത്തിനെ സൂക്ഷിക്കാനാര്? കഴിഞ്ഞ കഥകളെക്കുറിച്ചു വ്യസനിച്ചിട്ടു കാര്യമില്ല. അമ്മ പറഞ്ഞ സംഗതി പുറത്താകൂല. വ്യസനിക്കാതിരിക്കണം, തങ്കത്തിന്റെ ദീനം വേഗത്തിൽ വാശിയാകും.

ഊണുകഴിഞ്ഞ് കാർത്ത്യായനിഅമ്മയും സുഭദ്രയും പാറുക്കുട്ടിയുടെ അടുത്തു തിരിച്ചുചെന്നപ്പോഴും പാറുക്കുട്ടി നിദ്രയിൽനിന്ന് ഉണർന്നിട്ടില്ല. ആശാൻ അടുത്തുതന്നെ നിധികാക്കുന്ന ഭൂതം പോലെ നില്ക്കുന്നുണ്ട്. സുഭദ്രയെ കോപത്തോടുകൂടി ഇടക്കണ്ണിട്ടു നോക്കുകയും ചെയ്യുന്നു.

സുഭദ്ര: എന്താണ് ആശാൻ നോക്കുന്നത്? (സാവധാനത്തിൽ പുഞ്ചിരിയോടുകൂടി) മോഷ്ടിച്ചതു ഞാനല്ല; ഞാനറിഞ്ഞിട്ടുമില്ല. തങ്കത്തിനോട് എനിക്കും ആശാനെപ്പോലെതന്നെ ഇഷ്ടമുണ്ട്. വരണം, ആശാനു കുളിരുകലശലായിരിക്കുന്നു. എന്നെക്കണ്ടിട്ടുള്ള ദേഷ്യംകൊണ്ടു വിറയ്ക്കയാണോ?

കാർത്ത്യായനിഅമ്മ: ആശാനും സുഖക്കേടുതന്നെ. നീ മിണ്ടാതിരിക്ക്. അതാ-പിടിച്ചോ, ആശാൻ വീഴുന്നു.

സുഭദ്രയുടെ വാക്കുകൾ കേട്ടു വിറച്ചുതുടങ്ങിയ വൃദ്ധൻ ബോധക്ഷയത്തോടുകൂടി വീണുതുടങ്ങിയതിനെക്കണ്ടാണ് മേൽപ്രകാരം കാർത്ത്യായനിഅമ്മ പറഞ്ഞത്. വൃദ്ധൻ നിലത്തു വീഴുന്നതിനുമുമ്പായി സുഭദ്ര താങ്ങിക്കൊണ്ടു. ബോധവും ശ്വാസവും കൂടാതെ അല്പനേരം ആശാൻ കിടക്കുന്നതു കണ്ട് എല്ലാവരും സംഭ്രമപ്പെട്ടു. കാർത്ത്യായനിഅമ്മ അടുത്തു ചെന്ന് "ആശാനേ-ആശാനേ" എന്നു സ്നേഹത്തോടുകൂടി വിളിച്ചു. ഭൃത്യന്മാരും വട്ടമിട്ടു കരഞ്ഞുതുടങ്ങി. സുഭദ്ര എഴുന്നേറ്റു കുറച്ച് വെള്ളം എടുത്ത് ആശാന്റെ മുഖത്തു തളിച്ചു. അതുകൊണ്ടും ഫലമുണ്ടായില്ല. ശ്വാസമില്ലെന്നില്ല. എല്ലാവരും അധികമായ വ്യസനത്തോടുകൂടി നില്ക്കുന്നതിനിടയിൽ "പിടിച്ചുകെട്ടിൻ. അവൻ, അവൻ, അവൻതന്നെ. അവന്റെ കൊടിലും തഞ്ചിയും" എന്നു പുലമ്പിക്കൊണ്ട് ആശാൻ ഉണർന്നു. ആശാനെ കുറച്ചുനേരത്തേക്ക് ആരും ഉപദ്രവിച്ചില്ല. പിന്നീട് ഓരോരുത്തർ ചോദ്യംചെയ്‌വാൻ ആരംഭിച്ചു. ആശാൻ മൗനവ്രതം ആചരിച്ചുകളഞ്ഞു. ഇങ്ങനെ മൗനവ്രതം അനുഷ്ഠിച്ചതിലും ആശാന്റെ ബോധക്ഷയത്തിലും എന്തോ സാരമുണ്ടെന്ന് ഊഹിച്ചിട്ട്, താൻ ഉപയോഗിച്ച വാക്കുകൾ എന്താണെന്നു സുഭദ്ര ആലോചിച്ചു. "ഞാൻ കളിക്കാണല്ലോ പറഞ്ഞത്. മോഷ്ടിച്ചതു ഞാനല്ലെന്നും ഞാനറിഞ്ഞിട്ടില്ലെന്നും-ഇതിൽ ആശാനെ ബാധിക്കാനെന്താണുള്ളത്? ആകട്ടെ, ഇവിടത്തെ സ്ഥിതികൾ മുഴുവൻ മനസ്സിലാകട്ടെ. എന്താണോ അമ്മയ്ക്ക് ഇന്നെന്നെ സ്നേഹമായിരിക്കുന്നത്? നല്ലകാലം വരാൻ പോകുന്നതായിരിക്കാം. പാവപ്പെട്ട തങ്കത്തിന്റെ സ്ഥിതി മഹാകഷ്ടം! എന്തു രോഗമാണിത്? എങ്ങനെ വന്നു?

മനോവ്യസനത്താൽ വന്നതു തന്നെ. മിനിഞ്ഞാന്നു രാത്രി തുടങ്ങാനെന്ത്? തിരുമുഖത്തദ്ദേഹത്തിന്റെ മകന്റെ മരണകാര്യത്തെക്കുറിച്ച് അറിഞ്ഞതു കൊണ്ടായിരിക്കുമോ? മിനിഞ്ഞാന്നാണോ ആ വർത്തമാനം ഇവിടെ എത്തിയത്? ആയിരിക്കാം. എന്നാൽ ഒന്നാലോചിക്കാനുണ്ട്. രാത്രിയോ പകലോ ആ വർത്തമാനം കിട്ടിയത്. മുമ്പിൽ മരിച്ചിട്ടില്ലെന്നായിരുന്നു തങ്കത്തിന്റെ വിശ്വാസം. മരിച്ചു എന്നു തീർച്ചയായ അറിവു കിട്ടിയാൽ തങ്കം ഉടനെ വീഴേണ്ടായിരുന്നു. എന്തെല്ലാമോ? ഒന്നും അറിവാൻ പാടില്ല. അമ്മയോടുതന്നെ എല്ലാം ചോദിച്ചറിയാം. ഇവിടെ രണ്ടുദിവസം നിന്നാൽ ഞാനും കിടപ്പിലാകും. തങ്കത്തിന്റെ മുഖം കാണുമ്പോൾ എന്റെ ഉള്ളു കുലുങ്ങുന്നു. അമ്മ ഒടുവിൽ 'നീ-നീ' എന്നുംമറ്റും പറഞ്ഞതിന്റെ സാര മെന്ത്?

# പതിനഞ്ചാം അദ്ധ്യായം

*"ധന്യേ മാനിനി നീ മമ സദനേ താനേ വന്നതിനാൽ ശശിവദനേ,*
*മന്യേ മാമതിധന്യം ഭുവനേ മദകളഹംസാഞ്ചിത ഗമനേ."*

**ചെ**മ്പകശ്ശേരിയിൽ താമസിച്ച രാത്രിക്ക് അടുത്ത ദിവസം തമ്പിയുടെ സ്ഥിതി ആശ്ചര്യകരമായിട്ടുള്ളതായിരുന്നു. അദ്ദേഹത്തെ കാണുന്നതിനായി ചെന്ന ചില പ്രഭുക്കന്മാരുടെ ഉദ്ദേശ്യം സാധിക്കുന്നതിന് അവസരം കൊടുക്കാൻ വേണ്ടിടത്തോളം മനസ്സന്തോഷസമാധാനങ്ങൾ അദ്ദേഹത്തിനില്ലായിരുന്നു. "എന്തു മായം!" എന്നിങ്ങനെ പറഞ്ഞുകൊണ്ടും അടുത്തു ചെന്നവരോടു വൃഥാ കയർത്തും അങ്ങോട്ടും ഇങ്ങോട്ടും നടന്നുംതന്നെ ദിവസം കഴിച്ചുകൂട്ടി. സുന്ദരയ്യൻ ചെമ്പകശ്ശേരിയിൽ പോയി മടങ്ങിച്ചെന്ന് പാറുക്കുട്ടിയുടെ സ്ഥിതിയെക്കുറിച്ചു ധരിപ്പിക്കുന്നതിന് ആരംഭിച്ചപ്പോൾ "മേനാവ് കൊണ്ടരട്ടെ-നിൽക്കൂ-വേണ്ട-എനിക്കൊന്നും കാണുകയും കേൾക്കുകയും വേണ്ട. എന്നോടൊന്നും പറയണ്ട-പൊയ്ക്കൊള്ളൂ" എന്ന് അതിദീനനായി പറഞ്ഞു. ഈ വാക്കുകൾ കേട്ട് സുന്ദരയ്യൻ ഇപ്രകാരം പറഞ്ഞ്, അദ്ദേഹത്തെ സമാധാനപ്പെടുത്തുന്നതിനു ശ്രമംചെയ്തു: "പോനാലും പോട്ടും അങ്കത്തെ; നൂറ്റിലെ ഒന്നുതാനേ. ഇന്തൂരിലെ പൊണ്ടികൾ പഞ്ചമാ? ഇതെന്ന കൂത്ത്! ഇന്ത അവസരത്തിലെയാ ഇന്ത പെൺകൂത്തെല്ലാം!-ശി-ശി, ഇതാഹാത്."

തമ്പിയുടെ മനസ്സിനെ പീഡിപ്പിക്കുന്ന സംഗതി അറിയാതെ പറയപ്പെട്ട സാന്ത്വനവചനങ്ങൾ ഫലസിദ്ധിക്ക് ഉപയുക്തമായിരുന്നില്ല. സുന്ദരയ്യന്റെ പക്കൽനിന്നും ഒരു സംഗതി തമ്പിക്കും തമ്പിയുടെ പക്കൽ നിന്നും മറ്റൊരു സംഗതി സുന്ദരയ്യനും ഗ്രഹിക്കാനുണ്ടായിരുന്നതിനാൽ അവരവരുടെ ഉദ്ദേശ്യലാഭത്തിന് അനുരൂപമായുള്ള മാർഗ്ഗങ്ങൾ ആലോചിച്ചുകൊണ്ടു രണ്ടുപേരും അല്പനേരം മിണ്ടാതെ നിന്നു.

സുന്ദരയ്യൻ: (ആത്മഗതം) നേരം കേട്ടാക്കൽ ശൊല്ലാത്-പാർപ്പോം. (പ്രകാശം) അങ്കത്തെ, ഇപ്പടി കൊഴന്തയാട്ടം അഴവും കിഴവും-

തമ്പി: അഴവും കിഴവും! ആരാണെടോ കരുതുന്നത്? ഭ്രാന്തു പറഞ്ഞാൽ അനുഭവമുണ്ട്. (ആത്മഗതം) കള്ളമേ പറയുകയുള്ളൂ. പക്ഷേ, ഇതിൽ കള്ളം പറഞ്ഞിട്ട് കാര്യമില്ലല്ലോ; ചോദിച്ചേക്കാം. അങ്ങനെയല്ല; സമ്പ്രദായത്തിലാകയാണ് നന്ന്. അല്ലെങ്കിൽ ഇങ്ങോട്ടും നേരെ ചില ചോദ്യങ്ങൾ തുടങ്ങും. (പ്രകാശം) എന്തു കൂർക്കമായിരുന്നെടോ ഇന്നലെ? ആ വീട്ടിനെ വലിച്ചു മണ്ടയിൽ കേറ്റുമെന്നെനിക്കു തോന്നി. ശപ്പനെ ഒരിടത്തും കൊണ്ടുപൊയ്ക്കൂടാ. മഹാ കുംഭകർണ്ണൻ!

സുന്ദരയ്യൻ: (ആത്മഗതം) ആഹാ! അപ്പടി ശാടട്ടും. ശുന്തരത്തുടെ കൊണത്തെ തെരിയാതാർക്കും. (പ്രകാശം) "അങ്കത്തെ, കണ്ണെ മുടിനതിൽ പിറക് എന്നതുക്കം; ഭേഷാന മഴൈ! (ചിരിച്ചുകൊണ്ട്) അങ്കത്തെ തൂങ്കലപോലിരുക്കേം.

തമ്പി: (തന്റെ താല്പര്യത്തിന് അനുസരണമായുള്ള മറുപടി കേട്ടതുകൊണ്ട്, അതിന്റെ വക്താവിനെ ജനനാൽത്തന്നെ ബാധിച്ചിട്ടുള്ള കാപട്യത്തെക്കുറിച്ച് അധികം ആലോചിക്കാതെ സന്തോഷത്തോടുകൂടി) "ഒന്നു ചോദിക്കുമ്പോൾ അതിന്റെ ഉത്തരവും ഇങ്ങോട്ടൊരു ചോദ്യവും! പിള്ളർക്കും പട്ടർക്കും എളുപ്പം കൊടുത്തുകൂടെന്നുള്ള ചൊല്ലറിഞ്ഞു പറഞ്ഞതാണ്. അധികപ്രസംഗം കേറി മുറ്റിപ്പോയി. പോയി കുടമൺപിള്ളയുടെ വീട്ടിൽ പോകാൻ തയാറാകൂ."

സുന്ദരയ്യൻ: അതല്ല അങ്കത്തെ-അങ്കത്തെ നേത്തയ്ക്ക് തൂങ്കലൈ-ഇന്നേയ്ക്കു മുഖത്തിലെ ഒരിതും കാണറത്-അങ്കെ ആരോ കളവാണ്ടും ഇരുക്ക്....

തമ്പി: ഗജപോക്കിരി, എന്താണു സൂചിപ്പിക്കുന്നത്? നാം മോഷ്ടിച്ചെന്നോ? ആരു സംശയിക്കും നമ്മെ? തങ്കത്തിന്റെ വ്യാധിയെക്കുറിച്ചു നാം വ്യസനിക്കുന്നു. അതിനെക്കുറിച്ചു ചോദിക്കാൻ ആരുണ്ട്? കരുതി സംസാരിക്കൂ. ഹോ, മറയത്തു പോ. (സുന്ദരയ്യൻ പറഞ്ഞതിന്റെ താല്പര്യത്തെ വ്യാഖ്യാനിച്ചു സമാധാനസഹിതം പറയുന്നതിന് ഒരുമ്പെടുകയാൽ) വേണ്ട, എനിക്കൊന്നും കേൾക്കണ്ട. വല്ലതും പറഞ്ഞാൽ നാക്ക് പുറത്ത്. ശ്രീപത്മനാഭൻതമ്പിയാണിത്. നട പുറത്ത്.

സുന്ദരയ്യൻ തലതാഴ്ത്തിക്കൊണ്ടു പുറത്തിറങ്ങിപ്പോയി. തന്റെ വാക്കുകളുടെ ഗൗരവത്തെ ഓർത്തു സന്തുഷ്ടനായി തമ്പി അല്പനേരത്തേക്കു തന്റെ മനോവേദനയെ മറന്നുനിന്നു. തമ്പിക്ക് അന്നത്തെ രാത്രി നിദ്ര ഉണ്ടായില്ലെന്നുതന്നെ പറയാം. സുന്ദരയ്യൻ അടുത്തില്ലാതിരുന്നതിനാലും മുമ്പിലത്തെ രാത്രി തനിക്കു ലബ്ധമായ ഒരു ഭയങ്കരദർശനം ഓർത്തുണ്ടായ ഭയംകൊണ്ടും എട്ടുവീട്ടിൽപിള്ളമാരുടെ സംഘവിധി എങ്ങനെയായിവരുമെന്നുള്ള സംശയംകൊണ്ടും മനസ്സിന് അതിരില്ലാത്ത ചാഞ്ചല്യങ്ങൾ ഉണ്ടായിരുന്നതിനാൽ നിദ്രയിൽ അഭിരുചിയില്ലാതെ തന്റെ ധൂളിമെത്തമേൽ കിടന്നുരുണ്ടു പാതിരാത്രി കഴിച്ചു. അർദ്ധരാത്രിയായിട്ടും

സുന്ദരയ്യനെ കാണാത്തതിനാൽ തമ്പിയുടെ മനഃക്ലേശം വർദ്ധിച്ചു. എന്നാൽ തന്റെ നിലയനത്തിൽ കാവലായി കിടപ്പുള്ള അനേകഭടന്മാരിൽ ഒരുവനെയെങ്കിലും സുന്ദരയ്യനെ തിരക്കിവരുന്നതിനു നിയോഗിക്കാൻ തമ്പിയുടെ അന്നത്തെ ഭീരുത്വം അനുവദിച്ചില്ല. താംബൂലാദിചതുഷ്ടയം അനവധി ചെലവാക്കിയും ഭൃത്യജനങ്ങളെക്കൊണ്ടു വീശിച്ചും കാൽ തിരുമ്മിച്ചും ശേഷം രാത്രിയും കഴിച്ചുകൂട്ടി. രാവിലെ സുന്ദരയ്യന്റെ പ്രേതം എന്നു തോന്നിക്കുന്ന വിധം വിളറി കണ്ണുകൾ കുഴിഞ്ഞുതാണും ഭയത്താലോ, തന്റെ നേത്രങ്ങൾ വർഷിച്ച ജലംകൊണ്ടോ മറ്റോ വസ്ത്രം നനഞ്ഞതിലുണ്ടായ ശൈത്യത്താലോ, താടിവിറച്ചും ദന്തങ്ങൾതമ്മിൽ തകൃതിയായി താളംപിടിച്ചും മുട്ടുകൾ തമ്മിൽ മുട്ടിയും കാൽ, കരം എന്നിവ വിറച്ചും ഒരു സത്വം തമ്പിയുടെ മുമ്പിൽ പ്രത്യക്ഷമായി. വിളറിയതിനാൽ ആളിന്റെ സൗന്ദര്യവും എന്തോ സംഗതിവശാൽ മുഖത്തിന്റെ പുഷ്ടിയും കുറച്ചൊന്നു കൂടീട്ടുണ്ട്. ഇപ്രകാരമെല്ലാം വന്നതിന്റെ കാരണം വായനക്കാർക്ക് അറിവുള്ളതാണല്ലോ. കിള്ളിയാറ്റിന്റെ തീരപ്രദേശത്ത് ശഷ്പപങ്കാദികളായുള്ള വിവിധസാധനനിർമ്മിതമായ ശയ്യയിൽനിന്ന് എഴുന്നേറ്റ്, അർദ്ധസ്നാനവും കഴിച്ചു തന്റെ സ്വാമിയുടെ സന്നിധിയിൽ സുന്ദരയ്യൻ പ്രവേശിച്ചിരിക്കുന്നതാണ്. ഈവിധം വിശേഷാകൃതിയിൽ കാണപ്പെട്ട പുരുഷൻ തന്റെ സേവകനായ സുന്ദരയ്യനാണെന്നു തമ്പിക്കു ബോദ്ധ്യപ്പെട്ടപ്പോൾ മെത്തയിൽനിന്ന് “എട്ടുവീടർ ചതിച്ചോ?” എന്നു ചോദ്യംചെയ്തുകൊണ്ട് ചാടി എഴുന്നേറ്റു.

സുന്ദരയ്യൻ: (ഗൽഗദത്തോടും കണ്ണുനീരോടും) ഇ-ഇ-ഹില്ലെ. ഹതെല്ലാം-സു-സുമാർ.

തമ്പി: (തന്റെ കാര്യം സാദ്ധ്യമായെന്നറിഞ്ഞതിനാൽ സുന്ദരയ്യന്റെ അവസ്ഥയെക്കുറിച്ച് അനുകമ്പ തോന്നിത്തുടങ്ങീട്ട്) അതെങ്ങനെയും പോട്ടെ-എന്റെ സുന്ദരത്തിനും വല്ല രോഗവും പിടിപെട്ടിരിക്കുന്നോ? പറയൂ. എന്തുകഷ്ടം!

സുന്ദരയ്യൻ: പൊന്നങ്കത്തെ, കാപ്പാത്തവേണം. ഇന്ത ഊരിലെ ഇരുന്തതും പോതും അങ്കത്തയുടെ തൃപ്പാദത്തെ ആശ്രയിച്ചതും പോതും. അങ്കത്തെ മഹാബലിയാട്ടം ശക്രവർത്തിയാക ഇരും. നമ്മുടെ ദാസൻ ഇതോ പോറേൻ.”

ഇങ്ങനെ പറഞ്ഞുകൊണ്ടു യാത്രയ്ക്ക് അനുവാദത്തിനായി തമ്പിയുടെ പാദങ്ങളിൽ സാഷ്ടാംഗം നമസ്കരിച്ചു നിലത്തുകിടന്നുകൊണ്ട്, മഹാപ്രാകൃതനായി കരഞ്ഞുതുടങ്ങി. സംഗതിയുടെ ഗ്രാഹ്യം ഇല്ലാതിരുന്നതിനാൽ ശരിയായ സമാധാനം പറവാൻ കഴിയാതെ തമ്പി ബുദ്ധി കുഴങ്ങി അല്പനേരം നിന്നുപോയി. അനന്തരം വാത്സല്യത്തോടുകൂടി രണ്ടു കരങ്ങൾകൊണ്ടും സുന്ദരയ്യനെ താങ്ങി എഴുന്നേല്പിച്ചു തലോടി ആശ്വസിപ്പിച്ചു. തമ്പിയുടെ ശുശ്രൂഷകൊണ്ട് സുന്ദരയ്യന്റെ സംഭ്രമവ്യസനങ്ങൾക്കു ശാന്തിവന്നു. ഒടുവിൽ, കുടമൺപിള്ളയുടെ വീട്ടിൽ നടന്ന ആലോചനകളേയും മടങ്ങിവന്ന വഴിക്ക് യുവരാജാവിന്റെ പരിവാരങ്ങ

ളിൽ പത്തിരുപതു പേർ തന്നെ കൊല്ലാൻ ശ്രമിച്ചു എന്നും അവരിൽ ചിലരെ നിഗ്രഹിച്ചിട്ട് ഓടുംവഴിക്ക് പാദംതെറ്റി കിള്ളിയാറ്റിൽ വീണുപോയെന്നും ഈശ്വരസഹായംകൊണ്ട് നീന്തി ഒരു കരപറ്റിയെന്നും മറ്റും മഹാവ്യാജനങ്ങളേയും ബ്രാഹ്മണൻ തമ്പിയെ ഗ്രഹിപ്പിച്ചു. ആലോചനകളുടെ തീർച്ച കേട്ട് സന്തോഷവും ശത്രുഭടന്മാരുടെ കൃത്യത്തെ ഓർത്തു കോപവും ഇടകലർന്ന്, "സുന്ദരം കുറച്ചു ക്ഷമിച്ചോളൂ. അനുഭവിപ്പിച്ചേക്കാം. ഞാനുള്ളപ്പോൾ താൻ എങ്ങും പോകണ്ട. താൻ പോകുകേ? എന്നാൽ ഈ ഞാനും പുറകേ ഉണ്ട്." എന്നു പറഞ്ഞു തന്റെ ആശ്രിതനെ ഭക്തവത്സലനായ തമ്പി ആശ്വസിപ്പിച്ചു.

അന്നു രാത്രി തമ്പി നേരത്തെ നിദ്രയ്ക്കാരംഭിച്ചിരിക്കുന്നു. സുന്ദരയ്യൻ താമസിപ്പിക്കുന്നതുകൊണ്ടുള്ള നീരസം തനിക്ക് ഇത്രയെന്നില്ല. ബ്രാഹ്മണനോടു തമ്പി ഇങ്ങനെ പറയുന്നു: താനും ഇന്നലെ ഉറങ്ങീട്ടില്ലല്ലോ?

സുന്ദരയ്യൻ: അതുക്കെന്ന? അങ്കത്തയുടെ കാര്യത്തുക്ക് പോനാൽ തൂക്കമേത്? കീക്കമേത്?

തമ്പി: എടോ, തന്റെ വാക്സാമർത്ഥ്യം കുറച്ചല്ല. രക്ഷാപുരുഷസ്ഥാനം എന്റെ പട്ടിക്കു വേണം. അങ്ങനെ സമ്മതിക്കാത്തതു നന്ന്.

സുന്ദരയ്യൻ: 'എന്നുടെ വാക്സാമർത്ഥ്യമാ? അങ്കത്തയുടെ യശസ്സിനാലേ സാധിക്കറത്.

തമ്പി: സുന്ദരം, തനിക്ക് ഒരപേക്ഷകൂടി ഉണ്ട്. തങ്കത്തിന്റെ സ്ഥിതി ഒന്നുകൂടി അന്വേഷിച്ചുവരണം. വല്ല ഹോമമോ മറ്റോ കഴിച്ച് ഒന്നുഴിഞ്ഞു പറിച്ചുകളയാൻ പറയണം.

സുന്ദരയ്യൻ: പയത്തുക്ക് അപ്പടിത്താൻ വേണം.

തമ്പി: ശരിയാണ്. പറയാതിരിക്കരുത്. ഭയംകൊണ്ടാണ് ഇതെല്ലാം വന്നതെന്നു തോന്നുന്നു.

സുന്ദരയ്യൻ: ആയിരുക്കലാം. പയത്തുക്ക് ശങ്കതി ഇല്ലെയേ.

തമ്പി: നമുക്കറിയാമോ? വല്ലതുമുണ്ടായിരിക്കാം.

സുന്ദരയ്യൻ: അങ്കത്തെ കണ്ടതിലെ-

തമ്പി: (ആലോചിക്കാതെ) എപ്പഴെടോ?

സുന്ദരയ്യൻ: (ചിരിച്ചുംകൊണ്ട്) രെണ്ടാമത്.

തമ്പി: താനുറങ്ങീല്ല. അവലക്ഷണം കള്ളംപറഞ്ഞു.

സുന്ദരയ്യൻ: ഊഹത്തെ വൈത്തു കേൾക്കിറേൻ അവളവുതാൻ.

തമ്പി: രണ്ടാമതും ഞാൻ അകത്തു പോയെന്ന് ഊഹിക്കാൻ ഒരു സംഗതിയും ഇല്ല. തന്റെ മനോരാജ്യമാണ്. എനിക്ക് ഉള്ളിൽ ഒരു തീ ആയിരിക്കുന്നു. അവളെ വിചാരിക്കുമ്പോൾ സഹിക്കുന്നില്ല. അവളെക്കൂടാതെ എനിക്കു രാജ്യവും വേണ്ട, ഒന്നും വേണ്ട. പോയേച്ചു വരൂ. അധികം താമസിക്കരുത്.

"ഉത്തരവ്" എന്നു പറഞ്ഞുംകൊണ്ട് സുന്ദരയ്യൻ നടന്നുതുടങ്ങി. "ദണ്ണം വാശിയാക്കുന്നവർക്കു രണ്ടു കൈക്കും വീരശങ്ങലയും അറുപത്തിനാലു പദവിയും ഉണ്ടെന്നു പറഞ്ഞേക്കൂ" എന്നു തമ്പി കിടന്നിടത്തുനിന്ന് നീങ്ങാതെ ഉറക്കെ ഉത്തരവുകൂടി കൊടുത്തു. "ഉത്തരവ്" എന്നു പുറത്തുനിന്നു സുന്ദരയ്യൻ മൂളുകയും ചെയ്തു. സുന്ദരയ്യൻ പുറത്തേക്ക് നടകൊള്ളുന്നതിനിടയിൽ അദ്ദേഹത്തിന്റെ മനോവിചാരങ്ങൾ ഇങ്ങനെയായിരുന്നു: "നടന്നതേ മുച്ചൂടും തെരിയാവടിക്ക് ശുന്തരൻ അങ്കേവാനാ? ഉശീർ പോനാലും ഇവരെ വിടുവാനാ? ശുന്ദരംകയ്യിലെ അമ്പു രെണ്ടിരുക്ക്. ഒരേ വാക്കാലെ കുടമൺ കിടമൺ പയകളെല്ലാം തിരിഞ്ച് ഇവരെ കടിച്ചിഴുപ്പാരെ." ചെമ്പകശ്ശേരിയിലേക്കു പോകാൻ തുടങ്ങിയ സുന്ദരയ്യന് ഇരുട്ടു കണ്ടപ്പോൾ പൂർവ്വരാത്രിയിലെ ദർശനം ഓർമ്മവന്ന് ഭയത്തോടുകൂടി തമ്പിയുടെ നാലുകെട്ടിൽ ഒരു കോണിൽ ഒളിച്ചിരുപ്പായി.

സുന്ദരയ്യൻ പുറത്തിറങ്ങിയതിന്റെ ശേഷം പാറുക്കുട്ടിയെ ഭാര്യയായി സ്വീകരിച്ചാലുള്ള പരമാനന്ദത്തെയും രാജാവായാലുള്ള പദവിയെയും സ്മരിച്ചുകൊണ്ട് തമ്പി സ്വപ്നാവസ്ഥയിൽ ലയിച്ചു. എന്നാൽ, ഈ അവസ്ഥയ്ക്കു ക്ഷണംകൊണ്ടു ഭംഗം വന്നു. തന്റെ മുറിക്കകത്ത് ഒരു ശബ്ദം കേട്ടു തമ്പി ഞെട്ടി എഴുന്നേറ്റു. തന്റെ മുമ്പിൽ ഒരു സ്ത്രീ നില്ക്കുന്നതായി കണ്ടു. തന്റെ നേത്രങ്ങളെത്തന്നെ തമ്പിക്കു വിശ്വസിക്കാൻ പാടില്ലാതെയായി. കണ്ണുകൾ തിരുമ്മിയിട്ടു പിന്നെയും സൂക്ഷിച്ചുനോക്കി. കുങ്കുമച്ഛായ കലർന്നുള്ള കവിൾത്തടങ്ങളുടെ ഇടയിലായി കാണപ്പെട്ട ദന്തങ്ങളുടെ ശോഭ തന്റെ അന്തരംഗത്തെയും പ്രശോഭിപ്പിച്ചു. നേത്രങ്ങളിലും മറ്റും കോപലാഞ്ഛനകൾ ഉണ്ടായിരുന്നെങ്കിലും അഗ്രോന്നതമായുള്ള ശോണാധരത്തിൽ പുഞ്ചിരി കളിയാടുന്നുണ്ട്. തമ്പിയുടെ സന്തോഷപാരവശ്യം വർണ്ണിക്ക അശക്യമാണ്. ആനന്ദക്കടലിൽ മുങ്ങി തിരമാലകളിൽ നീന്തി കൈകാൽ കുഴങ്ങി. ഒരുവിധത്തിൽ മെത്തയിൽനിന്നു താഴത്തിറങ്ങി ശയ്യ തട്ടി ശരിയാക്കിയിട്ട്, "വരാം, ഇരിക്കാം. സേവിച്ചാൽ സ്ത്രീകളെത്തന്നെ സേവിക്കണം. പരമേശ്വരനെപ്പോലെ ആദ്യം ബുദ്ധിമുട്ടിക്കും. ഒടുവിൽ താനേ പ്രസാദിക്കും. ഇത്ര ദയ ഉണ്ടായല്ലോ ചെമ്പകത്തിന്. ആശ്ചര്യം! ഇങ്ങോട്ടുതന്നെ പോന്നല്ലോ. ധൈര്യം, മഹാധൈര്യം! അമ്മാവൻ അറിഞ്ഞിട്ടില്ലല്ലോ?" എന്നു കുശലപ്രശ്നം ചെയ്തു.

ആഗതയായ സ്ത്രീ കുടമൺപിള്ളയുടെ അനന്തരവൾ സുഭദ്രയായിരുന്നു. ഈ സ്ത്രീയും തമ്പിയും, പരസ്പരം കണ്ടിട്ട് ഏഴെട്ടു കൊല്ലമായിട്ടുണ്ട്. ഇവർ തമ്മിലുള്ള പരിചയത്തിന്റെ സ്ഥിതിയും മറ്റും ഇവരുടെ സംവാദത്താൽ അറിയാവുന്നതാണ്. തമ്പിയുടെ പ്രസംഗം അവസാനിക്കുന്നതുവരെ സുഭദ്ര മിണ്ടാതെ നിന്നിട്ട് 'നേർവഴിക്കു പോയാൽ കാര്യം സാധിക്കയില്ല' എന്നുള്ള വിചാരത്തോടുകൂടി തമ്പിയുടെ മനസ്സിൽ പ്രതിഷ്ഠിതമായിട്ടുള്ള പാറുക്കുട്ടിയുടെ വിഗ്രഹത്തെ അദ്ദേഹത്തിന്റെ പ്രേമമായുള്ള നാളത്തിൽനിന്ന് ഉദ്ധൂതമാക്കുന്നതായ ഒരു പുഞ്ചി

രിയോടുകൂടി: "അവിടത്തെക്കണ്ടിട്ട് വളരെക്കാലമായി. പഴയ ബന്ധുക്കളെ കാണാൻ കൊതി തോന്നിയതിനെക്കുറിച്ച് അതിശയിക്കാനുണ്ടോ? ഇങ്ങോട്ടു പോന്നു എന്ന് അമ്മാവൻതന്നെ അറിഞ്ഞാലെന്ത്."

തമ്പി: അറിഞ്ഞിരിക്കൂല്ല; തീർച്ചയാണ്. അമ്മാവന്റെ കണ്ണിൽ മണ്ണിടാൻ ചെമ്പകത്തിനു മിടുക്കുണ്ട്. ആട്ടെ, വരൂ; ഈ കട്ടിലിൽ കേറി ഇരിക്കതന്നെ; മടിക്കേണ്ട. വന്നതിന്റെ ഉദ്ദേശ്യം എനിക്കു മനസ്സിലായി. ഇന്നലത്തെ ആലോചനകൾ എന്തായിരുന്നുവെന്നു ചെമ്പകമറിഞ്ഞു. ഇനി സേവകൂടുക എന്നു നിശ്ചയിച്ചു. ആട്ടെ, എന്നാലും എനിക്ക് വിരോധമില്ല. അപ്പോൾ എന്നെക്കുറിച്ചല്ല എന്റെ കിരീടത്തെക്കുറിച്ചാണ് ചെമ്പകത്തിനു സ്നേഹം എന്നു തോന്നുന്നു. പോട്ടെ, എന്തായാലും എന്റെ അപേക്ഷ സാധിക്കുമല്ലോ. വരൂ ചെമ്പകം, എന്തിനാണീ ലജ്ജയൊക്കെ? ഇങ്ങനെ പറഞ്ഞുകൊണ്ട് സുഭദ്രയെ പിടിച്ച് മഞ്ചത്തിന്മേൽ ആരോഹണം ചെയ്യിക്കാനായി തമ്പി ആ സ്ത്രീയുടെ അടുത്തണഞ്ഞു. എന്നാൽ ആ സ്ത്രീയുമായുള്ള തന്റെ പൂർവ്വപരിചയങ്ങളെ ഓർത്തതിൽ അപ്രകാരം ചെയ്യുന്നതിന് തമ്പിക്ക് ധൈര്യമുണ്ടായില്ല.

സുഭദ്ര: (മധുരമായി) അവിടുത്തെ കട്ടിലിൽ ഇരിക്കാൻ വേറെ ആളുണ്ട്. ആ ഭാഗ്യം എനിക്കു വേണ്ട. തങ്കത്തിനാണതു വിധിച്ചിരിക്കുന്നത്."

തമ്പി: (ക്ഷീരംകൊണ്ടു തന്നെ അഭിഷേചിച്ചതുപോലെ ഉള്ളിൽ പരമസന്തോഷത്തോടുകൂടി) "ഫൂ-കാട്ടുപോത്ത്! രസം അവളുടെ വഴിക്കേ പോയിട്ടില്ല. മണമില്ലാത്ത പൂവിനേയും കപ്പില്ലാത്ത കല്ലിനേയും ഗുണമറിയാത്തവർ അണിയും. രണ്ടും കിടക്കുന്ന കിടപ്പെവിടെ? ചെമ്പകം എവിടെ? എന്റെ ഓമനച്ചെമ്പകം!" എന്നു പറഞ്ഞുകൊണ്ട് സുഭദ്രയെ ആലിംഗനംചെയ്യുന്നതിനായി തന്റെ കൈ ഉയർത്തി.

സുഭദ്ര: വരട്ടെ, അവിടന്ന് ഇരുന്നു സംസാരിക്കണം.

തമ്പി: ചെമ്പകം ഇരിക്കാതെ ഞാനിരിക്കയോ? ഒരുകാലം ഇല്ല. പത്മനാഭ! എന്തുകാലം വെറുതെ കളഞ്ഞു! ചെമ്പകത്തിന്റെ കഠിനഹൃദയം ഇരുമ്പും വജ്രവും തോറ്റുപോകും. ഇന്നുതന്നേ സ്ത്രീകളുടെ സ്വഭാവഗുണങ്ങളെ ഞാൻ അറിയുന്നുള്ളൂ. ചെമ്പകം ഇരുന്നാൽ ഞാനുമിരിക്കാം. വരൂ ഓമനേ, മടി എന്തിന്?

തമ്പി ഇപ്രകാരം പറഞ്ഞുകൊണ്ട് സന്തോഷോൽക്കർഷത്താൽ മദോന്മത്തനായി സകലകഥയും മറന്ന്, സുഭദ്രയുടെ അരികിൽ വീണ്ടും അണഞ്ഞ് ഒരു ഗാഢാശ്ലേഷത്തിന് ഒരുമ്പെട്ടു.

സുഭദ്ര: (പുറകോട്ടു മാറിനിന്നുകൊണ്ട്) "എന്തുകഥയാണിത്? മനുഷ്യർക്കിങ്ങനെ ഒരു ഭ്രമമുണ്ടോ? അച്ഛനു ചികിത്സയക്ക് നല്ല വൈദ്യന്മാർ വന്നിട്ടുണ്ടല്ലോ. ഒരു തളം-"

തമ്പി: ഹഹഹഹഹ! എനിക്കു ഭ്രാന്തെന്നോ? അതിനു കാരണം ആര്? ഈ നിൽക്കുന്ന എന്റെ പൊന്നുതങ്കം.

സുഭദ്ര: അങ്ങനെ–അതാ വന്നു മനസ്സിലിരിപ്പ്. ഈ നാട്യങ്ങൾ എന്തിന്? അവിടേക്കു സ്നേഹം തങ്കത്തിനെയാണ്.

തമ്പി: (തുള്ളിച്ചാടി പുരമുറിയിൽ ചുറ്റും നടനംചെയ്തുകൊണ്ട്) അതാ ചാടി പെണ്ണുങ്ങളുടെ അസൂയ! അങ്ങനെ വരട്ടെ അമ്പോ! ചെമ്പകത്തിനും ഈ ദുശ്ശീലമുണ്ടോ? എന്നെ സ്നേഹമുണ്ട്. ഇല്ലെങ്കിൽ അസൂയ എന്തിന്?

സുഭദ്ര: (തമ്പി വലയിൽ പെട്ടു എന്നു നിശ്ചയമായിട്ട്) "ഇത്രയൊക്കെ ചാടേണ്ട. ഇങ്ങൊരസൂയയും ഇല്ല. വെറുതെ ഈ വലിയ ഭാവങ്ങളെന്തിന്?"

തമ്പി: ഹേയ്! ഇല്ല, ഒട്ടുമില്ല. ചെമ്പകം ദേഷ്യപ്പെടാതെ. ഞാൻ ചെമ്പകശ്ശേരിയിൽ പോയത് ആ മൂത്തപിള്ളയെ നമ്മുടെ പാർശ്വത്തിൽ ആക്കാനാണ്. മറ്റൊന്നിനുമല്ല.

സുഭദ്ര: എന്നാൽ തങ്കത്തിനെ കാണണമെന്നുണ്ടോ?

തമ്പി: ഹേ! ഇതു വലിയ വഴക്കായല്ലോ, അല്ലേ. നല്ല പെണ്ണുങ്ങളെ വെറുതെ കാണാൻ കിട്ടിയാൽ വിടുന്നതാര്?

സുഭദ്ര: അവിടെ താമസിച്ചതോ?

തമ്പി: (സുഭദ്രയുടെ മാത്സര്യത്തെ വർദ്ധിപ്പിക്കണമെന്നുള്ള ഉദ്ദേശത്തോടുകൂടി) തങ്കത്തിനെ ഒന്നുകൂടി കാണാൻതന്നെ.

സുഭദ്ര: പച്ചക്കൊതിയൻ! നാണമില്ലല്ലോ ഓരോന്നു വിളിച്ചു പറയാൻ.

തമ്പി: നല്ല അഭിപ്രായം! പെണ്ണുങ്ങളെ കാണുന്നതു കുറച്ചിലോ?

സുഭദ്ര: കണ്ടു! മൂക്കിലിടിക്കും ചെന്നു കേറിയാൽ. എന്തോ അവർക്കു ദയ തോന്നി, ഒരിക്കൽ കാണാൻ സമ്മതിച്ചു. പിന്നെയും കണ്ടുപോലും! തണ്ടിനറ്റമില്ല.

തമ്പി: പോടീ പോ; നീ എന്തറിഞ്ഞു? എല്ലാവരും നിന്നെപ്പോലെ കമ്പിളികളാണെന്നു വിചാരിച്ചോ? കാര്യക്കുട്ടികൾ വഴിയും തെളിച്ച് വിളക്കും വച്ചുതന്നു. ആ പെണ്ണുമാത്രം ശവം.

സുഭദ്ര: ചെമ്പകശ്ശേരിക്കാർ ഒരുകാലം ആ മാതിരിക്കാരല്ല. കള്ളം പറവാൻ അവിടുത്തേക്കു പ്രത്യേകം പിടിപാടുണ്ടെന്നു തോന്നുന്നു.

തമ്പി: നല്ല മാതിരിക്കാരെങ്കിൽത്തന്നെ ഞാൻ വിട്ടേക്കുമോ? നമ്മുടെ കൈയിലില്ലയോ വിദ്യകൾ?

സുഭദ്ര: (ആത്മഗതം) ഞാൻ സംശയിച്ചതുപോലെതന്നെ ഇദ്ദേഹം എന്തോ ക്ഷുദ്രപ്രയോഗം ചെയ്തു. (പ്രകാശം) ബഹുസാമർത്ഥ്യം! എങ്കിലും ആ രാത്രിതന്നെ പിന്നെയും കണ്ടുകളഞ്ഞല്ലോ! ആരുമറിഞ്ഞിട്ടില്ല. അതാണ് അതിലെ രസികത്വം.

തമ്പി: ഉറക്കംതൂങ്ങി സുന്ദരത്തിനെയും മറികടന്നു ചെന്നു കണ്ടു.

സുഭദ്ര: മര്യാദക്കാരൻതന്നെ! വല്ലോരും കണ്ടിരുന്നെങ്കിൽ പൂജ്യം എല്ലാം വെളിയിലായേനെ. അതു ഭാഗ്യമായിപ്പോയി ആരും കാണാത്തത്. തങ്കം എന്തു പറഞ്ഞു?

ഭയംകൊണ്ടോ, ശേഷം കഥയെ സുഭദ്രയോടു പറവാൻ മടി തോന്നിയതിനാലോ സംഭാഷണസംഗതി മാറ്റുന്നതിനായി തമ്പി ഇങ്ങനെ പറഞ്ഞു: ചെമ്പകം, ഇരിക്കാതെ എന്തു നിലയാണിത്? ഒന്നു മുറുക്കൂ. കേട്ടുകാണുമല്ലോ. അച്ഛന് ആലസ്യം കലശല്. നിന്റെ അമ്മാവൻ-

സുഭദ്ര: തങ്കം എന്തു സംസാരിച്ചു എന്നു ഞാൻ കേൾക്കുന്നതു ശരിയല്ലതന്നെ. വേണ്ട-ഞാനിതാ പോണു.

തമ്പി: (ധൃതിയിൽ) പോകാതെ. തങ്കത്തിനെ രണ്ടാമതു കണ്ടു എന്നു പറഞ്ഞതു കള്ളമാണ്.

സുഭദ്ര: ഇപ്പറഞ്ഞതാണു കള്ളം. നിങ്ങളുടെ സ്വകാര്യങ്ങൾ ഒന്നും എനിക്കു കേൾക്കണ്ട. അവിടുന്ന് എന്നെ പത്തുവയസ്സുമുതൽ ഉരുട്ടിത്തുടങ്ങി. ഞാൻ അങ്ങേടെ മിരട്ടിൽ ഉൾപ്പെട്ടില്ല. എന്നെ ഒരാൾ സംബന്ധം ചെയ്തു. അങ്ങേടയും അങ്ങേടെ മന്ത്രി സുന്ദരയ്യന്റെയും കൃത്രിമം കൊണ്ട് അദ്ദേഹം വീടും കുടിയും വിട്ട് ഓടിപ്പോയി. ഇതൊന്നും ഞാനറിഞ്ഞില്ലെന്നോ ഭാവം? പിന്നെയും അങ്ങ് അടുത്തുകൂടി എന്നെ പൊന്നുകൊണ്ടു മൂടാമെന്നും മറ്റും പറഞ്ഞു. എന്നിട്ടും ഞാൻ വശപ്പെട്ടില്ല. അങ്ങനെയുള്ള ഞാൻ-തടുക്കേണ്ട-മുഴുവനും പറഞ്ഞുകൊള്ളട്ടെ. ഇന്നു താനേ ഇവിടെ വന്നപ്പോൾ എന്റെ അവസ്ഥ പോയി; അങ്ങയ്ക്കും അങ്ങേടെ തങ്കത്തിനും അവസ്ഥ കൂടുകയും ചെയ്തു. മതി അങ്ങുന്നേ, മതി.

അങ്ങുന്ന് എന്നുള്ള ബഹുമാനസൂചകമായുള്ള പദം സുഭദ്രയുടെ നാവിൽനിന്നു പുറപ്പെട്ടതുകേട്ട് തമ്പിക്കുണ്ടായ സന്തോഷം സുഭദ്രയുടെ ആഗമനസമയത്തുണ്ടായതിലും ശതഗുണം വലുതായിരുന്നു. തമ്പിയോടുള്ള സംഭാഷണങ്ങളിൽ അദ്ദേഹത്തിന്റെ പിതാവിന്റെ സകല പ്രജകളും-സ്ത്രീകളും പുരുഷന്മാരും-'അങ്ങുന്ന്' എന്നുള്ള ബഹുമാനവചനത്തെ ഉപയോഗിക്കാറുണ്ടായിരുന്നെങ്കിലും അദ്ദേഹത്തിന് ആവിധമുള്ള അവസ്ഥയ്ക്ക് അർഹതയില്ലെന്നുള്ള ആക്ഷേപത്തെ ആസ്പദമാക്കി, സുഭദ്ര തന്റെ സംഭാഷണങ്ങളിൽ ആ പദത്തെ ഉപയോഗിക്കാതെ വന്നിരുന്നു. എല്ലാ അങ്ങത്തമാർക്കും സാധാരണയായി 'അങ്ങുന്ന്' എന്നുള്ള പദം കർണ്ണപീയുഷമാണ്. വിശേഷിച്ചും സുഭദ്ര തന്റെ ഗർവ്വങ്ങൾ തിരസ്കരിച്ച് ഈ പദം ഉപയോഗിച്ചതാണെന്നു തമ്പിക്കു മനസ്സിലായപ്പോൾ അദ്ദേഹത്തിന്റെ സർവ്വസ്വവും സുഭദ്രയ്ക്കായി അട്ടിപ്പേറെഴുതി പാദകാണിക്കയായി സമർപ്പിക്കുന്നതിനും അദ്ദേഹം സന്നദ്ധനായി. "ചെ-ചെമ്പകം, കഠിനവാക്കു പറയാതെ. നിന്റെ വിശേഷഗുണങ്ങൾ എന്നെപ്പോലെ ആരറിഞ്ഞിരിക്കുന്നു? എല്ലാം നിന്നോടു പറയാം. പൊന്നേ, നീ ഭയപ്പെടുമെന്നു വിചാരിച്ചാണ് ഞാൻ മുഴുവനും പറയാത്തത്. പറഞ്ഞേ തീരുവോ?

സുഭദ്ര: മനസ്സാണെങ്കിൽ പറയണം. അടിയോ പിടിയോ ഉണ്ടോ? ഇതിനു നിർബ്ബന്ധിക്കാൻ എനിക്കെന്തവകാശം? പണ്ടേതന്നെ അങ്ങത്തെ ശത്രു. ലോകർ വേറെവിധം വിചാരിക്കുന്നെങ്കിലും-

തമ്പി: ലോകർ! ശവങ്ങളെക്കൊണ്ട് ചുട്; എന്തു പറഞ്ഞു? ചെമ്പകത്തിന് എന്നോടു ചോദിക്കാൻ അവകാശമില്ലെന്നോ? എന്നാലിനി ഞാനുമില്ല. ചെമ്പകത്തിന്റെ മനസ്സിനു വെളിവില്ല. കാര്യം അങ്ങനെയാണ്. ഞാനൊന്നും ഒളിക്കുന്നില്ല. അറപ്പുരയിൽ രണ്ടാമതും പോയി; ഉള്ളതു തന്നെ. പക്ഷേ, ആഭാസനെന്നു വിചാരിക്കരുതെന്ന സത്യം ഇങ്ങനെ ആയിരുന്നു. തങ്കത്തിന്റെ സൗന്ദര്യത്തിനും ഒരു വിശേഷഗുണമൊക്കെയുണ്ട്. എനിക്കു കണ്ടിട്ടു കുറച്ചു ഭ്രമം തോന്നിയില്ലെന്നുമില്ല. എന്നാൽ രണ്ടാമതും കാണണമെന്നു ഞാൻ വിചാരിച്ചിരുന്നില്ല. അച്ഛനാണെ ഇല്ല. ഉറങ്ങിത്തുടങ്ങിയപ്പോൾ എന്തു ശക്തിയാണെന്നറിഞ്ഞില്ല എന്നെ ഉണർത്തി. ഞാൻ എഴീച്ചു. എനിക്ക് അവളുടെ അടുത്ത് സ്വാതന്ത്ര്യമായി ചെല്ലുന്നതിന് അവകാശമുണ്ടെന്ന് എങ്ങനെയോ തോന്നിപ്പോയി. അല്ലെന്നു വിചാരിക്കുന്നോ? ഞാൻ പറയുന്നത് പത്മനാഭനാണെ സത്യമാണ്."

സുഭദ്ര: ആയിരിക്കാം. അന്തസ്സുള്ളവർക്ക് അങ്ങനെ ഒക്കെ ബുദ്ധിക്ക് പകർച്ചകൾ വരും. ഒന്നല്ലല്ലോ ആലോചിക്കേണ്ട കാര്യം. ശേഷവും കേൾക്കട്ടെ.

തമ്പി: ചെമ്പകത്തിന് എന്നെക്കുറിച്ചു സ്നേഹമുണ്ടെന്നറിഞ്ഞിരുന്നെങ്കിൽ അങ്ങനെ വരൂല്ലായിരുന്നു.

സുഭദ്ര: (മുഷിഞ്ഞ നാട്യത്തോടുകൂടി) ഇത്ര സമ്പ്രദായക്കാരനോ അങ്ങുന്ന്?

തമ്പി: സമ്പ്രദായമല്ല; പറയാം. ഞാൻ അകത്തു ചെന്നു. തങ്കം ഉറങ്ങുകയായിരുന്നു.

സുഭദ്ര: മുഖം കണ്ടോ?

തമ്പി: കണ്ടു.

സുഭദ്ര: സ്വസ്ഥമായുറങ്ങുന്നെന്നാണോ തോന്നിയത്?

തമ്പി: അതതെ. അപ്പോൾ ദീനം തുടങ്ങീട്ടില്ലായിരുന്നു. ഞാൻ ഉണർത്താനായി കൈ നീട്ടി. അപ്പോൾ-അയ്യോ! ചെമ്പകം-എന്നെപ്പിടിച്ചോ-തല ചുറ്റിക്കൊണ്ടുവരുന്നു.

സുഭദ്ര: (ദേഷ്യത്തോടുകൂടി) "തല ചുറ്റുന്നത് സുന്ദരയ്യന്റെ മരുന്നു സേവിച്ചതുകൊണ്ടായിരിക്കാം."

തമ്പി: (ആശ്ചര്യം നടിച്ചുകൊണ്ട്) "ഇതാരു പറഞ്ഞു നിന്നോട്? സുന്ദരയ്യന്റെ മരുന്നോ? ഞാൻ സേവിക്കയോ? ഇങ്ങനെയാണിതാ അപവാദങ്ങൾ ഉണ്ടാകുന്നത്. ആളുകൾക്ക് എന്തും പറയാമെന്നുതന്നെ."

സുഭദ്ര: അങ്ങു ഗണപതികൊണ്ടു നേരം വെളുപ്പിക്കും.

തമ്പി: ദേഷ്യപ്പെടാതെ. അന്നത്തെ കഥ വിചാരിക്കുമ്പോൾ ഉടൽതളരുന്നു. തങ്കം പാതിവ്രത്യമുള്ളവളാണ്, സംശയമില്ല. (തമ്പി തന്റെ കട്ടിലിന്മേൽ ചാരിക്കൊള്ളുന്നു.) ആ വിളക്കൊന്നു തെളിക്കൂ ചെമ്പകം. (സുഭദ്ര അപ്രകാരം ചെയ്തു.) ആ കതക് അടച്ചേക്കൂ. (സുഭദ്ര സംശയിച്ചു)

വേണ്ട, ചെമ്പകം എന്റെ അടുത്തുണ്ടല്ലോ. ചെമ്പകം, തങ്കത്തിനെ തൊടാൻ തുടങ്ങിയപ്പോൾ ഒരു-

അപസ്മാര ഉപദ്രവം ഉള്ളപോലെ ചില ചലനങ്ങൾ തമ്പിയുടെ ശരീരത്തിനുണ്ടായി. കണ്ഠത്തിൽ കഫം നിറഞ്ഞു തിങ്ങിയതുപോലെ സ്വരം അസ്പഷ്ടമായും തീർന്നു.

സുഭദ്ര: ഒരു എന്താണ്? പറയരുതോ? ബാധ ഉപദ്രവം പുരുഷന്മാർക്ക് ഞാനിന്ന് ആദ്യം കാണുകയാണ്.

ഈ വാക്കുകൾ കത്തുന്ന തീയിൽ തൈലവർഷം ചെയ്തതുപോലെ തമ്പിയുടെ സംഭ്രമങ്ങളെ വർദ്ധിപ്പിച്ചു.

തമ്പി: എങ്ങനെയോ ഒരാൾ ആ സമയത്ത് എന്റെ അടുത്തെത്തി.

സുഭദ്ര: ആരായിരുന്നു? മൂത്തപിള്ളമ്മാവനോ?

തമ്പി: അല്ല.

സുഭദ്ര: കഴക്കൂട്ടത്തു ചേട്ടനോ?

തമ്പി: അവരാരുമല്ല; വേറെ.

സുഭദ്ര: അവിടുത്തെ ശത്രുവോ?

തമ്പി: എന്തു പറഞ്ഞു?- ചെമ്പകം എല്ലാം അറിഞ്ഞുകൊണ്ടു ചോദിക്കയാണ്.

സുഭദ്ര: അവിടുത്തെ പരിഭ്രമംകൊണ്ട് ഇളയതമ്പുരാൻ തിരുമേനി ആയിരിക്കുമെന്ന് ഊഹിച്ചതാണ്.

തമ്പി: തിരുമേനി! അദ്ദേഹമല്ല. എന്റെ മറ്റേ ശത്രു.

മഹാധൈര്യവതിയായ സുഭദ്രയും 'അയ്യോ' എന്നു സ്വബോധരഹിതയായി വിളിച്ചുപോയി. "ആരങ്ങുന്നേ? വെളിവായിപ്പറയണം."

തമ്പി: ചെമ്പകം ഇപ്പോൾ വിചാരിച്ച ആൾതന്നെ. അതിനെപ്പറ്റി സംസാരിക്കേണ്ട. എന്റെ അകം വേകുന്നു.

സുഭദ്ര: തിരുമുഖത്തെ-?

തമ്പി: അ-അ-അവൻതന്നെ. അതു പോട്ടെ. വേറെ കാര്യം ചോദിക്ക്.

സുഭദ്ര: (കുറച്ചു നേരം ഗാഢമായ ആലോചനയോടുകൂടി നിന്നിട്ട്) ഈ പറഞ്ഞത് സത്യമാണോ അങ്ങുന്നേ?

തമ്പി: എന്നാണ, നിന്നാണ, ഈ ദീപത്താണ സത്യം.

സുഭദ്ര: അങ്ങുന്ന് തങ്കത്തിനെ തൊട്ടില്ലയോ?

തമ്പി: ഇല്ല.

സുഭദ്ര: ഒന്നുകൂടി ചോദിക്കട്ടെ. വല്ല മരുന്നോ മന്ത്രമോ വിദ്യയോ അങ്ങുന്നു പ്രയോഗിച്ചോ?

തമ്പി: ഹെയ്! ഒരു വസ്തു ഉണ്ടായില്ല.

സുഭദ്ര: ആഭരണങ്ങളുടെ കഥ കേട്ടോ?

തമ്പി: കേട്ടു. ഞാൻ കണ്ടതും കേട്ടതുമല്ല. ആകപ്പാടെ എനിക്ക് ഉറക്കംപോലുമില്ല.

സുഭദ്ര: അങ്ങുന്നു കണ്ടത് അനന്തപത്മനാഭനെത്തന്നെയോ?

തമ്പി: അവന്റെ പ്-പ്-പ്യ-പ്രേതം. ആ മഹാപാപി ഇളയതമ്പുരാൻ ചെയ്ത ചിലവ് സേവ മുഴുത്തപ്പോൾ ഉയിരോടെ സ്വർഗ്ഗത്തയച്ചു.

സുഭദ്ര: കേട്ടു, ഉളയതമ്പുരാനാണു കൊന്നതെന്ന്. വെറുതെ യക്ഷിയെന്നെല്ലാവരും പറഞ്ഞു. അങ്ങത്തേയും ചിലർ സംശയിച്ചു.

തമ്പി: ചെമ്പകത്തിനു കിട്ടാത്ത വർത്തമാനം ഒന്നുമില്ല.

സുഭദ്ര: അങ്ങത്തേക്കു പ്രേതത്തെക്കണ്ട് ഭയം ഉണ്ടായില്ലയോ?

തമ്പി: നാരായണ! എന്നെ തൊട്ടു എന്ന് എനിക്ക് ഓർമ്മയുണ്ട്. പിന്നെ സുന്ദരം ഉണർത്തിയതും ഓർമ്മയുണ്ട്. അതു വെളുക്കാറായപ്പോളായിരുന്നു.

സുഭദ്ര: പട്ടരുറങ്ങിക്കിടന്നോ ഉണർന്നുകിടന്നോ?

തമ്പി: ആദ്യം ഉറങ്ങിക്കിടന്നു. പിന്നത്തെക്കാര്യം എനിക്കറിഞ്ഞുകൂടാ.

സുഭദ്ര: പടിഞ്ഞാറേക്കതകു തുറന്നുകിടന്നോ?

തമ്പി: ഇല്ല, മഴ കലശലായിരുന്നു. ഒരു പ്രാണി അപ്പോൾ സഞ്ചരിക്കൂല്ല.

സുഭദ്ര: (ഇദ്ദേഹം പിഴച്ചതല്ല. അന്വേഷണം വേറെതന്നെ ചെയ്യണം എന്നു നിശ്ചയിച്ചുകൊണ്ട്) "ഞാൻ പോണു. കിടന്നുറങ്ങണം."

തമ്പി: എന്നെ ഈ സ്ഥിതിയിൽ വിട്ടിട്ടോ?

സുഭദ്ര: ഈ സ്ഥിതിയിൽ വിടുന്നില്ല. കുറച്ചു ഗുണദോഷം പറഞ്ഞുതരാം. ഞാൻ വെറുതെ വന്നതാകരുതല്ലോ. കേട്ടുകൊള്ളണം.

തമ്പി: എനിക്കൊന്നും കേൾക്കണ്ട. ഒന്നു പാടിയാൽ പക്ഷേ, കേൾക്കാം.

സുഭദ്ര: പാടാൻ ശിവകാമിയുണ്ട്. ഗുണദോഷിക്കാനും ഒരു ബന്ധു വേണമല്ലോ? അതിനു ഞാൻ.

തമ്പി: നീ എന്നെ വെറുതേ വഞ്ചിക്കാൻ വരികയായിരുന്നോ?

സുഭദ്ര: നല്ല ഉപദേശം തരുന്നതു വഞ്ചനയാണെങ്കൽ വഞ്ചിക്കാൻ തന്നെ.

തമ്പി: എന്നെക്കൊണ്ട് എല്ലാം പറയിച്ചിട്ട് ഇതെന്തുമാതിരി?

സുഭദ്ര: അതിന്റെ പ്രതിഫലം ഇതാ. അങ്ങു വെറുതെ ആളുകളെ കൊല്ലിക്കാൻ തുടങ്ങരുത്.

തമ്പി: ഇന്നലത്തെ ആലോചന അറിഞ്ഞു എന്ന് ഇപ്പോൾ തീർച്ചയായി. അതു പറയാനാണ് നീ വന്നത്.

സുഭദ്ര: വലിയ ദോഷംതന്നെ ഞാൻ ചെയ്യുന്നത്.

തമ്പി: (ദേഷ്യത്തോടുകൂടി) നിന്റെ വെളുത്ത തൊലി കണ്ടിട്ട് എന്റെ മതി മറന്നുപോയിട്ടില്ല."

സുഭദ്ര: പട്ടം കെട്ടീട്ട് ഈ ദേഷ്യം ആകാം.

തമ്പി: പട്ടം കെട്ടുകയില്ലെന്നോ?

സുഭദ്ര: ഇല്ലതന്നെ. അമ്മാവൻ മുതൽപേരാൽ ഒന്നും സാദ്ധ്യമാക യില്ല. പണ്ടത്തെക്കാലമൊക്കെപ്പോയി.

തമ്പി: കുടികൾക്കും ഇളയതമ്പുരാനോടു വിരോധമാണല്ലോ.

സുഭദ്ര: അവിടുത്തേക്കു വിരോധമുണ്ടെന്നു കാണുകകൊണ്ടും അവി ടുത്തെ അച്ഛൻതിരുമേനി ജീവിച്ചിരിക്കുന്നതുകൊണ്ടും ആ കക്ഷിയിൽ ആളുകൾ ചേരുന്നില്ല. ഇന്നു നാടു നീങ്ങട്ടെ; അങ്ങേ എല്ലാവരും ചാണ കത്തിനു സമമാക്കിക്കളയും. ഇവിടത്തെ ആളുകളുടെ സ്ഥിതി അറി യാതെ വെറുതെ ചാടുന്നല്ലോ.

തമ്പി: മധുരപ്പടയെ ഞാൻ കൈവശപ്പെടുത്തും.

സുഭദ്ര: അങ്ങേക്കു പണമോ?

തമ്പി: എന്റെ മുതൽ സകലതും പോട്ടെ."

സുഭദ്ര: രണ്ടു മാസത്തേക്കു കാണും. മധുരപ്പടയെ ഇങ്ങോട്ടു ചേർക്കാൻ വിചാരിക്കേണ്ട. അവരുടെ നാഥന്മാർ അറിഞ്ഞാൽ ഉടനെ തിരിച്ചുവിളിക്കും. അല്ലെങ്കിൽ രാജ്യത്തിന്റെ നാഥന്മാരെ സഹായിക്കാൻ ചട്ടംകെട്ടും. ഇപ്പോഴത്തെ അവരുടെ പിണക്കം ആ ദിക്കിൽ അറിഞ്ഞു കാണുകയില്ല.

തമ്പി: അവർ തിരുമുഖത്തുപിള്ളയെ വിട്ടുപോകൂല്ല.

സുഭദ്ര: അദ്ദേഹം അങ്ങത്തെ ഭാഗത്താണോ?

തമ്പി: സംശയമോ? അയാൾതന്നെയാണ് എല്ലാംതിരക്കി കൊല പാതക സംഗതി കൊച്ചുതമ്പുരാന്റെ തലയിൽ സ്ഥാപിച്ചത്. പത്മനാഭ പുരത്തുവച്ച് എന്നെ വന്നുകണ്ടു.

സുഭദ്ര: അങ്ങത്തെ തടഞ്ഞ പ്രേതം അവിടെച്ചെന്ന് അദ്ദേഹത്തി നേയും കണ്ടാലോ?

തമ്പി: (വല്ലാതെ ആയി) എന്നാൽ എനിക്ക് ബഹു അനുകൂലം.

സുഭദ്ര: വേൽക്കാരൻ വേലുക്കുറുപ്പിനെ സാക്ഷിയാക്കണം. എന്നാൽ പക്ഷേ, അനുകൂലമാകും.

ഇങ്ങനെ പ്രതികൂലാർത്ഥമായും ഹാസ്യമായും സുഭദ്ര പറഞ്ഞവാ ക്കുകൾ കേട്ട് തമ്പി അതിപരവശനായി. തനിക്ക് അത്യന്തം ആപൽക്കര മായ ഒരു സംഗതി ഗ്രഹിച്ചിരിക്കുന്നവളെ സംശയംകൂടാതെ ഈ അവ സരത്തിൽ ഒടുക്കേണ്ടതാണെന്നു നിശ്ചയിച്ചും, അതിലേക്ക് 'വേലുവും ഇല്ലല്ലോ' എന്നു വിചാരിച്ചുകൊണ്ടും തന്റെ തലയണയ്ക്കടിയിൽനിന്ന് സ്വർണ്ണപ്പിടിയോടുകൂടിയതായ ഒരു ചെറിയ കഠാരി എടുത്ത് ഓങ്ങി സുഭ ദ്രയുടെ മാറത്തു കുത്താനായി അടുത്തു. നിന്നിരുന്ന സ്ഥാനത്തുനിന്ന്

ഒരു രേഖ അളവുപോലും നീങ്ങാതെ സുഭദ്ര ഇങ്ങനെ പറഞ്ഞു: “കുത്തണം, മടിക്കേണ്ട; ശൂരന്മാർക്ക് ഉചിതമാണിത്. ഒന്നിനെ മറയ്ക്കാൻ മറ്റൊന്ന്; അത്രയല്ലേ ഉള്ളൂ? സാരമില്ല. എത്ര പുഴുക്കളെ നാം ദിവസം ചവിട്ടിക്കൊല്ലുന്നു. അതുപോലെതന്നെ, കൈ പിൻവലിക്കുന്നോ? ക്ഷത്രിയനാകാൻ പോകുന്ന അവിടുത്തേക്ക് ആയുധം പിൻവലിക്കുന്നത് ഉചിതമോ? അല്ലേ?-എങ്ങോട്ടുമാറുന്നു? സത്യമില്ല, മാനമില്ല, മര്യാദയില്ല, മനുഷ്യരെക്കുറിച്ചു ദയയില്ല. എന്നിട്ടു രാജ്യം കൊതിക്കുന്നു. കോഴിയെ വളർത്താൻ കുറുക്കന്റെ കൈയിൽ ഏല്പിക്കുന്നതുപോലെ ആകും അങ്ങെ രാജാവാക്കിയാൽ എന്തിനു പല്ലുകടിച്ചുകൊണ്ടു തുള്ളുന്നു?”

തമ്പി: (ആയുധം പിൻവലിച്ചിട്ട്) ചെമ്പകം, ക്ഷമിക്ക്-ഇപ്പോൾ എന്റെ ആഗ്രഹങ്ങൾ സാധിക്കാൻപോകുന്ന ഈ കാലത്ത്, വിപരീതമായി നില്ക്കാതെ, ചതിക്കാതെ, മാനംകെടുത്താതെ-

സുഭദ്ര: മറ്റുള്ളവർക്ക് ദോഷമില്ലെങ്കിൽ ഞാൻ ഒന്നിനും തുടങ്ങുകയില്ല. വിശേഷിച്ചും, തങ്കത്തിനെ ഇനി ഒരുവിധത്തിലും ഉപദ്രവിക്കരുത്.

തമ്പി: ഇല്ല-എല്ലാം നിന്റെ മനസ്സുപോലെ നടക്കാം.

“എന്നാൽ അങ്ങയ്ക്കു നന്ന്” എന്നു പറഞ്ഞുകൊണ്ട് സുഭദ്ര തമ്പിയുടെ മുമ്പിൽനിന്നു മറഞ്ഞു. തമ്പി ക്ഷീണിച്ചു വിയർത്ത് ‘എന്തെല്ലാം വരുത്തിവയ്ക്കുന്നോ ശനി! എന്തു സൗന്ദര്യമോ!’ എന്നെല്ലാം ആലോചിച്ചുകൊണ്ടു കുറച്ചുനേരം കിടന്നു. പിന്നീട് “ആരവിടെ?” എന്നു തന്റെ ഭൃത്യരെ വിളിച്ചു. സുന്ദരയ്യൻ മുമ്പിൽ എത്തി. തമ്പിയും സുഭദ്രയും തമ്മിൽ സംസാരിച്ചതിൽ ഒരക്ഷരം തെറ്റാതെ സകലതും ഈ ബ്രാഹ്മണൻ പതുങ്ങിനിന്നു കേട്ടിരിക്കുന്നു.

തമ്പി: (ചിരിച്ചുംകൊണ്ട്) നമ്മുടെ ചെമ്പകം ഇവിടെ വന്നിരുന്നു. കണ്ടോ താൻ?

സുന്ദരയ്യൻ: ഇങ്കയാ? ഉള്ളതാനോ അങ്കത്തെ?

തമ്പി: സത്യമെടോ. കാര്യം വെടിപ്പല്ല. അവൾ വേണ്ടാത്തതൊക്കെ അറിഞ്ഞിരിക്കുന്നു. നമ്മെ കണക്കറ്റു ശകാരിക്കയും ചെയ്തു.

സുന്ദരയ്യൻ: സ്ഥാനേ സ്ഥിതസ്യ പത്മസ്യഹ-

തമ്പി: (‘ആ!’ എന്നലറിക്കൊണ്ട്) പത്തു ലക്ഷം ഉരു ആയി. “സ്ഥാനേ സ്ഥിതസ്യഹ-മണ്ണാങ്കട്ടി! മിണ്ടാതിരിക്കൂ.

ഇവരുടെ സംവാദം ഏകദേശം നാലഞ്ചു നാഴികനേരം ഉണ്ടായിരുന്നു. ഒടുവിൽ തമ്പി ഇങ്ങനെ പറയുകയുണ്ടായി: “ആട്ടെ, മനസ്സുപോലെ ചെയ്യൂ. മഹാകഷ്ടമാണ്. എന്തുചെയ്യാം? പക്ഷേ, രാമനാമഠം മുതലായവർക്കു സംശയംപോലും ജനിക്കരുത്.”

# പതിനാറാം അദ്ധ്യായം

*"വിന്ധ്യനെ ഇളക്കുവാൻ സിന്ധുക്കൾ കലക്കുവാൻ*
*ഹന്ത വിവിദൻ മനസി ചിന്തിതമിളക്കുമോ?"*

**തി**രുവനന്തപുരം പട്ടണത്തിന്റെ ദക്ഷിണഭാഗമാകുന്ന മണക്കാടെന്ന ദിക്കിൽ, മുകിലന്റെ ആക്രമണകാലത്ത് സുന്നത്തുചെയ്തു മുഹമ്മദീയരാക്കപ്പെട്ട ചില കുടുംബങ്ങളുടെ വാസസ്ഥലങ്ങൾക്കു സമീപിച്ച് കണ്ടൻകുത്തിരി, തകര മുതലായ പാഴുചെടികൾ നിറഞ്ഞിട്ടുള്ളതായി കുറേ സ്ഥലം മരുഭൂമിയായി കിടന്നിരുന്നു. ഈ ഭൂമി വെട്ടിത്തെളിച്ച് രാമവർമ്മ മഹാരാജാവിന് ആലസ്യം തുടങ്ങിയ ഇടയ്ക്ക്, പാണ്ടിദേശത്തുനിന്നു വന്ന ഒരു മുഹമ്മദീയവ്യാപാരയോഗം അവരുടെ പാളയം സ്ഥാപിച്ചിരുന്നു. നാലഞ്ചു ചെറിയ കൂടാരങ്ങളും വേമ്പായകൊണ്ടു കുത്തിമറച്ചിട്ടുള്ള ചില നെടുമ്പുരകളും മൂന്നുനാല് ഒട്ടകങ്ങളും പത്തിരുപതു കുതിരകളും അവിടെ കാണ്മാനുണ്ടായിരുന്നു. വ്യാപാരികളിൽ പ്രമാണികൾ മഹാരാജാവിന് ആലസ്യം ആരംഭിച്ചതിന്റെശേഷമാണ് ആ സ്ഥലത്തു വന്നുചേർന്നിട്ടുള്ളത്. വാണിഭസാധനങ്ങളായി കിങ്കാബ്, നീരാളം, സൂരപടം, പട്ട്, ചീട്ടി, സാൽവാ, രത്നങ്ങൾ, വാൾ, കഠാരി, കുന്തം, തോക്ക്, വെടിമരുന്ന്, കണ്ണാടി മുതലായി അനേകവിധമായ സാമാനങ്ങൾ ഉണ്ടായിരുന്നു.

തിരുവനന്തപുരത്ത് വ്യാപാരം സ്ഥാപിക്കുന്നതിനുമുമ്പ് തിരുവിതാംകോട് മുതലായ സ്ഥലങ്ങളിൽ ഈ കൂട്ടക്കാർ കുറച്ചുകാലം പാളയം അടിച്ചു പാർത്തിരുന്നതായി ഒരു ശ്രുതിയുണ്ട്. ഇവരിൽ നാഥന്മാർ ഒരു വൃദ്ധനും നാലു യുവാക്കളും ആയിരുന്നു. വൃദ്ധന്റെ ഛായ മനസ്സിലാക്കുന്നതിന് അംബരീഷചരിതത്തിലെ യവനനാഥന്റെ വേഷത്തെ പരിമിതികൂട്ടി സങ്കല്പിച്ചുകൊണ്ടു ധ്യാനിച്ചാൽ മതിയാകുന്നതാണ്. തെളു

തെളെ തെളിയുന്നതും നാഭിയോളം എത്തുന്നതുമായ വമ്പിച്ച താടിക്ക് വെൺചമരിമൃഗത്തിന്റെ ലാംഗുലത്താലുള്ള പ്രയോജനങ്ങൾക്ക് ഉപയോഗിക്കത്തക്ക നീളവും മാർദ്ദവവും നൈർമ്മല്യവും ഉണ്ടായിരുന്നു. നീണ്ടു മദ്ധ്യം ഉയർന്ന് അഗ്രം വളഞ്ഞുള്ള നാസികയാൽ അലങ്കരിക്കപ്പെട്ടും വാർദ്ധക്യരേഖകൾ വീണ് ഏറ്റം ചുളുങ്ങിച്ചമഞ്ഞും ഇരിക്കുന്ന ചുവന്നു പരന്നുള്ള മുഖത്തിന്റെ അസ്തിവാരം മാറിലാണെന്നു തോന്നിക്കുംവണ്ണം കണ്ഠം തുലോം ഹ്രസ്വമായിട്ടുള്ളതായിരുന്നു. പുരികങ്ങൾ നരച്ചു കൊഴിഞ്ഞുപോയിട്ടുണ്ട്. തന്റെ ഉദരപരിമിതിയേയും കായോന്നതിയേയും ഭയന്നു മൃത്യുവും തന്നോട് അടുക്കാതിരിക്കുന്നതിനാൽ മരണത്തിനു വഴി കാണുന്നില്ലെന്ന് അദ്ദേഹംതന്നെ ഉന്മേഷത്തോടുകൂടിയിരിക്കുന്ന അവസരങ്ങളിൽ പറയാറുണ്ടായിരുന്നു. ചികിത്സാശാസ്ത്രത്തിൽ അപാരമായുള്ള പരിജ്ഞാനം ഇദ്ദേഹത്തിനുണ്ടായിരുന്നു. എന്നുമാത്രമല്ല ആ പരിജ്ഞാനത്തിന്റെ ഫലസിദ്ധി തനിക്കും അന്യർക്കും വഴിപോലെ ഉണ്ടായിട്ടുണ്ട്. അദ്ദേഹത്തിന്റെ ചികിത്സാവിശേഷങ്ങൾ അറിഞ്ഞ് ആശ്ചര്യപ്പെട്ടും മറ്റും കാഞ്ചീപുരം മുതലായ ദേശങ്ങളിലുള്ള ശാസ്ത്രിമാർ വാഗ്ഭടാചാര്യരുടെ ഒരു അവതാരമെന്ന് ഇദ്ദേഹത്തെക്കുറിച്ചു പറയാറുണ്ടായിരുന്നു. ഇപ്രകാരമുള്ള കീർത്തിലാഭത്തിൽപരമായി ആർക്കനാട്ട് നവാബ് മുതലായ കിരീടപതികളിൽനിന്ന് അനേകബിരുദങ്ങളും അസംഖ്യം ധനവും ഇദ്ദേഹത്തിനു സിദ്ധിച്ചിട്ടുണ്ട്. തന്റെ മതാനുഷ്ഠാനങ്ങളിൽ കഠിനമായ സിദ്ധാന്തമുള്ള ഒരാളായിരുന്നു എന്നുവരികിലും പ്രവൃത്തിയിൽ ഏകദൈവമെന്നുള്ള പ്രമാണത്തെ ലംഘിച്ച് അപരമായുള്ള രണ്ടു മൂർത്തികളെക്കൂടി തന്റെ ദൈവതങ്ങളായി സ്വീകരിച്ചുവന്നിരുന്നു. പ്രഥമമായി ദ്രവ്യത്തെയും രണ്ടാമതായി തന്റെ അനുജന്റെ രണ്ടു പുത്രിമാരെയും ഇദ്ദേഹത്തിന്റെ ആത്മീയകരണങ്ങൾ ആരാധിച്ചുവന്നിരുന്നു. നിയമമായി കോപിയും ദുശ്ശീലക്കാതലും ആയ ഇദ്ദേഹത്തിനു ധനത്തിലുള്ള അത്യാഗ്രഹം അതിരില്ലായിരുന്നു. അളവറ്റതായി തനിക്കുള്ള ധനംകൊണ്ട് സന്തുഷ്ടിയുണ്ടാകാതെ അതു വാണിഭോപായത്താൽ വർദ്ധിപ്പിക്കുന്നതിനായി അനുജന്റെ പുത്രനായ നുറഡീൻ, പുത്രിമാരായ ഫാത്തിമാ, സുലൈഖാ, ജാമാതാവായ ബീറാംഖാൻ, കാര്യസ്ഥനായ ഉസ്മാൻഖാൻ, സുലൈഖയുടെ പ്രേമത്തിനു ഭാജനമായ ഷംസുഡീൻ എന്നിവരോടുകൂടി വൃദ്ധനായ ഹാക്കിം കേരളത്തിലേക്കു പുറപ്പെട്ടിരിക്കുന്നു. ഇദ്ദേഹത്തിന്റെ നാമധേയം പരമേശ്വരൻപിള്ളയാൽ ആശൗചപരിഹാരം ചെയ്യപ്പെട്ട ലേഖനത്തിൽനിന്നു ഗ്രഹിക്കാവുന്നതാണ്. വിലയേറിയതായ അനവധി സാധനങ്ങൾ അടങ്ങിയിട്ടുള്ള തന്റെ വ്യാപാരശാലയുടെ രക്ഷയ്ക്കായി ആയുധപ്രയോഗങ്ങളിൽ ചതുരന്മാരായ ചില ഭടന്മാരും ആ വൃദ്ധന്റെ ആജ്ഞാനുസാരികളായി ആ പാളയത്തിൽ ഉണ്ടായിരുന്നു.

വൃദ്ധൻ ഹാക്കിമിനോടുകൂടിയുള്ള യുവാക്കൾ നാലുപേരും അതികോമളഗാത്രന്മാരായിരുന്നു. കോതി മിനുസമാക്കിയിട്ടുള്ള മീശകേശങ്ങൾ അവരുടെ മനോഹരതരമായുള്ള വർണ്ണത്തോടുകൂടിയ ആനനങ്ങളെ

വർണ്ണവിപരീതതകൊണ്ടു വിശിഷ്യ ശോഭിപ്പിക്കുന്നു. ഇവരുടെ പാനാശനസ്നാനങ്ങൾ ഗുരുത്വമുള്ള ദ്രവ്യങ്ങളായിരുന്നതിനാലും, ഇതുകളിൽ അത്യാസക്തി അക്കാലംവരെ അവരെ ബാധിക്കാതിരുന്നതിനാലും ആയുധാഭ്യാസം മുതലായ വ്യായാമമാർഗ്ഗങ്ങൾ തുച്ഛവൃത്തികളെന്നു വിചാരിക്കാതിരുന്നതിനാലും കായനാശകരങ്ങളായ മദ്യപാനാദി വിഷയങ്ങളിൽ അനുരക്തചിത്തന്മാരാകാതിരുന്നതുകൊണ്ടും ഈ യുവാക്കളുടെ ഗാത്രങ്ങൾക്ക് വിശേഷിച്ചൊരു കാന്തിയും മുഴുപ്പും ഉണ്ടായിരുന്നു. ഇവരിൽ ബീറാംഖാന്റെ കായം കൃശവും ഹ്രസ്വവുമായിരുന്നു. ശ്മശ്രുരഹിതനായിരുന്നെങ്കിൽ സ്ത്രീവേഷത്തിന് ഇത്ര അനുരൂപനായ പുമാൻ ഉണ്ടായിട്ടില്ലെന്നു ഖണ്ഡിച്ച് അഭിപ്രായപ്പെടാം. നാലുപേരിലും അതികോമളൻ ഷംസുഡീനായിരുന്നു. തെളിവുള്ള മേചകവർണ്ണത്തോടുകൂടി ചുരുണ്ടുള്ള കേശവും ഉയർന്ന് അല്പം ഉരുണ്ടു വിസ്താരമുള്ളതായ നെറ്റിയും അനല്പതേജസ്സോടു ദൃഢവീക്ഷണങ്ങളോടും കൂടിയതായ വിശാലനേത്രങ്ങളും അധികം നീണ്ടിട്ടില്ലാത്ത ശ്മശ്രുപോതങ്ങളുടെയിടയിൽ കാണപ്പെടുന്ന അധരവും ധാവള്യമേറുന്ന ദന്തങ്ങളും വിധിപ്രസാദത്താൽ ഈ യുവാവിന് നല്കപ്പെട്ടിട്ടുള്ള വിശിഷ്ടസമ്പത്തുക്കളാണ്. ഷംസുഡീൻ ധരിച്ചിരുന്ന മിന്നുന്ന കുപ്പായങ്ങളുടെ ഉള്ളിൽ ബന്ധിക്കപ്പെട്ടിരിക്കുന്ന മാറിടത്തിന്റെയും മറ്റും ബഹിഃഛായകളിൽ പ്രത്യക്ഷപ്പെടുന്ന അംഗദാർഢ്യം ലോഹവിഗ്രഹനിർമ്മാണപടുക്കളായുള്ളവരുടെ സൃഷ്ടികളെ നാണിപ്പിക്കുമെന്നുതന്നെ നിസ്സംശയമായി പറയാവുന്നതാണ്. ഈ യുവാവിന്റെ നടയിൽ അതിരസവത്തായ പ്രൗഢിയുടെയും വിനയത്തിന്റേയും ആശ്ചര്യകരമായുള്ള ഒരു സമ്മേളനവും, നോട്ടങ്ങളിൽ കരുണരസചേഷ്ടിതമായുള്ള സൽഗാംഭീര്യവും, മന്ദഹാസങ്ങളിലും മുഖകമലത്തിന്റെ പ്രസന്നതയ്ക്കു വിശേഷമാധുര്യോൽക്കർഷത്തെ നല്കുന്നുവെങ്കിലും പ്രേക്ഷകന്മാരുടെ സ്നേഹബഹുമാനങ്ങളോടുകൂടി ബലമായും എന്നാൽ അഹേതുകമെന്നു തോന്നിക്കുന്നതായുമുള്ള അനുതാപഭ്രാന്തിയെ ഉല്പാദിപ്പിക്കുന്നതായ ഒരു വ്യസനച്ഛായയുടെ പ്രചാരവും പ്രബലമായുള്ളതിനാൽ, ഷംസുഡീന്റെ സൂക്ഷ്മപ്രകൃതത്തെ പരിച്ഛേദനം ചെയ്ത് ആയത് അധികം സ്നേഹയോഗ്യമോ ബഹുമാനയോഗ്യമോ എന്ന് അതിപരിചിതന്മാർക്കും നിർണ്ണയിക്ക അസാദ്ധ്യമായിരുന്നു. ഷംസുഡീന്റെ വയസ്സ് ഇരുപത്തിമൂന്നിൽ താഴെയായിരിക്കാമെങ്കിലും ദേഹപുഷ്ടിയും ആരോഗ്യവും സകലവിഷയങ്ങളിലും ആ യുവാവ് പ്രദർശിപ്പിച്ചിട്ടുള്ള സാമർത്ഥ്യവും പ്രായത്തിൽ ഏറ്റവും കവിഞ്ഞുള്ളതായിരുന്നു. ഹിന്ദുസ്ഥാനി, തമിൾ, മലയാളം ഈ മൂന്നു ഭാഷകളിലും അസാമാന്യമായുള്ള പരിജ്ഞാനം ഷംസുഡീനുണ്ടായിരുന്നതിനാൽ, ആ വർത്തകസംഘത്തിലേക്കു കേരളം മുതലായ സ്ഥലങ്ങളിൽ ഒരു ദ്വിഭാഷിസ്ഥാനത്തെ അയാൾ വഹിച്ചുവരുന്നു. യൗവനയുക്തയായ സുലൈഖാ, ഷംസുഡീനെ പിരിഞ്ഞിരിക്കുന്ന സമയങ്ങളിൽ സജീവയല്ലെന്നു വൃദ്ധൻ ഹാക്കിമിനോടു ഫാത്തിമ ഗ്രഹിപ്പിച്ചിട്ടുള്ളതിനാലും മറ്റും അയാൾക്കും

യുവാവിനോടു ബഹുവാത്സല്യമായിരുന്നു. ഷംസുഡീനെക്കൊണ്ടു തന്റെ ഹിതത്തെ പറയിക്കുന്നതിനായി, സുലൈഖയെ അനുരൂപനായ ഒരു ഭർത്താവോടു ചേർത്തിട്ടു മക്കത്തു പോയി മരിക്കണമെന്നു മോഹമുണ്ടെന്നും മറ്റും വൃദ്ധൻ യുവാക്കളുടെ സദസ്സിൽ പ്രസ്താവിക്കാറുണ്ടായിരുന്നു. എന്നാൽ ഷംസുഡീന്റെ അന്തരംഗം ഗ്രഹിക്കുന്നത് ആദിത്യനെ കരസ്ഥമാക്കി ദ്രവിപ്പിക്കുന്നതിലും വൈഷമ്യമേറുന്ന ഒരു ശ്രമമായിരുന്നു.

സുഭദ്രയും തമ്പിയും തമ്മിൽ കൂടിക്കാഴ്ചകഴിഞ്ഞ രാത്രിക്ക് അടുത്ത ദിവസം മദ്ധ്യാഹ്നമായപ്പോൾ മണക്കാട്ട് കച്ചവടപ്പാളയത്തിൽ ഒരു നെടുമ്പുരയ്ക്കകത്ത് ഹാക്കിം മുതലായവർ ഭക്ഷണത്തിനിരിക്കുന്നു. ഈ പുരയ്ക്കകം വിശേഷമായി പട്ട്, ചീട്ടി മുതലായ ശീലത്തരങ്ങൾകൊണ്ട് അലങ്കരിക്കപ്പെട്ടിരുന്നു. ഈ വിതാനത്തിനു പുറമെ നിലത്തു വലുതായ രത്നക്കമ്പിളി വിരിച്ച് അതിന്മേൽ കോസടി മുതലായ ശയ്യോപകരണങ്ങൾ ഇട്ടിട്ടുള്ളതായ ഒരു തട്ടുപടി ഹാക്കിമിന്റെ ഉപയോഗത്തിനായും തട്ടുപടി ഇല്ലാതെ ഒരു കോസടി മുതലായതു മാത്രം മറ്റു നാലുപേരുടെ ഇരിപ്പിനായും ഒരുക്കീട്ടുണ്ട്. ഭക്ഷണത്തിനിരിക്കുന്ന കൂട്ടത്തിൽ ഷംസുഡീനെ കണ്മാനില്ല. ജിലേബി മുതലായ മധുരസാധനങ്ങളും മാംസംകൊണ്ടുണ്ടാക്കപ്പെട്ട ചില രസാളങ്ങളും സുഗന്ധത്തോടുകൂടിയ ഷർബത്തുകളും ഉള്ളിലായപ്പോൾ വൃദ്ധൻ ഉത്സാഹം കലർന്ന് ഇങ്ങനെ സംഭാഷണമാരംഭിച്ചു. സംഭാഷണം ഹിന്ദുസ്ഥാനിയിൽ ആയിരുന്നു. അതിന്റെ ശരിയായ തർജ്ജമ ആവിത്:

ഹാക്കിം: ഉസ്മാൻ, യൗവനം മഹാദിവ്യമായൊരവസ്ഥയാണ്. നാം അതിന്റെ മഹത്വത്തെ അന്നറിഞ്ഞില്ല. ഇപ്പോൾ ഇതാ, അറിയേണ്ടകാലത്തറിയാതെ, പശ്ചാത്താപപ്പെടുന്നു. നമ്മെപ്പോലെ മറ്റുള്ളവരും വ്യസനിക്കുന്നതിന് ഇടവരരുത്. ദൈവം നിങ്ങളുടെ ജീവിതങ്ങളെ നമ്മുടെ പക്കൽ ഏല്പിച്ചിരിക്കുന്നു. നാം ദുർന്നയനായ ഒരു കാവൽപ്പണിക്കാരനാകരുതല്ലോ. അതിനാൽ ഷംസുഡീന്റെ വിവാഹകാര്യത്തെക്കുറിച്ച് ഇന്നുതന്നെ ഒരു തീരുമാനം വരുത്തണം. ദൈവത്തിന്റെ മതം ആരറിയുന്നു? താമസം നമ്മുടെ ആത്മാവിന് വ്യസനമൂലമായേക്കാം. കേൾക്ക നുറഡീൻ, നിന്റെ സഹോദരിയും ഷംസുഡീനും ഒന്നുപോലെ വ്യസനഗ്രസ്തരായിത്തീർന്നിരിക്കുന്നു. നമുക്ക് അതു കണ്ടിട്ടു സഹിക്കുന്നില്ല. അതിനാൽ ഷംസുഡീൻ രണ്ടിലൊന്നു പറയട്ടെ.

നുറഡീൻ: ഷംസുഡീന്റെ ഹിതം വേറെ വിധത്തിലായിരുന്നാൽ?

ഹാക്കിം: ഓ, നമ്മുടെ സുലൈഖയുടെ സൗന്ദര്യവാങ്മാധുര്യങ്ങളിൽ ലയിക്കാത്ത വജ്രഹൃദയൻ ഏവൻ? പിന്നെയും ഷംസുഡീൻ കൃതഘ്നനോ! ആ! അങ്ങനെയും വന്നേക്കാം. എന്നാൽ അത് അറിയട്ടെ.

നുറുഡീൻ: ഷംസുഡീൻ പുരുഷരത്നമാണ്.

ഹാക്കിം: ശരി, ശരി. സമുദ്രതീരത്തിലെ മണൽത്തരികളെപ്പോലെ ഉപകാരസ്മരണാശൂന്യമായ ഹൃദയം അല്ല അവന്റേത്.

നുറഡീൻ: എന്നാൽ നാം ചെയ്തിട്ടുള്ള ഉപകാരങ്ങൾക്കു പ്രതിഫലമായി നമ്മുടെ കുഞ്ഞിനെ വിവാഹംചെയ്തുകൊള്ളണമെന്ന് അപേക്ഷിക്കുന്നതു നമുക്കു ചേരുന്നതാണോ? നിബിയുടെ കല്പനകൾക്ക് അതു വിപരീതമല്ലയോ? പിതാവിന്റെ അവസ്ഥയ്ക്കും?

ഹാക്കിം: ഫൂ! ഫൂ! നൂറദ്, നീ എന്തു ഭോഷൻ! അവന്റെ ശ്രേയസ്സിനായിത്തന്നെ അല്ലയോ നാം അവനോട് അപ്രകാരം നിർബ്ബന്ധിക്കുന്നത്?

നുറഡീൻ: ഹിതംപോലെ ആകട്ടെ. നാം അപേക്ഷിക്കുന്നതും നിർബ്ബന്ധിക്കുന്നതും പോരായ്മയാണ്. അവൻ മഹാപുരുഷൻ. നിർബ്ബന്ധംകൊണ്ടു ഫലമുണ്ടാകയില്ല. അത് ഏറ്റവും അയുക്തവുമാണ്. പിതാവു നിർബ്ബന്ധിക്കുന്നത് വൈദ്യൻതന്നെ വിഷം കൊടുക്കുന്നതുപോലെയാണ്.

ഹാക്കിം: (മുഖം കോപംകൊണ്ടു ചുവന്ന്) പോ നുറഡീൻ, നാം ആരുടെ അഭിപ്രായത്തെയും അറിവാനാഗ്രഹിക്കുന്നില്ല. നിന്റെ നീതികളെ ചെങ്കടലിന്റെ മദ്ധ്യത്തിൽ കൊണ്ടുചെന്നു സ്ഥാപിക്ക്. നാം ഇതാ നമ്മുടെ അഭിപ്രായത്തെ പറയുന്നു. നമ്മുടെ അനുജന്റെ പുത്രനും അതിനെ ഇളക്കുന്നതിന് അവകാശമില്ല. എന്തു പറഞ്ഞു നുറഡീൻ? നമ്മുടെ പുത്രിയുടെ പ്രേമപുരസ്സരമായുള്ള ശുശ്രൂഷകൾക്കും മറ്റും വിലയില്ലെന്നോ? സുലൈഖയുടെ ദാസൻ-ആട്ടെ, പ്രിയൻ-എന്നുള്ള സ്ഥിതിയിൽ മാത്രമേ നാം അവനെ അറിയുന്നുള്ളു. അവളുടെ ഒരു നോട്ടത്തിന് ആയിരം ഷംസുഡീൻ അടിമപ്പെടണം. ആ സ്ഥിതിക്ക് ഇവൻ, ഈ കീടം, ഈ-ആ!-ഫൂ! ഇവൻ അവളെ ധിക്കരിക്കയോ?

നുറഡീൻ: അച്ഛാ, ഷംസുഡീൻ ഇല്ലാത്ത സമയത്ത് അവനെ ഈവിധം ക്രോധവശനായി അധിക്ഷേപം പറയരുത്. പ്രതിഫലത്തെ ആഗ്രഹിച്ചല്ല എന്റെ സഹോദരി നിദ്രയെ ഉപേക്ഷിച്ചും അവനെ വാത്സല്യപൂർവ്വം സംരക്ഷണം ചെയ്തത്. ഈശ്വരാനുകൂല്യത്തെ ദീക്ഷിച്ച്, മഹാനിബിയുടെ വചനപ്രകാരം ചെയ്ത ധർമ്മമാണ്. സഹജീവിയുടെ കഷ്ടതയിൽ ഇളവായ അനുകമ്പ ഒന്നാണ് അവളെ പ്രോത്സാഹിപ്പിച്ചത്.

വൃദ്ധൻ: 'അഹഹാ' എന്നു പൊട്ടിച്ചിരിച്ചു. ബീറാംഖാൻ സന്തോഷഭാവത്തിൽ ശിരസ്സുകൊണ്ടു തന്റെ ഇംഗിതം നുറഡീനെ ഗ്രഹിപ്പിച്ചു. ഉസ്മാൻഖാൻ കോപനാട്യത്തോടുകൂടി നുറഡീനെ കടക്കണ്ണുകൊണ്ടു നോക്കി. ഒട്ടനേകം ചിരിച്ച് തൃപ്തനായി. ഹാക്കിം ഇങ്ങനെ പറഞ്ഞു: "ഷംസുഡീൻ നമ്മുടെ ദൈവമല്ല. നമ്മുടെവക അസംഖ്യം ദ്രവ്യത്തെ അവനായിക്കൊണ്ടു നാം വ്യയംചെയ്തിട്ടുണ്ട്. പ്രതിഫലത്തെ ഇച്ഛിക്കാതെ ബീറാമിന്റെയും നിന്റെയും സന്തോഷത്തിനു മാത്രമായി നാം കഷ്ടപ്പെട്ടുണ്ടാക്കിയ ധനം വ്യയംചെയ്തു എന്നു നീ വിചാരിക്കുന്നോ? ഷംസുഡീൻ ആര്? എല്ലാവിധത്തിലും അവൻ നമ്മുടെ അടിമയാണ്."

നുറഡീൻ: "ഈ അഭിപ്രായങ്ങളെ ഷംസുഡീനെ ഗ്രഹിപ്പിക്കാതെ ഇരിക്കണം. അവന്റെ മഹത്തായ ആത്മാവിനു രുചികരമായുള്ള പ്രമാ

ണങ്ങളായിരിക്കയില്ല, ഈവക സ്വാർത്ഥത്തെ മാത്രം പ്രധാനമാക്കുന്ന ക്രിയകളും വചനങ്ങളും. അച്ഛന്റെ ഉദ്ദേശ്യം സാധിക്കണമെന്നുണ്ടെങ്കിൽ തീർച്ചയായി എന്റെ ഉപദേശത്തെ സ്വീകരിക്കണം."

ബീറാംഖാൻ: ശരിയാണ് നുറഡീൻ പറഞ്ഞത്.

ഹാക്കിം: ഞങ്ങളുടെ കുടുംബസംഗതിയിൽ നിനക്കെന്തു കാര്യം? ശ്ശീ! അരമനയിൽ കൊതുവാട്ടി ഇരിക്കാൻമാത്രം കൊള്ളുന്ന നപുംസകൻ! നീ ഞങ്ങളെ ഹീനന്മാരാക്കി. കുഷ്ഠരോഗികൾ എന്നവണ്ണം ലോകരെക്കൊണ്ടു വെറുപ്പിച്ചു. നിന്റെ പാദം എന്റെ ഗൃഹത്തിൽ വച്ച ദിവസം ശപിക്കപ്പെട്ടതായിരിക്കട്ടെ! വൃദ്ധനെക്കൊണ്ടു ശപിപ്പിക്കാതെ. എന്റെ കുട്ടി കാമിച്ചവനെ ലഭിക്കാതെ വാടി പട്ടുപോകണമെന്നോ? ഹാ! നൂറദ്, നീ എന്തു കണ്ടു? എന്തറിഞ്ഞു? ഷംസുഡീൻ മായപ്പൊടികൊണ്ട് നിങ്ങളെ മയക്കിയിരിക്കുന്നു. അവനെ നിങ്ങൾ അറിയുന്നില്ല. കിഴവൻ നിങ്ങൾ വിചാരിക്കുന്നതുപോലെ ഏഭ്യനല്ല. ഷംസുഡീൻ അവന്റെ സത്യത്തെ ആദരിച്ചല്ല നമ്മോടുകൂടി താമസിക്കുന്നത്. നമ്മുടെ ധനത്തിലാണ് അവന്റെ ദൃഷ്ടി. അതിനെ നാം സാരമാക്കുന്നില്ല. നമ്മുടെ പുത്രിയെ സ്നേഹിക്കുമെങ്കിൽ നാം എല്ലാം ക്ഷമിക്കും. അല്ലെങ്കിൽ നമ്മുടെ കടുതായ കോപത്തിനും പ്രതിക്രിയയ്ക്കും അവൻ പാത്രമാകും. രണ്ടിലൊന്ന് ഇന്നു തന്നെ നാം തീർച്ചയാക്കുന്നുണ്ട്. ഈ നിശ്ചയത്തിന് ഇളക്കമില്ല. സൈനായിപർവ്വതത്തിലെ പാറകളെപ്പോലെ നാം ഉറച്ചിരിക്കുന്നു.

നുറഡീൻ: അച്ഛാ, ഇങ്ങനെ ശപഥംചെയ്യരുത്. അള്ളാവിന്റെ അനുഗ്രഹത്തിനുപാത്രമായവർ ഇപ്രകാരം അരുളിച്ചെയ്തുകൂടെന്ന്-

ഹാക്കിം: (അത്യന്തം കോപത്തോടുകൂടി തന്റെ മീശയെ കരുണ കൂടാതെ വലിച്ചുപറിച്ചുകൊണ്ട്) നീ മഹാനീതിജ്ഞൻ! അറിയും, അറിയും. നിന്റെ ആത്മാവിനുള്ളിൽ ചൈത്താൻ കുടികൊണ്ടിരിക്കുന്നു. ആട്ടെ, ഉസ്മാൻ, ഇവിടത്തെ വ്യാപാരം രണ്ടുനാൾക്കുള്ളിൽ നിറുത്തി നമുക്കു നാട്ടിലേക്കു മടങ്ങണം.

ബീറാംഖാന്റെ മുഖപ്രസാദം പെട്ടെന്നു മങ്ങി. എന്നാൽ, ഉസ്മാൻ ഖാൻ ഇങ്ങനെ പറയുന്നതു കേട്ട് ആശ്വസിതനായി.

ഉസ്മാൻ: അല്ലയോ മഹാൻ, അങ്ങേടെ ശാസനയെ ദാസൻ ശിരസാ വഹിക്കുന്നു. ധർമ്മമായി അവിടുന്നു ചെയ്ത രക്ഷയെക്കുറിച്ചു സ്മരണയില്ലാത്തവന് അള്ളാവിന്റെ കരുണ സിദ്ധമാകയില്ല.

ഹാക്കിം: അതു ബുദ്ധിമാന്റെ വാക്കുകളാണ്.

ഉസ്മാൻ: അങ്ങ് ആജ്ഞാപിക്കുംപോലെ നടക്കുന്നതിനു ഷംസുഡീൻ നിർബ്ബന്ധിതനാണ്. ഇതുവരെ ക്ഷമിച്ചതു ദയ വേദവിധിയെ ഇനിമേൽ താമസിയാതെ നാം നടത്തണം. ലഭ്യമായ അവസരത്തെ ഉപേക്ഷിക്കുന്നതു ദൈവകോപത്തിനു മാർഗ്ഗമാണ്.

ഹാക്കിം: അതു ശരി-അതു ശരി. ഓ! നാം മഹാപാപിയായി മർക്കത്തെ ദർശിച്ചാലും ഈ മഹാപാപം നീങ്ങുമോ എന്ന് അറിയുന്നില്ല.

ഉസ്മാൻ: എന്നാൽ ഈ രാജ്യം എത്രയോ ധനസമൃദ്ധിയുള്ളത്. ജനങ്ങൾ ബഹുസത്യവാന്മാർ. സാധുശീലന്മാർ. ലേശവും കുടിലശീലന്മാരല്ല. അന്യമതദ്വേഷവും ഇല്ല. നമുക്കു രാജ്യാധികാരം ഉള്ളടത്തും ഇത്ര ബഹുമതി നമുക്കില്ല. വ്യാപാരത്തിൽ അധികം ലാഭം കിട്ടുന്നു-

നുറഡീൻ: അതിനു സംഗതിയാക്കിയ ഷംസുഡീനെ കുറച്ചുമുമ്പേ നിങ്ങൾ ഭർത്സിച്ചുവല്ലോ.

ഉസ്മാൻ: ഷംസുഡീൻ യജമാനന്റെ ദാസൻ എന്നു പറഞ്ഞാൽ പോരാ, അടിമയാണ്. അങ്ങനെയിരിക്കെ 'അവൻ സംഗതിയാക്കി' എന്നു പറയുന്നതെങ്ങനെ എന്നു ഞാൻ അറിയുന്നില്ല. അല്പബുദ്ധിയാകകൊണ്ടായിരിക്കാം. (ഹാക്കിമിനോട്) പ്രഭോ, ഇവിടത്തെ കലശൽ നമ്മെ ബാധിക്കയില്ല. ജയിക്കുന്ന ഭാഗത്ത് നമുക്കു ചേർന്നുകൊള്ളാം. നമുക്കു കച്ചവടം എന്നല്ലാതെ അന്യ ഉദ്ദേശ്യം ഇല്ലല്ലോ. അതിനെ ഇപ്പോൾ ഉപേക്ഷിച്ചുകൂടാ. നമ്മുടെ ഈ പ്രാരംഭശ്രമം സ്വജാതീയർക്കു നല്ലൊരു പന്ഥാവിനെ കാട്ടിക്കൊടുക്കുന്നതാണ്, അതിനെ പരിഷ്കാരസ്ഥിതിയിൽ ആക്കാതെ, മുളച്ചുവരുന്ന സ്ഥിതിയിൽത്തന്നെ വേരിളക്കിക്കളയുന്നത് ആലോചിച്ചുവേണം.

ഹാക്കിം: ഉസ്മാൻ, നീ വലിയൊരു രാജ്യത്തിലെ മന്ത്രിസ്ഥാനം വഹിക്കാൻ യോഗ്യനാണ്, നിനക്കു തരുന്ന ഭക്ഷണം ഉത്തമതരുക്കൾക്ക് ഒഴിക്കുന്ന ജലംപോലെ ആണ്. നിന്റെ അഭിപ്രായത്തെ നാം സ്വീകരിക്കുന്നു. ആട്ടെ, ഈ രാജകുമാരനു ജനസ്വാധീനം വളരെ കുറഞ്ഞിരിക്കുന്നു. ഷംസുഡീന്റെ വാക്കിനേയും ഹിതത്തേയും ബലമാക്കി നാം കുരുക്കിൽ അകപ്പെടരുതല്ലോ. നമുക്കു യാതൊരു സംബന്ധവുമില്ലാത്ത അനർത്ഥത്തിൽ നാം ചാടുന്നതെന്തിന്? ബീറാം, നീ നമ്മെ കയർത്തു നോക്കുന്നതെന്തിന്? ഓഹോ! നമ്മുടെ എഴുത്തിനെക്കുറിച്ച് ഓർമ്മിപ്പിക്കയാണോ? യുവരാജാവിനോടു നാം ചെയ്ത സഖ്യം എന്തു സഖ്യം? നമ്മുടെ വ്യാപാരം ഇവിടെ ഉറപ്പിക്കാൻ നോക്കണം. നമ്മുടെ കൈയിലുള്ള ധനത്തെ വർദ്ധിപ്പിക്കാൻ ശ്രമിക്കണം. പ്രഥമോദ്ദേശ്യമതാണ്.

ഉസ്മാൻ: ആഹാ! എന്തു മഹാബുദ്ധി! ശരി, നമുക്ക് ഇവിടെ കക്ഷിയില്ല. ഇവരുടെ പിണക്കത്തെ നാം വർദ്ധിപ്പിക്കുന്നതാണു നന്ന്. രണ്ടു കക്ഷിയും നശിച്ചാൽ ഏറെ നന്ന്. ഒന്നു ജയിക്കുന്നു എങ്കിൽ ആ ഭാഗത്തുനാമും. ഛിദ്രമുണ്ടെങ്കിൽ ക്രമേണ നാംതന്നെ ഇവിടെ നായകന്മാരായിത്തീരും.

നുറഡീൻ: എന്ത് ആലോചനകളാണിത്! നരകത്തിലെ വാതിൽ തുറന്ന് അച്ഛനു വഴികാട്ടിത്തരുന്നു ഉസ്മാൻ. രാജകുമാരനെ സഹായിക്കാമെന്ന് അച്ഛൻതന്നെ വാക്കുകൊടുത്തത് ഷംസുഡീന്റെ കൃതിയാണെന്ന് എങ്ങനെ പറയും? അച്ഛൻതന്നെ ആലോചിച്ചു ചെയ്ത സത്യമല്ലേ?

ഹാക്കിം: നമ്മുടെ സ്വാതന്ത്ര്യമനസ്സാലെ ചെയ്തതല്ല.

ഉസ്മാൻ: അല്ല കേവലം ഷംസുഡീന്റെ കഥകളിൽ ഒരംശമാണ്.

ഈ വാക്കുകൾ കേട്ട് നുറഡ്ഢീനും ബീറാംഖാനും കോപത്തോടു കൂടി ഉസ്മാൻഖാനെ നോക്കി. മനപ്പൂർവ്വം വൃദ്ധനെ ഇളക്കി ഷംസുഡ്ഢീനോടു വൈരം തോന്നത്തക്കവണ്ണം ഇങ്ങനെ പറഞ്ഞതു രണ്ടുപേർക്കും സ്പഷ്ടമേ കൃത്രിമമെന്നു തോന്നി. ഹാക്കിമിന്റെ സിദ്ധാന്തം വർദ്ധിക്കുമെന്നുള്ള ഭീതിയും രണ്ടുപേരുടെ ഉള്ളിലും ജനിച്ചു എങ്കിലും വൃദ്ധൻ മറുപടി പറഞ്ഞത് ഈവിധമായിരുന്നു.

ഹാക്കിം: എന്നാൽ, ഒന്നുണ്ട് ഉസ്മാൻ. നാം ഷംസുഡ്ഢീന്റെ ഹിതത്തെ ഇപ്പോൾ അനുവർത്തിക്കാതെ കഴിവില്ല. അവന്റെ മുഖം കറുപ്പിച്ചു എങ്കിൽ ഇതേ ഈ കുട്ടികൾ കയർക്കുന്നതിലും കഠിനമായി സുലൈഖയും അവളെത്താങ്ങി ജ്യേഷ്ഠത്തിയും ശണ്ഠകൂട്ടും. ഈ ചായമിട്ട ദന്തപ്പാവകളോടു പടവെട്ടുന്നതിനു നാം സമർത്ഥനുമല്ല. എന്തു കാട്ടുന്നു? വല്ലാത്ത നിലയിലായിരിക്കുന്നു! ബീറാം, നീയാണ്, നിന്റെ യന്ത്രത്തിരിപ്പാണ്, നമ്മെ ഈ ദുർഘടാവസ്ഥയിൽ ചാടിച്ചിരിക്കുന്നത്. ഷംസുഡ്ഢീൻ പിഴച്ചതല്ല.

ബീറാംഖാൻ: പിതാവേ, ഞാൻ എന്തു പിഴച്ചു?

ഹാക്കിം: എന്തു പിഴച്ചു എന്നോ? ഇന്ന് അതിരാവിലെ ഒരുവൻ ഇവിടെ വന്നിരുന്നില്ലേ? അവൻ ഷംസുഡ്ഢീനോടു സംസാരിച്ചുകൊണ്ടിരുന്നപ്പോൾ നിന്റെ മുഖം ചൈത്താന്റേതായിരുന്നു. അതിനു സംഗതി എന്ത്? അവൻ എന്തിനു വന്നു?

ബീറാംഖാൻ വലിയ ചുറ്റിലായെന്നപോലെ നുറഡ്ഢീന്റെ സഹായം ആവശ്യപ്പെടുന്ന നാട്യത്തിൽ ആ യുവാവിന്റെ മുഖത്തു നോക്കി. നുറഡ്ഢീൻ ഒന്നു പുഞ്ചിരിയിട്ടു.

ഹാക്കിം: എന്തു സംസാരിച്ചു? എന്തിനു വന്നു? പറ. നമുക്ക് അറിവാൻ അവകാശമില്ലെന്നോ? വൃദ്ധനോട് ഏറെക്കളിക്കാതെ.

വൃദ്ധൻ കോപിച്ച് ഇങ്ങനെ ശണ്ഠ തുടങ്ങിയപ്പോൾ താൻ ഭക്ഷിച്ചുകൊണ്ടിരുന്ന മാംസത്തിൽ ഒരു കഷണം അല്പനേരം കണ്ഠത്തിനുള്ളിൽ തടഞ്ഞിരുന്നുപോയി. മറ്റുള്ള കൃത്രിമങ്ങളിൽ ഒരംശമാണ് ഈ സംഭവവുമെന്നു കോപംകൊണ്ടു വിനഷ്ടബുദ്ധിമാൻ ആയിരുന്ന വൃദ്ധനുതോന്നുകയാൽ ഇങ്ങനെ അസഭ്യവാക്കുകൾ പറഞ്ഞുതുടങ്ങി: “ശ്വാനന്മാരുടെ ആത്മാവോടുകൂടിയവർ നിങ്ങൾ! ദീർഘദർശിയാൽ അനുഗ്രഹിക്കപ്പെടാത്തവർ! ഹീനമൃഗങ്ങൾ! അമേദ്ധ്യപ്പുഴുക്കൾ! ഈ നരച്ച താടിയെ അനാദരിക്കുന്ന നിങ്ങൾ, ജീവനാശം വരുമ്പോൾ അള്ളാവിന്റെ പരിശുദ്ധസന്നിധിയിൽ അണയാതെ പാതാളത്തിൽ വീണ് ദൈവവിരോധികളിൽ മുമ്പനായ പിശാചിന്റെ അടിമകളായി അനന്തകാലം വലയും. നുറഡ്ഢീൻ, നിന്റെ മടിയിൽ കിടന്നു മരിക്കാൻ മോഹിക്കുന്ന എന്നെ നീയും വഞ്ചിക്കുന്നുവോ?”

നുറഡ്ഢീൻ: പിതാവേ, കയർക്കേണ്ട. വാസ്തവം കേട്ടാലും. ഷംസുഡ്ഢീൻ ഇതാ വരുന്നു.

(ഷംസുഡ്ഢീൻ എന്നുപേർ പറയപ്പെട്ട തരുണൻ ഈ സന്ദർഭത്തിൽ

നെടുമ്പുരയ്ക്കകത്തു പ്രവേശിച്ചു. മുഖത്ത് അല്പം മുമ്പ് അശ്രുകണങ്ങൾ പൊഴിഞ്ഞതിന്റെ ലക്ഷണങ്ങൾ കാണ്മാനുണ്ട്. നടയിലും പ്രത്യക്ഷമാകുന്നത് ഉന്മേഷശൂന്യതയാണ്. ആദരവോടുകൂടി വൃദ്ധന്റെ സമീപത്തു ചെന്നിരുന്നു എങ്കിലും ഭക്ഷണസാധനങ്ങൾ തൊടുകപോലും ചെയ്തില്ല) "സഹോദരാ, ഇന്നു നാം ചെയ്ത കച്ചവടത്തെക്കുറിച്ച് അച്ഛൻ ചോദ്യം ചെയ്യുന്നു. നിന്റെ അനുമതിയുണ്ടെങ്കിൽ അച്ഛനെ ധരിപ്പിക്കാമെന്നു വിചാരിക്കുന്നു." നുറഡീൻ ഇങ്ങനെ പറഞ്ഞിട്ട് ചെറുതായി മന്ദഹാസം തൂകി.

ഹാക്കിം: കുട്ടികൾ, നിങ്ങൾ ചിരിക്കുന്നു. വൃദ്ധനു ബുദ്ധിയില്ലെന്നു തന്നെയാണ് നിങ്ങളുടെ വിചാരം. നിങ്ങൾക്ക് എല്ലാം കളിതന്നെ. പുരുഷന്മാർ വൈരിസംഹാരാദ്രിക്രിയകൾക്ക് ഒരുങ്ങും. കുട്ടികൾ ചെറുവണ്ടുകളുടെ പിമ്പേ മണ്ടും. പുരുഷന്മാർ യശസ്സു സമ്പാദിക്കും. കുട്ടികൾ പിരണ്ട് കുണ്ടിൽ വീണു കരഞ്ഞു മാതാപിതാക്കളുടെ ശാസന കേട്ടു വ്യസനിക്കും.

ഷംസുഡീൻ: (ധൈര്യം അവലംബിച്ചുകൊണ്ട്) "ഞങ്ങളുടെ സകല കാര്യങ്ങളും അവിടുന്നു വഴിപോലെ നോക്കിവരുമ്പോൾ ഞങ്ങൾക്ക് ഉത്സാഹത്തിനല്ലാതെ മറ്റൊന്നിനും സംഗതിയില്ല. അവിടുത്തെ ശാസനയ്ക്കു ഞങ്ങൾ പാത്രമാകത്തക്കവണ്ണം വല്ലതും പ്രവർത്തിച്ചു എന്നു തോന്നുന്നു എങ്കിൽ അതിനു മാപ്പുതരണം. അവിടുന്നു കോപിക്കുന്നതു കാണുമ്പോൾ ഞങ്ങളുടെ മനസ്സുഖം നഷ്ടമാകുന്നു.

ഹാക്കിം: നാം കോപിച്ചുവോ? എന്തു ശുദ്ധൻ നീ! ഷംസുഡീൻ, നമ്മുടെ സമീപത്തു ചേർന്നിരിക്ക. നീ സത്യവാനാണല്ലോ. നിന്നോടു സംസാരിച്ചുകൊണ്ടു നിന്നിരുന്നവരാരാണ്?

ഷംസുഡീൻ: സമീപത്തുള്ള ഒരു ഗൃഹത്തിൽനിന്ന് ഇവിടെ ചില അന്വേഷണങ്ങൾ ചെയ്‌വാൻ വന്ന ഒരു വൃദ്ധനാണ്.

ഹാക്കിം: ഇതാ ഒരു പുതിയ കഥ വരുന്നു. വൃദ്ധൻ എന്തിനു വന്നു എന്നു വിസ്തരിച്ചു പറ? ഉസ്മാൻ, നീ നിന്റെ പണിക്കുപോ. (ഉസ്മാൻ എഴുന്നേറ്റു യാത്രയായി.) ഷംസുഡീൻ, എന്തന്വേഷണത്തിനാണു വൃദ്ധൻ ഈ സ്ഥലത്തു വന്നത്?

ഷംസുഡീൻ: കോട്ടയ്ക്കകത്ത് ഒരു ശൂദ്രഭവനത്തിൽനിന്നു ചില ആഭരണങ്ങൾ ആരോ മോഷ്ടിച്ചിരിക്കുന്നു. കള്ളനെ തിരക്കിപ്പിടിക്കുന്നതിനായി ഓരോ വഴിക്ക് ഓരോരുത്തർ തിരിച്ചിട്ടുണ്ട്. കിഴവൻ ഇങ്ങോട്ടു വന്നു.'

ഹാക്കിം: വളരെ ധനം മോഷണം പോയോ?

ഷംസുഡീൻ: ആയിരത്തിലധികം വരാഹൻ വിലപിടിക്കുന്ന ഉരുപ്പടികൾ കളവുപോയിട്ടുണ്ടുപോൽ.

ഹാക്കിം: (താൻ അതിസമർത്ഥനാണെന്നു നടിച്ചുകൊണ്ട്) കള്ളനെ നാം പിടിച്ചുകൊടുക്കാം. നമ്മുടെ നേത്രങ്ങളെ ദൈവം നമുക്കു വൃഥാ തന്നിരിക്കുന്നതല്ല. നാം ഇന്നലെ ഒരുവനെ ഈ സ്ഥലത്തു കണ്ടു. അവനുള്ളടത്തു മോഷണവും സഹജമാണ്. മിന്നൽ ഉണ്ടെങ്കിൽ ഇടിയും

ഉണ്ടെന്നതുപോലെയാണ്. അവൻ വേഷം മാറി ഈ നഗരത്തിൽ വന്നു താമസിക്കുന്നു. ഈ രാജ്യം ധനസമ്പാദനത്തിനു പല മാർഗ്ഗത്തിലും സൗകര്യമുള്ളതുതന്നെ. വൃക്ഷങ്ങളിലെ പാൽ കറക്കുന്നതിന് എന്താണു തടസ്സമുള്ളത്? അതുപോലെതന്നെ ഇവിടുന്നു ധനംകൈക്കലാക്കാനും. ഹാ! കേരളം സ്വർഗ്ഗംതന്നെയാണ്. ധനവൃക്ഷമാണ് അക്ഷയഫലത്തോടുകൂടി ഇവിടെ നില്ക്കുന്നത്. തസ്കരനെ നാം അറിയാം. ഇവിടുന്ന് ധനം കൈക്കലാക്കാനും. അവൻ ഹിന്ദുവൈരാഗിവേഷമായി നടക്കുന്നു. ഇനിയും ഇവിടെ വരും. നാം കാണിച്ചുതരാം. അവന്റെ ജോടിയായി ഒരുവൻ ഉണ്ട്. അവനും ഈ സ്ഥലത്ത് ഇന്നു വന്നിരുന്നു. ആകട്ടെ. ഷംസുഡീൻ, ഞാൻ ചോദിച്ചതു വൃദ്ധന്റെ കാര്യമല്ല. നിന്നോടും ബീറാമിനോടും സംസാരിച്ചുനിന്നിരുന്നവനാരാണ്?

ഷംസുഡീൻ: മഹാരാജാവിന്റെ മകൻ റായി പത്മനാഭൻതമ്പിയുടെ സേവകൻ പാപ്പാനാണ്.

ഹാക്കിം: അയാൾ എന്തിനായിട്ട് ഇവിടെ വന്നു? ചാരനായിട്ടു വന്നുവെങ്കിൽ നിങ്ങളുടെ പാദങ്ങളിൽ പാപ്പാസുകൾ ഇല്ലായിരുന്നോ?" (ഈ വാക്കുകൾ പറയുന്നതിനിടയ്ക്കു വൃദ്ധൻ താൻ മഹത്തായി സാധാരണമനുഷ്യർക്ക് അപ്രാപ്തമായിരുന്ന ഒരു സംഗതി കണ്ടുപിടിച്ചതുപോലെ ചില പ്രൗഢികൾ നടിച്ചു.)

ഷംസുഡീൻ: അയാൾ കുറച്ചു വിഷം ആവശ്യപ്പെടുന്നു.

ഹാക്കിം: നമ്മുടെ ഊഹവും അങ്ങനെതന്നെയായിരുന്നു. ദൈവം വൃഥാ അല്ല നമുക്കു ബുദ്ധി തന്നിരിക്കുന്നത്. യുവരാജാവിന്റെ കഥ തീർക്കാനാണ്. അദ്ദേഹത്തിന് ഉടനെ അറിവു കൊടുക്കണം.

ഷംസുഡീൻ: വിഷശക്തിയില്ലാത്ത ഒരു ഭസ്മമാണ് ഞങ്ങൾ കൊടുത്തത്.

ഹാക്കിം: അഃ നന്നായി, ആശ്ചര്യം! നമുക്കു പിന്നെയും ദൈവം പ്രസാദിച്ച് ആലോചനകൾ തിളയ്ക്കുന്നു. ഇതു വിഷമല്ലെന്നു കണ്ടാൽ പാപ്പാൻ വേറെ മാർഗ്ഗം ഉടനെ നോക്കും. കൃത്രിമക്കാറായ പ്രഭുക്കന്മാർ അറിയാതെ ഇവർ കത്തിവയ്ക്കുവാൻ നോക്കുന്നു. (ഹാക്കിമിന്റെ ആലോചനകൾ ഈ വഴിക്കു പോയതുകൊണ്ട് നുറഡീനും ബീറാംഖാനും വളരെ സന്തോഷിച്ചു) ഷംസുഡീൻ, പിന്നെയും ഒരു സംഗതി ഓർമ്മവന്നു. എത്രയോ യോഗ്യൻ, ദൈവത്താൽ അനുഗ്രഹിക്കപ്പെട്ടവൻ. നമുക്കു വലിയ സഹായങ്ങൾ ചെയ്ത മഹാത്മാ മൂസായ്ക്കു തുല്യം മാന്യൻ- അദ്ദേഹം ആപത്തിലായിരിക്കുന്നു. നമുക്കു കുലുക്കമില്ല. രാത്രി മുഴുവൻ മനസ്സിവിടെ ആയിട്ട് ഷംസുഡീൻ എവിടെ എല്ലാമോ ചുറ്റി. ഷംസുഡീന്റെ ബുദ്ധിയെ ഔവാമാതാവിന്റേതിനെ എന്നപോലെ ചൈത്താൻ അപഹരിച്ചിരിക്കുന്നു. (ചിരിച്ചുകൊണ്ട്) ഓ! കഷ്ടം! ഷംസുഡീൻ, നീയാണോ പുരുഷൻ? എന്ത്? (വൃദ്ധൻ മനസ്സാക്ഷിക്കു വിപരീതമായി ഏതും മടികൂടാതെ പറയുന്നു) നമ്മുടെ ആയിഷയുടെ ചെറുപുത്രി ഇത്ര സമർത്ഥയോ? അരമനകാവൽ ഇത്ര ആനന്ദകരമായുള്ള ഒരു

തൊഴിലോ? നമുക്കറിവാൻ പാടില്ല. നാം എന്തു ജന്തു? നിർഭാഗ്യവാൻ! ഷംസുഡീൻ സരസൻ, അനുഗ്രഹിക്കപ്പെട്ടവൻ, ബന്ധുക്കളെ മറന്നു പ്രിയതമയെ സേവിക്കുന്നത് ഷംസുഡീനല്ലാതെ ആരു ചെയ്യും? ഷംസുഡീൻ, നീ എന്തോ വിഷണ്ണനായിരിക്കുന്നു. നാം കളിയാക്കുന്നില്ല. നീ ആനന്ദിച്ചോ; നമുക്കു വിരോധമില്ല. എന്നാൽ ഒന്നുരണ്ടു ദിവസമായി നിന്റെ മുഖത്ത് ഒരു കറുപ്പു കാണുന്നതെന്തുകൊണ്ടാണ്? സന്തോഷത്തിനിടയിൽ വ്യസനം എങ്ങനെ വന്നു? സുലൈഖ വല്ലതിനും ശണ്ഠ കൂടിയോ?"

ഷംസുഡീൻ ഉത്തരം പറയാതെ കഠിനമായ പാരവശ്യത്തോടുകൂടിയിരുന്നു. ഷംസുഡീന്റെ മുഖഭാവം അതിദയനീയമായിരുന്നു. അപ്പോൾ കാണപ്പെട്ടതുപോലെയുള്ള പാരവശ്യം ഷംസുഡീന്റെ മുഖത്ത് നുറഡീൻ മുതലായവർ ഒരുകാലത്തും കണ്ടിട്ടില്ലായിരുന്നു. ഷംസുഡീന്റെ മുഖത്തിലെ കഠിനപാരവശ്യത്തേയും അയാൾ മിണ്ടാതിരിക്കുന്നതിനേയും കണ്ടപ്പോൾ, വൃദ്ധനു പിന്നെയും കോപം ഉജ്ജ്വലിച്ചുതുടങ്ങി. നീതിജ്ഞനായ നുറഡീൻ തന്റെ പിതൃസഹോദരനെ സമാശ്വസിപ്പിക്കുന്നതിന് ഇങ്ങനെ പറഞ്ഞു: "അച്ഛാ, ഓരോരുത്തർക്കു മറ്റുള്ളവർ അറിയാതെ പലവിധമായ വ്യസനങ്ങൾ ഉണ്ടായേക്കാം. അതുകൊണ്ടു വലുതായ ബുദ്ധിക്ഷയവും നേരിടാം. എന്താണു വ്യസനകാരണം എന്നു ബന്ധുക്കൾക്കും ചോദിക്കാൻ അവകാശം ഇല്ല. പറവാൻ പാടുള്ളതാണെങ്കിൽ നമ്മിൽനിന്നു ഷംസുഡീൻ അത് ഒളിക്കയില്ലായിരുന്നു. ഷംസുഡീന്റെ മൗനത്തിന്റെ താല്പര്യം വ്യാജം പറവാൻ സന്നദ്ധനല്ലെന്നും സത്യം പറയുന്നതിനു നിർബ്ബന്ധിക്കരുതെന്നും ആണ്. ഷംസുഡീന്റെ ഇന്നലത്തെ പ്രയത്നങ്ങൾ നിഷ്ഫലമായതുകൊണ്ടു വ്യസനിക്കാനില്ല. ഞങ്ങൾകൂടി ഷംസുഡീനെ സഹായിച്ചു കുറുപ്പുസാഹേബിനെ ഇന്നു രാത്രി തിരയാം."

ഹാക്കിം: എന്തു പറഞ്ഞു? നീ ആപത്തുള്ളിടത്ത് പോകണ്ട. നമ്മുടെ ശാസന കേൾക്ക.

ഷംസുഡീൻ: പിതാവേ, ഞാൻ ഏകൻ മതിയാകുന്നതാണ്. എന്നെ പീഡിപ്പിക്കുന്ന വ്യസനം, കൃതജ്ഞത മുതലായ സൽഗുണങ്ങളെ നശിപ്പിക്കുന്ന വിധത്തിലുള്ളതല്ല.

ഹാക്കിം: കുറുപ്പു സാഹേബ്ബിനെ നീ കണ്ടു എന്നുള്ളതു നിശ്ചയമാണോ? രാജകുമാരന് നാം അബദ്ധം എഴുതിപ്പോയതല്ലേ? ആ പരമേശ്വരൻപിള്ളയുടെ വ്യസനം കണ്ടില്ലേ? നല്ല യജമാനന് നല്ല ഭൃത്യൻ. കുറുപ്പുസാഹേബിനെ എല്ലാവർക്കും സ്നേഹംതന്നെ. മഹാഗുണവാൻ! ഷംസുഡീൻ, ആലോചിക്ക. നീ കണ്ണുകൊണ്ടു കണ്ടുവോ?"

ബീറാംഖാൻ: അന്ധകാരത്തിലും ഷംസുഡീന്റെ നേത്രങ്ങൾ പിഴച്ചുകാണുകയില്ല.

ഹാക്കിം: എന്നാൽ സാഹേബ് എവിടെ?

ഷംസുഡീൻ: സാഹേബ്-പരിഭ്രമിക്കേണ്ട. ഞാൻ കണ്ടു. ഈ രാത്രി കൊണ്ട് അദ്ദേഹത്തിന്റെ ഗതി അറിഞ്ഞുവരാം. അങ്ങനെ ചെയ്തില്ലെങ്കിൽ ഞാൻ ഇങ്ങോട്ടില്ല.

ഹാക്കിം: അങ്ങനെ പറയാതെ ജയിച്ചുവാ. രാത്രി അധികം സഞ്ചരിക്കരുത്. സുലൈഖ ഊണുകഴിഞ്ഞുവോ എന്നു നോക്കി വാ. (ഷംസുഡീൻ രണ്ടാമത് ഈ ആജ്ഞയ്ക്ക് ഇടകൊടുക്കാതെ എഴുന്നേറ്റ് നുറഡീനേയും മറ്റും വണക്കത്തോടുകൂടി കടാക്ഷിച്ചു പോയി.) ഇവനെ കാണുമ്പോൾ സൂര്യകിരണം തട്ടിയ മഞ്ഞുപോലെ നമ്മുടെ കോപം ദ്രവിച്ചു പോകുന്നു. ഇവന്റെ മനസ്സിനെ തേന്മാങ്ങയ്ക്കുള്ളിൽ വണ്ടത്താൻ എന്നവണ്ണം എന്തോ മഹാ ആധി ഭക്ഷിക്കുന്നു. രോഗത്തിനുള്ള വഴിയാണ്. ബീറാം, നീ പോയി ഒന്നറിഞ്ഞു വരണം. സുലൈഖയുടെ സമീപത്ത് ഷംസുഡീൻ ഉണ്ടോ എന്നു നോക്കി, ഉണ്ടെങ്കിൽ അവരുടെ സംഭാഷണം എന്താണെന്നറിക. ഇല്ലെങ്കിൽ നീതന്നെ അവളുടെ മനസ്സമാധാനത്തിനുവേണ്ടി വല്ല കഥയും പറഞ്ഞുകേൾപ്പിക്ക്.

ബീറാംഖാൻ ഭക്ഷണം നിറുത്തി എഴുന്നേറ്റു. ഇദ്ദേഹം എത്ര തുള്ളിയാലും എന്റെ അഭിലാഷം സാധിക്കാതെ വിടുകയില്ല. അച്ഛനു മകനോട് എന്തോ സ്വകാര്യമായി പറവാനുണ്ട്. അതിലേക്കായി നമ്മെ ഓടിച്ചിരിക്കുന്നു. സത്യവാനായ നുറഡീനെ പേടിക്കേണ്ട. കിഴവൻ-കിഴവനെ ഞാനറിയും. കിഴവൻ എന്റെ ഇഷ്ടസാദ്ധ്യത്തിനു തടസ്സങ്ങൾ ഉണ്ടാക്കുന്നെങ്കിൽ സുലൈഖയ്ക്കു ഷംസുഡീനില്ല. ഷംസുഡീൻ! എന്തു പേര്! ഫ! അള്ളാ-നിബി! കഷ്ടമേ! ജന്മമിങ്ങനെ ആയല്ലോ! കഴിക്കട്ടെ; എന്നെ ചതിച്ച ദ്രോഹികൾ അനുഭവിക്കും. ഈ സ്ഥിതിയിലാക്കിയ ശഠന്മാർക്കു താമസംകൂടാതെ ശിക്ഷയുണ്ട്. പ്രിയേ, നീ ഉത്തമസ്ത്രീതന്നെ. എന്റെ അപരാധം നീ ക്ഷമിക്കണം. ലോകപരിജ്ഞാനമില്ലാതെ കണ്ടകന്മാരുടെ വായിലകപ്പെട്ടു, ഈ ബൗദ്ധന്മാരുടെ ദാസനുമായി. ഈ ബന്ധം വേർപെടുത്താൻ നമ്മുടെ മതം അനുവദിക്കുന്നതുമല്ല. അയ്യോ ചാപല്യമേ! എന്റെ ആലോചനക്കുറവിനാൽ എന്റെ പ്രിയയ്ക്കും ഞാൻ വ്യസനം വരുത്തിയല്ലോ. നാരായണ! മഹാപാപിയായ എന്റെ ദുരിതത്തിനു മോചനമാർഗ്ഗവും കാണുന്നില്ലല്ലോ," എന്നിങ്ങനെയെല്ലാം ഉള്ള ആലോചനകളോടുകൂടി നടകൊണ്ടു. അനന്തരം ഹാക്കിം നുറഡീനോടു പറയുന്നു: "പുത്രാ, ഈ ഷംസുഡീൻ നമ്മിൽനിന്ന് സകലതും മറയ്ക്കുന്നു. അവൻ ഈ ബീറാമിന്റെ തിരുക്കിൽ ഉൾപ്പെട്ട് നമ്മെ ചതിക്കും. ഇങ്ങോട്ടു കൊണ്ടുവന്നതിൽ എന്തോ സാരമുണ്ട്. ബീറാമിന്റെ ബുദ്ധി നിലയില്ലാത്ത അഗാധതയോടുകൂടിയതാണ്. അവനെ നാം സ്വീകരിച്ചു രക്ഷിച്ച് നമ്മുടെ കുടുംബത്തിൽ ചേർത്തത് അബദ്ധം. ഷംസുഡീനും സ്വാർത്ഥപരനാണ്. നീ വിചാരിക്കുംപോലെ അവൻ ശുദ്ധനല്ല.

നുറഡീൻ: അവൻ നമ്മെ വഞ്ചിക്കയില്ല എന്നു നല്ല ഉറപ്പ് ഈ മനസ്സിനുണ്ട്. നമ്മെക്കുറിച്ചു ബഹുവാത്സല്യവും ബഹുമാനവും ആണ്. അവനെ അന്യഥാ ശങ്കിക്കേണ്ട.

ഹാക്കിം: നമ്മുടെ പുത്രിക്ക് അങ്ങോട്ടുള്ളതുപോലെ അവന് അവളെക്കുറിച്ചും പ്രേമം ഉണ്ടോ?

നുറദ്ധീൻ: ഇല്ലെങ്കിൽ അതൊരു സ്വാഭാവകളങ്കമായി വിചാരിക്കപ്പെടാവുന്നതാണോ?

ഹാക്കിം: പോ, പോ! നല്ല ആലോചനക്കാരൻ! ഉസ്മാന്റെ അടുത്തുപോയി പണി പഠിക്ക്. നിൽക്ക്. അവനെ ഇങ്ങോട്ടു വരാൻ പറ. പോ.

നുറദ്ധീനും തന്റെ മുമ്പിൽനിന്നു മറഞ്ഞതിന്റെ ശേഷം വൃദ്ധൻ ഹുക്കാക്കുഴൽ എടുത്തു സുഗന്ധദ്രവ്യങ്ങൾ ഇട്ടു ധൂമാശനം കഴിച്ചുതുടങ്ങി. പുക തലയ്ക്കു പിടിച്ചുതുടങ്ങിയപ്പോൾ ഓരോ ആലോചനകളും ആരംഭിച്ചു: "ഷംസുദ്ധീൻ അസാരനല്ല. പഠിച്ച കൗശലങ്ങളെല്ലാം പ്രയോഗിച്ചിട്ടും ഒന്നും അറിവാൻ കഴിവുണ്ടായില്ലല്ലോ. അവന്റെ ബോധം ക്ഷയിപ്പിച്ച് അവനെക്കൊണ്ടു സംസാരിപ്പിക്കുന്നതിനായി കൊടുത്ത ഔഷധങ്ങളുടെ ശക്തിയും അവനിൽ ഫലിച്ചില്ലല്ലോ! അവന്റെ മനക്കരുത്തിനെക്കുറിച്ചു നാം അതിശയിക്കുന്നു. ഹാ! ഉസ്മാനെക്കൊണ്ട് അവനെ വേണ്ടപോലെ സൂക്ഷിപ്പിച്ചിട്ടും ഫലമുണ്ടായില്ലല്ലോ. ബീറാം, ബീറാം, നീയാണ് തെറ്റിച്ചത്. നല്ല വിദ്യയുണ്ടായിരുന്നു. മതഭേദം അന്നുതന്നെ വരുത്തിയിരുന്നെങ്കിൽ ഹാ! എന്തു തരമായിരുന്നു. പോകട്ടെ. ഇനിയും വഴിയുണ്ട്. നമ്മുടെ കുഞ്ഞിനെ വഞ്ചിക്കുന്നതായാൽ-ആരും പറയട്ടെ-നുറദ്ധീനല്ല, നവാബുതന്നെ കല്പിക്കട്ടെ-നാം കുലുങ്ങുകയില്ല. അവനെ അറിയിക്കുന്നുണ്ട്.

# പതിനേഴാം അദ്ധ്യായം

*"-വിരഹം മേ മർമ്മദാരുണം,*
*അതിലേറെ നല്ലൂ മരണം അതിദാരുണം"*
*"കുടിലമതികളുടെ കുസൃതികൾ കളവാൻ*
*നിടിലനയനനൊരു തടവിഹ നഹി നഹി."*

**ത**മ്പിയുടെ നാലുകെട്ടിൽനിന്ന് ചെമ്പകശ്ശേരിയിലേക്കു പോന്നതിന്റെ ശേഷം തങ്കത്തിന്റെയും മറ്റും സ്ഥിതികളെക്കുറിച്ചും തന്റെ അറിവിൽ ഉൾപ്പെട്ടിട്ടുള്ള സംഗതികളെ സംബന്ധിച്ചും പര്യാലോചന ചെയ്യുന്നതിനല്ലാതെ നിദ്രാസുഖം അനുഭവിക്കുന്നതിന് സുഭദ്രയുടെ ഉത്സാഹശക്തി അവളെ അനുവദിച്ചില്ല. "പ്രേതമോ? ഭയംകൊണ്ട് അങ്ങനെ തോന്നിയതോ? എന്നാൽ ആൾ ആരാണ്? കരിയിലയുടെ ഇളക്കംകൊണ്ടു ഭയപ്പെടുന്ന ആളല്ല തമ്പിഅദ്ദേഹം. അതുമല്ലാതെ ആഭരണങ്ങളെ ഒരാൾ കൈക്കലാക്കിക്കൊണ്ടു പോയിരിക്കണം. അതാരാണ്? അദ്ദേഹമല്ല. ഇവിടത്തെ വേലക്കാർ ആരുമല്ല. ഓരോന്നിന്റെ മുഖവും ഞാൻ വേണ്ടതുപോലെ പരിശോധിച്ചു. സാധുക്കൾ അറിഞ്ഞതല്ല. ആശാൻ മാത്രം പതറുന്നു. മൂപ്പനെ ഇളക്കി പുറത്തുചാടിക്കാം. ഓ! സുന്ദരയ്യൻ കൂടി ഉണ്ടായിരുന്നല്ലോ. ഭാര്യയ്ക്കു കൊടുക്കാൻ ആഭരണങ്ങൾ വേണ്ടിയിരുന്നായിരിക്കും. അയാളെ കണ്ടാൽ തമ്പി അദ്ദേഹത്തിന് പ്രേതശങ്ക തോന്നുമോ? ഇല്ല. പിന്നെ ആരാണ്? വരട്ടെ-പ്രേതമെന്നു വിചാരിച്ചതും മോഷ്ടിച്ചതും രണ്ടാളായിരിക്കരുതോ? അങ്ങനെ വരാം. അങ്ങനെയാണെങ്കിൽ കള്ളൻ പട്ടർ. എന്നാലും പ്രേതം ആരാണ്? എങ്ങനെ അകത്തു കടന്നു? എന്തിനായിട്ടു വന്നു? ദുഷ്ടനല്ല, തമ്പി അദ്ദേഹത്തെ ആ കൃത്യത്തിൽനിന്നു രക്ഷിച്ച ആൾ ദുഷ്ടനല്ല. മോഷ്ടിക്കയും ചെയ്കയില്ല. അനന്തപത്മനാഭൻതന്നെയോ? എന്നാൽ തങ്കം ഭാഗ്യവതി. ഏയി,

അതിമോഹം! അങ്ങനെയാണെങ്കിൽ ഒളിച്ചു കാണണമോ? അല്ലെങ്കിൽ ഛായ എങ്ങനെ തോന്നിച്ചു? ഛായ ശരിയായിരുന്നിരിക്കാം. അതാണ്- അങ്ങനെ വരട്ടെ-ആ രൂപത്തെക്കണ്ടുണ്ടായ ഭയത്തിൽനിന്നാണ് തങ്കത്തിന് ഈ രോഗമുണ്ടായത്. പ്രേതം തന്നെ ആയിരിക്കാം. അബദ്ധം! എന്നാൽ അന്നു ശരീരമെവിടെപ്പോയി? മരിച്ചിട്ടില്ല-എങ്കിൽ എവിടെ? ആകപ്പാടെ തങ്കത്തിന്റെ സ്ഥിതി മഹാകഷ്ടംതന്നെ. രണ്ടിലൊന്നു നിശ്ചയം. ഒന്നുകിൽ മരിച്ചുപോയി; ഇല്ലെങ്കിൽ ഇങ്ങോട്ടുള്ള സ്നേഹമില്ലാതായി. ഇവൾ ഇതാ മരിക്കയും ചെയ്യുന്നു. എന്താണു ചെയ്യേണ്ടത്? വല്ല ദിവ്യശക്തിയുമുണ്ടെങ്കിൽ തങ്കത്തിനെ നല്ല സ്ഥിതിയിലാക്കാമായിരുന്നു. എന്നാൽ, എന്റെ സ്ഥിതി തന്നെ നന്നാക്കരുതോ? എന്റെ സ്ഥിതി നന്നാക്കിയാലെത്ര നന്നാകും? കഷ്ടം! പുരുഷന്മാരുടെ സ്നേഹം എത്ര നിസ്സാരമായുള്ളത്! ഇവർക്ക് അധികബുദ്ധിയും കാര്യജ്ഞാനവുമുണ്ടെന്നു നാട്യമുണ്ട്. എന്തിന് ഓരോന്നു പേ പറയുന്നു? മരിക്കുന്നുമില്ലല്ലോ ഭഗവാനേ; എന്തിനു മരിക്കുന്നു? ഈശ്വരന്റെ മതംപോലെ നടക്കട്ടെ. ദുഷ്പേരുകൾ കേട്ടെങ്കിലും പാപം നീങ്ങട്ടെ. ഒരു മോഹം സാധിക്കണമെന്നുണ്ട്. സാദ്ധ്യമാകാൻ പത്മനാഭൻ സഹായിക്കണം. എന്റെ ഭർത്താവായിരുന്ന ആളെ ഒന്നുകൂടി കണ്ടിട്ടു ജീവൻ പോകണം. അമ്മയ്ക്കും മകൾക്കും ഒന്നുപോലെ ഭർത്താവിന്റെ ഹേതുവാൽ കഷ്ടത അനുഭവിക്കാനാണല്ലോ സംഗതി." 'അമ്മ' എന്നുള്ള നാമം തന്റെ മനോവിചാരങ്ങളിൽ ഉൾപ്പെട്ടപ്പോൾ സുഭദ്രയുടെ അസംബന്ധമായ ആത്മഗതങ്ങൾക്കു നിലയുണ്ടായി. ഏകദേശം രണ്ടു നാഴികയോളം കണ്ണുനീർകൊണ്ട് ഉപധാനാദികൾ തണുപ്പിച്ചു. അനന്തരം "എന്തെല്ലാം അനുഭവിക്കണം! നടക്കുന്നു പ്രപഞ്ചം. കഴികയില്ല കരയാനും മറ്റും" എന്നിങ്ങനെയുള്ള ഓരോ വിചാരങ്ങൾ മനസ്സിൽ വ്യാപരിച്ചു കൊണ്ടിരുന്നതിനാലാണ് ഉറക്കത്തിനു സംഗതിയാകാത്തത്. നേരം വെളുത്തപ്പോൾ എഴുന്നേറ്റു ഗൃഹം ചുറ്റി ഒന്നു പരിശോധിച്ചു. ഈ പരിശോധനയ്ക്കിടയിൽ അടിച്ചുവാരിയതായ ചപ്പിന്റെ ശേഖരത്തിൽ കിടന്ന ഒരു ലേഖനം കണ്ടു കിട്ടിയതിനെ മടിയിലാക്കിക്കൊണ്ട് അറപ്പുരയ്ക്കകത്തു കടന്നു. അറപ്പുര വലിയകെട്ടിന്റെ കിഴക്കേ വരാന്തയിൽ നിന്നു വലിയ പുരയ്ക്കടിയിലുള്ളതായ കല്ലറയിലേക്ക് ഒരു വാതിൽ ഉള്ളത് തുറന്നിരിക്കുന്നതിനെ നല്ല വണ്ണം പരിശോധനകഴിച്ചുകൊണ്ട് ആയുധപ്പുരയിൽ ആശാന്റെ സമീപത്തു ചെന്നു. ശങ്കുആശാന് സുഭദ്രയെക്കുറിച്ചു നല്ല അഭിപ്രായമില്ലെന്നുള്ള വിവരം ആ സ്ത്രീക്കും മനസ്സിലായിട്ടുണ്ട്. അതിനാൽ ആശാനെക്കുറിച്ച് തനിക്കു വളരെ ബഹുമതിയുണ്ടെന്ന് അയാളെ ബോദ്ധ്യപ്പെടുത്തി. ഉപായംകൊണ്ട് വൃദ്ധനിൽനിന്നു ഗ്രഹിക്കേണ്ട സംഗതിയെ വമിപ്പിക്കണമെന്നുള്ള നിശ്ചയത്തോടുകൂടി, "എന്താണമ്മാവാ? അമ്മാവൻതന്നെ ഭാഗ്യവാൻ. ഇത്രനേരത്തെ ഉണർന്നല്ലോ. അമ്മാവനു വയസ്സിപ്പോൾ നാല്പത്തി-?" എന്ന് അത്യാദരവോടുകൂടി ചോദിച്ചു. സുഭദ്രയുടെ സഹവാസം ആശാന് ഒരിക്കലും സന്തോഷപ്രദമായിരുന്നില്ലെ

ങ്കിലും 'അമ്മാവൻ' എന്നുള്ള പദവും ഒടുവിലത്തെ ആശാനെ ചെറുപ്പമാക്കിയുള്ള ചോദ്യവും പിംഗളയുടെ തപസ്സിനാലുണ്ടായതിലും ശീഘ്രമായും അധികമായുമുള്ള ഫലത്തെ ജനിപ്പിച്ചു. മുമ്പോട്ടു നീണ്ട് അകത്തോട്ടു വളഞ്ഞിട്ടുള്ള താടി വിടുർത്തി ചിരിച്ചുകൊണ്ടും കരുണയോടുകൂടി സുഭദ്രയെ നോക്കീട്ടും "നാല്പത്തിയേഴോ എട്ടോ തന്നെ കുഞ്ഞേ," എന്നുത്തരം പറഞ്ഞു. "പ്രത്യക്ഷമായി ഇനി സംസാരിക്കാം. പാടേ ഒന്നിളക്കിമറിക്കണം. അപ്പോൾ പുറത്തു ചാടും. അനുകൂലമായ ഉത്തരമായിരിക്കുമോ എന്തോ?" എന്നിങ്ങനെ വിചാരിച്ചുകൊണ്ട് "ഇവിടെക്കേറി മോഷ്ടിച്ചതാരാണ്? പറയണം" എന്നു സുഭദ്ര ഗൗരവത്തോടുകൂടി ചോദിച്ചു. ചില ചെറുമുൾച്ചെടികൾ വാടിച്ചായും പോലെ ആശാന്റെ മുഖം വാടിയുരുണ്ടു.

സുഭദ്ര: സത്യം പറയണം. മടിക്കണ്ട. ഓഹോ! ആശാന് ഈ വീട്ടുകാരെക്കുറിച്ചുള്ള കൂറ് ഇങ്ങനെയാണോ? ഉചിതം വേണം മനുഷ്യരായാൽ. വെറുതെ ചോറു തിന്നുമുടിച്ചാൽ മാത്രം പോരാ. ആശാനെ ബഹുയോഗ്യനെന്നു വിചാരിച്ചതു പോയി. കാര്യം തിരിഞ്ഞിരിക്കുന്നത് ഇങ്ങനെയാണോ? ഇന്നലത്തെ വിറയലും ആശാന്റെ സവാരികളും ആരും കണ്ടില്ലെന്നായിരിക്കും. ആയുധപ്പുരസൂക്ഷിപ്പുകാര് ഈയിട തേവർതന്നെ ഭണ്ഡാരം മുറിക്കുന്ന സമ്പ്രദായം പഠിച്ചിരിക്കയാണ്.

ആശാൻ മുങ്ങി ശരീരമാസകലം വിയർത്ത് കിടുകിടെ വിറച്ചുതുടങ്ങി. കണ്ണിൽ അശ്രുക്കളും നിറഞ്ഞു. തൊണ്ട വിറച്ചുകൊണ്ട് ഇങ്ങനെ പറഞ്ഞു: "ഞാൻ കണ്ടതോ കേട്ടതോ? നാക്കിൽപ്പടച്ചതൊക്കെ കേപ്പിൻ. ആർക്കെന്തു ശേതം?"

സുഭദ്ര: ചെമ്പകത്തെ ഉരുട്ടി അയയ്ക്കാമെന്നോ? വലിയ നിലവറയുടെ പടിഞ്ഞാറേ വാതിൽ ഇന്നും തുറന്നുകിടക്കുന്നു. അതിന്റെ പൂട്ട് അകത്താണ്.

ആശാൻ: വേണ്ടതും വേണ്ടാത്തതും പിള്ളയ്ക്കു കേട്ടിട്ട് ഇപ്പം എന്തു വേണം? ഞാൻ കേറി മോട്ടിച്ചെന്നോ കൊണ്ടരണത്?

സുഭദ്ര: ചോദിക്കുന്നതിന് ഉത്തരം പറയണം. നാലാന്നാൾ രാത്രി ഈ ആയുധപ്പുരയുടെ താക്കോൽ ആശാന്റെ പക്കൽത്തന്നെ ഇരുന്നോ?" ഈ ചോദ്യം കേട്ടപ്പോൾ സുഭദ്ര സംഗതി മുഴുവൻ ഗ്രഹിച്ചു കൊണ്ടു ചോദിക്കുകയാണെന്ന് ആശാന് നിശ്ചയമായെങ്കിലും ഒന്നുകൂടി ഒഴിഞ്ഞു നോക്കുക എന്നുള്ള വിചാരത്തോടുകൂടി "പെണ്ണുങ്ങക്ക് ഇതിലൊക്കെ എന്തരാണ് കാര്യം? തവായിയെപ്പോലെ അല്ലയോ ശോദ്യങ്ങള്!" എന്നു പറഞ്ഞു.

സുഭദ്ര: വരണം, ആണുങ്ങളെക്കൊണ്ടു ചോദിപ്പിക്കാം. മൂത്തപിള്ളമ്മാവന്റെ അടുത്തു പോകാം.

ആശാൻ: വേണ്ട പിള്ളേ, എന്തരു വേണോ പറയാം. എന്നെ ഇട്ടലമാറടിക്കാതിൻ, ചീവനേയുംകൊണ്ടു പാട്ടുക്കു കെടന്നോട്ട്.

സുഭദ്ര: അങ്ങനെ-സത്യം പറഞ്ഞേക്കണം അന്ന് ഇവിടെ വിശേഷിച്ച് ആരുണ്ടായിരുന്നു? അയാൾ അറപ്പുരയ്ക്കകത്തു കടന്നതെങ്ങനെ? ആശാൻ ഓടിനന്നിട്ട് എന്തു സാധിച്ചു?

ആശാൻ: പൊന്നുകുഞ്ഞേ, ഒള്ളതു പറയാം. മുടിഞ്ഞുപോണ കാലത്തിന്, എന്തരു പറയണത്? അവന്റെ തലയിൽ ഇടിവീഴാൻ വന്നുകേറി ഒള്ളതൊക്കെ മോട്ടിച്ച്, എന്റെ കുഞ്ഞിനേയും ചതിച്ച്, മാവാവി ഇപ്പേരും കേപ്പിച്ചു-ഞാൻ മോട്ടിച്ചെന്ന്.

ഇത്രയും പറഞ്ഞിട്ട് പണ്ട് ശ്രീപരമേശ്വരൻ ദേവകളോടും മറ്റും കയർത്തു കഠിനതപോനിഷ്ഠയിൽ സ്ഥിതിചെയ്തതുപോലെ ആശാൻ പഞ്ചേന്ദ്രിയങ്ങളേയും അടക്കി, വൈരാഗ്യം അവലംബിച്ച് മൗനിയായി ഇരുന്നു. ആശാന്റെ സമാധിലംഘനത്തിനായി സുഭദ്ര തന്റെ കൂർത്തു മൂർത്തുള്ള വാക്കുകളാകുന്ന പുഷ്പശരങ്ങൾ പ്രയോഗിച്ചു: "ശരി, ശരി, വെറുതെയാണോ അപവാദങ്ങൾ ഉണ്ടാക്കിയത്? മോഷ്ടിച്ചവനെ ആശാൻ അറിയുമെന്ന് ഇപ്പോൾ സമ്മതിച്ചല്ലോ. ഇത്രയും അറിഞ്ഞതുമതി. ശേഷം രണ്ടു നാഴികയ്ക്കകത്തു ഞാൻ അറിഞ്ഞേക്കാം. യോഗ്യൻ! യോഗ്യൻ! (ഹാസ്യമായി ഓരോ വാക്ക് നെഞ്ചത്തു തറയ്ക്കുംവണ്ണം) പരമയോഗ്യൻ! ഹ-തങ്കത്തിനോട് ഇങ്ങനെ ചെയ്ത ആളിനെത്തന്നെ ഈ വീട്ടിലെ കാരണവരാക്കി വച്ചിരിക്കുന്നല്ലോ! നാല്പതു കാശിസ്നാ-"

'കാശി' എന്നുള്ള വാക്കായപ്പോൾ ആശാന്റെ സിദ്ധാന്തത്തിനു വല്ല ദിവ്യമന്ത്രവും പ്രയോഗിക്കപ്പെട്ടതുപോലെ ഭംഗം വന്നു. 'ആ' എന്ന് ഒന്ന് അലറിക്കൊണ്ട് "തപ്പരവി തപ്പരവി കെഴട്ടു കെഴവന്റടുത്തല്ലയോ മല്ലു വെട്ടാൻ വന്നു കേറീരിക്കണത്" എന്നു ലോകത്തോടൊരു അപവാര്യ ആയിട്ടു പറഞ്ഞു.

സുഭദ്ര: "അലറണം; തുള്ളിയാൽ ആരു വകവയ്ക്കും? സുന്ദരയ്യനും ആശാനുമായി ഭേദമെന്താണ്? ഞാൻ പറയാനുള്ളേടത്തു പോയി പറയാം. വെറുതെ ആരാനോടും ശണ്ഠപിടിക്കുന്നതെന്തിന്?" എന്നു പറഞ്ഞുകൊണ്ട് ആയുധപ്പുരയ്ക്കു പുറത്തിറങ്ങാൻ ഭാവിച്ചു. കോപിച്ചും ശാസിച്ചും ആക്ഷേപിച്ചും ഭയപ്പെടുത്തിയും ശണ്ഠതുടങ്ങിയിട്ടും കുലുങ്ങാതെ ഇരുന്ന ആശാൻ സുഭദ്ര പുറത്തിറങ്ങാൻ തുടങ്ങിയപ്പോൾ വൃദ്ധന്റെ പ്രായത്തിന് ഏറ്റവും ആശ്ചര്യപ്പെടേണ്ടതായ വേഗത്തിൽ എഴുന്നേറ്റ് സുഭദ്രയെ തടഞ്ഞുനിർത്തി: "അ-കു-കുഞ്ഞിനെപ്പോലെ നല്ല കുഞ്ഞ് ആരൊണ്ട്? എക്കൊരു കുറച്ചിലു വന്നുപോയി. വെളീപ്പറയൂല്ലെങ്കിൽ എല്ലാം പറയാം. ചത്ത് കരിപറക്കണ കഴുവേറി പോണവഴിക്കു പുല്ലുപോലും കുരുക്കൂല്ല."

സുഭദ്ര: എന്നോടു പറയുന്ന സ്വകാര്യം ഭദ്രംതന്നെ.

ആശാൻ: നല്ല പിള്ള-നല്ല പിള്ള. അന്ന് എക്കൊരു കിയുമത്ത് പറ്റി. ഒരു കാശിവാതി ആ മഴേത്തും കാറ്റത്തും വന്ന് ഇവിടെ കേറി. ചെറുപ്പം, ഒരിക്കലോ മറ്റോ കണ്ടിട്ടുമൊണ്ട്. എക്കൊരു ദശാവു തോന്നി. നെരിപ്പോടിന്റെ അടുത്തിരുന്നു വെറയ്ക്കിണ കണ്ടാണു ദശാവു തോന്നിയത്.

അവന്, വേതാന്തങ്ങളും ചാത്രങ്ങളും യോഹമൊറകളും പച്ചവെള്ളം കുഞ്ഞേ, പച്ചവെള്ളം. ഈ വേദാന്തപ്പരിഷകളെ ഒണ്ടല്ലോ കുടിക്കണ വെള്ളത്തിൽപ്പോലും വിച്വതിച്ചൂട. മുന്തി അറുക്കണ കാക്രോടമ്മാര്! എന്റെ കുഞ്ഞു വെളിയിപ്പറയരുതേ. എന്റെ ചെമ്മാന്ത്രത്തിലും ഇങ്ങനെയുള്ള പോക്കണക്കേടു പറ്റീട്ടില്ല."

ആശാൻ മനസ്സിളകി സത്യം പറയുന്നതു വല്ല ചോദ്യത്താലോ മറ്റോ തടസ്സപ്പെടത്തിയാൽ സാരമായ സംഗതികളേയോ അറിവുള്ള വൃത്താന്തം മുഴുവനേയുമോ മറച്ചേക്കുമെന്നുള്ള ശങ്കകൊണ്ട് സുഭദ്ര കേമനായ ഒരു പോലീസ് ഉദ്യോഗസ്ഥനെപ്പോലെ തെളിഞ്ഞ കുറ്റസമ്മതം ഉജാറായി കേൾക്കുന്ന നാട്യത്തിൽ നില്ക്കുകയായിരുന്നു. രണ്ടാമതും കള്ളക്കുതിരകളെപ്പോലെ പുറകോട്ട് അടിവച്ചു തുടങ്ങിയതുകണ്ട് ആശാനു ധൈര്യം വരത്തക്കവണ്ണം സുഭദ്ര സത്യവും ചെയ്തു കൊടുത്തു.

ആശാൻ: മതി, അതു മതി. ഇനി എല്ലാം പറയാം. ആ മഴയത്ത് ഞാൻ എന്തര് ചെയ്യും കുഞ്ഞേ? എന്റെ ഏഴരാണ്ടച്ചനിക്ക് അവന്റെ പൊക്കണത്തീന്ന് അവൻ എന്തരു എടുത്തു തിന്നു. വാശുവിനു കൊള്ളാമെന്നു പറഞ്ഞു. തന്യാഥി അല്ലയോ? എന്റെ കെരവപ്പിഴയ്ക്ക് മുടിഞ്ഞു പോവാനക്കൊണ്ട് ഞാനും ഇത്തിരി ഒരെള്ളോളം വാങ്ങിച്ചുതിന്നു. കുഞ്ഞു ചിരിക്കണു. വെളിയി-അയ്യോ! പൊയിലച്ചാതം എറങ്ങിയാക്കൂടയും പഞ്ചിപ്പാലറുതി എക്ക് വെളിയിലെടുക്കും. അന്നു തിന്നെന്നേ ഒള്ളു. പിന്നെ ചെവിത്തയുമില്ല ചെണ്ടയുമില്ല. നേരംവെളുത്തതുമാത്രം അറിഞ്ഞു. അവൻ-ആ വെട്ട തൊറന്നുപോണ ഈ നാഞ്ചാത്ത-അവൻതന്നെ മോട്ടിച്ചത്. എന്റെ ചെല്ലപ്പിള്ളയെ മായപ്പൊടി ഇട്ടു മയക്കിയാണു നാക്കില്ലാതെ ആക്കിയത്. കേപ്പിൻ കുഞ്ഞേ; ഇതാണ്ടെ, ഈ കാണുന്ന ഉള്ളറയിലെ താക്കോല് എന്റെ തലയ്ക്കൽ വച്ചിരുന്നു. നേരം വെളുത്തു നോക്കിയപ്പം അതൊണ്ടു പൂട്ടിലിരിക്കുണു. അവൻ-നാരായണ! അവന്റെ വേദാന്തങ്ങള് മുടിഞ്ഞുപോണേ പഹവാനേ!

കാശിവാസി എന്നു പറയപ്പെട്ട ആൾ അറപ്പുരയ്ക്കകത്തു കടന്നു എന്നും മോഷ്ടിച്ചു എന്നും ആശാന്റെ തെളിവിനാൽ സുഭദ്രയ്ക്കു ബോദ്ധ്യം വന്നു. കുറച്ചുനേരം ആലോചിച്ചുനിന്നിട്ട്, "ആശാൻ ഉണരുന്നതിനു മുമ്പു പൊയ്ക്കളഞ്ഞോ?" എന്നു ചോദിച്ചു.

ആശാൻ: പിന്നേ! മോട്ടിച്ചതുകൊണ്ട് ഇവിടെ നിക്കുമോ?

സുഭദ്ര: ഇതിനു മുമ്പിൽ അയാളെ കണ്ടിട്ടുണ്ടോ?

ആശാൻ: ഒണ്ട്-ഇല്ലേ വഴിയില് ഒരു തന്ത്യയ്ക്കു നിക്കണതു കണ്ടു.

സുഭദ്ര: ഈ വീട്ടിൽ ആരെയെങ്കിലും കുറിച്ച് എന്തെങ്കിലും ആശാനോടു ചോദിക്കയോ പറകയോ ചെയ്തോ?

ആശാൻ: യേങ്ഹെ, ഒരു വാക്കുപോലും ഇല്ല.

സുഭദ്ര: ചെറുപ്പമോ, അതോ?

ആശാൻ: ചെറുപ്പം-എരട്ടക്കരളുവച്ച ഒറ്റയാനെപ്പോലെ-പീപ്പന്നിമാടൻ.

സുഭദ്ര: നിറം?

ആശാൻ: അകംപോലെ പെറവും കറുപ്പ്. ചാമ്പപ്പറയനേ ചാമ്പപ്പറയൻ! കണ്ണും കാലും കറുത്ത എന്തൊരുത്തൻ. വെട്ടിക്കുരുതി കഴിച്ചൂടണം, അതാ!

സുഭദ്ര: (ആത്മഗതം) എന്നാൽ തമ്പിഅദ്ദേഹം കണ്ട ആളായിരിക്കാൻ വഴിയില്ല. പ്രേതമാകുമ്പോൾ പക്ഷേ, കറുക്കുമോ? ആർക്കറിയാം?" (പ്രകാശം) അവനെ കണ്ടിട്ട് വല്ലോരുടേയും ഛായ ആശാനു തോന്നിയോ?

ആശാൻ: (ആലോചിച്ചിട്ട്) "പറയാം. ഒരു ക്നാവുപോലെ തോന്നുണു. പിന്നെ, നമ്മുടെ-ഛീ, അല്ല ഒണ്ടെങ്കില്, വാക്കു കേട്ടാൽ നമ്മുടെ-അതുമല്ല."

സുഭദ്ര: (ആത്മഗതം) ആശാനു പരിചയമുള്ള സ്വരൂപവും സ്വരവും ആണ്; സംശയമില്ല. ആരായിരിക്കാം? അതു തീർച്ചയായെങ്കിൽ മതി. മോഷ്ടിക്കാൻ കടന്ന ആളാണെങ്കിൽ തമ്പിഅദ്ദേഹത്തെ തടുക്കുമോ? അതുമല്ലാതെ, ഈ വീട്ടിന്റെ കിടപ്പെല്ലാം അറിഞ്ഞ ആളാണ്. എന്തുമറയി ഞാൻ? കഴക്കൂട്ടത്തു ചേട്ടനാണ്; അതാണു യോഗത്തിലെ ദേഷ്യമെല്ലാം. ആഭരണങ്ങൾ എടുത്തു കൈക്കലാക്കി എന്നേയുള്ളു, ഇവരെ ഭയപ്പെടുത്താൻ. ഇപ്പോൾ തങ്കത്തിന് ഇങ്ങനെ വന്നതുകൊണ്ട് വല്ലാതെയുമുണ്ട്. അതാണു തങ്കത്തിന്റെ ദീനചികിത്സയ്ക്ക് എല്ലാ ചെലവും താൻ ചെയ്തുകൊള്ളാമെന്നു പറഞ്ഞത്. (പ്രകാശം) "ഇന്നലെയും മറ്റും ആശാൻ ചുറ്റിനടന്നത് എവിടെയാണ്?"

ആശാൻ: അവനെ തപ്പരവി നടന്നു.

സുഭദ്ര: എന്നിട്ടു കണ്ടോ?

ആശാൻ: ഇന്നലെ തൂരെവച്ചു കണ്ടു. ലവിടെ ഇല്ലെപ്പട്ടാണിപ്പേട്ടയില്.

സുഭദ്ര: തീർച്ചയാണോ? അയാളെത്തന്നെ എന്നു നിശ്ചയമുണ്ടോ?

ആശാൻ: ഇതു കുഞ്ഞുതന്നെ എങ്കില്, കണ്ടത് അവനെത്തന്നെ.

സുഭദ്ര: അവനെത്തന്നെയാണു കണ്ടതെങ്കിൽ ആശാൻ ഇന്നും ഒന്നു പോയന്വേഷിക്കണം. ആശാനെ അവൻ കണ്ടോ?

ആശാൻ: കണ്ടു; എന്നെ മിഴുമിഴാ നോക്കി.

സുഭദ്ര: (ആത്മഗതം) കഴക്കൂട്ടത്തു ചേട്ടനല്ല. (പ്രകാശം) "ആശാൻ കണ്ടിരിക്കുന്ന സ്ഥിതിക്ക് മോഷ്ടിച്ചത് അവനാണെങ്കിൽ ഇനി അവിടെ കാണുകയില്ല. അവിടെ ഉണ്ടോ എന്നു നോക്കിക്കൊണ്ടുവരണം. ആശാൻതന്നെ പോകണം.

ആശാൻ: ആ നീശക്കൂട്ടത്തില് എക്കു വയ്യ പോവാൻ.

സുഭദ്ര: (ആത്മഗതം) ആശാനെ ഉറക്കാൻ കൊടുത്ത മരുന്നു

പോലെ എന്തോ തങ്കത്തിനെ ഉറക്കാനും കൊടുത്തു. എന്നിട്ടായിരിക്കാം മോഷ്ടിച്ചത്. എന്നാൽ വിദ്വാനെ തമ്പിയദ്ദേഹവും ആശാനും കണ്ടിരിക്കുന്ന സ്ഥിതിക്ക് കടന്നുകളയേണ്ടതല്ലായിരുന്നോ? ആശാൻ കാണുക തന്നെ വേണം. മറ്റുള്ളവരെ അയച്ചുകൂടാ; അന്യൻ ഈ അറപ്പുരയ്ക്കകത്തു കടന്നു; പട്ടാണി ആണ്; തങ്കത്തിനെ മയക്കി എന്നൊക്കെ വന്നാൽ വലിയ കുറച്ചിൽ! പാടില്ല; എന്നെപ്പറയുന്ന ആളുകൾ വല്ലതും സംഗതി കിട്ടിയാൽ, തങ്കത്തിനേയും ദുഷിക്കും. വേണ്ട, മറ്റാരും വേണ്ട; ആശാൻതന്നെ പോണം. കഞ്ചാവിന്റെ കഥ പുറത്തുവരുമെന്നു ഭയന്ന് ഒന്നും പുറത്തു പറകയില്ല. (പ്രകാശം) ആശാൻ ഇങ്ങനെ തർക്കം പറയരുത്. തങ്കത്തിന്റെ ദണ്ഡം രണ്ടു ദിവസംകൊണ്ടു ഞാൻ ഭേദമാക്കിത്തരാം.

ആശാൻ: പൊന്നുതന്നെ കെട്ടിത്തന്നാലും ഇല്ല. തിരുമുകത്തെപ്പിള്ളേടെ കാര്യത്തിപ്പോലെ എക്കു വയ്യ അടിച്ചോണ്ടു നടപ്പാൻ.

സുഭദ്ര: കഞ്ചാവും കറുപ്പും തിന്നാൻ കഴിയുമോ?

ആശാൻ: അതാണ്ടെ, പറഞ്ഞതേ എക്കു വെന; ഞാൻ പോവാം പിള്ളേ, പോവൂല്ലെന്നു പറഞ്ഞോ വല്ലോരും?

സുഭദ്ര: പോയി ആളിന്റെ തരം, നിറം, വയസ്സ് ഇത്രയും നിശ്ചയപ്പെടുത്തി വരണം. ഒന്നുമില്ലെങ്കിൽ കണ്ടിട്ടു വന്നാൽ മതി. തരമുണ്ടെങ്കിൽ തങ്കത്തിന്റെ ദീനസംഗതി, മോഷണക്കാര്യം ഇതുകളും പറഞ്ഞുകേൾപ്പിക്കണം.

ആശാൻ: ഒരു വാക്കു തപ്പൂല്ല. ലതു തിന്നത് ഇനിയെങ്കിലും മിണ്ടല്ലേ.

സുഭദ്ര: ഞാനോ, ഒരുകാലം-ആശാൻ ഇത്ര സംശയിക്കുന്നതെന്തിന്.

ആശാൻ: കുഞ്ഞു പറയൂല്ല; എക്കറിയാം. ഒരു മിടാന്തു വെള്ളപ്പഴിഞ്ഞി വെള്ളവും മോന്തിക്കൊണ്ട് ഇതാ നടന്നു.

സുഭദ്ര: അവനോട് ഓരോ കാര്യങ്ങൾ പറയുമ്പോൾ കേട്ടാലുണ്ടാകുന്ന മുഖഭാവങ്ങൾകൂടി നോക്കിക്കൊള്ളണം.

ആശാൻ: അതൊക്കെ എക്കറിയാം. ഒന്നും പറഞ്ഞുതരണ്ട.

സുഭദ്ര: മിടുക്കനല്ലയോ! ഞാൻ ചോദിക്കുന്നതിനെല്ലാം ഉത്തരം പറയണം.

ആശാൻ: പള്ളീപ്പിള്ളരെപ്പോലെ.

അബദ്ധത്തിൽ ലഹരിപദാർത്ഥം ഭക്ഷിച്ചുപോയതു ഗോപ്യമായി വച്ചുകൊള്ളണമെന്നു പിന്നെയും അപേക്ഷിച്ചിട്ട് ആശാൻ ആയുധപ്പുര പൂട്ടിക്കൊണ്ട് വടക്കേക്കെട്ടിലേക്കു യാത്രയായി.

സുഭദ്ര: മഹാശുദ്ധൻ! കള്ളിൽ കുളിച്ചു വഴിയിൽ ഇറങ്ങുന്നവർക്ക് ഈ അഭിമാനം വല്ലതുമുണ്ടോ? അറിയാതെ വന്ന അബദ്ധത്തെ പുറത്താക്കാൻ മടിച്ച് തനിക്ക് എത്രയും പ്രിയമുള്ള ആളിനു നേരിട്ടിരിക്കുന്ന ആപത്തിനു മോചനം വരുത്താൻ അവശ്യം അറിയേണ്ടതായ സംഗതി

കളെയും മറച്ചുകൊണ്ട് ഭ്രാന്തനെപ്പോലെ ഒന്നും പാടില്ലാതെ ഉഴലുന്നു. ആട്ടെ, ഈ എഴുത്തിനെ വായിക്കതന്നെ. എന്നിങ്ങനെ വിചാരിച്ചുകൊണ്ട് താൻ മുമ്പിൽ കണ്ടുപിടിച്ച എഴുത്തിനെ എടുത്ത് രണ്ടുമൂന്ന് ആവൃത്തി വായിച്ചു. "എന്തു കൃത്രിമം! എന്തു കള്ളം! കഷ്ടം! കഷ്ടം! ഇത് എല്ലാം അദ്ദേഹം വിശ്വസിച്ചല്ലോ! അദ്ദേഹം കീർത്തിമാനാണെങ്കിലും ശുദ്ധനാണ്. അല്ലേ, ഈ വ്യാജം അറിവാൻ പാടില്ലാത്ത ആളായിപ്പോയല്ലോ! തിരുമുഖത്തെ അദ്ദേഹം ഈ രാജ്യത്തിന് ഒരു രത്നമാണുപോലും! മഹാബുദ്ധിമാൻ, സമർത്ഥൻ, തമ്പുരാക്കന്മാരുടെ കണ്മണി. വലിയ സർവ്വാധിയും ആയിരുന്നു. സുന്ദരം പട്ടരുടെ തിരക്കിൽ പെട്ടപ്പോൾ മഹാമോശം! അദ്ദേഹം ഈ കള്ളങ്ങൾ വിശ്വസിച്ച സ്ഥിതിക്ക്, ഈ എഴുത്തിനെ തങ്കം വിശ്വസിച്ചു എന്നു വിചാരിക്കുന്നതിൽ എന്താണ് ആശ്ചര്യം? വിശ്വസിക്കുന്നില്ലെന്ന് അമ്മയോടു പറഞ്ഞത് ആത്മവഞ്ചനയുടെ ഒരു വകഭേദം; അത്രേയുള്ളു. ഇതു വിശ്വസിച്ചു വ്യസനിച്ചിരിക്കുമ്പോൾ തമ്പി അദ്ദേഹത്തിനെക്കൊണ്ടുചാടിച്ച അമ്മ എന്തു ദുർമ്മോഹിയാണ്!" ഇപ്രകാരം ആലോചിച്ച് എഴുത്തിനെ പൂർവ്വസ്ഥിതിയിൽ ഒളിച്ചുകൊണ്ട് അറപ്പുരയിലേക്കു മടങ്ങിച്ചെന്നു.

പത്തുനാഴിക പുലർച്ച ആയപ്പോൾ മുതൽ സുഭദ്ര ആശാന്റെ വരവു നോക്കിത്തുടങ്ങി. അധികം താമസിക്കുന്നതിനാൽ എന്തോ വിശേഷസംഗതിയുണ്ടെന്ന് ആ സ്ത്രീക്കു നിശ്ചയമായി. ഉച്ചതിരിഞ്ഞു തുടങ്ങിയപ്പോൾ ആശാൻ വാടി വിയർത്തു ക്ഷീണിച്ചു തിരിച്ചെത്തി ആയുധപ്പുരയ്ക്കകത്തു കടന്നു കിടപ്പായി. സുഭദ്ര ക്ഷണത്തിൽ മുമ്പിലെത്തി. "കണ്ടോ ആശാനേ?" എന്നു ചോദ്യം ചെയ്തു. ആശാൻ, "കണ്ടു, കണ്ടു" എന്ന് ഉന്മേഷത്തോടുകൂടി പറഞ്ഞു.

സുഭദ്ര: സംസാരിച്ചോ?

ആശാൻ: ഓഹോ! ഞാൻ പെയ്യാ ചുമ്മാ വരുമെന്നോ?

സുഭദ്ര: അതുണ്ടോ! ആശാൻ ഏതു കെങ്കേമൻ! സാധാരണ മനുഷ്യരേയും ആശാനേയും സാമ്യംകൂട്ടാമോ? പറയണം. നടന്ന കഥയെല്ലാം ഭാരതംപോലെ വിസ്തരിച്ചു പറയണം.

ആശാൻ: പിന്നെ ഒണ്ടല്ലോ, ഇവിടുന്ന് അവിടെച്ചെന്നപ്പോഴൊണ്ടല്ലോ, ഒരു പട പട്ടാണിത്തുലുക്കമ്മാര്. ഓരോരുത്തരു മെക്കിട്ടുകേറി നിക്കണു, കാണാനും കൊള്ളാം. ഞാൻ ഒരു വഴി ചെന്ന് അങ്ങു കേറിയപ്പം ഒരു കൊച്ചുപിള്ളത്തുലുക്കൻ വന്ന് 'ഇങ്ങനെ, ഇവിടെ പെണ്ണുങ്ങളിരിക്കണടം' എന്നു പറഞ്ഞു വിളിച്ചു. ഞാൻ അവന്റെ അടുത്തു ചെന്ന് 'കാശിവാതി എവിടെ?' എന്നു ചോദിച്ചു. 'എന്തിനെ'ന്ന് അവൻ. 'കണ്ടാലക്കൊണ്ടു പറയാ'മെന്നു ഞാൻ. അവൻ തുപ്പായി ആണുപോലും. നമ്മുടെ മൊഴി അവനേ അറിയാവൂ. കിളിപ്പിള്ളപോലെ വാക്ക്. ഹാ! അവൻ അകത്തു ചെന്ന് കാശിവാതിയെ ഒടുക്കം പറഞ്ഞയച്ചു. കുഞ്ഞേ, ഞാനൊന്നു പറയാം. കെഴവനു പറ്റിയതെല്ലാം പറ്റി. മോട്ടിച്ചത് അവനല്ല, ഈ കാര്യം പറഞ്ഞപ്പംതന്നെ അവൻ കരഞ്ഞു തുമിച്ചു പൊടിച്ചുകളഞ്ഞു. തോഴ

മൊണ്ട്, അവനാണെന്നു പറഞ്ഞാലക്കൊണ്ട്. നല്ല പിള്ള! അവനും നല്ല കറുപ്പുതന്നെ.

സുഭദ്ര: (ആത്മഗതം) ഒന്നുകിൽ വലിയ കള്ളൻ. അല്ലെങ്കിൽ യദൃച്ഛയാ ഇവിടെ വന്നു, മോഷ്ടിച്ചതു വേറെ ആൾ. നിറം കറുപ്പാകകൊണ്ട് എന്റെ ഊഹം തെറ്റാണ്. കരഞ്ഞതെന്തിന്? തന്റെമേൽ കള്ളം ആരോപിക്കപ്പെട്ടതുകൊണ്ടോ? അത്ര സാധുശീലനോ? അല്ല, എന്തോ ഉണ്ട്." (പ്രകാശം) "ദീനത്തിന്റെ സംഗതിയും പറഞ്ഞോ?

ആശാൻ: പറഞ്ഞു, പറഞ്ഞു. അതു കേട്ടപ്പം അവൻ അങ്ങു കൊച്ചുങ്ങളെപ്പോലെ ഏങ്ങിക്കരഞ്ഞു. ഉടനെ എക്കും കണ്ണിക്കൂടെയും മൂക്കിക്കൂടെയും കുടുകുടാ എടുത്തൂട്ടു പിള്ളെെം." (മുമ്പിലത്തെ അദ്ധ്യായത്തിൽ വിവരിച്ചതുപോലെ മുഹമ്മദീയർ ഭക്ഷണത്തിനിരിക്കുന്നതിനിടയിൽ നടന്ന സംഗതിയാണിത്.) "നല്ല മനുക്ഷേരെക്കുറിച്ച ദശാവുള്ളവൻ ആ അവൻ എന്നെത്തടവി, കൈ പിടിച്ചു മുറുക്കി കുലുക്കി. നല്ല മൂക്കുകണ്ണാടി വേണമോ എന്നു കേട്ടു കുഞ്ഞേ, നമ്മുടെ ആളുകളുക്കേ ഈ വലിപ്പങ്ങളും മറ്റുമൊള്ളു. തുപ്പായി ഇട്ടിരിക്കണത് പൊന്നുടുപ്പ്. എന്നിട്ട് എന്നെ ഇങ്ങനെ ഒക്കെ ചെയ്തില്ലയോ? അവന്റെ മീശ മുറുക്കി വച്ചിരിക്കണു കുഞ്ഞേ, കുരുകുരാക്കേറി നിക്കുണു. എന്റെ പാവങ്ങളു കണ്ട് അവനും കരഞ്ഞു. ഇല്ല. അവനും ചുമ്മാ എള്ളോളം കരഞ്ഞ പോലെ എക്കു തോന്നി. എന്തിനു വന്നെന്ന് അവൻ കേട്ടു. കാശിവാതിയെ കണ്ടാലേ പറയൂന്ന് ഒരേ പിടി പിടിച്ചോണ്ടു ഞാൻ. പിന്നെ അവൻ അകത്തുപോയി. നിന്നുനിന്നു കാലും തളർന്നു. കാശിവാതിയെക്കണ്ടപ്പം തളച്ച തീന്നു.

സുഭദ്ര: (ആത്മഗതം) വിഷമിച്ചു ഇക്കഥ കേട്ട്. ഒന്നു നിശ്ചയമാണ്. ഇവരിൽ ആർക്കോ ഈ വീട്ടിനെക്കുറിച്ച് അറിവുണ്ട്. അല്ലെങ്കിൽ മോഷ്ടിക്കുവാൻ വന്നിരിക്കുന്ന കൂട്ടമാണ്. എല്ലാം അന്വേഷിച്ചറിഞ്ഞിട്ടുണ്ട്. (പ്രകാശം) ദ്വിഭാഷിയെ രണ്ടാമതു കണ്ടോ ആശാനേ?

ആശാൻ: ഇല്ല. അവന്റെ എള്ളുംപൂമൂക്കു കാണാൻ എക്കിപ്പവും കൊതി.

സുഭദ്ര: അയാൾ കരഞ്ഞോ? നല്ലതിന്മണ്ണം ഓർമ്മിച്ചുനോക്കണം.

ആശാൻ: ഛീ! ഛീ! അവൻ മല വന്നു വിഴുന്നാലും അനങ്ങൂല്ല. എന്നെക്കണ്ടപ്പം മാത്രം, എന്തോ ഒന്നിത്തിരി വല്ലാതെ ആയി. പിന്നെ ഒന്നുകൂടി അവന്റെ കൈ എന്റെ മേത്തു വച്ചപ്പം എന്തരു ചൂട്! രാപ്പനിയുള്ള കൂട്ടമാണ്. വെള്ളമില്ലാത്ത രാച്യക്കാറല്ലേ?

സുഭദ്ര: ആശാനെ കണ്ടപ്പോൾ വ്യസനിക്കാൻ സംഗതി എന്ത്? അയാൾക്കു ഭ്രാന്തായിരുന്നോ?

ആശാൻ: സത്യം പറയാം. അവനെക്കണ്ടപ്പം ഞാൻ കരഞ്ഞുപോയി. ചത്തവരു തിരിച്ചുവന്നോ എന്നെക്കു തോന്നി.

ഈ വാക്കുകൾ കേട്ട് സുഭദ്ര ഞെട്ടി അരനാഴികനേരം മിണ്ടാതെ നിന്നു. (ആത്മഗതം) "ഇനി സംശയിക്കാനില്ല. കാശിവാസിയെ ഇവിടെ

അയച്ചതു ദ്വിഭാഷിയാണ്. ജാതി മാറിപ്പോയി. ആഭരണങ്ങളെയും കൊണ്ടു പോയി. ഒരു ഓർമ്മയ്ക്കായി തട്ടിച്ചു. കഷ്ടമായി ആകപ്പാടെ. എന്തിനു തിരക്കുന്നു? ആദ്യമേയുള്ള എന്റെ സംശയം ഇപ്പോൾ സ്ഥിരപ്പെട്ടു. രണ്ടാമത്തെ സംശയവും ശരിയായിരിക്കുന്നു. ഇനി അന്വേഷിക്കേണ്ട. ചികിത്സിച്ചാൽ മതി. പോയതെല്ലാം പോട്ടെ. ഇപ്പോൾ ഉള്ള വിശ്വാസത്തോടുകൂടിത്തന്നെ എല്ലാവരും ഇരിക്കട്ടെ. തമ്പിഅദ്ദേഹത്തിന് ആളിന്റെ ഛായ ശരിയായി തോന്നിയതിന്റെ കാര്യവും മനസ്സിലായി. ദ്വിഭാഷികൂടി വന്നിരുന്നു. അയാളാണ് അകത്തു കടന്നത്. കണ്ടാൽ ആൾ അറിയുമെന്നു വിചാരിച്ച് ആശാന്റെ മുമ്പിൽമാത്രം ചെന്നില്ല." (പ്രകാശം) "പിന്നെ എന്തെല്ലാമായിരുന്നു ആശാനേ? ദ്വിഭാഷിമേത്തൻ ബൗദ്ധനാണ്. എവിടന്നു വന്നവനോ? നമുക്ക് അവന്റെ കാര്യമൊന്നും അറിയേണ്ട. അവൻ പറഞ്ഞതെല്ലാം പറയണം."

ആശാൻ: കുഞ്ഞ് എല്ലാം അറിഞ്ഞതുപോലെ കേക്കണു. നാരായണ! അടുത്തു വരിൻ–പപ്പനാവ! രാമ രാമ! എന്തരു കാലമോ? കലിമുറ്റിയാലും ഇങ്ങനെ വരുമോ?

സുഭദ്ര: എന്താണാശാനേ? പറയണം.

ആശാൻ: കാശിവാതി ഒരു കാര്യം പറഞ്ഞു. ഒരു പട്ടര് അവിടെനിന്നു നഞ്ചു വാങ്ങിച്ചോണ്ടു പോന്നെന്ന്. നഞ്ചല്ലപോലും കൊടുത്തത്. ചെവന്ന മത്താപ്പുപൊടിയേ കൊടുത്തൊള്ളുപോലും. തങ്കത്തിനും വെഴം കൊടുക്കാനാണ്. വെളിയിലാരെ അടുത്തും പറയരുതെന്നു പറഞ്ഞു. (യുവരാജാവിനു കൊടുക്കാനായി വാങ്ങിയതാണെന്ന് ഹാക്കിം ഊഹിച്ചു വിഷമാണിത്.) 'തമ്പി അങ്ങത്തെ അവിടുന്ന് എന്തരു കൊണ്ടന്നാലും തൊടരുത്' എന്ന് അവൻതന്നെ പറഞ്ഞു.

ഈ വാക്കുകൾ കേട്ടപ്പോൾ സുഭദ്രയുടെ കായദൈർഘ്യം ഒന്നു വർദ്ധിച്ചു. മുഖം ശോണമായി ശോഭിച്ച്, പുരികങ്ങൾ വക്രമായി തമ്മിലിടഞ്ഞു. ദന്തംകൊണ്ട് അധരത്തെ കടിച്ചമർത്തുകയാൽ ആ ഭാഗത്തുനിന്നു രക്തം പ്രവഹിക്കുന്നുവോ എന്നു തോന്നിച്ചു. ദേഹം ആസകലം ഒന്നു വിറച്ചു. സ്ത്രീകൾക്കു സഹജമല്ലാതുള്ള ആകൃതിഭേദത്തോടും രൗദ്രപ്രഭയോടും കോപചേഷ്ടകളോടും സുഭദ്ര നിന്നതു കണ്ട്, കേസരിയെക്കണ്ട ജംബുകനെപ്പോലെ നടുങ്ങി, വിറയലോടുകൂടി വൃദ്ധൻ പുറകോട്ടു മാറിത്തുടങ്ങി. ആശാന്റെ സംഭ്രമം കണ്ട് സുഭദ്രയുടെ കോപം ശാന്തമായി.

സുഭദ്ര: ആരാണു വിഷം വാങ്ങിയത്?

ആശാൻ: ആ കാക്കക്കൊറവൻ ചൊടലമാടൻ ചുന്തരം അണ്ണാവി.

സുഭദ്ര: വിഷം വേണമെന്നു ചോദിച്ചോ?

ആശാൻ: എന്നാണു കാശിവാതി പറഞ്ഞത്. അതു പറഞ്ഞസ്ഥിതിക്ക്, അവൻതന്നെയോ എന്തോ മോട്ടിച്ചതും?

സുഭദ്ര: അവരാരുമല്ല. ആശാൻ പരിഭ്രമിക്കേണ്ട. ഈ സംഗതികളൊന്നും ആരോടും പറയരുത്.

ആശാൻ: കുഞ്ഞിനാണെയില്ല. എന്റെ മോയത്തനവും.

സുഭദ്ര: അതിനെക്കുറിച്ചു പേടി വേണ്ട. ആശാൻ പോയി ഉണ്ണണം.

പപ്പനാവൻ തഹായം" എന്നു പറഞ്ഞുകൊണ്ട് ആശാൻ നടന്നു. ഈ സൊല്ല ഒഴിഞ്ഞാൽ മതി എന്നേ ആശാനു വിചാരമുണ്ടായിരുന്നുള്ളു. ആശാൻ വടിയും ഊന്നി പോകുന്നതിനിടയ്ക്കു തന്റെ അപേക്ഷയെ പലപ്രാവശ്യം ആവർത്തിക്കയുണ്ടായി. ആശാൻ മുമ്പിൽനിന്നു മറഞ്ഞപ്പോൾ സുഭദ്ര പെട്ടെന്നു നിലത്തിരുന്നു. മുഖത്തിലെ ഗാംഭീര്യങ്ങൾ മറഞ്ഞ്, ആലസ്യത്തോടുകൂടി, തന്റെ ഹൃദയമാർദ്ദവത്തെ സ്ഫുടീകരിക്കുമാറു ഖിന്നത കലർന്ന്, ഫാലം കരത്താൽ താങ്ങിക്കൊണ്ട്, കുറച്ചുനേരം ഇരുന്നു. പിന്നീട് എഴുന്നേറ്റ് അങ്ങോട്ടുമിങ്ങോട്ടും നടന്നു തുടങ്ങി. "വിഷം തങ്കത്തിനല്ല, ഈ എനിക്കാണ്. തരട്ടെ എന്നു വയ്ക്കയോ? ഈ ജന്തു മരിച്ചാൽ ആർക്കെന്തു ചേതം? എങ്കിലും വെറുതെ ജീവനാശം വരുത്തുന്നതെന്തിന്? അതുമല്ലാതെ, ഇവരുടെ കൈയാൽ മരിക്കയോ? ഇവരെ ഒന്നു പഠിപ്പിക്കാതെ വിടുകയോ? ഒരിക്കലും പാടില്ല. എന്റെ ഹൃദയത്തിൽ കത്തുന്ന തീ ബ്രാഹ്മണനാമത്തെ ധരിക്കുന്ന ആ നീചൻ അറിയുന്നുണ്ടോ? മറ്റേ വഞ്ചകൻ തമ്പിപ്രഭു അറിയുന്നുണ്ടോ? വ്യാജയെഴുത്തുണ്ടാക്കി പട്ടരും 'അങ്ങുന്നു'മായി ഞങ്ങളെ വേർപെടുത്തി, എന്നെ അനാഥയാക്കി; ഇപ്പോൾ ഇതാ കൊല്ലുന്നതിനും തുടങ്ങുന്നു. തമ്പി സിംഹാസനത്തിൽ കയറി ഭരിക്കുന്നതും പട്ടർ മന്ത്രിപ്പട്ടം വഹിക്കുന്നതും ഒന്നു കാണട്ടെ. വരട്ടെ ചാകാൻ. പക്ഷേ, അമ്മാവൻ അറിഞ്ഞാൽ എന്തു ചെയ്യുമോ? അതു വിചാരിച്ചു ഭീരുവാകയോ? പാടില്ല." ഇപ്രകാരമെല്ലാം ആലോചിച്ചുകൊണ്ട്, ഉടനെതന്നെ കാർത്ത്യായനിഅമ്മയോട് അനുമതിയും വാങ്ങി സുഭദ്ര ഭൃത്യന്മാരോടൊന്നിച്ചു തന്റെ ഗൃഹത്തിലേക്കു പോകയും ചെയ്തു.

# പതിനെട്ടാം അദ്ധ്യായം

*"മറിവല്ല ഞാൻ പറയുന്നു-ബാണബദ്ധനാ-*
*യനിരുദ്ധനങ്ങു വാഴുന്നു, ആർത്തനായിരുന്നു."*

**മ**ഹാരാജാവിന്റെ പുത്രനായ ശ്രീപത്മനാഭൻതമ്പിയുടെ പാദപത്മ പാംസുക്കൾ ചെമ്പകശ്ശേരിഗൃഹത്തെ പൂതമാക്കിച്ചെയ്ത ശുഭരാത്രിയെപ്പോലുള്ള മറ്റൊരു രാത്രിയിലെ ചില സംഭവങ്ങളെയാകുന്നു ഈ അദ്ധ്യായത്തിൽ വിവരിക്കുന്നത്. അന്നത്തെപ്പോലെതന്നെ, മാരുതദേവന്റെ പടുത്വത്തോടുകൂടിയുള്ള കലാശത്താൽ തങ്ങൾ ദുഃസ്ഥിതിരാക്കപ്പെടുമെന്നുള്ള ഭീതികൊണ്ടെന്നപോലെ താരതതികൾ കാർമേഘമണ്ഡലത്തിനിടയിലും ഭൂമി അന്ധകാരത്തിരയ്ക്കുള്ളിലും മറഞ്ഞിരിക്കുന്നു. എന്നാൽ ഇടവപ്പാതിയാകുന്ന വൃഷ്ടിദേവതയുടെ പ്രതാപം വളരെ ക്ഷയിച്ചുകാണുന്നുണ്ട്. നടനസൂത്രങ്ങളിൽ പരിജ്ഞാനവും തങ്ങളുടെ ബുദ്ധിയിൽ മനോധർമ്മമെന്നുള്ള ഒരംശവും തുലോം കുറഞ്ഞവരായ ചില പൈതങ്ങൾ കഥാനായികമാരായി രംഗങ്ങളിൽ പ്രവേശിച്ചാൽ, ക്ഷണനേരം കൊണ്ടു നിദ്രാധീനന്മാരാകയും ഇടയ്ക്കിടെ ചേലദണ്ഡത്താൽ പ്രോത്സാഹിപ്പിക്കപ്പെടുമ്പോൾ ശൃംഗാരാദിരസങ്ങളെയഭിനയിക്കയും ചെയ്യുമ്പോലെ പെട്ടെന്നുണർന്ന് ഒട്ടു ചാറും; പിന്നെയും തന്ദ്രീവശയാകും; ഈ വിധത്തിലായിരിക്കുന്നു വൃഷ്ടിയുടെ സ്ഥിതി. മാരിയുടെ സഹായം കൂടാതെതന്നെ മാരുതൻ ആ രാത്രിയെ അതിഭയങ്കരരാത്രിയാക്കുന്നുണ്ട്. അതിനാൽ, തിരുവനന്തപുരം രാജധാനിയിലെ പ്രധാനവീഥികൾപോലും മനുഷ്യമൃഗാദിയായ ജീവജാലങ്ങളാൽ ഉപേക്ഷിക്കപ്പെട്ടതുപോലെ കാണപ്പെടുന്നു. എന്നാൽ ഇതു സർവ്വസാധാരണമായി പറഞ്ഞുകൂടുന്നതല്ലാതെയും ഇരിക്കുന്നു. എന്തുകൊണ്ടെന്നാൽ, ആണ്ടിയിറക്കം ദേശത്തെ രണ്ടായി വിഭജിക്കുന്ന രാജപാതയുടെ വടക്കരികിലായിട്ട് ഒരു വടവൃക്ഷം നില്ക്കുന്നതിന്റെ ചുവട്ടിൽ രണ്ടുപേർ മാരുതകോ

പത്തേയും രജനിയുടെ ഭയങ്കരസ്വഭാവത്തേയും ഗണ്യമാക്കാതെ തണുത്ത ഭൂമിയിൽത്തന്നെ സ്ഥിതിചെയ്യുന്നു. വടവൃക്ഷം ദ്വാപരയുഗാന്തത്തേയും അനന്തരം സംഖ്യയില്ലാതുള്ള പാന്ഥപരമ്പരകളേയും കണ്ടും "കൊണ്ടൽതൻ നിറംപോലെ നിലയാം പത്രാവലി" കൊണ്ടു തന്റെ അധോഭാഗത്തുള്ള ഭൂമിയെ സൂര്യകിരണങ്ങളുടെ പ്രവേശനത്തിൽനിന്നു രക്ഷിച്ചും നില്ക്കുന്ന ഒരു മഹാമരമാണ്. വൃക്ഷത്തിന്റെ ചുവട്ടിലിരിക്കുന്ന രണ്ടുപേരും ആയുധപാണികളാണ്. അവരുടെ വേഷം ജ്ഞാനശക്തിയില്ലാതുള്ള ആ ആയുധങ്ങളേയും നാണിപ്പിക്കുന്നു. ധരിച്ചിരിക്കുന്ന വസ്ത്രങ്ങൾ കുചേലനോടോ തെക്കൻദിക്കുകളിലെ അടുക്കളക്കാരികളോടോ തൽക്കാല ഉപയോഗത്തിനായി വാങ്ങിയതുകളായിരിക്കണം. പക്ഷേ, ഹരിശ്ചന്ദ്രമഹാരാജാവ് ചണ്ഡാലവേഷം ത്യജിച്ചപ്പോൾ ശ്മശാനത്തിൽ ഉപേക്ഷിച്ചതുകളായിരിക്കാം. വസ്ത്രങ്ങളുടെ സ്ഥിതി ഇപ്രകാരമാണെങ്കിലും അതുകൾ ധരിച്ചിരിക്കുന്ന സമ്പ്രദായം എത്രയോ മാന്യന്മാരായ ജനങ്ങളാൽ മാതൃകയായി സ്വീകരിക്കപ്പെട്ടിട്ടുള്ളതാണ്. തിരുവനന്തപുരത്ത് ഉത്സവമഠം എന്നു പറയപ്പെടുന്ന അക്ഷയവിഭവശാലയുടെ മുമ്പിൽ അരനാഴികനേരം നില്ക്കുന്നവർക്ക് ഈ മാതൃകയുടെ ദർശനം സുലഭമാണ്. യദൃച്ഛയാ വല്ല ജനങ്ങളും തങ്ങളെ കാണുന്നതായാൽ വലുതായ ആപത്തുണ്ടാകുമെന്നുള്ള ഭയം ഈ ആളുകൾക്കുണ്ടെന്ന് അവരുടെ സാവധാനത്തിൽ മന്ത്രിക്കുന്നതുപോലുള്ള സംഭാഷണത്താൽ വെളിവാകുന്നുണ്ട്. കിഴക്ക് കുറച്ചകലെനിന്ന് ഒരാൾ വരുന്നതുപോലെ തോന്നിയപ്പോൾ രണ്ടുപേരും പേടിയോടുകൂടി എഴുന്നേറ്റു വൃക്ഷത്തിന്റെ പുറകിൽ മറഞ്ഞു ശ്വാസമടക്കിക്കൊണ്ടു നിന്നു. പാന്ഥൻ തന്റെ വഴിക്കു പോയതിന്റേശേഷം മേല്പറഞ്ഞ രണ്ടാളുകളിൽ ഒരാൾ ഇങ്ങനെ പറഞ്ഞു: "നമുക്ക് ഏഴരശ്ശനിയാണ്; സംശയമില്ല. ഇതാ ഈ പോയ്‌വനും അങ്ങനെതന്നെയാണ്."

രണ്ടാമൻ: അച്ഛനും അമ്മയും ഇല്ലാത്ത പാപികളാരോ ആണ്. വീട്ടിൽ കേൾപ്പാനും അന്വേഷിപ്പാനും ആളുണ്ടെങ്കിൽ ഈ കുറ്റാക്കുറ്റിരുട്ടത്തു തനിച്ചു നടക്കാൻ വിടുമോ?

ഒന്നാമൻ: അവനും നമുക്കുള്ളതുപോലെ വല്ലതും വലിയ ആവശ്യം ഉണ്ടായിരിക്കും.

രണ്ടാമൻ: എല്ലാവർക്കും പ്രാന്തോ?

ഒന്നാമൻ: ശപ്പ, ഉചിതമില്ലാത്ത ഏഭ്യശിരോമണിയാണു നീ. 'തീയൽ നന്നായി, അവിയൽ നന്നായി.' എന്നോരോന്നു പറഞ്ഞുകൊണ്ടു ചാടിയവൻ നീയല്ലയോ?

രണ്ടാമൻ: എന്നുവച്ച്?-കൊള്ളാം കൊള്ളാം! കല്പിച്ചു കൊട്ടാരത്തിലിരിക്കണം. അടിയങ്ങൾ ഏതു കുഴിയിലോ തീയിലോ വേണമെങ്കിൽ പോയി ചാടാം. പിന്നെയും ഇതെന്തൊരു മാതിരിയാണ്? ഒള്ളകരിപ്പഴുന്തുണിയെല്ലാം എടുത്തുംകൊണ്ട് എഴുന്നള്ളത്ത്! അതുംപോട്ട്. അടിയൻകൂടി നിലംപൊത്തണമെന്നു കല്പിച്ചത് എന്തു ന്യായം?"

യുവരാജാവായ ഒന്നാമൻ: വല്ലോരും കണ്ടാൽ ലേശവും സംശയിക്കയില്ല. ഒരാൾ നിന്നാൽ മറ്റേ ആൾ മാന്യനാണെന്നു കാണുന്നവർ വിചാരിക്കും.

പരമേശ്വരൻപിള്ളയായ രണ്ടാമൻ: ഇതെല്ലാമെന്തിനാണെന്നാണ് അടിയന്റെ ചോദ്യം. അടിയനും രാമയ്യൻസ്വാമിയും അന്വേഷിച്ചാൽ പോരെയോ?

യുവരാജാവ്: (കുറച്ചുദ്വേഷ്യത്തോടുകൂടി) ഇന്നലെ അന്വേഷിച്ചിട്ടു ഫലമെന്തായിരുന്നു? ആൾ ഏറെപ്പോകുന്നതിൽ താനേറെപ്പോകുക നന്ന് എന്നാണല്ലോ പഴഞ്ചൊല്ലുതന്നെ.

പരമേശ്വരൻപിള്ള: പഴഞ്ചൊല്ലിനേയും പഴങ്കയറിനേയും വിശ്വസിച്ചാൽ കുഴിയിൽ ചാടുന്നതു ശട്ട്.

യുവരാജാവ്: കേൾക്കൂ പരമേശ്വരാ, ഞാൻ ആ കാലക്കുട്ടിയെ വിശ്വസിച്ചത് അബദ്ധമായി. എന്റെ മുദ്രമോതിരം അവന്റെ കൈയിലുണ്ട്-

പരമേശ്വരൻപിള്ള: കെടുത്തു!

യുവരാജാവ്: എന്തെല്ലാം പ്രവർത്തിക്കുന്നോ എന്നൊന്നും അറിവാൻ പാടില്ല. തിരുമുഖത്തുപിള്ളയെ അവൻ കണ്ടിരിക്കയില്ല; തീർച്ചയാണ്. ഈ സ്ഥിതിയിൽ കുറുപ്പൊരാൾ മാത്രമേ നമ്മുടെ കൈവശമുള്ളതായി വിചാരിക്കാവൂ. അയാൾ നമുക്കു ചെയ്ത സഹായത്തെക്കുറിച്ചു സ്മരണയില്ലെങ്കിലും ഇനിയുണ്ടാകാവുന്ന ഫലങ്ങൾക്കുവേണ്ടി നാം അയാളെ അന്വേഷിച്ചു കണ്ടുപിടിക്കേണ്ടതല്ലയോ?

പരമേശ്വരൻപിള്ള: (ഇരുട്ടാണെങ്കിലും 'ശരി' എന്നു സമ്മതിക്കുന്ന ഭാവത്തിൽ തല കുലുക്കിക്കൊണ്ട്) ഇതൊക്കെ അടിയന്റെ പഴമനസ്സിലും ഉണ്ട്. പക്ഷേ, കല്പിച്ച് എന്തിനിതിനൊക്കെ വരുന്നെന്നാണ്.

യുവരാജാവ്: വേറെ ആൾ ഇല്ലാഞ്ഞിട്ടുതന്നെ.

യുവരാജാവിനു വേണ്ട കാര്യങ്ങൾ സാധിക്കുന്നതിനു തനിക്കും വൈഭവമില്ലെന്നു സൂചിപ്പിച്ചു പറഞ്ഞ വാക്കുകൾ കേട്ടുണ്ടായ നീരസത്തോടുകൂടി പരമേശ്വരൻപിള്ള ഹാസ്യമായി എന്തോ പറവാൻ ഭാവിച്ചതു പടിഞ്ഞാറുനിന്ന് ഒരു ശബ്ദം കേൾക്കയാൽ അമർത്തിക്കൊണ്ടു. പടിഞ്ഞാറ് ഒരാൾ സംസാരിക്ക ആയിരുന്നു: "കഴക്കൂട്ടം ആണ്. ആണെന്നുവച്ചാല് ഒന്നാന്തഴം ആണ്; ജഗജില്ലി ശിങ്കം! പിഴിച്ച് അമഴിത്തൂട്ട്, അവഴെക്കഴ കുഴുപ്പും, പട്ടാഴവും, തമ്പഴാനും കിമ്പഴാനും, എല്ലാങ്കെഴന്ന് എഴവുകൊണ്ടാഴട്ട്. മാങ്കോയിക്കക്കുഴുപ്പ്! എടാ കുഴുപ്പേ, നിന്റെ ഒഴപ്പിപ്പമെവഴേഴാ?" എന്നിങ്ങനെ മദ്യത്തിന്റെ ശക്തികൊണ്ട് രാമനാമഠത്തിന്റെ ഉള്ളിൽനിന്നു ചാടുന്ന ആത്മഗതങ്ങൾ കേട്ടു യുവരാജാവ് തന്റെ പാദത്തിന്റെ ശബ്ദം അയാൾ കേൾക്കാതിരിക്കത്തക്കവണ്ണമുള്ള സാവധാനപതനങ്ങളോടുകൂടി അയാളുടെ പുറകിൽ എത്തി. കുറച്ചുദൂരം നടന്നിട്ട് പൂർവ്വസ്ഥാനത്തു മടങ്ങിച്ചെന്നു പരമേശ്വരൻപിള്ളയോട് ഇങ്ങനെ പറഞ്ഞു: "നിന്റെ അഭിപ്രായങ്ങൾ ചിലതൊക്കെ ശരിതന്നെയാണ്. നാം

വളരെ ഉപേക്ഷ കാണിച്ചിരിക്കുന്നു. ആട്ടെ, പാദം വയ്ക്കാൻ നിലംകിട്ടട്ടെ. ഇതാ ഈ രാമനാമഠം പറഞ്ഞതുകേട്ടില്ലേ? കാര്യം നിനക്കു മനസ്സിലായോ? മാങ്കോയിക്കൽകുറുപ്പിനെ കഴക്കൂട്ടത്തുപിള്ളയാണ് പിടികൂടിയിരിക്കുന്നത്. അതുകൊണ്ട് അത്ര ഭയപ്പെടാനില്ല. കുറുപ്പിനെ കൊല്ലാൻ കഴക്കൂട്ടം അനുവദിക്കയില്ല. പട്ടാളത്തെക്കുറിച്ചും ഇവൻ എന്തോ പറഞ്ഞു. എന്താണെന്നു മനസ്സിലാകുന്നില്ല. ഇതാ രാമയ്യൻ വരുന്നു. എന്താ രാമയ്യൻ, സുന്ദരയ്യന്റെ പുറപ്പാട് എന്തിനായിരുന്നു?"

യുവരാജാവും രാമയ്യനും പരമേശ്വരൻപിള്ളയും കുടമൺപിള്ളയുടെ ഗൃഹത്തിൽ കടന്ന് മാങ്കോയിക്കൽകുറുപ്പ് ആ സ്ഥാനത്തുണ്ടോ എന്നന്വേഷിക്കുന്നതിനായി പുറപ്പെട്ടതായിരുന്നു. മേൽപ്പറഞ്ഞ വടവൃക്ഷത്തിന്റെ ചുവട്ടിൽ ചെന്നുചേർന്നതിന്റേശേഷം ആ ഗൃഹത്തിലെ സ്ഥിതി ഒന്നു നോക്കിവരുന്നതിനായി രാമയ്യനെ നിയോഗിച്ചു. രാമയ്യൻ കുടമൺപിള്ളയുടെ ഭവനപരിശോധനയ്ക്കായി പോയി കുറച്ചു കഴിഞ്ഞപ്പോൾ ഒരാൾ കൈയിൽ ചില സാധനങ്ങളും വഹിച്ചുകൊണ്ടു കിഴക്കോട്ടു പോകുന്നതു കണ്ടു. യുവരാജാവിനു സംശയങ്ങൾ തോന്നുകയാൽ രാമനാമഠത്തിന്റെ പുറകെ എത്തിയതുപോലെ, അയാളേയും കുറച്ചു പിന്തുടർന്നു. ഈ ശ്രമത്തിൽ പോയ ആൾ സുന്ദരയ്യനാണെന്നു യുവരാജാവിനു മനസ്സിലായി. എന്നാൽ ആ ഭയങ്കരമായുള്ള രാത്രി, തന്റെ ഭാര്യാഗൃഹത്തിലേക്കുതന്നെയാകട്ടെ, യജമാനനായ തമ്പി ഉറങ്ങുന്നതിനു മുമ്പിൽ പോകുന്നതിനുണ്ടായ ആവശ്യം എന്തോ കൃത്രിമം ആണെന്നും അല്ലെങ്കിൽ ബ്രാഹ്മണൻ തമ്പിയെ വേർപെട്ടു പോരികയില്ലെന്നും യുവരാജാവ് നിശ്ചയിച്ചുകൊണ്ട്, രാമയ്യൻ തിരിച്ചു വടവൃക്ഷത്തിന്റെ ചുവട്ടിൽ എത്തിയ ഉടൻതന്നെ സംഗതികൾ ധരിപ്പിച്ച് അയാളെ സുന്ദരയ്യന്റെ ഭാര്യാഗൃഹമാകുന്ന കാലക്കുട്ടിപ്പിള്ളയുടെ വീട്ടിലേക്ക് അയച്ചു. യുവരാജാവിന്റെ ചോദ്യത്തിനുത്തരമായി ബ്രാഹ്മണൻ ഇങ്ങനെ അറിയിച്ചു: "സ്വാമീ, സുന്ദരയ്യന്റെ സമ്പ്രദായങ്ങൾ അറിവാൻ പ്രയാസമാണ്. ഞാൻ അകന്നു കടന്ന്, ചില വാഴകളുടെ മറവിൽ ഒളിച്ചുനിന്നു. അയാൾ ഭാര്യയെ വിളിച്ചു മുറിക്കകത്തു കൊണ്ടുപോയി സംസാരിക്കുന്നു. ഒരു കോടാങ്കി-ഇന്നലെക്കണ്ടവൻ തന്നെ-അവനവിടെ ചുറ്റിനടന്നതുകൊണ്ട് അടുക്കാൻ പാടില്ലായിരുന്നു. സുന്ദരയ്യൻ എന്തോ അപകടം ആലോചിക്കതന്നെയാണ്."

യുവരാജാവ്: അതു രണ്ടു പക്ഷമായി വിചാരിക്കേണ്ട; നിശ്ചയമാണ്. എന്താണെന്നറിവാനും കഴിവില്ലല്ലോ. ആരാണ് ആ കോടാങ്കി? സുന്ദരയ്യനുമായിട്ട് എന്തു ബന്ധമാണ്? (വ്യസനത്തോടുകൂടി) ഇയാൾ ഈ രാജ്യത്തെ മുടിക്കും; നിവൃത്തിയില്ല.

രാമയ്യൻ: നിവൃത്തിയില്ലെന്നു കല്പിക്കണ്ട. ഇങ്ങനെ കൃത്രിമബുദ്ധികളായുള്ളവരെ കൃത്രിമംകൊണ്ടുതന്നെ തോല്പിക്കണം. നാഗാസ്ത്രത്തിന് ഗരുഡാസ്ത്രം. ബ്രഹ്മാസ്ത്രത്തിന് ബ്രഹ്മാസ്ത്രം തന്നെ പ്രത്യസ്ത്രം.

യുവരാജാവ്: ശരി, അതിനാൽ?-

രാമയ്യൻ: സുന്ദരം ഇപ്പോൾ തിരിച്ചുവരും. കല്പനയുണ്ടെങ്കിൽ, നാളെ സമുദ്രത്തിൽ മത്സ്യങ്ങളുടെ വയറ്റിൽ.

യുവരാജാവ്: അതെങ്ങനെ?

രാമയ്യൻ: കിള്ളിയാർവഴിയിലാണ്. പരമേശ്വരൻപിള്ളയും കല്പിച്ചാൽ-(ശേഷം വാക്കുകളെ അടക്കിക്കൊണ്ട്) ബ്രഹ്മസ്വം കിടക്കുന്നതുകൊണ്ടെന്ത് അശ്വത്ഥാമാ എത്ര വധം ചെയ്തു? ദ്രോണാചാര്യരെ കൊല്ലുകയായിരുന്നോ? ബ്രാഹ്മണനു ബ്രാഹ്മണനെ കൊന്നുകൂടെന്നു മാത്രം ഒരു വിധിയുമില്ല.

യുവരാജാവ്: പാടില്ല രാമയ്യൻ. വഞ്ചിച്ചു കൊലചെയ്യുന്നതു കഷ്ടം!

രാമയ്യൻ: സ്വാമീ, സുന്ദരം ബ്രാഹ്മണനാമത്തെ എത്രയും നികൃഷ്ടമാക്കുന്നു. സമുദായത്തിന്റെ അവസ്ഥയെ രക്ഷിക്കാൻ വേണ്ടിയെങ്കിലും അയാളെ സംശയംകൂടാതെ-

യുവരാജാവ്: പാടില്ല, പാടില്ല.

രാമയ്യൻ: രാജ്യത്തിന്റെയും സ്വാമിയുടെയും രക്ഷ-

യുവരാജാവ്: വരൂ, മഹാസിദ്ധാന്തിയാണ് താൻ. പരമേശ്വരനെ അമർത്താം. തന്നോടു വാദിച്ചുനില്ക്കാൻ വളരെ പ്രയാസം. മാങ്കോയിക്കൽകുറുപ്പ് എവിടെയുണ്ടെന്ന് ഞങ്ങളറിഞ്ഞു.

രാമയ്യൻ: അതു നന്നായി. ആപത്തൊന്നുമില്ലല്ലോ?

യുവരാജാവ്: ഇല്ല, ബന്ധനത്തിലാണെന്നു തോന്നുന്നു. ഒന്നുകിൽ കഴക്കൂട്ടത്തുപിള്ളയുടെ വക ശ്രീപണ്ടാരത്തുവീട്ടിൽ, അല്ലെങ്കിൽ ചെമ്പകശ്ശേരിയിൽ കാണും. ഈ രണ്ടു സ്ഥലത്തുമാണ് വലിയ കല്ലറകൾ ഉള്ളത്.

രാമയ്യൻ: എന്നാൽ വിടീക്കാൻ വഴിയെങ്ങനെ?

യുവരാജാവ്: ചെമ്പകശ്ശേരിയിലാണെങ്കിൽ വഴിയുണ്ട്. അവിടത്തെ ആയുധപ്പുരയിൽനിന്ന് കല്ലറയിലേക്കു വഴിയുണ്ടെന്നും ആയുധപ്പുരയിലെ താക്കോൽ മുമ്പിൽ ഞാൻ ഒരു വടി സമ്മാനിച്ച വൃദ്ധന്റെ കൈയിലാണെന്നും നമ്മുടെ, ആ സാധു, മരിച്ചുപോയ അനന്തപത്മനാഭൻ, പറഞ്ഞുകേട്ടിട്ടുണ്ട്. കിഴവന് എട്ടുവീട്ടിൽപിള്ളമാരോട് ബഹുവിരോധമാണ്. നമ്മെക്കുറിച്ചു സ്നേഹവുമാണ്.

രാമയ്യൻ: ശ്രീപണ്ഡാരത്തുവീട്ടിലാണെങ്കിൽ ഞാനുമേറ്റു.

യുവരാജാവ്: തനിക്കിവിടെ വല്ല സ്വാധീനവുമുണ്ടോ?

രാമയ്യൻ: കഴക്കൂട്ടത്തുപിള്ള ഇവിടെ ഇല്ല. ചില വാല്യക്കാർ മാത്രമേ ഉള്ളു. ഇന്നലത്തെ അന്വേഷണംകൊണ്ട് ഇത്രയും അറിഞ്ഞു. വഴി സ്വാമി അറിയേണ്ട. ഞാൻ കൊണ്ടരാം.

പരമേശ്വരൻപിള്ള: പോകാം. ഇതാ ആരോ രണ്ടുപേർ വരുന്നു. മറഞ്ഞുകൊള്ളാം.

രണ്ടുപേർ രാജപാതവഴിക്കു പടിഞ്ഞാറോട്ടു കുറച്ചുദൂരം നടന്നിട്ട് കുടമൺപിള്ളയുടെ ഗൃഹത്തിലേക്കായി ഒരാളും, നേരെ പടിഞ്ഞാറോട്ടു മറ്റേ ആളും, ഇങ്ങനെ പിരിഞ്ഞു.

യുവരാജാവ്: സുന്ദരമല്ലേ നേരെ പോയത്?

രാമയ്യൻ: സ്വാമീ. കുടമൺപിള്ളയുടെ വീട്ടിലേക്കു തിരിഞ്ഞത് സുന്ദരത്തിന്റെ ഭാര്യയാണ്.

യുവരാജാവ്: അവിടെ ഒരു വ്യഭിചാരിണിയുണ്ടെന്നു കേട്ടിട്ടുണ്ട്. നല്ല കൂട്ടുമാണ്. ചേരേണ്ട ആളുകളെല്ലാം ചേർന്നിട്ടുണ്ട്. നല്ല യോഗം! എന്താണ് അവളുടെ പേര്? സുഭദ്ര. പരമേശ്വരൻ കണ്ടിട്ടുണ്ട്, ഇല്ലേ? കൃത്രിമത്തിൽ, അതിവാസനയാണെന്നാണ് ജനശ്രുതി. തമ്പി, രാമനാമഠം ഇവരെല്ലാമാണ് സംസർഗ്ഗമെന്നും കേട്ടിട്ടുണ്ട്. അതിനാൽ സുന്ദരയ്യന്റെ ഭാര്യ വൃഥാ പോകുന്നതല്ല. എന്തോ സന്ദേശവുംകൊണ്ടു പോകയാണ്. അസത്തുക്കളുടെ കഥയെക്കുറിച്ച് ആലോചിക്കേണ്ട, നടക്കാം. പരമേശ്വരാ, രാമയ്യൻ നമ്മെ വിട്ടുപോയി കുറച്ചു കഴിഞ്ഞപ്പോൾ ഒരാൾ പടിഞ്ഞാറോട്ടു പോയത് ആരാണെന്നറിഞ്ഞില്ലല്ലോ?

പരമേശ്വരൻപിള്ള: പാഴൂർ പോയി അന്വേഷിക്കാം.

യുവരാജാവ്: പരമേശ്വരന് ഉറക്കം വന്നുതുടങ്ങി. ഇനി ഇവിടെ നിന്നാൽ കണക്കല്ല. പഠാണി വൈദ്യന്റെ മരുന്നു സേവിച്ചിട്ട് അമ്മാവന് സുഖമുണ്ടോ എന്നും അറിയാം. പോകാം. ചെമ്പകശ്ശേരിയിൽ കേറിയിട്ട് നേരെ കൊട്ടാരത്തിലേക്ക്.

യുവരാജാവിന്റെ ഈ വാക്കുകൾ കേട്ടയുടനെ രാമയ്യൻ രാജപാതയിൽ കടന്നു മുമ്പിൽ നടന്നുതുടങ്ങി. അല്പം താമസിച്ചിട്ട് യുവരാജാവും പരമേശ്വരൻപിള്ളയും അദ്ദേഹത്തെ അനുഗമിച്ചു. വഴിയിൽ വല്ലതും ആപത്തിനു സംഗതിയുണ്ടോ എന്നറിയുന്നതിനായി രാമയ്യൻ മുമ്പിലും യുവരാജാവും ഭൃത്യനും പുറകെയും. ഇങ്ങനെ യാത്ര ആരംഭിച്ചപ്പോൾ നാലാമനായ ഒരാൾ രാജപാതയിൽ എത്തി. ഈ ആൾ കിഴക്കുനിന്നു വരുന്ന പാന്ഥനായിരുന്നു. തന്റെ മുമ്പിൽ നടക്കുന്ന രണ്ടുപേരെയും കണ്ട് ആരെന്നറിയുന്നതിന് അയാൾക്കു മോഹമുണ്ടായി. "ഓടിച്ചെന്നു നോക്കിയാൽ ശരിയല്ല. ആരെങ്കിലും ആകട്ടെ. ശുദ്ധപീറനായന്മാരാരോ ആണ്. ഇവരെന്തിനായി ഈ മരത്തിന്റെ താഴെ നിന്നിരുന്നു? എന്തെങ്കിലും ആകട്ടെ. ഒന്നു ഭയപ്പെടുത്താം," എന്നിങ്ങനെ ആലോചിച്ച് നിശ്ചയിച്ചുകൊണ്ട് കൈയിലുണ്ടായിരുന്ന ഒരു ചെറിയ വില്ലിനെ എടുത്തു ഞാൺ വലിച്ചു പൂട്ടി ലാക്കുനോക്കി ഒരു അസ്ത്രം പ്രയോഗിച്ചു. പരമേശ്വരൻപിള്ളയുടെ ശിരസ്സിന് ആഭരണമായിരുന്ന പഴന്തുണിയെ അതിന്റെ സ്ഥാനത്തുനിന്ന് ഇളക്കി അല്പം മുമ്പോട്ടു പായിച്ചു നിലത്തു പതിപ്പിച്ചു. "തിരുമേനീ" എന്നു പരമേശ്വരൻപിള്ള ഭയത്തോടു വിളിച്ചതും അയാളുടെ കൈയ്ക്കു കടന്നുപിടിച്ചുകൊണ്ടു യുവരാജാവ് ഓടിത്തുടങ്ങിയതും വസ്ത്രം താഴത്തു വീണതോടുകൂടിത്തന്നെ കഴിഞ്ഞു. ഓടി രാമയ്യന്റെ അടുത്തായപ്പോൾ "ഓടിക്കൊള്ളുക, ആപത്തുണ്ട്, എതൃത്തുനിന്ന് ലഹളയുണ്ടാക്കേണ്ട" എന്നു യുവരാജാവു പറഞ്ഞു. തന്റെ സ്വാമിയുടെ അഭിമതം പൂർണ്ണമായി ക്ഷണേന ധരിച്ച് രാമയ്യൻ യുവരാജാവിന്റെ പിൻഭാഗത്തിന് ഒരു രക്ഷയായി. ഇടയ്ക്കിടെ പുറകിൽ നോക്കിക്കൊണ്ടു വേഗത്തിൽ

ഓടിത്തുടങ്ങി. ഇതിനിടയ്ക്കു വസ്ത്രം ദൂരെത്തെറിച്ചതു മാത്രം കണ്ട് ഇത്ര ഭീരുത്വം കാണിച്ച നായന്മാർ ആരാണെന്ന് അറിയണമെന്ന് കാട്ടാളനെപ്പോലെ യുവരാജാവിനെയും മറ്റും പിന്തുടർന്നുതുടങ്ങിയ വില്ലാളിക്ക് അധികം ആഗ്രഹമുണ്ടായി. പാദം നിലത്തു തൊടാതെ ഓടുന്നതിനിടയിൽ രണ്ടാമതും അസ്ത്രം ഒന്നു തൊടുത്തു വലിച്ചു. എന്നാൽ അസ്ത്രത്തോടുകൂടി വില്ലും ഒരേറ് ഏറ്റുചീറിക്കൊണ്ട് ആകാശത്തിലേക്കു തിരിച്ചതു കണ്ട് രാക്ഷസനെപ്പോലെ ചിരിച്ചും കയർത്തും തന്റെ ശ്രമത്തിനു വിരുദ്ധം വരുത്തിയ പുരുഷനെ ഭക്ഷിക്കുമെന്നുള്ള നാട്യത്തോടുകൂടിയും തിരിഞ്ഞു കിഴക്കോട്ട് നോക്കിത്തുടങ്ങി. പ്രാകൃതമായ ഒരു സ്വരൂപമാണ് മുമ്പിൽ കാണപ്പെട്ടത്. അതിനാൽ ഉണ്ടായ കോപത്തിൽ അർദ്ധവും ശമിച്ചു എങ്കിലും "ആരെടാ അത്?" എന്നു പത്താം ശതവർഷത്തിലെ സവ്യസാചിയായിരുന്ന ചുള്ളിയിൽ മാർത്താണ്ഡൻ പിള്ള ചോദ്യം തുടങ്ങി. ഈ ചോദ്യത്തിന് ഉത്തരമായുണ്ടായത് "ഒളിയമ്പൽ വാലിതലൈ-വീശി വരക്കാണയിലെ" എന്നൊരു പാട്ടായിരുന്നു. മാർത്താണ്ഡൻപിള്ളയ്ക്കു പാട്ടു കേട്ട ഉടനെ തന്നെ ആൾ ആരാണെന്നു മനസ്സിലായി. "എടാ, മാർത്താണ്ഡന്റെ അമ്പിനെ തട്ടിക്കളയാൻ നീ ആണായോ? വാ, വാ, പേടിക്കേണ്ട; അടുത്തു വാ" എന്ന് ആദ്യഭാഗം ആശ്ചര്യത്തോടും ഉത്തരാർദ്ധം കരുണയോടും പറഞ്ഞു. നമ്മുടെ ഭ്രാന്തവേഷക്കാരനായ ചാന്നാൻ ആയിരുന്നു യുവരാജാവിനെ ലക്ഷ്യമാക്കി വലിയ അസ്ത്രത്തെ ഒരു വടികൊണ്ട് എറിഞ്ഞു നിലത്തു വീഴ്ത്തിയത്. മാർത്താണ്ഡൻപിള്ളയുടെ കരുണയോടുകൂടിയുള്ള സ്വാഗതവചനം കേട്ട് ധൈര്യത്തോടുകൂടി ചാന്നാൻ അയാളുടെ അടുത്തു ചെന്നു.

മാർത്താണ്ഡൻപിള്ള: നീ എന്തിനു വന്നെടാ ഇവിടെ?

ഭ്രാന്തൻ: മാങ്കോയിക്ക ഏമാൻ ഇങ്കെ വന്താര്.

മാർത്താണ്ഡൻപിള്ള: എന്തിനെടാ പയലേ?

ഭ്രാന്തൻ: നാട്ടരശർ തിരുവടികൾക്ക് ഉതവിശെയ്യ.

മാർത്താണ്ഡൻപിള്ള: അങ്ങേർക്ക് ഇത്ര പിച്ചുപിടിച്ചോ? എവിടെയാണെടാ താമസം?

ഭ്രാന്തൻ: അതറിയപ്പണി.

മാർത്താണ്ഡൻപിള്ള: ഛീ കള്ളപ്പെട്ടീ! എവിടെ എന്നു പറ.

ഭ്രാന്തൻ: അടിയൻ അറിഞ്ചാ ചൊല്ലമാട്ടെണ്ണാ?

മാർത്താണ്ഡൻപിള്ള: എടാ കേൾക്ക്. അന്ന് എന്നെ ഒരു പാമ്പുകടിച്ചപ്പോൾ നീ ആ വിഷം നീക്കി. അതിന് വേൽക്കാരുടെ വായിൽനിന്നു നിന്നെ ഞാൻ രക്ഷിച്ചു. അങ്ങനെ കടത്തിനു കടംകൊണ്ട് എന്റെ ചുമതല തട്ടിക്കഴിച്ചിരിക്കുന്നു. മാർത്താണ്ഡന്റെ അടുത്തു കളിക്കാതെ എവിടെയുണ്ടെന്നു പറഞ്ഞേക്ക്; അതാണു നല്ലത്.

ഭ്രാന്തൻ: ഇതെന്ന കൂത്തോ! പിച്ച എപ്പടി അറിയുമണ്ണാ? ഏമാന്മാരെ തൂച്ചിക്കണ വേല പിച്ചക്കെന്നാ?

മാർത്താണ്ഡൻപിള്ളയ്ക്കു ചാന്നാന്റെ വാക്കുകൾ പരമാർത്ഥമാ

ണെന്നു ബോദ്ധ്യം വന്നില്ല. “നീചപ്പരിഷകൾ കേറിക്കേറി കൊമ്പിലായിരിക്കുന്നു.” എന്നു പറഞ്ഞുകൊണ്ട്, കൃതഘ്നനായി ലേശവും കരുണകൂടാതെ വേലുക്കുറുപ്പിന്റെ പ്രകൃതത്തെ അനുഗമിച്ച് ചാന്നാന്റെ ചെകിട്ടത്തു പാദത്താൽ പ്രഹരിക്കുന്നതിനു ഭാവിച്ചു. എന്നാൽ ഈ ശ്രമത്തിന്റെ അവസാനം മാർത്താണ്ഡൻപിള്ളയുടെ ഉദ്ദേശ്യത്തിനും ഉറപ്പിനും ഏറ്റവും വിപരീതമായിരുന്നു. പ്രഹരിക്കുന്നതിനായി ഒരു പാദത്തെ ഇളക്കിയ ആളിന്റെ മറ്റേപ്പാദവും നിലത്തുനിന്ന് ഇളകി, കരണംകുത്തി ഒന്നു മറിഞ്ഞ് കേമനായ മാർത്താണ്ഡൻപിള്ള ഭൂമിദേവിയെ പുണർന്നു. ചാന്നാൻ മിന്നൽപോലെ മുമ്പിൽനിന്നു മറയുകയും ചെയ്തു. “ആഹ! എന്റെ ഒരമ്പിന് നീ ഇര” എന്നു പല്ലു ഞെരിച്ചുകൊണ്ട് മാർത്താണ്ഡൻപിള്ള എഴുന്നേറ്റ് തന്റെ ബാണാസനത്തെയും മറ്റും തിരിഞ്ഞ് എടുത്തു. “നേരെ തമ്പി അങ്ങത്തെ അങ്ങ്; പിന്നെ ചെമ്പകശ്ശേരിയിലും” എന്നുള്ള ആത്മഗതത്തോടുകൂടി പടിഞ്ഞാറു നോക്കി നടന്നു.

ഇതിനിടയിൽ മഹാനായ തമ്പി തന്റെ മന്ദിരത്തിൽ ഇരുന്ന് ഓരോ ആലോചനകൾ കഴിച്ചിരിക്കുന്നു. സുന്ദരയ്യൻ സന്ധ്യകഴിഞ്ഞപ്പോൾ ഭാര്യാഗൃഹത്തിലേക്കു തമ്പിയുടെ അനുവാദത്തോടുകൂടി പോയി. രണ്ടുനാഴിക കഴിഞ്ഞപ്പോൾ തമ്പിക്ക് സ്വർഗ്ഗത്തിൽ ഉന്നതപദവി ലഭിച്ചാലും ഉണ്ടാകാത്തതായ സന്തോഷത്തെ ജനിപ്പിക്കുന്ന ഒരു കാഴ്ച സാധിച്ചു. യുവരാജാവും പരമേശ്വരൻപിള്ളയും തനിച്ചു വടവൃക്ഷച്ചുവട്ടിൽ നില്ക്കുമ്പോൾ വഴിയേ പടിഞ്ഞാറോട്ടു പോയ ആളാണ് തമ്പിയുടെ മുമ്പിൽ പ്രത്യക്ഷമായത്. തമ്പി ആനന്ദപരവശനായി ആഗതനായ സത്വത്തെ ആലിംഗനം ചെയ്ത്. ഹ ഹ! തരത്തിനു വന്നു! നല്ല ജോലി ഉണ്ടിന്ന്; കഥയൊക്കെ പിന്നെ. ആരും കാണരുത്. വാ, കേറ്, ഇതാ ഈ പുരമുറിക്കകത്തിരുന്നോ. വേറെ ആളുണ്ടെങ്കിൽ നിന്നെ ബുദ്ധിമുട്ടിക്കുന്നില്ല” എന്നുള്ള പ്രസ്താവനകളോടുകൂടി താൻ ചൂണ്ടിക്കാണിച്ച പുരയ്ക്കകത്ത് അയാളെപ്പിടിച്ചു തള്ളിവിട്ടിട്ട് വാതിലും ബന്ധിച്ചു കുറച്ചു കഴിഞ്ഞപ്പോൾ രാമനാമഠത്തിൽപിള്ള തമ്പിയുടെ മുമ്പിൽ എത്തി തൊഴുതു. തമ്പി ഞെളിഞ്ഞു ഗൗരവത്തോടുകൂടി “എന്തെല്ലാമാണ്? നമുക്കുവേണ്ടി കഴക്കൂട്ടം ഒരു മിടുക്കു കാട്ടി എന്നു കേട്ടു. മാങ്കോയിക്കൽക്കുറുപ്പിനെ പിടിച്ചിട്ടു, ഇല്ലേ?”

രാമനാമഠം: ഉത്തഴവ്.

തമ്പി: എങ്ങനെയാണു കൈയിലകപ്പെട്ടത്?

രാമനാമഠം: യോഗത്തീന്നു തിഴിച്ചു പോഹുമ്പോൾ കണ്ട്, പതുക്കെ കളിപ്പിച്ചു വിളിച്ചോണ്ടുപോയി, കുഴുക്കിലിട്ട് ഇഴുക്കിയും കളഞ്ഞു.

തമ്പി: കഴക്കൂട്ടത്തിനു നമ്മോടു കുറച്ചു നീരസം ഉണ്ടെന്നാണല്ലോ കേട്ടത്?

രാമനാമഠം: അങ്ങത്തെ അഴുത്ത് ഒണ്ടെങ്കിലെന്ത്? ശവത്തെ പോവാൻ പഴയണം. യോഗത്തിനെ കളിപ്പിച്ചാല് അവന്റെ തല മണ്ണു തിന്നും.

തമ്പി: ഭേഷ് ഏർപ്പാട്! നമുക്കു കഴക്കൂട്ടത്തെക്കുറിച്ചും ബഹുസന്തോഷമാണ്. കേട്ടോ രാമനാമഠം, രാമനാമഠം വേണം നമ്മുടെ വലിയ സർവ്വാധി ആയിരിക്കാൻ.

രാമനാമഠം: ഓഹോ, എന്തഴിനും ഞാൻ ആളുതന്നെ.

തമ്പി: പിന്നെ, ഈ മാങ്കോയിക്കൽക്കുറുപ്പിന്റെ വരവും കഥയും നമുക്കൊരാലോചനയുണ്ടായിരിക്കുന്നു. രാമനാമഠം മാത്രം അറിഞ്ഞാൽ മതി; പുറത്തു പറയേണ്ട. വരണം, സ്വകാര്യമായി പറയാം.

രാമനാമഠം: ഇല്ല, സത്യം, ഉത്തഴവാകണം.

തമ്പി രാമനാമഠത്തിനെ അടുത്തു വിളിച്ച് ഏകദേശം അരനാഴിക മന്ത്രിച്ചുകൊണ്ടു നിന്നു. അനന്തരം അയാൾ ഇങ്ങനെ പറഞ്ഞു: യോഗത്തിന്റെ നിശ്ശയം അങ്ങനെ അല്ലല്ലോ. അതുകൊണ്ട് എനിക്കു പാഴില്ല. വല്ലവഴും ആണുങ്ങഴുണ്ടെങ്കിൽ തീട്ടട്ട്.

ഇത്രയും സംഭാഷണം ആയപ്പോൾ സുന്ദരയ്യൻ അകത്തു പ്രവേശിച്ചു. രാമനാമഠത്തിനെ കണ്ടപ്പോൾ, തമ്പി തന്റെ ശുദ്ധഗതികൊണ്ട് സുഭദ്രയുടെ നേർക്കു നടത്തുന്ന വഞ്ചനയെ അയാളോടു പറഞ്ഞുപോയിരിക്കുമോന്നു ശങ്കിച്ച്, സുന്ദരയ്യൻ വിളറി. തമ്പിയുടെ മുഖത്തുനോക്കി, 'അതൊന്നും പേടിക്കണ്ട' എന്നുള്ള ഭാവത്തിൽ നേത്രങ്ങൾകൊണ്ടു ചില അഭിനയങ്ങൾ കാണിച്ച് സുന്ദരയ്യനെ സമാധാനപ്പെടുത്തി തമ്പിയും രാമനാമഠവും തമ്മിലുള്ള തർക്കവിഷയത്തെ സുന്ദരയ്യനോടു തമ്പി അവർകൾതന്നെ പ്രസ്താവിച്ചു.

സുന്ദരയ്യൻ രാമനാമഠമങ്കത്തേക്ക് ഇവളവു പയമാ? നാൻതാൻ ചെയ്തുടിറേൻ.

തമ്പി: താൻ വേണ്ടെടോ. ഒരു സംശയവും ഉണ്ടായിക്കൂടാ. ആളുണ്ട്. എല്ലാം ഭംഗിയായി നടത്താം.

ആ സംഗതിയെക്കുറിച്ച് ഓരോ തീരുമാനങ്ങൾ ചെയ്യുന്നതിനിടയിൽ ഒരു പട്ടക്കാരൻ അകത്തു കടന്ന് "ചുള്ളിയിൽ മാർത്താണ്ഡപ്പിള്ള വന്നു നില്ക്കുന്നു" എന്നു തമ്പിയെ ഗ്രഹിപ്പിച്ചു. "വരാൻ പറ" എന്നു തമ്പി ഉത്തരവായി.

തമ്പി: തിരുമുഖത്തുപിള്ള നമ്മുടെ ഭാഗത്തുതന്നെ എന്നു നിശ്ചയമായി. രാമനാമഠവും സുന്ദരയ്യനും എന്റെ വലതും ഇടതും കൈകളാണ്. നിങ്ങൾ കൊണ്ടുകൊള്ളിച്ച കോള് എത്ര ഭംഗിയായിപ്പറ്റി! ഇങ്ങനെയാണ് ബുദ്ധിസാമർത്ഥ്യം കാണിക്കേണ്ടത്.

രാമനാമഠം ഈ പ്രശംസകൾ കേട്ടു ഞെളിഞ്ഞു. തന്റെ നാമത്തെ രണ്ടാമതായി പറഞ്ഞതുകൊണ്ട് കുറച്ച് ഈർഷ്യ തോന്നി എങ്കിലും സുന്ദരയ്യനും തമ്പിയുടെ സ്തുത്യമായ വാക്കുകൾകൊണ്ടു കൃതാർത്ഥനായി എന്നു നടിച്ചു.

# പത്തൊൻപതാം അദ്ധ്യായം

*"ദന്തിഗാമിനി തന്റെ വൈഭവം ചിത്രം ചിത്രം"*

**യു**വരാജാവ് വേഷച്ഛന്നനായി വടവൃക്ഷത്തിന്റെ ചുവട്ടിൽ എത്തിയപ്പോൾ സുഭദ്ര രാമനാമഠത്തിൽപിള്ളയോടു സംസാരിച്ചുകൊണ്ടിരിക്കആയിരുന്നു. സുഭദ്രയുടെ മുറിക്കു തെക്കോട്ടുള്ള വാതിൽ ബന്ധിച്ചു പടിഞ്ഞാറു നിരയിലുള്ളതു തുറന്നിട്ടിരിക്കുന്നു. മുറിക്കകം ഏറ്റവും ഭംഗിയാക്കീട്ടുണ്ട്. സുഭദ്രയും, ശ്രീപത്മനാഭൻ പശ്ചിമസമുദ്രത്തിൽ ആറാടുവാൻ എഴുന്നള്ളുന്ന സമയം "ഉഭയപാർശ്വത്തിലും മേവും ഉന്നതസൗധപങ്ക്തി"യിലെ ജാലകങ്ങളെ വിതാനിക്കുന്നതിനായി സ്ഥാപിക്കപ്പെടുന്ന രംഭകളെപ്പോലെ രത്നമയമായുള്ള ആഭരണങ്ങളെക്കൊണ്ടും കസവുള്ള വസ്ത്രങ്ങളെക്കൊണ്ടും തന്റെ ദേഹത്തെ അലങ്കരിച്ചിരിക്കുന്നു. സുഭദ്രയുടെ ദേഹത്തോടു സംഘടിക്കപ്പെട്ടിരിക്കുന്ന സ്വർണ്ണഭൂഷണങ്ങൾ യാതൊരു കാരണത്താലും ക്ലേശിക്കുന്നില്ലെന്നു മാത്രമേ ഉള്ളു. അകത്തു മദ്യവും പുറത്തു സുഭദ്രയുടെ സൗന്ദര്യവിലാസമനോജ്ഞതയും ഇങ്ങനെ രണ്ടു ശക്തികളുടെ ഇടയിൽ അകപ്പെട്ട് വിധുരനായിത്തീർന്നിരിക്കുന്ന രാമനാമഠത്തിൽപ്പിള്ള ചിലപ്പോൾ സൈരന്ധ്രിയുടെ സന്നിധിയിൽ കീചകനെന്നപോലെയും ചിലപ്പോൾ ഭൂപുത്രിയായ സീതയുടെ സന്നിധിയിൽ ഹനുമാനെന്നപോലെയും കാമപാരവശ്യരസികത്വങ്ങളേയും ഭക്ത്യനുസരണവിനയാദിയായുള്ള രസങ്ങളെയും ഇടവിട്ടു പ്രകടിപ്പിക്കുന്നു. ഏകദേശം രണ്ടുനാഴിക സംസാരിച്ചുകൊണ്ടിരുന്നതിന്റേശേഷം രാമനാമഠത്തിൽപ്പിള്ള വിടവാങ്ങി യാത്രയ്ക്കാരംഭിച്ചു. അനുയാത്രയായി കുറച്ചു ദൂരം കൂടി നടന്നിട്ട് ഉത്സാഹത്തോടുകൂടി "വരാതിരിക്കരുത്, അധികം താമസിക്കരുത്. ഈ രാത്രിയിൽ നല്ലകാലം വരുന്നു, ഓടിപ്പോകണം" എന്നു സുഭദ്ര പറഞ്ഞതു തടഞ്ഞ് "ചെമ്പകം വഴാൻ പഴഞ്ഞാല്, രാമ

നാമഴത്തിനു വേഴെയുണ്ടോ-കൊളാം." എന്ന് ആ മഹാനും പറഞ്ഞു പിരിഞ്ഞു. സുഭദ്ര തന്റെ പുരമുറിക്കകത്തു കടന്ന് കട്ടിലിന്മേൽ ഇരിപ്പായി. സന്ധ്യാസമയങ്ങളിൽ മേഘശൂന്യമായുള്ള ആകാശത്തിന്റെ പ്രതിബിംബത്താൽ ഏറ്റവും രമണീയമായും വായുവിന്റെ മാന്ദ്യത്താൽ നിശ്ചലമായും കാണപ്പെടുന്ന തടിനീജലംപോലെ സുഭദ്രയുടെ മുഖം അതിശാന്തമായിരിക്കുന്നു. ആ സ്ത്രീയുടെ ഉള്ളിൽ യാതൊരുകാലത്തും യാതൊരു വ്യസനവും പ്രവേശിച്ചിട്ടില്ലാത്തതിന്മണ്ണം സ്വസ്ഥയായിരുന്നുകൊണ്ട് പഠിച്ച പാഠങ്ങളെ ഹൃദിസ്ഥമാക്കുന്നതുപോലെ ഇപ്രകാരം വിചാരം തുടങ്ങി: "എന്തിനാണു ഞാൻ ഈ കൃത്രിമങ്ങളിൽ ചെന്നുചാടുന്നത്? തങ്കത്തിനെക്കുറിച്ചുള്ള സ്നേഹത്തിനാൽ തങ്കത്തെക്കുറിച്ച് എനിക്കിത്ര സ്നേഹത്തിനു സംഗതി എന്ത്? അച്ഛന്റെ ആകട്ടെ, അമ്മാവന്റെ ആകട്ടെ, സ്ഥാനത്തിൽ അവളുടെ അച്ഛൻ ഒരാൾ മാത്രമേ നിഷ്കപടമായുള്ള സ്നേഹത്തോട് എന്നെ ലാളിച്ചിട്ടൊള്ളു. എന്റെ (ശാന്തത നീങ്ങി മുഖം ചുവന്നു, കണ്ണിൽ അശ്രുക്കൾ മിന്നിത്തുടങ്ങി) അമ്മയെ കൊല്ലാൻ തുടങ്ങിയ അമ്മാവനെ അദ്ദേഹമാണ് തടസ്സംചെയ്തത്? കുട്ടിക്കാലത്ത് എന്നെ ലാളിച്ചിട്ടുണ്ട്. പിന്നീട് ഗുണദോഷം പറഞ്ഞുതന്നിട്ടുണ്ട്. ഈ രാമനാമഠത്തിനെപ്പോലെയും മറ്റും എന്നെ ദുർമ്മാർഗ്ഗങ്ങളിൽ പ്രവേശിപ്പിക്കാൻ ശ്രമിച്ചിട്ടില്ല. അദ്ദേഹത്തിന്റെ അപ്പഴപ്പോഴുള്ള ശാസനയാണ് മഹാവ്യസനങ്ങൾക്കിടയിലും മനസ്സുഖം അനുഭവിക്കാൻ വേണ്ട നിഷ്കന്മഷത്വം എനിക്കു സമ്പാദിച്ചു തന്നിട്ടുള്ളത്. ഉപകർത്താവായ അദ്ദേഹത്തിന് എന്നാൽ ഒന്നും പ്രത്യുപകാരമായി ചെയ്യാൻ കഴിഞ്ഞിട്ടില്ല. എന്നാൽ അദ്ദേഹത്തിന്റെ മകളെ ഞാൻ മനഃപൂർവ്വമായി പ്രതിഫലേച്ഛ കൂടാതെ സ്നേഹിക്കുന്നുണ്ട്. ഈ സ്നേഹബന്ധമാണ് എന്നെ ഈ ശ്രമങ്ങളിലേക്ക് ആകർഷിക്കുന്നത്. തങ്കത്തിനെ കുറച്ചു കാലം കാണാതെ ഇരുന്നത് ഒരറിവും കൊടുക്കാൻ കഴിയാത്തതിനാലാണ്. കഴക്കൂട്ടത്തദ്ദേഹം മരിച്ചപ്പോൾത്തന്നെ എന്റെ ശ്രമങ്ങൾക്കുണ്ടായിരുന്ന സഹായി പോയി. പിന്നീടും ഞാൻ ഉപേക്ഷ കാണിച്ചിട്ടില്ല. ഈ രാമനാമഠത്തിനെ പാട്ടിലാക്കി അന്നന്നു നടക്കുന്ന കഥകളെല്ലാം അറിഞ്ഞു. സുന്ദരയ്യനും രാമനാമഠവും വലിയ കൂട്ടുകെട്ടുകാർ ആയതും ഭാഗ്യംതന്നെ. അല്ലെങ്കിൽ ഒന്നും അറികയില്ലായിരുന്നു. ഈ പുള്ളികൾക്ക് എന്റെ ഊഹം മനസ്സിലായിട്ടില്ല. അവരുടെ വിചാരംതന്നെ പക്ഷേ, ശരിയായിവന്നേക്കാം. എന്നാൽ ഇപ്പോൾ കണ്ടിടത്തോളം എന്റെ ഊഹം തന്നെ ശരിയാകുമെന്നാണ് എനിക്കു തോന്നുന്നത്. ആട്ടെ, ഒരു മഴയിൽ ഉണ്ടാകുന്ന ഉടപ്പ് മറ്റൊരു മഴയിൽ നികന്നുപോകുന്നതുപോലെ, അന്നത്തെ കലാപങ്ങളെല്ലാം തങ്കത്തിന്റെ ദീനത്തിനിടയിൽ ശരിയാകും. ഈ തിരുമുഖത്തദ്ദേഹം എന്തു ശുദ്ധനാണ്! നാടു ഭരിച്ച മന്ത്രിയുമാണ്. ആകപ്പാടെ സ്ത്രീകളിലും താണബുദ്ധിക്കാരനായി കാണുന്നു. ഒന്നു കണ്ടുവെങ്കിൽ ഞാൻ എല്ലാം ശരിയാക്കും. ഈ തിരുവനന്തപുരത്ത് അദ്ദേഹത്തിനെ കണ്ടിട്ടില്ലാത്ത ആളുകൾ കുറയും. എനിക്കുമാത്രം അതിനു യോഗമു

ണ്ടായിട്ടില്ല. കണ്ടിട്ടുതന്നെ കാര്യമെന്ത്? തങ്കത്തിന്റെ അനന്തപത്മനാഭന്റെ അച്ഛനാണ്; മഹാപ്രസിദ്ധനുമാണ്. മനഃശുദ്ധിയുള്ള ആളും ആയിരിക്കണം. അത്രയും അല്ല, അദ്ദേഹത്തെക്കുറിച്ച് എനിക്കും എന്തോ വിശേഷിച്ചൊരു ബഹുമതിയുണ്ട്. കഴക്കൂട്ടത്തദ്ദേഹത്തിന്റെ ഇഷ്ടനായിരുന്നു എന്നു കേട്ടിട്ടുള്ളതുകൊണ്ടായിരിക്കാം. അദ്ദേഹം വലിയതമ്പിയെ സഹായിക്കുന്നതായാൽ എളയതമ്പുരാൻ തിരുമനസ്സുകൊണ്ടു ചുറ്റും. അദ്ദേഹത്തിന്റെ മകനെക്കൊന്ന വർത്തമാനം എല്ലായിടത്തും പരന്നിട്ടുണ്ട്. അതു തമ്പിക്ക് ബഹുഅനുകൂലമായി. തിരുമുഖത്തുനിന്നുതന്നെ ആ വർത്തമാനം പുറപ്പെട്ടിരിക്കുന്നതിനാൽ ആളുകൾ അതു വിശ്വസിക്കും. ഈ കുഴക്കിൽ ഞാൻ ചാടുന്നതെന്തിന്? ചാടാതിരുന്നാൽ തമ്പി രാജ്യം കൈക്കലാക്കി സുന്ദരയ്യനു ദത്തംചെയ്യും. പിന്നെ ഇവിടെ കോലാഹലം തന്നെ-ആരോ വരുന്നുണ്ട്. വിഷവുംകൊണ്ടു പട്ടർ പുറപ്പെട്ടിരിക്കുന്നതാണ്, അല്ലേ?' സുഭദ്രയുടെ ആത്മഗതങ്ങൾ ഈ ഭാഗത്തിലായപ്പോൾ അതുകളുടെ ഗതിയെ നിരോധിച്ച പാദന്യാസം ആരുടേതാ, ആ ആൾ പടിഞ്ഞാറുള്ള വാതില്ക്കൽ എത്തി. സുഭദ്രയുടെ മുമ്പിൽ അപ്പോൾ കാണപ്പെട്ടതുപോലുള്ള രൂപം ഈ ദിക്കുകളിൽ അസംഖ്യം ഇന്നും കാണാവുന്നതാണ്. പഴകിയ ചർമ്മത്തിന്റെ നിറവും, സദാ അകാരണമായുള്ള ചിരിയോടുകൂടിയുള്ള വട്ടമുഖവും കാണുന്നവരെല്ലാം കാമിക്കയാൽ ചാരിത്രത്തിനു മുറിവേറ്റതുപോലുള്ള നാട്യത്തോടുകൂടി ലജ്ജ അഭിനയിച്ച കണ്ഠത്തിനു സംഭവിച്ചിട്ടുള്ള കുനിവും, തിമിർത്ത കവിൾത്തടങ്ങളും, ഞെരുങ്ങിയതും തൈലപരിചയമില്ലാതെ ചിന്നിച്ചിതറിപ്പറക്കുന്ന ഒരുമുളം കേശത്തെ ബലാൽക്കാരേണ ബന്ധിച്ചു ധമ്മില്ലമാക്കിയിരിക്കുന്നതും മുരളിച്ച കർണ്ണാഭരണദ്വാരവും ഹ്രസ്വമായ കായവും പരന്ന ഉദരവും കനത്ത ഭുജകുചജഘനങ്ങളും ചേർന്നിരുന്നതിനാൽ സൗന്ദര്യവതി എന്നു പറഞ്ഞുകൂടാ; എങ്കിലും കേരളീയസ്ത്രീകൾക്കു സഹജമായുള്ള ഒരു വിശേഷശ്രീയുണ്ടായിരുന്നതിനാൽ വിരൂപ എന്നും പറഞ്ഞുകൂടാത്തതായ ഒരു സ്ത്രീയാണ് സുഭദ്രയുടെ മുമ്പിൽ പ്രത്യക്ഷമായത്. ഈ സ്ത്രീ അതിസൗരഭ്യത്തോടുകൂടിയതും വികസിച്ചതും ആയ മുല്ലപ്പൂകൊണ്ട് കചപ്പുറത്തിന്റെ ഛായയിൽ കെട്ടീട്ടുള്ള ഹാരങ്ങളും ഘൃതത്തിന്റെ പരിമളം വീശുന്നതായ ചില പലഹാരങ്ങളും സുഭദ്രയ്ക്കു കാഴ്ചയായി കൊണ്ടുവന്നിരുന്നു. ഇതുകൾ സുഭദ്രയുടെ മുമ്പിൽ കൊണ്ടുവച്ചിട്ട്, വാതിലിന്റെ ഇടയിൽ പാതി മറഞ്ഞുനിന്ന് അത്യാദരവോടുകൂടി രണ്ടുവരി കവടിപോലെ വെളുത്തുള്ള ദന്തങ്ങൾ കാട്ടിത്തുടങ്ങി. സുഭദ്ര പുഞ്ചിരിയോടുകൂടി, “ആനന്തത്തിനെ കാണാൻപോലും കിട്ടുന്നില്ല. എന്താണിന്നിങ്ങോട്ടു പോരാൻ തോന്നിയത്?” എന്നു ചോദിച്ചു.

ആനന്ദം* എന്നു പേരായ സ്ത്രീ സുന്ദരയ്യന്റെ ‘പരിഗ്രഹം’ ആണ്. ഇവളുടെ കഥയെയാണ് രാമയ്യൻ യുവരാജാവിനോടു പതിമ്മൂന്നാം

* തത്സമം = ആനന്ദം.

അദ്ധ്യായത്തിൽ അറിയിച്ചത്. സുഭദ്രയുടെ ചോദ്യത്തിന്, അനന്തരം ലജ്ജയോടും ഭർത്താവിനെക്കുറിച്ചു കുറച്ചു പരിഭവം നടിച്ചും താടിയിൽ കൈകൊടുത്ത് ഇരുഭാഗത്തോട്ട് ആഞ്ഞും ഇങ്ങനെ ഉത്തരം പറഞ്ഞു: "എന്തുചെയ്യും കൊച്ചമ്മ? ഒരുത്തൻ വന്നു ചേർന്നാലക്കൊണ്ട് പിന്നെ പറയണ കൂത്തെല്ലാം ആടണ്ടയോ? ഈ രാജ്യത്തു കണ്ടിട്ടില്ല, ഈ നടപ്പൊന്നും. ഞാൻ അമ്മച്ചിയോ പോറ്റിഅമ്മമാരോ ആണോ? വെളിയിൽ ഇറങ്ങാൻ സാമി സമ്മതിക്കൂല്ല. പിന്നെ എങ്ങനെയാണു വേണ്ടത്തക്കവരെ വല്ലപ്പോഴും വന്നു കാണണത്!"

സുഭദ്ര: വരാത്തതു ശരിയായി. ഭർത്താവിന്റെ ഹിതം അറിഞ്ഞു നടക്കണം. അല്ലെങ്കിൽ എന്നെപ്പോലെ വ്യസനിക്കാൻ ഇടവരും. സുന്ദരയ്യൻ എന്നും വരുന്നുണ്ടല്ലോ? നിനക്കു സുഖംതന്നെയോ?

ആനന്ദം: സാമിയോ കൊച്ചമ്മ? വല്ലപ്പഴും ഒരിക്കെ വരും. വലിയങ്ങുന്നു വിടൂല്ലെന്നേ! (ചിരിച്ചും ലജ്ജയോടും) കൊച്ചമ്മ ഇന്നലെ അങ്ങത്തെ അങ്ങു പോയിരുന്നുപോലും. അതാണു നല്ലതു കൊച്ചമ്മ. വലിയവരെ വിരോതം കെട്ടീട്ട് നമുക്കിപ്പം എന്തു കാര്യം? ആകിലും അവരെ ഒക്കെ അനുതരിക്കണം. അങ്ങുന്നു തമ്പുരാനാകുമ്പം കൊച്ചമ്മ അമ്മച്ചിയാകും; ഈയുള്ളവക്കും വല്ലതും നയ്മവരും. ഇതാണ്ടെ അങ്ങുന്നാണ് ഈ പൂവും പലാരവും കൊടുത്തയച്ചത്.

സുഭദ്ര: (അറിയാത്ത നാട്യത്തിൽ) നിന്റെ സമ്മാനമല്ലയോ?

ആനന്ദം: അല്ലല്ല; സാമി കൊണ്ട് എന്റെ കൈയിത്തന്നു. എനിക്കും ഒരു തഞ്തോഴമായി. കൊച്ചമ്മയെ കാണാൻ തരം ഇതുതന്നെ എന്നുവച്ച് ഞാനും എറങ്ങി.

സുഭദ്ര: നീ തനിച്ചാണോ വന്നത്?

ആനന്ദം: സാമികൂടി വന്നു ഇങ്ങു കേറിയാലക്കൊണ്ടു കൊച്ചമ്മ പിടിച്ചു വത്വാനത്തിനിരുത്തിക്കൊള്ളുമെന്നു പറഞ്ഞു നടയി വന്നപ്പം ഓടിക്കളഞ്ഞു. അങ്ങുന്നു കാത്തിരിക്കും കൊച്ചമ്മ, അതാണ് ഓടിക്കളഞ്ഞത്.

സുഭദ്ര: (മനോഗതം) ഇവൾ ഒന്നും അറിഞ്ഞിട്ടില്ല. വിഷത്തെക്കൊണ്ടുവന്നു തരുന്നതിന് പട്ടർക്കു ധൈര്യമില്ലാഞ്ഞിട്ടോ അയാളുടെമേൽ സംശയമില്ലാതിരിക്കാൻവേണ്ടി രാമനാമഠത്തിന്റെ അടുത്തു ഹാജർ കൊടുക്കാനോ രണ്ടിലൊരു കാരണത്താൽ ഇവളെ അയച്ചിരിക്കുന്നതാണ്. നല്ല സംബന്ധക്കാരൻ! കുരങ്ങന്റെ സമ്പ്രദായംതന്നെ പട്ടർ അനുഷ്ഠിക്കുന്നു. അപകടത്തിൽക്കൊണ്ട് കൈ ഇടാൻ ഭാര്യയും സംബന്ധക്കാറും പരമയോഗ്യൻ! ഇന്നലെ രാത്രി ഞാൻ പോന്നതിൽപ്പിന്നെ ആലോചിച്ചു നിശ്ചയിച്ചതാണ്. നോക്കണേ ബുദ്ധിസാമർത്ഥ്യം! രാമനാമഠത്തിനേയും അകറ്റീരിക്കുന്നു. ആട്ടെ, രണ്ടുപേർക്കും വിരുതു തന്നേക്കാം." (പ്രകാശം) തമ്പിഅദ്ദേഹത്തിന് ഇത്ര കൂറു തോന്നിയല്ലോ എന്നു വിചാരിക്കയാണ്. ആനന്ദം, കാലക്കുട്ടിപ്പിള്ളയെ ഈയിട കാണാനില്ല. അയാൾ എവിടെപ്പോയിരിക്കുന്നു?

ആനന്ദം: തമ്പുരാന്റെ കോലും കുന്തവും ചപ്പീച്ച്, ആണുങ്ങളെ ചേവുകത്തിന് പോയിരിക്കുണു. കൊച്ചമ്മ അറിഞ്ഞില്ലയോ വത്വാനം? തിരുമുഖത്തെ കൊച്ചങ്ങത്തെക്കൊന്നത് എളയതമ്പുരാനാണുപോലും! (ഈ വാക്കുകൾ കേട്ട് ആരോ 'അ' എന്ന് ആശ്ചര്യവ്യസനങ്ങളോടുകൂടി ഒന്ന് ഉച്ചരിച്ച് അമർത്തിയതുപോലെ സുഭദ്രയ്ക്കു തോന്നി.) തമ്പുരാന്റെ പൂച്ചെല്ലാടത്തും പരന്നു. തിരുമുഖത്തങ്ങുന്ന് പടകൂട്ടുന്നുപോലും. കാണാം, കണ്ണീരും കൈയുമായി- പിന്നെയും അതിവേദനയോടുകൂടി ആരോ സീൽക്കാരം ചെയ്യുന്നതായ ശബ്ദം കേട്ടു സുഭദ്ര ഉത്ഥാനം ചെയ്ത് ഝടിതിയിൽ പടിഞ്ഞാറുവശത്തിറങ്ങി നോക്കി. ഇരുട്ടിനിടയിൽക്കൂടി ഒരു നിഴൽ തെക്കോട്ടു പാഞ്ഞുപോകുന്നതുപോലെ തോന്നുകയാൽ സുഭദ്ര അല്പനേരം ചിന്താഗ്രസ്തയായി നിന്നു. "സുന്ദരയ്യനല്ല; അയാൾക്ക് ഇത്ര ആശ്ചര്യവും വ്യസനവും തോന്നാൻ സംഗതിയില്ല. ഒന്നുകിൽ യുവരാജാവ്, അല്ലെങ്കിൽ ആശ്രിതന്മാരിൽ ഒരുവൻ; അല്ലെങ്കിൽ-അങ്ങനേയും വരാം. ആട്ടെ, അതു ക്രമത്തിൽ" എന്നിങ്ങനെയുള്ള ആത്മഗതത്തോടുകൂടി നിഴലിനെ പിന്തുടരുന്നതിനു ശ്രമിക്കാതെ തന്റെ ക്രിയകൾ കണ്ട് ആശ്ചര്യം കലർന്നു നിന്നിരുന്ന ആനന്ദത്തോട് ഇപ്രകാരം പറഞ്ഞുകൊണ്ട് സുഭദ്ര സ്വസ്ഥാനത്തു വീണ്ടും ഇരിപ്പായി: "എന്തോ ഒന്ന് അനങ്ങിയതുപോലെ തോന്നി. നോക്കിയതിൽ ഒന്നും കാണുന്നില്ല."

ആനന്ദം: കണ്ണിലിട്ടു കുത്തിയാ കണ്ടൂടാത്ത ഇരുട്ടു കൊച്ചമ്മ. വല്ല പട്ടിയോ മറ്റോ ആയിരിക്കും.

സുഭദ്രയുടെ ആത്മഗതത്തിന്റെ ഒടുവിലത്തെ ഭാഗം ഉള്ളിൽനിന്നു വിട്ടുപോകാതെ മനസ്സിനെ ചലിപ്പിച്ചുകൊണ്ടിരുന്നതിനാൽ ആനന്ദത്തിന്റെ അഭിപ്രായങ്ങളെ സുഭദ്ര കേട്ടില്ല. എന്നുവരികിലും ആ സ്ത്രീയുടെ മനസ്സ് അന്യവിഷയത്തിൽ പ്രവേശിച്ചിരിക്കുന്നു എന്നു സുന്ദരയ്യന്റെ സാധുശീലയായ പത്നി ഗ്രഹിക്കയോ ശങ്കിക്കയോ ചെയ്യുന്നതിന് ഇടവരാതിരിക്കത്തക്കവണ്ണം സുഭദ്ര തന്റെ മുഖഭാവങ്ങളെ നിയമനം ചെയ്തിരിക്കുന്നു. തിരുമുഖത്തുപിള്ളയുടെ മകന്റെ കഥയെ സംബന്ധിച്ചാണെന്നുള്ള ഭാവത്തിൽ തമ്പിമാരുടെയും, സേവകൻ സുന്ദരയ്യന്റെയും സ്ഫടികസമാനമായുള്ള മാനസനൈർമ്മല്യാദിഗുണങ്ങൾ വർണ്ണിച്ച് ആനന്ദം പ്രസംഗിച്ചുതുടങ്ങി. ആനന്ദത്തിന്റെ പ്രശംസകൾക്കു സുഭദ്രയുടെ ഇപ്രകാരമുള്ള ചോദ്യം അന്തരം വരുത്തി. "ആനന്ദം, ഞാൻ ഒന്നു ചോദിക്കട്ടെ? സാരമില്ലാത്ത സംഗതിയാണ്. നീ സത്യം പറയുമോ?"

ആനന്ദം: ഉടുതുണിപോലും തന്നു രക്ഷിക്കണവർക്ക് എന്തുതന്നെ കേട്ടൂടാ? നല്ല കാര്യം! കൊച്ചമ്മ 'ഉം' എന്നൊന്നു മൂളിയാൽ കരളിനെ ചൂന്നുവയ്ക്കണവരെക്കൊണ്ടു സത്യവും ചെയ്യിക്കണമോ?-

സുഭദ്ര: അതെല്ലാം എനിക്കറിയാം. നിന്നോളം ഉചിതമുള്ളവരാരുമില്ല. പിന്നെ ഒരു കോ-പാണ്ടിക്കാരൻ അവിടെ പാർപ്പില്ലയോ?

ആനന്ദം: ഉണ്ട്. ഒരു എന്തരുത്തൻ.

സുഭദ്ര: അയാൾ ആരാണ്?

ആനന്ദം: സാമീടെ തിക്കുകാരൻപോലും.

സുഭദ്ര: എന്തിനായിട്ട് ഇവിടെ വന്നിരിക്കുന്നു എന്നറിയാമോ?

ആനന്ദം: അങ്ങത്തേക്കും സാമിക്കും വലിയ ചങ്ങാത്തമാണെന്നുമാത്രമറിയാം."

ഇത്രത്തോളവും ഇതിലധികവും സംഗതികൾ സുഭദ്രയ്ക്കറിയാമായിരുന്നു. അതിനാൽ തന്റെ ചോദ്യങ്ങൾക്കുണ്ടായ ഉത്തരങ്ങൾകൊണ്ടു തൃപ്തിപ്പെടാതെ കുറച്ചൊരു നീരസഭാവത്തോടുകൂടി "നിന്റെ സാമിയും" (മനോഗതം) "കോടാങ്കി എന്നേ വരുന്നുള്ളു നാക്കിൽ." (പ്രകാശം) "പാണ്ടിക്കാരനും തമ്മിൽ എന്താണ് ഇത്ര പിടിത്തത്തിനു വഴി? ശൂദ്രവീട്ടിൽ കൊണ്ടുവന്ന് ഈ എങ്ങാനും കിടക്കുന്നവനെ പാർപ്പിച്ചിരിക്കുന്നത് എന്തു മര്യാദയാണ്? പറ. നിന്നോടു ചോദിക്കയാണ്."

ആനന്ദം അതുവരെ സുഭദ്രയുടെ ദയാപൂർവ്വമായുള്ള സൽക്കാരവചനങ്ങൾ കേട്ടും മറ്റും ആനന്ദക്കടലിൽ മുങ്ങിക്കിടന്നിരുന്നു. ഈ കോപഭാവം കണ്ടപ്പോൾ ആപൽക്കരമായ ചുഴിയിൽ അകപ്പെട്ടതുപോലെയായി. "ഞങ്ങളെന്തരു ചെയ്യും കൊച്ചമ്മാ? സാമി കൊണ്ടു പാർപ്പിച്ചിരിക്കുന്നു. കൊച്ചമ്മ പറയണം; ഞങ്ങളടിച്ചെറക്കൂടാം."

സുഭദ്ര: ആരെന്നറിയാതെ നിങ്ങളെങ്ങനെ പാർപ്പിച്ചിരിക്കുന്നു? അവർ സംസാരിക്കുന്നതുപോലും നിങ്ങൾ കേട്ടിട്ടില്ലയോ? അതിൽ നിന്നെങ്കലും ആരെന്നറിഞ്ഞിട്ടില്ലയോ?"

ആനന്ദം: ഖറാം പിറാം എന്ന് ഒരു പാഴയാണ് അവർക്കുള്ളത്. ഇന്തുത്താരമോ എന്തൊരു കുന്തിരിക്കമോ, ആർക്കറിയാം! ഞങ്ങൾക്ക് ഒരക്ഷരം അറിഞ്ഞൂടാ. പിന്നെ കാര്യം ഞങ്ങളെങ്ങനെ അറിയും?"

സുഭദ്ര: ഹാ! വല്ലാത്ത കൂട്ടമാണ് നിങ്ങൾ! മര്യാദക്കാരല്ല. കണ്ടവരെ വിളിച്ചു വീട്ടിൽ പാർപ്പിക്കുന്നതിനെക്കുറിച്ച് ആ കാലക്കുട്ടിപ്പിള്ളയ്ക്കും ലജ്ജ തോന്നുന്നില്ലല്ലോ!"

ആനന്ദം: ഞങ്ങളു കൊറച്ചിലിനൊന്നും പോയിട്ടില്ല. കേക്കണോ കൊച്ചമ്മയ്ക്ക്? ആ എരുമച്ചിമ്മോൻ കേറി, ഒരിക്കലുണ്ടല്ലോ കൊച്ചമ്മ, എന്റെ അടുത്തു കൊഴയാൻ വന്നു. ഞാൻ തൊറപ്പ എടുത്തില്ലെന്നേ ഉള്ളു. എന്നിട്ട് അവനെന്റെ അടുത്തു കേക്കണ്, 'നിങ്കടെ ശാതിയിലെ തമയനും തമ്പിയും ഒരേ അച്ചിയെ ഇരുത്തറതുണ്ടോ?' എന്ന്. വലിയ ഒരങ്ങത്തെപ്പോലെ. എന്തരു പറയും അതിനൊക്കെ? എരുമച്ചവംതന്നെ. ഞാനും; എന്റെ നാക്കിനു വായി കെടക്കാമായിരുന്നു. അതില്ലാതെ സാമി വന്നപ്പം ഞാൻ എല്ലാം ചൊല്ലിക്കൊടുത്തു. (ആനന്ദം കരഞ്ഞുതുടങ്ങി.) 'അതെല്ലാം എങ്കിട്ടേ ചൊല്ലുവാനേ' എന്നു പറഞ്ഞോണ്ട് എന്നെ കേറി കൊല്ലാൻ നിന്നു കൊച്ചമ്മാ സാമി. പിന്നെ കൊച്ചമ്മാ, (ചിരിച്ചുകൊണ്ട്) ഈ അങ്ങൊള്ള ജാതികള്, അയ്യേ!-സാമിതന്നെ പറഞ്ഞു, നമ്മളിലും കേടാണ്. സാമി പറഞ്ഞ കഥകളു കേട്ട് എന്റെ തൊലിതന്നെ വഴിഞ്ഞെ

റങ്ങിപ്പോയി. പറഞ്ഞുകൊണ്ടുവച്ചത് ഞാൻ ആ പിഴുക്കച്ചവത്തിന്റെ അച്ചി കൂടി ആകണമെന്നാണ്. (ദേഷ്യത്തോടുകൂടി) കൊല്ലട്ടെ, കൊന്നാലും എനിക്കു വയ്യ. വലിയങ്ങത്തേക്കു പക്ഷംതന്നെ; അദ്യത്തിന്റെ അമ്മേടെ പൊന്നും വെള്ളിയുമെല്ലാം കൊടുത്തു; ശരിതന്നെ. ആരുതന്നെ എന്തു തന്നെ ആയാലും, വേണമെങ്കിൽ ചെരട്ട കൈയിലെടുത്തോളാം. അല്ലേ -കൊച്ചമ്മേടെ മൊഖത്തുതന്നെ ഞാനെങ്ങിനെ നോക്കും പിന്നെ-

സുഭദ്രയുടെ നീരസവാക്കുകൾ കേട്ടു മനസ്സിളകിയ ആനന്ദം, തന്റെ ഭർത്താവ് കാർത്ത്യായനിഅമ്മയോടു തുടങ്ങിയതുപോലെ, വാഗ്വർഷം തുടങ്ങിയപ്പോൾ, യന്ത്രത്തെ തിരിച്ചുവച്ചിട്ട് അതിന്റെ പ്രവൃത്തികളെ നോക്കിനില്ക്കുന്ന യന്ത്രനേതാവിനെപ്പോലെ സുഭദ്ര തടസ്സഹേതുക്കളായ സകല ക്രിയകളേയും അടക്കിക്കൊണ്ടിരുന്നു. എന്നാൽ, ആനന്ദത്തോടു പാരദേശികൻ ചെയ്ത അപേക്ഷയേയും സത്സംബന്ധമായി ആ സ്ത്രീ തന്റെ ഭർത്താവിനോടു സങ്കടം ബോധിപ്പിച്ചതിൽ ഉണ്ടായ തിരുമാനത്തേയും കുറിച്ചുള്ള വിവരങ്ങൾ കേട്ടപ്പോൾ സുഭദ്ര ഒന്ന് എന്നു മനസ്സുകൊണ്ട് എണ്ണിയതുകൂടാതെ 'പട്ടർക്കു കോടാങ്കിയെ എന്തു സംഗതിവശാലോ പേടിയുണ്ട്.' എന്നു നിശ്ചയിക്കയും ചെയ്തു. പിന്നീട് ആഭരണത്തെക്കുറിച്ചുള്ള ഭാഗമായപ്പോൾ സുഭദ്ര 'രണ്ട്' എന്നു മുമ്പിലത്തെപ്പോലെ കണക്കുവയ്ക്കയും "ഇതാ എനിക്കു വിഷം കൊണ്ടുവന്നവൾ തങ്കത്തിന് അമൃതു വിളമ്പുന്നു. ഇനി ഇവളോടു ശണ്ഠപാടില്ല. ആഭരണത്തിന്റെ കഥ ഇവൾ അബദ്ധത്തിൽ അറിഞ്ഞിട്ടുള്ളതും ഇപ്പോൾ ക്ഷണിച്ചുപോയതും ആണ്. പക്ഷേ, പുറത്തു പറയരുതെന്നു സത്യം ചെയ്യിച്ചിരിക്കും. അതുകൊണ്ട് എനിക്കറിവാൻ ആഗ്രഹമുണ്ടെന്ന് ഇവൾക്കു സംശയംപോലും ഉദിച്ചുകൂടാ." എന്നു നിശ്ചയിക്കയും ചെയ്തു. അതിനാൽ ശിശുക്കളേയും മൃഗങ്ങളേയും പരിലാളനംചെയ്യുന്നവർ അവരുടെ സന്തോഷാതിക്രമത്തിൽനിന്ന് ഉളവാകുന്ന ഉന്മേഷപ്രവൃത്തികൾകൊണ്ട്, സ്വാധീനരായിരുന്നവരെ ഭയപ്പെടുത്തി അസ്വാധീനരാക്കിത്തീർക്കുന്നതുപോലെ സംഭവിക്കരുതെന്നു കരുതികേട്ടതിനെ എല്ലാം നിസ്സാരമാക്കി ചിരിച്ചുകൊണ്ട് സുഭദ്ര ഇങ്ങനെ ചോദിച്ചു: "നിന്റെ സ്വാമിയും അയാളും ഇഷ്ടമായിരിക്കുന്ന സ്ഥിതിക്ക്, നീ കുറച്ചു മുമ്പിൽ എന്നോട് ഉപദേശിച്ചതുപോലെ, നമുക്കു വേണ്ടതായുള്ള ആളുകളുടെ വിരോധം സമ്പാദിക്കാതിരിക്ക അല്ലയൊ നന്ന്?"

ആനന്ദം: (ഉത്തരം മുട്ടുകയാൽ) "പിന്നെ-കൊച്ചമ്മ, അവരെ ചങ്ങാത്തമെല്ലാം വെളിക്കേ ഒള്ളു. ചെലപ്പം കേറി രണ്ടുപേരും തമ്മിൽ അടിക്കാനും വെട്ടാനും കുത്താനും നിക്കും. എന്നാൽ സാമിക്ക് ഒരു കൊണമുണ്ട്. മൂടുവിക്കൂടുമ്പം എണങ്ങിക്കൊള്ളും.

സുഭദ്ര: (ആത്മഗതം) എന്റെ അഭിപ്രായം സ്ഥിരപ്പെട്ടു. (പ്രകാശം) നിന്റെ സ്വാമി വളരെ ഒതുങ്ങുന്ന കൂട്ടത്തിലാണ്." (പിന്നെയും ആത്മഗതം) സ്ത്രീസ്വരം, അതിവിനീതി, കപടവൈദികത്വം ഇങ്ങനെയുള്ള ലക്ഷണങ്ങളോടുകൂടിയ പുരുഷന്മാരെ മൂർഖപ്പാമ്പിലും അധികം ഭയ

പ്പെടണം. സുന്ദരത്തിന് ഒടുവിലത്തെ രണ്ടു ലക്ഷണവും തികഞ്ഞിട്ടുണ്ട്. ആദ്യത്തേതുകൂടിയുണ്ടായിരുന്നെങ്കിൽ ഭൂമി താങ്ങുകയില്ല. നാരായണ! ഇങ്ങനെയുള്ള മനുഷ്യർ അങ്ങറിയാതെ ഇങ്ങു പോന്നതാണോ? (പ്രകാശം) ആ-എന്തോ ഞാൻ ചോദിക്കാൻ ഭാവിച്ചു. എത്രവേഗം മറന്നു പോയി! കഷ്ടം! എന്താണ് ആനന്തം? ഛേ!

ആനന്ദം: അരുമ്പാവിത്തമ്പുരാൻ കൊലചെയ്തതോ?

സുഭദ്ര: അതല്ല.

ആനന്ദം: എന്റെ അടുത്ത് ലയാളു കൊഴഞ്ഞതോ?

സുഭദ്ര: അതുമല്ല, വേറെ എന്തോ ആണ്. സാരമില്ല. പോട്ടെ.

ആനന്ദം: സാമീടെ കാര്യം വല്ലതുമോ?

സുഭദ്ര: അതൊന്നുമല്ല നമ്മുടെ തമ്പി അദ്ദേഹത്തെക്കുറിച്ച് എന്തോ ആണ്.

ആനന്ദം: ആ! ശരി! ശരി! ഒള്ളതുതന്നെ. ഞാനും ചെവിത്തകെട്ട ചവംതന്നെ. (സുഭദ്രയുടെ ആത്മഗതം: ഞാൻ എന്നുമാത്രം മതി.") അങ്ങത്തേക്കു പട്ടംകെട്ടാൻ പോണതല്ലയോ.

സുഭദ്ര: ഇത്ര വേഗം പറഞ്ഞതെല്ലാം നീയും മറന്നോ? പോട്ടെ, എനിക്കു കേൾക്കണ്ട. നീ ഒടുവിൽ എന്തോ പറഞ്ഞു-ആഭരണം-

ആനന്ദം: അതോ?-പാണ്ടിമൂതേവിക്ക് ചത്തുപോയ അമ്മച്ചീടെ ഉരുപ്പടി എല്ലാം അങ്ങുന്നെടുത്തു കൊടുത്തുകളഞ്ഞു. അതാണ്. അമ്മച്ചിക്കു വലിയതമ്പുരാൻ കല്പിച്ചുകൊടുത്ത താലിയും മാലയും എല്ലാം.

സുഭദ്ര: ഇത്രേ ഉള്ളോ? അദ്ദേഹത്തിനു ഭ്രാന്തായിരിക്കും.

ആനന്ദം: പിന്നെ അല്ലാതെ?

സുഭദ്ര: ഞാൻ ഇന്നലെ കണ്ടപ്പോഴും അദ്ദേഹത്തിനു പിച്ചുപിടിച്ചിരിക്കുന്നതുപോലെ തോന്നി.

ആനന്ദം: അതൊള്ളതായിരിക്കും. ഇതെന്തരു കൂത്തെന്നോ? ഒരു വലിയ മാറാപ്പു നിറച്ച് പൊന്നും വെള്ളിയും ഒണ്ട്.

സുഭദ്ര: ഇതെന്നു കൊടുത്തു? മനസ്സിനു സുഖക്കേടു തുടങ്ങിയതിൽപ്പിന്നെയാണോ?

ആനന്ദം: കൊടുത്തതു നാലാന്നാൾ രാത്രിയാണ്.

അന്ധകാരംകൊണ്ടു വഴി കാണ്മാൻ പാടില്ലാതെ പാറക്കൂട്ടങ്ങളുടെ ഇടയിൽ അകപ്പെട്ടു ചുറ്റുന്ന കപ്പലിന്റെ അമരക്കാരനു തന്റെ കൈയിൽ ആദിത്യനെ കിട്ടിയാൽ എന്തു സന്തോഷമുണ്ടാകുമോ അതിലും അധികമായ സന്തോഷം ഈ വാക്കുകൾ കേട്ടപ്പോൾ സുഭദ്രയ്ക്കുണ്ടായി. "ചെമ്പകശ്ശേരിയിൽനിന്ന് ആഭരണങ്ങളെ മോഷ്ടിച്ചതു സുന്ദരയ്യനാണ്. ഇനി കാശിവാസി ആരെന്നു സംശയിക്കാൻ സംഗതിയില്ല. കാശിവാസി എന്നൊരാളും അകത്തു കടന്നിട്ടുണ്ട്. തമ്പിഅദ്ദേഹം അയാളെക്കണ്ടു. തങ്കവും കണ്ടു. തമ്പിഅദ്ദേഹത്തെപ്പോലെതന്നെ തങ്കവും വിചാരിച്ചു. പ്രേതത്തെ കാണുന്നെന്നുള്ള വിചാരത്തോടുകൂടി സകലനാഡികളും

ക്ഷയിച്ചു. ഇങ്ങനെയാണു രോഗം വന്നിട്ടുള്ളത്. തങ്കത്തിനു ബോധക്കേടു തുടങ്ങിയതിൽപ്പിന്നെ സുന്ദരയ്യൻ അകത്തുകടന്നു. ഇനി ഒന്നേ സംശയമുള്ളു. അല്ല, രണ്ടു സംശയമുണ്ട്. ജാതിഭ്രഷ്ട് വന്നിട്ടുണ്ടോ എന്നും ദ്വിഭാഷി ആര്, കാശിവാസി ആര് എന്നും. അതു നാളത്തേക്ക്" എന്നിങ്ങനെ ആലോചിച്ചു നിശ്ചയിച്ചുകൊണ്ടു സുഭദ്ര പറയുന്നു: "തമ്പി അദ്ദേഹത്തിന്റെ സ്ഥിതി വിചാരിച്ച് ഇരുന്നുപോയി. ആനന്തം ഇതെല്ലാം എങ്ങനെ അറിഞ്ഞു?"

ആനന്ദം: (പരിഭ്രമത്തോടുകൂടി) ഞാനോ കൊച്ചമ്മാ? പിന്നെ ഒന്ന്- എന്റെ പൊന്നുകൊച്ചമ്മാ. ഇതിൽ ഒരക്ഷരം വെളിയി മിണ്ടിപ്പോവരുത്. വലിയതമ്പുരാനറിഞ്ഞാലക്കൊണ്ട് തല വീശി പട്ടിച്ചൂടുംവച്ച്, ആറാംവഴി കടത്തിക്കളയുംപോലും! നാടുനീങ്ങിയാല്, പറഞ്ഞാലും വേണ്ടില്ലെന്നു സാമിതന്നെ പറഞ്ഞു.

സുഭദ്ര: അത്ര സ്വകാര്യമാണെങ്കിൽ എനിക്കു കേൾക്കണ്ട. തമ്പി അദ്ദേഹത്തിനോടുതന്നെ ചോദിച്ച് എല്ലാം അറിയാൻ പ്രയാസമില്ല.

ആനന്ദം: അയ്യോ! കൊച്ചമ്മ മിണ്ടരുതേ! സാമി എന്നെ കൊല്ലും. ഞാൻ ആ മഴയത്തു പേടിച്ച് ഒറങ്ങാതെ കെടക്കുമ്പം അവൻ കള്ളനെപ്പോലെ കൊട്ടിയമ്പലവും ചാടിക്കൊണ്ടു കേറിവന്നു. ഞാൻ കണ്ടുപോയി. അതെനിക്കിപ്പം ഏഴരാണ്ടനും ആയി.

സുഭദ്ര: ഹേയി! ഞാൻ ചോദിക്കാനും മറ്റും പോകുന്നില്ല എന്നു നീ പേടിക്കേണ്ട. വേണമെങ്കിൽ ചോദിച്ചാൽ അദ്ദേഹംതന്നെ പറയുമെന്നു പറഞ്ഞതാണ്. പിന്നെ അയാൾക്ക് ഇതെല്ലാം വെറുതേ കൊടുത്തതാണോ?

ആനന്ദം: അല്ല. പെരശനം വെച്ചോ ഉച്ചിനാകാളിസേവകൊണ്ടോ വരാമ്പോണ പലം പറഞ്ഞതിനു കൊടുത്തതാണ്. സാമി പകലേ വന്നു. പറഞ്ഞേച്ചു പോയി. അയാളു രാത്രിയും പോയി. ഒണ്ട്, എല്ലാം കെട്ടിച്ചോമന്നു കൊണ്ടരുണു! കള്ളപ്പൂച്ചു പറഞ്ഞോണ്ടു നടന്നാലും കാലം കഴിയുമേ.

സുഭദ്ര: സുന്ദരയ്യൻ അന്നു രാത്രി അവിടെ വന്നോ?

ആനന്ദം: ഇല്ല. പകലേ വന്നേച്ചു പോയതിപ്പിന്നെ പിറ്റാന്തെയ്തി ഇരുട്ടി വെളക്കുവച്ചപ്പോഴോ മറ്റോ വന്നു.

സുഭദ്ര: ആനന്തം, രാത്രി അകാലമായി.

ആനന്ദം: അയ്യോ, ഒള്ളതുതന്നെ.

സുഭദ്ര: നാളെ ഇങ്ങോട്ടു വാ. സുന്ദരയ്യൻ ദേഷ്യപ്പെട്ടാൽ ഞാൻ പറഞ്ഞു സമാധാനപ്പെടുത്തിക്കൊള്ളാം-എടാ (ഒരു വാല്യക്കാരൻ വന്നവനോട്) ആനന്ദത്തിനെ വീട്ടിൽക്കൊണ്ട് ആക്കീട്ടു വാ.

ആനന്ദം: കൊച്ചമ്മേ ഒളിച്ച് എനിക്ക് ഒരു കാര്യവുമില്ല. അതുകൊണ്ട് -

സുഭദ്ര: പോ, നിനക്കു പേടിക്കാൻ ഒന്നുമില്ല. ഞാനില്ലയോ?

ആനന്ദം: മതി.

ആനന്ദം യാത്രയായതിന്റെശേഷം സുഭദ്ര അവൾ കൊണ്ടുചെന്നു കൊടുത്ത പുഷ്പമാല്യം എടുത്തു പുറത്തെറിഞ്ഞ്, പലഹാരത്തിൽ ഒരു കഷണം എടുത്തു ദീപത്തിന്റെ മുകളിൽ പിടിച്ചു. ജലസംബന്ധംകൂടി ഉണ്ടായിരുന്നതിനാൽ അഗ്നിസ്ഫുലിംഗങ്ങളെ കുറച്ചുനേരം പുറപ്പെടുവിച്ചിട്ടു മനോഹരമായുള്ള നീലചന്ദ്രികപോലെ പലഹാരം കത്തിത്തുടങ്ങി. ഇതു കണ്ട് സുഭദ്ര വളരെ ആശ്ചര്യപ്പെട്ടു. “ദ്വിഭാഷി പറഞ്ഞതു കളിയും കൃത്രിമവും അല്ല. തങ്കത്തിനെക്കുറിച്ചു സ്നേഹമുള്ള ആളാണെന്നുള്ളതിനു സംശയമില്ല. സുന്ദരയ്യന്റെ സ്ഥിതികളും നന്നായറിഞ്ഞിട്ടുണ്ട്. സംഗതികൾ എല്ലാം ചേർത്ത് ആലോചിക്കുമ്പോൾ മറ്റാരുമായി വരാൻ ഇടയില്ല. അതിനെക്കുറിച്ചുള്ള തിരക്കും നാളെ പൂർത്തിയാക്കിയേക്കാം ഒന്നു മറന്നുപോയി. ആരാണ് ഇതിനകത്തു കടന്നിരുന്നത്? പത്മനാഭാ!” എന്നിങ്ങനെയുള്ള വിചാരങ്ങളോടും അനന്തരം പ്രാർത്ഥനാരംഭത്തോടും ദീർഘനിശ്വാസങ്ങളോടും കണ്ണുനീരോടും മഹാധൈര്യവതിയായ ആ സ്ത്രീ പടിഞ്ഞാറു മുഖമായി നിന്ന് കൈകൂപ്പി കണ്ണടച്ചു ധ്യാനത്തോടുകൂടി കുറച്ചുനേരം നിന്നു. ഈ സ്ഥിതിയിൽനിന്ന് “എന്താണു ചെമ്പകം, തപസ്സിനോ മറ്റോ ഭാവമുണ്ടോ?” എന്നുള്ള രാമനാമഠത്തിന്റെ ചോദ്യത്തിനാൽ സുഭദ്ര ഉണർത്തപ്പെട്ടു.

സുഭദ്ര നേത്രങ്ങളെ ക്ഷണത്തിൽ തുടച്ച് കുറച്ചു വിഷമിച്ചു പുഞ്ചിരിതൂകിക്കൊണ്ട്, “നിങ്ങളെല്ലാം നന്നായിരിക്കട്ടെ എന്നു പ്രാർത്ഥിക്കയാണ്,” എന്നു മേല്പറഞ്ഞ ചോദ്യത്തിന് ഉത്തരം പറഞ്ഞു.

രാമനാമഠം: നിന്റെ പ്രാർത്ഥന ഫലിച്ചു. നമ്മെ വലിയസർവ്വാധി ആക്കാമെന്ന് അങ്ങുന്നു സത്യംചെയ്തു. ഇനി നിനക്കു സന്തോഷിക്കരുതോ, കള്ളത്തങ്കക്കരിങ്കല്ലേ?

സുഭദ്ര: ഇന്നെന്തെല്ലാം നടന്നു?

രാമനാമഠം: പറയൂല്ല, പറയൂല്ല. നിന്റെ അടുത്ത് ഒന്നും പറയരുതെന്ന് അങ്ങുന്ന് ഉത്തരവായിട്ടുണ്ട്. പോ, ഒന്നും ചോദിക്കരുത്. കണിശമാണ്.

സുഭദ്ര: ഓഹോ! ഇപ്പറയുന്നതു കളിയല്ല. കാര്യംതന്നെ ആണോ?

രാമനാമഠം: ചെമ്പകം കലമ്പിപ്പോയി! ഏഹേ! നമുക്കു സർവ്വാധിയും വേണ്ട കുന്തവും വേണ്ട. പിടിച്ചോ വർത്തമാനം.

സുഭദ്ര: ഇന്ന് ഇളകിമറിഞ്ഞിരിക്കുന്നു. തമ്പിഅദ്ദേഹത്തിന്റെ കാറ്റു തട്ടീട്ടുതന്നെയോ?

ഇങ്ങനെ തുടങ്ങിയ സംഭാഷണത്തെ സുഭദ്ര ഗ്രഹിക്കാനുള്ള സംഗതി ഗ്രഹിച്ച ഉടനെ നിറുത്തി, രാമനാമഠത്തിനെ ഉറങ്ങാൻ അയച്ചു. രാമനാമഠം ഉത്സാഹമദംകൊണ്ട് അവിടെ താമസിക്കാതെ പിന്നെയും സുന്ദരയ്യനെ കാണാനായി തമ്പിയുടെ നാലുകെട്ടിലേക്കു തിരിച്ചു. സുഭദ്രയും നിദ്രയ്ക്കാരംഭിക്കാതെ, രാമനാമഠം പോയ ഉടനേ ഇങ്ങനെ ആലോചിച്ചു: “ഈ ആഭാസനോടും മറ്റും എന്റെ നിലവിട്ടു ഞാൻ കളിച്ചിട്ടുള്ളത് ആ തമ്പിയേയും പട്ടരേയും തരംകണ്ടു വഴിപോലെ പഠിപ്പിക്കാ

നാണ്. ഇപ്പോൾ ഇതാ, അവർ എനിക്ക് എത്താത്ത സ്ഥിതിയിലാവാൻ പോകുന്നു. ഇപ്പോൾ അവർ ആലോചിക്കുന്നത് ഒരു നീതിമാനായ പുരുഷകേസരിയെ വ്യാജത്താൽ കൊല്ലാനാണ്. ഇതുവരെ പലപ്പോഴും തരം വന്നിട്ടും സ്ത്രീകൾക്ക് അടുത്തതല്ലല്ലോ ഈ കലശലുകളിലും മറ്റും ഉൾപ്പെടുന്നത് എന്നു വിചാരിച്ചും, മറ്റോരോ സംഗതിവശാലും ഞാൻ അടങ്ങിപ്പാർത്തു. ഇനി ഈ പെണ്ണ് അടങ്ങുന്നതല്ല. ദുഷ്ടക്കൂട്ടത്തിനെ ജയിക്കാൻ സമ്മതിക്കയോ? ഒരു കാലം, ഈ സുഭദ്രയാൽ തടുക്കാൻ കഴിയുമെങ്കിൽ, നടക്കുന്നതല്ല. അമ്മാവനറിഞ്ഞാൽ-? അറിയട്ടെ ചോദിക്കുമ്പോൾ ഉത്തരം തോന്നും." ഈ നിശ്ചയങ്ങളോടുകൂടി വേഗത്തിൽ ഒരു ഓല എടുത്തു നുറുക്കി ചെറിയ ചീട്ടാക്കി ഇങ്ങനെ എഴുതി:

ശ്രീ

തിരുമനസ്സറിയിക്കാൻ: വേലുക്കുറുപ്പ് കൂടു പൊട്ടിച്ചു. അയാളും ചുള്ളിയിൽ പിള്ളയും വേട്ടയ്ക്കിറങ്ങീട്ടുണ്ട്. മുടിചൂടാനുള്ള തലകൾ മോടില്ലാത്ത സ്ഥലങ്ങളിൽ കാണരുത്. ഉണർന്നിരുന്നും തല സൂക്ഷിക്കണം.

ശുഭം.

ഈ എഴുത്ത് തയ്യാറാക്കിക്കൊണ്ട് പടിഞ്ഞാറേവശത്തിറങ്ങി പറമ്പിൽക്കൂടി കുറച്ചുദൂരം പടിഞ്ഞാറോട്ടു നടന്ന്, വാഴക്കൂട്ടങ്ങളും കൈയാലകളും കടന്ന്, ചെറുതായ ഒരു ഭവനത്തിന്റെ മുറ്റത്തു ചെന്നു നിന്ന്, "ശങ്കരാ" എന്നു വിളിച്ചു. ഈ വിളി കേട്ട്, ഇക്കാലത്തെ നായന്മാർ നാലു കൂടിയാൽ ഏകദേശം ഉള്ളളവ് ശരിയായിടുന്നതായ ശരീരങ്ങളുള്ളവരായി രണ്ടുപേർ പുറത്തിറങ്ങിവന്നു. "നീ പോയി അഞ്ചെട്ടുപേർ നമ്മുടെ ആളുകളിൽ നല്ല വിശ്വസ്തന്മാരായുള്ളവരെ വിളിച്ചുകൊണ്ടുവാ." (പാവയെപ്പോലെ മിണ്ടാതെ ആജ്ഞ കേട്ടയുടനെതന്നെ ഒരുവൻ നടകൊണ്ടു. ശേഷിച്ചവനോട്) "ശങ്കരാ, ആയുധങ്ങൾ എടുത്തു കൊള്ളണം. ഇതാ, ഈ ഓല കൈയിൽ വാങ്ങിക്ക്. ഇവിടുന്ന് ഓടിയാൽ തെക്കേക്കോയിക്കൽ എളയതമ്പുരാന്റെ തിരുമുമ്പിൽ പോയി നില്ക്കണം. പള്ളിയുറക്കമാണെങ്കിൽ ലഹളയുണ്ടാക്കണം. അപ്പോൾ ഉണർന്നു പുറത്തു വരും. ഈ ഓലയെ തൃക്കയ്യിൽ കൊടുക്കണം. ചോദ്യങ്ങൾ ഉണ്ടായാൽ നിനക്കു നാക്കില്ല. കാതില്ല, ബുദ്ധിയില്ല. മനസ്സിലായോ? എങ്ങനേയും ഇതിനെ തൃക്കയ്യിൽ എത്തിക്കണം. ശേഷം നിന്റെ യുക്തി പോലെ ഓട്," ഇപ്രകാരമുള്ള ആജ്ഞകൾ കൊടുത്തിട്ട് സുഭദ്ര ആ ഭവനത്തിന്റെ തളത്തിൽ കയറി ഇരുന്നു. ശങ്കരൻ എന്നു പേർ പറയപ്പെട്ടവൻ തന്റെ വാളും കൈയിലാക്കി രാമശരംപോലെ പാഞ്ഞു. ഏകദേശം ഒരു നാഴിക കഴിഞ്ഞപ്പോൾ ശങ്കരന്റെ കൂട്ടുകാരൻ പത്തുപന്ത്രണ്ടു നായന്മാരുമായി തിരിയെ വന്നു. സുഭദ്രയെക്കണ്ട് എല്ലാവരും ആദരവോടുകൂടി ഒതുങ്ങി നിന്നു.

സുഭദ്ര: നിങ്ങൾ ഒന്നും സംശയിക്കേണ്ട. ചോദ്യം വന്നാൽ ഞാൻ ഉത്തരം പറഞ്ഞുകൊള്ളാം. രണ്ടുപേരു നീങ്ങിനില്ക്കിൻ." (രണ്ടുപേർ

അപ്രകാരം ചെയ്തു.) "ശേഷം പേർ കാലക്കുട്ടിയുടെ വീട്ടിൽ ചെന്ന് കാണുന്ന പെട്ടി, പാത്രം, ഉപ്പുചിരട്ട അറുതി സകലതും എടുത്തുകൊണ്ടു പോരണം. ഒരു വസ്തു ഇട്ടേക്കരുത്. അവിടെ ഒരു പാണ്ടിക്കാറനുണ്ട്.

എല്ലാവരും: കണ്ടിട്ടുണ്ട്. സാരമില്ല.

സുഭദ്ര: എന്നു വിചാരിക്കേണ്ട. അവനെ കെട്ടുന്ന കെട്ട് നാളെ വല്ലോരും ശ്രമിച്ചാലും രണ്ടുനാഴിക മുഷിഞ്ഞാലേ അഴിക്കാവൂ.

ഒരാൾ: കാലകണ്ഠൻ ഇറുക്കിട്ടേക്കാം.

സുഭദ്ര: കൊള്ളാം. പെണ്ണുങ്ങളെ വേദനപ്പെടുത്തരുത്. എല്ലാം എടുക്കുന്നതിനിടയിൽ നിങ്ങൾ തമ്മിൽ ചില തർക്കങ്ങൾ ഉണ്ടാക്കണം. ചിലർ തമ്പിഅങ്ങത്തെ ഉത്തരവിങ്ങനെയാണെന്നും, മറ്റുചിലർ സ്വാമി ഇങ്ങനെ ഉത്തരവായി എന്നും മറ്റും ശണ്ഠകൂട്ടണം.

എല്ലാവരും: മനസ്സിലായി.

സുഭദ്ര: ഒരക്ഷരം പുറത്തു വരരുത്.

എല്ലാവരും: 'ഈ ജന്മത്തോ?

സുഭദ്ര: പാണ്ടിക്കാരൻ പറയുന്ന വാക്കുകൾ സൂക്ഷിച്ചു കേട്ടുകൊള്ളണം.

രണ്ടുപേർ ഒഴികെ ശേഷമുള്ളവർ സുഭദ്രയുടെ ശാസനം നിറവേറ്റുന്നതിനായി നടകൊണ്ടു. പ്രത്യേകം തിരിച്ചുനിറുത്തിയ രണ്ടുപേരിൽ ഒരുവനോടു സുഭദ്ര ഉടനെ ഇങ്ങനെ ആജ്ഞാപിച്ചു: ആരെടാ അത്? പപ്പുവോ? നീ മിടുക്കനാണ്. നിനക്കു കരയാനറിയാമോ?

പപ്പു: ഓഹോ-നാ മോങ്ങുമ്പോലെ വേണമെങ്കിൽ മോങ്ങാം.

സുഭദ്ര: അതിസമർത്ഥൻ! നാളെ ഉദിക്കുമ്പോൾ നീ വലിയതമ്പി അദ്ദേഹത്തിന്റെ നാലുകെട്ടിൽ എത്തി ഞാൻ മരിച്ചുപോയെന്നു പറയണം. എന്തുകൊണ്ടെന്നും മറ്റും ചോദിച്ചാൽ കരകയല്ലാതെ ഒന്നും പറയരുത്.

പപ്പു: (ഉത്സാഹത്തോടുകൂടി) ഒന്നാന്തരമായി പറ്റിച്ചേക്കാം. നല്ല നേരിയതു തോളിലിടാൻ ഒന്ന്-

സുഭദ്ര: നാലു തരാം. വർത്തമാനം കേട്ടാൽ ഓരോരുത്തരും എന്തു ഭാവം കാണിക്കുന്നു എന്നു സൂക്ഷിച്ചുകൊള്ളണം.

പപ്പു: തപ്പാതെ കരഞ്ഞ് അവിടമൊക്കെ കൊളമാക്കിക്കളയൂല്ലയോ?

ശേഷിച്ച ഒരാളുള്ളവനോടു പഠാണിപ്പാളയത്തിൽപ്പോയി അന്വേഷിക്കേണ്ട സംഗതികളെക്കുറിച്ചു വിശദമായ ശാസനകൾ കൊടുത്തിട്ടു സുഭദ്ര ഒന്നു നെടുവീർപ്പിട്ടു. "സുന്ദരയ്യനും 'അങ്ങുന്നും' നാളെ കാഞ്ഞ വെള്ളത്തിൽ" എന്നിങ്ങനെ സുഭദ്ര വിചാരിച്ചു എങ്കിലും ദൈവം അന്യഥാ വിധിച്ചു എന്നു ശേഷം കഥയാൽ അറിയാവുന്നതാണ്. ചെമ്പകശ്ശേരി വക ആഭരണങ്ങളെ കടത്തിക്കളയുന്നതിനു മുമ്പിൽ അതുകൾ കരസ്ഥമാക്കിക്കൊള്ളുന്നതിനും സുന്ദരയ്യനും പാണ്ടിക്കാരനും തമ്മിൽ ഭിന്നമാകുന്നതിനും ചെയ്ത ഏർപ്പാടുപോലും തൽക്കാലത്തേക്കു സുഭദ്രയുടെ വൈരികൾക്ക് അനുകൂലമായി കലാശിച്ചു.

# ഇരുപതാം അദ്ധ്യായം

*"വ്യഥയുമവനകതളിരിലില്ലയെന്നാകിലും*
*ബദ്ധനെന്നുള്ള ഭാവം കളഞ്ഞീലവൻ;*
*നിശിചരരെടുത്തുകൊണ്ടാർത്തുപോകുംവിധൗ*
*നിശ്ചലനായ്ക്കിടന്നാൻ കാര്യഗൗരവാൽ."*

**ഇ**തിനിടയിൽ ചെമ്പകശ്ശേരിഗൃഹത്തിൽ ചെന്ന് ഗൂഢമായി വേണ്ട അന്വേഷണങ്ങളും കഴിച്ച് കൊട്ടാരത്തിൽ എത്തി, മലിനവസ്ത്രങ്ങളേയും മാറ്റി യുവരാജാവ് മഹാരാജാവിന്റെ ആലസ്യസ്ഥിതിയെക്കുറിച്ച് ആരാഞ്ഞിരിക്കുന്നു. മഹാരാജാവിന്റെ രോഗത്തിനു നാട്ടുചികിത്സകന്മാരുടെ പരിശ്രമങ്ങളാൽ ശമനം വരുന്നില്ലെന്നറിഞ്ഞ്, പരീക്ഷാർത്ഥമായി നിബിയാൽത്തന്നെ ഉണ്ടാക്കപ്പെട്ടതെന്നു പറഞ്ഞുകൊണ്ട് ഒരു സിന്ദൂരത്തെ ഹാക്കിം കൊടുത്തയച്ചു. അതു സേവിച്ചപ്പോൾ മുതൽ മഹാരാജാവ് സുഖമായി നിദ്രചെയ്തുതുടങ്ങി. യുവരാജാവ് മാതുലനെക്കണ്ട സമയം മേല്പറഞ്ഞ ഔഷധത്തിന്റെ മാഹാത്മ്യത്തെക്കുറിച്ചു നാട്ടുവൈദ്യന്മാർ വളരെ പ്രസംഗിക്കയാൽ യുവരാജാവിന് അപാരമായ സന്തോഷമുണ്ടായി എന്നു മാത്രമല്ല ഹാക്കിമിന്റെ പടുത്വത്തെക്കുറിച്ച് അദ്ദേഹം ഒട്ടേറെ പ്രസംഗിക്കയും ചെയ്തു. മഹാരാജാവിന്റെ സന്നിധിയിൽനിന്നു പരമേശ്വരൻപിള്ളയോടുകൂടി തന്റെ കൊട്ടാരത്തിലേക്കു പോകുംവഴിക്ക് യുവരാജാവ് ഇങ്ങനെ അരുളിച്ചെയ്തു: "മരണലക്ഷണങ്ങൾ ചിലതുണ്ടായിരുന്നതു മാറിക്കാണുന്നു. അതുകൊണ്ട് ഇപ്പോൾ ഭയപ്പെടാനില്ല. ഈ വൈദ്യന്മാർ അസൂയകൂടാതെ ഹാക്കിമിനെ ശ്ലാഘിക്കുന്നതുതന്നെ ഒരു ശുഭലക്ഷണമാണ്."

പരമേശ്വരൻപിള്ള: പഠാണികളിൽ കുറഞ്ഞവരാരുമില്ല.

യുവരാജാവ്: ഒരു രാത്രി അങ്ങോട്ടു പോകണം. ആ കമ്പോളവും

കാണാം. വൈദ്യനു നല്ല സമ്മാനവും കൊടുക്കണം. എന്നാൽ ആ കുബേരനെ സന്തോഷിപ്പിക്കാൻ നാം എന്താണു കൊടുക്കുന്നത്? എന്താ രാമയ്യൻ വരാത്തത്? അയാൾ വല്ലതും അപകടം പ്രവർത്തിക്കുമോ എന്നു ഞാൻ ഭയപ്പെടുന്നു.

പരമേശ്വരൻപിള്ള: ഇന്നലത്തെ ദേഷ്യവും നിശ്ചയവും കല്പിച്ച് ഇത്രവേഗം മറന്നോ? വെള്ളത്തിലെഴുതിയാൽ ഇളക്കമെങ്കിലും കുറച്ചു നേരം ഉണ്ടായിരിക്കും.

യുവരാജാവ്: മറന്നിട്ടില്ല. ഇരുന്നിട്ടല്ലേ കാൽ നീട്ടേണ്ടത്? അമ്മാവന് നല്ല സുഖമാകട്ടെ. പിന്നീടു നമ്മുടെ ക്രിയകൾ ആരംഭിക്കാം. കഴക്കൂട്ടത്തിന്റെ വീട് അടുത്താണല്ലോ. രാമയ്യനും അകപ്പെട്ടു എന്നു വരുമോ?

പരമേശ്വരൻപിള്ള: കുട്ടി ആപത്തിൽ ചാടൂല്ല. കഴുകനെപ്പോലെ ചുറ്റിത്തിരിഞ്ഞു തരമുണ്ടെങ്കിൽ റാഞ്ചിക്കൊണ്ടു പോരും.

യുവരാജാവ്: ചെമ്പകശ്ശേരിയിൽ പോകേണ്ടതായിരുന്നു. അതൊരു ദുശ്ശകുനമെന്നപോലെ എന്റെ മനസ്സിനെ വേദനപ്പെടുത്തുന്നു. അനന്തപത്മനാഭന്റെ കഥ ഓർമ്മിക്കയാൽ ഉള്ളിൽ വല്ലാതൊരു വ്യാകുലതയുണ്ടായിരിക്കുന്നു. ആ കുട്ടിക്ക് എന്താ രോഗം? വാതമോ?

പരമേശ്വരൻപിള്ള: അടിയൻ, എന്നാണു കിഴവൻ പറഞ്ഞത്.

യുവരാജാവ്: ആ അനന്തപത്മനാഭന്റെ കഥയെല്ലാം ഇവളെക്കുറിച്ചായിരുന്നു. കേട്ടു മുഷിഞ്ഞ് ഞാൻതന്നെ അവനെ ശകാരിച്ചിട്ടുണ്ട്. അവന്റെ രൂപം കണ്ണിൽനിന്നു മായുന്നില്ല. അക്കാലത്തെ കഥ വിചാരിക്കുമ്പോൾ–എന്തു ഭയങ്കരം! ആകപ്പാടെ ഇനി എന്തുചെയ്യുന്നു? അവന്റെ അച്ഛനെ നാം വേണ്ടപോലെ സമാധാനപ്പെടുത്തിയിട്ടുമില്ല. എന്നോളം കൃതഘ്നൻ ഈ ഭൂമിയിൽ ആരുമില്ല. നാണംകൂടാതെ അയാളോടും സഹായം അപേക്ഷിക്കാൻ ഞാൻ ധൈര്യപ്പെടുകയും ചെയ്തല്ലോ.

പരമേശ്വരൻപിള്ള: തുടങ്ങി! കൈവിട്ട കാര്യത്തെക്കുറിച്ചു കരഞ്ഞാൽ എന്തു കിട്ടും? പോട്ടെന്നല്ലാതെ–

യുവരാജാവ്: എന്നെ വിശ്വസിച്ച് ഏൾപ്പിക്കപ്പെട്ടിരുന്ന ഒരു ഭാരമായിരുന്നല്ലോ അവൻ–

പരമേശ്വരൻപിള്ള: അതിനെന്ത്? വല്ലോരും തിന്നുകളഞ്ഞോ? വരാനുള്ളതു വന്നു. അയാൾ അതിനു മുമ്പിലത്തെ പിറ ചൊവ്വാഴ്ചയാണു കണ്ടത്. ഞങ്ങൾ ഒന്നിച്ചാണു കണ്ടത്. അതിന്റെ ഫലം അനുഭവിച്ചു. അത്രതന്നെ.

യുവരാജാവ്: നീ തൂണുപോലെ എന്റെ മുമ്പിൽ ശേഷിക്കയും ചെയ്യുന്നല്ലോ." (ഹാസ്യമായി) "ശരിയാണ്–നല്ല സമാധാനം! ആട്ടെ, നീ പോയി ഒരു വൈദ്യനെ ഇങ്ങോട്ടു വിളിക്ക്. ചെമ്പകശ്ശേരിയിലേക്ക് അയയ്ക്കാം.

താൻ ക്ഷണിച്ച അബദ്ധത്തെക്കുറിച്ചു നാണംപൂണ്ടും യുവരാജാവിനോടു സഹതപിക്കുന്നുണ്ടെന്നു ബോദ്ധ്യപ്പെടുത്താനായി നെടുതായൊന്നു നിശ്വസിച്ചുകൊണ്ടും പരമേശ്വരൻപിള്ള നടകൊണ്ടു. "കഠിനഹൃദയമേ, നീ ഇപ്പോൾ പശ്ചാത്താപപ്പെട്ടിട്ടു കാര്യമെന്ത്? ഹാ! ലോകാ

പവാദത്തിനും ഞാൻ ഇടവരുത്തിയിരിക്കാം. പരമേശ്വരൻ എന്റെ വ്യസനം കണ്ടു ചിരിച്ചുകൊണ്ടാണു പോയിരിക്കുന്നത്.” എന്നിങ്ങനെയുള്ള മനോവിചാരങ്ങളോടുകൂടി സാവധാനത്തിൽ യുവരാജാവു നടക്കുന്നതിനിടയിൽ, രാമയ്യന്റെ ശ്രമത്തെ സംബന്ധിച്ചും മറ്റും നടന്ന സംഭാഷണം മുഴുവൻ കേട്ടുകൊണ്ട്, പരമേശ്വരൻപിള്ളയുടെ ദൃഷ്ടിയിലും പെടാതെ യുവരാജാവിന്റെ പിറകേ എത്തിയ ഹ്രസ്വകായനായ ഒരുവൻ തന്റെ കൈയിലുണ്ടായിരുന്ന ഖഡ്ഗം ഉയർത്തിത്തുടങ്ങി. ആലോചനയിൽ മുങ്ങി ഇന്ദ്രിയങ്ങൾ മാർഗ്ഗമായുള്ള ജ്ഞാനങ്ങൾക്കു ജാഗരൂകനല്ലാതെ ആയി നടക്കുന്ന യുവരാജാവ് എന്തു ശുദ്ധനാണ്! കായത്തെ തുലോം ഹ്രസ്വമാക്കി, വാകമരത്താൽ വസ്ത്രത്തെ ഉയർത്തിപ്പിടിച്ചുകൊണ്ട്, സാവധാനത്തിൽ അടുത്ത ഖലന്റെ ഖണ്ഡം ഉയർന്നു മിന്നി ഇളകുന്നു. അരനിമിഷംകൊണ്ട് അതിന്റെ കീഴ്പോട്ടുള്ള പതനവും യുവരാജദേഹിയുടെ മേല്പോട്ടുള്ള ഗമനവും കഴിയുമല്ലോ അദ്ദേഹത്തിന്റെ മനസ്സിനെ അപഹരിച്ചിരിക്കുന്ന പശ്ചാത്താപം അദ്ദേഹത്താൽ കൃതമായ വല്ല പാപത്തിന്റേയും ദൈവഗത്യാ ഉള്ള തരിച്ചിലായിരിക്കുമോ? അല്ല. എന്തുകൊണ്ടന്നാൽ മാർത്താണ്ഡവർമ്മ യുവരാജാവിന്റെ സത്യതല്പരത അറിയുന്ന ജഗന്നിയന്താവിന്റെ കരുണ ഹേതുവാൽ അദ്ദേഹത്തിന്റെ കണ്ഠത്തിനുനേർക്ക് ഓങ്ങപ്പെട്ട വാൾ ഘാതകനായുള്ളവന്റെ കരസമേതം പുറകോട്ടു മാറുന്നു എന്ന് ഘാതകനു ബോദ്ധ്യം വരികയാൽ, തന്റെ ബലം ആസകലം പ്രയോഗിച്ച് അന്യന്റെ പിടി വിടീക്കുന്നതിനു ശ്രമിക്കുന്നു. മുന്നോട്ട് ആഞ്ഞും കുടഞ്ഞും പുറകോട്ടു ചവിട്ടിയും പലപ്രകാരേണ തന്റെ കരത്തിനു സ്വാതന്ത്ര്യക്രിയയ്ക്കു തരം കിട്ടുന്നതിനു ഘാതകൻ ശ്രമിച്ചതിൽ, തുല്യബലവാനായ ശത്രുവിന്റെ പിടിയിൽനിന്നു മോചനമുണ്ടാകുന്നില്ല. തന്റെ സ്ഥിതി അപകടമായിത്തീർന്നിരിക്കുന്നു എന്നു തീർച്ചയായപ്പോൾ വല അറുത്തു ചാടുന്ന സിംഹത്തെപ്പോലെ കുതിച്ച്, തന്നെത്തടഞ്ഞ ശത്രുവെ വീഴ്ത്തുകയും, അപ്പോൾ മുമ്പിൽ കാണപ്പെട്ട രൂപത്തെ ലക്ഷ്യമാക്കി ഇച്ഛാഭംഗത്താലുണ്ടായ കോപാവേഗത്തോടുകൂടി ഒന്നു വെട്ടുകയും ചെയ്തിട്ട് ഘാതകൻ പാഞ്ഞ് അന്ധകാരത്തിൽ മറയുന്നു. രാത്രിയുടെ ശാന്തമായുള്ള നിശ്ശബ്ദാവസ്ഥയ്ക്കു സഹജമായ മാഹാത്മ്യത്തെ വിപാടനം ചെയ്യുന്നതായ ഒരു ദീനപ്രലാപത്തോടുകൂടി, വെട്ടുകൊണ്ടവൻ ദശകണ്ഠന്റെ ചന്ദ്രഹാസത്താൽ പക്ഷശൂന്യനാക്കപ്പെട്ട ഭക്താവതംസനായ ജടായുവിനെപ്പോലെ നിലത്തു പതിച്ചു പിടച്ചു തുടങ്ങുന്നു. ഈ കലാപങ്ങൾ കേട്ടു പിൻതിരിഞ്ഞ് കഥയൊന്നും മനസ്സിലാകാതെയും, ഇരുട്ടിലും സംഗതി അറിയാതെയും വെട്ടുന്ന വെട്ടു ബന്ധുവിനും പറ്റിയേക്കാമെന്നുള്ള ശങ്കയോടും അല്പനേരം സംശയഗ്രസ്തനായും ഉദാസീനനായും നിന്ന യുവരാജാവ് ഒരുവൻ വീണതും മറ്റൊരുവൻ ഓടിയതും കണ്ടപ്പോൾ ഭീരുത്വം കാണിച്ചവനെ പിന്തുടരാതെ മരണവേദനയോടുകൂടി കൈകാൽ നിലത്തടിച്ചമറുന്നവന്റെ അടുത്തു ചെന്നു കരുണയോടുകൂടി അവന്റെ തല താങ്ങിക്കൊണ്ട് “പരമേശ്വരാ”

എന്ന് ഉറക്കെ വിളിച്ചു. അദ്ദേഹത്തിന്റെ പരിവാരങ്ങളിൽ ഒന്നുരണ്ടുപേർ ഈ വിളികേട്ടു. ദീപത്തോടുകൂടി ക്ഷണത്തിൽ അവിടെ എത്തി. ഇവരിൽ ഒരാൾ യുവരാജാവിന്റെ ഭാരത്തെ ഏറ്റു നിലത്തിരുന്നപ്പോഴേക്ക് അന്യനായുള്ളവന്റെ സംഭ്രമങ്ങൾനിന്ന്, ദീപപ്രകാശത്താൽ കാണപ്പെട്ട യുവരാജാവിനെ ആചാരാനുസരണമായി വന്ദിക്കുന്നതിന് കൈകൾ ഉളക്കിയതിൽ തളർന്ന്, ഇരുഭാഗത്തും വീണു. 'എഴുത്ത്' എന്നുള്ള മൂന്നക്ഷരങ്ങൾ കഷ്ടിച്ചു കണ്ഠക്ഷോഭത്തോടുകൂടി ഉച്ചരിച്ചതിന്റേശേഷം ഉദ്ദിഷ്ടദിക്കിൽ അല്പം താമസിച്ചെത്തിയ സുഭദ്രയുടെ കിങ്കരപ്രധാനൻ ശങ്കരച്ചാർ തന്റെ പൂർവ്വികന്മാരുടെ ഗതിയെ അനുഗമിച്ച് ഈ ലോകത്തിൽനിന്നു നിഷ്ക്രാന്തനായി.

ഇപ്രകാരം തന്റെ മുമ്പിൽ വീണു മരിച്ച അന്യന്റെ ദേഹത്തെ യുവരാജാവ് പരിശോധിച്ചതിൽ അയാൾ മരിക്കുന്ന സമയം ഉച്ചരിച്ചവാക്കിന്റെ സാരം സ്പഷ്ടമായി. എന്തെന്നാൽ സുഭദ്രയുടെ എഴുത്ത് അയാളുടെ വസ്ത്രത്തിനിടയിൽ സൂക്ഷിച്ചുവച്ചിട്ടുണ്ടായിരുന്നു. ഈ എഴുത്ത് എടുത്തു വായിച്ചതിൽ യുവരാജാവിനു സംഗതി മുഴുവൻ മനസ്സിലായി; അദ്ദേഹത്തിനെ വിഷമാർഗ്ഗേണ നിഗ്രഹിക്കുന്നതിന് തമ്പി ഉദ്യമിക്കുന്നുണ്ടെന്നു പഠാണികളിൽനിന്ന് അന്നുതന്നെ അറിവുകിട്ടിയിട്ടുണ്ടായിരുന്നു. അതിനാൽ രാത്രി വഞ്ചിച്ചു തന്നെ കൊല്ലുന്നതിന് വേറൊരു വിധത്തിലും ശ്രമംചെയ്തതാണെന്നും കൊല്ലുവാൻ തുടങ്ങിയവൻ വേലുക്കുറുപ്പ് ആയിരിക്കുമെന്നും, മേലിൽ വളരെ സൂക്ഷിച്ചിരിക്കേണ്ടതാണെന്നും യുവരാജാവ് നിശ്ചയിച്ചു. ഈ അനുമാനങ്ങൾ ശരിയായിരുന്നുവെങ്കിലും പഠാണികൾ വിഷമാർഗ്ഗേണയുള്ള ശ്രമത്തെക്കുറിച്ചു കൊടുത്ത അറിവ് ഹാക്കിമിനുണ്ടായ തെറ്റായ ഊഹത്താലാണെന്നും വിഷക്രേതാവിന്റെ ഉദ്ദേശ്യത്തെക്കുറിച്ച് കാശിവാസിക്കും അബദ്ധമായ ഗ്രാഹ്യം ഉണ്ടായെന്നും സുഭദ്ര മാത്രം സൂചകത്താൽത്തന്നെ ശരിയായ ഊഹത്തിൽ എത്തി എന്നും വായനക്കാർക്ക് അറിയാവുന്നതാണല്ലോ.

തന്നിൽ ഭക്തിയോടും സ്നേഹത്തോടും ജീവനെ ഉപേക്ഷിച്ചവനെ ഹൃദയപൂർവ്വമായുള്ള കൃതജ്ഞതയോടും ബഹുമാനവ്യസനങ്ങളോടും നോക്കിയും തനിക്ക് ഏറ്റവും അടുത്തിരുന്ന മൃതിയിൽനിന്നു രക്ഷയുണ്ടായതിന് ഭക്തിപൂർവ്വം പത്മനാഭനെ സ്മരിച്ചും തമ്പിയുടെ കൃത്രിമത്തിന്റെ സൂക്ഷ്മം അറിഞ്ഞു തന്നെ ഗ്രഹിപ്പിച്ച ആൾ ആരെന്നും മരിച്ചവന്റെ ദേഹത്തെ സംസ്കരിപ്പിക്കേണ്ട മാർഗ്ഗം എങ്ങനെ എന്നും ഉള്ള ആലോചനകളോടും യുവരാജാവ് നില്ക്കുന്നതിനിടയിൽ വൈദ്യസമേതനായ പരമേശ്വരൻപിള്ള തിരിച്ചുവന്നു. സംഗതികൾ എല്ലാം അറിഞ്ഞപ്പോൾ, താൻ അനുവദിച്ച കാര്യമാണെങ്കിലും ഏകനായി നടക്കുന്നതിനേയും എഴുത്തിലെ താല്പര്യം ഗ്രഹിച്ചതിന്റേശേഷം മാർത്താണ്ഡൻപിള്ളയുടെ ശരങ്ങൾക്കു ലക്ഷ്യമാകത്തക്ക സ്ഥിതിയിൽ തുറന്ന ഭൂമിയിൽ നില്ക്കുന്നതിനേയും ആ രാത്രിയുടെ ആദ്യഭാഗത്തുതന്നെ അയാളുടെ ബാണങ്ങൾക്ക് ഇരയാകാൻ ഭാവിച്ചതിനേയും കുറിച്ച് സ്ഥാനഭേദങ്ങൾ

ഗണിക്കാതെ അയാൾ യുവരാജാവിനെ കലശലായി ശാസിച്ചു. പരമേശ്വരൻപിള്ളയുടെ ശുണ്ഠി കേട്ട് യുവരാജാവ് കോപിക്കാതെ തന്റെ കൊട്ടാരത്തിനകത്തു പ്രവേശിച്ചിട്ടു വേണ്ട കാര്യങ്ങളെ സംബന്ധിച്ച് ആലോചന തുടങ്ങി.

തസ്കരന്മാർക്കു നിദ്രയില്ലെന്നാണല്ലോ വേദവ്യാസാത്മജനായ വിദുരർ അഭിപ്രായപ്പെട്ടിരിക്കുന്നത്. തസ്കരന്മാരും അവകാശമില്ലാതുള്ള സ്ഥാനങ്ങളെയോ മറ്റോ കാമിക്കുന്നവരും തമ്മിൽ അധികം ഭേദമില്ലല്ലോ. അതിനാൽ, ആ രാത്രി വലിയതമ്പി നിദ്രകൂടാതെ സുന്ദരയ്യൻ, ചുള്ളിയിൽ മാർത്താണ്ഡൻപിള്ള, അപ്പോൾത്തന്നെ ആ സ്ഥലത്തു ചെന്നുചേർന്നവരായ രാമനാമഠത്തിൽപ്പിള്ള, സുന്ദരയ്യന്റെ ബന്ധുവായ പാരദേശികൻ ഇവരാൽ നിഷേവിതനായിരുന്നുകൊണ്ട് വേലുക്കുറുപ്പ് ബോധിപ്പിക്കുന്ന സങ്കടങ്ങളെ ശ്രവിക്കുന്നു. മാങ്കോയിക്കൽക്കുറുപ്പിനെപ്പോലെ മറ്റുള്ളവരും യുവരാജാവിനെ സഹായിക്കാൻ പുറപ്പെടുന്നതിനും സുഭദ്രയുടെ നേർക്കു പ്രയോഗിക്കുന്ന ചതി പുറത്താവുന്നതിനും മുമ്പിൽ, യുവരാജാവിന്റെ കഥ കഴിച്ച് സ്വാതന്ത്ര്യാധികാരം കൈവശമാക്കേണ്ടതാണെന്നു തമ്പിയും സുന്ദരയ്യനും ചേർന്ന് ആലോചിച്ചു നിശ്ചയിച്ച് ക്രിയ രാമനാമഠത്തിനെക്കൊണ്ടു നടത്തിക്കാൻ ശ്രമിച്ചതിൽ യുവരാജാവ് പട്ടം കെട്ടിയാൽ ആദ്യശിക്ഷ തനിക്കാണെന്ന് ബോദ്ധ്യമുണ്ടായിരുന്നിട്ടും അയാൾ എട്ടുവീട്ടിൽപിള്ളമാരുടെ യോഗനിശ്ചയത്തിനെ ഭേദപ്പെടുത്തി തനിക്ക് ഒന്നും നിർവഹിച്ചുകൂടുന്നതല്ലെന്നു തർക്കിച്ചതിനാൽ, മാങ്കോയിക്കൽ കുറുപ്പിന്റെ ഗൃഹദഹനരാത്രി അദ്ദേഹം നിശ്ചയിച്ച വിധിപ്രകാരം അനുഭവിച്ചുവന്ന ബന്ധനത്തിൽനിന്ന് ചാടി വേണ്ട അവസരത്തിൽ വന്നു ചേർന്നവനായ വേലുക്കുറുപ്പിനെ യുവരാജാവിന്റെ വധത്തിന് തമ്പി വിനിയോഗിച്ചു. ഇയാളുടെ പ്രയത്നം ഫലിക്കാത്തതുകൊണ്ട് തമ്പിക്കുണ്ടായ കോപത്തിന് അതിരില്ലായിരുന്നു. ഈ കോപാഗ്നിയെ സുന്ദരയ്യൻ ഉചിതമായുള്ള വാക്കുകൾകൊണ്ടു വീശി വർദ്ധിപ്പിച്ചു.

സുന്ദരയ്യൻ: അങ്കത്തെ, നാൻ മുന്നമേ ചൊല്ലലയോ ഇവനെ ഒന്നുക്കും ഉതഹാത്.

തമ്പി: അനർത്ഥം! മഹാ അനർത്ഥം! വേണ്ടാത്ത ആലോചനയായിരുന്നു. താൻ കൊണ്ടു ചാടിച്ചതാണ്. ഏഭ്യരാശികളുടെ വാക്കുകേട്ട് ഇല്ലാത്ത സൊല്ലയെല്ലാം വലിച്ചു തലയിൽ വെച്ചു. നിന്റെ ഗുണദോഷങ്ങൾ കേട്ടതു മതി!

സുന്ദരയ്യൻ: വശാതും-ഇന്തപ്പയലെ തടുത്തതാർ? അതെപ്പടിവന്തത്? അതുവും പോട്ടും, അന്ത രാമനുക്ക് ശ്രീപണ്ഡാരത്തുവീട്ടിലെ കാര്യമെന്ന? അതേ യോശിയും.

രാമനാമഠം: അതു ശരിയാണ്. കുറുപ്പിനെ വിടുവിച്ചു കൊണ്ടു പോകാനാണ് കുട്ടി അവിടെ എത്തിയിരിക്കുന്നത്. നീ കേട്ടതു ശരിയാണോടാ വേലു?

വേലുക്കുറുപ്പ്: ഈ കാതുകൾകൊണ്ടു കേട്ടത് പെഴച്ചുപോവുമോ?

തമ്പി: ഒറ്റച്ചെവിക്കു തെറ്റിപ്പോകാം. ഇവന്റെ മൺതലയേയും ആരോ കുറച്ച് അറുത്തെടുത്തിട്ടുണ്ട്. അതാണ് ഈ അബദ്ധങ്ങൾ ഇവന് പറ്റുന്നത്. പോകുന്ന കാര്യമെല്ലാം ഇങ്ങനെ. ഇനി കുറുപ്പിന്റെ കാര്യത്തിന് എന്താണു വേണ്ടത്? അയാളെ ഇപ്പോൾ രാമയ്യൻ വിടുവിച്ചു കൊണ്ടുപോയാൽ നമുക്കു വലിയ ബലക്ഷയമാണ്.

സുന്ദരയ്യൻ: വച്ചിരിപ്പാനെ?

കോടാങ്കി: ഹാ! സറി! ശിന്ന- (വാക്കിൽ എന്തോ തെറ്റുകയാൽ അർദ്ധോക്തിയിൽ നിറുത്തി.)

സുന്ദരയ്യൻ: (എല്ലാപേരുടേയും മുഖത്തു ശങ്കയോടും ഭീതിയോടും നോക്കിക്കൊണ്ട്) ആനാൽ അതു പെടാത്. കഴക്കൂട്ടത്തങ്കത്തയുടെ മനമറിയാവടിക്ക് അപ്പടി ശെയ്യക്കൂടാത്.

തമ്പി: എന്തായാലും അയാളെ നമുക്ക് പ്രത്യേകം സൂക്ഷിക്കണം. അയാളുടെ ഭടന്മാർ ഇങ്ങോട്ടു വരുന്നുണ്ട്. വെങ്ങാനൂർപിള്ള തടുക്കുമോ എന്തോ? അതിനാൽ അവർ ഇവിടെ വന്നുചേർന്നാലും ഇയാളെ കാണരുത്.

രാമനാമഠം: ചെമ്പകശ്ശേരിയിലെ വലിയ കല്ലറയിൽ ഇട്ടുകളയാം. എന്നാലോ അങ്ങുന്നേ?

തമ്പി: അവർ സമ്മതിക്കുമോ?

മാർത്താണ്ഡൻപിള്ള: അതിനു ഞാൻ അനുവാദമുണ്ടാക്കാം. തിരുമുഖത്തങ്ങത്തെ ഉത്തരവാണെന്ന് ഞാൻ പറഞ്ഞാൽ അവിടുന്നു തർക്കം ഉണ്ടാവുല്ല.

ഇങ്ങനെ മാർത്താണ്ഡൻപിള്ള പറഞ്ഞതിന്റെശേഷം അധികം ആലോചന ഉണ്ടായില്ല. അയാൾ, സുന്ദരയ്യൻ, രാമനാമഠം ഈ കഥയിൽ 'കോടാങ്കി' എന്നു പല സ്ഥലത്തും പറയപ്പെട്ടിട്ടുള്ള ആൾ, വേലുക്കുറുപ്പ്, പത്തുപന്ത്രണ്ടു വേൽക്കാർ ഇങ്ങനെ ഒരു സംഘം ക്ഷണത്തിൽ അവിടെനിന്നു പുറപ്പെട്ടു.

ചുള്ളിയിൽ ചടച്ചി മാർത്താണ്ഡൻപിള്ളയുടെ മുമ്പിൽനിന്നു മറഞ്ഞ ഭ്രാന്തൻ കുടമൺപിള്ളയുടെ ഗൃഹത്തിനു ചുറ്റുമുള്ള ചുവർ ചാടിക്കടന്ന് ആ ഭവനത്തെ ചുറ്റിനോക്കി നടന്നുതുടങ്ങി. ഇങ്ങനെ നടക്കുന്നതിനിടയ്ക്കു പടിഞ്ഞാറുവശത്ത് എത്തിയപ്പോൾ സുഭദ്രയും ആനന്ദവും തമ്മിൽ സംസാരിക്കുന്നതു കേൾപ്പാനിടയായി. അവരുടെ സംഭാഷണത്തിന് അല്പനേരം വിഘ്നംവരുത്തിയത് ഇവന്റെ ആശ്ചര്യസൂചകമായ ചില ശബ്ദങ്ങളായിരുന്നു. സുഭദ്ര പുറത്തിറങ്ങി പരിശോധന തുടങ്ങിയപ്പോൾ ഭ്രാന്തൻ, താൻ അകത്തു കടന്ന വഴിയേതന്നെ പുറത്തു ചാടി. നിശ്ചലനായി ഒരു നാഴികയോളം നിന്നിട്ട്, നഗരമദ്ധ്യം നോക്കി നടന്നു.

മാർത്താണ്ഡവർമ്മ യുവരാജാവ് പരമേശ്വരൻപിള്ളയുടെ ശാസനകൾ കേട്ടു സ്നേഹത്തോടുകൂടി അയാളുടെ ആജ്ഞകളെ അനുസരി

ക്കുന്നതിനിടയിൽ കഴക്കൂട്ടത്തുപിള്ളയുടെ വക ശ്രീപണ്ഡാരത്തുവീട്ടിൽ അദ്ദേഹത്തിന്റെ ഭൃത്യരായ പത്തുപന്ത്രണ്ടുപേർ ഉത്സാഹമായി കഥകൾ പറഞ്ഞും ഓരോ വക കളികളിൽ ശ്രദ്ധ ആസകലം ദത്തംചെയ്തും കൂടിയിരിക്കയായിരുന്നു. "ഇരുത്തായം!-ഇന്നാ പിടിച്ചോ, ഈരഞ്ചു ചോണനാല്, പാണനാല്" എന്നുള്ള വിളികളും, എറിയുന്ന സമയത്ത് മാറത്തുള്ള ഇടികളും ഒരിടത്തു നായ്ക്കളെ വെട്ടുന്നതും പുലിയെ തടയുന്നതും മറ്റൊരിടത്ത് കഥകേട്ടു രസിച്ചുചിരിക്കുന്നതും എല്ലാംകൂടി മഹാ കശയായിരിക്കുന്നു. കഴക്കൂട്ടത്തുപിള്ള എട്ടുവീട്ടിൽ പിള്ളമാരുടെ യോഗനിശ്ചയം നടത്തുന്നതിനായി തന്റെ പ്രധാനഭവനത്തിലേക്കു പോയിരിക്കുന്നു. നാലഞ്ചുദിവസം കഴിഞ്ഞല്ലാതെ തിരിച്ചുവരവില്ലെന്നുള്ള ധൈര്യംകൊണ്ടു വാല്യക്കാർ മദിച്ചുപോയിരിക്കുന്നു. ഇങ്ങനെ കളികളും കഥകളും നടക്കുന്നതിനിടയിൽ ഒരുവൻ ചോദ്യംചെയ്യുന്നു: "എടാ പാണപ്പൈലേ, താക്കോലിലിയിലുണ്ടോ?"

ഉത്തരം: നായ്ക്കു പരുത്തിക്കടയിൽ കാര്യമെന്ത്?-എന്റെ കാര്യം ഞാൻ നോക്കിക്കൊള്ളും.

വേറൊരുത്തന്റെ ചോദ്യം: കതവടച്ചിട്ടൊണ്ടോടേ? കാലം വല്ലാത്ത കാലമാണ്.

ഉത്തരം: നിന്റെ വായടച്ചോണ്ടാൽ മതി.

ചോദ്യം: കിളികൾക്കു ചോറു കൊടുക്കണ്ടയോടേ?

ഉത്തരം: വന്നു ചാടിയതെന്തിന്? കിടന്ന് അലയ്ക്കട്ട്. പിന്നെ നന്നാച്ചെല്ലും ചോറ്. ഊതിപ്പെരുത്തിരിക്കുന്നത് കുറച്ചു വറ്റട്ട്.

ഒരുത്തൻ: ആദ്യം നമ്മുടെ അങ്ങത്തേക്കാളും വലിയ അങ്ങുന്നാണുപോലും.

മറ്റൊരുത്തൻ: തേങ്ങാക്കൊലയാണ്. എന്നാൽ പിന്നെ ഒരു പത്താളെങ്കിലും കൂടി കാണൂല്ലായിരുന്നോടാ മണ്ടാ?

ഒരുത്തൻ: എങ്കിലും പട്ടിണികിടത്തിയാൽ അങ്ങു ചെല്ലുമ്പം നൂൽപ്പാലത്തിൽക്കൂടെ നമ്മെ നടത്തിക്കളയും.

മറ്റൊരുത്തൻ: നാല് ഏകാദശി നോറ്റുകളഞ്ഞാൽ ചെയ്ത പാപമൊക്കെ നീങ്ങിപ്പോകും. ഒന്നു പാടെടേ.

എല്ലാവരും: അതുകൊള്ളാം! മാവാരതം വേണം.

ഒരുവൻ: "ഇന്നു ശിവരാത്രിതന്നെ. ഉറങ്ങണ്ട. പാട്ട്. അതുകൊള്ളാം." ഇങ്ങനെയുള്ള നിശ്ചയം മുതലായതു കേട്ടുനിന്ന രാമയ്യൻ തക്കം നന്നല്ലെന്നു കരുതി അവിടെനിന്നു യുവരാജാവിനോട് കേട്ട അവസ്ഥകൾ അറിയിക്കാൻ നടകൊണ്ടു. പ്രധാനഭാഗവതരായ ഒരുവൻ ഒരു ഉലക്കയും രണ്ടു കുറുവടിയും കൊണ്ടുവന്നു മുമ്പിൽ വച്ചുകൊണ്ട് മേളം മുറുക്കിത്തുടങ്ങി. "എവിടെ കേക്കണം, പറവിൻ" എന്നു പ്രമാണിയായി ചോദിച്ചതിന് 'പ്ലാവെല പറിച്ചെടം', 'നിഴൽക്കുത്തിയെടം', 'വിഴം കൊടുത്തെടം' എന്നു പലവിധമായി ഓരോരുത്തർ അഭിപ്രായപ്പെടുകയാൽ ചങ്കിടിക്കു

ചെന്നിരുപ്പായ ഒരു വിദഗ്ദ്ധൻ "നമുക്ക് ഭോദിച്ചിടം പാടാമെടേ" എന്നു പറഞ്ഞു തർക്കത്തെ ഒതുക്കി.

"അഞ്ചഞ്ചാതെ കണ്ടഞ്ചമ്പനഞ്ചമ്പെയ്തു
അഞ്ചും തച്ചു നെഞ്ചിൽ ആറണിന്തോനേ!
അഞ്ചും മുടിവച്ച പാണ്ഡവന്മാ-
രഞ്ചിലിളയതൊരു കുഞ്ചുഭീമൻ-"

എന്നിങ്ങനെ ഉലക്കത്താളവും ഇടയ്ക്കിടെ ഹ എന്നുള്ള ബലേ കൊട പ്പുകളും നാസികാരന്ധ്രത്തിൽ ഒന്നിനെ വിരലുകൊണ്ട് അടച്ചിട്ടു മറ്റേ രന്ധ്രത്തിൽക്കൂടി പുറപ്പെടുവിക്കുന്ന ശ്രുതികളും ചേർന്നുള്ള സദിർ മുറു കിയപ്പോൾ "അർത്ഥം പറയെടാ കരുത്തുണ്ടെങ്കിൽ" എന്ന് ഒരുവന്റെ അപേക്ഷ പുറത്തുചാടി. മറ്റൊരുവൻ സംശയംകൂടാതെ, പാടിയ ഭാഗ ത്തിന്റെ അന്വയം, അർത്ഥം, പരിഭാഷ, ഭാവം ഇതുകളായി ഇങ്ങനെ പ്രസംഗിച്ചുതുടങ്ങി: "കാന്താരി പെറ്റ മക്കളഞ്ച്-അതില്-" എന്നിങ്ങനെ അർത്ഥം പറഞ്ഞുതുടങ്ങിയപ്പോൾ "ഛേ, പോടാ കാന്താരിക്ക് മക്കളേത്? കാന്താരി ധൃതരാഠന്റെ തള്ളയല്ലയോടാ?" "ഓ! കാന്താരി മാവാരതത്തി ലേത്?", "ഓടേ, അങ്ങനെ പറ" എന്നും മറ്റും പ്രമാദമായ തർക്കം തുട ങ്ങുകയാൽ "ചലമ്പാതിനെടാ-കാന്താരി മാവാരതത്തിലല്ലാതെ എഴുത്ത ച്ഛൻ പാട്ടുകളിലാണോ?" എന്ന് അഭിപ്രായപ്പെട്ടുകൊണ്ട് സംശയനിവൃ ത്തിക്കായി ഭാഗവതർ ആ ഗ്രന്ഥത്തിൽനിന്ന് ഇങ്ങനെ ഒരു ഭാഗം പാടി സദസ്സിനെ കേൾപ്പിച്ചു:

"മന്തമോടീ പെണ്ണേ മയക്കമോടീ?
മായാമരുന്തിന്റെ പിടിത്തമോടീ?
പള്ളിയറതന്നെ തുറക്കാത്തെന്തേ?
പാണ്ഡവരെക്കൊന്ന തളർച്ചയോടീ!
ഹ-എന്നു കാന്താഹാരിയമ്മയരുളുന്നേരം."

മറ്റെല്ലാവരും: പറഞ്ഞില്ലയോ മക്കളെഞ്ചെന്ന്. മാവാരതത്തിൽ ത്തന്നെ അല്ലേ?

ഇപ്രകാരമുള്ള പാട്ടു മുതലായതുകൊണ്ട് ശ്രീപണ്ടാരത്തുവീടും സമീപദേശവും മുഴങ്ങുന്നതിനിടയിൽ പാട്ടു കേൾക്കാനായി ഒരുത്തൻ ആ സദസ്സിലെത്തി. ഇത് മഹാപ്രാകൃതവേഷക്കാരനായ ഭ്രാന്തനല്ലാതെ മറ്റാരുമല്ലായിരുന്നു. അനേകം സാമാനങ്ങളുടെ വിക്ഷേപസ്ഥലമായ ഇവന്റെ അരക്കെട്ടു കണ്ട് പാട്ടുകാരും ശ്രോതാക്കളും പൊട്ടിച്ചിരിച്ചു തുടങ്ങി. അന്യനായ ഒരുവൻ അനുവാദംകൂടാതെ അകത്തു കടന്നതി നെക്കുറിച്ച് കഴക്കൂട്ടത്തുപിള്ളയുടെ ഭൃത്യന്മാർക്കു തോന്നുമായിരുന്ന കോപത്തെ ബീജത്തിൽത്തന്നെ ഭ്രാന്തന്റെ ബീഭത്സത്വം നശിപ്പിച്ചു. 'ആരെടാ അത്?' എന്നു ഗൗരവത്തോടുകൂടി ചിലർ ചോദ്യംചെയ്തതിന് ഉണ്ടായ ഉത്തരം, "നാഗപുരം വാഴും നാഗകന്യ-അവളും ചിറയാളായി രുന്നല്ലോ-അല്ലിമുല്ല നട്ടു ചമ്പകം നട്ടു-അല്ലിമുല്ലതന്നെ പൂക്കും കാലം-"

എന്നു തുടങ്ങിയുള്ള ഒരു പാട്ടായിരുന്നു. “ഹാ! ബലേഭേഷ്! അയ്യടാ!” എന്നിങ്ങനെ ഓരോരുത്തർ രസിച്ചുതുടങ്ങി. “ഇങ്ങു കേറി ഇരുന്ന് പാടെടാ” എന്നു ചിലർ ആജ്ഞാപിച്ചതനുസരിച്ച് ഭ്രാന്തൻ മറ്റുള്ളവരുടെ ഇടയിൽ കടന്ന് ധൈര്യത്തോടുകൂടി ഇരുന്നു കുറച്ചുനേരം പാടിയതിന്റെശേഷം, അരക്കെട്ടിനിടയിൽനിന്ന് ഒരു പദാർത്ഥം എടുത്ത് ഭ്രാന്തൻ തിന്നുന്നതിനെക്കണ്ട്, കൊതിയന്മാരായ സദസ്യർ” എന്തോന്നാണെടാത്? ഉണ്ടപ്പാരം അടിക്കണോ?” എന്നു കാര്യം കേട്ടുതുടങ്ങി. ഭ്രാന്തൻ ഭയം അഭിനയിച്ചുകൊണ്ട് അരക്കെട്ടിനിടയിൽ പിന്നെയും കൈ ഇട്ട് കൃഷ്ണവർണ്ണമായ രണ്ട് ഉണ്ടകൾ എടുത്തു കാര്യക്കാരന്മാരായ സദസന്മാർക്ക് ആദരപൂർവ്വം നീട്ടിക്കൊടുത്തു. ശാക്തേയമതത്തിനെ വളരെ ശ്ലാഘിക്കാനുണ്ടെന്ന് ഒരു സംഗതി ഓർക്കുമ്പോൾ തോന്നുന്നുണ്ട്. ആ മതക്കാർ നമ്മുടെ സമുദായങ്ങളുടെ പരിഷ്കാരത്തിന് ഒട്ടേറെ വിപരീതമായി നില്ക്കുന്ന ജാതിഭേദങ്ങളെ ലേശവും ഗണ്യമാക്കുന്നില്ല. കഴക്കൂട്ടത്തു പിള്ളയുടെ ഭൃത്യന്മാർ ആദ്യഭജനത്തിലും ആ സാധാരണ നീതിയെ ലംഘിച്ചില്ല. മിനുമിനെ മിനുങ്ങുന്ന ഗോളദ്വയം കണ്ടപ്പോൾ നാവ് അലിഞ്ഞുതുടങ്ങി. ജാതിഭേദത്തെക്കുറിച്ചുള്ള വിചാരത്തെ മറന്നും തങ്ങൾക്കു ദാനംചെയ്‌വാനായി അന്യർ നീട്ടിയിരിക്കുന്ന ഉരുളകളെ തന്റെ ഉപയോഗത്തിനായി എടുക്കപ്പെട്ട പദാർത്ഥം ഇരുന്ന സ്ഥലത്തു നിന്നല്ലാതെ വേറൊരു ഭാഗത്തുനിന്നാണ് എടുത്തതെന്നുള്ളതു ഗ്രഹിക്കാതെയും അതുകൾ വാങ്ങി വീതിച്ചു ഭക്ഷിച്ചു. ഇങ്ങനെയുള്ള പദാർത്ഥത്തെക്കുറിച്ച് ആ സാധുക്കൾ കേട്ടിട്ടുള്ളതല്ലാതെ അതിനെ അനുഭവിച്ചു ശീലിച്ചിട്ടില്ലാതിരുന്നതിനാൽ, കാൽ നാഴികകൊണ്ടു നവമായ ഓരോ മനോവികാരങ്ങളോടുകൂടി പാട്ടുകാറും താളക്കാറും ഒന്നൊഴിയാതെ തല ഉയർത്താൻ പാടില്ലാതെ കിടപ്പായി. അല്പനേരംകൊണ്ടു ബോധലേശം കൂടാതുള്ള നിദ്രയും ആരംഭിച്ചു. ഇതു കണ്ട് ഭിക്ഷു എഴുന്നേറ്റ് ഉറങ്ങുന്നവരിൽ ഒരുവന്റെ അരയിൽ ബന്ധിച്ചിരുന്ന ഒരു താക്കോൽ കൈക്കലാക്കി ഭവനത്തിന്റെ പ്രധാനഭാഗങ്ങൾക്കുള്ളിൽ കടന്നു; ആ ഗൃഹത്തിന്റെ കിടപ്പുകളെക്കുറിച്ചു നല്ല അറിവുള്ളതായി പ്രത്യക്ഷീകരിക്കുംവണ്ണം വേഗത്തിലും പരിശോധനകൾ കൂടാതെയും ഒരു മുറി തുറന്ന്, അതിനുള്ളിൽനിന്നു വലുതായ ഒരു താക്കോൽക്കൂട്ടം എടുത്ത് ഇതിന്റെ സഹായത്താൽ പൂട്ടുപുര എന്നു പറയപ്പെടുന്ന പ്രധാനമുറിയേയും അതിന്റെ അടിത്തട്ടിൽ ഉള്ള ഒരു കൃത്രിമവാതിലിനേയും തുറന്ന് ഭ്രാന്തൻ കീഴ്പോട്ടിറങ്ങി. പാതാളത്തിലേക്കുള്ള മാർഗ്ഗമെന്നു തോന്നിക്കുംവണ്ണം ഇരുട്ടു നിറഞ്ഞുള്ള ആ അറയിൽനിന്ന് ‘ആരത്’ എന്നു ഗംഭീരസ്വരത്തിൽ ഒരു ചോദ്യമുണ്ടായി. ‘പിച്ചയാക്കും’ എന്നുണ്ടായ മറുപടി കേട്ടു ചിരിച്ചുപോയ മാങ്കോയിക്കൽക്കുറുപ്പ് ഭ്രാന്തന്റെ ഉൽകൃഷ്ടമായുള്ള മനോഗുണങ്ങൾ ഓർത്ത് അത്യാശ്ചര്യത്തോടുകൂടി കണ്ണുനീർ ചിതറിക്കൊണ്ട് അവനെ ആലിംഗനം ചെയ്‌വാനായി കൈ നീട്ടി. ഇരുട്ടിൽ ഭ്രാന്തനെ കാണാൻ കഴിയായ്കയാൽ തപ്പുന്നതിനിടയ്ക്ക്, അവ്വണ്ണം തന്നെ തന്നെ തിരയുന്ന

ഭ്രാന്തന്റെ കൈകളിൽ കുറുപ്പിന്റെ കൈകൾ തടഞ്ഞു. അതുകൾ പിടിച്ച് അതിവാത്സല്യത്തോടു കൂടി ഭ്രാന്തനെ അണച്ച് ആശ്ലേഷംചെയ്തു കൊണ്ട് "ആരാണെന്ന് ചൊല്ലീട്ടില്ലെങ്കിലും എന്റെ ശേഷക്കാറിൽ ഒന്നെന്ന് ഞാൻ വച്ചിരിക്കിണേൻ' എന്ന് കുറുപ്പു പറഞ്ഞു. അതികായനായ കുറുപ്പ് ഭ്രാന്തന്റെ ലഘുവായ ദേഹത്തെപ്പിടിച്ച് സ്നേഹപാരവശ്യത്തോടുകൂടി ഒരു ശിശുവെ എന്നപോലെ തലോടുകയും ആലിംഗനംചെയ്യുകയും ചെയ്തപ്പോൾ ഭ്രാന്തനും തന്റെ ഉള്ളിൽ കവിഞ്ഞുനിന്ന ചില സ്മരണകളുടെ തിങ്ങലുകൊണ്ടു കരഞ്ഞുപോയി.

കുറുപ്പും ഭ്രാന്തനും ഈ സ്ഥിതിയിൽ നില്ക്കുമ്പോൾ പുറത്തു ചില ശബ്ദങ്ങൾ കേൾക്കാറായി. ദീപപ്രകാശം മുകളിലുള്ള മുറിയിൽ പരന്നു. ആയുധങ്ങൾ അങ്ങും ഇങ്ങും തടയുന്ന ശബ്ദവും മുഴങ്ങി. ഭ്രാന്തനും കുറുപ്പും സമധൈര്യത്തോടും വേഗത്തോടും കല്ലറയിൽനിന്നു മുകളിൽ കയറി പഞ്ചയമന്മാരായ രാമനാമഠം മുതലായവരുടേയും കിങ്കരസംഘത്തിന്റേയും ഇടയിൽ അകപ്പെട്ടിരിക്കുന്നതായി കണ്ടു നിരായുധനായ കുറുപ്പ് വിഷണ്ണനായി; എന്നാൽ ഭ്രാന്തൻ സാധാരണയായുള്ള രീതി ഉപേക്ഷിച്ചു ഗൗരവത്തോടുകൂടി ഇങ്ങനെ പറഞ്ഞു: "ഏമാമ്മാരു മാറി നിപ്പിൻ; പിച്ചകൈയിലെ വല്ലാത്ത പേ ഒണ്ണുണ്ടേ. മാറിനിപ്പിൻ-ചൊല്ലിണതേ കേപ്പിൻ."

ഈ വാക്കുകൾ കേട്ട് തന്റെ കർണ്ണച്ഛേദനംചെയ്ത ശഠനെ വിടുന്നതല്ലെന്നുള്ള വിചാരത്തോടുകൂടി, "ഹാ! നീയോടാ? കാതൊന്നിനു നിന്റെ ചാണത്തല ഒന്നിന്നാ കണ്ടോ?" എന്ന് അലറിക്കൊണ്ട്, യുവരാജാവിന്റെ നേർക്ക് ഓങ്ങപ്പെട്ടതും മറ്റൊരാളിന്റെ രക്തപാനം ചെയ്തതിൽ പറ്റിയ രുധിരം ഉണങ്ങീട്ടില്ലാത്തതും ആയ ഖഡ്ഗത്തെ വീശി, വേലുക്കുറുപ്പ് ഭ്രാന്തനോടടുത്തു, ഭ്രാന്തൻ തന്റെ അരക്കെട്ടിനിടയിൽനിന്ന് ഒരു ചെറിയ ആയുധം എടുത്തു നീട്ടി. ഒരു മിന്നൽ-ഇടിരവംപോലെ ചണ്ഡമായ ഒരു ധ്വനി-മുറിയുടെ തട്ടിൽ പറ്റീട്ടുള്ള പൊടിയുടെ ഒരുവർഷം-ഘോഷങ്ങളോടുകൂടി വേലുക്കുറുപ്പിന്റെ ദേഹി പരലോകത്തേക്കു പ്രയാണം ആരംഭിച്ചു. അയാളുടെ ദേഹം ലോഹക്കട്ടിപോലെ മുറിയുടെ അടിത്തട്ടിന്മേലും വീണു. മുറിക്കകം ആസകലം ധൂമം നിറഞ്ഞു. വായുവിനുണ്ടായ കഠിനചലനത്തോടുകൂടി കിങ്കരന്മാരിൽ ഒരുവനാൽ കൊണ്ടുവരപ്പെട്ടിരുന്ന ദീപവും പൊലിഞ്ഞു. ദുർജ്ജനാഗ്രേസരനായ സുന്ദരയ്യൻ വേലുക്കുറുപ്പിന്റെ കഥ ചുരുക്കത്തിൽ കഴിഞ്ഞതുകൊണ്ട് സന്തോഷിച്ചു എങ്കിലും തന്റെ പ്രാണനെക്കുറിച്ചു സ്നേഹമുണ്ടായിരുന്നതിനാൽ, ഭ്രാന്തന്റെ കൈയിലുള്ള ആയുധത്തിന്റെ ഗീതത്തിൽ ആസക്തി തോന്നാതെ, മിത്രങ്ങളുടെ സ്ഥിതി മറന്ന് പുറത്തുചാടി. എന്നാൽ സാധാരണ സാധുശീലത്വവും സ്വവീര്യത്തിന് ഉണർച്ചയുണ്ടായാൽ പൈശാചത്വവും പ്രദർശിപ്പിക്കുന്ന 'ബുൾ' എന്ന ജാതിയിലുള്ള നായ്ക്കളെപ്പോലെ, കരിമരുന്നിന്റെ ഗന്ധമേറ്റപ്പോൾ "ഠി ഠീ" എന്ന് ആർത്തുകൊണ്ട്, ഭയങ്കരനായ കോടാങ്കി മുന്നോട്ടു കുതിച്ചു. ഭ്രാന്തന്റെ കൈയിലുണ്ടായിരുന്നത്, ഒറ്റക്കുഴൽ

കൈത്തോക്കാണെന്ന് കോടാങ്കി തന്റെ ഗ്രഹപ്പിഴയുടെ ശക്തികൊണ്ടോ ന്യായമായുള്ള ദൈവവിധിയാലോ ധരിച്ചുപോയി. വേലുക്കുറുപ്പിനുണ്ടായിരുന്ന ഉപചാരങ്ങളോടുകൂടി കോടാങ്കിയേയും ഭ്രാന്തൻ പരലോകത്തിലേക്കു യാത്രയാക്കി. വേലുക്കുറുപ്പിനെപ്പോലെ ഇയാൾ ലൗകികഹീനനല്ലാതിരുന്നതിനാൽ "അടേ ചിന്നത്തമ്പീ, പുലമാടാ" എന്നുള്ള പ്രലാപങ്ങളോടുകൂടിയേ യാത്രയ്ക്കാരംഭിച്ചുള്ളു. ഈ വാക്കുകൾ കേട്ട് സുന്ദരയ്യൻ കടുതായി ഞെട്ടുകയും അദ്ദേഹത്തിന്റെ നാവു വരണ്ടുപോകയും ചെയ്തു. എങ്കിലും ക്ഷണനേരംകൊണ്ടു പൂർവ്വസ്ഥിതിയിലും അധികം മുഷ്കോടുകൂടിയവനായി.

കോടാങ്കി വീണതിന്റെശേഷം രണ്ടു കക്ഷികളും മിണ്ടാതെ നിന്നു. ഭ്രാന്തനു ബ്രാഹ്മണനേയും രാമനാമഠത്തിനേയും മാർത്താണ്ഡൻപിള്ളയേയും നിഗ്രഹിക്കുന്നതിനു താല്പര്യമില്ലായിരുന്നു എന്ന് തന്റെ കൈയിൽ എടുത്ത് ഉപയോഗിക്കാതെ വച്ചുകൊണ്ടിരിക്കുന്ന വേറൊരു ഇരട്ടക്കുഴൽ കൈത്തോക്ക് പ്രത്യക്ഷമാക്കുന്നു. രാമനാമഠം മുതലായവർ പേടിച്ച് എന്തുവേണ്ടൂ എന്നുള്ള ആലോചനയോടുകൂടി നിന്നു. മാർത്താണ്ഡൻപിള്ള കൈയിലുണ്ടായിരുന്ന വിൽ വലിച്ചുപൂട്ടിക്കൊണ്ടു പുറത്തിറങ്ങി. "എട, നിരയോടു നിന്നെ തറച്ചേക്കുന്നുണ്ട്. വെടി താഴെ വൈ" എന്നു പറഞ്ഞു. ഈ വാക്കുകൾ കേട്ട് തന്റെ ബന്ധുവിനു പ്രാണാപായം നേരിടുമോ എന്നുള്ള ഭയംകൊണ്ട്, "മാർത്താണ്ഡപ്പിള്ളേ കേക്ക്. തമ്പിഅങ്ങുന്നു തരണതിൽ എരട്ടി ഞാൻ കെട്ടിത്തരാം. പയലേ കൊല ചെയ്യാതെ. എന്റെ ഉശിരെ എടുത്തോ വേണമെങ്കില്" എന്നു കുറുപ്പ് അപേക്ഷിച്ചു.

രാമനാമഠം: പയലെ വിടുകയോ? ചെമ്പകശ്ശേരിയിലെ വെള്ളമില്ലാത്ത നീരാഴിയിൽ കിടന്ന് അലന്നു ചത്തു നിങ്ങൾ രണ്ടും പുഴുക്കണം.

ഭ്രാന്തൻ ഈ വാക്കുകൾ കേട്ടപ്പോൾ അധികം പേടിക്കാനില്ലെന്നു സൂചകമായി കുറുപ്പിന്റെ കൈപിടിച്ച് ഒന്നമർത്തീട്ട് ഇങ്ങനെ പറഞ്ഞു: പിച്ചയെ കൊണ്ണുപോട്ടാൽ തിരുമുഖത്തെ ഏമാൻ കേക്കാതെണ്ണാ? ഏമാമ്മാരു കൊല്ലുവിനു. പിച്ച ചത്താലും പേക്കൊഴലെ തറയി വയ്ക്കാതോം.

ഭ്രാന്തന്റെ ധൈര്യം കണ്ടു മാർത്താണ്ഡൻപിള്ളയ്ക്കും രാമനാമഠത്തിനും ബഹുമതിയും സുന്ദരയ്യന് സ്പർദ്ധയും അവനെ നിഗ്രഹിക്കണമെന്ന് അതിമോഹവും ഉണ്ടായി. എന്നാൽ രാമനാമഠവും മാർത്താണ്ഡൻപിള്ളയും അവനോട് സമമായുള്ള വാക്കുകൾ ഉപയോഗിച്ചു തുടങ്ങി. ഇതു കണ്ട് സുന്ദരയ്യൻ അടങ്ങിക്കൊണ്ടു. രാജ്യത്തിന്റെ തൽക്കാലസ്ഥിതിയിൽ കുറുപ്പിനേയും ഭ്രാന്തനേയും വിട്ടയയ്ക്കാൻ പാടില്ലെന്നും എട്ടുവീട്ടിൽപിള്ളമാർ, തമ്പിമാർ, തിരുമുഖത്തുപിള്ള ഇവരുടെ വിധിപോലെ രണ്ടുപേരും ശിക്ഷ അനുഭവിക്കേണ്ടിവരുമെന്നും അതുവരെ ആയുധം വെച്ചു രണ്ടുപേരും ബന്ധനത്തിലിരിക്കണമെന്നും രാമനാമഠം

പറഞ്ഞു. ചാന്നാൻ പത്മനാഭപുരത്തുനിന്ന് ചാടിപ്പോയതിനെയും മറ്റും ഓർത്ത്, സുന്ദരയ്യൻ ഈ വാക്കുകൾ കേട്ടു പല്ലു ഞെരിച്ചു. രാമനാമഠത്തിന്റെ കരാറിൽ ആയുധം വയ്ക്കുക ഒഴികെ ശേഷം സമ്മതംതന്നെ എന്നു മാങ്കോയിക്കൽകുറുപ്പ് ചാന്നാന്റെ പ്രതിനിധിയായും തനിക്കു വേണ്ടിയും പറഞ്ഞതുകേട്ട് മാർത്താണ്ഡൻപിള്ളയോടും സുന്ദരയ്യനോടും ആലോചിച്ചിട്ട്, "എന്നാൽ അങ്ങനെതന്നെ" എന്നു രാമനാമഠവും സമ്മതിച്ചു.

കുറുപ്പിനേയും ഭ്രാന്തനേയും ആ രാത്രിതന്നെ ചെമ്പകശ്ശേരിയിലേക്കു മാറ്റി. മേൽപ്പറയപ്പെട്ട ആലോചനയുടേയും ഇവരെ ചെമ്പകശ്ശേരിയിലേക്കു കൊണ്ടുംപോകുംവഴിക്ക് രാമനാമഠം മുതൽപേർ കണ്ട ചില സംഗതികളുടേയും വിവരങ്ങൾ അടുത്ത അദ്ധ്യായത്തിൽനിന്ന് അറിയാവുന്നതാണ്.

# ഇരുപത്തൊന്നാം അദ്ധ്യായം

*"രാജീവനേത്രനെ ചിന്തിച്ചു ചിന്തിച്ചു*
*രാജാ ദശരഥൻ പുക്കു സുരാലയം."*

**അ**ടുത്ത പ്രഭാതമായി. രാവണൻ ലങ്കാധിപനായിരുന്ന കാലങ്ങളിൽ ഉത്തരായനത്തിൽനിന്നു പകർച്ചകൂടാതെ ഗതിചെയ്തുകൊണ്ടിരുന്ന മഹാഭീരു, തമ്പിമാരുടെ ജയകാലത്തു തന്റെ കിരണങ്ങളെ വേണാട്ടുഭൂമിയിൽ പതിപ്പിക്കുന്നത് ആ പ്രതാപവാന്മാർക്ക് അഹിതമായേക്കുമെന്നുള്ള ശങ്കമൂലം മേഘങ്ങളാകുന്ന ഛത്രങ്ങളെക്കൊണ്ടു തന്റെ പ്രഭയെ മറച്ചുകൊണ്ടു രഥാരോഹണം ചെയ്തിരിക്കുന്നു. പത്തു പന്ത്രണ്ടു മണിക്കൂറിനു മുമ്പിൽ വിജനപ്രദേശമെന്നു തോന്നപ്പെട്ട രാജധാനിയിൽ കല്പാന്തഭൂകമ്പം പോലെ വലിയൊരു ഘോഷവുമായിരിക്കുന്നു. നഗരത്തിന്റെ നാലുഭാഗങ്ങളിൽനിന്നും ജനങ്ങൾ ഇളകി രാജമന്ദിരത്തിന്റെ പുരോഭാഗത്തുള്ള വീഥിയിലും കഴക്കൂട്ടത്തുപിള്ളയുടെ ഗൃഹത്തിലും കൂടുന്നു. കോപംകൊണ്ടു കലുഷമാകാതുള്ള മുഖം ഒന്നുപോലും ഈ സംഘങ്ങളിൽ കാണ്മാനില്ല. വൃദ്ധനും യുവാവും ബാലനും ഒന്നുപോലെ പുളച്ച് അവനവന്റെ അഭിപ്രായങ്ങളെ ഭയലേശം കൂടാതെ പരസ്യമായി ഘോഷിക്കുന്നു. സാഹസകൃത്യങ്ങളിൽ ഉൾപ്പെടുന്നതിന് അരുതാത്തവരായ സ്ത്രീജനങ്ങൾ തങ്ങളുടെ ഗൃഹങ്ങളിലിരുന്നു യുവരാജാവിനെ അവരവർക്കു തൃപ്തിയാകുംവണ്ണം ശപിക്കയും ഭർത്സിക്കയും ചെയ്യുന്നു. കഴക്കൂട്ടത്തുപിള്ളയെ നിഗ്രഹിക്കണമെന്നു കരുതി യുവരാജാവ് പരിവാരസമേതനായി അദ്ദേഹത്തിന്റെ ഗൃഹത്തിൽ അർദ്ധരാത്രി പ്രവേശിച്ചു എന്നും അദ്ദേഹത്തെ കാണായ്കയാൽ അവിടെ കിടന്നുറങ്ങിയിരുന്ന വേലുക്കുറുപ്പിനേയും പാരദേശികനായ ഒരുവനേയും ചതിയാൽ കൊന്നു എന്നും ഈ കഥയെ കഴക്കൂട്ടത്തുപിള്ളയുടെ ഭൃത്യരിൽ ചിലർ

രാമനാമഠത്തിൽ പിള്ളയെ ധരിപ്പിച്ചു എന്നും. ഇദ്ദേഹം ഈ സംഗതിയെ തമ്പിയെ ഗ്രഹിപ്പിച്ചിട്ടു ശങ്കരച്ചാർ എന്നു പറയപ്പെട്ട ഒരുവനോടുകൂടി കഴക്കൂട്ടത്തുപിള്ളയുടെ വീട്ടിലേക്കു പോകുംവഴിയിൽ ആ നിലത്തുനിന്നു മടങ്ങിവരുന്ന യുവരാജാവും ഭടന്മാരും ശങ്കരച്ചാരെ കൊട്ടാരത്തിന്റെ വാതിൽക്കൽവെച്ചു വെട്ടിക്കൊന്നു എന്നും രാമനാമഠം പ്രാണരക്ഷാർത്ഥം ഓടേണ്ടിവന്നു എന്നും ഈ അക്രമങ്ങൾക്കു പുറമേ തമ്പിയുടെ സേവകപ്രധാനനായ സുന്ദരയ്യനെ കൊല്ലുന്നതിനായി രാജഭടന്മാർ അദ്ദേഹത്തിന്റെ ഭാര്യയുടെ ഗൃഹത്തിൽ കടന്നു എന്നും ഭാഗ്യത്താൽ സുന്ദരയ്യൻ അപ്പോൾക അവിടെ ഇല്ലായിരുന്നു എന്നും രാജഭടന്മാർ ഭഗ്നോത്സാഹന്മാരായപ്പോൾ കോപിച്ച് ആ ഗൃഹത്തിലുണ്ടായിരുന്ന സകലസാധനങ്ങളേയും കവർന്നുകൊണ്ടു പോയി എന്നും തിരുവനന്തപുരത്തുള്ള സ്ത്രീപുരുഷന്മാർ ആബാലവൃദ്ധം അറിഞ്ഞിരിക്കുന്നു. ഈ കഥകൾ കൂടാതെ തിരുമുഖത്തുപിള്ളയുടെ മകൻ അനന്തപത്മനാഭനെ കൊന്ന യക്ഷിയും യുവരാജാവുതന്നെ എന്നുള്ളതിലേക്കു തിരുമുഖത്തുപിള്ളയ്ക്കു തെളിവു കിട്ടുകയാൽ അദ്ദേഹം തന്റെ സങ്കടത്തെ മഹാരാജാവിനോട് അറിയിക്കുന്നതിനായി വരുന്നുണ്ടെന്നും മഹാരാജാവ് ആലസ്യമായി കിടക്കുന്ന തക്കംനോക്കി അദ്ദേഹത്തിന്റെ പുത്രന്മാരെ അമർത്തുന്നതിനായി കിഴക്കൻ ദിക്കുകളിൽനിന്ന് ഒരു കുറുപ്പിനേയും പത്തുമുന്നൂറു നായന്മാരേയും യുവരാജാവു വരുത്തി എന്നും കഴക്കൂട്ടത്തുപിള്ളയുടെ കൈയിൽ കുറുപ്പ് അകപ്പെടുകയും വെങ്ങാനൂർപിള്ളയാൽ നായന്മാർ നെയ്യാറ്റുംകര എന്ന ദിക്കിൽ വച്ചു യുദ്ധത്തിൽ പരാജിതരാക്കപ്പെടുകയും ചെയ്തിരിക്കുന്നു എന്നും മറ്റും ഓരോ വർത്തമാനങ്ങളും പരന്നിരിക്കുന്നു. ഈവിധമുള്ള കഠോരവഞ്ചനകൾക്കു സന്നദ്ധനായ യുവരാജാവിനെ നിഗ്രഹിക്കുന്നതു രാജ്യക്ഷേമത്തിന് അത്യാവശ്യമായുള്ള ഒരു ക്രിയയാണെന്നു ചില പൗരന്മാർ അഭിപ്രായപ്പെടുന്നു. തമ്പിമാരെ പട്ടംകെട്ടിക്കണമെന്നു മറ്റുചിലരും കിഴക്കൻ നായന്മാർ രാജപാർശ്വത്തിൽ ചേർന്നിരിക്കുന്നതിന് അവരെ ഒന്നു പഠിപ്പിക്കണമെന്നു പിന്നെ ചിലരും രാജവംശത്തെ പാടെ ഒടുക്കണമെന്നു ചിലരും ഇങ്ങനെ ഓരോവിധം ആലോചനകൾ നടക്കുന്നതിനിടയിൽ എട്ടുവീട്ടിൽപിള്ളമാരുടേയും തമ്പിമാരുടേയും സഹായികൾ ജനസംഘങ്ങൾക്കിടയിൽ കടന്ന് അവരിൽ ഉദിച്ചിരിക്കുന്ന കോപത്തെ ഉചിതമായുള്ള ഉപായവാക്കുകൾകൊണ്ടു വർദ്ധിപ്പിക്കുന്നു. ഏകദേശം എട്ടുനാഴിക പുലർന്നപ്പോഴേയ്ക്കു ജനങ്ങളുടെ ദ്വേഷരോഷങ്ങൾക്ക് അതിരില്ലാതായിരിക്കുന്നു. ഗുണദോഷവിചാരവും സംഗതികളുടെ സൂക്ഷ്മത്തെക്കുറിച്ച് അന്വേഷണവും താന്താങ്ങൾ ആചരിക്കുന്നത് എന്താണെന്നുള്ള ജ്ഞാനവും കൂടാതെ, പൗരന്മാർ ആർത്തുഘോഷിച്ചു കൊട്ടാരത്തിനെ ആക്രമിക്കാനായി അടുക്കുന്നു. രക്തം അണിഞ്ഞു കിടക്കുന്ന മൂന്നു പ്രേതങ്ങളുടെ ദർശനത്താൽ വിവേകശൂന്യരായിരിക്കുന്ന ജനങ്ങൾ നായകനില്ലാത്ത സൈന്യത്തെപ്പോലെ മദംകൊണ്ടു പ്രതിക്രിയയ്ക്കായി കൊട്ടാരത്തിന്റെ ബന്ധിക്കപ്പെട്ടിരിക്കുന്ന

വാതിലുകൾ തകർത്തുതുടങ്ങുന്നു. ഓരോരുത്തർ വാളും വടിയും കുന്തവും ഏന്തിയും വീശിയും ചുഴറ്റിയും വീര്യംനടിച്ചു മുൻനിരകളിൽ കടക്കുന്നതിനു തിക്കിത്തിരക്കി അടുക്കുന്നു.

വേലുക്കുറുപ്പു മുതലായ മൂന്നുപേരുടേയും മൃതി എങ്ങനെ സംഭവിച്ചു എന്നും ആനന്തത്തിന്റെ ഭവനത്തിൽ നടന്ന മോഷണത്തിന്റെ ഹേതു എന്താണെന്നും ചോരന്മാർ ആരെന്നും സ്പഷ്ടമാണല്ലോ. കഴക്കൂട്ടത്തുപിള്ളയുടെ ഭവനത്തിലുണ്ടായ സംഭവങ്ങൾ യുവരാജാവിന്റെ മേൽ ചുമത്തി ജനങ്ങളുടെ സ്നേഹത്തെ നഷ്ടമാക്കണമെന്ന്, ആ സ്ഥലത്തുവച്ചുണ്ടായ ഒടുവിലത്തെ ആലോചനയിൽ സുന്ദരയ്യൻ അഭിപ്രായപ്പെട്ടതായിരുന്നു. മാങ്കോയിക്കൽക്കുറുപ്പിനേയും ഭ്രാന്തനേയും ചെമ്പകശ്ശേരിയിലേക്കു കൊണ്ടുപോകുന്ന വഴിക്കു കൊട്ടാരത്തിന്റെ വാതുക്കൽ ഒരു പ്രേതം കാണുകയാൽ രാമനാമഠം മുമ്പായവർ ആരുടെ ശവമെന്നു പരിശോധന ചെയ്തു. മരിച്ച ആളെ അദ്ദേഹത്തിനു നല്ല പരിചയം ഉണ്ടായിരുന്നതുകൊണ്ടും പ്രേതം കൊട്ടാരത്തിന്റെ ഗോപുരത്തിനു സമീപത്തു കിടന്നിരുന്നതിനാലും രാജപക്ഷക്കാർ കൊന്നതുതന്നെ എന്നു തീർച്ചയാക്കി അതിനേയും മറ്റുള്ള സംഗതികളോടുകൂടി പ്രസിദ്ധപ്പെടുത്തി. ആനന്ദത്തിന്റെ ഗൃഹത്തിലുണ്ടായിരുന്ന മോഷണവർത്തമാനത്തെ ആ സ്ത്രീതന്നെ തന്റെ ഭർത്താവിനോട് അക്കഥ അറിയിക്കാൻ പുറപ്പെടുന്ന മാർഗ്ഗത്തിൽ പരത്തിയതായിരുന്നു.

യുവരാജാവും സേവകജനങ്ങളും പൗരന്മാർ ഇളകുന്നു എന്നുള്ള വർത്തമാനം ധരിച്ച ഉടനെതന്നെ കൊട്ടാരത്തിന്റെ വാതിലുകൾ ബന്ധിച്ച് ആലോചന തുടങ്ങി. ആർപ്പും വിളികളും മുഴക്കുംതോറും അവരുടെ സംഭ്രമവും വർദ്ധിച്ചു. യുവരാജാവും അടുത്ത സേവകന്മാരും രാത്രിയിൽ വേഷച്ഛന്നരായി സഞ്ചരിച്ച കഥ കൊട്ടാരത്തിലുള്ളവർ ഗ്രഹിച്ചിരുന്നതിനാൽ ഈ സഞ്ചാരത്തിനിടയിൽ പൗരന്മാർക്കു കോപത്തെ ഉണ്ടാക്കുന്നതായ എന്തോ ക്രിയ യുവരാജാവു നടത്തീട്ടുണ്ടെന്നു സർവ്വാധിമുമ്പായ ജനങ്ങൾക്കു ശങ്കയുണ്ടായി. മഹാരാജാവിന്റെ ആലസ്യസ്ഥിതി അറിഞ്ഞ് കിളിമാനൂർ മുതലായ സ്ഥലങ്ങളിൽനിന്നു വന്നിട്ടുള്ള രാജബന്ധുക്കളും വലിയ പരുങ്ങലിലായി. യുവരാജാവിന്റെ അപേക്ഷാനുസാരമായി താൻ ചേർത്ത്, നാരായണയ്യൻ എന്ന രാജഭൃത്യന്റെ അധീനത്തിലാക്കി സമുദ്രതീരമാർഗ്ഗമായി വരുന്നതിനു ചട്ടംകെട്ടീട്ടുള്ള നായന്മാർ വന്നുചേർന്നെങ്കിലോ എന്നു കിളിമാനൂർനിന്ന്, ശങ്കരച്ചാരുടെ മരണശേഷം ആ രാത്രിയിൽത്തന്നെ വന്നെത്തിയിട്ടുള്ള കേരളവർമ്മകോയിത്തമ്പുരാൻ പ്രാർത്ഥന തുടങ്ങി. ഇദ്ദേഹത്തിന്റെ ഭാവം കണ്ടു പുഞ്ചിരിയോടുകൂടി വീരനായ യുവരാജാവ് ഇപ്രകാരം അരുളിച്ചെയ്തു: “രണ്ടാമത് ഒരു ബലികൂടി ആലോചിക്കുന്നോ? അതിന് ആവശ്യമുണ്ടെന്നു തോന്നുന്നില്ല. ജ്യേഷ്ഠൻ ജീവനെ ഉപേക്ഷിച്ച് അപ്പനേയും മറ്റും രക്ഷിച്ചതിന്റെ കടം വഴിപോലെ തീർന്നിട്ടില്ല.”

കിളിമാനൂർ കോയിത്തമ്പുരാൻ: "ഹേയ്! അതൊന്നുമല്ല ആലോചിക്കുന്നത്. നാരായണയ്യൻ വന്നെങ്കിലോ എന്നു വിചാരിക്കയാണ്. ഈ അസുരക്കൂട്ടത്തിൽ ഒരുവനാൽ എന്താകും?"

യുവരാജാവ്: ഒരാൾ സാദ്ധ്യമാകുന്നത് എത്രത്തോളമുണ്ടെന്ന് ആ കുടുംബത്തിൽനിന്നു ബോദ്ധ്യമാക്കിയല്ലോ.

കിളിമാനൂർ കോയിത്തമ്പുരാൻ: അത്ര ധൈര്യം ശേഷിച്ചവർക്കുണ്ടോ?

യുവരാജാവ്: ഉണ്ടാകുമെന്നാണു തോന്നുന്നത്. സ്നേഹം ഉള്ളാളുകൾക്ക് ബന്ധുക്കളുടെ ആപത്തിൽ സാക്ഷാലുള്ളതിൽ സഹസ്രഗുണം ധൈര്യമുണ്ടാകും. ഇല്ലെന്നു ശങ്കിക്കേണ്ട. കണ്ടില്ലേ രാമയ്യന്റെ ഭാവം പകർന്നിരിക്കുന്നത്? പരമേശ്വരന്റെ നാട്യം കണ്ടാൽ ഏകദേശം ഒരു വലലനോടടുക്കും. എന്താ പരമേശ്വരാ, വാതിലടച്ചു മുതുവൃദ്ധകളെപ്പോലെ കുത്തിയിരുന്നാൽ കാര്യം ഊർദ്ധ്വം. പുറപ്പെടാമോ? ഒരുകൈ നോക്കരുതോ?

പരമേശ്വരൻപിള്ള: നോക്കിയാൽ കൈ ഒന്നല്ല പത്തുരണ്ടായിരം കാണാം. പക്ഷേ, അടിയൻ കൂടിയില്ല. ഇന്നലത്തെ എഴുത്തിനെ ഇത്ര വേഗം കല്പിച്ചു മറന്നോ?

യുവരാജാവ്: ഇവിടെ ഈ സ്ഥിതിയിൽ എത്രനേരം നില്ക്കണമെന്നാണ് നിന്റെ അഭിപ്രായം?

പരമേശ്വരൻപിള്ള: വെളിയിൽ കേൾക്കുന്ന തിളപ്പെല്ലാം ഒരു ചരടിന്റെ തിരിപ്പാണ്. ഈ ചാട്ടമെല്ലാം വയറ്റിൽ കാറ്റുതട്ടുമ്പോൾ ഒതുങ്ങും. ചരടുതിരിപ്പും അപ്പോൾ ഉതകൂല്ല.

യുവരാജാവ്: വിശന്നുതുടങ്ങുമ്പോൾ പോകുന്ന ആളുകൾ എന്നു വിചാരിക്കുന്നതു മഹാ അബദ്ധം. എന്താ, രാമയ്യൻ മിണ്ടാതെ നില്ക്കുന്നത്?

രാമയ്യൻ: കല്പിച്ച് പുറത്ത് എഴുന്നള്ളിക്കൂടാ.

കിളിമാനൂർ കോയിത്തമ്പുരാൻ: എന്നുതന്നെയാണ് എന്റെ അഭിപ്രായവും.

യുവരാജാവ്: നിങ്ങൾക്കുള്ള സങ്കടം, അമ്മാവന് ആലസ്യമായിരിക്കുന്ന സ്ഥിതിക്ക്, ഞാൻതന്നെ അല്ലേ കേൾക്കേണ്ടത്?

കിളിമാനൂർ കോയിത്തമ്പുരാൻ: അതത്ര ആവശ്യമില്ല. ന്യായമായ വിധത്തിൽ വരുമ്പോളല്ലേ സങ്കടം കേൾക്കേണ്ടൂ?

യുവരാജാവ്: അങ്ങനെയല്ല. കേട്ടില്ലേ? ലഹള മുഴുത്തുവരുന്നു. അമ്മാവനു കുറച്ചു സുഖമായി വരുന്നുണ്ട്. ഈ കഥ കേട്ടാൽ സുഖക്കേടു വർദ്ധിച്ചേക്കും.

പരമേശ്വരൻപിള്ള: കാര്യം കേൾക്കാൻ ചെന്നാൽ അവർ പച്ചയോടെ തിന്നും.

കിളിമാനൂർ കോയിത്തമ്പുരാൻ: പരമേശ്വരൻ പറയുന്നത് ശരിയാണ്.

ഇവിടുത്തോട് ഈയാളുകൾക്കു കുറച്ചധികം ദ്വേഷമുണ്ട്. വിശേഷിച്ച് എന്നെ കാണുമ്പോൾ അതു വർദ്ധിക്കും.

യുവരാജാവ്: അവിടുന്ന് ഇവിടെ നിന്നാൽ മതി.

കിളിമാനൂർ കോയിത്തമ്പുരാൻ: അതെനിക്കും സമ്മതമാവണമല്ലോ?

യുവരാജാവ്: എന്തു കളിയാണിത്! ഈ ലഹളയ്ക്ക് എങ്ങനെയാണ് ഒരൊതുക്കം? ജനങ്ങൾക്ക് എന്നോട് ദ്വേഷമാണെങ്കിൽ ഈ സ്ഥാനം ഞാൻ ഉപേക്ഷിച്ചേക്കാം, തമ്പിമാർതന്നെ വാഴട്ടെ. അങ്ങനെയെങ്കിലും രാജ്യത്തു സമാധാനമുണ്ടാവട്ടെ.

കിളിമാനൂർ കോയിത്തമ്പുരാൻ: പശുവിനെ വളർത്താൻ വ്യാഘ്ര മാണല്ലേ നല്ലത്? ഭംഗിയായ അഭിപ്രായം! അപ്പന്റെ ഈ അഭിപ്രായം അവിടേക്കു ലേശം ചേരുന്നില്ല.

പരമേശ്വരൻപിള്ള: സിദ്ധാന്തം! സിദ്ധാന്തം! തമ്പുരാനാണെന്നു വച്ചു നല്ല ആളുകളുടെ വാക്കു കേൾക്കരുതോ? അല്ലേ? അവസ്ഥ കുറഞ്ഞു പോകുമെന്നോ?

പരമേശ്വരൻപിള്ളയുടെ ഹാസ്യമായുള്ള ഈ വാക്കുകൾ കേട്ട് അരു ണമായ നേത്രങ്ങളോടുകൂടി അയാളെ ഒന്നു നോക്കിയിട്ട്, യുവരാജാവ് ചിന്താഗ്രസ്തനായും ബുദ്ധിക്ഷയത്തോടും വ്യസനത്തോടും നിന്നു. ഈ സ്ഥിതിയിൽനിന്ന് കൊട്ടാരത്തിന്റെ മുകളിൽ പതിച്ച കല്ലുകളാൽ ഉണർത്തപ്പെട്ട യാതൊരു ആലോചനയും കൂടാതെ തന്റെ ഖഡ്ഗത്തെ ധരിച്ചുകൊണ്ടു മുന്നോട്ടു നടകൊണ്ടു. രാജസംബന്ധികളായ ജനങ്ങൾ മുന്നിൽ കടന്നു കരങ്ങളെ പരത്തി യുവരാജാവിന്റെ മാർഗ്ഗത്തെ തടു ത്തു. പരമേശ്വരൻപിള്ള വാവിട്ടു കരഞ്ഞു. രാമയ്യൻ 'സ്വാമി' എന്ന് അതി വിനയത്തോടുകൂടി ദീനനായി ഒന്നു വിളിച്ചു. യുവരാജാവ് തിരിഞ്ഞു ബ്രാഹ്മണന്റെ മുഖത്തു നോക്കിയപ്പോൾ തന്റെ അഭിപ്രായങ്ങളെ വാക്കു കളാൽ ഗ്രഹിപ്പിക്കാൻ കഴിയാതെ ഗദ്ഗദത്തോടുകൂടി കവിൾത്തടങ്ങ ളേയും അധരോഷ്ഠങ്ങളേയും ചലിപ്പിക്കുന്നതു കാണുകയാൽ രാമയ്യ നോടു യുവരാജാവ് ഇങ്ങനെ അരുളിച്ചെയ്തു: "പരമേശ്വരന്റെ ജ്യേഷ്ഠ നാണ് താൻ. വീരനെന്നു ഞാൻ വിചാരിച്ചിരുന്നു. (പരമേശ്വരൻപിള്ള യോട്) മതി മതി, ഇവിടെ ആരും മരിച്ചിട്ടില്ല. (മറ്റുള്ളവരോട് ഗൗരവത്തോ ടുകൂടി) ചില കൃത്രിമക്കാർക്കു മാത്രമേ എന്നോട് ദ്വേഷമുള്ളു എന്ന് ഞാൻ വിചാരിച്ചിരുന്നു. ഇപ്പോൾ നാട്ടാരുടെ മനസ്സും അറിയുന്നതിനു സംഗതി ആയി. ഇനി എന്താണ് ആലോചിപ്പാനുള്ളത്? രണ്ടിലൊന്നു തീർച്ചവരട്ടെ.

പരമേശ്വരൻപിള്ള: (കരഞ്ഞുകൊണ്ട്) "രണ്ടുംകെട്ട ഈ പ്രവൃത്തി അവിവേകമല്ലെന്നു വല്ലോരും കേട്ടാൽ പറയുമോ? പത്മനാഭ! നീയും കണ്ടോണ്ടിരിക്കുന്നല്ലോ ഈ പാപികളുടെ ചാട്ടമെല്ലാം."

യുവരാജാവ്: ഒന്നുകിൽ വാതിൽ തുറപ്പിക്കണം. അല്ലെങ്കിൽ ഞാൻ അങ്ങോട്ടുണ്ട്. ഒളിച്ചുനടന്നു കഴിച്ചുകൂട്ടിയതു മതി. ഇനി ആ വൃത്തി കഴികയില്ല.

രാമയ്യൻ: (കുറച്ച് ആലോചിച്ചിട്ട്) "സ്വാമി, വാതിൽ തുറക്കാം, കല്പിച്ച് അങ്ങോട്ട് എഴുന്നള്ളണ്ടാ."

ഈ വാക്കുകളോടുകൂടി രാമയ്യൻ യുവരാജാവിന്റെ മുമ്പിൽനിന്ന് ക്ഷണത്തിൽ മറഞ്ഞു. ഇദ്ദേഹം എന്തനുഷ്ഠിക്കാൻ ഭാവിക്കുന്നു എന്നുള്ളതിനെക്കുറിച്ച് അറിവാൻ കഴിവില്ലാതെ മറ്റുള്ളവൻ ആ സ്ഥലത്തു തന്നെ ഓരോ മനോരാജ്യങ്ങളോടുകൂടി നിന്നു. രാജനിലയനത്തിന്റെ പ്രധാനവാതിലിനെ ബലേന തുറക്കുന്നതിന് ഒരുമ്പെട്ട മൃഗപ്രായന്മാരായ പൗരന്മാരുടെ ശ്രമം അധികം സാഹസംകൂടാതെ സാധിച്ചു. സാക്ഷകളും കുറ്റികളും പൊട്ടി വാതിൽ പുറകോട്ടു വീണപ്പോൾ, നൂറ്റാണ്ടു ശ്രമം ചെയ്ത് ഏറ്റവും ശ്ലാഘനീയമായുള്ള ഒരു ജയം നേടിയതുപോലെ സന്തോഷംകൊണ്ടു മദാന്ധന്മാരായി വാതിലിന്റെ പതനാരവത്തെത്തുടർന്നു നഗരത്തിലെങ്ങും മാറ്റൊലിക്കൊള്ളുമാറ് പൗരന്മാർ ഏകോപിച്ച് ഒന്ന് ആർത്തു ഘോഷിച്ചു. ചിറ ഭേദിച്ച ജലം തുള്ളി പ്രവഹിക്കുമ്പോലെ ജനങ്ങൾ തിക്കിഞെരുക്കി അകത്തോട്ടു കടന്നുതുടങ്ങി. പെരുവഴിയിൽ പരന്നുനിന്നിരുന്ന ജനസംഘത്തിനു പാടേ മുന്നോട്ട് ഒരു ചലനവും ഉണ്ടായി. എന്നാൽ അകത്തോട്ട് ആദ്യം കടന്ന ശൂരന്മാർ എന്തു കാരണത്താലാണോ പൊടുന്നനവെ നിന്നു. ആയുധങ്ങളെ പുറകിൽ ഒളിച്ചുകൊണ്ട് അത്യാദരവോടുകൂടി വന്ദിച്ചു. ഇതു കണ്ടു പിന്തുടർന്നവർ സംഭ്രമത്തോടുകൂടി പിൻവാങ്ങി. മുന്നോട്ടുള്ള വേഗം കുറഞ്ഞു. മുമ്പുള്ളവരാൽ തടുക്കപ്പെട്ട ജനതതികൾ നിലയിലായി. ചിലർ പാദാംഗുഷ്ഠങ്ങളെ ഊന്നിപ്പൊങ്ങി മുന്നോട്ടു നോക്കി. മുമ്പിലുള്ളവർ പിൻതിരിയുന്നതിനെ കണ്ടിട്ട്, ഓടിത്തുടങ്ങി. കാരണം അറിയാതെ മറ്റുള്ളവരും പേടിച്ചതുപോലെ പാഞ്ഞ് തങ്ങൾ തങ്ങൾക്കുള്ള ഗൃഹത്തിലെത്തി. മുമ്പിൽ അകപ്പെട്ട അഞ്ചെട്ട് ആളുകൾമാത്രം ആ സ്ഥലത്തു ശേഷിച്ചു.

യുവരാജാവിന്റെ സന്നിധിയിൽനിന്നു പുറപ്പെട്ട രാമയ്യൻ രോഗാതുരനായിക്കിടന്ന മഹാരാജാവിന്റെ മുമ്പിൽ എത്തി. പുരവാസികളുടെ ലഹളകളേയും യുവരാജാവിന്റെ നിശ്ചയത്തേയും സംബന്ധിച്ചുള്ള സംഗതികൾ സകലതും അറിയിച്ചു. മഹാരാജാവു തന്റെ ഭാഗിനേയനെക്കുറിച്ചുള്ള അതിവാത്സല്യം ഹേതുവാൽ തനിക്കുള്ള ക്ഷീണാധിക്യത്തെ സാരമാക്കാതെ എഴുന്നേറ്റ്, രാമയ്യന്റെയും മറ്റും സഹായത്തോടുകൂടി നടന്ന്, ജനങ്ങൾ അകത്തോട്ടു കടന്ന സന്ധിയിൽ ആ സ്ഥലത്ത് എത്തി. ശോഷിച്ച് അസ്ഥിമാത്രം ശേഷിച്ചിരിക്കുന്ന മഹാരാജാവിനെ കണ്ടപ്പോൾ പൗരപ്രധാനന്മാർക്ക് തങ്ങളുടെ പ്രവൃത്തിയുടെ ഗൗരവത്തെക്കുറിച്ച് ഉണർച്ചയുണ്ടായി. നാടുവാഴിയെക്കുറിച്ചു തങ്ങൾക്കു സഹജമായുള്ള ഭക്തിമൂലം അവർ ആയുധങ്ങളെ മറച്ചുകൊണ്ട് ആചാരാനുസാരമായി മുഖം കാണിച്ച് ലജ്ജയോടും വ്യസനത്തോടും മുഖം താഴ്ത്തി നിന്നു. അരനിമിഷംകൊണ്ടു കൊട്ടാരത്തിനകം അഞ്ചെട്ടു പൗരന്മാർ നില്ക്കുന്നവരെ ഒഴിച്ച് പൂർവ്വസ്ഥിതിയിലായി. അവർ പശ്ചാത്താപത്തോടും ഭയത്തോടും നില്ക്കുന്നതിനെ കണ്ട്, ക്ഷീണത്താൽ പരവശനായ മഹാരാ

ജാവ് പൊയ്ക്കൊള്ളുന്നതിന് ആംഗ്യംകൊണ്ട്, അനുകമ്പയോടുകൂടി, അവരോട് ആജ്ഞാപിച്ചു. അനന്തരം തന്നെ താങ്ങിക്കൊണ്ടു നില്ക്കുന്ന രാമയ്യന്റെ മുഖത്തു നോക്കി, "അപ്പനു മന്ത്രി താൻതന്നെ. മേൽക്കുമേൽ ശ്രേയസ്സുണ്ടാകും. സാധുക്കൾ എന്റെ കുട്ടികൾ! അവർക്ക് ഒരു അശ്രയവും ഇല്ല. രാമയ്യൻ കുറച്ചൊക്കെ ക്ഷമിക്കണം-അസ്തമനം ആയോ?-താൻ പൊയ്ക്കളഞ്ഞോ?-ആരാ നിലവിളിക്കുന്നത്? പത്മനാഭ! അപ്പനെവിടെ?" ഇത്രയും പറഞ്ഞ് ബോധക്ഷയത്തോടുകൂടി വാവലുകൾ പറക്കുംപോലെ ജനസംഘം മടങ്ങി ഓടുന്ന ധ്വനി കേട്ട് അപ്പോൾ ആ സ്ഥലത്തു വന്നുചേർന്ന യുവരാജാവിന്റെ കരങ്ങളിൽ പതിച്ചു.

ഈ ദിനാരംഭത്തിൽ ആദിത്യദേവൻ അപ്രത്യക്ഷമായിരുന്നു എന്നു പ്രസ്താവിക്ക ഉണ്ടായല്ലോ. അന്ന് ആദിത്യപ്രവേശം കേവലം അനാവശ്യമായിരുന്നു. എന്തുകൊണ്ടെന്നാൽ തമ്പിയുടേയും സുന്ദരയ്യന്റേയും ആനനപ്രസാദംകൊണ്ടുതന്നെ സകലലോകങ്ങളും ശോഭിക്കുമായിരുന്നു. ഇവർ രണ്ടുപേരും സന്തോഷാംബുധിയിൽ നിമഗ്നരായി, മഹാജളന്മാരായി തീർന്നിരിക്കുന്നു. നഗരവാസികൾ ഇളകിത്തുടങ്ങിയപ്പോൾ തമ്പി നവമായ ചില നടനസമ്പ്രദായങ്ങളും സുന്ദരയ്യൻ വർണ്ണങ്ങളും നിർമ്മിച്ചു തുടങ്ങി. പൗരന്മാരുടെ ലഹള വളർന്നപ്പോൾ തമ്പി പരിഭ്രാന്തനായിട്ടു നടനങ്ങൾക്കിടയിൽ പൊടിക്കൈകളായി സുന്ദരയ്യനെ മാന്തുക, തല്ലുക മുതലായ പ്രേമസൂചകങ്ങളായ സമ്മാനങ്ങളും ആരംഭിച്ചു. എന്നാൽ ഈ ഉത്സാഹങ്ങൾക്ക് ഒരു പ്രതിബന്ധം അല്പനേരത്തേക്കു നേരിട്ടു. സുഭദ്രയുടെ ദൂതനായ പപ്പു ആ മഹാരംഗത്തിൽ പ്രവേശിച്ച് അവന്റെ ദീനപ്രലാപങ്ങളും ചടങ്ങുകളുംകൊണ്ട് തമ്പിയുടെ ഉന്മേഷത്തെ, വജ്രായുധത്താൽ ഇന്ദ്രൻ വിന്ധ്യനെ എന്നപോലെ, പക്ഷച്ഛേദനം ചെയ്തു ശരിയായ നിലയിലാക്കി. സുഭദ്ര മരിച്ചു എന്നുള്ള വ്യാജമായ വൃത്താന്തം കേട്ട് സത്യമെന്നുള്ള വിശ്വാസത്തോടുകൂടി തമ്പി കയർത്തും വ്യസനിച്ചും സുന്ദരയ്യന്റെ മുഖത്തു നോക്കുന്നതിനിടയിൽ ബ്രാഹ്മണൻ പപ്പുവിനെ കണ്ഠത്തിനു പിടിച്ചു പുറത്താക്കി വാതിലും ബന്ധിച്ചു.

തമ്പി: നിർദ്ദയനായ താൻ ബ്രാഹ്മണവംശത്തിൽ ജനിച്ചത് അത്യാശ്ചര്യം! താൻമൂലമാണ് ആ സ്ത്രീക്കു മഹാദുഃഖമുണ്ടായത്. തന്റെ ആഗ്രഹസിദ്ധിക്ക് ഉൾപ്പെടാത്ത അവളുടെ ഭർത്താവിനെ വ്യാജങ്ങൾ ധരിപ്പിച്ചു. അതുകൊണ്ടു മതിയാകാഞ്ഞിട്ട് എന്നെക്കൊണ്ട് അവൾക്ക് ഒരെഴുത്ത് എഴുതിവാങ്ങി അയാളുടെ കൈയിലാക്കി, അയാളെ ഓടിക്കയും ചെയ്തു. പരമദുഷ്ടനായ താൻ ആ മഹാസാധുവിനെ ഇപ്പോൾ വിഷംകൊടുത്തു കൊല്ലുകയും ചെയ്തു. എന്നിട്ട്, ആ കഥ കേട്ടിട്ട്, ലേശം കൂസലുമില്ല-

സുന്ദരയ്യൻ: വിഷത്തെക്കൊടുത്തതു നാന്താൻ. ഒമ്മുടെ ഉത്തരവെ നാൻ കേൾക്കത്താനെ വേണം.

തമ്പി: രാക്ഷസ! എന്റെ ഉത്തരവോ? നിന്റെ ഉപദേശമെന്നു പറ.

സുന്ദരയ്യൻ: എന്നമോ ആഹട്ടും. ഒമ്മുടെ ക്ഷേമത്തുക്കാകുത്താനെ ശെയ്തത്.

തമ്പി: ഒന്നുമല്ല. എനിക്ക് ആ പാവത്തിന്റെ മരണംകൊണ്ട് ഒരു ലാഭവുമില്ല. കഷ്ടം! നാരായണ! ഈ ദുരിതം എവിടെക്കൊണ്ടുവയ്ക്കും? വിചാരിക്കുംതോറും സഹിക്കുന്നില്ല.

കുലടയും കൃത്രിമിയുമായ ഒരു സ്ത്രീയുടെ മരണത്തെക്കുറിച്ചു ക്ലേശിക്കരുതെന്നും, മഹാരാജാവായാൽ തനിക്ക് ഇഷ്ടമുള്ള സ്ത്രീകളോടുകൂടി രമിക്കാമെന്നും മറ്റും പറഞ്ഞ് തമ്പിയുടെ കോപശോകങ്ങളെ നീക്കുന്നതിന് സുന്ദരയ്യൻ ശ്രമിച്ചു.

തമ്പി: ദ്രോഹീ, അവൾ മരിച്ചതെങ്ങനെയെന്ന് കുടമൺപിള്ള മുതൽപേർ അറിയുമ്പോൾ നമ്മുടെ തലയിൽ തീകോരി ഇടുമല്ലോ.

സുന്ദരയ്യൻ: അനന്തപത്മനാഭൻ ശെത്തത് എപ്പടി? ആരാവതും ശൊല്ലട്ടും. ശുന്തരത്തുടെ തിരുക്കെല്ലാം ഇന്തിരനുക്കും തെരിയവരാത്. പോച്ചൊല്ലും. ഒളറാതിരും.

ഈ വാക്കുകൾ കേട്ടിട്ടു സമാധാനപ്പെടാതെ, തമ്പി 'മഹാപാപി' എന്നു മന്ത്രിച്ചുകൊണ്ട് ഉഴലുന്നതിനിടയിൽ പുറത്തുനിന്ന് ഒരുവൻ വാതിലിൽ മുട്ടുകയാൽ തമ്പിയുടെ കണ്ണിൽ പെരുകിനിന്നിരുന്ന അശ്രുക്കളെ തന്റെ വസ്ത്രത്താൽ സുന്ദരയ്യൻ തുടച്ചിട്ടു വാതിൽ തുറന്നു. തമ്പിയുടെ പരിചാരകന്മാരിൽ ഒരുവൻ "സാമീടെ വീട്ടിൽ കള്ളന്മാർ കടന്ന് എല്ലാം കൊണ്ടുപോയിപോലും." എന്നു സുന്ദരയ്യനോടു പറഞ്ഞു. തമ്പി ചെമ്പകശ്ശേരിയിൽ താമസിച്ച രാത്രിയിൽ തമ്പിയുടെ അറപ്പുരയിലേക്കുള്ള രണ്ടാംപ്രവേശനം കഴിഞ്ഞ് ബുദ്ധികുഴങ്ങി നിദ്രയ്ക്കാരംഭിച്ചതിന്റെ ശേഷം, താൻ ആരും ഗ്രഹിക്കാതെ മോഷ്ടിച്ചു തന്നോടുകൂടി പാർത്തിരുന്നവനും അന്ന് ആ ഗൃഹത്തിൽ ഒരു കോണിൽ എത്തിക്കൊള്ളുന്നതിന് ഏർപ്പാടു ചെയ്തിരുന്നവനും ആയ മരിച്ചുപോയ കോടാങ്കിയുടെ കൈവശം കൊടുത്തയച്ച ആഭരണങ്ങളും ഈവിധത്തിൽ താൻ ആർജ്ജിച്ചിട്ടുള്ള മറ്റു ദ്രവ്യങ്ങളും തസ്കരന്മാർ കൊണ്ടുപോയി എന്നു നിശ്ചയമാകയാൽ സുന്ദരയ്യന്റെ ശരീരം വിയർത്ത് ബ്രാഹ്മണൻ പരക്കെ നോക്കിത്തുടങ്ങി. അയാളുടെ ഭാവഭേദം കണ്ട് വ്യസനാക്രാന്തനായി നിന്നിരുന്ന തമ്പി ആശ്ചര്യത്തോടുകൂടി "എന്തിനെടോ പരിഭ്രമിക്കുന്നത്? വല്ല പഴന്തുണികളോ പഴഞ്ചോറോ കൊണ്ടുപോയിരിക്കും. പോട്ടേ തനിക്കു ഞാനിരിക്കുന്നില്ലേ?" എന്നു പറഞ്ഞു.

സുന്ദരയ്യൻ: (യാതൊരു സംശയവും ആലോചനയ്ക്കു വേണ്ട താമസവും കൂടാതെ) "അങ്കത്തെ, കെട്ടിതു കാര്യം, എളയ രാശാവുക്കു കാലക്കുട്ടിയുടെ കട്ടിക്കാറത്തനം തെരിയവന്തുട്ടിത്, ഇതുവും അവർ ശെയ്യിച്ചതു താൻ സന്ദേഹമെന്നാ?"

സുന്ദരയ്യന്റെ ഭാവഭേദത്തിനു കാരണമായി പറഞ്ഞ അഭിപ്രായം കേട്ട്, തമ്പി ശരിവച്ചു. എന്നുമാത്രമല്ല, ബ്രാഹ്മണന്റെ ബുദ്ധിസാമർത്ഥ്യത്തെക്കുറിച്ച് അതിശയിക്കയും ചെയ്തു. തന്റെ സേവകനു നേരിട്ട വ്യസനം നിസ്സാരമായിട്ടുള്ളതാണെങ്കിലും അതിനെക്കുറിച്ചു വേണ്ട അന്വേഷണം താൻതന്നെ ചെയ്യുന്നത് ഉചിതമാണെന്നുള്ള വിചാരത്തോ

ടുകൂടി "ആരാണെടാ ഈ വർത്തമാനം കൊണ്ടന്നത്?" എന്നു തന്റെ ഭൃത്യനോട് തമ്പി ചോദ്യംചെയ്തു.

ഭൃത്യൻ: സാമീടെ ഭാര്യതന്നെ.

തമ്പി: ആഹാ! ഇങ്ങു വരാൻ പറ. സുന്ദരത്തിന്റെ മേനകയെ ഒന്നു കാണട്ടെ, ക്ഷണം വിളിക്ക്.

തമ്പിയുടെ ഉത്തരവിൻപ്രകാരം ഭൃത്യൻ ആനന്ദത്തിനെ തമ്പിയുടെ മുമ്പിൽ ഉന്തിത്തള്ളി പ്രവേശിപ്പിച്ചു. തമ്പിയെ കണ്ടപ്പോൾ ആനന്ദം അതിശയമായി ലജ്ജ അഭിനയിച്ചു.

തമ്പി അ-ആരാണ് മോഷ്ടിച്ചത്? എപ്പോൾ, എങ്ങനെ? നടന്നതെല്ലാം പറയാം. ഭയപ്പെടേണ്ട" എന്നു ഗാംഭീര്യത്തെ വിടാതെ കരുണയോടുകൂടി പറഞ്ഞു.

ആനന്ദം: (ശിരസ്സുകൊണ്ടും മറ്റും അനേകവൃത്തങ്ങളെ ആകാശത്തിൽ വരച്ചുകൊണ്ട്) 'പിന്നെ ഒണ്ടല്ലോ-(അധരം ഉണങ്ങിപ്പോകയാൽ നാവുകൊണ്ടു നനച്ചിട്ട്) രാത്രി, പിന്നേ-ഇന്നലെ, ഉറങ്ങുമ്പം പിന്നെ-

സുന്ദരയ്യൻ: (കോപത്തോടുകൂടി) പൈത്യാറിആട്ടം ഉളറാവടിക്കു കാര്യത്തെ ശട്ടെന്നു ശൊല്ലടെ.

ആനന്ദം: (സംഭ്രമത്തോടുകൂടി) എന്തരു പറയണതു സ്വാമീ? അങ്ങത്തെ അമ്മേലെ-

സുന്ദരയ്യൻ മോഷ്ടിച്ച ആഭരണങ്ങൾ തമ്പിയുടെ മരിച്ചുപോയ മാതാവിനു മഹാരാജാവിനാൽ ദത്തമായിട്ടുള്ളതുകളാണെന്നും അതുകളെ കോടാങ്കിക്കു തമ്പി സമ്മാനിച്ചു എന്നും ആനന്ദത്തെ ഗ്രഹിപ്പിച്ചിരുന്നതിനാൽ വിലയേറിയതായ ആവക മുതലുകളും കളവുപോയെന്ന് അതുകളുടെ ഉല്പത്തിയെ സൂചിപ്പിച്ചു പറഞ്ഞുതുടങ്ങിയ വാക്കുകൾ മുഴുവൻ ആകുന്നതിനുമുമ്പിൽ, സുന്ദരയ്യൻ തന്റെ ഭാര്യയെ വലിച്ചിഴച്ചു പുറത്തു കൊണ്ടാക്കീട്ട് ജ്വലിക്കുന്ന കോപരസത്തോടുകൂടി അകത്തു മടങ്ങിച്ചെന്ന് "പേച്ചികൾകിട്ടെ പേശിനാക്കാൽ ഇപ്പടിത്താൻ. 'സ്ഥാനേ സ്ഥിതസ്യഹ'-അ-കോപപ്പെടാതും-അങ്കത്തയുടെ അവസ്ഥയുടെ മാഹാത്മ്യത്തെ തെരിയാമൽ തായാരെപ്പത്തി എപ്പടിയും പേശറതുക്ക് അവളെ നാൻ വിടുവാനാ? അങ്കത്തയുടെ അമ്മയാം! ഹു! 'അമ്മച്ചീ' എന്നാക്കുമേ അങ്കത്തെപ്പോലും ഉത്തറവാകറത്" എന്ന്, തന്റെ വാസ്തവമായ ഉദ്ദേശ്യത്തെ മറച്ചു പറഞ്ഞു. തമ്പിയുടെ പ്രീതിക്കായിട്ടാണ് ആനന്ദം ആഭരണങ്ങളുടെ ഉദ്ഭവത്തെക്കുറിച്ചു സൂചിപ്പിച്ചത്. സുന്ദരയ്യന്റെ ഈ സമ്പാദ്യത്തിന്റെ മാർഗ്ഗം തമ്പി അറിഞ്ഞിട്ടില്ലെന്ന് അവൾ സ്വപ്നത്തിൽപ്പോലും വിചാരിച്ചിരുന്നില്ല. ആനന്ദത്തിന്റെ വാക്കുകൾ പൂർത്തിയായാൽ ആഭരണങ്ങളെ സംബന്ധിച്ചു തമ്പി ചോദ്യം തുടങ്ങുമെന്നുള്ള ഭയത്തോടുകൂടിയാണ് സുന്ദരയ്യൻ ആ സ്ത്രീയെ ബലേന പുറത്താക്കിയത്. സുന്ദരയ്യന്റെ നിഷ്കരുണത്വത്തെക്കണ്ടു തമ്പിക്കു കുറച്ചു നീരസം തോന്നിയെങ്കിലും അയാളുടെ സമാധാനം കേട്ട് അസാമാന്യമായുള്ള സന്തോ

ഷത്തോടുകൂടി സുന്ദരയ്യന്റെ മുതുകിൽ തടകീട്ട് തന്റെ കർണ്ണങ്ങളിൽ കിടന്നിരുന്ന രണ്ടു വജ്രകുണ്ഡലങ്ങളെ അഴിച്ചു ബ്രാഹ്മണനു സമ്മാനിച്ചു. പിന്നീട് ഇങ്ങനെ പറയുകയും ചെയ്തു: "പോയി സംഗതിയെല്ലാം ചോദിക്കൂ, പെണ്ണുങ്ങളെന്ന് അണു ദയവില്ലാത്ത അന്തകൻ പോകൂ. ഛേ! അവൾ വ്യസനിക്കുമെടോ. ചെന്നു സമാധാനപ്പെടുത്തൂ." ഈ വാക്കുകൾ കേട്ടു സുന്ദരയ്യൻ തന്റെ ഭാര്യയുടെ സമീപത്തേക്കു പോയി. കുറച്ചുനേരം കഴിഞ്ഞ് അകത്തുചെന്നപ്പോൾ അദ്ദേഹത്തിന്റെ സന്തോഷമെല്ലാം മങ്ങിയിരുന്നു.

തമ്പി: (സംഭ്രമത്തോടുകൂടി) എന്താണെടോ? വസ്തുത വേഗം പറയൂ. എന്താണു വ്യസനം?

സുന്ദരയ്യൻ: അങ്കത്തേ, അവൾ ശാകലെ.

തമ്പി: എവളെടോ?

സുന്ദരയ്യൻ: 'അന്ത ചെമ്പകം.

തമ്പി: സത്യമോ?

സുന്ദരയ്യൻ: നിജംതാൻ-പതറാതും.

തമ്പി: പത്മനാഭ! ഇനി സന്തോഷിക്കാം. എടോ അവൾ നമ്മോട് ഒന്നും പിഴച്ചിട്ടില്ല. അവളെ കൊന്നു എന്നു വന്നാൽ ഈ ജന്മത്തു സുഖമുണ്ടാവൂല്ല.

സുന്ദരയ്യൻ: ശാകലെ അമ്പ്വാ ശാകലെ. തൂൺപോലെ ഇരുക്കാൾ.

തമ്പി: എന്നാൽ താനിത്ര പരിഭ്രമിക്കുന്നതിനു സംഗതി എന്ത്?

തമ്പിയുടെ ചോദ്യത്തിനുത്തരമായി, മരിച്ചു എന്നു തമ്പിയെ ഗ്രഹിപ്പിക്കാൻ ഒരാളെ അയച്ചതുകൊണ്ട് ആ സ്ത്രീ വിഷത്തിന്റെ സംഗതി അറിഞ്ഞിരിക്കുന്നതായി ഊഹിക്കേണ്ടതാണെന്നും മരിച്ചിട്ടില്ലെന്നു തന്റെ ഭാര്യ പറയുന്നു എന്നും മോഷണക്കാര്യത്തെക്കേട്ടിട്ട് സുഭദ്ര ആനന്ദത്തിനോട് എല്ലാറ്റിനും നിവൃത്തിയുണ്ടാക്കാമെന്നു പറഞ്ഞു എന്നും, ആകപ്പാടെ സുഭദ്രയെ മേലിൽ പേടിക്കേണ്ടിയിരിക്കുന്നു എന്നും സുന്ദരയ്യൻ പറഞ്ഞു. ഈ വാക്കുകൾ കേട്ട് തമ്പിയുടെ ഉള്ളിലും സംഗതിയെല്ലാം പ്രകാശിച്ചു എങ്കിലും അദ്ദേഹം മറുപടി പറഞ്ഞത് ഇങ്ങനെ ആയിരുന്നു: "എങ്ങനെ ആയാലും വേണ്ടതില്ല, അവൾ ജീവിച്ചിരിക്കട്ടെ. സുന്ദരം, തന്റെ ശീലം നമുക്കു നല്ല പരിചയമാണ്. ഇനി അവൾക്ക് ദുർമൃതിക്കു സംഗതി വരികയാണെങ്കിൽ കുറ്റക്കാരൻ താനാണ്. അങ്ങനെ വന്നാൽ താനും ഞാനും ഒന്നിച്ചല്ല; മനസ്സിലായോ?

സുന്ദരയ്യൻ: അങ്കത്തയുടെ മനം എപ്പടിയോ അപ്പടിയേ നേക്കും.

തമ്പി: 'അങ്ങനെ പറയൂ. ആ കോടാങ്കിയെ അനാവശ്യമായിട്ട് ഇന്നലെ വരുത്തി കാലനു കൊടുത്തുവല്ലോ. അത് എന്താവശ്യത്തിനായിരുന്നു?

വേലുക്കുറുപ്പിന്റെ ബന്ധമോചനത്തെക്കുറിച്ചു തനിക്ക് അറിവില്ലാതിരുന്നതിനാൽ, യുവരാജാവിനെ വധിക്കേണ്ട ഭാരം രാമനാമഠം

ഏല്ക്കാത്ത പക്ഷത്തിൽ അതിലേക്കു നിയോഗിക്കാനായി അയാളെ വരുത്തിയതാണെന്നും, ഗൂഢമായി യുവരാജാവിനെ നിഗ്രഹിക്കണമെന്നു ധൃതിപ്പെട്ട തമ്പിയുടെ അതിമോഹത്തെത്തന്നെ ആ വിഷയത്തിൽ കുറ്റപ്പെടുത്തേണ്ടതാണെന്നും സുന്ദരയ്യൻ പറഞ്ഞു. ഓരോ സ്ഥലങ്ങളിൽ നിന്നു മാങ്കോയിക്കൽ കുറുപ്പിനെപ്പോലെ ഉള്ളവർ യുവരാജാവിനെ സഹായിക്കാനായി വന്നുകൂടുന്നതിലും സുഭദ്രയുടെ നേർക്ക് ആലോചിച്ചിരുന്ന കൃത്യം പുറത്താക്കുന്നതിനുമുമ്പിലും, വൃഥാ വലിയ യുദ്ധങ്ങൾ കൂടാതെയും തന്റെ അനുഗ്രഹസിദ്ധിക്ക് വഴി താൻ അനുവദിക്കമാത്രം ചെയ്തത് ബ്രാഹ്മണന്റെ വാക്കിനെ അനുസരിച്ചാണെന്നു തമ്പി വാദിച്ചു. ഈ തർക്കം നടന്നുകൊണ്ടിരിക്കുന്നതിനിടയിൽ രാമനാമഠത്തിൽപ്പിള്ള തമ്പിയെ കാണ്മാൻ എത്തി.

തമ്പി: എന്താണു പുറത്തു നടക്കുന്നത്?

രാമനാമഠം: എല്ലാം ഇപ്പോൾ ശരിയാകും. കൊട്ടാരത്തിന്റെ വാതിൽ തകർത്തുതുടങ്ങിയിരിക്കുന്നു.

തമ്പി: (അല്പം ആലോചനയോടുകൂടി) അച്ഛൻ തിരുമേനി അറിഞ്ഞാൽ പോരാത്തതാണ്.

രാമനാമഠം: നാം അറിഞ്ഞിട്ടുള്ള സംഗതി അല്ലല്ലോ.

തമ്പി: ശരി ശരി. ഇപ്പോൾ കഥകഴിയുമോ?

രാമനാമഠം: സംശയമില്ല. ഇല്ലെങ്കിലും ഇനി ഞാൻതന്നെ കഴിക്കാം. ചോദ്യം ഉണ്ടാകയില്ലെന്നു തീർച്ചയായി. ജനങ്ങൾ നമ്മോടുതന്നെ ചേരും.

തമ്പി: ഏതായാലും തിരുമുഖം വരുന്നതിനു മുമ്പിൽ എല്ലാം നടക്കണം.

രാമനാമഠം: എട്ടുവീടർക്കൊക്കെ ഈ കൊലപാതകങ്ങളെക്കുറിച്ചു ഞാൻ കുറി അയച്ചിട്ടുണ്ട്. ഇന്നു രാത്രിതന്നെ എല്ലാം തീരുമാനിക്കാം.

തമ്പി: കൊള്ളാം! ചാന്നാനെ വീട്ടിൽ കടത്തുകയില്ലെന്നു ചെമ്പകശ്ശേരിക്കാർ തർക്കിച്ചു കൊണ്ടില്ലയോ!

രാമനാമഠം: തർക്കിച്ചു. മാർത്താണ്ഡൻപിള്ള അതിനെ ഒരു വിധത്തിൽ പറഞ്ഞ് ഒതുക്കി. അവൻ ചാന്നാനല്ലെന്നാണ് എന്റെ ഊഹം.

തമ്പി: എന്നുതന്നെയാണ് എന്റെ വിചാരവും.

സുന്ദരയ്യൻ: നാൻ അപ്പഴേ ശൊല്ലിയല്ലോ.

തമ്പി: പ്രേതങ്ങളെ എന്തുചെയ്തു?

രാമനാമഠം: എടുത്തു ദഹിപ്പിക്കാൻ ചട്ടംകെട്ടി.

തമ്പി: എന്തായി എന്നറിയുന്നില്ല, അതാ ഒരു ലഹള-ആളുകൾ ഓടുന്ന ശബ്ദമാണ്. കഥ കഴിഞ്ഞു. നിങ്ങളുടെ ദയ-

രാമനാമഠം: അങ്ങുന്നേ, മലയാളികളുടെ ബുദ്ധി മഹാമോശം. എന്റെ മിടുക്കെന്നു വിചാരിക്കേണ്ട. ഇതാ നില്ക്കുന്നു. കൊടുക്കണം വീരശങ്ങല പതിനായിരം. യുക്തികളെല്ലാം ഇവിടുന്നു കിട്ടിയതാണ്-എന്തു ധൃതിയിൽ ആളുകൾ ഓടുന്നു!

തമ്പി: ആരവിടെ?

ഒരു പരിചാരകൻ അകത്തു പ്രവേശിച്ചവനോട്: “ആളുകൾ ഓടുന്നതെന്തിന്?”

പരിചാരകൻ: ചോദിച്ചിട്ട് ആർക്കും അറിയാൻ പാടില്ല.

തമ്പി: പോയി അന്വേഷിച്ചു വാ.

അരനാഴിക കഴിഞ്ഞപ്പോൾ ചുള്ളിയിൽ മാർത്താണ്ഡൻപിള്ള കുടുമ അഴിച്ചു പുറകോട്ടിട്ടും തമ്പിയുടെ പട്ടക്കാരൻ ഒരുവൻ തലക്കെട്ട് കൈയിൽ ധരിച്ചും ഓടി ക്ഷീണിച്ച് അകത്തു പ്രവേശിച്ചു. മഹാരാജാവ് നാടുനീങ്ങിയിരിക്കുന്നു. കൊട്ടാരത്തിനകത്തു തുടങ്ങിയ മുറവിളി തമ്പിയുടെ നാലുകെട്ടിലും കേൾക്കാറായി.

# ഇരുപത്തിരണ്ടാം അദ്ധ്യായം

*"വേദാന്തവേദ്യനഥ വാദം തുടർന്നളവു മോദംകലർന്നു യദുവൃന്ദം*
*തദനു ബലദേവേ മൃദുലതരഭാവേ-ശമിതരുഷി സുജനപുഷി*
*ജിതവിദുഷി സിതവപുഷി സകലബലചയമപി സുശാന്തം"*

**ഇ**രുപത്തിഒന്നാം അദ്ധ്യായത്തിൽ വിവരിച്ച ലഹളകൾ നടക്കുന്നതിനിടയിൽ മണക്കാട്ടു പഠാണിപ്പാളയത്തിൽ പൗരന്മാരുടെ കോപാദിനാട്യങ്ങളെ അതിശയിച്ചുള്ള അഭിനയങ്ങളോടുകൂടി ഒരു കൂടിയാട്ടം പ്രമാദമായി തകർക്കുന്നുണ്ടായിരുന്നു. ആ വാണിജ്യസംഘത്തിലെ ദ്വിഭാഷി, പ്രമാണിയായ വൃദ്ധന്റെ നിയോഗാനുസാരമായി, പൂർവ്വരാത്രിയിൽ എവിടെയോ പോയതിന്റെശേഷം മടങ്ങിക്കാണായ്കയാൽ ദ്വിഭാഷിയാൽ താൻ വഞ്ചിതനാണെന്നുള്ള വിശ്വാസം ജനിച്ചു. വൃദ്ധൻ അതിസാഹസങ്ങൾ പ്രവർത്തിക്കാൻ സന്നദ്ധനായിരിക്കുന്നു. വൃദ്ധന്റെ കോപംകണ്ട്, നുറഡീൻ, ബീറാംഖാൻ മുതലായവർ അദ്ദേഹത്തിന്റെ മുമ്പിൽ നിന്നു വാങ്ങി, ഓരോ മുറികളിൽ ഒതുങ്ങി, അവരുടെ സ്വഭാവാനുസാരമായുള്ള ഓരോ ചിന്തകളിൽ മഗ്നന്മാരായും മറ്റും ഇരിക്കുന്നു. പണ്ട് ഹസ്തിനപുരത്തെ ഹലായുധത്താൽ ഇളക്കി ഗംഗയുടെ അഗാധമായുള്ള കയങ്ങളിൽ സ്ഥാപിക്കുന്നതിനു ഭാവിച്ച ബലദേവനെപ്പോലെ കയർത്തു നില്ക്കുന്ന വൃദ്ധന്റെ സമീപത്ത് അദ്ദേഹത്തിന്റെ കോപം എത്രയും ന്യായമാണെന്നുള്ള നാട്യത്തോടുകൂടി ഉസ്മാൻഖാൻ ഹാജരുണ്ട്. വൃദ്ധന്റെ കോപം ഒരു സന്ദർഭത്തിലും അന്നത്തെ സ്ഥിതിയിലോളം കവിഞ്ഞു കണ്ടിട്ടില്ലാതിരുന്നതിനാൽ ഉസ്മാൻഖാനും അനുവാദമില്ലാതെ സ്വമേധയായി എന്തെങ്കിലും ഒന്നു പറയുന്നതിനു ധൈര്യപ്പെടുന്നില്ല. ഈ ഉസ്മാൻഖാനെക്കുറിച്ചു സ്വല്പമിവിടെ പ്രസ്താവിക്കേണ്ടതുണ്ട്. ഇയാൾ ബാല്യം മുതല്ക്കേ വൃദ്ധന്റെ സംരക്ഷണയിൽ വളർന്നിട്ടുള്ള ഒരു ഭൃത്യനായിരു

ന്നു. വൃദ്ധന് ഇയാളെക്കുറിച്ചു പ്രത്യേകം സ്നേഹവും വിശ്വാസവുമുണ്ടായിരുന്നു. ഷംസുഡീനുമായുള്ള സംസർഗ്ഗം തുടങ്ങിയ അന്നുമുതല്ക്കേ വൃദ്ധന്റെ സ്വഭാവത്തിന് ഒരു പകർച്ചയുണ്ടായി. ഷംസുഡീനെ കാണാതിരിക്കുമ്പോൾ വൃദ്ധൻ തനിക്കു സഹജമായുള്ള കോപാദിദുശ്ശീലങ്ങളെ ധാരാളമായി പ്രദർശിപ്പിക്കുമെങ്കിലും ആ യുവാവിന്റെ ദർശനമാത്രേണ വൃദ്ധന്റെ മനഃകാഠിന്യങ്ങൾ ദ്രവിച്ചുപോകുമാറുണ്ടായിരുന്നു. സുലൈഖയ്ക്ക് ഷംസുഡീനിലുള്ള പ്രേമം ഒന്നുമാത്രമാണ് തനിക്ക് ആ യുവാവിനെക്കുറിച്ചുള്ള സ്നേഹത്തിനു കാരണമെന്നു വൃദ്ധൻ ഗർവ്വു പറയാറുണ്ടായിരുന്നത് അദ്ദേഹത്തിന്റെ മനഃപരിചയത്തിനു വിപരീതമായുള്ള ഒരു വ്യാജമായിരുന്നു. ഇപ്രകാരം ഷംസുഡീനെ സ്നേഹിച്ചു തുടങ്ങിയപ്പോൾത്തന്നെ ഉസ്മാൻഖാന്റെ ഉള്ളിൽ സ്പർദ്ധ ഉണർന്നു തുടങ്ങി. വിദ്വാൻ വിദ്വാനെ അറിയുന്നതുപോലെ ഉസ്മാൻഖാൻ ഷംസുഡീന്റെ സൂക്ഷ്മമായുള്ള പ്രകൃതത്തേയും മറ്റും ആദിയിൽത്തന്നെ ശരിയായി ഗണിച്ചു ധരിച്ചതിനാൽ വൃദ്ധനെ വഞ്ചിച്ചു തനിക്കുള്ള ചില ഗൂഢവ്യാപാരങ്ങൾക്ക് ആ യുവാവ് ഒരു തടസ്സമായിത്തീരുമെന്നു കരുതി തക്കമുള്ളപ്പോഴെല്ലാം വൃദ്ധനിൽ ഷംസുഡീനെക്കുറിച്ചു ദ്വേഷം ഉളവാകത്തക്കവിധത്തിൽ അയാളെ ഓരോന്നു ഗ്രഹിപ്പിച്ചുവന്നിരുന്നു. ഷംസുഡീന്റെ നടപടികളെ സൂക്ഷിച്ച് ആ യുവാവിന്റെ പരമാർത്ഥത്തെ ആരാഞ്ഞറിയുന്നതിന് ഉസ്മാൻഖാനോടു വൃദ്ധൻ നിയോഗിച്ചിരുന്നത് തനിക്കു നല്ല ഒരു അവസരമായെങ്കിലും, ഉസ്മാൻഖാന്റെ ബുദ്ധിയിൽ ആലോചനാശക്തി എന്നുള്ള അംശത്തിന് അധികപ്രാബല്യവും ഉത്സാഹശക്തിക്ക് ഏറ്റവും ക്ഷയവുമുണ്ടായിരുന്നതിനാൽ ഓരോന്ന് അനുഷ്ഠിച്ചാലുണ്ടാകുന്ന ആപത്തുകളെക്കുറിച്ച് ആലോചിച്ച് കാലം പൊയ്പ്പോകുന്നതിനു സംഗതി ആയതല്ലാതെ ഏഷണിയൊഴിച്ചു ഷംസുഡീനു ദോഷകരമായ യാതൊരു ക്രിയയും അനുഷ്ഠിക്കുന്നതിന് അയാളുടെ ബുദ്ധിക്ക് ഉറപ്പും വൈഭവവുമുണ്ടായില്ല. ഷംസുഡീനു തന്റെ ഉദ്ദേശ്യവും പരമാർത്ഥങ്ങളും മനസ്സിലായിട്ടുണ്ടെന്ന് ആ യുവാവിന്റെ അസ്പഷ്ടമായുള്ള ചില ഭാവങ്ങൾ കണ്ട് ഉസ്മാൻഖാന് ശങ്കയുണ്ടായിരുന്നു. എന്നാൽ, അതികൃത്രിമമതികളും സ്പർദ്ധാദിദോഷങ്ങളുടെ നിധികളുമായുള്ള ചില ഖലന്മാർ സ്വശക്തിയുടെ അല്പത്വത്തെക്കുറിച്ചു സൂക്ഷ്മബോധമുണ്ടായി സോദ്ദേശ്യങ്ങളെ ഫലിപ്പിക്കുന്നതിനു ശ്രമിക്കാതെ സമചിത്തന്മാരെന്നു നടിച്ചു ലോകരെ വഞ്ചിക്കയും ആപത്തൊഴിഞ്ഞു തക്കം കിട്ടുമ്പോൾ കൊള്ളി വയ്ക്കാൻ ശ്രമിക്കയും ചെയ്തു നടക്കുന്നതുപോലെ ഈ ഉസ്മാൻഖാൻ അടങ്ങിയിരുന്നു തരത്തിന് ഏഷണിമാത്രം കൂട്ടിപ്പാർത്തുവന്നിരുന്നു. അതിനാൽ വൃദ്ധന്റെ കോപം നുറഡീൻ മുതലായവരുടെ ഉള്ളിൽ വ്യാകുലത ഉണ്ടാക്കിയെങ്കിലും ഉസ്മാൻഖാന് അളവില്ലാത്തതായ സന്തോഷത്തെ പ്രദാനംചെയ്തു. തന്റെ കോപത്തിനു ഹേതുഭൂതനായ ഷംസുഡീൻ വരുന്നുണ്ടോ എന്നു നോക്കിക്കൊണ്ടു ശീഘ്രമായി അങ്ങോട്ടും ഇങ്ങോട്ടും ഉഴന്നുനടക്കുന്ന വൃദ്ധൻ ബോധഹീനനെന്നപോലെ ഓരോന്നു

പറയുന്നുണ്ട്. "ആട്ടെ, അള്ളാവിന്റെ കണ്മണിയായ നവാബ് ഇരിക്കുന്നല്ലോ. നമ്മുടെ അപേക്ഷയെ അദ്ദേഹം നിറവേറ്റും. ഈ പാപ്പാസുകളെ, ഈ അവിശ്വാസിയായ നീചനെ ഞാൻ തീറ്റുന്ന കാലം വരാതിരിക്കുമോ? അവൻ നമ്മുടെ പുത്രിയേയും പുത്രനേയും മായംകൊണ്ടു പാട്ടിലാക്കി നമ്മേയും വഞ്ചിച്ചു. ഈ എഭ്യൻ ഇവൻ (ഉസ്മാൻഖാൻ) പിന്തുടർന്നിട്ടും അവന്റെ ഗതി അറിയുന്നതിനു കഴിഞ്ഞില്ല. നമ്മുടെ പുത്രി ഇപ്പോൾ വ്യസനിക്കുന്നു. ഇന്നലെ അവൻ കുറച്ചു കണ്ണീർചൊരിഞ്ഞുപോലും! അതു കണ്ട് അവളുടെ ഹൃദയം ഉരുകി. അവന്റെ അഭീഷ്ടപ്രകാരം നടന്നുകൊള്ളുന്നതിന് അനുമതി കൊടുത്തു. ഇപ്പോൾ ഇതാ ആഭരണങ്ങളേയും പറിച്ചു ദൂരത്തെറിഞ്ഞിട്ട് കരയുന്നു. കരയട്ടെ-നമുക്കെന്ത്? ഇതെല്ലാം ദൈവശിക്ഷയാണ്. അവൻ ബോധമില്ലാതെ കിടക്കുമ്പോൾത്തന്നെ നമ്മുടെ ഭക്ഷണം കൊടുത്തു നമ്മുടെ മതാനുസാരിയാക്കി അവന്റെ ആത്മശുദ്ധിവരുത്തണമെന്നു ഞാൻ അഭിപ്രായപ്പെട്ടു. ഈ ഉസ്മാനും അതിനു നമ്മെ നിർബന്ധിച്ചു. ചപലയായ സുലൈഖ അനുവദിച്ചില്ല. കരയട്ടെ. നമുക്കെന്ത്? അവൾ എന്നും കന്യകയായിരിക്കാൻ ഉറച്ചിരിക്കുന്നോ? ദൈവം അതിനെ തടുക്കട്ടെ, ആ രാജകുമാരൻ ഇവനെ അറിയും. രണ്ടുപേരുമായി നമ്മെ വഞ്ചിക്കുന്നു. ഈ നഗരത്തിനു തീവയ്ക്കയോ? നമ്മുടെ ആളുകളെക്കൊണ്ടു കൊള്ളയടിക്കയോ? എന്നാലും നമ്മുടെ കോപം അടങ്ങുകയില്ല. അയ്യോ പുത്രീ!" ഇപ്രകാരം ഓരോ അന്തർഗ്ഗതങ്ങളാൽ ബുദ്ധിക്കു വൈവശ്യം നേരിടുക മൂലം വൃദ്ധൻ തന്റെ ശയ്യമേൽ ചെന്നു കിടപ്പായി. അല്പനേരം നേത്രങ്ങൾ അടച്ചുകിടന്നു പര്യാലോചനചെയ്തതിൽ താൻ ശങ്കിച്ചതിൻ വണ്ണം തന്റെ കോപത്തിനു കാരണം ഷംസുഡീന്റെ വഞ്ചനയല്ലെന്നും സൂക്ഷ്മത്തിൽ ആ യുവാവിന്റെ വേർപാടാണെന്നും വൃദ്ധനു മനസ്സിലായി. ദൃഷ്ടിയിരിക്കുമ്പോൾ അതുകൊണ്ടുള്ള ഉപയോഗങ്ങളെ അറികയില്ലെന്നുള്ള പഴമൊഴിപോലെ ഷംസുഡീൻ തന്നോടുകൂടിയുണ്ടായിരുന്നപ്പോൾ ആ യുവാവിന്റെ സമ്പർക്കംമൂലം തന്റെ ആത്മാവിനുണ്ടായിരുന്ന ആനന്ദത്തെ വൃദ്ധന് അറിവാൻ പാടില്ലായിരുന്നു. ഷംസുഡീന്റെ ഗതിയെ സൂക്ഷിച്ചുകൊള്ളുന്നതിനു നിയോഗിക്കപ്പെട്ടിരുന്ന ഉസ്മാൻഖാന്റെ റിപ്പോർട്ടുപ്രകാരം സുലൈഖയോടും നുറഡീനോടും ബീറാംഖാനോടും പ്രത്യേകം യാത്രപറഞ്ഞുകൊണ്ട്, ഉസ്മാൻ പിന്തുടരാൻ കഴിവില്ലാത്തവിധത്തിൽ, ഇരുട്ടിന്റെ സഹായത്തോടുകൂടി കൃത്രിമമായുള്ള ഓരോ ഇടവഴികൾ മാർഗ്ഗമായി, ആ യുവാവ് ഓടിപ്പോകയാൽ അവന്റെ ശ്രമം ഫലിച്ചില്ലെന്നും, ഷംസുഡീന്റെ യാത്രാനന്തരം സുലൈഖ ആഭരണാദ്യലങ്കാരങ്ങളെ ഉപേക്ഷിച്ചിരിക്കുന്നു എന്നും അറികയാൽ ഷംസുഡീൻ സ്ഥിരമായിട്ട് തന്നെ വിട്ടുപിരിഞ്ഞിരിക്കുന്നു എന്നു വൃദ്ധനുബോദ്ധ്യമായി. അദ്ദേഹത്തിന്റെ മനസ്സിൽ വലുതായ ഒരു വ്രണം സംഭവിച്ചതുപോലെയായിരിക്കുന്നു. ധനത്തെക്കാളും വലുതായ പ്രതിപത്തി ഷംസുഡീനെക്കുറിച്ചുണ്ടെന്നുള്ള വാസ്തവം അപ്പോഴത്തെ തന്റെ മനോവികാരങ്ങൾ അനുഭ

വസിദ്ധമാക്കി. താൻതന്നെ ഷംസുഡീന്റെ പരമാർത്ഥത്തെ അറിയുന്നതിനായി ചില കൃത്രിമങ്ങൾ ചെയ്കയും ഉസ്മാനെക്കൊണ്ടു പ്രവർത്തിപ്പിക്കയും ചെയ്തിട്ടുണ്ടെങ്കിലും ആയതുകൾ ഓർത്തു വലുതായ പശ്ചാത്താപത്തോടും ഉസ്മാന്റെ നേർക്കു കോപത്തോടും അയാളെ നോക്കി. “നുറഡീനേയും സുലൈഖയേയും ഇങ്ങോട്ടുവരാൻ പറഞ്ഞിട്ടു നീ പോയി പണിനോക്കുക'' എന്നു വളരെ ക്ഷീണത്തോടുകൂടി പറഞ്ഞു. ഉസ്മാൻഖാൻ പോയി അല്പം കഴിഞ്ഞപ്പോൾ നുറഡീനും പുറകെ ഗതിയിൽ പാദങ്ങൾ ഭൂസ്പർശം ചെയ്യുന്നുവോ എന്നു സംശയം തോന്നിക്കുമാറുള്ള ഗാത്രലാഘവത്തോടുകൂടിയ ഒരു യുവതിയും ഹാക്കിമിന്റെ മുമ്പിൽ എത്തി.

ശങ്കരച്ചാർ മുതലായവരെ ഓരോ ജോലിക്കു നിയോഗിച്ചയച്ചതിന്റെ ശേഷം സുഭദ്ര തന്റെ ഗൃഹത്തിലേക്കു മടങ്ങി നിദ്രകൂടാതെ ഇരുന്നു. ശങ്കരച്ചാരെ തിരിച്ചു കാണാത്തതിനാൽ പരിഭ്രമത്തോടുകൂടി ഓരോ വിചാരങ്ങളിൽ മുഴുകി സുഭദ്ര ഇരിക്കുന്നതിനിടയിൽ ആനന്തത്തിന്റെ ഗൃഹത്തിലേക്ക് അയയ്ക്കപ്പെട്ടിരുന്ന ആളുകൾ അവിടുന്ന് എടുക്കപ്പെട്ട ആഭരണാദികളോടുകൂടി തിരിച്ചു ചെന്ന് പാരദേശികനെ കാണുന്നതിനും ബന്ധിക്കുന്നതിനും അയാൾ അവിടെ ഇല്ലാതിരുന്നതിനാൽ സാധിച്ചില്ലെന്നു ഗ്രഹിപ്പിക്കയും ആഭരണങ്ങളെ സുഭദ്രയ്ക്കു കാഴ്ചയായി വയ്ക്കുകയും ചെയ്തു. അനന്തരം ആ കൂട്ടത്തിൽനിന്ന് ഒന്നുരണ്ടാളെ കൊട്ടാരംവരെ പോയി ശങ്കരച്ചാരെ അന്വേഷിച്ചുവരുന്നതിനു നിയോഗിക്കയും ആഭരണങ്ങളെ ഒരു ആവൃത്തി പരിശോധിക്കയും അതുകളെ ഒരു പെട്ടിക്കകത്ത് ഒതുക്കുകയും ചെയ്തതിന്റെശേഷം സുഭദ്ര വർദ്ധിച്ച വ്യാകുലതയോടുകൂടി ഇരുന്നു. ഏകദേശം നാലഞ്ചുനാഴിക കഴിഞ്ഞപ്പോൾ ഈ കൂട്ടക്കാർ തിരിച്ചു ചെന്ന് ശങ്കരച്ചാരുടെ പ്രേതത്തെ കൊട്ടാരത്തിനകത്തുനിന്നു മൂന്നുനാലുപേരായി എടുത്തു പുറത്തുകൊണ്ടു വരികയും തങ്ങളെ കണ്ടപ്പോൾ വഴിയിൽ ഇട്ടിട്ട് അവർ അകത്തേക്ക് ഓടിക്കളകയുകയും ചെയ്തു എന്നും മറ്റും ധരിപ്പിച്ചു. ഈ കഥ കേട്ടപ്പോൾ സുഭദ്രയ്ക്കു ദുസ്സഹമായ വ്യസനം ഉണ്ടായി എന്നു മാത്രമല്ല, തനിക്കു സംബന്ധമില്ലാതുള്ള ഒരു സംഗതിയിൽ പ്രവേശിച്ചത് അബദ്ധമായെന്നു തോന്നി തന്നെത്താൻ ശാസിച്ചുതുടങ്ങുകയും ചെയ്തു. സുന്ദരയ്യനേയും കോടാങ്കിയേയും തമ്മിൽ കടികൂട്ടിക്കുന്നതിനു ചെയ്ത ശ്രമം നിഷ്ഫലമായതിനെക്കുറിച്ചുണ്ടായ കുണ്ഠിതം മാറി, തന്റെ സഖാക്കളിൽ ഒരാൾക്കു ജീവനാശം സംഭവിച്ചാലുണ്ടാകുന്നതുപോലുള്ള വ്യസനത്തിന് അധീനയായി മേലിൽ ആചരിക്കേണ്ടും ക്രമത്തെക്കുറിച്ച് ആലോചനചെയ്യുന്നതിനു ശക്തിയില്ലാതെ, ശങ്കരച്ചാരുടെ പ്രേതത്തെ ഏതുവിധത്തിലും ക്ഷണത്തിൽ പെരുവഴിയിൽനിന്നു കൊണ്ടുപോരണമെന്നു മാത്രം ആജ്ഞാപിച്ചിട്ടു ക്ലേശിച്ചിരിക്കുന്നതിനിടയിൽ രാവും കഴിഞ്ഞു. നേരം വെളിച്ചമായ ഉടനെ ആനന്ദം സങ്കടക്കാറിയായി എത്തി. മറ്റുള്ള വിഷാദങ്ങൾക്കിടയിൽ, പരമാർത്ഥമായ ആനന്ദത്തിനെ വഴിപോലെ ആശ്വസി

പ്പിക്കാൻ സുഭദ്രയ്ക്ക് ഇടയില്ലായിരുന്നു എങ്കിലും, അവളെ ഒരു വിധത്തിൽ സ്ഥിരചിത്തയാക്കി അയച്ചു. ശങ്കരച്ചാരെ എടുത്തുകൊണ്ടു വരുന്നതിനു നിയോഗിക്കപ്പെട്ടിരുന്നവർ മടങ്ങി, പ്രേതത്തെ രാമനാമഠത്തിൽപിള്ള മുതലായവർ കണ്ട് യുവരാജാവു വധിച്ചതാണെന്നു നിശ്ചയമാക്കുകയാൽ കാര്യം കേൾക്കുന്നതിനായി പൗരന്മാരെ ഇളക്കി ഉത്സാഹിപ്പിക്കുന്നു എന്നും ഒരു തീർച്ച ഉണ്ടാകുന്നതുവരെ പ്രേതത്തെ ആരും തൊട്ടുപോകരുതെന്ന് ആജ്ഞാപിച്ചിരിക്കുന്നു എന്നും ശ്രീപണ്ടാരത്തിൽ വീട്ടിൽവച്ച് വേലുക്കുറുപ്പിനെയും പാരദേശികനെയും യുവരാജാവ് നിഗ്രഹിച്ചിരിക്കുന്നു എന്നും നഗരവാസികൾ ഇളകിത്തുടങ്ങിയിരിക്കുന്നു എന്നും മറ്റും റിപ്പോർട്ടുചെയ്തു. ആകപ്പാടെ കഥ ആസകലം കേട്ടപ്പോൾ സുഭദ്രയുടെ ബുദ്ധി വല്ലാത്ത കുഴക്കിലായി. തനിക്കു രാമനാമഠത്തിൽപിള്ളയുടെ പക്കൽനിന്നും കിട്ടിയ അറിവിൻപ്രകാരം യുവരാജാവിനെ നിഗ്രഹിക്കാനായി തമ്പിയാൽ നിയോഗിക്കപ്പെട്ടിരുന്ന വേലുക്കുറുപ്പ് ശ്രീപണ്ടാരത്തുവീട്ടിൽ മരിച്ചു കിടക്കുന്നു. യുവരാജാവിനെ രക്ഷിക്കുന്നതിനായി തന്നാൽ നിയോഗിക്കപ്പെട്ട ശങ്കരച്ചാർ കൊട്ടാരത്തിനകത്തുവച്ചു മരിച്ചിരിക്കുന്നു. വേലുക്കുറുപ്പിനോടുകൂടി കോടാങ്കിയും വധിക്കപ്പെട്ടിരിക്കുന്നു. ഈ സംഗതികൾ എങ്ങനെ സംഭവിച്ചു എന്നുള്ളത് വ്യക്തമാകാതെ സുഭദ്ര മുമ്പിലത്തേതിലും അധികമായ കുഴക്കിൽ അകപ്പെട്ട് ഇരിക്കുമ്പോൾ പുരവാസികളുടെ ലഹളകളെക്കുറിച്ച് ഓരോ വർത്തമാനങ്ങൾ ഓരോരുത്തർ എത്തിച്ചുകൊണ്ടിരുന്നു. ഇങ്ങനെ കുറച്ചു കഴിഞ്ഞപ്പോഴേക്ക് പപ്പുവിന്റെ പുറപ്പാടും തമ്പിയുമായിക്കഴിഞ്ഞ കൂടിക്കാഴ്ചയുടേയും സുന്ദരയ്യനിൽനിന്നു കിട്ടിയ സമ്മാനത്തിന്റേയും കഥകളും ആയി. എന്നാൽ ഇതുകൾ ഒന്നിലും സുഭദ്രയുടെ ശ്രദ്ധ പതിഞ്ഞില്ല. നാലഞ്ചുനാഴിക കഴിഞ്ഞപ്പോൾ മഹാരാജാവ് നാടുനീങ്ങിയിരിക്കുന്നു എന്നുള്ള വർത്തമാനവും പൗരന്മാർ അടങ്ങിത്തിരിച്ചതിന്റെ വിവരങ്ങളും എത്തി. ആകപ്പാടെ തമ്പിക്കും സുന്ദരയ്യനും ജയകാലംതന്നെ എന്നും, പാറുക്കുട്ടിക്കുവേണ്ടി താൻ ചെയ്യുന്ന പ്രയത്നങ്ങളും യുവരാജാവിനെ സഹായിപ്പാൻ പുറപ്പെട്ടതിൽ വന്നുകൂടിയ ഫലംപോലെ പ്രതികൂലമായി വന്നേക്കാമെന്നും ഉള്ള വിചാരങ്ങളോടും സ്ത്രീകളുടെ ബുദ്ധിമഹാമോശംതന്നെ എന്നു സമ്മതിച്ചും ഇരിക്കുന്നതിനിടയിൽ പഠാണിപ്പാളയത്തിലേക്ക് അയയ്ക്കപ്പെട്ടവൻ സന്തോഷംകൊണ്ടു പ്രകാശിക്കുന്ന മുഖത്തോടുകൂടി ആ സ്ത്രീയുടെ മുമ്പിൽ എത്തി. ഇവന്റെ മുഖപ്രസാദം കണ്ട് സന്തോഷകരമായ എന്തോ വർത്തമാനം ഉണ്ടെന്നും കഴിഞ്ഞ കാര്യങ്ങളെക്കുറിച്ചു വിഷാദിക്കുന്നതുകൊണ്ടു കാര്യമില്ലെന്നും ഉള്ള വിചാരങ്ങളോടുകൂടി, "എന്തെല്ലാമാണു നീ കൊണ്ടുവന്നിട്ടുള്ളത്?" എന്നു സുഭദ്ര ചോദിച്ചു. "ഞാനോ," എന്നു പറഞ്ഞുകൊണ്ട് ഭൃത്യൻ ഒരു ഡപ്പി തന്റെ വസ്ത്രത്തിനിടയിൽനിന്ന് എടുത്ത് സുഭദ്രയുടെ കൈയിൽ കൊടുത്തു.

സുഭദ്ര: (ആശ്ചര്യത്തോടുകൂടി) സുന്ദരയ്യൻ തന്നയച്ചതാണോ?

ഭൃത്യൻ: അല്ല, ഇതൊരു മരുന്ന്. ചെമ്പകശ്ശേരിയിലെ കുഞ്ഞിനു കൊടുപ്പാൻ പഠാണികൾ തന്നയച്ചു.

സുഭദ്ര: ആവൂ! നീ എങ്കിലും ഒരു സന്തോഷവർത്തമാനം കൊണ്ടു വന്നല്ലോ! കാശിവാസിയെ കണ്ടോ?

ഭൃത്യൻ: കാശിവാസിയേയും തുപ്പായിയേയും കണ്ടില്ല. തുപ്പായി ഇന്നലെ രാത്രിയെ പോയിട്ട് തിരിച്ചു ചെല്ലാത്തതുകൊണ്ട് അവിടെ ഒരു ലഹള-അതാണ് ഞാൻ ഇത്ര താമസിച്ചത്.

സുഭദ്ര: എന്നാൽ ഈ മരുന്ന് തന്നതാര്? നീ എങ്ങനെ ഈ കഥ കൾ അറിഞ്ഞു?

ഭൃത്യൻ: എല്ലാം പറയാം. ഞാൻ അവിടെ ചെല്ലുമ്പോൾ അവിടെ മൂപ്പീന്നു വെളിവാടുകൊണ്ടു നില്ക്കുന്നു. എനിക്ക് ഒന്നും മനസ്സിലായി ല്ല. ഞാൻ അവിടെ ഒക്കെ ചുറ്റിപ്പറ്റി നടന്നു. അപ്പോൾ ഒരു ചെറിയമേ ത്തൻ-എന്തുനിറം!-എന്തു യോഗ്യൻ! നമ്മുടെ (പറവാൻ ആരംഭിച്ച വാക്കുകളെ അമർത്തീട്ട്) കാമദേവൻതന്നെ കണ്ടാൽ, അങ്ങേര് എന്നെ വിളിച്ചു തമിഴിൽ ചോദിച്ചു. എവിടുന്ന്, എന്തിനു ചെന്നു? എന്നും മറ്റും. ഞാൻ ഒന്നും ഒളിക്കാതെ സത്യമെല്ലാം പറഞ്ഞു. പൊന്നുകൊച്ചമ്മാ, അങ്ങേര് എന്റെ വാക്കുകൾ കേട്ട് തൊലി ഉരിച്ച ഓന്തിനെപ്പോലെ ആയി എങ്കിലും തുപ്പായിയും കാശിവാസിയും ആരും അവിടെ ഇല്ലെന്നു ചിരി ച്ചുകൊണ്ടു പറഞ്ഞു. ചിരി തൂക്കക്കാരന്റെ ചിരി ആയിരുന്നു. അങ്ങേര് എന്നെ നില്ക്കാൻ പറഞ്ഞിട്ട് അകത്തുപോയി. രണ്ടുനാഴിക കഴിഞ്ഞ് എന്നെ അങ്ങോട്ടു വിളിച്ചു. എന്റെ കൊച്ചമ്മാ! അതിനകം തേവലോകം തന്നെ! പൊന്നും വെള്ളിയും ചെണ്ടപ്പോര്! ഒടുക്കം ഒരു മൂപ്പീന്നെന്നു പറഞ്ഞ ആളിന്റെ മുമ്പിൽ എത്തി. എന്റെ അമ്മേ! അവിടെക്കണ്ടു ഒരു ത്തിയേയും ഒരുത്തനേയും-ഉടപ്പുറന്നവളും ഉടപ്പുറന്നവനും. അവള് അവ ളുതന്നെ! എന്നെക്കണ്ട് ഒരു മൂടുതുണി ഇട്ട് മുഖം മറയ്ക്കാൻ തുടങ്ങി. എനിക്കു കാണാൻ ഭാഗ്യമുണ്ടായിരുന്നതുകൊണ്ട് മറച്ചില്ല. അവള് ഏതു സ്വർഗ്ഗത്തീന്നു വന്നവളോ! ചന്തം നാലുവഴിക്കും ഒഴുകുന്നു. ചുണ്ടീന്നു ചോര തെറിക്കുന്നു, മുഖം, അയ്യോ! എന്തുപോലെ എന്നൊന്നും എനിക്കു പറവാൻ വയ്യ. കണ്ണ് രണ്ടു നക്ഷത്രക്കുട്ടി. പല്ല് കുമ്പളക്കുരു-

സുഭദ്ര: ആ വർണ്ണന പിന്നെ ആകാം. നടന്ന കഥ എല്ലാം കേൾക്കട്ടെ.

ഭൃത്യൻ: (സ്ത്രീകൾ അസൂയാനിലയങ്ങൾ എന്നുള്ളതിനു സുഭ ദ്രയും ഒരു ദൃഷ്ടാന്തംതന്നെ എന്നുള്ള വിചാരത്തോടുകൂടി) പിന്നെ, അവരു രണ്ടുപേരുംകൂടി കരഞ്ഞും പിടിച്ചും മൂപ്പീന്നിനെക്കൊണ്ട് ഈ മരുന്നു തരുവിച്ചു. അത്രതന്നെ. ഇന്നലെ ചെമ്പകശ്ശേരിയിലെ ആശാനെ കൊച്ചമ്മ അവിടെ അയച്ചിരുന്നു. അപ്പോൾ അവിടത്തെ കുഞ്ഞിന്റെ ദണ്ഡകാര്യം അങ്ങേർ പറഞ്ഞറിഞ്ഞു. അതുകൊണ്ട് ഈ മരുന്നു തന്ന

യയ്ക്കണു; ഇതു കൊടുത്താൽ പിടീന്നു ദീനം ഭേദംവരുമ്പോലും! എന്നൊക്കെ കൊച്ചമ്മയുടെ അല്ല.....ആദ്യത്തെ മേത്തൻ പറഞ്ഞയച്ചു. ഞാൻ ഇനിയും നാളെ അവിടെച്ചെന്ന് വിവരം പറയണം എന്നു പറഞ്ഞു.

ഔഷധം കൊടുത്തതിനു കാരണം ചെമ്പകശ്ശേരിവീട്ടുകാരെക്കുറിച്ചു താൽപര്യം ഉള്ളവർ ആരോ ആ സ്ഥലത്തുള്ളതുകൊണ്ടാണെന്ന് സുഭദ്ര മുൻ അറിവുകളാൽ തീർച്ചയാക്കീട്ട്, തന്റെ ദൂതന്റെ വാക്കുകൾ രണ്ടു ഭാഗങ്ങളിൽ സംശയകരമായുള്ള തടസ്സം ഉണ്ടാക്കിയതിനെക്കുറിച്ചു തനിക്കുളവായ സന്ദേഹത്തിന്റെ നിവൃത്തിക്കായി ഇപ്രകാരം ചോദ്യം ചെയ്തു: കാശിവാസിയും ദ്വിഭാഷിയും രണ്ടുപേരും അവിടെ ഇല്ലായിരുന്നോ?

ഭൃത്യൻ: ഏഹേ! രണ്ടുപേരെയും കണ്ടില്ല.

സുഭദ്ര: നീ കണ്ട ആൾ ദ്വിഭാഷി അല്ലെന്ന് നിശ്ചയമാണോ?

ഭൃത്യൻ: അല്ലെന്നാണു തോന്നുന്നത്.

സുഭദ്ര: കാരണം?

ഭൃത്യൻ: കാരണം.....ദ്വിഭാഷി പൊയ്ക്കളഞ്ഞതുകൊണ്ടാണല്ലോ ലഹള.

സുഭദ്ര: എന്ന് ആരു പറഞ്ഞു?

ഭൃത്യൻ: എന്നു പറഞ്ഞത് ആ സുന്ദരൻ മേത്തൻതന്നെ.

സുഭദ്ര: കാശിവാസി പൊയ്ക്കളഞ്ഞതിനല്ലയോ ശണ്ഠ?

ഭൃത്യൻ: എന്നുതന്നെയാണെന്നു തോന്നുന്നു, മേത്തൻ പറഞ്ഞത്.

സുഭദ്ര: എന്ത് അസംബന്ധങ്ങളാണു നീ പറയുന്നത്! അതെല്ലാം നില്ക്കട്ടെ. ആ സുന്ദരൻ പഠാണിയുടെ ഛായയിൽ നീ ആരെയെങ്കിലും ഇതിനുമുമ്പിൽ കണ്ടിട്ടുണ്ടോ?

ഭൃത്യൻ വലിയ ചുറ്റിലായി. തന്റെ ധൃതിയും ഓർമ്മക്കേടും നിമിത്തം പുറത്തുചാടിക്കാൻ ഭാവിച്ച ഒരു അഭിപ്രായത്തെ സുഭദ്രയുടെ പേരിലുള്ള ആദരവുമൂലം താൻ അമർത്തിയതിനെക്കുറിച്ച് ആ സ്ത്രീ ഇങ്ങനെ ഖണ്ഡിച്ചു ചോദ്യം ചെയ്തപ്പോൾ, ഭൃത്യൻ താൻ അറിയാതെ താളംചവുട്ടിത്തുടങ്ങി. ഈ സ്ഥിതി കണ്ട് സുഭദ്ര ഇങ്ങനെ ചോദിച്ചു: “നീ വിഷമിച്ചു നില്ക്കുന്നതെന്തിന്? തോന്നുന്നതിനെ പറയരുതോ?”

ഭൃത്യൻ: എന്റെ ഒരു സംശയമാണ്. സ്വരവും അതുതന്നെ. ആളും തരവും ഇങ്ങനെ ഒത്തു വരാറുണ്ടോ?

സുഭദ്ര: ഏത്? എങ്ങനെ?

ഈ ചോദ്യത്തിനുണ്ടായ ഉത്തരത്തോടുകൂടി തന്റെ സർവ്വനാഡികളിലും ഒരു മിന്നൽ വ്യാപിച്ചതുപോലെ തോന്നി. അതിധൈര്യശാലിനിയായ സുഭദ്ര കേവലം മൃഗപ്രായയെന്നുള്ള സ്ഥിതിയിലായി.

# ഇരുപത്തിമൂന്നാം അദ്ധ്യായം

*"കാണാമിപ്പോളെനിക്കെൻ നിഷേധനരപതിം*
*പേർത്തുമെന്നോർത്തുനോക്കി-*
*ക്കാണുന്നേരത്തു കണ്ടാളതിവികൃതവപുർ-*
*ദ്ധാരിണം നീചമേകം."*

**രാ**മവർമ്മമഹാരാജാവിന്റെ സംസ്കാരക്രിയകൾ കഴിഞ്ഞതിന്റെ ശേഷം മാർത്താണ്ഡവർമ്മ യുവരാജാവിന് രാജ്യസംബന്ധമായുള്ള സംഗതികളെക്കുറിച്ചാലോചിക്കുന്നതിന് ബുദ്ധിക്കു സ്വാസ്ഥ്യം ഇല്ലാതെ ഇരുന്നു എങ്കിലും ശ്രീപണ്ടാരവകയ്ക്കായി കോട്ടാറ് മുതലായ സ്ഥലങ്ങളിൽനിന്ന് വേണ്ട ദ്രവ്യം കടംവാങ്ങി മധുരക്കാരായ പട്ടാളക്കാർക്കു കൊടുത്ത് അവരെ സമാധാനപ്പെടുത്തി, അല്പവും കാലതാമസം കൂടാതെ അവരോടുകൂടി തിരുവനന്തപുരത്ത് എത്തുന്നതിന് ആറുമുഖംപിള്ള ദളവായ്ക്ക് എഴുതി അയയ്ക്കാൻ രാമയ്യനോടു കല്പിച്ചു. തമ്പിമാരുടേയും ബന്ധുക്കളായ അഷ്ടഗൃഹസ്ഥാനികളുടേയും വൈരമാത്സര്യാദികൾ നാട്ടിൽ ആചരിക്കപ്പെട്ടിരിക്കുന്ന ദുഃഖത്തിന്റെ ആദിയോടുകൂടി അന്തർദ്ധാനം ചെയ്തപോലെ കാണപ്പെട്ടതിനാൽ യുവരാജാവ് മാതുലന്റെ ഉദകക്രിയാദികൾ നിർബാധമായി അനുഷ്ഠിച്ചുവന്നു. നാടുനീങ്ങിയതിന്റെ അഞ്ചാംദിവസം അസ്തമനത്തോടുകൂടി മേല്പറയപ്പെട്ട സമാധാനത്തിന് ലംഘനം ഉണ്ടായി എന്നു മാത്രമല്ല, യുവരാജാവിന്റെ ജീവിതകാലത്തിനിടയിൽ അദ്ദേഹത്തിനു നേരിട്ടിട്ടുള്ള ആപത്തുകളിൽവച്ച് പ്രഥമമായി ഗണിക്കപ്പെടാവുന്ന ചില സംഭവങ്ങൾക്കു സംഗതിവരികയും ചെയ്തു. കിളിമാനൂർനിന്ന് നാരായണയ്യൻ എന്നൊരു ബ്രാഹ്മണന്റെ അധീനത്തിലാക്കി അയയ്ക്കപ്പെട്ടിരുന്ന ഭടന്മാർ സമുദ്രതീരമാർഗ്ഗമായി പുറപ്പെട്ടിട്ടും കഴക്കൂട്ടത്തുപിള്ളയാൽ തടുത്തു തോല്പിക്കപ്പെട്ടു

എന്നു സന്ധ്യയോടുകൂടി അറിവുകിട്ടി. കിളിമാനൂർനിന്ന് ഉണ്ടാകുമെന്നു വിചാരിച്ചിരുന്ന സഹായവും ശൂന്യമായി എന്നറിഞ്ഞപ്പോൾ യുവരാജാവ് രാമയ്യനോട് ഇങ്ങനെ ചോദിച്ചു: “തമ്പിയോടുകൂടിയുള്ള വേൽക്കാർ കൊട്ടാരം അകമ്പടിക്കാരല്ലേ?”

രാമയ്യൻ: സ്വാമീ!

യുവരാജാവ്: എന്നാൽ, കൊട്ടാരത്തിൽനിന്നു ജോലിനോക്കാത്തവരുടെ ഉടമ നിർത്തലെഴുതാൻ സർവ്വാധിയോടു പറയൂ. ഈ വിവരം അവരെ ഗ്രഹിപ്പിക്കയും വേണം.

യുവരാജാവ് ഇപ്രകാരം കല്പനകൾ കൊടുക്കുന്നതിനിടയിൽ ചെമ്പകശ്ശേരിയിൽ കാർത്ത്യായനിഅമ്മയുടെ നേത്രങ്ങൾക്ക് അത്യാനന്ദത്തെ നല്കുന്നതായ ഒരു സംഗതി നടക്കുന്നുണ്ടായിരുന്നു. നമ്മുടെ കഥാനായിക ആകുന്ന പാറുക്കുട്ടി ശിശുക്കളെപ്പോലെ പരുഷങ്ങൾ പറഞ്ഞുകൊണ്ട് തന്റെ ഗൃഹത്തിലേക്കു പോകാൻ ഭാവിക്കുന്ന സുഭദ്രയെ തടുത്തിരിക്കുന്നു. ഇവരുടെ വാദപ്രതിവാദങ്ങൾ കേട്ടു മന്ദസ്മിതത്തോടും തന്റെ പുത്രിയുടെ പ്രഗല്ഭതകൾ കണ്ട് ഉള്ളിൽ തങ്ങുന്ന സന്തോഷപാരവശ്യത്തോടും പക്ഷവാദി ആകാൻ കഴികയില്ലെന്നുള്ള നാട്യത്തിൽ രണ്ടുപേരുടേയും സമീപത്ത് ആ സ്ത്രീ മിണ്ടാതെ നില്ക്കുന്നു. പാറുക്കുട്ടി ഇത്രവേഗത്തിൽ ഈ സ്ഥിതിയിൽ ആയത് ഹാക്കിമിന്റെ ദിവ്യമായുള്ള ഔഷധത്തിന്റെ ശക്തികൊണ്ടാണെന്നു വായനക്കാർക്ക് ഊഹിക്കാവുന്നതാണ്. പാറുക്കുട്ടിയുടെ രോഗത്തെക്കുറിച്ചു ദൃഷ്ടിദോഷം, ബാധപീഡ, മുജ്ജന്മത്തിൽ കൃതമായ പാപങ്ങളുടെ ഫലം എന്നിങ്ങനെ ഓരോരുത്തർ ഓരോവിധം അഭിപ്രായപ്പെട്ടത് അസംബന്ധമെന്നും പ്രായവിശേഷംകൊണ്ടു കാലക്രമത്താലും ഔഷധത്തിന്റെ സഹായത്താൽ ക്ഷണേനയും ശാന്തമാകുന്ന ഒരു രോഗമായിരുന്നു എന്നും ഹാക്കിമിനാൽ നല്കപ്പെട്ട ഭസ്മം തെളിയിച്ചു. മഹാരാജാവ് നാടുനീങ്ങിയ അന്ന് അസ്തമനമാകാറായപ്പോൾ സുഭദ്ര ചെമ്പകശ്ശേരിയിൽ എത്തി തന്റെ കൈയിലുണ്ടായിരുന്ന ഔഷധത്തെ മൂത്തപിള്ളയുടെ പക്കൽ ഏൾപ്പിച്ചു. ഹാക്കിമിന്റെ നാമത്തെ ഉച്ചരിച്ചപ്പോൾ അടുത്തുണ്ടായിരുന്ന വൈദ്യന്മാർ വൃദ്ധന്റെ കീർത്തിയെക്കുറിച്ചു കേട്ടിട്ടുണ്ടായിരുന്നതിനാൽ, അദ്ദേഹത്തിന്റെ പാണ്ഡിത്യവും ചികിത്സയിലുള്ള പടുത്വവും പാറുക്കുട്ടിയുടെ സംഗതിയിൽ പരീക്ഷിക്കേണ്ടതാണെന്ന് അഭിപ്രായപ്പെട്ടു. ഹാക്കിമിന്റെ ഭസ്മം സേവിച്ചപ്പോൾ പാറുക്കുട്ടി സുഖമായി നിദ്ര ആരംഭിച്ചു. രാത്രിയിൽ ഉണരായ്കകൊണ്ട് കാർത്ത്യായനിഅമ്മയ്ക്കു വളരെ സംഭ്രമങ്ങൾ ഉണ്ടായി എങ്കിലും, അടുത്ത ദിവസം ഉദയമാകാറായപ്പോൾ പുത്രി ഉണർന്ന് അത്യന്തം ക്ഷീണത്തോടുകൂടി തന്നെ വിളിക്കയാൽ കാർത്ത്യായനിഅമ്മയുടെ പോയിരുന്ന ജീവൻ ആ സ്ത്രീയുടെ ജഡത്തിൽ വീണ്ടും പ്രവേശിച്ചു. കാർത്ത്യായനിഅമ്മ മുതലായവരാൽ മൃദുലമായി പരിലാളിക്കപ്പെട്ടും തന്റെ സ്വകാര്യമായുള്ള ചില വ്യസനങ്ങൾനിമിത്തം സ്വഗൃഹത്തിലുള്ള വാസത്തിൽ ആസക്തി തോന്നാതെ ചെമ്പകശ്ശേരി

യിൽത്തന്നെ പാർത്തുവരുന്ന സുഭദ്രയാൽ പ്രത്യേകമായി ശുശ്രൂഷിക്കപ്പെട്ടും, പാറുക്കുട്ടി ഉത്തരോത്തരം ഉത്സാഹവർത്തിനിയും ആയി വന്നു. കുറച്ചു ദിവസത്തിനു മുമ്പിൽ സുന്ദരയ്യന് ആ ഭവനത്തിലുണ്ടായിരുന്നതിലും വലുതായ പദവി സിദ്ധിച്ചിരിക്കുന്ന സുഭദ്രയുടെ സംഭാഷണങ്ങളെ മറ്റുള്ളവർ കേൾക്കാതിരിക്കുന്നതിനായി തന്റെ മാതാവിനെപ്പോലും പാറുക്കുട്ടി സമീപത്തുനിന്നു ചിലപ്പോൾ ഓടിക്കുന്നുണ്ടെങ്കിലും തന്റെ മോഹം മൂലം ഉളവായ ദുഃഖത്തിൽനിന്നു നല്ലതായ ഒരു പാഠം കാർത്ത്യായനി അമ്മ പഠിച്ചിരുന്നതിനാൽ പുത്രിയുടെ ഹിതത്തെ അനുവർത്തിച്ചുതന്നെ പോരുന്നു. പാറുക്കുട്ടി രോഗപാർശ്വത്തിൽനിന്നു വിമുക്തയായിരിക്കുന്നുവെങ്കിലും കായബലത്തിൽ പൂർവ്വസ്ഥിതിയെ പ്രാപിച്ചിട്ടില്ല. എന്നാൽ മാനസികവിഷയത്തിൽ, പാറുക്കുട്ടിയുടെ സ്ഥിതി രോഗാരംഭത്തിന് അടുത്ത മുമ്പുള്ള സ്ഥിതിയിലും വളരെ ഭേദപ്പെട്ടു കാണുകയാൽ ഇതിലേക്കു സംഗതിവരുത്തിയ സുഭദ്രയുടെ വാഗ്വൈഭവത്തേയും മനോഗുണങ്ങളേയും കാർത്ത്യായനിഅമ്മ ഏറ്റവും അഭിനന്ദിച്ചു.

സുഭദ്ര ചെമ്പകശ്ശേരിയിൽ പാർത്തുതുടങ്ങിയ അഞ്ചാംദിവസ സന്ധ്യ ആയപ്പോൾ തന്റെ മാതുലൻ തിരുവനന്തപുരത്ത് എത്തിയിരിക്കുന്നു എന്നുള്ള വർത്തമാനം ഭൃത്യൻമുഖേന ഗ്രഹിക്കയാൽ തന്റെ ഗൃഹത്തിലേക്കു പൊയ്ക്കൊള്ളുന്നതിന് പാറുക്കുട്ടിയുടെ അനുവാദത്തെ അപേക്ഷിച്ചു: "അക്കൻ പോകരുത്, പോയാൽ എനിക്കു തീരെ സുഖമുണ്ടായിരിക്കയില്ല," എന്നു പാറുക്കുട്ടി പറകയാൽ സുഭദ്ര തന്റെ യാത്രരംഭത്തെ താങ്ങി ബലമായി വാദിച്ചു. പാറുക്കുട്ടി അപ്പോൾ പരുഷങ്ങൾ പറഞ്ഞുതുടങ്ങി: "എന്തക്കനാണ്! എന്നെ സ്നേഹം ഇല്ലാഞ്ഞിട്ടാണ് പോകാൻ തുടങ്ങുന്നത്."

സുഭദ്ര: അമ്മാവൻ കലശലുണ്ടാക്കും. അതിനാൽ പോകാതിരിക്കാൻ പാടില്ല.

പാറുക്കുട്ടി: അമ്മാവൻ എന്റെ സ്ഥിതി അറിഞ്ഞാൽ ഒന്നും മിണ്ടുകയില്ല. അക്കൻ എന്നോടു മുഷിഞ്ഞു പോകയാണ്.

സുഭദ്ര: തങ്കത്തിന്റെ അമ്മ അടുത്തുണ്ടല്ലോ. അതിലും വലുതാണോ ഞാൻ?

പാറുക്കുട്ടി: അക്കന്റെ മുഖം കണ്ടുകണ്ടിരുന്നാൽത്തന്നെ എക്കൊരു സുഖമുണ്ട്.

ഇതു പരമാർത്ഥം തന്നെ എന്ന് ഈ അദ്ധ്യായാരംഭത്തിൽ പ്രസ്താവിച്ചതുപോലെ കേവലം കാഴ്ചക്കാരിയായി അതുവരെ നിന്നിരുന്ന കാർത്ത്യായനിഅമ്മയ്ക്കു തോന്നി. എങ്കിലും ഇതിൽനിന്നു തന്റെ പുത്രിയുടെ പ്രേമത്തിന്റെ ശക്തി തനിക്കു ബോദ്ധ്യപ്പെടുകയാൽ, അതുമൂലം തന്റെ പുത്രിക്കു മേലിലും വല്ല രോഗവും പിടിപെട്ടേക്കുമോ എന്നുള്ള ശങ്കയുമായി ആ സ്ത്രീ ഒന്നു വിറച്ചു. ഈ വിചാരത്തിന്റെയും പതിന്നാലാമദ്ധ്യായത്തിൽ കാർത്ത്യായനിഅമ്മ സുഭദ്രയുടെ ഗാത്രപരിശോധന

ചെയ്തതിന്റെയും സംബന്ധം, സുഭദ്രയെക്കുറിച്ചുള്ള ഒരു സംഗതി വെളിപ്പെടുമ്പോൾ വായനക്കാർക്കു മനസ്സിലാകുന്നതാണ്. പുത്രിയുടെ മനോലോലത്വം ഓർത്തു വേഗത്തിൽ കാർത്ത്യായനിഅമ്മ ആ ഭാഗത്തു ചേർന്ന് ഇങ്ങനെ വാദിച്ചു: "സുഭദ്ര, ഇന്നു രാത്രിയായല്ലോ. നിനക്കു നാളെ പോകാം. അതാണു നല്ലത്. വേണമെങ്കിൽ അണ്ണനെക്കൊണ്ട് കുടമണ്ണമ്മാവനോടു സമാധാനം പറയിച്ചുകൊള്ളാം."

പാറുക്കുട്ടി: അന്ന് ഇതിനകത്തു സുന്ദരയ്യൻ കേറി എന്ന് അക്കൻ പറഞ്ഞല്ലോ. അതുകൊണ്ട് എനിക്ക് ഇപ്പോഴും ബഹുപേടിയായിരിക്കുന്നു. അക്കൻകൂടി ഉണ്ടായിരുന്നാൽ പേടി ഇല്ലാതെ ഇരിക്കും.

സുഭദ്ര: അത്ര പേടിയാണെങ്കിൽ, ഞാൻ താമസിക്കാം. കള്ളന്മാർക്കും യക്ഷി, ഗന്ധർവ്വൻ മുതലായ കൂട്ടത്തിനും എന്നെ ബഹുപേടിയാണ്.

പാറുക്കുട്ടി: ഇപ്പോൾ എനിക്കു സമാധാനമായി. അന്ന് ആ പട്ടർ ഇതിനകത്തു കടന്നപ്പോൾ എനിക്കു ബോധമുണ്ടായിരുന്നെങ്കിൽ-

സുഭദ്ര "തങ്കത്തിന് അന്നു ബോധമുണ്ടായിരുന്നെങ്കിൽ-" ഇത്രയും പറഞ്ഞിട്ടു ക്ഷണത്തിൽ തന്റെ വാക്കുകളെ അമർത്തി.

"ബോധമുണ്ടായിരുന്നെങ്കിൽ എന്താണ്? അക്കൻ എല്ലാം പറഞ്ഞിട്ടില്ല. എന്തോ ഒന്ന് ഒളിക്കുന്നുണ്ട്," എന്നു പാറുക്കുട്ടി പറഞ്ഞു.

സുഭദ്ര: (ചിരിച്ചുകൊണ്ട്) ബോധമുണ്ടായിരുന്നെങ്കിൽ വലിയ കലശലുണ്ടായേനേ എന്നാണു ഞാൻ പറവാൻ തുടങ്ങിയത്. തമ്പി അദ്ദേഹത്തിനെ വകതിരിവു പഠിപ്പിക്കാതെ തങ്കം വിടുമായിരുന്നോ?

പാറുക്കുട്ടി: ഛേ! അദ്ദേഹത്തിനോട് ഒരക്ഷരവും മിണ്ടുകയില്ലായിരുന്നു. ഞാൻ ഗുണദോഷിച്ചാൽ പഠിക്കുന്ന ആളല്ല അദ്ദേഹം.

കാർത്ത്യായനിഅമ്മ: സുഭദ്രേ, നിന്റെ ബുദ്ധിയോ ധൈര്യമോ വലുത്? അങ്ങത്തെ അടുത്ത് രാത്രി നീ തനിച്ചു പോയത് അമ്പോ! വലിയ ധൈര്യം!"

പാറുക്കുട്ടി: ആനന്ദത്തിനെ ചുറ്റിച്ചതാണു കേൾക്കാൻ രസം.

കാർത്ത്യായനിഅമ്മ: പതുക്കെ-വല്ലോരും കേട്ടാൽ അവിടെപ്പോയി പറയും; എന്നാൽ ചീത്തയാണ്.

സുഭദ്ര: 'അതെല്ലാം പോട്ടെ. ഇവിടെക്കൊണ്ടിട്ടിരിക്കുന്ന ഭ്രാന്തനു നല്ല പാട്ടുകൾ അറിയാം.

കാർത്ത്യായനിഅമ്മ: ഓ! കാണുന്ന വേൽക്കാരെ എല്ലാം ആണിവച്ച് സുന്ദരയ്യൻ തറച്ചിരിക്കുന്നു. അണ്ണന് ഇതിലെന്തു കാര്യമോ?

സുഭദ്ര: കുറുപ്പദ്ദേഹം ശ്രീപണ്ടാരത്തുവീട്ടിൽ കിടന്നിരുന്നു എന്നെനിക്കറിയാം. ഭ്രാന്തനെ എവിടുന്നു കിട്ടി? അവനെ മാത്രമെങ്കിലും വിടീച്ചാൽ കൊള്ളാമെന്നുണ്ട്.

കാർത്ത്യായനിഅമ്മ: ഇതാർക്കറിയാം? ഒരാളോടു ചോദിച്ചാൽ പറ

യേണ്ടയോ? കൊലപാതകം ചെയ്താൽപ്പോലും വെളിയിൽ പറഞ്ഞുപോകും. വിടുന്ന കാര്യം ആലോചിക്കേ വേണ്ട.

പാറുക്കുട്ടി: എന്തു കഷ്ടം! അമ്മോ, അന്യായമാണ്. അവരെ തുറന്ന് വിടീക്കരുതോ?

കാർത്ത്യായനിഅമ്മ: എന്തുചെയ്യാം മകളേ ഇതാ ആശാൻ വരുന്നു. ചോദിക്ക്.

വടിയുമായി ശങ്കുആശാനും വടക്കേക്കെട്ടിൽ എത്തി ആ സദസ്സിനുണ്ടായിരുന്ന ന്യൂനത തീർത്തു. "എന്തരാണു വത്വാനങ്ങളും മറ്റും? ഇന്നല്ലയോ കുളിച്ചൊള്ളു. പാട്ടിക്കു കേറിക്കെടക്കിൻ പിള്ളെ. ഇരുന്നു ചെലയ്ക്കാണ്ട്," എന്ന് ആശാൻ തന്റെ നിയമപ്രകാരം ശാസിച്ചുതുടങ്ങി. സുഭദ്ര ആശാന്റെ മുഖത്തു നോക്കി ഒന്നു ചിരിച്ചു. ആശാന്റെ മനസ്സമാധാനത്തെ ഈ ചിരി അപഹരിച്ചു എന്നുവരികിലും ധൈര്യം അവലംബിച്ചുകൊണ്ട്, "എന്തരാണ് ആലോചനകള്?" എന്നു മൂപ്പൻ ചോദിച്ചു.

സുഭദ്ര: കല്ലറയ്ക്കകത്തു കടക്കരുതോ ആശാനേ?

ആശാൻ: താക്കോലെല്ലാം വേൽക്കാരെ കൈയിലല്ലയോ? പിന്നെ എങ്ങനെ?

പാറുക്കുട്ടി: താക്കോൽ ആശാന്റെ കൈയിലല്ലയോ?

ആശാൻ: അതെല്ലാം പെയ്യു-മൂത്തപിള്ള ചോദിച്ചാൽ കൊടുക്കാതെ എന്തരു ചെയ്യുമെന്നേ? മൂത്തപിള്ളയും തമ്പുരാന്റെ നേരെ കൊണ്ടുപിടിച്ചിരിക്കണു.

പാറുക്കുട്ടി: അതെന്തൊരന്യായം!

കാർത്ത്യായനിഅമ്മ: ഒരന്യായവുമില്ല. നീയും ഇങ്ങനെ പറയുന്നോ?

സുഭദ്ര ഭ്രൂഭംഗത്താൽ പാറുക്കുട്ടി പറവാൻതുടങ്ങിയ വാക്കുകളെ തടഞ്ഞിട്ട് "ഈ ഭ്രാന്തനെ പിടിച്ചിട്ടിരിക്കുന്നവർക്കും വലിയ ഭ്രാന്താണ്" എന്നു പറഞ്ഞു. സുഭദ്ര പാറുക്കുട്ടിയോടു താൻ അറിഞ്ഞിരുന്ന സകല സംഗതികളും ഒന്നൊഴിയാതെ പറഞ്ഞിട്ടുണ്ടായിരുന്നു. പാറുക്കുട്ടിയുടെ കമിതാവു ജീവിച്ചിരിക്കുന്നുണ്ടെന്നു തീർച്ചയായി പറഞ്ഞ് ആ യുവതിയെ ആശ്വസിപ്പിച്ചു. എങ്കിലും കാശിവാസിയേയും ദ്വിഭാഷിയേയും മറ്റും സംബന്ധിച്ചുള്ള തന്റെ സംശയങ്ങൾ ഒന്നിനെയും ആകട്ടെ, കാശിവാസി ചെമ്പകശ്ശേരിയിൽ ചെന്നിരുന്ന സംഗതിയെ ആകട്ടെ, സുഭദ്ര പുറത്തു പറഞ്ഞിട്ടില്ലായിരുന്നു. എങ്കിലും സുഭദ്രയുടെ നാട്യം കണ്ടു പാറുക്കുട്ടിയും വേഗം സംഭാഷണത്തെ വേറെ വിഷയത്തെ സംബന്ധിച്ചാക്കി.

പാറുക്കുട്ടി: സംശയമില്ല. എന്തു കഷ്ടമാണിത്?

സുഭദ്ര: അവനെ വിട്ടില്ലെങ്കിലും നേരംപോക്കു കാണാൻ വഴി ആലോചിക്കാം.

ആശാൻ: അവിടെ എല്ലാം കളിവട്ടം തന്നെ.

പാറുക്കുട്ടി: എനിക്കും ഭ്രാന്തനെ കാണണമെന്നു കൊതിയുണ്ട്."

സുഭദ്ര: ആശാന്റെ കളി നാം കാണുന്നല്ലോ-

പാറുക്കുട്ടി: ഇതുതന്നെയാണ് ആശാന് അക്കനെ കണ്ടുകൂടാത്തത്.

ആശാൻ: പേറ്റം എക്കുമ്മറ്റുമല്ല. ഹും! ഇപ്പറയണവർക്കുതന്നെ.

സുഭദ്ര: ഞാൻ മനഃപൂർവ്വം ഒരിക്കലും ബുദ്ധിയെ അസ്വാധീനസ്ഥിതിയിലാക്കിയിട്ടില്ല.

ഇതിന് ഉത്തരം പറവാൻ ഇടയുണ്ടാകുന്നതിനു മുമ്പിൽ ആശാനെ ചെമ്പകശ്ശേരി മൂത്തപിള്ള ധൃതിയിൽ വിളിച്ചുതുടങ്ങുകയാൽ ആശാൻ കലശലിനു ഭാവിക്കാതെ പൂമുഖത്തേക്കുപോയി. യുവരാജാവിന്റെ കല്പനപ്രകാരം തമ്പിയുടെ വേൽക്കാർ കൊട്ടാരത്തിൽ ഹാജരാകുന്നതിനു വലിയ സർവ്വാധികാര്യക്കാരുടെ നിനവു ചൊല്ലുകയാൽ, ചെമ്പകശ്ശേരിയിൽ, കാവൽ നിർത്തീട്ടുള്ള ആളുകളേയുംകൊണ്ടു മൂത്തപിള്ളതന്നെ തമ്പിയുടെ നാലുകെട്ടിൽ ചെല്ലുന്നതിന് അദ്ദേഹത്തിന്റെ സന്ദേശം കിട്ടി. അതിൻപ്രകാരം പുറപ്പെടുന്നതിനു മുമ്പായി, ഗൃഹാദികളുടെ രക്ഷാഭാരവും പൂർവ്വസ്ഥിതിയിൽ ആയുധപ്പുരയുടെ താക്കോലുകളും ആശാനെ ഏല്പിക്കുന്നതിനായി വൃദ്ധനെ വിളിച്ചതായിരുന്നു. ആശാനെ ഭരണമേല്പിച്ചിട്ട് മൂത്തപിള്ള വേൽക്കാരോടൊരുമിച്ച് തമ്പിയുടെ ഗൃഹത്തിലേക്കു യാത്രയായി. മൂത്തപിള്ളയുടെ യാത്രാനന്തരം സുഭദ്ര പാറുക്കുട്ടിയുടെ അനുവാദത്തോടുകൂടി പുറത്തിറങ്ങി. തന്റെ ഭൃത്യനായ പപ്പു എന്നവനെ വിളിച്ചു ഗൂഢമായി ഇങ്ങനെ ചോദിച്ചു. “ഇന്നു ഫലിച്ചോ?”

പപ്പു: കൊച്ചമ്മ തന്ന മോതിരം രണ്ടും കൊടുത്തപ്പോൾ ഈ ഭ്രാന്തൻ കുറുപ്പദ്ദേഹത്തിനെ രക്ഷിക്കാൻ അവിടെ പോയിരുന്നു.

സുഭദ്ര: അതു ഞാൻ ഏകദേശം ഊഹിച്ചു. അവൻ ആരെന്നറിഞ്ഞോ?

പപ്പു: അവർക്കും അറിഞ്ഞുകൂടാ. അവൻ അവിടെ ഒരു വിദ്യ കാണിച്ചു. നല്ല കഞ്ചാവോ കറുപ്പോ എല്ലാവർക്കും കൊടുത്ത് അവരെ ഉറക്കീട്ടാണ് മിടുക്കൻ അകത്തു കേറിയത്.

സുഭദ്ര: (ആത്മഗതം) അതാ വന്നു! കാശിവാസിയുടെ വിദ്യയാണത്. ഭ്രാന്തനെ കാണുകതന്നെ വേണം. (പ്രകാശം) നിങ്ങൾ എത്ര പേരുണ്ടിവിടെ?

പപ്പു: മൂന്ന്.

സുഭദ്ര: ഒരാൾ വലിയ നാലുകെട്ടിലും ഒരാൾ വീട്ടിലും പോയി രണ്ടെടത്തും നടക്കുന്നതെല്ലാം സൂക്ഷിച്ചറിഞ്ഞു വന്നു പറയണം. ഒരാൾ ഇവിടെ നില്ക്കട്ടെ.

ഈവിധമുള്ള ആജ്ഞകൾ കൊടുത്തിട്ട് സുഭദ്ര പാറുക്കുട്ടിയുടെ സമീപത്തു പിന്നെയും എത്തി. പാറുക്കുട്ടി നിദ്രയ്ക്കാരംഭിച്ചിരിക്കുന്നു. എന്നാൽ ബുദ്ധിഹീനനായ ഒരുവനെ തന്റെ ഗൃഹത്തിൽ അസ്വാതന്ത്ര്യസ്ഥിതിയിൽ ഇട്ടിരിക്കുന്നതിനെ ഓർത്ത് ആ യുവതിയുടെ ആർദ്രമായുള്ള ചിത്തം ഇളകിക്കൊണ്ടിരിക്കുന്നതിനാൽ തന്റെ രോഗം ആവർത്തിച്ചേക്കുമെന്നുള്ള ഭയംനിമിത്തം ഉള്ളിലുള്ള ചിന്തകളെ അടക്കുന്നതിനു പല

ശ്രമങ്ങളും ചെയ്തു. ഇപ്രകാരമുള്ള ശ്രമങ്ങളോടുകൂടി ഭ്രാന്തനെക്കുറിച്ചുള്ള അനുകമ്പ വർദ്ധിച്ചു. ചിന്തകൾ മുഴുക്കയാൽ, തന്റെ ഓരോ രോഗശമനത്തിന് അന്നും സേവിച്ചതായ ഹാക്കിമിന്റെ ഔഷധം എങ്ങനെ ഉപകരിച്ചുവോ അതിന്മണ്ണം തന്റെ ഓരോ വ്യസനങ്ങളെ ശമിപ്പിക്കുന്നതിന് ഉപയുക്തമെന്ന് അനുഭവസിദ്ധമായിട്ടുള്ള ഒരു വിദ്യയെ പാറുക്കുട്ടി പ്രയോഗിച്ചു. തന്റെ പ്രിയതമന്റെ രൂപത്തെ ധ്യാനിച്ച് മനോനേത്രത്തിനു പ്രത്യക്ഷമാക്കിക്കൊണ്ട്, ഇച്ഛാനുസാരമുള്ള സുഖാനുഭാവങ്ങളോടുകൂടി മനോരാജ്യക്രീഡ തുടങ്ങി. മറ്റുള്ള ഓരോ അവസരങ്ങളിൽ പ്രയോജനപ്പെട്ട ഈ സൂത്രം അന്നു ഫലപ്പെട്ടില്ല. ഭ്രാന്തന്റെ സ്ഥിതി തന്റെ മനസ്സിനെ ആകർഷിക്കുന്നതു കർമ്മബന്ധത്താൽ തന്റെ രോഗാവർത്തനത്തിനായിരിക്കാമെന്നുള്ള ഭയം ഉദിക്കയാൽ ആ സാധുശീലയായ യുവതി സുഭദ്രയെ അരികത്തു വിളിച്ചു തന്റെ സ്ഥിതിയെ ധരിപ്പിച്ചു. അടുത്തുണ്ടായിരുന്ന കാർത്ത്യായനിഅമ്മ, പുത്രിയുടെ സ്ഥിതി കേട്ടു പരിഭ്രമിച്ചു. സുഭദ്രയ്ക്കു പാറുക്കുട്ടിയെ ആശ്വസിപ്പിപ്പാൻ ആകട്ടെ, തന്റെ ഉദ്ദേശ്യത്തെ ഫലിപ്പിക്കാനാകട്ടെ, അവസരം കിട്ടിയില്ല. എന്തുകൊണ്ടെന്നാൽ, സുഭദ്രയുടെ ദൂതനായ പപ്പു കെട്ടിനകത്തു ചെന്നു സുഭദ്രയോടു സ്വകാര്യമായി എന്തോ പറഞ്ഞു. 'ഇതാ തിരിച്ചുവന്നു' എന്നു പറഞ്ഞുകൊണ്ട് ആ സ്ത്രീ പുറത്തിറങ്ങി. 'സുഭദ്ര ഇപ്പോൾ വരും' എന്നുള്ള സമാധാനത്തോടുകൂടി പുത്രിയെ ബാധിച്ചിരിക്കുന്ന വിചാരത്തെ ആശ്വസിപ്പിക്കാനായി കാർത്ത്യായനിഅമ്മ ഇങ്ങനെ ആരംഭിച്ചു: “മകളേ, നീ അടങ്ങിക്കിടന്നുറങ്ങ്. നിനക്കു ലേശം ദേഹശക്തിക്ക് ഇല്ലല്ലോ, ആവശ്യമില്ലാത്ത സംഗതികളെക്കുറിച്ചു നീ എന്തിന് ആലോചിക്കുന്നു?”

പാറുക്കുട്ടി: ഇതെന്ത് അക്രമമാണമ്മ? സാധുക്കളെപ്പിടിച്ച് ഈ കല്ലറയിൽ അടയ്ക്കാൻ അമ്മാവൻ എങ്ങനെ അനുവദിച്ചു?

കാർത്ത്യായനിഅമ്മ: സ്ത്രീകളായ നമുക്കു ചോദിക്കാൻ അവകാശം ഉണ്ടോ?

പാറുക്കുട്ടി: നമ്മുടേയും അച്ഛന്റേയും കുടുംബക്കാർ വളരെ ഹിംസകൾ ചെയ്തിട്ടുണ്ടെന്നും അതിനാലാണ് അപസ്മാരം മുതലായ ഉപദ്രവങ്ങൾ ചിലർക്കു വന്നിട്ടുള്ളതെന്നും ഓരോ വിദ്വാന്മാർ പറഞ്ഞ് അമ്മ തന്നെ കേട്ടിട്ടുണ്ടല്ലോ. ഇതും അങ്ങനെയുള്ള ഒരു കൃത്യമല്ലയോ? അതുകൊണ്ട് തുറന്നുവിടുകതന്നെ വേണം. ചെമ്പകം അക്കന്റെ ആഗ്രഹവും അങ്ങനെ ആണെന്ന് എനിക്കു മനസ്സിലായി.

കാർത്ത്യായനിഅമ്മ: തിരുമുഖത്തദ്ദേഹത്തിന്റെ അനുവാദം കൂടാതെ ഇവരെ വിട്ടുകൂടെന്നു പറഞ്ഞിട്ടാണ് മാർത്താണ്ഡപ്പിള്ള കിഴക്കോട്ടു പോയത്. അദ്ദേഹം ഇന്നോ നാളെയോ വരും.

പാറുക്കുട്ടി: ഞാൻ വിട്ടയച്ചാൽ ആ അമ്മാവൻ ശണ്ഠ ഉണ്ടാക്കുകയില്ല. അമ്മാവനെ അമ്മ സമാധാനപ്പെടുത്തിക്കൊള്ളുമോ?

കാർത്ത്യായനിഅമ്മ: നീ വിട്ടയച്ചാൽ അമ്മാവനും ഒന്നും പറകയി

ല്ല. തമ്പി അങ്ങുന്നു, രാമനാമഠം ഇവർക്കും ഈ സംഗതിയിൽ ചോദ്യം ചെയ്വാനവകാശമുണ്ട്.

പാറുക്കുട്ടി: അവരെ നമുക്കു പേടിക്കേണ്ടല്ലോ. നമ്മോട് അവർ കാര്യം ചോദിക്കാൻ വരുമോ?

കാർത്ത്യായനിഅമ്മ: നിന്റെ അമ്മാവനു ദുഷ്കീർത്തിയുണ്ടാകും.

പാറുക്കുട്ടി: ഈ കൂട്ടത്തോടു ചേരുന്നതുകൊണ്ടു മാത്രമേ ദുഷ്പേരിനു വഴിയുള്ളു.

കാർത്ത്യായനിഅമ്മ: നിനക്കാണല്ലോ ഒന്നാമതായി തമ്പുരാന്റെ കക്ഷിയോടു ദേഷ്യം തോന്നേണ്ടത്?

പാറുക്കുട്ടി: എനിക്കിതുവരെ തോന്നീട്ടില്ല; ഇനി തോന്നുകയുമില്ല. അമ്മാ, വേലുക്കുറുപ്പും സുന്ദരയ്യനും മറ്റുംകൂടി എന്തോ കൃത്രിമം ചെയ്തിട്ടുണ്ട്. ഇങ്ങനെയാണു സത്യം. തമ്പുരാൻ അറിഞ്ഞതേ അല്ല. എല്ലാം ചെമ്പകം അക്കൻ പറഞ്ഞു.

കാർത്ത്യായനിഅമ്മ: നിങ്ങൾക്ക് തിരുമുഖത്തദ്ദേഹത്തിനെക്കാളും ബുദ്ധിയുണ്ടോ?

പാറുക്കുട്ടി: ചെമ്പകം അക്കന് ഉണ്ടെന്നാണ് എനിക്കു തോന്നുന്നത്.

കാർത്ത്യായനിഅമ്മ: (തനിക്ക് അറിവുണ്ടായിരുന്ന സംഗതിയെ ഓർത്തു ചിരിച്ചുകൊണ്ട്) കമ്പമേ! നീ എന്തറിഞ്ഞു പറയുന്നു? അതു പോട്ടേ-നീ ഇങ്ങനെ ധൈര്യത്തോടുകൂടി പറയുന്നത് എനിക്ക് എത്ര സന്തോഷകരമായിരിക്കുന്നു എന്നറിയാമോ? വൈദ്യന്റെ മരുന്നോ സുഭദ്രയുടെ വാക്കോ ഇതിനു കാരണം?

പാറുക്കുട്ടി: ചെമ്പകം അക്കന്റെ വാക്കുതന്നെയാണ്. അദ്ദേഹം മരിച്ചിട്ടില്ലെന്നു ചെമ്പകം അക്കൻ തീർച്ചയായി പറഞ്ഞു. ഇനി എങ്ങനെയുമാകട്ടെ ജീവനോടിരിക്കുന്നെങ്കിൽ എന്നെ ഉപേക്ഷിക്കയില്ല. പക്ഷേ, ഉപേക്ഷിച്ചാലും ഞാൻ സഹിച്ചുകൊള്ളാം.

കാർത്ത്യായനിഅമ്മ: അവർ എങ്ങനെ അറിഞ്ഞു? ചെമ്പകം ഓരോന്നിങ്ങനെ മോഹിച്ചിരിക്കാതെ.

പാറുക്കുട്ടി: അമ്മ എപ്പോഴും ഇങ്ങനെ പറയുന്നോ? ആ അക്കൻ എന്തെല്ലാം വെളിപ്പെടുത്തി? മരുന്നും വാങ്ങിക്കൊണ്ടുവന്നല്ലോ?

കാർത്ത്യായനിഅമ്മ: അവൾ കുറഞ്ഞവളല്ല. മനസ്സും വളരെ നല്ലതാണ്. എന്നാൽ നീ ഇപ്പോൾ കിടന്നുറങ്ങുകതന്നെ വേണം. കുളി ദിവസം ആയാസപ്പെടരുത്.

പാറുക്കുട്ടി: ഞാൻ ഉറങ്ങണമെങ്കിൽ കല്ലറയിൽ കിടക്കുന്നവരെ, പ്രത്യേകം ഭ്രാന്തനെ പുറത്താക്കണം.

പാറുക്കുട്ടിയുടെ സ്ഥൈര്യത്തെക്കുറിച്ചു നല്ല പരിചയമുണ്ടായിരുന്ന കാർത്ത്യായനിഅമ്മ ഈ സിദ്ധാന്തവാക്കു കേട്ടു വിഷണ്ണയായി. താൻ അനുഭവിച്ചു വിസ്മൃതിയിലായിട്ടില്ലാത്ത വ്യസനത്തേയും പുത്രിയുടെ അപേക്ഷയെ സാധിപ്പിച്ചാലുളവാകുന്ന ദോഷങ്ങളേയും കുറിച്ചു പര്യാ

ലോചന ചെയ്തതിൽ യാതൊരു തർക്കവും പുറപ്പെടുവിക്കുന്നതിന് തന്റെ ആത്മജയെക്കുറിച്ചുള്ള അതിവാത്സല്യം അനുവദിച്ചില്ല. താൻ തന്നെ ഒരു കൈവിളക്കെടുത്തു പുത്രിക്കു വഴികാട്ടിക്കൊടുത്തു. രണ്ടുപേരുമായി ആയുധപ്പുരയിൽ ആശാന്റെ അടുത്തെത്തി. സുഭദ്രയുടെ വാക്കുകൾ ഓർത്തു കോപത്തോടുകൂടി ഇരുന്നിരുന്ന ആ വൃദ്ധൻ പാർവ്വതിഅമ്മയുടെ സാവധാനഗതിയോടുകൂടി ആ സ്ഥലത്തേക്കുള്ള പ്രവേശനത്തെ ക്കണ്ട്, കോപമെല്ലാം മറന്നു എന്നു മാത്രമല്ല, അത്ര ക്ഷണത്തിൽ അങ്ങനെ കാണുന്നതിനു സംഗതി വരുത്തിയ സുഭദ്രയെ അനുഗ്രഹിക്കയും ശ്ലാഘിക്കയും ഈശ്വരനെ വചനരൂപേണ സ്തുതിക്കയും ചെയ്തിട്ട് ഗദ്ഗദത്തോടുകൂടി "കുഞ്ഞിന് എന്തു വേണം? ഇട്ഠത്തി പറഞ്ഞതിനെ ഞാൻ മറന്നല്ലോ പോയുറങ്ങിൻ!" എന്നു പാറുക്കുട്ടിയുടെ ആഗമനോദ്ദേശത്തെ അബദ്ധമായി ഗ്രഹിച്ചുകൊണ്ടു പറഞ്ഞു.

പാറുക്കുട്ടി: ആശാനു സ്നേഹം വിട്ടുള്ള ദേഷ്യം ഒരുത്തരോടും ഇല്ലെന്ന് എനിക്കറിയാം. ഞാൻ വന്നതു വേറെ ഒരു കാര്യത്തിനാണ്.

ആശാൻ: എന്തെന്നു പറയാത്ത താമതം, തീക്കുഴിയിൽ വേണമെങ്കിൽ കെഴവൻ ചാടുമല്ലോ.

കാർത്ത്യായനിഅമ്മ: ആയുധപ്പുര ഒന്നു തുറന്നു കല്ലറയിൽ കിടക്കുന്നവരെ പുറത്തു വരുത്തണം. അതാണു തങ്കത്തിന്റെ ആഗ്രഹം.

ആശാൻ: (വിഷമിച്ച്) "കുഞ്ഞേ, ആണുങ്ങക്കു ചേരണതാണോ അത്? പെറ്റ അന്നേ തിന്നണ ചോറിനെ വഞ്ചിക്കാമോ?" എന്നു ചോദിച്ചു.

പാറുക്കുട്ടി: ഞങ്ങൾ അന്യവീട്ടുകാറാണോ ആശാൻ?

ആശാൻ: ഇതെന്തൊരു വീൺചണ്ടയാണ്? ഈ വീട്ടുകാരല്ലെന്നു വല്ലോരും പറഞ്ഞോ? മൂത്തപിള്ള അല്ലയോ കാരണോര്?

പാറുക്കുട്ടി: അതെന്തിന്? അമ്മാവൻ ചോദിക്കുമ്പോൾ ഉത്തരം അനന്തരവൾ ഞാൻ പറഞ്ഞുകൊള്ളാം.

ആശാൻ: എന്റെ കൈയിൽ തന്ന താക്കോലിനെ എന്റെ ചീവൻ പോണം വയ്ക്കണെമെങ്കില് കുഞ്ഞു പോയി ഉറങ്ങിൻ.

പാറുക്കുട്ടി: വെറുതെ സാധുക്കളെ ഉപദ്രവിക്കുന്നതിൽ ആശാനും ചേരുന്നോ?

ആശാൻ: കാരിയവും കാരിയക്കേടും മൂത്തപിള്ളയ്ക്കേ അറിയാവൂ. ചൊല്ലിയതിനെ ഞാൻ കേക്കും.

പാറുക്കുട്ടി: ആശാൻ താക്കോൽ ഇങ്ങു തരണം.

കാർത്ത്യായനിഅമ്മ: സിദ്ധാന്തിക്കാതെ മകളേ. നാളെ ആകട്ടെ. നേരം പത്തുനാഴിക ഇരുട്ടി.

പാറുക്കുട്ടി: ഞാൻ ഇന്ന് ഉറങ്ങണമെങ്കിൽ താക്കോൽ തരുവിക്കണം.

കാർത്ത്യായനിഅമ്മ: താക്കോൽ എവിടെ? ഞങ്ങൾ തുറന്നു കൊള്ളാം ആശാൻ തുറന്നുതരണ്ട.

ആശാൻ: ഇതെന്തൊരു കളിയെന്നേ! കാലം കൊള്ളാം. ആയുധപ്പെരക്കാര് അവിചാതക്കേടു തുടങ്ങിയാൽ രാച്യം കാണുമോ?

പാറുക്കുട്ടി: അമ്മാ, അപ്പുറത്തുനിന്ന് ആരെയെങ്കിലും ഇങ്ങോട്ടൊന്നു വിളിക്കണം.

ആശാൻ: (തൊണ്ട വിറച്ചുംകൊണ്ട്) അഹമാനിക്കാതിൻ. താക്കോല് അതാ കിടക്കുണു. എടുത്തുകൊള്ളിൻ. നിങ്ങളെ പാട്. ആയുതപ്പുര ഞാൻ തൊട്ടതേ അല്ല.

ഇങ്ങനെയുള്ള വാക്കുകളോടുകൂടി ആശാൻ പുറത്തിറങ്ങി. കാർത്ത്യായനിഅമ്മ ആശാന്റെ വ്യസനം കണ്ടു സഹതപിച്ചും, പുത്രിയുടെ ശ്രമം ന്യായവിരുദ്ധമാണെന്നുള്ള ബോദ്ധ്യത്താൽ സംശയത്തോടും ബുദ്ധിക്കു ചിത്തഭ്രമാരംഭമോ എന്നു ചിലപ്പോൾ ശങ്കിച്ചും, നളന്റെ ഉള്ളിൽപ്പെട്ട കലിയുടെ സ്ഥിതിയിലായി. പാറുക്കുട്ടി സംശയംകൂടാതെ മാതാവിന്റെ കൈയിൽനിന്നു ദീപം വാങ്ങിക്കൊണ്ട് ആയുധപ്പുരയുടെ ഉള്ളിലുള്ള വാതിലും തുറന്ന് ചെമ്പകശ്ശേരിയിലെ 'വെള്ളമില്ലാത്ത നീരാഴി' എന്നു രാമനാമഠത്തിനാൽ അഭിധാനം അരുളപ്പെട്ട കല്ലറയിൽ പ്രവേശിച്ചു. കാർത്ത്യായനിഅമ്മ പുത്രിയെ പിന്തുടർന്നു.

കഴക്കൂട്ടത്തുപിള്ളയുടെ വക ശ്രീപണ്ടാരത്തുവീട്ടിൽനിന്നു ചെമ്പകശ്ശേരിയിലേക്കു മാറ്റപ്പെട്ട രണ്ടുപേരെയും മൂത്തപിള്ളയുടെ അനുമതിയോടുകൂടി അവിടത്തെ കല്ലറയ്ക്കുള്ളിൽ ആക്കി വാതിലുകളെ ദൃഢമായി ബന്ധിക്കയും ആശാന്റെ പക്കൽനിന്നു താക്കോലുകൾ വാങ്ങി വേൽക്കാരുടെ പക്കൽ ഏൾപ്പിക്കയും ചെയ്തതിന്റെശേഷമേ സുന്ദരയ്യൻ ആ സ്ഥലത്തുനിന്നു പോയുള്ളു. ഓരോ ദിക്കുകളിലുള്ള വാതിലുകൾ പൂട്ടുന്ന ശബ്ദം കേട്ട ഭ്രാന്തൻ കുറച്ചൊന്നു സംഭ്രമിച്ചു. എല്ലാം നിശ്ശബ്ദമായപ്പോൾ ഒരു കോണിലേക്കു പോയി ചുറ്റുമുള്ള ചുവർ ചാരി ഇരിപ്പായി. തന്റെ ശിരോലിഖിതത്തെ ഓർത്തു ചിരിച്ചുകൊണ്ടു കുറുപ്പ് ഭ്രാന്തനോടായിട്ട് ഇങ്ങനെ പറഞ്ഞു: "എന്തരാണു വിചാരം? ഇവിടെ കിടന്നു നട്ടം തിരിയുമല്ലോ പിള്ളേ!" ഭ്രാന്തനിൽനിന്നു മറുപടി ഒന്നും പുറപ്പെടാഴികയാലും, കഴക്കൂട്ടത്തുപിള്ളയുടെ ഗൃഹത്തിൽവച്ചു ഭ്രാന്തൻ നൂതനമായ ചില പാരവശ്യങ്ങൾ കാണിച്ചതിനെ ഓർത്തതിനാലും കുറുപ്പ് കരുണയോടുകൂടി പിന്നെയും ഇങ്ങനെ പറഞ്ഞു: "ഛേ! ഇതിനെ ഒക്കെ പോവാൻ പറയാനേ. തല്ക്കാലം വരുമെന്ന് ഉറച്ചിരിപ്പിൻ." ഭ്രാന്തനിൽനിന്ന് പിന്നെയും മറുപടി ഒന്നും പുറപ്പെടാത്തതിനാൽ ഇരുട്ടിൽ തിരഞ്ഞു ഭ്രാന്തന്റെ മുഖത്തെ കുറുപ്പു സ്പർശിച്ചു. കണ്ണുനീർ പ്രവഹിക്കയാൽ മുഖം നനഞ്ഞിരുന്നു എങ്കിലും ഭ്രാന്തൻ വിങ്ങുകയാകട്ടെ ഒന്നും തന്നെ ചെയ്യുന്നില്ല. ഭ്രാന്തനെ എന്തോ ദുസ്സഹമായ മനഃസ്താപം ബാധിച്ചിരിക്കുന്നതായി ഊഹിച്ചിട്ട് മഹാമനസ്കനായ കുറുപ്പ് "നീലകണ്ഠസ്വാമിയാണെ, ഒരു കുറവും വരാതെ സൂക്ഷിപ്പാൻ ഞാനുണ്ട്" എന്നും മറ്റും അർത്ഥമായി കുറച്ചു പ്രസംഗിച്ചു. ഈ സ്നേഹപൂർവ്വമായുള്ള വാക്കുകൾ കേട്ടിട്ടും ഭ്രാന്തൻ മിണ്ടാത്തതുകൊണ്ട്, "ഉള്ളതെല്ലാം ചൊല്ലി

യാൽ ഇക്കുറുപ്പ് ഉശിരുവിട്ടും പിള്ളയ്ക്കു വേണ്ടതു ചെയ്തുതരുമല്ലോ. ചുമ്മാ ചൊല്ലണം-എന്താണെന്നു ചൊല്ലണം." എന്നു നിർബന്ധിച്ചു ഭ്രാന്തൻ കുറുപ്പിന്റെ മാറത്തു വീണു എന്നുമാത്രമല്ല, അദ്ദേഹം ഭ്രാന്തനെ അനുഗ്രഹങ്ങൾകൊണ്ടും മറ്റും മൂടുമാറ് അദ്ദേഹത്തിന്റെ മനസ്സിനു കൗതുകത്തെ ഉണ്ടാക്കിയതായ കഥയെ ചുരുക്കമായി പറഞ്ഞുകേൾപ്പിക്കയും ചെയ്തു. കുറുപ്പിനും ഭ്രാന്തനും അന്നു രണ്ടുനേരം ഭക്ഷണം കിട്ടി. അത്താഴത്തെ ഭക്ഷണം കൊണ്ടുചെന്നവനോടു ചെമ്പകശ്ശേരിഗൃഹത്തിലെയും മറ്റും വർത്തമാനങ്ങളെക്കുറിച്ചു കുറുപ്പു ചോദ്യംചെയ്കയും അവിടത്തെ പെൺകുട്ടിയെ മണക്കാട്ടു താമസിക്കുന്ന പഠാണികളെക്കൊണ്ടു ചികിത്സിപ്പിക്കേണ്ടതാണെന്ന് ഉപദേശിക്കയും ചെയ്തു. ഭക്ഷണം കൊണ്ടുചെന്നിരുന്ന വേൽക്കാരൻ കുറുപ്പിന്റെ വാക്കുകൾക്ക് ഉത്തരം പറയാഴികയാൽ കുറുപ്പ് ഇളിഭ്യനായി അടുത്ത ദിവസം ഭ്രാന്തന്റെ മുമ്പിലായി താൻ ഊണിനിരുന്നപ്പോൾ കുറുപ്പ് മുമ്പിലത്തെപ്പോലെ അന്വേഷണം തുടങ്ങി. എന്നാൽ വേൽക്കാരൻ പൂർവ്വരാത്രിയിലെ സമ്പ്രദായത്തെ ആചരിച്ചതല്ലാതെ കുറുപ്പിന്റെ ചോദ്യങ്ങൾക്കു ചെവികൊടുത്തില്ല. കുറുപ്പ് ഊണുകഴിഞ്ഞ ഉടനെ തലേദിവസവും അന്നും തനിക്കു സംഭവിച്ച ജാള്യത്തെ ഓർത്തുണ്ടായ കോപത്തോടുകൂടി വേൽക്കാരന്റെ കണ്ഠത്തിനു പിടികൂടി. അവനെ കേവലം ശുഷ്കമായ തൃണംപോലെ ഉയർത്തിക്കൊണ്ട് "പറയണോ, മണ്ണുതിന്നണോ?" എന്നു ഗർജ്ജനം ചെയ്തു. മേൽപ്രകാരമുള്ള ദണ്ഡനത്താലും പിന്നീടു ചില ദാനങ്ങളാലും വേൽക്കാരനെ പാട്ടിലാക്കി അവനിൽനിന്നു വേണ്ട സംഗതികൾ ഗ്രഹിച്ചുകൊണ്ടു രണ്ടുപേരും തിരുമുഖത്തുപിള്ളയുടെ ആഗമനത്തെ ദീക്ഷിച്ച് അവിടെ പാർത്തു. തിരുമുഖത്തുപിള്ള വന്നാൽ, തന്നെയും തന്റെ ആശ്രിതനായ ഭ്രാന്തനേയും നിഗ്രഹിക്കുന്നതിന് അനുവദിക്കുന്നതല്ലെന്നും കുറുപ്പിന് ധൈര്യമുണ്ടായിരുന്നതിനാൽ സാഹസമായുള്ള ശ്രമങ്ങളെക്കുറിച്ച് ആലോചന ചെയ്തില്ല.

ബന്ധനത്തിലായ അഞ്ചാമത്തെ ദിവസം നിയമപ്രകാരമുള്ള രണ്ടാമത്തെ ഭക്ഷണത്തെയും വേൽക്കാരനെയും കാണാത്തതുകൊണ്ട്, ആ ഭവനത്തിലോ മറ്റോ വല്ലതും വിശേഷമുണ്ടെന്നു രണ്ടുപേരും സംശയിച്ചു. തങ്ങളുടെ ജീവനെക്കുറിച്ചു രണ്ടുപേർക്കും ഭയമില്ലായിരുന്നു. എങ്കിലും പുറത്തുള്ള വിശേഷം ഗ്രഹിക്കാൻ നിവൃത്തി ഇല്ലായ്കയാൽ അവർക്കുണ്ടായ സംഭ്രമം അവരുടെ ആത്മസംയമനശക്തിക്കു ജേതവ്യമായിരുന്നില്ല. രണ്ടുപേരുമായി ഓരോ ഊഹങ്ങളെ പുറപ്പെടുവിക്കയും അതുകൾ ആസ്പദമാക്കി വാദങ്ങൾ ചെയ്കയും ചെയ്യുന്നതിനിടയിൽ പടിഞ്ഞാറുള്ള വാതിൽ കുറ്റികളിന്മേൽ തിരിയുന്ന ശബ്ദം കേൾക്കാറായി. ആ ദിക്കിലോട്ടു നോക്കിയതിൽ മങ്ങി എരിയുന്ന ഒരു ദീപത്തിന്റെ സഹായത്താൽ ദൃഷ്ടിഗോചരമായത് ശുഭവസ്ത്രങ്ങളും ചില രത്നങ്ങളുടെ പ്രകാശവും കേശസമൃദ്ധിയുടെ അഴകും സൗമ്യമായുള്ള ഒരു മുഖവും വേല്ക്കാരന്റെ ക്രൗര്യശൗര്യങ്ങൾ ഇടകലർന്നുള്ള നട പകർന്നു സംശ

യലജ്ജാദിസംയുതമായുള്ള സാവധാനഗതിയും ആയിരുന്നു. മാങ്കോയിക്കൽക്കുറുപ്പ് തന്റെ മുമ്പിൽ കാണപ്പെട്ട സ്വരൂപത്തിന്റെ സൗന്ദര്യസമുൽക്കർഷത്തെ കണ്ട് വല്ല യക്ഷിയുടെ മായാവൈഭവമോ, ആ കാരാഗൃഹത്തിൽത്തന്നെ കിടന്നു മൃത്യുവശഗതയായ ഒരു സ്ത്രീ ദുർദ്ദേവതയായി ചമഞ്ഞുകാട്ടുന്ന ചേഷ്ടയോ, തങ്ങളുടെ കഷ്ടതയിൽ കരുണതോന്നി അന്വേഷിച്ചു പുറപ്പെട്ടിട്ടുള്ള വല്ല മനുജാംഗനാരത്നം തന്നെയോ എന്നീ വിചാരങ്ങളിൽ നിമഗ്നനായും സംഭ്രമചിത്തനായും നിലത്തു തറയ്ക്കപ്പെട്ട ഒരു ശിലാരൂപംപോലെ അസ്തമിതസർവ്വേന്ദ്രിയവ്യാപാരനായും അല്പനേരം അവിടെ നിന്നു. പിന്നിൽ വേറൊരു സ്ത്രീരൂപവും കാണപ്പെട്ടപ്പോൾ തന്റെ സ്വാഭാവികമായുള്ള മനഃസ്ഥിരത കൈക്കൊണ്ടു യാതൊരു വിഷയത്തിലും വൈദഗ്ദ്ധ്യം കുറഞ്ഞു കണ്ടിട്ടില്ലാത്ത ഭ്രാന്തന്റെ മുഖത്ത് അദ്ദേഹം ഒരു മന്ദഹാസത്തോടുകൂടി നോക്കി. പടക്കളത്തിൽ ക്ഷീണിക്കാത്ത ലോഹകായനായ ഭ്രാന്തന്റെ ശ്വാസവേഗം കുറുപ്പിനു വ്യക്തമായി കേൾക്കാമായിരുന്നു. മാങ്കോയിക്കൽ ഗൃഹത്തിൽവച്ച് ജ്വലിക്കുന്ന അഗ്നിയുടെ മദ്ധ്യത്തിൽ ചാടാൻ വേണ്ട ധൈര്യത്തേയും ക്ഷണനിശ്ചയത്തേയും നല്കിയ മനസ്സാന്നിദ്ധ്യം ഭ്രാന്തനെ ഉപേക്ഷിച്ചിരിക്കുന്നു. തന്റെ അജ്ഞാതവാസത്തെ ത്യജിക്കാൻ വേണ്ട അനുമതി ലബ്ധമാകുന്നതിനു മുമ്പിൽ ഈ ആളുകളോട് തന്റെ പരമാർത്ഥത്തെ വെളിപ്പെടുത്തുന്നത് സത്യലംഘനമാകുമെന്നുള്ളതിനാൽ ബീഭത്സനാകയോ മൗനം അവലംബിക്കയോ വേണ്ടതെന്നുള്ള വിചാരങ്ങൾകൊണ്ടു ഭ്രാന്തൻ അസ്തവിവേകനാകുന്നു. എന്നാൽ, ആ മുഹൂർത്തത്തോളം താൻ അനുഭവിച്ചിട്ടില്ലാത്ത ഒരാനന്ദം തന്റെ ഹൃദയത്തിൽ ഉദിക്കയാൽ, താൻ അനുഗൃഹീതനായെന്നുള്ള വിചാരത്തോടുകൂടി മുന്നിൽ കാണപ്പെട്ട വിഗ്രഹത്തെ ഇച്ഛയ്ക്കൊത്തവണ്ണം വീക്ഷണം ചെയ്യുന്നതിനായി തന്റെ നേത്രങ്ങൾക്ക് അനുമതി അരുളീട്ട് ദീർഘമായി ഒന്നു നിശ്വസിച്ചു. കാർത്ത്യായനിഅമ്മയും പുത്രിയും കല്ലറയിൽ ഇറങ്ങാതെ സോപാനദേശത്തുതന്നെ നിലയായതു കണ്ടിട്ട് കുറുപ്പ് തന്റെ ഭവനത്തിലുണ്ടായ പോരിനിടയിൽ ഭ്രാന്തനോട് ഉപയോഗിച്ച ഭാഷയിൽ ചിലതു മന്ത്രിക്കയും ആ ഭാഷയിൽത്തന്നെ ഭ്രാന്തൻ മറുപടി പറകയും ചെയ്തു. അനന്തരം കുറുപ്പ് ആ ഗുഹാദ്വാരമാകുന്ന ഗൃഹത്തിന്റെ നായകസ്ഥാനത്തിൽ ഇപ്രകാരം പറഞ്ഞു: "ഈ കുറ്റാക്കുറ്റിരുട്ടറയ്ക്കകത്തു ഞങ്ങളെ തിരക്കി വന്നവരാരോ?" ഇതിന് ഉത്തരമായി കാർത്ത്യായനി അമ്മ, "ഞങ്ങൾ ഈ വീട്ടുകാർതന്നെ-അവിടുത്തേയും കൂടിയുള്ള ആളിനേയും ഇവിടുന്നു വിട്ടയയ്ക്കണമെന്ന് ഇവൾ സിദ്ധാന്തിക്കുന്നു" എന്നു പറഞ്ഞു.

കുറുപ്പ്: കുഞ്ഞിന്റെ എരക്കം കണ്ട് എന്റെ മനം അലിയണു. എന്നാല് മൂത്തപിള്ള അറിയാതെ പോണതു സത്യത്തിനു വിരോധമല്ലയോ?

കാർത്ത്യായനിഅമ്മ: അണ്ണൻ അറിഞ്ഞിട്ടില്ല. ഇവൾ ഞാൻ പറഞ്ഞതിൽ സമ്മതിക്കുന്നുമില്ല.

പാറുക്കുട്ടി: അമ്മ നല്ല സഹായി ആണ്! തമ്പിഅദ്ദേഹത്തിന്റെ സ്വഭാവത്തെക്കുറിച്ച് അമ്മാവനു നല്ല നിശ്ചയമില്ലാത്തതുകൊണ്ടാണ് നിങ്ങളെ ഇവിടെ ആക്കാൻ അനുവദിച്ചത്.

കുറുപ്പ്: അങ്ങനെ ഇരുന്നാലും മൂത്തപിള്ള അറിയാതെ പോണതു തപ്പാണല്ലോ.

പാറുക്കുട്ടി: ഇപ്പോൾ അമ്മാവൻ ഇവിടെ ഇല്ല. അമ്മാവനെ പറഞ്ഞു സമാധാനപ്പെടുത്തിക്കൊള്ളാം. ഇപ്പോൾ പോയില്ലെങ്കിൽ മേലിൽ ഇതിലും വലിയ ആപത്തിന് ഇടയുണ്ടായേക്കാം. തമ്പിഅദ്ദേഹത്തിന്റെ ശീലത്തെക്കുറിച്ചു തീരെ അറിവില്ലാത്തപോലെ സംസാരിക്കുന്നതെന്താണ്? ഇതാ, ആയുധപ്പുര തുറന്നുകിടക്കുന്നു. മറ്റേ ആൾ എവിടെ?

കുറുപ്പ് ഭ്രാന്തനെ വിളിക്കയാൽ അയാൾ അടുത്തു ചെന്നു. ഭ്രാന്തന്റെ നാലുപാടും പറന്നുകിടക്കുന്ന കേശത്തേയും, മിക്കവാറും കൊഴിഞ്ഞ് അവിടവിടെമാത്രം നീണ്ടുനില്ക്കുന്ന കൃത്രിമമീശയേയും മലിനവസ്ത്രത്തേയും കറുപ്പണിഞ്ഞിരുന്നത് അവിടവിടെ മാഞ്ഞുപൊയ്പ്പോകയാൽ ഒന്നിലധികം വർണ്ണങ്ങളോടുകൂടിയതായിരിക്കുന്ന ഗാത്രത്തേയും കണ്ട് ആശ്ചര്യത്തോടുകൂടി പാറുക്കുട്ടി അവന്റെ മുഖത്തു സൂക്ഷിച്ചു നോക്കി. രണ്ടുപേരുടേയും കണ്ണുകൾതമ്മിൽ ഇടഞ്ഞു. അപ്പോൾ ഉണ്ടായ മുഖവൈവർണ്ണ്യങ്ങളെക്കണ്ട് കാർത്ത്യായനിഅമ്മ ആശ്ചര്യപ്പെട്ടു. ഭ്രാന്തന്റെ പരവശതകളേയും അശ്രുക്കൾ പെരുകിനില്ക്കുന്ന നേത്രങ്ങളേയും നേരെ കണ്ടപ്പോൾ ചില സംശയങ്ങൾ പാറുക്കുട്ടിയുടെ മനസ്സിൽ ഉത്ഭൂതങ്ങളായി തത്സമയത്തുതന്നെ ഉണ്ടായ പ്രത്യംഗപരിശോധനയിൽ കാണപ്പെട്ട പ്രാണവല്ലഭസാരൂപ്യത്താൽ വർദ്ധിപ്പിക്കപ്പെട്ട അവർണ്ണനീയങ്ങളായ ഓരോ വിചാരങ്ങൾ ആ യുവതിയുടെ മനസ്സിൽ തിങ്ങി വളർന്നുതുടങ്ങി. എങ്കിലും ഉല്പന്നമതിയായിരുന്നതിനാൽ ധൈര്യം അവലംബിച്ചു. വിചാരാധിക്യംകൊണ്ടു പ്രമോഹത്തിന് ഇടവരുത്താതെ ആനന്ദാദ്ഭുതസൂചകങ്ങളായും മുഗ്ദ്ധമനോഹരങ്ങളായുമുള്ള തന്റെ ദൃഷ്ടികളെ മാത്രം ആ മലിനവസ്ത്രധാരിയായ യുവാവിങ്കൽ നിശ്ചലമായി പതിപ്പിച്ചുകൊണ്ടു നിന്നു. ഭ്രാന്തവേഷധാരിയായ ആ യുവാവും തന്റെ മുമ്പിൽ ഒരു സുരജ്യോതിസ്സുപോലെ ആവിർഭവിച്ച കന്യകാരത്നത്തെത്തന്നെ വ്യാകുലചിത്തനായി നോക്കി നില്ക്കുകയായിരുന്നു. എല്ലാവരും നിശ്ശബ്ദരായി, നില്ക്കുന്നതു കണ്ട് കാർത്ത്യായനിഅമ്മ കുറുപ്പിനോട് കല്ലറ വിട്ടുപോകണമെന്നു പറഞ്ഞതിനുത്തരമായി മൂത്തപിള്ളയുടെ അനുവാദം ഉണ്ടെങ്കിലല്ലാതെ താൻ പോകുന്നതല്ലെന്നു കുറുപ്പ് നിർബ്ബന്ധമായി പറഞ്ഞു.

കാർത്ത്യായനിഅമ്മ: അണ്ണൻ എന്തോ ആലോചനയ്ക്കായി തമ്പി അദ്ദേഹത്തിന്റെ നാലുകെട്ടിൽ പോയിരിക്കുകയാണ്.

കുറുപ്പ്: വേൽക്കാർ കാവലുണ്ടല്ലോ?

കാർത്ത്യായനിഅമ്മ: അവരും കൂടെ പോയിരിക്കുന്നു.

ഈ വാക്കുകൾ കേട്ടപ്പോൾ യുവരാജാവിന് ആപല്ക്കരമായ ആലോചനകൾ നടക്കയാണെന്ന് ഊഹിക്കയാൽ ആ കൃത്രിമഭ്രാന്തൻ മുമ്പിൽ സംസാരിച്ച ഭാഷയായ ഹിന്ദുസ്ഥാനിയിൽ "പോകയാണുത്തമം ന്യായവും ന്യായക്കേടും പിന്നീട് ആലോചിക്കാം" എന്നു കുറുപ്പിനോടു പറഞ്ഞു. ആ സ്വരം വജ്രസൂചികൾപോലെ പാറുക്കുട്ടിയുടെ ഉള്ളിൽ തറച്ചു. അപ്പോൾ അതുവരെ ഉണ്ടായിരുന്ന തന്റെ സ്ഥിരചിത്തത്തിന് ഇളക്കം സംഭവിക്കയും ദേഹത്തിനു ചലനം ഉണ്ടാകയും ചെയ്തു. തന്നിമിത്തം കൈയിൽ ഇരുന്ന വിളക്കു താഴെ വീണു. "ഇത്ര ജീവനില്ലയോ തങ്കം നിനക്ക്?" എന്നു പറഞ്ഞുകൊണ്ട് കാർത്ത്യായനിഅമ്മ അണയാൻ ഭാവിച്ച ദീപത്തിനെ തന്റെ കൈയിൽ എടുത്തതും, പാരവശ്യം കലർന്നു വീഴാനാരംഭിച്ച പാറുക്കുട്ടിയെ ഭ്രാന്തൻ തന്റെ കൈയാൽ താങ്ങിയതും ഒന്നായിക്കഴിഞ്ഞു. ഭ്രാന്തൻ വളരെ ദീനതയോടു പാറുക്കുട്ടിയുടെ മുഖത്തു നോക്കി. ആ മുഖത്തു പ്രകാശിതമായ മന്ദഹാസത്തെ കണ്ടയുടനെ ഭ്രാന്തൻ ചെറുതായൊന്നു പുഞ്ചിരിക്കൊണ്ടു. തന്റെ കൈകൾ ഭ്രാന്തന്റെ കൈകളിൽ ലഘുവായി അമർത്തപ്പെട്ടതുപോലെ പാറുക്കുട്ടിക്കു തോന്നി. കാർത്ത്യായനിഅമ്മയ്ക്കു കുറച്ചു പരിഭ്രമം ഉണ്ടായതു പാറുക്കുട്ടി തന്റെ പൂർവ്വധൈര്യത്തെ ഉടൻതന്നെ കൈക്കൊള്ളുകയാൽ ഏറെ നിലനിന്നില്ല. കാർത്ത്യായനിഅമ്മയ്ക്കും ഭ്രാന്തനെക്കുറിച്ചു ചില സംശയങ്ങൾ ഉണ്ടായി. പാറുക്കുട്ടി മാതാവിന്റെ കർണ്ണത്തിൽ, "ഈ ആൾ നീചനല്ലമ്മാ. ചാന്നാനോമറ്റോ ആയിരുന്നെങ്കിൽ ഒരിക്കലും എന്നെ തൊടുകയില്ലായിരുന്നു. ആരെന്നു നിശ്ചയപ്പെടുത്തണം" എന്നു മന്ത്രിച്ചു. ഇതെല്ലാം കണ്ടുനിന്ന കുറുപ്പ് ലൗകികത്തിന്നായി കാർത്ത്യാനിഅമ്മയോട് "കുഞ്ഞിന് ഏക്കംപിടിച്ചപോലെയും ഇരിക്കണല്ലോ" എന്നു പറഞ്ഞു.

കാർത്ത്യായനിഅമ്മ: ഞങ്ങളോടു സത്യം പറയണം.

കുറുപ്പ്: കൊള്ളാം! ഇത്ര അരിമയോടു ഞങ്ങളെ വിടാൻ വന്നവരു ചോദിച്ചാൽ സത്യം ചൊല്ലാതെ ഇരുപ്പാരോ?

കാർത്ത്യായനിഅമ്മ: നിങ്ങൾ ആരെന്നറിയണമെന്ന് ഇവൾക്കു വലിയ താല്പര്യമായിരിക്കുന്നു.

കുറുപ്പ്: എന്റെ വീട് കിഴക്കു ചാരോട്ടിന്നടുത്ത്, പേര് ഇരവിപെരുമൻ കണ്ടൻ കുമാരൻ. മാങ്കോയിക്കൽക്കുറുപ്പ് എന്നും ചൊല്ലുവാര്. ഇത്രയും പറഞ്ഞിട്ട് ഭ്രാന്തനെക്കുറിച്ച് അറിയിക്കാൻ ഒന്നു സംശയിച്ചു.

കാർത്ത്യായനിഅമ്മ: എന്നാൽ ഞങ്ങൾ കേട്ടിട്ടുണ്ട്. മാങ്കോയിക്കൽ ഈയിടെ ഒരു അഗ്നിബാധ ഉണ്ടായെന്നും മറ്റും കേട്ടു. ഈ നില്ക്കുന്ന ആൾ ആരാണ്?

കുറുപ്പ്: കേട്ടതു പെനത്തിരുട്ടി അല്ല. വലിയതമ്പി വീട്ടിനെ തീവച്ചു ചുട്ടാര്. (പാറുക്കുട്ടി 'ഞാനന്നു പറഞ്ഞതു സത്യമാണെന്നു ബോദ്ധ്യം വന്നോ?' എന്നുള്ള ഭാവത്തിൽ അമ്മയുടെ മുഖത്തു നോക്കി.) ഈ

നിക്കണെ തങ്കക്കൊടമാണ് എന്നെയും എളയതമ്പുരാൻ തിരുമേനിയെയും കൊല്ലാതെ കാത്തത്. ആരെന്നു പിള്ളതന്നെ കേപ്പിൻ.

ഭ്രാന്തൻ പരുങ്ങലിലായി; എന്നിട്ടും മൗനിയായിത്തന്നെ നിന്നു. വജ്രഹൃദയൻ മിണ്ടാതെ നില്ക്കുന്നതിനെ കണ്ട് പാറുക്കുട്ടി വളരെ ലജ്ജയോടും വ്യസനത്തോടും അയാളെ നോക്കീട്ട് തന്റെ അമ്മയോടു പിന്നെയും എന്തോ മന്ത്രിച്ചു. ഉടനെ കാർത്ത്യായനിഅമ്മ, "ആരെങ്കിലും വേഷം മാറി നില്ക്കുകയാണെങ്കിൽ ഞങ്ങളുടെ-ഇവളുടെ മനസ്സിൽ ഉണ്ടായിട്ടുള്ള സംശയത്തിനെ തീർക്കണം" എന്നു പറഞ്ഞതിനു ഭ്രാന്തന്റെ ഉത്തരം ഒരു ദീർഘനിശ്വാസം മാത്രമായിരുന്നു. ഭ്രാന്തൻ മുഖത്തുണ്ടായിരുന്ന വികാരങ്ങളെ എല്ലാം അടക്കിനില്ക്കയായിരുന്നു എങ്കിലും പാറുക്കുട്ടിയുടെ അന്തർഗ്ഗതങ്ങൾ അറിഞ്ഞപ്പോൾ തന്റെ ശ്രമം മുഴുവനും ഫലവത്താകാതെ പരിണമിച്ചു എന്നോർത്തു വിഷണ്ണനായി. ആ മോഹനതരാംഗിയുടെ നോട്ടങ്ങളാൽ സൂചിതങ്ങളായ ചോദ്യങ്ങൾക്ക് ഉത്തരം പറയാതെ കഴിച്ചുകൂട്ടാൻ ശക്തനല്ലാതെ ചമയുകയാൽ തന്റെ പ്രച്ഛന്നവേഷത്തിനനുരൂപമായ വചനങ്ങളെ വെടിഞ്ഞ് "എന്റെ സത്യത്തെ പറയാത്തതുകൊണ്ടു ഞാൻ കൃതഘ്നനാണെന്നു വിചാരിച്ചുപോകരുത്" എന്നുമാത്രം ഒരുവിധത്തിൽ പറഞ്ഞുകൂട്ടീട്ട്, വേഗം അവിടുന്നു പോകണമെന്നു കുറുപ്പിനോട് ഹിന്ദുസ്ഥാനിയിൽ പറഞ്ഞു. കുറുപ്പ് "എന്നാൽ ഞങ്ങൾ ഇപ്പോൾത്തന്നെ പോണു" എന്നു പറഞ്ഞതുകേട്ട് കാർത്ത്യായനിഅമ്മയും പാറുക്കുട്ടിയും ആയുധപ്പുരയ്ക്കു പുറത്തു കടന്നു. കുറുപ്പും ഭ്രാന്തനും പിന്നാലെ എത്തി. കുറുപ്പ് "ഞങ്ങൾ താമസിയാതെ വന്നു കണ്ടുകൊള്ളാം" എന്നു കാർത്ത്യായനിഅമ്മയോടും, "കുഞ്ഞേ, പതറാതിരിപ്പിൻ; ഞാൻ ഭ്രാന്തനെ ഇവിടെ കൂട്ടിച്ചോണ്ടരാം" എന്നു പാറുക്കുട്ടിയോടും യാത്രചൊല്ലി നടകൊണ്ടു. ഭ്രാന്തൻ പുറത്തെത്തിയപ്പോഴേക്കു പരമാർത്ഥഭ്രാന്തനെപ്പോലെ പാച്ചിൽ തുടങ്ങി. ഭ്രാന്തൻ പോകുംവഴിക്ക് ശങ്കുആശാൻ നിന്നിരുന്നു. അയാളെ കണ്ടയുടനെ ശങ്കുആശാൻ "എടാ പീപ്പന്നീ, നീയോടാ ഇവിടെ കെടന്നത്? എന്നെ മയക്കിക്കിടത്തി മോട്ടിച്ച കരിങ്കള്ളൻ! എരുമക്കിടാവിനെപ്പോലെ നെരിച്ചിട്ടോണ്ട് ഓടണോടാ? പിടിപ്പിനോ കായിവാതിയെ പിടിപ്പിനോ" എന്ന് ഉച്ചത്തിൽ പിടികൂട്ടിയതു കേട്ട് കാർത്ത്യായനിഅമ്മയും പുത്രിയും ആശാന്റെ അടുത്തെത്തി. അവരെ കണ്ടപ്പോൾ ആശാൻ കയർത്തുകൊണ്ട് അകത്തുകടന്നു. ആശാന്റെ കോപം താനും പുത്രിയുംകൂടി നടത്തിയ കൃത്യത്തെ സംബന്ധിച്ചാണെന്നു ശങ്കിക്കയാൽ "ഇനി ദേഷ്യപ്പെട്ടിട്ടു കാര്യമെന്ത്?" എന്നു കാർത്ത്യായനിഅമ്മ ചോദിച്ചു.

ആശാൻ: കെടുത്തല്ലയോ കളഞ്ഞു! മൊഖത്തു കേറിയ ശിറിയെ തൂത്തല്ലയോ എറക്കൂട്ടു. മറ്റേപ്പിള്ള (സുഭദ്ര) വരുമ്പം കേക്കാം. അതു കായിവാതി അല്ലയോ അപ്പോയത്? ഇങ്ങു പിടിച്ചിട്ടിരുന്നാലെക്കൊണ്ട്

വല്ലടത്തും കാണുമോ? ഇനി എന്തരു ചെയ്യണതു പഹവാനേ! ചെമ്പകം അപ്പീടെ അടുത്തു കേക്കാതെ എടുത്തു ശാടി-എന്തരു പറയണത്? ഇനി വലവച്ചരിച്ചാ അവനെ കിട്ടുമോ? ഓടിയ ഓട്ടം, പേയെപ്പോലെ!

പാറുക്കുട്ടി: (ദേഷ്യത്തോടുകൂടി) ഏതു കാശിവാസി ആശാനേ? ആള റിയാതെ ഒന്നും പറയരുത്.

ആശാൻ: അന്നു മോട്ടിച്ചന്നേ, അന്ന് അറപ്പുരയിൽ കേറിയവൻ. എക്ക റിഞ്ഞൂടയോ പിന്നെ!

പാറുക്കുട്ടി: എന്തസംബന്ധമാണിത്?

ആശാൻ: അവൻ കേറീന്നേ. ചെമ്പകം അപ്പി പറഞ്ഞു. ഞാൻ തപ്പ രവിക്കൊണ്ടു നടന്നെന്നേ. അവൻ വന്ന് എന്റെ അടുത്തിരുന്നു-

പാറുക്കുട്ടി: (തന്റെ രോഗാരംഭരാത്രിയിലെ സംഗതികളെക്കുറിച്ച് നല്ല തിന്മണ്ണം ഓർത്തിട്ട്) തമ്പി അദ്ദേഹത്തിനെ ഒരാൾ....അമ്മാ-

തന്റെ നാവു കുഴങ്ങുകയാൽ പാറുക്കുട്ടി മാതാവിനെ ആലിംഗനം ചെയ്തു കരഞ്ഞുതുടങ്ങി....അരനാഴിക കഴിഞ്ഞപ്പോൾ ചെമ്പകശ്ശേരി യിലെ ഭൃത്യരെല്ലാം ഭ്രാന്തനെ തിരഞ്ഞ് ഓരോ വഴിക്കു തിരിച്ചു.

# ഇരുപത്തിനാലാം അദ്ധ്യായം

*"പുത്രിക്കുള്ളൊരു സൽഗുണങ്ങളഖിലം*
*കേട്ടിട്ടു സന്തുഷ്ടനായ്*
*ഗാത്രം ഞെട്ടിവിറച്ചു മുങ്ങിയധികം*
*പൊങ്ങുന്ന ബാഷ്പത്തിലും."*

"**പ**പ്പൂ, നീ ഇവിടെ നില്ക്കണം. തങ്കം ഭ്രാന്തനേയും മറ്റും ഇന്നു വിടും. വിടുകയാണെങ്കിൽ അവരുടെ പുറകെ നീ എത്തി അവർ പറയുന്നതും എങ്ങോട്ടു പോകുന്നു എന്നുള്ളതും അറിഞ്ഞ് എന്നോടു വന്നു പറയണം." ഈവിധമായ ഒരു ആജ്ഞ ഗൂഢമായി കൊടുത്തതിന്റെ ശേഷം സുഭദ്ര ചെമ്പകശ്ശേരിയിൽനിന്നു വേഗത്തിൽ തന്റെ ഭവനത്തിലെത്തി.

അവിടെ കഴക്കൂട്ടത്തുപിള്ളയൊന്നിച്ച് മറ്റ് എട്ടുവീട്ടിൽപിള്ളമാരും ചില ജന്മിമാരും ഗൃഹസ്ഥന്മാരും വിശേഷിച്ചും ചെമ്പകശ്ശേരിയിലെ മൂത്തപിള്ളയും സുന്ദരയ്യനും അഗ്രാസനത്തിൽ വലിയതമ്പിയും ഉപാദ്ധ്യക്ഷനായി ശ്രീരാമൻതമ്പി അങ്ങുന്നുംകൂടി ചില ആലോചനകൾ നടത്തുന്നു. എട്ടുവീട്ടിൽപിള്ളമാരും ജന്മിമാരും അനുജൻ തമ്പിയും മറ്റും, കുടമൺപിള്ളയുടെ നിയമസ്ഥാനത്ത് പാണ്ഡവദൂതനായ യദുകുലനാഥനെ കണ്ട ദുര്യോധനനെപ്പോലെ ഉൽക്കടമായ മദംപൂണ്ട് ഇരിക്കുന്ന വലിയതമ്പിയെ ചുറ്റി ഓച്ഛാനിച്ചുനില്ക്കുന്നു. വേൽക്കാരെ സംബന്ധിച്ചു യുവരാജാവു കൊടുത്ത കല്പന തമ്പി അറിഞ്ഞ ഉടനെതന്നെ വേൽക്കാരെ വരുത്തി ആയുധങ്ങൾ വയ്പിച്ച് സകലരോടും അവരവരുടെ ഗൃഹത്തിലേക്കു പോകുന്നതിനു നിയോഗിച്ചു. നാഞ്ചിനാട്ടുനിന്നും മറവർ മുതലായി അഞ്ഞൂറോളം ജനങ്ങളെ ചേർത്തുകൊണ്ട് തന്റെ അനുജൻ അതിന് ഒരു നാഴികയ്ക്കു മുമ്പിൽ വന്നുചേർന്നിരുന്നതിനാൽ ഇങ്ങനെയുള്ള

ഏർപ്പാടുചെയ്യുന്നതിൽ ഏതും സംശയമുണ്ടായില്ല. വേൽക്കാരെ പിരിച്ചയച്ചതിന്റെശേഷം അനുജനോടും ചെമ്പകശ്ശേരി മൂത്തപിള്ളയോടും ഒരുമിച്ച് തമ്പി കുടമൺപിള്ളയുടെ വീട്ടിലേക്കു യാത്രയായി. അക്കഥ പപ്പു പറഞ്ഞറികയാൽ, സുഭദ്രയും അവിടെ എത്തി. ആലോചനകൾ അധികനേരത്തേക്കുണ്ടായിരുന്നില്ല. ചെമ്പകശ്ശേരി മൂത്തപിള്ള മുതലായ ഭീരുക്കൾ മാത്രം തിരുമുഖത്തുപിള്ള വരുന്നതുവരെ യാതൊരു കൃത്യവും നടത്തിക്കൂടുന്നതല്ലെന്ന് അഭിപ്രായപ്പെട്ടു. എന്നാൽ തമ്പിമാർ മേലിൽ അരനാഴികപോലും ക്ഷമിക്കുന്നതല്ലെന്നു ശപഥംചെയ്കയാൽ, ആ രാത്രികൊണ്ടു രാജ്യക്ഷേമത്തിന് അത്യാവശ്യമായിട്ടുള്ള ഒരു കൃത്യത്തെ നടത്തിക്കൊള്ളുമാറ് അധികംപേർ സമ്മതിച്ചു. ഓരോരുത്തർ അജബലി മുതലായ നേർച്ചകളും നേർന്ന് ക്രിയയ്ക്ക് ആരംഭിച്ചു.

ഇതിനിടയിൽ യുവരാജാവ് തന്റെ ദിനാന്തകൃത്യങ്ങളിൽ അന്ന് അനുഷ്ഠിക്കാവുന്നവയെ കഴിച്ചിട്ടു പള്ളിയറയിൽ പ്രവേശിച്ചപ്പോൾ, പരമേശ്വരൻപിള്ള അകത്തുകടന്നു മാങ്കോയിക്കൽക്കുറുപ്പിന്റെ അനന്തരവരിൽ നാലുപേർ മുഖം കാണിക്കാൻ വന്നിരിക്കുന്നു എന്നറിയിച്ചു. യുവരാജാവ് സന്തോഷത്തോടുകൂടി അവരെ വിളിക്കുന്നതിനു കല്പിച്ചു. ഇവർ തിരുമുമ്പിൽ പ്രവേശിച്ചപ്പോൾ യുവരാജാവ് അവരെ ആദരപൂർവ്വം കടാക്ഷിച്ചിട്ട് "അമ്മാവനെ കാണാൻ കഴിഞ്ഞോ?" എന്നു ചോദിച്ചു. അതു സാധിച്ചില്ലെന്നും, അദ്ദേഹത്തിന്റെ ഭടന്മാരിൽ വെങ്ങാനൂർപിള്ളയുടെ സേനയാൽ പരാജിതന്മാരാക്കപ്പെട്ടതിൽ ശേഷിച്ചവരായ നൂറിലധികം ആളുകൾ പശ്ചിമമാർഗ്ഗമായി തിരുവനന്തപുരത്ത് എത്തീട്ടുണ്ടെന്നും, അദ്ദേഹത്തിനെ കാണാൻ കഴിഞ്ഞില്ലെങ്കിൽ നിസ്സംശയമായി എട്ടുവീട്ടിൽപിള്ളമാരുടേയും അവരുടെ പാർശ്വത്തിലുള്ളവരുടേയും ഗൃഹങ്ങളെ ചതിയാൽ ഭസ്മമാക്കാൻ നിശ്ചയിച്ചിട്ടുണ്ടെന്നും ഭടന്മാർ മണക്കാട്ട് പഠാണിപ്പാളയത്തിനടുത്തു താമസിക്കുന്നു എന്നും അറിയിച്ചു. ഈ വർത്തമാനം കേട്ടുണ്ടായ സന്തോഷത്തോടുകൂടി കുറുപ്പിന്റെ സ്ഥിതി ഓർത്ത് ആരും അദ്ദേഹത്തിനെ നിഗ്രഹിക്കുന്നതല്ലെന്നും അദ്ദേഹത്തെ ശത്രുക്കളുടെ ബന്ധനത്തിൽനിന്നു വിടുവിക്കാൻ ശ്രമിക്കയല്ലാതെ അവിവേകങ്ങൾ ഒന്നും പ്രവർത്തിക്കരുതെന്നും കല്പിച്ചിട്ട് യുവരാജാവ് ഇങ്ങനെ ഒരു ചോദ്യം ചെയ്തു: "കുറുപ്പ് നമുക്കുവേണ്ടി ആളുകളെ ചേർക്കാൻ പോയതിൽ ഒന്നും സാധിച്ചില്ല, ഇല്ലേ?"

കൃഷ്ണക്കുറുപ്പ്: അമ്മാവൻ കല്പനപ്രകാരം തിരുമുഖത്തുപിള്ളയെ കൊല്ലാൻ ശ്രമിച്ചു എന്ന് ആ ദിക്കുകളിലെല്ലാം ഒരു കഥ പരന്നിരിക്കുന്നു. എന്നു മാത്രമല്ല, ഭൂതപ്പാണ്ടിയിൽ ചെന്നപ്പോൾ ദളവാ അദ്ദേഹം അമ്മാവന്റെ വാക്കുകളെ വിശ്വസിക്കാതെ അപമാനിച്ചയയ്ക്കയും ചെയ്തു.

യുവരാജാവ്: എന്താശ്ചര്യം! അതെങ്ങനെ സംഭവിച്ചു? (വിപരീതാർത്ഥമായി) നമ്മെ സഹായിച്ചുതുടങ്ങിയ അന്നുമുതൽ കുറുപ്പിന് വലുതായ ശ്രേയസ്സുതന്നെ!

കൃഷ്ണക്കുറുപ്പ്: ആക്ഷേപമായി അങ്ങനെ കല്പിക്കേണ്ട. ശ്രേയസ്സുതന്നെ എന്നാണ് അടിയങ്ങൾ പഴമനസ്സിൽ വിചാരിക്കുന്നത്.

യുവരാജാവ്: എന്റെ മനസ്സിന് സമാധാനം വരുന്നില്ലല്ലോ.

കൃഷ്ണക്കുറുപ്പ്: അമ്മാവനാകട്ടെ, അടിയങ്ങൾക്കാകട്ടെ, തൃപ്പാദത്തിലേക്കുവേണ്ടി ചെയ്ത ശ്രമങ്ങളിൽ വന്നിട്ടുള്ള യാതൊരു നഷ്ടത്തിനേയും അപമാനത്തിനേയും കുറിച്ചു വ്യസനമില്ല.

യുവരാജാവ്: നിങ്ങളെപ്പോലെ വേറൊരു കുടുംബവും എന്നെ സ്നേഹിച്ചും സഹായിച്ചും വന്നു. തിരുമുഖത്തുപിള്ളയെക്കുറിച്ചാണ് ഞാൻ പറയുന്നത്. അദ്ദേഹത്തിനും വലുതായ ഒരു വ്യസനം വന്നുകൂടി. കിളിമാനൂർ ജ്യേഷ്ഠന്റെ കഥ കേട്ടിരിക്കുമല്ലോ. ആകപ്പാടെ നമ്മെ സഹായിക്കാൻ ഇനി ആളുകൾ ദുർല്ലഭമാകും. ആട്ടെ, നിങ്ങൾ നാളെ രാവിലെ ഇവിടെ വന്ന് രാമയ്യനെ കാണണം. വേണ്ടതെല്ലാം അയാളോട് ആലോചിച്ചു നടത്തണം.

"കല്പന" എന്നു പറഞ്ഞുകൊണ്ട് മാങ്കോയിക്കൽക്കുറുപ്പിന്റെ അനന്തരവർ തിരുമുമ്പിൽനിന്നു പുറപ്പെട്ടു. യുവരാജാവ് നിദ്രയ്ക്കാരംഭിച്ചു. കുറച്ചുനേരം ചിന്താഗ്രസ്തനായി കിടന്നിട്ട് പരമേശ്വരൻപിള്ളയെ അടുത്തുവിളിച്ച് ഇപ്രകാരം പറഞ്ഞു: "പരമേശ്വരാ, ഈ ആപത്തുകൾ ഒഴിഞ്ഞ് പ്രജകളെ ക്ഷേമത്തോടും സമാധാനത്തോടും ഭരിക്കാൻ സംഗതിവരുന്ന അന്ന് എന്റെ രാജ്യവും കിരീടവും കുടുംബവും ശ്രീപത്മനാഭന്റെ അധീനത്തിലാക്കി അവിടുത്തെ ദാസനായ ഞാൻ രാജ്യഭരണം തൃപ്പടിയിൽനിന്ന് ഏൾക്കുന്നുണ്ട്. ശ്രീപത്മനാഭൻതന്നെ നമ്മേയും കുടുംബത്തേയും പ്രജകളേയും രാജ്യത്തേയും സർവ്വഥാ കരുണയോടുകൂടി രക്ഷിക്കണം."

മാർത്താണ്ഡവർമ്മ യുവരാജാവിന്റെ ഹൃദയപൂർവ്വമായുള്ള ഈ പ്രാർത്ഥനയും എട്ടുവീട്ടിൽപിള്ളമാരുടെ നേർച്ചകളും ഏകദേശം ഒരേ മുഹൂർത്തത്തിലായിരുന്നു. ഇപ്രകാരംതന്നെയും തന്റെ സർവ്വസ്വത്തെയും അഖിലലോകസൃഷ്ടിഭരണകർത്താവായ സത്യസ്വരൂപങ്കൽ സമർപ്പണം ചെയ്തതിന്റെശേഷം അതിബുദ്ധിമാനും ഗംഭീരനും ആയിരുന്നു എങ്കിലും, പ്രായത്തിനു പരിപക്വതയും അതിനാൽ ബുദ്ധിക്ക് പുരുഷാഹങ്കാരവും പൂർണ്ണമായി പ്രാപിക്കാതെ ഇരുന്ന ആ യുവാവായ രാജകുമാരൻ മനശ്ചാഞ്ചല്യങ്ങൾ നീങ്ങി നിദ്രയ്ക്കാരംഭിച്ചു. ക്ഷണേന നിർബ്ബാധമായുള്ള സുഖനിദ്രയിൽ ആയി. എന്നാൽ കുറച്ചു കഴിഞ്ഞപ്പോൾ പരമേശ്വരൻപിള്ളയുടെ ഝടിതിയിലുള്ള വിളികളാൽ യുവരാജാവ് സുഷുപ്തിസദൃശമായ നിദ്രയിൽനിന്ന് ഉണർത്തപ്പെട്ടു. യുവരാജാവ് ഉണർന്നു നോക്കിയപ്പോൾ പരമേശ്വരൻപിള്ളയെ കൂടാതെ മറ്റൊരാളേയും പള്ളിയറയ്ക്കകത്തു കാണുകകൊണ്ടും, ആ ആൾ നിരുപമതേജസ്സോടുകൂടിയ ഒരു പ്രൗഢയായ സ്ത്രീയായിരുന്നതിനാലും അദ്ദേഹം ആശ്ചര്യത്തോടുകൂടി എഴുന്നേറ്റ് ആദരവോടുകൂടി "ആരാണ്?" എന്നു ചോദിച്ചു. സ്ത്രീകളോടുള്ള പരിചയവും മധുരമായും ലളിതമായും ഉള്ള സംഭാഷണപടുത്വവും, ആ യുവരാജാവിനു തുലോം കുറഞ്ഞിരുന്നതിനാൽ, ഈ സന്ദർഭ

ത്തിൽ അദ്ദേഹത്തിനു വലുതായ പരുങ്ങൽ ഉണ്ടായി എന്നു മാത്രമല്ല, "ആരാണ്?" എന്നു ചോദിച്ചതിന്റെശേഷം ബുദ്ധികേവലം വിചാരശൂന്യമായി ഭവിച്ചപോലെ തോന്നുകയും ചെയ്തു. യുവരാജാവിന്റെ കുഴക്കിനെക്കണ്ട് മനസാ അദ്ദേഹത്തെ അഭിനന്ദിച്ചും തന്റെ ആ പ്രവൃത്തിയിൽ അതുവരെ തോന്നിയിരുന്ന സംശയങ്ങളെ അകറ്റിയും, തന്റെ ജന്മഭൂമിയായ രാജ്യത്തിനും തദ്ദേശീയർക്കും യുവരാജാവുമൂലം ഉദിച്ചിരുന്ന ഭാഗ്യദശ ഓർത്ത് സന്തോഷിച്ചും സുഭദ്ര ഏറ്റവും വിനീതയായി ലജ്ജാദിഗോഷ്ഠികൾ കൂടാതെ "കുടമൺപിള്ളയുടെ അനന്തരവൾ കിടാത്തിയാണ്" എന്നറിയിച്ചു. ഈ വാക്കുകൾ കേട്ടപ്പോൾ അതുവരെ സോദരഭാവത്തിൽ ആദരപൂർവ്വമായി സുഭദ്രയ്ക്ക് അഭിമുഖനായി നിന്നിരുന്ന യുവരാജാവ് നീരസച്ഛായയുടെ പ്രവേശനാരംഭംകൊണ്ട് കലുഷമായ തന്റെ മുഖം തിരിച്ചിട്ട് അല്പനേരം ആലോചനയോടു നിന്നു. അനന്തരം "കുടമൺപിള്ള എന്റെ ശത്രുവാണല്ലോ. പിന്നെ അനന്തരവൾക്കിവിടെ കാര്യം എന്താണ്?" എന്നു ചോദിച്ചു.

സുഭദ്ര: തിരുമനസ്സിലെ അമ്മാവൻ തിരുമേനിക്കു തിരുമനസ്സിനെക്കുറിച്ച് അതിസ്നേഹമായിരുന്നല്ലോ. അവിടത്തെ മക്കൾ ശത്രുക്കളായും ഇരിക്കുന്നല്ലോ. സംബന്ധംകൊണ്ട് അവരവർക്കുള്ള ഗുണവിചാരങ്ങൾ നഷ്ടമാകുന്നതല്ല. തിരുമേനിക്കു വലുതായ ഒരു ആപത്തടുത്തിരിക്കുന്നു.

യുവരാജാവ്: (ആത്മഗതം) ഇവൾ ഇത്ര വാഗ്മിയെന്നു ഞാൻ കേട്ടിരുന്നില്ല. തമ്പിയോടുള്ള സഖ്യം നിലപ്പിച്ചിട്ട് എന്നോടാകാമെന്നായിരിക്കാം. വിചാരം. (പ്രകാശം) ബന്ധുവായി വന്നിരിക്കയാണെങ്കിൽ സന്തോഷമായി. എന്നാൽ നിങ്ങളുടെയും എന്റെയും സ്ഥിതിക്ക് ഈ അകാലത്ത് ഇങ്ങോട്ടു നിശ്ചയിച്ച യാത്ര വേണ്ടിയില്ലായിരുന്നു. മറ്റൊരാളെ അയച്ചാലും സംഗതി എന്നെ ഗ്രഹിപ്പിക്കാമായിരുന്നല്ലോ?

സുഭദ്ര: (ആത്മഗതം) ഇദ്ദേഹത്തിന്റെ പ്രാണരക്ഷയ്ക്കായി വന്ന എന്നെ ഇദ്ദേഹം വന്ധകിയാണെന്നു സംശയിക്കുന്നു." (പ്രകാശം) "തിരുമേനി, അമ്മത്തമ്പുരാട്ടിയേയും കൊച്ചുതമ്പുരാൻ തിരുമനസ്സിലേയും ക്ഷണത്തിൽ ഇവിടുന്ന് എഴുന്നള്ളിക്കണം. തർക്കങ്ങളും സംശയങ്ങളും സ്വസ്ഥമായിരിക്കാനുള്ള കാലം വന്നിട്ടാകാം.

യുവരാജാവ്: (തമ്പിക്ക് അനുകൂലമായി തന്നെ ആപത്തിൽ ചാടിക്കാനാണ് സുഭദ്രയുടെ ശ്രമം എന്നു തോന്നുകയാൽ) അമ്മാവൻ നാടു നീങ്ങിയിരിക്കുമ്പോൾ ഇവിടുന്നു മാറുന്നതു യുക്തമല്ലല്ലോ?

സുഭദ്ര: ആപത്തിനു ന്യായമുണ്ടോ?

യുവരാജാവ്: ആപത്തുണ്ടെന്ന് എനിക്കു ബോദ്ധ്യംവരണ്ടേ?

സുഭദ്ര: ഇതിൽ ബോദ്ധ്യംവരാൻ അടിയൻ എന്തു തെളിവാണു തരുന്നത്? താമസിച്ചാൽ പിന്നീട് നിവൃത്തിയില്ലാതെ ആകും. അമ്മാവനും തമ്പിയദ്ദേഹവും ആയിരത്തോളം ആളുകളും ഓരോ വഴിക്കായി ഇങ്ങോട്ടു പുറപ്പെടുന്നുണ്ട്.

യുവരാജാവ്: സംഗതി ലഘുവായുള്ളതല്ലല്ലോ. ഇതിൽ കുടമൺപിള്ളയുടെ അനന്തരവളും, തമ്പിയുടെ-ആകപ്പാടെ ഇതു കൃത്രിമമല്ലെന്നു ഞാൻ എങ്ങനെ വിശ്വസിക്കുന്നു?

സുഭദ്ര: കല്പിക്കാൻ തുടങ്ങിയതിനെ ഭേദപ്പെടുത്തേണ്ടതില്ലായിരുന്നു. തിരുമേനി, സൂചകം അടിയനു മനസ്സിലായി. ഒന്ന് ഇപ്പോൾ അടിയനും പഴവുള്ളത്തിൽ ഉറപ്പായി. തിരുമേനിയെ സഹായിക്കാൻ ആലോചിക്കുന്നവർക്ക് അനുഭവം മനസ്താപമല്ലാതെ വേറൊന്നില്ല.

തന്റെ മനസ്സിനെ സദാ വ്യാകുലപ്പെടുത്തുന്നതായും മൂന്നുനാലു നാഴികയ്ക്കു മുമ്പിൽ താൻതന്നെ ഉച്ചരിച്ചതായും ഉള്ള ഒരു അഭിപ്രായം തന്നെ സുഭദ്രയുടെ നാവിൽനിന്നും മാനഹാനിയാലുണ്ടായ മനഃപൂർവ്വമായുള്ള വിഷാദസ്വരത്തിൽ പുറപ്പെട്ടതു കേട്ടപ്പോൾ, യുവരാജാവ് സർപ്പദംശനം ഏറ്റാലെന്നപോലെ ഒന്നു ഞെട്ടി. ഈ അഭിപ്രായത്തെ ധൈര്യസമേതം തന്റെ മുമ്പിൽനിന്നു നിർവ്യാജമാണെന്നല്ലാതെ വിശ്വസിക്കാൻ പാടില്ലാത്തതായ വ്യസനത്തോടുകൂടി പറയുന്നവൾ മിഥ്യാവാദിനി ആയിരിക്കയില്ലെന്നു യുവരാജാവിനു തോന്നുകയാൽ "ശരിതന്നെയാണ്. എന്നാൽ ഈ കാലത്തിന്റെ വിശേഷസ്ഥിതിയിൽ ഞങ്ങൾക്കു ബോദ്ധ്യം വരാതെ എങ്ങനെ വിശ്വസിക്കുന്നു എന്നാണ് സംശയം" എന്നു പറഞ്ഞു.

സുഭദ്ര: ഈ കല്പന ന്യായമാണ്. എന്നാൽ അടയൻതന്നെ വിടകൊണ്ടതിന്റെ കാരണം അനുഭവംകൊണ്ടറിയാം. ബന്ധുവാണെന്നുള്ളതിലേക്കു തിരുമനസ്സിനെ വേലുക്കുറുപ്പ് അപായപ്പെടുത്താൻ തുടങ്ങിയ രാത്രി അടിയൻ ഒരെഴുത്ത് തിരുമനസ്സിലേക്ക് അയച്ചിട്ടുണ്ടായിരുന്നു. അതു തൃക്കൈയിൽ എടുത്തിട്ടുണ്ടെങ്കിൽ-

യുവരാജാവ്: മനസ്സിലായി. ഞാൻ ക്ഷണിക്കാൻ തുടങ്ങിയ അബദ്ധത്തെ ക്ഷമിക്കണം.....

അർദ്ധരാത്രി കഴിഞ്ഞിരിക്കുന്നു. കുടമൺപിള്ളയും പരിവാരങ്ങളും തമ്പിമാരും കൊട്ടാരത്തിനകത്തു കടന്ന് യുവരാജാവിനെ തിരയുന്നു. ചില പള്ളിയറക്കാർ മുതലായവരെ അല്ലാതെ, യുവരാജാവിനെയും മറ്റും കാണാനില്ല. ഈ പള്ളിയറക്കാരെ ഓരോവിധമായ ഹേമങ്ങൾ ചെയ്തിട്ടും അവർ യുവരാജാവു മുതലായവർ എങ്ങോട്ടും പോയെന്നു പറയുന്നില്ല. തമ്പിമാർ ഊരിപ്പിടിച്ചിരിക്കുന്ന ഖഡ്ഗങ്ങളെ വീശിക്കൊണ്ട് ഓരോ മുറിയും തളവും മച്ചും കിണറും വൃക്ഷങ്ങളുടെ മറവും പ്രത്യേകം പരിശോധിക്കുന്നു. ഇതിനിടയിൽ സുഭദ്ര തന്റെ ഭൃത്യഭാവത്തിലുള്ള നാലുപേരോടൊരുമിച്ച് തന്റെ ഗൃഹത്തിലേക്കു തിരിച്ചു. വഴിയിൽവച്ച് ഒരുവനോടു ചിലതു സ്വകാര്യമായി പറഞ്ഞ് അവനെ പിരിച്ചയച്ചു. ശേഷമുള്ള മൂന്നുപേരോടൊരുമിച്ചു പോകുംവഴിക്ക് നാഞ്ചിനാട്ടുകാരാൽ തടുക്കപ്പെട്ടു. "ആരത്?" എന്നു തലവനായ ശ്രീരാമൻതമ്പി ചോദിച്ചതിന്, "ഞാൻതന്നെ കൊച്ചങ്ങുന്നേ-ചെമ്പകം. പോയി തല കൊണ്ടരണം" എന്നു സുഭദ്ര അനുഗ്രഹത്തോടുകൂടി ഉത്തരം പറഞ്ഞു. "തേവടിശ്ശി ചെമ്പകശ്ശേരീന്നു വരുന്നതായിരിക്കാം. പോ, പോ. ചെമ്പകത്തിനു വഴി മാറിക്കൊടുക്കിൻ"

എന്നു തമ്പി ഉത്തരവു കൊടുത്തു. “ഈവിധമുള്ള തടസ്സങ്ങളെ നിവർത്തിക്കാനാണ് അടിയൻതന്നെ വിടകൊണ്ടത്” എന്നു മന്ത്രിച്ചുകൊണ്ട് സുഭദ്ര ആടിക്കുഴഞ്ഞ് കൂടിയുള്ളവരോടൊരുമിച്ചു തിരിച്ചു. തന്നോടുകൂടിയുണ്ടായിരുന്നവരെ പെരുവഴിയിലുള്ള ആൽത്തറയിൽ നിറുത്തീട്ട് തന്റെ ഭവനത്തിലേക്കു പോയി ഏകദേശം അരനാഴിക കഴിഞ്ഞ് ആയുധപാണികളും ഓരോ ചുമടു വഹിക്കുന്നവരുമായ നാലഞ്ചാളോടൊരുമിച്ച് സുഭദ്ര ആൽത്തറയുടെ ചുവട്ടിൽ എത്തി, “ഇനി എഴുന്നെള്ളാം. രാത്രികൊണ്ടുതന്നെ വെങ്ങാനൂർ കടക്കണം, ഇവരെക്കണ്ടാൽ എട്ടുവീട്ടുകാർ തടുക്കയില്ല” എന്നു പറഞ്ഞു. അപ്പോൾ “ആരത്?” എന്നുള്ള ചോദ്യത്തോടുകൂടി കിഴക്കുനിന്നു വന്ന ഒരാൾ ആ സ്ഥലത്ത് ആവിർഭവിച്ചു. അന്യനെ കണ്ടിട്ട് സുഭദ്ര അല്പം മാറിനിന്നു. സുഭദ്രയെ സൂക്ഷിച്ചുനോക്കീട്ട് അന്യൻ തന്റെ ഉള്ളിൽ കത്തിയ കോപാഗ്നിയുടെ തൈക്ഷ്ണ്യം സഹിക്കാൻ പാടില്ലാതെ “നിനക്ക് ഈ വഴിയിൽ ഈ അസമയത്തെന്തു കാര്യം?” എന്നു ചോദിച്ചു. ‘നീ’ എന്നുള്ള പദപ്രയോഗം കേട്ടുണ്ടായ നീരസത്തോടുകൂടിയെങ്കിലും സുഭദ്ര “എന്റെ വീട്ടിന്റെ മുമ്പിൽ നില്ക്കയാണ്” എന്നുമാത്രം പറഞ്ഞു.

അന്യൻ: (സ്നേഹകോപങ്ങളുടെ വിപരീതാകർഷണങ്ങളാൽ ചഞ്ചലഹൃദയനായി എങ്കിലും ലേശവും ഗാംഭീര്യലോപം കൂടാതെ) “ഇവർ ആരെല്ലാമാണ്?”

സുഭദ്ര: എന്റെ കുടിയാന്മാരും വീട്ടിൽ പാർക്കുന്നവരും മറ്റുമാണ്.

അന്യൻ: നിന്റെ കുടിയാന്മാര്! അവരെ ഒന്നു കാണട്ടെ.” ഇങ്ങനെ പറഞ്ഞുകൊണ്ട് അന്യൻ ഒരുത്തന്റെ അടുത്തു ചെന്ന് മുഖപരിശോധന ചെയ്തുതുടങ്ങി. ഒരുവന്റെ അടുത്തു ചെന്നപ്പോൾ “ഇവൻ നിന്റെ കുടിയാൻതന്നെയാണ്; ശരി, ശരി. (അടുത്ത ആളെ നോക്കീട്ട്) തോർത്തും കട്ടിമുണ്ടും കുട്ടിക്കു നല്ലതിന്മണ്ണം ചേരുന്നുണ്ട്. അടുത്ത ആൾ-ഹാ, ഞാൻ വിചാരിച്ചതുപോലെതന്നെ.

അന്യനും ഒടുവിൽ മുഖപരിശോധനകഴിക്കപ്പെട്ട ആളും പരസ്പരം അറികയാൽ രണ്ടുപേരും മുഖത്തോടുമുഖം നോക്കി മിണ്ടാതെ നിന്നു. ശ്രീപത്മനാഭൻതമ്പിയെ പത്മനാഭപുരം നഗരത്തിൽവച്ചു രാത്രിയിൽ ചെന്നു കണ്ട അന്യനായ ഇദ്ദേഹം തന്റെ മുമ്പിൽ കാണപ്പെട്ട യുവാവിനെ ദഹിപ്പിക്കുമാറുള്ള കോപത്തോടുകൂടി ഹാസ്യമായി “ഇത്രയും കൂടി കാണണമെന്നു വിധിച്ചിരുന്നു” എന്നു ശാസനീയനായ ഒരു ശിഷ്യനോട് ഉത്തമനായ ഗുരു എന്നപോലെ പറഞ്ഞു. തന്റെ ഒരു ഉപേക്ഷനിമിത്തം ഹൃദയത്തെ പീഡിപ്പിച്ചിരുന്ന വ്യസനം ഉള്ളിലിരിക്കെ ഈ വാക്കുകൾ കേൾക്കയാൽ ചില സംശയങ്ങളും ഉള്ളിൽ ഉദിച്ചു എങ്കിലും യുവാവായ യുവരാജാവ്, ലൗകികാനുസാരിയായ ഭഗവാൻ പണ്ടു പുത്രശോകാർത്തനായ ബ്രാഹ്മണന്റെ ദുർഭാഷണങ്ങൾ കേട്ടിട്ടും ക്ഷമാപരനായിരുന്നപോലെ ശാന്തത ആശ്രയിച്ചുകൊണ്ട് “എന്താണു തിരുമുഖത്തു പിള്ള ദേഷ്യപ്പെടുന്നത്? ഞാൻ അയച്ച എഴുത്തുകൾക്കു മറുപടിപോലും

അയയ്ക്കാതെ, എന്നെ കണ്ടപ്പോൾ ആക്ഷേപവാക്കുകൾകൊണ്ടു സൽക്കരിക്കുന്നത് കാലഭേദംതന്നെ, അല്ലേ?" എന്നരുളിച്ചെയ്തു.

'തിരുമുഖത്തുപിള്ള' എന്നുള്ള നാമം കേട്ടപ്പോൾ സുഭദ്രയുടെ നീരസം പാതി നീങ്ങി. യുവരാജാവിനോടുകൂടി ഉണ്ടായിരുന്ന രാമയ്യനും പരമേശ്വരൻപിള്ളയും അതിനു മുമ്പിൽത്തന്നെ അദ്ദേഹത്തെ അറിഞ്ഞിരുന്നു.

തുരുമുഖത്തുപിള്ള: അടിയന്റെ ആക്ഷേപവാക്കുകളെ ക്ഷമിക്കണം. മുഖം കാണിക്കുന്നതിനായി അടിയൻ വിടകൊണ്ടതാണ്. അതുകഴിഞ്ഞു. ഇനി കുപ്പപ്പാട്ടിലേക്കു തിരിച്ചു വിടകൊള്ളുന്നതിനു കല്പനയുണ്ടാകണം.

യുവരാജാവ്: എന്തു കഥയാണിത്? ഞാൻ അപേക്ഷിച്ചിട്ടല്ലേ താൻ വന്നത്? എന്നിട്ട്, കാണുംമുമ്പേ യാത്രയ്ക്കു ഭാവമായോ? മനുഷ്യൻ ഇങ്ങനെ ഭേദപ്പെടാറുണ്ടോ?

തിരുമുഖത്തുപിള്ള: ഭേദപ്പെട്ടിട്ടുണ്ടെങ്കിലും കല്പിച്ച് ആശ്ചര്യപ്പെടാനില്ലല്ലോ?

യുവരാജാവ്: ആശ്ചര്യപ്പെടുന്നില്ല. വ്യസനിക്കുന്നതേയുള്ളു.

തുരുമുഖത്തുപിള്ള: അടിയനോളമുണ്ടോ?

യുവരാജാവ്: താൻ ഭാഗ്യവാൻ; എന്തിനാണു വ്യസനിക്കുന്നത്?

തുരുമുഖത്തുപിള്ള: രണ്ടുവർഷംകൊണ്ടുണ്ടായ ഭേദങ്ങളെ വിചാരിച്ചുതന്നെ. ഇന്നിങ്ങനെ കാണാൻ സംഗതിയും വന്നല്ലോ. തിരുമേനിയോളം അടിയൻ സമചിത്തനായിട്ടില്ല.

യുവരാജാവ്: പറവാനുള്ളതു നേരെ പറയൂ. വൃഥാ താമസിച്ചാൽ എന്നെ തനിക്കു രക്ഷിക്കാൻ കഴിവില്ലാത്ത സ്ഥിതിയിലാകും. കുടമൺപിള്ളയും മറ്റും എന്നെ തിരക്കി പുറപ്പെട്ടിട്ടുണ്ട്. ഇപ്പോൾ തിരിച്ചുവരും.

തുരുമുഖത്തുപിള്ള: അടിയനാൽ കഴിവില്ലെങ്കിലും ഇവളാൽ കഴിയുമല്ലോ. കോട്ടാർ മുതലായ ദിക്കുകളിൽ പോയാൽ ഇതിലും വലുതായ സഹായങ്ങൾ ചെയ്വാൻ ആളുകൾ കാണും.

യുവരാജാവ്: എന്താണു താൻ പറയുന്നത്?

തുരുമുഖത്തുപിള്ള: അടിയൻ വിടകൊണ്ടു പോവാൻ കല്പന തരണം. തിരുമേനിയെ സഹായിക്കാൻ ആറു വീട്ടുകാർ വന്നിട്ടുണ്ട്. അടിയനെ താമസിപ്പിച്ചാൽ കല്പിച്ചു വ്യസനിക്കും.

യുവരാജാവ്: കോട്ടാറ്റ് എന്നെ സഹായിക്കാനാരാണ്?

തിരുമുഖത്തുപിള്ള: തിരുമേനീ, അവിവേകം ചെറുപ്പകാലത്ത് എല്ലാവർക്കും സഹജമാണ്. മനഃപൂർവ്വമായുള്ള വ്യാജം ഒരുകാലത്തും ക്ഷമിക്കാൻ പാടുള്ളതല്ല. കോട്ടാറ്റുള്ള പരിചയത്തെ ഉപേക്ഷിച്ചു എന്നു വരുമോ?"

യുവരാജാവ്: ആരോടുള്ള പരിചയം എന്നു പറയൂ."

തിരുമുഖത്തുപിള്ള: "ദാസിമാരുമായുള്ള പരിചയം.

യുവരാജാവ്: കഷ്ടം! താൻ ഈവിധം പറഞ്ഞുതുടങ്ങിയോ? മര്യാദയും മറ്റും എനിക്ക് ഉപദേശിച്ചുതന്ന ഗുരുവല്ലേ താൻ?

തിരുമുഖത്തുപിള്ള: പ്രവൃത്തിയിൽ സത്യലംഘനവും ദുഷ്ടതയും അടിയൻ ഉപദേശിച്ചിട്ടില്ലല്ലോ?

യുവരാജാവ്: എന്തു വാക്കുകളാണിത്? താൻ അമ്മാവനോടുകൂടി തൃശ്ശിനാപ്പള്ളിക്കു പോയിരുന്നതിനിടയ്ക്ക് തനിക്കുണ്ടായ വ്യസനത്തെ സംബന്ധിച്ച് ഞാൻ മിണ്ടാതിരുന്നു എന്നൊരു കുറ്റമല്ലാതെ മറ്റെന്താണ് ഞാനൊരധർമ്മം പ്രവർത്തിച്ചിട്ടുള്ളത്? എന്നെ ഈ ആളുകൾ ഓടിച്ചിട്ടു വട്ടംതിരിക്കുകയായിരുന്നതിനാൽ അതിനെപ്പറ്റി തനിക്ക് ഒരെഴുത്തു പോലും അയയ്ക്കാൻ ഇടവരാത്തതാണ്.

തുരുമുഖത്തുപിള്ള: ഈ വാക്കുകളിൽ ഉള്ള മാധുര്യത്തോളം ഹൃദയത്തിൽ മാർദ്ദവവും ഉണ്ടായിരുന്നു എങ്കിൽ ഇന്ന് അടിയൻ ഈവിധം ഉണർത്തിക്കാൻ ഇടവരുമായിരുന്നോ?

യുവരാജാവ്: കാലം വൃഥാ പോണു. ഇങ്ങനെ സൂചകങ്ങളായി ഓരോ ദുരുക്തികൾ പറയുന്നതിനെക്കാൾ ഉള്ളിലുള്ളതിനെ സ്പഷ്ടമായി പറഞ്ഞാൽ ഞാൻ സമാധാനം പറയാം.

തിരുമുഖത്തുപിള്ള: കല്പന. തൃപ്പാദത്തിൽ സമർപ്പിക്കപ്പെട്ട അടിയന്റെ മകൻ കിടാത്തനെ കല്പിച്ചെന്തുചെയ്തു?

യുവരാജാവ്: ഞങ്ങൾ ഒരുമിച്ചു നാഗർകോവിൽ താമസിച്ചിരുന്നപ്പോൾ അവന്റെ അമ്മയെ കാണുന്നതിനായി പോയി. അന്നു പോകേണ്ട എന്നു ഞാൻ തടുത്തു. അമ്മയ്ക്കു സുഖക്കേടാണെന്നു വർത്തമാനം കിട്ടിയിരിക്കുന്നു എന്നു പറകയാൽ ഞാൻ അനുവദിച്ചു. അന്നുമുതൽ എന്നെ ഒരു സ്ഥലത്ത് അടങ്ങിയിരിക്കാൻ ശത്രുക്കൾ സമ്മതിച്ചിട്ടില്ല. ഒന്നും അന്വേഷിക്കാനും ഇടവന്നിട്ടില്ല. കള്ളിയങ്കാടു മുതലായ സ്ഥലങ്ങളിലെ കഥകൾ കേട്ടിരിക്കുമല്ലോ?

തിരുമുഖത്തുപിള്ള: കഥകൾ അടിയൻ പലതും കേട്ടിട്ടുണ്ട്. അതിൽ ഒന്ന് തിരുമനസ്സിൽ അറിയിക്കാം. തിരുമേനിയുടെ അമ്മാവൻ തിരുമനസ്സുകൊണ്ടും അടിയൻ മുതൽപേരും തൃശ്ശിനാപ്പള്ളിയിലേക്കു പട്ടാളത്തെ കൊണ്ടുവരാൻ പോയപ്പോൾ തിരുമേനി സ്വാതന്ത്ര്യങ്ങളും പ്രായവിശേഷത്തിനടുത്തതായ ചില സേവകളും തുടങ്ങി. അവിടുത്തെ നടപടികൾ കണ്ട്, അടിയന്റെ മകനും നാനവിധങ്ങൾ ആരംഭിച്ചു-

യുവരാജാവ്: നാരായണ! എന്നെ ശകാരിച്ചുകൊള്ളൂ. മരിച്ചവരെ വൃഥാ ദുഷിക്കാതിരിക്കൂ.

തുരുമുഖത്തുപിള്ള: ആഹാ! കഥ മനസ്സിലായി, എന്റെ തിരുമേനീ, ഞാൻ അറിഞ്ഞിട്ടില്ലെന്നു വിചാരിക്കേണ്ട. ഈശ്വരൻ സത്യസ്വരൂപനാണ്. കളവ് നീളെ നില്ക്കുമോ തിരുമേനീ? അടിയന്റെ മകനെ നിർദ്ദയനായി കേവലം പെരുവഴിപ്പിണമായ ഒരു വ്യഭിചാരിണിമൂലം കല്പിച്ചു

കൊന്നതിനെ വിചാരിക്കുമ്പോൾ, തിരുമേനീ, അടിയന്റെ ആത്മാവിനെപ്പോലും അടിയനു വിശ്വാസം തോന്നുന്നില്ല.

പ്രകൃത്യാ സ്വാത്മാഭിമാനിയായുള്ള യുവരാജാവ് മേൽപ്രകാരമുള്ള വചനങ്ങളുടെ ശ്രവണത്താൽ ഭിന്നപൗരുഷനായി തന്റെ മാതുലന്മാരുടെ സത്യതല്പരനായുള്ള മന്ത്രിശ്രേഷ്ഠൻ, ദുഷ്പ്രേഷകന്മാരാൽ വഞ്ചിതനായിരിക്കുന്നു എന്നുള്ള സമാധാനംകൊണ്ടു കോപം അടക്കി എങ്കിലും, അംഗങ്ങൾ തളർന്നു പരവശനായി. പരമേശ്വരൻപിള്ളയും രാമയ്യനും ഈ കഥ പൗരന്മാരുടെ ലഹള കഴിഞ്ഞു കേട്ടു എങ്കിലും യുവരാജാവിനെ ഗ്രഹിപ്പിക്കുന്നതിന് അവർക്കു ധൈര്യമുണ്ടായില്ല. ഇരുവരും വിഷണ്ണരായി നില്ക്കുന്നതിനിടയിൽ യുവരാജാവു തിരുമുഖത്തുപിള്ളയോട് ഇങ്ങനെ ചോദിച്ചു: "അനന്തപത്മനാഭനെ ഞാൻ കൊന്നു എന്നു താൻ വിശ്വസിക്കുന്നോ?"

തിരുമുഖത്തുപിള്ള: അടിയൻ. യദൃച്ഛയാ ഒരു കോടാങ്കി അടിയന്റെ കുപ്പപ്പാട്ടിൽ വിടകൊണ്ടിരുന്നു. അവൻ ദേവീപ്രസാദത്താൽ അടിയന്റെ സ്ഥിതി സകലതും പരമാർത്ഥമായി പറഞ്ഞു. ഒടുവിൽ അനന്തപത്മനാഭന്റെ മരണം രാജകരത്താൽ സംഭവിച്ചതാണെന്നും തിരിഞ്ഞു. അതുകൊണ്ട് അടിയൻ തൃപ്തിപ്പെട്ടില്ല. അടിയൻ ഒരു അഞ്ജനക്കാരനെ വരുത്തി നോക്കിച്ചു. അതിലും തൃക്കയ്യാൽ കൊല്ലപ്പെട്ടതാണെന്നു തെളിഞ്ഞു. എന്നിട്ടും അടിയൻ വിശ്വസിച്ചില്ല. ഈയിടെ കാലക്കുട്ടി അവിടെ വിടകൊണ്ടിരുന്നു–

യുവരാജാവ്: എന്റെ എഴുത്തോടുകൂടിയാണ് അവൻ വന്നിരുന്നത്.

തിരുമുഖത്തുപിള്ള: എഴുത്തുണ്ടായിരുന്നെങ്കിൽ അവൻ തരുമായിരുന്നു.

പരമേശ്വരൻപിള്ള: ഇപ്പോൾ അടിയൻ അറിയിച്ചത് ഒത്തോ? പറഞ്ഞില്ലയോ കാലക്കുട്ടി ചതിക്കുമെന്ന്. ഇനി എങ്കിലും കല്പിച്ച് ഇദ്ദേഹം പുലമ്പുന്നതു കേട്ടുനിന്നു നേരംവെളുപ്പിക്കാതെ എഴുന്നള്ളണം.

രാമയ്യൻ: മിണ്ടാതിരിക്കൂ പരമേശ്വരൻപിള്ളേ. അദ്ദേഹം അടുത്തു നില്ക്കുമ്പോൾ തിരുമേനിക്ക് ആപത്തില്ല. ശുദ്ധഗതികൾകൊണ്ട് അസംബന്ധം പറയാതിരിക്കൂ.

തിരുമുഖത്തുപിള്ള: രാമയ്യൻ, അങ്ങ് ഒന്നും അറിഞ്ഞിട്ടില്ല. ഈ പരമേശ്വരൻപിള്ളയ്ക്ക് ദ്വേഷം ഉണ്ടാവാൻ സംഗതിയുണ്ട്. ആ കൊലയ്ക്കു സഹായിച്ചതിന് അനന്തപത്മനാഭന്റെ വാളും പരിചയും അവന് സമ്മാനം കിട്ടീട്ടുണ്ട്.

പരമേശ്വരൻപിള്ള: അയ്യ! ഒരു പാണ്ടിക്കുറവൻ കൊണ്ടന്നതിനെ കല്പിച്ചു വാങ്ങി എനിക്കു തന്നതു കൊലയ്ക്കു കൈക്കൂലിപോലും! അമ്പട ബുദ്ധി!

തിരുമുഖത്തുപിള്ള: അങ്ങനെ ആയിരിക്കട്ടെ. നിങ്ങളെല്ലാം തിരുമനസ്സിലേക്ക് അനുകൂലമായി പറയേണ്ടവരാണ്. ദാസിയോടു ചുള്ളിയിൽ

മാർത്താണ്ഡനും ഞാനും പോയി ചോദിച്ചു. അവൾ സത്യം മുഴുവൻ പറഞ്ഞു.

യുവരാജാവ്: ശ്രീപത്മനാഭാ! ഈ അപവാദങ്ങൾ കേൾക്കാറായോ? തിരുമുഖത്തുപിള്ളേ, താൻ എന്നെ പത്തൊൻപതു വയസ്സുവരെ ഈ ദുഷ്ടരുടെ കൈയിൽ പെടാതെ സൂക്ഷിച്ചതിനു തനിക്ക് എന്റെ ഈ ജീവന് അവകാശമുണ്ട്. കൊന്നുകൊള്ളൂ. ഇല്ലാത്ത ഒരു സംഗതിക്കു തെളിവുതരാൻ പ്രയാസമാണ്. തന്റെ കൈയാൽ മരിക്കുന്നതു പൂർണ്ണ സമ്മതംതന്നെ.

സുഭദ്ര: തിരുമേനീ, ഇത്ര വ്യസനിക്കുന്നതെന്തിന്? ഇദ്ദേഹത്തിനെ സുന്ദരയ്യൻ മുതൽപേർകൂടി ഒരു വലയിൽ അകപ്പെടുത്തിയിരിക്കയാണ്. അനന്തപത്മനാഭനെ വേലുക്കുറുപ്പാണു കൊന്നത്. കാരണം തിരുമേനിയോട് തമ്പി അദ്ദേഹത്തിനുള്ള ദേഷ്യമെന്നാണു തോന്നുന്നത്.

തിരുമുഖത്തുപിള്ള: എന്നോടു കളിക്കാതെ വീട്ടിൽ പോകുന്നതാണു നിനക്കു നല്ലത്. തമ്പിഅദ്ദേഹത്തിനോടു മുഷിഞ്ഞു ഇപ്പോൾ-"

സുഭദ്ര: ഈ തിരുമേനിയെ ശകാരിച്ചതുപോലെ എന്നെ ശകാരിക്കരുത്. നിങ്ങൾ പരസ്പരം ഓരോ സഹായങ്ങൾകൊണ്ടും മറ്റും കടപ്പെട്ടിട്ടുള്ളവരാണ്. അതുകൊണ്ടു പരസ്പരം ശാസിപ്പാനും അവകാശം ഉണ്ടായിരിക്കാം. ഞാൻ അന്യഥാ ഉള്ള ഒരു സ്ത്രീയാണ്. അത് ആലോചിച്ചു വേണം എന്നോടു കയർക്കുന്നത്.

തിരുമുഖത്തുപിള്ള: നിന്റെ ഉ....തട.....വത്തിനെക്കാൾ-എന്നെക്കൊണ്ട് അധികം സംസാരിപ്പിക്കാതെ.

യുവരാജാവ്: തിരുമുഖത്തുപിള്ളേ, ശകാരിക്കരുതിവളെ. ഇവൾ എന്റെ പ്രാണരക്ഷ ചെയ്തവളാണ്. ഇതാ മധുരപ്പടയ്ക്കു കൊടുക്കാൻ വേണ്ട ദ്രവ്യവും തന്നിരിക്കുന്നു. നിങ്ങൾക്ക് ആർക്കും ഈ ദയ ഉണ്ടായില്ല-

തിരുമുഖത്തുപിള്ള: സ്നേഹമുള്ളവർ ഇതിലധികവും ചെയ്യും.

യുവരാജാവ്: ഇന്ന് ആദ്യമായി ഇവളെ ഞാൻ കണ്ടതാണ്. അതുകൊണ്ട് അന്യഥാ സംശയിക്കരുത്.

തിരുമുഖത്തുപിള്ള: ഈ കളവ് ആർക്കു ബോധ്യമാകും? ആരാനും തന്റെ അമ്മയ്ക്കു കൊടുത്ത മുതലിനെ ഒരു വേദനയുംകൂടാതെ തന്റെ കുടുംബശത്രുവിനു കൊടുക്കുന്ന ഇവളെ ആദ്യം കണ്ടതാണെന്നു വിശ്വസിക്കാൻ ഭ്രാന്തന്മാർ വേണം.

സുഭദ്ര: (കോപത്തോടും വ്യസനത്തോടും) ആ കൂട്ടത്തിലല്ലെന്നു വിശ്വസിക്കാനും ബഹുപ്രയാസം. നിരപരാധിയായ എന്റെ ജനനത്തെ അപമാനിക്കാൻ തോന്നിയ അങ്ങ്-

തിരുമുഖത്തുപിള്ള: നില്ക്ക്-ഭ്രാന്തു പറയാതെ.

സുഭദ്ര: അതു നന്നായി! സുന്ദരയ്യന്റെ ഇഷ്ടനായ കോടാങ്കിയും,

അല്പനായ കാലക്കുട്ടിയും, അരയ്ക്കാൽ രാശിക്കു മാനം വില്ക്കുന്ന ദാസിയും പറഞ്ഞതെല്ലാം സത്യമെന്നും ഈ തിരുമേനി കല്പിക്കുന്നത് അസത്യമെന്നും പറയുന്ന ആൾ എന്നോടു ഭ്രാന്തു പറയരുതെന്ന് ഉപദേശിക്കുന്നത് എന്തു ന്യായമാണ്?

തിരുമുഖത്തുപിള്ളയുടെ വാചാലത്വം സുഭദ്രയുടെ യുക്തിയുക്തമായിട്ടുള്ള സൂചകങ്ങളാൽ നഷ്ടമാക്കപ്പെട്ടു എങ്കിലും, ആലോചിച്ചു പറയുന്നു എന്നു വരരുതെന്നുള്ള കരുതലോടുകൂടി വേഗത്തിൽ അദ്ദേഹം ഇങ്ങനെ പറഞ്ഞു: "ആട്ടെ, എന്നെയും കൊല്ലിക്കാൻ ഈ തിരുമേനി ശ്രമിച്ചു. അതിലേക്കു ഞാൻതന്നെയാണു സാക്ഷി. ഭ്രാന്തന്റെ സാക്ഷ്യമാകകൊണ്ട്"

സുഭദ്ര: അക്കഥ ഞാൻതന്നെ പറയാം. അവിടുന്നു പത്മനാഭപുരത്തുവച്ചു വലിയതമ്പി അദ്ദേഹത്തിനെ കണ്ടതന്ന് കാലക്കുട്ടി ആ കൊട്ടാരത്തിലുണ്ടായിരുന്നു. അവിടുന്നു പോയതിന്റെശേഷം ചില വേൽക്കാരെ വേൽവയ്പിച്ച് മാങ്കോയിക്കൽവക വാൾക്കാർ എന്നു തോന്നിക്കാൻവേണ്ടി വാൾ ധരിപ്പിച്ച് അവിടുത്തെ പുറകെ അയച്ചു. അതും ഈ തിരുമേനിയുടെ പേരിൽ കലുഷം ഉറപ്പിക്കാൻവേണ്ടി സുന്ദരയ്യൻ എടുത്ത വിദ്യ ആയിരുന്നു. വേൽക്കാരെ അവിടുന്ന് അറിയുമെന്നുള്ള പേടിയാൽ അവർ അധികം എതിർത്തു നില്ക്കാതെ തോല്പിക്കപ്പെട്ടതുപോലെ ഓടിക്കളഞ്ഞു. വാൾ ധരിച്ചിരുന്നതുകൊണ്ടും മറ്റും സുന്ദരയ്യൻ ഉദ്ദേശിച്ച പോലെ തന്നെ അവരെ മാങ്കോയിക്കൽ വാൾക്കാരാണെന്ന് അവിടുന്നും വിചാരിച്ചുകൊണ്ടു. ഇങ്ങനെയാണ് ഇതിന്റെ സത്യം.

തിരുമുഖത്തുപിള്ള: ഈ സംഗതികളെല്ലാം ശരിതന്നെയാണ്. കല്പിച്ചു ചെയ്യിച്ച കൃത്യം ആകകൊണ്ടു വിവരങ്ങൾ അവിടുന്ന് അറിഞ്ഞ് നീ പറയുന്നതല്ലെന്നു ഞാൻ എങ്ങനെ വിശ്വസിക്കും?

സുഭദ്ര: മനസ്സാണെങ്കിൽ വിശ്വസിച്ചാൽ മതി. മകന്റെ കഥ മുഴുവൻ കേൾക്കണം. അനന്തപത്മനാഭനെ കൊന്ന ഉടനെ വേലുക്കുറുപ്പിനും മറ്റും പരിഭ്രമം ഉണ്ടായി ആ സ്ഥലത്തുനിന്ന് ഓടിക്കളഞ്ഞു. കുറച്ചു ധൈര്യമുണ്ടായപ്പോൾ പിന്നെയും ആ സ്ഥലത്തു ചെന്നു. അപ്പോൾ പ്രേതത്തെ കാണ്മാനില്ലായിരുന്നു. അവിടെക്കിടന്നിരുന്ന ആയുധങ്ങളും തലക്കെട്ടും എല്ലാം എടുത്തു വേലുക്കുറുപ്പ് രാമനാമഠം ചേട്ടന്റെ കൈയിൽ എത്തിച്ചു. പിന്നീട് വാളും പരിചയും സുന്ദരയ്യൻ തട്ടിച്ചുകൊണ്ടുപോയി, ആ കോടാങ്കിമുഖാന്തിരം തിരുമേനിക്കു വിറ്റു. ഇങ്ങനെയാണ് പരമാർത്ഥം. ഇതൊന്നും കല്പിച്ചറിഞ്ഞിട്ടില്ല.

പരമേശ്വരൻപിള്ള: പെണ്ണുങ്ങളുടെ ബുദ്ധി ആണുങ്ങൾക്ക് ഇല്ലാതെ പോയല്ലോ.

തിരുമുഖത്തുപിള്ള: എന്നാൽ തലക്കെട്ട് രാമനാമഠത്തിന്റെ കൈയിൽ കാണുമല്ലോ? അതു കാണിച്ചുതന്നാൽ ഞാൻ മറിച്ചു വിശ്വസിക്കാം.

സുഭദ്ര: തലക്കെട്ട് എന്റെ കൈയിലുണ്ട്.

തിരുമുഖത്തുപിള്ള: ദ്രോഹീ! മഹാപാപീ! നിന്റെ അനുജനെ കൊന്ന ഈ പാപികൾക്ക് നീ ഇത്രത്തോളം അനുകൂലമായോ? പഞ്ചപാതകീ, നീതന്നെ കൊല്ലിച്ചതല്ലെന്ന് എന്റെ മനസ്സ് എങ്ങനെ വിശ്വസിക്കും? എന്നിങ്ങനെ രോഷാകുലനായി പറഞ്ഞുകൊണ്ട് അദ്ദേഹം സുഭദ്രയുടെ ഭുജങ്ങളിൽ കൈകൊടുത്തു കരുണകൂടാതെ ഞെരിച്ചു തുടങ്ങി.

സുഭദ്ര: എന്റെ അനുജനോ! എന്നെ കൊല്ലരുത്. പരമാർത്ഥം പറയണം. എന്റെ അനുജനായതെങ്ങനെ?

തിരുമുഖത്തുപിള്ള: കഷ്ടം! ഇനി അതും അറിയണമെന്നോ! ഉള്ളിടത്തോളം മനസ്സമാധാനത്തോടുകൂടി ഇരിക്ക്-പോ-

സുഭദ്ര: തിരുമേനീ, ഇദ്ദേഹത്തിന്റെ മകൻ മരിച്ചിട്ടില്ലെന്നു കല്പിക്കണം; സംശയിക്കേണ്ട. അടിയൻ അതിനു തെളിവുകൊടുക്കാം.

ആകാശത്തുനിന്നും കോടി ഭാസ്കരതേജസ്സോടുകൂടി സാക്ഷാൽ മഹാവിഷ്ണുതന്നെ പ്രത്യക്ഷനായി രണ്ടുപേരെയും കനകാഭിഷേകവും അമൃതാഭിഷേകവും ചെയ്താൽപ്പോലും ഉണ്ടാകാത്തതായ ഒരു സന്തോഷംകൊണ്ട് പ്രത്യുക്തിക്കു ശക്തരല്ലാതായി ചമഞ്ഞുനില്ക്കുന്നവരിൽ, യുവരാജാവിന്റെ വിഷണ്ണതയും തിരുമുഖത്തുപിള്ളയുടെ കോപവ്യസനങ്ങളും നീങ്ങി. രണ്ടുപേരും ആശ്ചര്യസംശയസംയുക്തചിത്തന്മാരായി.

തിരുമുഖത്തുപിള്ള: കുഞ്ഞേ, ഞാൻ അവന്റെ അച്ഛനാണ്. എന്റെ മനസ്സിൽ വെറുതേയുള്ള മോഹം ഉദിപ്പിച്ചാൽ പാപമുണ്ട്-നീ പറഞ്ഞതു സത്യമാണോ?"

സുഭദ്ര: പരമധർമ്മിഷ്ഠനായുള്ള ഈ തിരുമേനിയെ അതിരില്ലാതെ അപവാദങ്ങൾകൊണ്ടു മൂടിയതിലും വലുതായ ദുരിതമാണോ?

തിരുമുഖത്തുപിള്ള: അയ്യോ! നീ കളവാണോ പറഞ്ഞത്?

യുവരാജാവ്: ഇവൾ കാര്യമില്ലാതെ കളവു പറയുമെന്ന് ശങ്കിക്കേണ്ട. അനന്തപത്മനാഭൻ മരിച്ചിട്ടില്ലെന്നു നിശ്ചയമായിരിക്കണം.

തുരുമുഖത്തുപിള്ള: സത്യമാണോ സുഭദ്രേ?

സുഭദ്ര: എന്റെ അനുജനായ അനന്തപത്മനാഭൻ മരിച്ചിട്ടില്ല.

തിരുമുഖത്തുപിള്ള: "അവൻ മരിച്ച വ്യസനംകൊണ്ടു മരിക്കാറായിക്കിടക്കുന്ന അവന്റെ അമ്മയെ വിചാരിച്ചെങ്കിലും കളവു പറയാതെ."

സുഭദ്ര: എന്റെ മരിച്ച അമ്മയുടെ മാനത്തെ രക്ഷിക്കാനെങ്കിലും അനന്തപത്മനാഭൻ എന്റെ അനുജനായത് എങ്ങനെ എന്നു പറയണം.

തിരുമുഖത്തുപിള്ള: നിന്റെ അമ്മാവനാണല്ലോ അതിനെ മറച്ചിരിക്കുന്നത്. അദ്ദേഹത്തിന്റെ സത്യം ഞാൻ എങ്ങനെ അനാദരിക്കും?

സുഭദ്ര: "ന്യായവിരുദ്ധമായിരുന്നെങ്കിൽ മാത്രമേ അമ്മാവന്റെ ഹിതത്തെ വിചാരിക്കാനുള്ളു."

തിരുമുഖത്തുപിള്ള: "നിന്റെ അച്ഛൻ ന്യായമായി വേണ്ട ആളുകളുടെ അറിവോടുകൂടിയാണ് സംബന്ധംചെയ്തത്. നാടുനീങ്ങിയ തിരു

മേനി, കഴക്കൂട്ടത്തുപിള്ള മുതലായവർ സാക്ഷിയും ഉണ്ടായിരുന്നു. എന്നാൽ രാജസേവകനായ എന്നോടുള്ള വിരോധംകൊണ്ടും-"

സുഭദ്ര: (കണ്ണുനീരോടുകൂടി) "എന്റെ അച്ഛൻ ആരെന്നു പറയണം. ശേഷം എനിക്കു കേൾക്കാൻ ധൈര്യമില്ല."

തിരുമുഖത്തുപിള്ള: ''മകളേ, നിന്റെ അച്ഛൻ നിർദ്ദയനായ ഞാൻതന്നെ.''

ഈ വാക്കുകളിൽ സുഭദ്രയുടെയോ യുവരാജാവിന്റെയോ ആരുടെ മനസ്സാണ് അധികം ശീതളമാക്കപ്പെട്ടതെന്നു പറവാൻ കഴിയുന്നതല്ല. തന്റെ മാതാവിന്റെ നാമത്തിനുണ്ടായിരുന്ന ദുഷ്കീർത്തിയും തന്റെ നിരന്തരമായ മനഃക്ലേശവും നീങ്ങുകയും നാട്ടിലെ പ്രജകളിൽ നടുനായകമായുള്ള ഒരാളാണു തന്റെ ജന്മഹേതുവെന്നു സ്ഥാപിക്കപ്പെടുകയും ചെയ്കയാൽ, സുഭദ്ര തന്റെ പരിശ്രമങ്ങൾ മിക്കവാറും സഫലമായി എന്ന് ഓർത്ത് ആശ്വസിച്ചും തന്റെ കരങ്ങൾ ഗ്രഹിച്ചുകൊണ്ടു നില്ക്കുന്ന പിതാവിന്റെ സ്പർശനസുഖത്തിൽ മുഴുകിയും നിന്നു. തന്നെ സഹായിക്കാൻ ഭയരഹിതനായും നിസ്തുല്യമഹാമനസ്കതയോടും പുറപ്പെടുകയും, ആൾ, ദ്രവ്യം, ആലോചന ഈ മൂന്നു വകകൾകൊണ്ടും ലേശവും ലുബ്ധു കൂടാതെയും പൂർണ്ണമനസ്സോടും സഹായിക്കയും ചെയ്ത ഒരാൾക്ക് ആ ശ്രമത്തിനിടയിൽത്തന്നെ വലുതായ സന്തോഷം ഉണ്ടായതുകൊണ്ട് യുവരാജാവും അത്യന്തം സന്തുഷ്ടനായി. യൗവനകാലത്തെ ചരിത്രങ്ങളും തന്റെ ആദ്യപരിഗ്രഹത്തിന്റെ മൃതിയേയും ഓർത്ത് അതിവ്യസനത്തോടും, പ്രഥമസന്താനത്തിന്റെ സാന്നിദ്ധ്യത്തിൽ പരമാനന്ദത്തോടും, അന്നത്തെ സന്താനദ്വയലാഭം ഓർത്ത് ആനന്ദപരവശനായും തിരുമുഖത്തുപിള്ളയും നിന്നു. രാമയ്യൻ, സുഭദ്രയുടെ ഭൃത്യന്മാർ മുതലായവർ സന്തോഷത്താൽ പരസ്പരം ഓരോന്നു പറഞ്ഞുതുടങ്ങി. ഇവരുടെ നിർവ്യാജമായുള്ള സന്തോഷം അവർക്കു പരിചയമുള്ളതായ സുഭദ്രയുടെ മനോഗുണങ്ങളെ സാക്ഷീകരിച്ചതിനാൽ, തിരുമുഖത്തുപിള്ളയും യുവരാജാവും അവരുടെ സ്വാതന്ത്ര്യത്തെക്കുറിച്ചു സന്തോഷിച്ചതേയുള്ളു.

തിരുമുഖത്തുപിള്ള: "മകളേ, നീയും അനന്തപത്മനാഭനും എനിക്കു ലേശവും ഭേദമില്ല. നിന്റെ അമ്മാവനാണു നമ്മെ വേർപെടുത്തിയത്. എങ്കിലും എന്റെ സ്നേഹത്തിന് ഒരുവിധത്തിലും കുറവു വന്നിട്ടില്ല."

സുഭദ്ര: (ആനന്ദബാഷ്പം ചൊരിഞ്ഞുകൊണ്ട്) "അച്ഛാ, ഇപ്പോൾ തിരുമേനിക്കു കൊടുത്ത ഈ ദ്രവ്യവും ഞാൻ അനുഭവിക്കുന്ന സകല വസ്തുക്കളും ഈ നില്ക്കുന്ന കുടിയാന്മാരും എന്റെ അച്ഛൻമൂലം എന്റെ അധീനത്തിലായതാണെന്ന് എനിക്കറിയാം. അങ്ങനെയുള്ള അച്ഛനെ ഒരിക്കലും മനസ്സുകൊണ്ട് അനാദരിച്ചിട്ടില്ല. സർവ്വദാ ഭക്തിയോടെ സ്മരിച്ചിട്ടേ ഒള്ളു. എന്നാൽ, അമ്മയുടെ വിഗ്രഹംപോലെ അച്ഛന്റെ വിഗ്രഹവും സങ്കല്പംകൊണ്ടേ പരിചയമുണ്ടായിരുന്നൊള്ളു. ഞാൻ അറിയാതെ

പറഞ്ഞ വാക്കുകളെ അച്ഛൻ ക്ഷമിക്കണം. ഇനി ഒരാളോടും ഞാൻ ഇങ്ങനെ സ്ത്രീസ്വഭാവം വിട്ടു സംസാരിക്കയില്ല. അനന്തപത്മനാഭൻ മണക്കാട്ടു പഠാണിപ്പേട്ടയിൽ ഉണ്ട്. ജാതിഭേദം വന്നിട്ടില്ല. അവിടെ എന്തോ ഒരു അകപ്പാടുണ്ട്. തിരുമേനിയും അച്ഛനുംകൂടി അവിടെ ചെന്നാൽ അതിനു നിവൃത്തിയുണ്ടാകും. മാങ്കോയിക്കൽക്കുറുപ്പദ്ദേഹവും അവിടെയുണ്ട്. അനന്തപത്മനാഭനെ ഉടനെ ചെമ്പകശ്ശേരിയിൽ അയയ്ക്കണം. താമസിച്ചാൽ തങ്കം ചാകും.

മാങ്കോയിക്കൽകുറുപ്പിനെക്കുറിച്ചു കേട്ട സന്തോഷവർത്തമാനത്തെ സംബന്ധിച്ച് യുവരാജാവിനാകട്ടെ, പുത്രന്റെ കഥയെക്കുറിച്ചു തിരുമുഖത്തുപിള്ളയ്ക്കാകട്ടെ, വല്ലതും പറവാൻ തരംകിട്ടാതെ പടിഞ്ഞാറുനിന്ന് ഒരു മുഴക്കം കേട്ടുതുടങ്ങി.

സുഭദ്ര: അമ്മാവനും മറ്റും വരുന്നു. എന്റെ മുറിക്കകത്ത് ഇരിക്കാം, ക്ഷണത്തിൽ പോകാം.

തിരുമുഖത്തുപിള്ള: കല്പിച്ച് അവിടെ എഴുന്നള്ളിയിരിക്കണം. നീയും പോ. വെടികൾ കേൾക്കുന്നുണ്ട്-അതാ, പോരിന്റെ കോലാഹലങ്ങളാണല്ലോ കേൾക്കുന്നത്!

സുഭദ്ര: അതാ, അച്ഛാ, അവർ അടുത്തു വരുന്നു. വേഗം വീട്ടിലെത്താം.

യുവരാജാവ്: തമ്പിമാർ തമ്മിൽ തിരിഞ്ഞുവോ?

തിരുമുഖത്തുപിള്ള: എട്ടുവീട്ടുകാരും തമ്പിമാരും പിണങ്ങിയോ?"

സുഭദ്ര: തിരുമേനീ, അമ്മാവനു വയസ്സുകാലമാണ്.

യുവരാജാവ്: ശരിയാണ് തിരുമുഖത്തുപിള്ളേ, അയാൾ ചാകാതെ നാം രക്ഷിക്കണം.

സുഭദ്ര: എന്തു ലഹളയാണത്! എന്തു വെടികൾ! തിരുമേനിക്കും അച്ഛനും ആയുധങ്ങൾ ഇല്ലല്ലോ?

യുവരാജാവ്: എന്റെ അരവാളുണ്ട്; അതു മതി.

തിരുമുഖത്തുപിള്ള: എനിക്കു വടിവാളും ഉണ്ട്. സുഭദ്ര പോ. ഞങ്ങൾ ആറുവീട്ടുകാരോടും ആളുകളോടും ചേർന്നു പടിഞ്ഞാറോട്ടു തിരിക്കാം."

സുഭദ്ര: "തിരുമേനീ, കഴിയുന്നതും കൊല അരുത്."

യുവരാജാവ്: "സുഭദ്രയുടെ മനസ്സ് എങ്ങനെയെന്നാലങ്ങനെ."

സുഭദ്രയും ഭൃത്യരും ഭവനത്തിലേക്കും യുവരാജാവും തിരുമുഖത്തുപിള്ളയും കിഴക്കോട്ടും നടന്നു. വഴിക്കു തിരുമുഖത്തുപിള്ള ഇങ്ങനെ അറിയിച്ചു: "അവർ കരമനയാറ്റിന്റെ പടിഞ്ഞാറേക്കര ഉണ്ട്. അടിയൻ രാമനാമഠത്തിനെ കണ്ടു വർത്തമാനങ്ങൾ ചോദിക്കാൻ പുറപ്പെടുകയായിരുന്നു. അയാളാണ് പ്രമാണിയായി നില്ക്കുന്നതെന്നു ചുള്ളിയിൽ മാർത്താണ്ഡൻ പറഞ്ഞറിഞ്ഞു."

# ഇരുപത്തിയഞ്ചാം അദ്ധ്യായം

*"തെളിഞ്ഞൂ തദാനീം മനോവല്ലഭം സാ*
*ഗളൽബാഷ്പധാരാ പുണർന്നാൾ നതാംഗീ;*
*കളഞ്ഞൂ വിഷാദാനിമൗ ഹന്ത താനേ*
*വിളങ്ങിത്തുടങ്ങീ മുദാ നർമ്മഭേദാഃ"*

യുവരാജാവിനെ അദ്ദേഹത്തിന്റെ കൊട്ടാരത്തിലും അടുത്തുള്ള ഭവനം, ക്ഷേത്രം മുതലായതുകളിലും കാണായ്കയാൽ ഓരോ വഴിക്ക് അമ്പതീത് ആളുകളെ അദ്ദേഹത്തിനെ ആരായ്‌വാനായി അയച്ചിട്ട് തമ്പിമാരും ശേഷിച്ച സേനയും കിഴക്കോട്ടു തിരിച്ചു. വഴിക്കു മാങ്കോയിക്കൽ ഭടന്മാരുടെ ആഗമനത്തെക്കുറിച്ച് അറിവുകിട്ടുകയാൽ തമ്പിമാരും കുടമൺ പിള്ളയുമായി ഒരാലോചനയുണ്ടായി. ഈ ആലോചനയുടെ അവസാനത്തിൽ, സേനയെ മണക്കാട്ടേക്കു നടത്തുന്നതിനു സേനാധിപസ്ഥാനം വഹിച്ചിരുന്ന ശ്രീരാമൻതമ്പിയോട് പ്രമാണികളായ വലിയ തമ്പിയും കുടമൺപിള്ളയും ആജ്ഞാപിക്കയാൽ, അനുജൻതമ്പി തന്റെ പരിവാരങ്ങളെ പെരുവഴികളും ഇടവഴികളും മാർഗ്ഗമായി നടത്തി മണക്കാട്ടു പഠാണിപ്പാളയത്തിന്റെ മുമ്പിലുള്ള മൈതാനപ്രദേശത്ത് എത്തിച്ചു. കൊട്ടാരത്തിൽനിന്നു പോകുന്ന വഴിയിൽവച്ചു സുഭദ്രയാൽ അയയ്ക്കപ്പെട്ട ദൂതനിൽനിന്നും ഈവിധമുള്ള ഒരു ആപത്ത് ഉണ്ടായേക്കുമെന്ന് അറിവുകിട്ടിയിരുന്നതിനാൽ അവിടെ പാളയമടിച്ചിരുന്ന മാങ്കോയിക്കൽക്കുറുപ്പിന്റെ ഭടന്മാരും മറ്റും ഇവരെ എതിർക്കുന്നതിനു തയ്യാറായിരുന്നു. അവരെ ക്ഷണേന അന്തകപുരിയിൽ ചേർക്കാമെന്നുള്ള നിശ്ചയത്താൽ സുന്ദരയ്യന്റേയും തമ്പിമാരുടേയും രാമനാമഠത്തിന്റേയും രക്തം ഉഷ്ണിക്കനിമിത്തം അവർ നാലു ബ്രഹ്മണരക്ഷസ്സുകളെപ്പോലെ ജൃംഭിച്ച മദത്തോടുകൂടി മുന്നോട്ടടുത്തു. അപ്പോൾ തങ്ങളുടെ കൈത്തരിപ്പു

തീർക്കുന്നതിന് അവസരം ലഭ്യമായതു കണ്ടു സന്തോഷത്തോടുകൂടി കുറുപ്പിന്റെ ഭടന്മാർ തങ്ങളുടെ സംഖ്യക്കുറവിനാലുള്ള ബലക്ഷയത്തെ ഗൗനിക്കാതെ വൈരിസംഘത്തിന്റെ ഒരു തലയെ ഭേദിച്ചുകൊടുത്തു. തമ്പിമാരുടെ സൈന്യവും മാങ്കോയിക്കൽവക ഭടന്മാരും തുല്യപാടവത്തോടുകൂടി പോർ ആരംഭിച്ചപ്പോൾ അകലെനിന്ന് ഒരു ഘോഷം കേട്ടുതുടങ്ങി. അശ്വങ്ങളുടെ ശീഘ്രമായുള്ള ഖുരപതനത്താൽ മണൽ ഇളകുന്ന ശബ്ദമായിരുന്നു. പത്തിരുപതു കുതിരകളിലായി അത്രത്തോളം മഹമ്മദീയയോദ്ധാക്കൾ ആയുധപാണികളായി ശീതോഷ്ണജ്ജ്വരങ്ങളെപ്പോലെ കുറുപ്പിന്റെ ഭടന്മാർ ഏറ്റതിന് എതിരായി തലയ്ക്കൽ കടന്നപ്പോൾ ആ സംഘത്തിൽ യുവരാജാവും ഉണ്ടായിരിക്കുമെന്നുള്ള വിശ്വാസത്തോടും, തങ്ങളുടെ നിശ്ചയത്തെ ചാരൻ മുഖേന യുവരാജാവു ഗ്രഹിച്ചു എന്നുള്ള ശങ്കയോടും ഒന്നുകിൽ പ്രാണാപായം അല്ലെങ്കിൽ വിജയം എന്നിങ്ങനെ നിശ്ചയിച്ചുകൊണ്ട് തമ്പിമാർ പോർതുടങ്ങി. എന്നാൽ ബൗദ്ധസംഘത്തിൽനിന്ന് അത്യന്തം സ്പഷ്ടമായുണ്ടായ ചില ആജ്ഞകളേയും അവയനുസരിച്ചു പുറപ്പെട്ട ഘോരധ്വനികളേയും തുടർന്നു തമ്പിയുടെ സഹായികൾ അദ്ദേഹത്തിന്റെ ജയത്തേക്കാൾ ആത്മരക്ഷപ്രധാനമെന്നുള്ള വിചാരത്തോടുകൂടി മണ്ടിത്തുടങ്ങി. തമ്പിമാരുടെ ആജ്ഞകൾ, അപേക്ഷകൾ, വാഗ്ദാനങ്ങൾ ഇതുകൾക്ക് അവരുടെ പരിവാരങ്ങളുടെ ശ്രവണേന്ദ്രിയങ്ങൾ പ്രവേശനദ്വാരം അപ്പോൾ അരുളിയില്ല. മുന്നിൽ കാണപ്പെട്ട വഴിയേ ഓടി പത്തഞ്ഞൂറ് ആളുകൾ അറന്നൂർപാടത്തിൽ ചാടി. ഈ സ്ഥലത്ത് എത്തിയപ്പോൾ പഠാണികളുടെ നേതാവായ ഷംസുഡീൻ അങ്ങും ഇങ്ങും തന്റെ കുതിരയെ ഓടിച്ച് വലിയതമ്പിയെ തിരഞ്ഞു പിടികൂടി നേരിട്ടു. ബീറാംഖാൻ തന്നോട് അടുത്ത അനുജൻതമ്പിയേയും മറ്റും ഉപേക്ഷിച്ച് സുന്ദരയ്യനോടും ഏറ്റു. ഹിന്ദുസ്ഥാനിയിൽ ബീറാംഖാനെ ഭർത്സിച്ചുകൊണ്ടു സുന്ദരയ്യൻ തന്റെ ഖഡ്ഗം വീശി തുരഗത്തേയും അതിന്റെ നേതാവിനേയും വീഴ്ത്തി. ഈ ആപത്തു കണ്ട് നൂറഡീൻ അടുക്കുന്നതിനിടയിൽ കുതിരയുടെ അടിയിൽനിന്ന് ബീറാംഖാൻ എഴുന്നേറ്റു. അതുവരെ പ്രച്ഛന്നമായിരുന്ന വീര്യപരാക്രമങ്ങളോടുകൂടി സുന്ദരയ്യന്റെ നേർക്ക് പാഞ്ഞടുത്ത് ഉദരത്തെ കഠാരിയാൽ ചീന്തി അയാളെ നിലത്തു വീഴിച്ചു. ഈ ക്രിയ കണ്ട്, നൂറഡീൻ തന്റെ കുതിരയുടെമേൽനിന്ന് ഇറങ്ങി സുന്ദരയ്യന്റെ ജീവരക്ഷ ചെയ്യുന്നതിനായടുത്ത് ബീറാംഖാന്റെ കൈകളുടെ പ്രവൃത്തിയെ നിരോധിച്ചു. എന്നാൽ നൂറഡീന്റെ ശക്തിയും യുദ്ധസന്നദ്ധതയും നൂറഡീനു മനസ്സിലാകാത്തതും ശ്രവണപരിചയത്താൽ മലയാളം എന്നു തോന്നിയതും ആയുള്ള ചില വാക്കുകളെ കടുത്ത രോഷത്തോടുകടി ഉച്ചരിച്ചുകൊണ്ട് ദുശ്ശാസനനെ ഭീമസേനൻ എന്നപോലെ സുന്ദരയ്യനെ പിളർക്കുന്ന ബീറാംഖാനോടു ഫലിച്ചില്ല. ക്ഷണനേരംകൊണ്ട് ആ ബ്രാഹ്മണന്റെ മാംസരക്താസ്ഥിമജ്ജകളെ മാത്രം ശേഷിപ്പിച്ചിട്ട്, ബീറാംഖാൻ എഴുന്നേറ്റ് നൂറഡീന്റെ കുതിരപ്പുറത്തു കയറി പടക്കളം വിട്ടു പോകയും ചെയ്തു. തന്റെ

സേവകൻ വീണതു കണ്ട്, വലിയതമ്പി ജ്വലിക്കുന്ന കോപത്തോടുകൂടി ഷംസുഡീനെ ഒഴിച്ചുവാങ്ങി, മുമ്പിൽ കാണപ്പെട്ട നുറഡീനോട് ഏറ്റു. നുറഡീനെ തമ്പി വീഴ്ത്തി ഖഡ്ഗത്തെ ഓങ്ങുന്നതു കണ്ട്, ഷംസുഡീൻ തന്റെ കൈത്തോക്കുയർത്തി തമ്പിയുടെ കരത്തിൽ മുറിവേല്പിച്ചു വീഴ്ത്തി. ഇതു കണ്ട് രാമനാമഠവും അനുജൻതമ്പിയും ഷംസുഡീന്റെ നേർക്കടുത്തു. അപ്പോൾ കിഴക്കോട്ടു കിള്ളിയാറു കടന്ന് ഓടിയിരുന്ന ചിലർ വിളികൂട്ടിക്കൊണ്ടു തിരിച്ചുമണ്ടുന്ന ഘോഷം കേൾക്കയാൽ, പിന്നെ പൂർവ്വസ്ഥിതിയിൽ പരക്കെ പോർ തുടങ്ങി. മുൻവശത്ത് മുൻപത്തേതിലും അധികം ആളുകൾ കാണപ്പെട്ടതിനാൽ മാങ്കോയിക്കൽക്കുറുപ്പ് ഷംസുഡീന്റെ അടുത്തെത്തി ആ സംഗതി ഗ്രഹിപ്പിച്ചു. "ഞാൻ കാണുന്നുണ്ട്. അവിടുന്നു ചിലർ ഇവരെ ഇങ്ങോട്ടോടിക്കുന്നു" എന്ന് ഷംസുഡീൻ പറഞ്ഞു. അപ്പോൾ "വെടിവയ്ക്കരുത്-ഇത്തലയ്ക്കൽ ബന്ധുക്കളുണ്ട്" എന്നു രണ്ടു ശബ്ദം കിഴക്കുനിന്നു കേൾക്കയാൽ 'തമ്പുരാനുണ്ട്' എന്നു കുറുപ്പും 'അച്ഛനും ഉണ്ട്' എന്നു ഷംസുഡീനും പറഞ്ഞു. മുമ്പിലും പുറകിലും തടുത്തു മുട്ടിക്കപ്പെട്ടപ്പോൾ എട്ടുവീട്ടിൽപിള്ളമാരും പരിവാരങ്ങളും കുടുക്കിലായി.

നേരം വെളുത്തപ്പോൾ യുവരാജാവ് മാതുലന്റെ ശേഷക്രിയകൾ തടസ്സംകൂടാതെ ക്രമപ്രകാരം നടത്തിത്തുടങ്ങിയിരിക്കുന്നു. കേരളവർമ്മ കോയിത്തമ്പുരാന്റെ രക്ഷയിൽ ആക്കി സുഭദ്രയാൽ പാറുക്കുട്ടിയുടെയും മാതാവിന്റെയും പക്കൽ ഏല്പിക്കപ്പെട്ടിരുന്ന രാജകുമാരനേയും മാതാവിനേയും ചെമ്പകശ്ശേരിയിൽനിന്നു തിരിച്ച് എഴുന്നള്ളിക്കയും ചെയ്തിരിക്കുന്നു. പടയിൽ തോറ്റ തമ്പിമാരും മറ്റും ബന്ധനത്തിലും കിടക്കുന്നു. ചെമ്പകശ്ശേരിമൂത്തപിള്ള പഠാണിപ്പാളയത്തിലേക്കു ചില ഭൃത്യരോടൊന്നിച്ചു പോയിരിക്കുന്നു. ആ ഭവനത്തിൽ മഹോത്സവമായിരിക്കുന്നു. പാറുക്കുട്ടിക്കു തന്റെ രോഗവും ക്ഷീണവും എല്ലാം സ്വപ്നമായിരുന്നു. എന്നും ചെമ്പകശ്ശേരിയിൽ മോഷണം നടന്ന അന്നു കണ്ടതായി തോന്നപ്പെട്ട ഭൂതങ്ങളിൽ ഒന്നാമൻ തമ്പിയെന്നും രണ്ടാമൻ തന്റെ പ്രിയതമനെന്നും വിശ്വാസമായിരിക്കുന്നു. ആശാൻ കാശിവാസിയെ സംശയിച്ചതിനെയും അയാളെ പലതവണ കണ്ടിട്ടും ആൾ അറിയാത്തതിനെയും കുറിച്ചു പശ്ചാത്താപപ്പെടുന്നു. കാർത്ത്യായനിഅമ്മ ഊണിനു വട്ടംകൂട്ടിക്കുന്നതിനിടയിൽ പുത്രിയുടെ അടുത്ത് അപ്പഴപ്പോൾ ചെന്നു ഭ്രാന്തു പിടിക്കരുതെന്നും മറ്റും ഗുണദോഷിക്കുന്നു. സുഭദ്രയുടെ നാമത്തെ ഓരോരുത്തർ ഓരോ സംബന്ധമായി ഉച്ചരിക്കുന്നതേ ആ ഭവനത്തിൽ കേൾപ്പാനുള്ളു. രാത്രിയിലെ പടക്കാര്യത്തേയും രാജകുടുംബത്തിലേക്കു ചെമ്പകശ്ശേരിക്കാരിൽനിന്ന് ഉണ്ടായ സഹായത്തേയും തമ്പി മുതലായവർ ബന്ധനത്തിലായതിനേയും സുന്ദരയ്യൻ മരിച്ചതിനേയും കുറിച്ച് ആർക്കും ഒരു വിചാരവും ഇല്ല. കാർത്ത്യായനിഅമ്മ സുഭദ്രയെക്കുറിച്ച് "അദ്ദേഹത്തിന്റെ മകളാണെന്ന് അണ്ണനും എനിക്കും മുമ്പേതന്നെ അറിയാമായിരുന്നു. അവളോട് ഇതു പറയട്ടോ എന്ന് ഞാൻ ഇന്നലേയും വിചാരിച്ചു.

പിന്നെയും തങ്കത്തിന്റെ അച്ഛന്റെ വാക്കിനെ വിചാരിച്ചു പറഞ്ഞില്ല. ചെമ്പകവും തങ്കവും ഇത്ര സ്നേഹം ആയതു കാരണംകൂടാതെ അല്ല" എന്നു പറയുന്നു. ഇപ്രകാരം ഓരോ അഭിപ്രായങ്ങൾ പറയുകയും മറ്റും ചെയ്യുന്നതിനിടയിൽ സുഭദ്രയുടെ ഭൃത്യൻ പപ്പു അറപ്പുരയ്ക്കകത്തു കടന്നു. അപ്പോൾ പാറുക്കുട്ടി (ധൃതിയിൽ) "അമ്മാവനും മറ്റും വന്നോ?" എന്നു ചോദിച്ചു.

പപ്പു: (തനിക്കും ആ സന്തോഷാവസരത്തിൽ അല്പം സ്വാതന്ത്ര്യത്തിന് അവകാശമുണ്ടെന്നുള്ള വിചാരത്തോടുകൂടി) മറ്റും, ഇപ്പോൾ വരും. പിടുപിടുക്കണ്ട.

കാർത്ത്യായനിഅമ്മ: എന്തുകൊണ്ടാണു താമസിക്കുന്നത്?

പപ്പു: താമസിക്കുന്നതോ? അവിടെയുള്ള ഒരു രസംകൊണ്ടുതന്നെ.

പാറുക്കുട്ടി: എന്തു രസമാണ്? അസംബന്ധം പറയാതെ.

പപ്പു: അങ്ങു യാത്രപറയുന്ന തഹ്യതി. കെഴട്ടുമേത്തനും കൊച്ചു മേത്തമ്മാരും എല്ലാം തിരുമുഖത്തുകൊച്ചങ്ങത്തെ പിടിച്ചു മുത്തിയും കണ്ണീരൊലിപ്പിച്ചും നാറ്റുണാ-ഇങ്ങു വന്നാലും കുളിപ്പിച്ചെടുത്തേ തൊടാൻ കൊള്ളു.

കാർത്ത്യായനിഅമ്മ: അധികപ്രസംഗീ!

പപ്പു: അല്ലേ, ഞാൻ പറയുന്നതു സത്യമാണ്. മേത്തച്ചികളും പിടിച്ചു മേത്തും മണ്ടയിലും എല്ലാം തുപ്പുണു. പിന്നെ പ്രസാദംപോലെ തൊട്ടു കണ്ണിൽ വയ്ക്കയോ, മുട്ടുകുത്തി അള്ളാവിനെ തൊഴുകയോ, എന്തെല്ലാമോ എനിക്കറിഞ്ഞൂടാ, ചെയ്യണാ. കൊച്ചങ്ങത്തെ കണ്ണിവച്ചതു പറ്റാത്തതുകൊണ്ട് വെമ്പലും വേവലാതിയും പെണ്ണുങ്ങൾക്കു കുറച്ചല്ല. കൊച്ചങ്ങുന്നും നാലാംവേദമുറകളെല്ലാം പഠിച്ചിട്ടൊണ്ടേ. തുമ്മുകയും തുമ്മിക്കയും ഒക്കെ ചെയ്യാൻ കച്ചകെട്ടി പഠിച്ചതുപോലെ മിടുക്കനായിരിക്കുന്നു. ഞാനും തോറ്റുപോകും.

പാറുക്കുട്ടി: മതി മതി; നീ അപ്പുറത്തു പോ.

പപ്പു: സഞ്ചികൾ മാത്രം അഴിച്ചുകളഞ്ഞാൽ, അമ്മമ്മോ! ആ മേത്തച്ചികൾക്കുശരി പെണ്ണുങ്ങൾ ഈ തമ്പുരാന്റെ രാച്യത്തും പൂലോകത്തും ഇന്ദ്രൻറങ്ങും ഏഹേയ്!

പാറുക്കുട്ടി: കളിക്കാതെ പോകാൻ പറഞ്ഞാൽ-ചെമ്പകം അക്കൻ വരട്ടെ.

പപ്പു: കൊച്ചങ്ങുന്ന് അവരെ കൈയിലേ മുത്തിയുള്ളു. അതുകൊണ്ട് നമുക്കെന്ത്?

പാറുക്കുട്ടി: അമ്മാ, ഇവനോടു പോകാൻ പറയണം.

കാർത്ത്യായനിഅമ്മ: (ചിരിച്ചുകൊണ്ട്) പോടാ, നീ അപ്പുറത്തു പോ.

പപ്പു "ഓഹോ! ഈ ദേഷ്യത്തിന് എന്റെ പൊന്നു പപ്പനാവാ! ആ ചൂളേക്കാമേത്തച്ചികൂടി കെട്ടിക്കേരിവരണേ" എന്നു പറഞ്ഞുകൊണ്ടു കെട്ടിൽനിന്നു പുറത്തേക്ക് ഓടിപ്പോയി.

പപ്പുവിന്റെ അഹമ്മതിക്കു തക്കതായ ശാസനയ്ക്ക് ഇടയുണ്ടാകുന്നതിനു മുമ്പിൽ, പുറത്തു വളരെ ആളുകൾ വന്ന ശബ്ദം കേൾക്കയാൽ കാർത്ത്യായനിഅമ്മ വേഗത്തിൽ എഴുന്നേറ്റു കിഴക്കേത്തളത്തിലേക്കു പോകാൻ ഭാവിച്ചു. എന്നാൽ, പോകുന്നതിനു മുമ്പിൽ തിരിഞ്ഞു പുത്രിയുടെ മുഖത്തു നോക്കിയതിൽ പാറുക്കുട്ടിയുടെ മുഖം വിളറിയും അംഗം രോമാഞ്ചംപൂണ്ടു ക്ഷീണിച്ചും കാണുകയാൽ അവിടെത്തന്നെ നിന്ന് "ഇനി വ്യസനിക്കാനെന്താണു മകളേ? ധൈര്യത്തോടും ഉത്സാഹത്തോടും ഇരിക്ക്. ഈശ്വരാനുഗ്രഹംകൊണ്ടു നിന്റെ ഇച്ഛപോലെ തന്നെ വന്നുകൂടിയല്ലോ" എന്നു പറഞ്ഞു.

പാറുക്കുട്ടി: (ആനന്ദാശ്രുക്കൾ പ്രവഹിക്കുന്ന നേത്രങ്ങൾ തുടച്ചിട്ട്) ഞാൻ അറപ്പുരയിലേക്കു പോകുന്നു. അമ്മ പോയി കാണണം.

കാർത്ത്യായനിഅമ്മ: ഞാൻ അങ്ങോട്ടു പറഞ്ഞയയ്ക്കാം.

പാറുക്കുട്ടി: അതു വേണ്ട. ഞാൻ പിന്നീടു കണ്ടുകൊള്ളാം.

കാർത്ത്യായനിഅമ്മ: എന്നാൽ, ഞാനും അറപ്പുരയിലേക്കു പോരാം.

പാറുക്കുട്ടി; (ധൃതിയിൽ) അതു വേണ്ടമ്മാ, അമ്മ മറ്റുവിധം വിചാരിക്കുന്ന കൂട്ടത്തിലാണല്ലോ.

കാർത്ത്യായനിഅമ്മയ്ക്കു പുത്രിയുടെ താല്പര്യം മനസ്സിലായതുകൊണ്ട് തർക്കങ്ങൾ നിറുത്തി പൂമുഖത്തിന്റെ പടിഞ്ഞാറുള്ള തളത്തിലേക്കും പാറുക്കുട്ടി അറപ്പുരയിലേക്കും തിരിച്ചു. തന്റെ ഹൃദയം രഥചക്രവേഗത്തിൽ ചലിക്കയും വീണ്ടും വീണ്ടും ശരീരം പുളകിതമായി തളരുകയും ചെയ്കയാൽ പരവശയായും ഏറ്റവും അടുത്തിരിക്കുന്ന സന്തോഷലാഭം താങ്ങുന്നതിനു ശക്തയല്ലെന്നു ഭയന്നും പൂർവ്വസ്നേഹത്തിന് അല്പമെങ്കിലും വികല്പം സംഭവിച്ചേക്കുമോ എന്നു ശങ്കിച്ചും, രണ്ടുകൊല്ലമായിട്ടു താൻ പ്രകടിപ്പിച്ചിട്ടുള്ള ചാപല്യങ്ങൾ ഓർത്തു നാണിച്ചും ഇടയ്ക്കിടെ വടക്കേ വാതിലിലോട്ടു നോക്കിയും മുഖത്തു സ്ഫുരിക്കുന്ന സ്വേദകണങ്ങൾ തുടച്ചും താമസം സഹിക്കാതെ നിർദ്ദയനെന്നു മനസ്സാ കോപിച്ചും ഏകനായിത്തന്നെ വന്നില്ലെങ്കിൽ കഷ്ടമെന്നു വിചാരിച്ചും തന്റെ സന്തോഷസ്ഥിതികൾ കണ്ടു ഹൃദയംഗമമായി അനുമോദിക്കാനുള്ള പിതാവിന്റെ വിയോഗത്തെ നിനച്ചു ക്ലേശിച്ചും, പാറുക്കുട്ടി തന്റെ മഞ്ചത്തെ ചാരിനില്ക്കുന്നതിനിടയിൽ ആരുടെയോ പാദന്യാസം കേട്ടു തുടങ്ങി. പാറുക്കുട്ടിയുടെ നേത്രങ്ങളിൽ ബാഷ്പം നിറഞ്ഞു എങ്കിലും അപ്പോൾ തന്റെ മുമ്പിൽ പ്രത്യക്ഷനായ പുരുഷമാണിക്യത്തെക്കണ്ട് അശ്രുക്കൾ തുടച്ച്, ധൈര്യം അവലംബിച്ചു. പാറുക്കുട്ടിയുടെ പ്രാർത്ഥനപോലെതന്നെ പഠാണികളുടെ ദ്വിഭാഷി ആയിരുന്ന അനന്തപത്മനാഭൻ ഏകനായി അറപ്പുരയ്ക്കകത്തു കടന്നപ്പോൾ വഴി കാണ്മാൻ പാടില്ലാത്തവിധത്തിൽ ആ യുവാവിന്റെ നേത്രങ്ങളിലും അശ്രുക്കൾ പെരുകി. രണ്ടുപേരുടെയും ഉള്ളിൽ തിങ്ങിയ ശോകപരമാനന്ദങ്ങൾ വർണ്ണിക്ക അശക്യമാണ്. ഈവിധമുള്ള സന്തോഷങ്ങൾ നിനച്ചിരിക്കാതെ

വന്നുകൂടുന്നതു ലോകാനുഭവങ്ങളിൽ സംഭാവ്യമല്ലെന്നു തോന്നുകയാൽ, അപ്പോഴത്തെ അവസ്ഥ സ്വപ്നഭ്രാന്തി ആയിരിക്കുമോ എന്നു രണ്ടു പേർക്കും ശങ്കയുണ്ടായി. രണ്ടുപേരുടെയും കരങ്ങൾ ആലിംഗനസുഖം കൊതിച്ചു എങ്കിലും സംസർഗ്ഗജന്യമായ ഗൗരവബുദ്ധി നിമിത്തമോ, മര്യാദാലംഘനമാകുമെന്നു ശങ്കിച്ചോ, ലജ്ജമൂലമോ, അരക്ഷണം മുമ്പിൽ ഉണ്ടായിരുന്ന പ്രബലമായ ഓരോ മനോവികാരങ്ങളേയും അമർത്തി രണ്ടു പേരും പരസ്പരം പാദങ്ങളെ നോക്കി ശേഷംരൂപത്തെ മനസ്സാധ്യാനിച്ച് ആനന്ദിച്ചുകൊണ്ടു നിന്നുപോയി. എന്നാൽ ക്ഷണനേരംകൊണ്ട് ലജ്ജയും ഗൗരവവും മര്യാദയും എല്ലാം അസ്തമിച്ചു മൃദുഗാത്രിയായ ആ യുവതി മോഹാലസ്യത്താൽ നിലത്തു വീഴാൻ ഭാവിക്കുന്നതു കണ്ട് അനന്തപത്മനാഭൻ വേഗത്തിൽ അടുത്ത് പ്രിയയെ താങ്ങിക്കൊണ്ട് കുറച്ചുനേരം കഴിഞ്ഞപ്പോൾ "പാറുക്കുട്ടീ" എന്നു തനിക്കു കർണ്ണപീയുഷമായുള്ള സ്വരത്തിൽ ഒരു വിളി കേട്ട് ഉണർന്ന സമയം താൻ തന്റെ പ്രിയതമന്റെ കരങ്ങൾകൊണ്ടു ബന്ധിക്കപ്പെട്ടിരിക്കുന്നു എന്നു പുറത്തു വീഴുന്ന ചില ചൂടുള്ള ജലബിന്ദുക്കളുടെ സ്പർശനത്താൽ പാറുക്കുട്ടിക്ക് അറിവുണ്ടായി. തന്നെ അണച്ചിരുന്ന വക്ഷസ്സിനെ താനും ശീതളമാക്കിയിരിക്കുന്നു എന്ന് അറിഞ്ഞിട്ടും തന്റെ പരിതാപങ്ങൾ നീങ്ങുമാറ് തന്നെ അനുഗ്രഹിച്ച ഈശ്വരനെ ഭക്തിപൂർവ്വം സ്മരിക്കയും മനഃപൂർവ്വമായി സഹായിച്ച സുഭദ്രയെ സ്നേഹപൂർവ്വം അഭിനന്ദിക്കയും തന്റെ അനുരാഗഭാജനമായുള്ള യുവാവിന്റെ വിയോഗാവസാനത്തെക്കുറിച്ച് ആനന്ദിക്കയും ചെയ്തുകൊണ്ട് അസ്വതന്ത്രയെന്നുള്ള സ്ഥിതിയിൽ അനന്തപത്മനാഭന്റെ മാറോടുചേർന്നു നിന്നതേയുള്ളു. എന്നാൽ പിന്നെയും മേൽപ്രകാരമുള്ള മധുരസ്വരം കേൾക്കയാൽ പാറുക്കുട്ടിയുടെ നാവിൽനിന്ന് അതിനുത്തരമായി ഒരു ശബ്ദം പുറപ്പെട്ടു എന്നു വരികിലും അത് എന്തായിരുന്നു എന്നു ലേശവും വ്യക്തമായിരുന്നില്ല. ഈ ശബ്ദത്തിന് പ്രതിഫലമായുണ്ടായ ഗാഢാശ്ലേഷത്തെ ആദരിച്ച്, പ്രിയതമന്റെ മുഖത്തു നിലയില്ലാത്ത അനുരാഗത്തോടുകൂടി ഒന്നു നോക്കിയിട്ട് പാറുക്കുട്ടി തന്റെ കരത്തിൽ ഒന്നിനാൽ പ്രേമപൂർവ്വം തന്നെ തഴുകിയിരിക്കുന്ന ഗാത്രത്തെ മന്ദമായി തന്റെ മാറോടു പിടിച്ചണച്ചുകൊണ്ട് മനോരഥപ്രാപ്തിയാലുണ്ടായ പരമാനന്ദത്താൽ ലീനചിത്തയായി നിന്നു. ഈ സ്ഥിതിയിൽ പരസ്പരം അന്തർഗ്ഗതങ്ങളെ അറിയിക്കാൻ ശക്തരല്ലാതെ നില്ക്കുന്നതിനിടയിൽ വടക്കേക്കെട്ടിൽനിന്ന് ഒരു വരവിന്റെ ശബ്ദം കേൾക്കയാൽ നിഷ്കരുണമായുള്ള ആ ക്രിയയുടെ കർത്താവിനോട് മനസ്സാ കോപിച്ചുകൊണ്ടു രണ്ടുപേരും വേർപെട്ടു നിന്നു. വിവാഹാനന്തരം സംഘടിക്കപ്പെട്ട ഹൃദയങ്ങളുടെ സംയോഗസുഖത്തെ ലംഘനം ചെയ്‌വാൻ മുതിർന്ന ആൾ പുത്രവാത്സല്യാതിക്രമത്താൽ ഉഴന്നുകൊണ്ടിരുന്ന തിരുമുഖത്തുപിള്ളയായിരുന്നു. ഇദ്ദേഹം അറപ്പുരയ്ക്കകത്തു കടന്നപ്പോൾ കാർത്ത്യായനിഅമ്മ മുതലായ ആളുകൾ സംഘം ചേർന്നു വടക്കേക്കെട്ടിലേക്കുള്ള വാതില്ക്കലും ശങ്കു ആശാൻ വലിയകാരണവ

രുടെ സ്ഥാനത്തിൽ അറപ്പുരയുടെ വരാന്തയിലും ഹാജരായി. പുത്രനെക്കണ്ടുള്ള കൊതിതീർന്നിട്ടില്ലാതെ ഇരുന്നു എങ്കിലും മഹാപുരുഷനായ തിരുമുഖത്തുപിള്ള അറപ്പുരയ്ക്കകത്തു കടന്നതിന്റെ ശേഷം തന്റെ സ്നേഹത്തിനെ ചൊരിഞ്ഞത് പാറുക്കുട്ടിയുടെ മേൽ ആയിരുന്നു. തന്റെ പുത്രന്റെ കളത്രമാകാൻപോകുന്ന ബാലികയുടെ മുതുകിൽ സാവധാനമായി തലോടിക്കൊണ്ട് അദ്ദേഹം ഇങ്ങനെ പറഞ്ഞു. "തങ്കം, നിനക്കു ദീനമാണെന്നു കേട്ടു ഞാൻ വളരെ വ്യസനിച്ചു. അതിനാലാണ് മുഖ്യമായി ഇങ്ങോട്ടുവരാൻതന്നെ നിശ്ചയിച്ചത്. നിന്റെ മനസ്ഥിതിയെക്കുറിച്ച് അറിഞ്ഞു വരാൻ അയച്ചിരുന്ന ചുള്ളിയിൽ മാർത്താണ്ഡൻ എന്റെ ആജ്ഞകൾക്കു വിപരീതമായി അനേകം ക്രിയകൾ ഇവിടെ നടത്തി. ആകപ്പാട അതെല്ലാം ഈ അവസരത്തിൽ മറക്കേണ്ടതായിരിക്കുന്നു. ഇവൻ നിന്നെ നിർദ്ദയനായി കഷ്ടപ്പെടുത്തിയതിനേയും കൊല്ലാതെ കൊന്നതിനേയും നീയും മറക്കണം. ഈശ്വരപ്രസാദത്താലുണ്ടായ ഈ ഭാഗ്യോദയത്തിൽ നിഷ്കളങ്കമായ സ്നേഹത്തോടുകൂടി ഇവന്റെ വീഴ്ചകളെ നീ പൊറുത്തുകൊള്ളണം. ഒരു സത്യം അനുസരിച്ചല്ലാതെ നിന്നെക്കുറിച്ചുള്ള സ്നേഹത്തിനു കുറവുണ്ടായതുകൊണ്ടും മറ്റുമല്ല, ഈ കഴിഞ്ഞ അജ്ഞാതവാസം ഇവൻ ആചരിച്ചത്. എന്നാൽ നിന്നെ വിചാരിച്ചെങ്കിലും ഇവൻ ആ സത്യം ചെയ്യാതിരിക്കേണ്ടതായിരുന്നു. ബാല്യം മുതല്ക്ക് താൻതന്നെ ഉദിപ്പിച്ചു നിന്റെ ഹൃദയത്തിൽ വളർത്തിയ അനുരാഗത്തിന്റെ സ്ഥിതിക്ക് ഇവന് ആ സത്യം ചെയ്യുന്നതിന് അവകാശമേ ഇല്ലായിരുന്നു എന്നു ഞാൻ വിചാരിക്കുന്നു. ഞങ്ങൾക്കു ജീവിതകാലശിഷ്ടം ഇനി കുറച്ചേയുള്ളു. ഈ ലോകത്തിലെ സുഖാനുഭവങ്ങളിൽ ഒട്ടൊരു വിരക്തിയും വന്നിട്ടുണ്ട്. നിന്റെ സംഗതിയിൽ ഇങ്ങനെയും ഒരു സമാധാനം ഇവനു വിചാരിക്കാൻ പാടില്ലായിരുന്നു. എത്രകാലത്തെ ദുസ്സഹമായ വ്യസനത്തിനാണ് ഇവൻ വഴിയുണ്ടാക്കാൻ തുടങ്ങിയത്-"

ശങ്കുആശാൻ: 'അയ്യോ! തഹിക്കുമോ? പക്കേ ചെന്നു ചാടിപ്പെയ്യു എന്നേയുള്ളു. പിള്ള കരയണ കണ്ടില്ലയോ? അങ്ങുന്ന് അതിനെ ഒക്കെ വിട്ടുകളയണം. അവര് എള്ളോളം വത്വാനങ്ങളും മറ്റും പറഞ്ഞോള്ളട്ട്. കൊച്ചുങ്ങളല്ലയോ? നാരായണ! നാരായണ! നീ നന്നായിരി. ഇനി ചീവ നെടുത്താലും പോട്ട്.

തിരുമുഖത്തുപിള്ള: തങ്കം, ഞാൻ ഇത്രയെല്ലാം പറയുന്നതു നിങ്ങൾ തമ്മിലുള്ള സ്നേഹത്തിനു പൂർവ്വസ്ഥിതിയിൽനിന്ന് ഒട്ടും കുറവു വരാതിരിക്കാനാണ്. ഇവന്റെ ഉള്ളിൽ തമ്പിയുടെ ശ്രമത്തെ സംബന്ധിച്ചോ മറ്റോ നിനക്കു വിപരീതമായി വല്ല സംശയവുമുണ്ടെങ്കിൽ അതിനെക്കുറിച്ച് അവനു ചോദിക്കാൻപോലും അവകാശമില്ലെന്നാണു ഞാൻ സ്ഥാപിക്കുന്നത്. ഇങ്ങനെയുള്ള വിഷയങ്ങളെക്കുറിച്ചു നിങ്ങൾ തമ്മിൽ ചോദ്യമുണ്ടാകുന്നതല്ലെന്ന് എനിക്കു വിശ്വാസമുണ്ട്. എങ്കിലും നിങ്ങടെ ക്ഷേമത്തെക്കുറിച്ചുള്ള എന്റെ താല്പര്യത്താൽ ദമ്പതിമാരോ ദമ്പതിമാർ

ആകാൻപോകുന്നവരോ പ്രേമത്തെ ഭിന്നമാക്കുന്നതായ നിസ്സാരസംശയങ്ങൾക്കു വശരാകരുതെന്നു പറഞ്ഞുപോകുന്നതാണ്.

പാറുക്കുട്ടി: അങ്ങനെ വല്ല സംശയമോ മറ്റോ ഞങ്ങളിൽ ഉണ്ടാകുമെന്നു വിചാരിക്കണ്ട.

തിരുമുഖത്തുപിള്ള: എന്റെ ഇഷ്ടമകൾതന്നെ നീ. തങ്കം, നീ ഇവനെ ശരിയാക്കിക്കൊണ്ടുപോകണം. (പുത്രനോട്) അനന്തപത്മനാഭാ, വീട്ടിലേക്കു ഞാൻ ആളയച്ചിട്ടുണ്ട്. നിന്റെ അമ്മയും മറ്റും നാളെ വന്നുചേരും. അതിനാൽ നീ അങ്ങോട്ടു പോകാൻ ഭാവിക്കേണ്ട. തങ്കത്തിന്റെ ദേഹസ്ഥിതി നീ കാണുന്നുണ്ടല്ലോ. ഇതിനു നീയാണു കാരണം. തങ്കം നിന്നിലധികം കഷ്ടപ്പെട്ടിരിക്കുന്നു. അതിനെ നല്ലതിന്മണ്ണം ഓർമ്മിച്ചുകൊള്ളണം. നിന്റെ ബുദ്ധിമോശത്താൽ ഇവളെ ഭയപ്പെടുത്തി മരിക്കുമാറുമാക്കി. നിന്റെ കുട്ടിശ്ശീലം നീങ്ങിയിട്ടില്ല. ബുദ്ധിക്ക് ഇനിയും പാകതവരാനുണ്ട്. ആട്ടെ തങ്കം, ഇവൻ നിനക്കുതന്നെ ഇരിക്കട്ടെ. ഞങ്ങളുടെ അവകാശത്തെ ഒഴിഞ്ഞിതാ തന്നിരിക്കുന്നു.

ശങ്കുആശാൻ: നന്നായ്വരട്ടെ കുഞ്ഞേ, ചത്ത ആളും തിരിച്ചുവന്നു. കെഴവൻ കേറി ചെറുപ്പമാകുമോ എന്തോ! ആർക്കറിയാം. പഹവാന്റെ മായാവിലാസങ്ങള്!

പാറുക്കുട്ടിയുടെ കരത്തിൽ തന്റെ പുത്രനെ ഏൽപ്പിച്ചിട്ട് തിരുമുഖത്തുപിള്ള പുറത്തേക്കു പോകാൻ ആരംഭിച്ചപ്പോൾ കാർത്ത്യായനിഅമ്മ മുതലായവർ ആശാനെക്കണ്ട ശിഷ്യരെപ്പോലെ വാതുക്കൽനിന്ന് ഓട്ടം തുടങ്ങി. തിരുമുഖത്തുപിള്ള മുമ്പിലും പുറകേ ആശാനും ആയി തിരിച്ചപ്പോൾ, തന്റെ മാതാവ് മുമ്പിലും സുന്ദരയ്യൻ പുറകിലുമായി ഉണ്ടായ യാത്ര ഓർത്ത് പാറുക്കുട്ടി അനന്തപത്മനാഭന്റെ മുഖത്തുനോക്കി ഒന്ന് മന്ദഹാസം ചെയ്തു.

# ഇരുപത്തിയാറാം അദ്ധ്യായം

*"ഒക്കവേ പറവതിനൊട്ടുമേ കാലം പോരാ*
*സൽക്കഥയല്ലോയെന്നാലൊട്ടൊട്ടു പറഞ്ഞിടാം."*

**എ**ട്ടുവീട്ടിൽപിള്ളമാരുടെയും മറ്റും ബന്ധനത്തോടുകൂടി നാട്ടിൽ സമാധാനം പരക്കുകയും, യുവരാജാവിന്റെ പേരിൽ ഉണ്ടായിരുന്ന ദുഷ്കീർത്തികൾ നീങ്ങുകയും ചെയ്തിരിക്കുന്നു. അനന്തപത്മനാഭനെ സംബന്ധിച്ച് പ്രസിദ്ധമായിരിക്കുന്ന ചരിത്രം പുരാണകഥകളെയും അതിശയിക്കുന്നു എന്ന് ജനങ്ങൾ കൊണ്ടാടുന്നു. ഈ യുവാവ് യുവരാജാവിനെ പിരിഞ്ഞ് മാതൃഗൃഹത്തിൽ പോയി താമസിക്കുന്നതിനിടയിൽ തന്റെ നാഥനായ യുവരാജാവിനെ വൈരികൾ കള്ളിയങ്കാട് എന്ന ദിക്കിൽവച്ചു വധിച്ചിരിക്കുന്നു എന്നു കേൾക്കയാൽ ഉടനേതന്നെ മാതാവിനെപ്പോലും ഗ്രഹിക്കാതെ ഈ സംഗതിയുടെ വാസ്തവം തിരക്കി അറിയുന്നതിനായി യുവരാജാവ് അന്നു താമസിച്ചിരുന്ന നാഗർകോവിലിലേക്കു തിരിച്ചുപോകും വഴിക്കു യുവരാജാവ് ഒരു ബ്രാഹ്മണനാൽ രക്ഷിക്കപ്പെട്ടു എന്നു കേട്ടു എങ്കിലും അവിടെ താമസിക്കാതെ നേരെ നാഗർകോവിലിലേക്കു നടന്നു. പഞ്ചവൻകാട്ടിൽ അർദ്ധരാത്രി ആവാറായപ്പോഴാണ് എത്തിയത്. ആ സ്ഥലത്ത് എത്തിയപ്പോൾ വേലുക്കുറുപ്പും ഏതാനും വേൽക്കാരും ആ യുവാവിനെ തടുത്തു. ശത്രുക്കളുടെയുള്ളിൽ ഭീതി ഉദിക്കുമാറ് പരാക്രമത്തോടുകൂടി അനന്തപത്മനാഭൻ പോർചെയ്തുവെങ്കിലും പടയിൽ പഴകിയവനായ വേലുക്കുറുപ്പിന്റെ വെട്ടും കുത്തുമേറ്റ് വീണുപോയി. അനന്തപത്മനാഭന്റെ ഭാഗ്യദശയുടെ മഹത്ത്വത്താൽ അന്ന് ആ വനത്തിന്റെ കിഴക്കരുകിലായിട്ട് ഹാക്കിം മുതലായവർ വ്യാപാരപ്പാളയം അടിച്ചു പാർത്തിരുന്നു. പോരിനിടയിൽ കുമാരനായ അനന്തപത്മനാഭൻ പുറപ്പെടുവിച്ച ചില ദീനസ്വരങ്ങൾ ആ സ്ഥലത്തു കേൾക്കുക

യാൽ ഹാക്കിം ബീറാംഖാനോടും രണ്ടു ഭൃത്യരോടുമൊരുമിച്ച് പ്രലാപ കാരണം ആരാഞ്ഞ്, വനമദ്ധ്യത്തിൽ പ്രവേശിച്ചു. അല്പദൂരം സഞ്ചരിച്ചപ്പോൾ അനന്തപത്മനാഭൻ കിടന്നിരുന്ന രുധിരക്കളത്തിൽ എത്തി സുഭദ്രയാൽ കാർത്ത്യായനിഅമ്മ എന്നപോലെ അനന്തപത്മാഭനാൽ ബീറാംഖാൻ മുഖസാമ്യംകൊണ്ട് ആകർഷിക്കപ്പെടുകയാൽ ആ യുവാവിനെ ബീറാംഖാൻ വൃദ്ധനെക്കൊണ്ടു പരിശോധിപ്പിക്കയും അനന്തരം മഞ്ചലുണ്ടാക്കിച്ച് ഭൃത്യരെക്കൊണ്ടെടുപ്പിച്ചു കൊണ്ടു പോകയും ചെയ്തു. അനന്തപത്മനാഭന്റെ അനന്തരമുള്ള കഥകൾ ഈ ചരിത്രത്തിലടങ്ങിയിട്ടുള്ള ഓരോ സംഭാഷണത്തിലും മറ്റും നിന്ന് ഗ്രഹിക്കാവുന്നതാണ്. എങ്കിലും അതുകൾ വിശദമാക്കുന്നതിനായി കുറച്ചു പ്രസ്താവിച്ചു കൊള്ളുന്നു.

അനന്തപത്മനാഭനെ എടുത്തുകൊണ്ടുപോയതിന്റെ ശേഷം ഹാക്കിം മുതലായവർ തിരുവിതാംകൂറിൽ അധികം താമസിച്ചില്ല. സുലൈഖയായ തരുണിക്ക് ആദ്യവീക്ഷണത്തിൽത്തന്നെ അനന്തപത്മനാഭനിൽ അനുരാഗം ജനിച്ചുപോയി. എന്നാൽ ആ യുവതി തന്റെ സഹോദരനെപ്പോലെതന്നെ വിശിഷ്ടഗുണങ്ങളുടെ സംഗ്രഹാഗാരമായിരുന്നതിനാൽ അനന്തപത്മനാഭന്റെ വിശ്വാസാചാരാദികളെ അതുകൾക്കു വിപരീതമായി ഹാക്കിം, ഉസ്മാൻഖാൻ ഈ രണ്ടുപേർക്കുമുണ്ടായിരുന്ന ഉദ്ദേശ്യത്തിൽനിന്നു രക്ഷിച്ചുകൊണ്ടു. അനന്തപത്മനാഭൻ ഒന്നരമാസംകൊണ്ട് മൃത്യുവിന്റെ പാശത്തിൽനിന്നു മോചിക്കപ്പെട്ടപ്പോൾ ആ യുവാവിന്റെ കുടുംബത്തേയുംമറ്റും സംബന്ധിച്ചു ചോദ്യം തുടങ്ങി. എന്നാൽ മഹമ്മദീയരായ തന്റെ ഉപകർത്താക്കന്മാരുടെ ഉദ്ദേശ്യങ്ങളെ അറിയുന്നതിനു കഴിവില്ലാത്തതിനാലും, ഹാക്കിമിന്റെ ചപലപ്രകൃതിയേയും സുലൈഖയുടെ പ്രേമത്തേയും തനിക്ക് ഓരോ സന്ദർഭവശാൽ ഗ്രഹിക്കാൻ സംഗതിയുണ്ടായതിനാലും, ഹാക്കിമിന്റെ വലിയ സ്വാധീനങ്ങളെക്കുറിച്ച് സുലൈഖയിൽനിന്നു കിട്ടിയ അറിവുനിമിത്തം വൃദ്ധന്റെ പ്രീതി തന്റെ ജന്മഭൂമിയിലെ നാഥന്മാർക്ക് ഉപകാരമാകത്തക്കവണ്ണം ഉപയോഗിക്കാമെന്നു തോന്നിയതിനാലും സുലൈഖ, പാറുക്കുട്ടി എന്നീ രണ്ടു മഹാവിപരീതശക്തികളുടെ ഇടയിൽപ്പെടുക നിമിത്തവും തന്റെ പരമാർത്ഥം വെളിപ്പെടുത്തുന്നത് സംഗതികളുടെ ഗതിയറിഞ്ഞു വേണ്ടതാണെന്ന് അനന്തപത്മനാഭൻ നിശ്ചയിച്ചു. എന്നാൽ സുലൈഖയോട് തന്റെ മതദ്വേഷം താൻ ചെയ്യുന്നതല്ലെന്നു പറഞ്ഞ് ആ സ്ത്രീയുടെ മോഹത്തെ വളർത്താതിരിക്കത്തക്കവണ്ണം അറിവു കൊടുത്തു. ഈ നിശ്ചയം കേട്ടതിൽ സുലൈഖയുടെ അനുരാഗം വർദ്ധിച്ചതേയുള്ളു. സംഗതികളുടെ തിരിച്ചിൽ സൂക്ഷ്മമായി ഗ്രഹിച്ചു വന്നിരുന്ന ജംബുകനായ വൃദ്ധൻ, അനന്തപത്മനാഭനോടു കൃതജ്ഞതയെ സംബന്ധിച്ചു പല പ്രമാണങ്ങളും പഴഞ്ചൊല്ലുകളും കഥകളും പറഞ്ഞുകേൾപ്പിച്ചു. ആ യുവാവിന്റെ പരമാർത്ഥം പറയാതിരിക്കുന്നതിനു പകരമായി വൃദ്ധന്റെ അനുമതിയോടുകൂടിയല്ലാതെ താൻ മരിച്ചിട്ടില്ലാത്ത വിവരം സ്വജനങ്ങളെ ഗ്രഹിപ്പിക്കയോ

ആ സംഘത്തെ വിട്ടുപോകയോ ചെയ്യുന്നതല്ലെന്ന് അനന്തപത്മനാഭനെക്കൊണ്ട് ഒരിക്കൽ സത്യം ചെയ്യിച്ചു. ഹാക്കിമിന്റെ പ്രീതിയെ ദീക്ഷിച്ചും തന്റെ കൃതജ്ഞത നിമിത്തവും ചെയ്യപ്പെട്ട ഈ സത്യം തന്നെ വലയ്ക്കുമെന്ന് അനന്തപത്മനാഭൻ വിചാരിച്ചിരുന്നില്ല. ഈ സത്യത്താൽ സുലൈഖയുടെ അഭിലാഷസിദ്ധിക്കുള്ള മാർഗ്ഗം ദൃഢമാക്കി എന്നുള്ള വിശ്വാസത്തോടുകൂടിയും, തനിക്കുതന്നെ ആന്തരമായി തോന്നിത്തുടങ്ങിയ സ്നേഹംമൂലവും ഹാക്കിം അനന്തപത്മനാഭനെ പല ഗുരുക്കന്മാരെക്കൊണ്ടും പല വിദ്യകളും അഭ്യസിപ്പിച്ചു. ഒന്നരവർഷത്തോളം സ്വജനങ്ങളുടെ വിരഹം സഹിച്ചും സ്വരാജ്യത്തെ കാണ്മാനുള്ള അതിയായ മോഹത്തെ യാതൊരുവിധത്തിലും വൃദ്ധനെ ഗ്രഹിപ്പിക്കാതെയും പാർത്തിട്ടും വൃദ്ധന്റെ മനസ്സലിയുന്ന ലക്ഷണം കാണായ്കയാൽ ആജീവനാന്തം അന്യദേശവാസത്തെ തനിക്കനുഭവം എന്നുള്ള ശങ്ക ഉള്ളിലുദിച്ച് അനന്തപത്മനാഭൻ വളരെ കുഴങ്ങി. ഈ അവസ്ഥയിലും അനന്തപത്മനാഭന് സുലൈഖയിൽ പ്രേമമുണ്ടാകുന്നതല്ലെന്ന് ഉസ്മാൻഖാൻ വൃദ്ധനെ ധരിപ്പിക്കയാൽ, യുവാവിനെ മഹമ്മദീയനാക്കാനുള്ള ശ്രമം മുറുക്കത്തിലായി. എന്നാൽ ഉസ്മാൻഖാന്റേതിലും അഗാധമായുള്ള ബുദ്ധിയോടുകൂടിയ ഒരാൾ ആ സംഘത്തിലുണ്ടായിരുന്നു. ഈയാൾ ഒരുകാലത്ത് പരമശുദ്ധനായിരുന്നു. അനന്തരം ദാരിദ്ര്യാദിദുഃഖം നിമിത്തം മനുഷ്യദ്വേഷിയായി. എന്ന ഈയാളുടെ അനന്തകാന്തിയോടുകൂടിയ സൗന്ദര്യം ശീലാവതിയും വിദുഷിയും തേജോരൂപിണിയും ആയുള്ള ഒരു പത്നിയെ സമ്പാദിച്ചുകൊടുക്കയാൽ സ്വതേയുള്ള ഗുണങ്ങൾക്ക് പ്രകാശമുണ്ടായി. ഇതിനിടയിൽ സംപ്രാപ്തമായിരുന്ന ലോകപരിചയംകൊണ്ടും അനുഭവഭേദങ്ങൾകൊണ്ടും തീക്ഷ്ണബുദ്ധിമാനും ആയിച്ചമഞ്ഞു. ഈ ബീറാംഖാൻ ആദ്യത്തിൽ അനന്തപത്മനാഭന്റെ മുഖമാതൃകയും വർണ്ണശോഭയും സ്ത്രീസൗന്ദര്യവും കണ്ട് വിദ്യുച്ഛക്തി ഏറ്റപോലെ സ്തബ്ധനായെന്നു വരികിലും തനിക്ക് അതിപരിചിതമെന്നു തോന്നിയ ആ രൂപത്തിന്റെ ഉടമസ്ഥനു പരമബന്ധുവായിത്തീർന്നു. ഇയാൾ അനന്തപത്മനാഭന്റെ മനോദുഃഖത്തെ ആ യുവാവിന്റെ ഓരോ ചേഷ്ടകൾ കൊണ്ട് അറികയാൽ ആ ദുഃഖത്തിനു താൻ ശാന്തിവരുത്തുന്നുണ്ടെന്നു നിശ്ചയിച്ചു. ലോകയന്ത്രത്തിൽ പ്രധാനചക്രങ്ങൾ സ്ത്രീകളാണ് എന്ന് ഇയാൾ മനസ്സിലാക്കിയിട്ടുണ്ടായിരുന്നു. ആ ചക്രങ്ങളെ തിരിച്ചു തന്റെ നിശ്ചയത്തെ ക്ഷണേന സാധിക്കാമെന്ന് ഇയാൾക്കു ധൈര്യമുണ്ടായിരുന്നു അപ്രകാരംതന്നെ രണ്ടുദിവസം കഴിഞ്ഞപ്പോൾ സുലൈഖാ, ഫാത്തിമ മുതലായവർ കൊല്ലത്തിൽ രണ്ടു വൃഷ്ടിയുള്ള കേരളത്തിന്റെ നാനാഭാഗങ്ങളും കാണണമെന്ന് ആഗ്രഹിച്ചുതുടങ്ങി. മൂന്നുനാലു ദിവസം കഴിഞ്ഞപ്പോഴേക്ക് സ്ത്രീകളെക്കൊണ്ടു പൊറുതിയില്ലാതെ തീരുകയാൽ രണ്ടാമതും വ്യാപാരത്തിനു പുറപ്പെടാൻ വേണ്ട ഒരുക്കങ്ങൾ ചെയ്തുകൊള്ളുന്നതിനു വൃദ്ധൻ ഉസ്മാൻഖാനോട് ആജ്ഞാപിച്ചു. ആജ്ഞയെ പീഠികയാക്കി സത്യതത്പരതയേയും കൃത

ജ്ഞതയേയും മറ്റും സംബന്ധിച്ചും സ്ത്രീകളുടെ സിദ്ധാന്തത്തിനു കാരണം അനന്തപത്മനാഭനാണെന്നു സ്ഥാപിച്ചും കുറാനിൽനിന്നു പത്തുനൂറു വാക്യങ്ങളെ പ്രമാണമായി പറഞ്ഞ് ഹാക്കിം ഒട്ടേറെ പ്രസംഗിച്ചു.

ഹാക്കിം മുതലായവർ രണ്ടാമത്തെ പുറപ്പാടിൽ തിരുവിതാംകോട് എന്ന ചെറിയ നഗരത്തിൽ ആദ്യം പാർപ്പു തുടങ്ങി. ഈ സ്ഥലത്തു താമസിക്കുന്നതിനിടയിൽ മാങ്കോയിക്കൽക്കുറുപ്പിന്റെ പരിചയം സമ്പാദിച്ചു. ഇദ്ദേഹത്തിന്റെ കളരിക്കാരെ അഭ്യസിപ്പിക്കുന്നതിനായി ഷംസുദ്ധീനു വൃദ്ധൻ അനുമതി കൊടുത്തു. ഷംസുദ്ധീന്റെ ആചാരവിശേഷങ്ങളും മറ്റും കണ്ട് ആ യുവാവ് സ്വദേശീയനാണെന്നു കുറുപ്പു മനസ്സിലാക്കി. ആ യുവാവിനെ ഗുരുവായി വരിച്ച് കുറുപ്പ് കുറച്ചു ഹിന്ദുസ്ഥാനിയും അഭ്യസിച്ചു. ഒരുദിവസം ഭിക്ഷുവിന്റെ വേഷം ധരിച്ചു സഞ്ചരിക്കുന്നതിനിടയിൽ യുവരാജാവിനേയും, പരമേശ്വരൻപിള്ളയേയും ഷംസുദ്ധീൻ കാണുകയാൽ അവരെ ഹാക്കിമിന്റെ പാളയത്തിൽ കൊണ്ടുപോയി. വൃദ്ധന്റെ പരിചയവും സഖ്യവും സന്ധിപ്പിച്ച് ഈ സഖ്യത്തെക്കുറിച്ചും മറ്റും മാങ്കോയിക്കൽകുറുപ്പിന് അറിവു കൊടുപ്പാനായി ചാന്നാന്റെ വേഷം ധരിച്ചു പോകുന്നതിനിടയിൽ വഴിക്കൊരു സർപ്പത്താൽ ദംശിക്കപ്പെടുക കൊണ്ട് വിഷണ്ണനായി നിന്നിരുന്ന മാർത്താണ്ഡൻപിള്ളയെ കണ്ടു. ഇയാൾക്കുണ്ടായ പീഡയെ ഹാക്കിമിൽനിന്ന് ലഭിച്ചിട്ടുണ്ടായിരുന്ന ഔഷധപ്രയോഗംകൊണ്ട് അനന്തപത്മനാഭൻ നീക്കി. എന്നാൽ, ഭ്രാന്തനോടുള്ള പരിചയം വർദ്ധിപ്പിക്കണമെന്നു മാർത്താണ്ഡൻപിള്ളയ്ക്കു മോഹമുണ്ടായതുകൊണ്ട് അയാൾ ആ സ്ഥലത്തുനിന്നു പോകാതെ സമീപദേശത്തു ചുറ്റിനടന്നു. ഇങ്ങനെ നടക്കുന്നതിനിടയിൽ തനിക്കുണ്ടായ സഹായത്തിനു പ്രത്യുപകാരവും ഈയാൾചെയ്തു. ഈയാൾ തിരുമുഖത്തുപിള്ളയുടെ ആജ്ഞാനുസാരമായി അനന്തപത്മനാഭന്റെ മരണത്തെക്കുറിച്ച് ദാസിയോട് അന്വേഷണത്തിനു പോകയായിരുന്നു. ചാന്നാന്മാരെ തമ്പിയുടെ വേൽക്കാർ പിടികൂടി കൊണ്ടുപോകുന്നതു കണ്ട് അവരെ കല്ലറയിൽ ഇടുമെന്നു ശങ്കയുണ്ടായി. അവരെ വീണ്ടുകൊണ്ടു പോരാമെന്നുള്ള വിചാരത്തോടുകൂടി തന്നെയും പിടിച്ചുകൊള്ളുന്നതിന് അനന്തപത്മനാഭൻ അനുവദിച്ചതും മറ്റും നമുക്ക് അറിയാവുന്നതാണല്ലോ.

യുവരാജാവിനോടു ചെയ്ത ഉടമ്പടി അനുസരിച്ച് പഠാണിപ്പാളയം മണക്കാട്ടേക്കു മാറ്റപ്പെട്ടതിന്റെശേഷം ഹാക്കിമിന്റെ സംശയങ്ങൾ ഒന്നുകൂടി വർദ്ധിച്ചു. യുവരാജാവിനുവേണ്ടി ചാരനായി സഞ്ചരിച്ചുകൊള്ളുന്നതിന് ഹാക്കിം അനുവദിച്ചു എങ്കിലും ഉസ്മാൻഖാനെ കാവലായി നിയമിക്കയും ചെയ്തു. എന്നാൽ ഉസ്മാൻഖാനെ കബളിപ്പിച്ച്, അനന്തപത്മനാഭൻ ചെമ്പകശ്ശേരിയിൽ കടന്ന് കഥകൾ ആരാഞ്ഞുവന്നു. ഇങ്ങനെ നടക്കുന്നതിനിടയിൽ, തമ്പിക്കു വിരുന്നുണ്ടായ രാത്രി അദ്ദേഹം അവിടെ താമസിക്കയാൽ അനന്തപത്മനാഭൻ ആശാന്റെ അടുത്തുകൂടി വൃദ്ധന്റെ ബോധത്തെ കെടുത്തീട്ട് താക്കോൽ കൈക്കലാക്കി കല്ലറ

മാർഗ്ഗമായി അറപ്പുരയ്ക്കകത്തു കടന്ന് തന്റെ പ്രിയതമയുടെ പാതിവ്രത്യലംഘനം ചെയ്‌വാൻ മുതിർന്ന തമ്പിയെത്തടുത്തു. അടുത്ത രാത്രിയിലും തമ്പിയുടെ നടപടികൾ ആരായ്‌വാനായി അനന്തപത്മനാഭൻ പുറപ്പെട്ടപ്പോൾ വഴിക്കു വ്യസനാക്രാന്തനായി ഭ്രാന്തനെപ്പോലെ പോകുന്ന കഴക്കൂട്ടത്തുപിള്ളയെ കാണുകയാൽ, അദ്ദേഹത്തിനെ പിന്തുടർന്ന്, കുടമൺപിള്ളയുടെ ഗൃഹത്തിലെത്തി. എന്നാൽ കഴക്കൂട്ടത്തുപിള്ള പുറത്തിറങ്ങിയ ഘോഷം കേട്ട് അനന്തപത്മനാഭനും പുറത്തിറങ്ങിയതിനാൽ അവസാനത്തിലെ നിശ്ചയങ്ങൾ അറിവാൻ കഴിഞ്ഞില്ല. കുടമൺപിള്ളയുടെ ഗൃഹത്തിൽനിന്ന് പെരുവഴിയിൽ എത്തിയപ്പോൾ മാങ്കോയിക്കൽക്കുറുപ്പ് ഒരു ഭൃത്യനോടുകൂടി പോകുന്നതും, കഴക്കൂട്ടത്തുപിള്ള അദ്ദേഹത്തിനോടു സംഭാഷണം ചെയ്യുന്നതും കണ്ടു. സുന്ദരയ്യനെ തടുത്ത് ഒടുവിലത്തെ ആലോചനകൾ അറിവാനുള്ള മോഹംകൊണ്ട് അനന്തപത്മനാഭൻ വഴിയിൽത്തന്നെ നിന്നു. കുറുപ്പു രാജബന്ധുവാണെന്ന് കഴക്കൂട്ടത്തുപിള്ളയ്ക്കു മനസ്സിലായതുകൊണ്ട് തന്റെ പക്ഷത്തിന്റെ രക്ഷയ്ക്കുവേണ്ടി ഭൃത്യരെക്കൊണ്ട് അദ്ദേഹത്തിനെ പിന്തുടരിച്ചു പിടികൂടി ബന്ധനത്തിലാക്കി. കുറുപ്പിനെ കാണ്മാനില്ലെന്ന് പരമേശ്വരൻപിള്ള മുഖേന പഠാണിപ്പാളയത്തിൽ അറിവു കിട്ടിയതിനാൽ അദ്ദേഹത്തിനെ ആരാഞ്ഞു നടന്ന് അടുത്ത രാത്രിയും ചെമ്പകശ്ശേരിയിൽ പോകാൻ കഴിവുണ്ടാകാതെ അനന്തപത്മനാഭൻ കഴിച്ചുകൂട്ടി. കഴക്കൂട്ടത്തുപിള്ളയുടെ ഭവനത്തിൽ ഉണ്ടായിരിക്കുമെന്ന് അനുമാനംകൊണ്ട് നിശ്ചയിച്ചിട്ട് ആ ഭവനത്തിൽ കടന്നു എങ്കിലും ഭൃത്യന്മാരുടെ കണിശമായ കാവൽകൊണ്ട് അന്ന് ഒന്നും സാധിച്ചില്ല. അടുത്ത ദിവസം ബീറാംഖാന്റെയുംമറ്റും അനുമതിയോടുകൂടി കളിക്കെന്നുള്ള നാട്യത്തിൽ തന്റെ രണ്ടു വേഷഭേദങ്ങളിലും അനന്തപത്മനാഭൻ ആശാനെക്കണ്ട് ആശാനിൽനിന്നു തന്റെ പ്രിയതമയുടെ സ്ഥിതിയെക്കുറിച്ച് അറിയുകയും ചെയ്തു. ഇവർ തമ്മിലുണ്ടായ സംഭാഷണത്തിൽ ഒരക്ഷരം തെറ്റാതെ മുഴുവനെയും ബീറാംഖാൻ തക്കത്തിൽ നിന്നു ഗ്രഹിച്ചു. മുൻകൂട്ടി ഭക്ഷണം കഴിച്ച് ഹാക്കിമിന്റെ ഭക്ഷണസമയത്ത് ഹാജരാകേണ്ട നിയമപ്രകാരം തന്റെ വ്യസനത്താൽ അന്ന് ഹാജരാകുന്നതിനു കഴിവുണ്ടായില്ലെങ്കിലും ഹാക്കിം മുതലായവരുടെ ഭക്ഷണാവസാനത്തിനു മുമ്പിൽ തന്റെ ക്ലേശശമനം സാധിച്ചുകൊണ്ട് അനന്തപത്മനാഭൻ ഹാക്കിമിന്റെ സന്നിധിയിൽ എത്തി. തന്റെ പ്രണയിനിയുടെ സ്ഥിതികളെക്കുറിച്ചു ആശാനിൽനിന്ന് സംഗ്രഹമായി സമ്പാദിച്ച അറിവുമൂലം അതിവിവശനായി. തന്റെ ഇംഗിതസിദ്ധിക്കും അപകടസ്ഥിതിയിൽ ആയിരിക്കുന്ന തന്റെ പ്രണയിനിയുടെ രോഗശമനത്തിനും വേണ്ട സഹായം വൃദ്ധനിൽനിന്നു ലഭിക്കുന്നതിനും വഴികാണാതെ ഉഴലുന്നതിനിടയിൽ ബീറാംഖാനായ ബന്ധു ഇങ്ങനെ ഉപദേശിച്ചു: "ഷംസുദ്ധീൻ, നിന്റെ ബുദ്ധി സാരമില്ല. നീ സുലൈഖയുടെ അപ്രീതി സമ്പാദിക്കുന്നത് ദോഷമാണെന്ന് വിചാരിച്ചാണല്ലോ സ്വജനങ്ങളോടു ചേരാതെ പാർക്കുന്നത്. അണുപോലും

പേടിക്കാതെ നിന്റെ പരമാർത്ഥം സുലൈഖയോടു പറയുകതന്നെ. പിന്നീട് വേണ്ട മാർഗ്ഗം അവളുടെ ധർമ്മതല്പരതയും ബുദ്ധിയും കാട്ടിത്തരും." ബീറാംഖാന് അനന്തപത്മനാഭൻ ആരെന്നുള്ളത് അന്ന് ആശാനോടുണ്ടായ സംഭാഷണത്തിൽനിന്ന് മനസ്സിലായി. ഈ പരമാർത്ഥം അറിയായ്കയാൽ അനന്തപത്മനാഭന്റെ മോചനത്തിനുള്ള മാർഗ്ഗം ഉപദേശിച്ചുകൊടുക്കുന്നതിന് ഇത്രത്തോളം താമസിച്ചതായിരുന്നു. മഹാമനസ്വിനിയായുള്ള സുലൈഖ, പാറുക്കുട്ടിയുടെ കഥ കേട്ടപ്പോൾ അനന്തപത്മനാഭന്റെ നിഷ്കരുണത്വത്തെ എരിയുന്ന അശ്രുക്കളുടെ വർഷത്തോടുകൂടിയായിരുന്നു എങ്കിലും വളരെ ശാസിച്ചിട്ട് സ്വേച്ഛപോലെ നടന്നുകൊള്ളുന്നതിന് അനുവദിക്കയും അടുത്തദിവസം ഹാക്കിമിന്റെ അനുമതി വാങ്ങി അയയ്ക്കുകയും അദ്ദേഹത്തിനെക്കൊണ്ടു പാറുക്കുട്ടിയെ ചികിത്സിപ്പിക്കയും ചെയ്യുമെന്നു വാഗ്ദത്തം ചെയ്കയും ചെയ്തു. ഈ വാഗ്ദത്തം കേട്ടുണ്ടായ ഉന്മേഷത്തോടുകൂടി മാങ്കോയിക്കൽക്കുറുപ്പിനെ ബന്ധനത്തിൽനിന്നു മോചിപ്പിക്കാനായി ഭിക്ഷുവും ഭ്രാന്തനും ഇടകലർന്ന ഒരു വേഷത്തിൽ അനന്തപത്മനാഭൻ യാത്രയായി. എന്നാൽ വഴിക്ക് യുവരാജാവിനെയും മറ്റും കാണുകയാൽ അവരെ പിന്തുടർന്ന് അവസാനത്തിൽ ബന്ധനത്തിൽ അകപ്പെട്ടു. തന്റെ പ്രണയിനിയുടെ രോഗത്തിന് ഹാക്കിമിന്റെ ഔഷധത്തിൽനിന്നു ശമനം സംഭവിച്ചിരിക്കുന്നതായി അറിയുന്നവരെ അനന്തപത്മനാഭൻ പരമാർത്ഥഭ്രാന്തനായിരുന്നു. പാറുക്കുട്ടിയാൽ ബന്ധനത്തിൽ നിന്ന് മോചിപ്പിക്കപ്പെട്ടപ്പോൾ തന്റെ സത്യം ആദരിച്ച് ഹാക്കിമിന്റെ വിധിപ്രകാരം മേലിൽ നടന്നുകൊള്ളാമെന്നുള്ള നിശ്ചയത്തോടുകൂടി ആ യുവാവ് പഠാണികളുടെ വാണിഭശാലയിലേക്കു തന്നെ തിരിച്ചു. അനന്തപത്മനാഭന്റെ ഈ ആഗമനം കണ്ടപ്പോൾ ഹാക്കിമിന്റെ ഉള്ളിൽ വല്ല കോപശിഷ്ടങ്ങളും ഉണ്ടായിരുന്നെങ്കിൽ അതുകൾ അപ്പോളുദിച്ച ബഹുമാനസ്നേഹാതിരേകത്താൽ നഷ്ടമായിച്ചമഞ്ഞു.

അനന്തപത്മനാഭൻ വീണതിന്റെ ശേഷം തങ്ങളുടെ ക്രൂരകൃത്യത്തിന്റെ കഠോരതയാൽ ചകിതരാക്കപ്പെട്ട വേലുക്കുറുപ്പും പരിവാരങ്ങളും ഉന്മാദം പിടിപെട്ട ചെന്നായ്ക്കളെപ്പോലെ വഴിമദ്ധ്യത്തിൽനിന്ന് ഓടിക്കളഞ്ഞു. എന്നാൽ, പരിഭ്രമങ്ങൾ അകന്ന് വിവേകം വീണ്ടും സ്വാധീനത്തിലായപ്പോൾ, ആ യുവാവിന്റെ ശരീരം മറവുചെയ്യേണ്ടത് തങ്ങളുടെ രക്ഷയ്ക്ക് അവശ്യം അനുഷ്ഠിക്കേണ്ട ഒരു കരുതലാണെന്ന് അവർക്കു തോന്നി. എന്നാൽ ഈ ഉദ്ദേശത്തോടുകൂടി ജന്യഭൂമിയിൽ വീണ്ടും പ്രവേശിച്ചപ്പോൾ, പിടിവിട്ടും മറ്റും കിടന്നിരുന്ന ആയുധാദികൾ അല്ലാതെ പ്രേതത്തെ അവിടെ കാണ്മാനില്ലായിരുന്നു. ഈ സാധനങ്ങൾ കൈക്കലാക്കിക്കൊണ്ട് ഘാതകന്മാർ അവിടെനിന്നു പോകയും നിരപരാധിനിയായ യക്ഷിയുടെമേൽ കൊലക്കുറ്റം സ്ഥാപിച്ച് ഒരു പ്രസ്താവം പരത്തുകയും ചെയ്തു. ഇക്കാലത്ത് തിരുമുഖത്തുപിള്ള തിരുവിതാംകൂറിൽ ഇല്ലാതിരുന്നതിനാൽ അദ്ദേഹത്തിന്റെ പ്രധാന സ്നേഹിതനായിരുന്ന കഴ

ക്കൂട്ടത്തുപിള്ളയും മറ്റുചിലരും സുഭദ്രയും പ്രേതത്തെ കണ്ടുപിടിക്കുന്നതിന് പല ശ്രമങ്ങളും ചെയ്തു. എന്നാൽ ഈ ശ്രമങ്ങളിൽ ഒന്നും തന്നെ ഫലിച്ചില്ല. പരമാർത്ഥത്തിൽ "യക്ഷി" ആരാണെന്നുള്ളത് സൂക്ഷ്മമായി രാമനാമഠത്തിൽപ്പിള്ളയുടെ പക്കൽനിന്ന് ഗ്രഹിച്ചിരുന്ന സുഭദ്ര ഒഴിച്ച് മറ്റുള്ള ജനങ്ങൾ അനന്തപത്മനാഭൻ മരിച്ചുപോയി എന്നു തന്നെ വിശ്വസിച്ചിരുന്നു. അനന്തപത്മനാഭന്റെ മരണവൃത്താന്തം ശരിവച്ച കാലംമുതല്ക്ക് ഉത്സാഹശക്തികൾ വ്യസനാദിക്രമത്താൽ ഉന്മൂലനം ചെയ്യപ്പെടുകമൂലം തിരുമുഖത്തുപിള്ള മഹാരാജാവിന്റെ അനുമതിയോടുകൂടി സ്വഗൃഹത്തിൽ ഒതുങ്ങി വിധിമതം സഹിച്ചും പുത്രമാർഗ്ഗത്തെ അനുഗമിപ്പാനുള്ള കാലത്തെ ദീക്ഷിച്ചും പാർത്തു. എന്നാൽ, ഈ ദുഷ്കൃത്യത്തിന്റെ പ്രോത്സാഹകന്മാരുടെ അത്യാഗ്രഹംതന്നെ, വിധിയതന്ത്രത്തിരിപ്പിന്റെ മാഹാത്മ്യംകൊണ്ട് പരമാർത്ഥം ക്ഷണത്തിൽ വെളിപ്പെടുത്തി. ലോകത്തിൽ നാനാഭാഗങ്ങളിലും പ്രബലമായിരിക്കുന്ന അവകാശക്രമം അനുസരിച്ചു വേണാട്ട് രാജ്യാവകാശം വലിയതമ്പിക്കു സിദ്ധിപ്പാനുള്ളതാണെന്ന് അദ്ദേഹത്തിനെ സുന്ദരയ്യൻ ധരിപ്പിച്ചു. ഈ ഉദ്ദേശനിവൃത്തിക്കായി നാട്ടുകാർക്ക് യുവരാജാവിൽ വൈമുഖ്യം ജനിക്കുന്നതിനും അദ്ദേഹത്തിനു പ്രബലന്മാരായ ശത്രുക്കളെ ഉണ്ടാക്കുന്നതിനും സുന്ദരയ്യൻ ഓരോ ഏർപ്പാടുകൾ ചെയ്തു. കൃത്രിമനിധിയായ സുന്ദരയ്യന്റെ അഗാധബുദ്ധിയിൽനിന്ന് ഉദ്ഭൂതങ്ങളായ ഓരോ ഉപായങ്ങളിൽ മധുരക്കാരും തിരുമുഖത്തുപിള്ളയും എന്നുവേണ്ട ക്രമേണ നാട് ആസകലം അകപ്പെട്ടുപോയി. അനന്തപത്മനാഭന്റെ വധകർത്താവ് യുവരാജാവാണെന്ന് അതിശയിക്കത്തക്ക ഓരോ തെളിവുകളാൽ തിരുമുഖത്തുപിള്ളയുടെ ഉള്ളിൽ തോന്നിപ്പിച്ചു. ആനന്ദത്തെ സുന്ദരയ്യൻ സംബന്ധം ചെയ്ത്, കാലക്കുട്ടിപ്പിള്ളയെ പാട്ടിലാക്കി മേൽപ്പറഞ്ഞ വിചാരത്തെ സ്ഥിരപ്പെടുത്തുകയും ചെയ്തു. തിരുമുഖത്തുപിള്ളയെ ഈ വിധത്തിലെല്ലാം വഞ്ചിച്ചതുകൂടാതെ, മാങ്കോയിക്കൽക്കുറുപ്പ് എന്നൊരു ബലവാനായ നൂതനബന്ധു യുവരാജാവിനുണ്ടായെന്ന് അറിഞ്ഞപ്പോൾ, സുന്ദരയ്യന് നൂതനമായ ഒരു യുക്തി തോന്നുകയാൽ തിരുമുഖത്തുപിള്ളയെ വധിക്കാനായി കാലക്കുട്ടിപ്പിള്ളയെ നിയോഗിച്ചു. ഈ ശ്രമം തിരുമുഖത്തുപിള്ളയുടെ ഹൃദയത്തിൽ രാജകുടുംബത്തോടു ശേഷിച്ചിരുന്ന സ്നേഹത്തേയും നഷ്ടമാക്കിയതിനു പുറമേ കാലക്കുട്ടിപ്പിള്ളയെ സഹായിക്കാൻ നിയമിച്ചിരുന്ന വാൾക്കാർനിമിത്തം മാങ്കോയിക്കൽക്കുറുപ്പും ഈ വഞ്ചനയെ അനുവദിച്ചു എന്ന് ഒരു ശ്രുതി പരക്കുന്നതിനു സംഗതി വരുത്തുകയും ചെയ്തു. ഇപ്രകാരമെല്ലാം വഞ്ചിതനാകയാൽ തിരുമുഖത്തുപിള്ളയെ യുവരാജാവിന്റെ തിരുവെഴുത്തുകൾ അനുസരിച്ചു യാതൊന്നും പ്രവർത്തിക്കാതെ പാർത്തു. തന്റെ പൂർവ്വസഖാവിന്റെ പുത്രിയും പുത്രന്റെ പ്രിയതമയും ആയുള്ള കുമാരിയുടെ അത്യാസന്നമായ രോഗാവസ്ഥയെക്കുറിച്ച് അറിവുകിട്ടിയപ്പോൾ അതിന്റെ സ്ഥിതികൾ സൂക്ഷ്മമായി അറിഞ്ഞുവരുന്നതിനായി ചുള്ളിയിൽ മാർത്താ

ണ്ഡൻപിള്ള അയച്ചു. ഈയാൾ ഈ കാര്യത്തെ നിവർത്തിക്കുന്നതിനിടയിൽ തമ്പിമാർക്ക് അനുകൂലമായി സ്വമേധയായിട്ടു പലതും പ്രവർത്തിച്ചു. മഹാരാജാവു നാടുനീങ്ങിയപ്പോൾ ആ വ്യസനകരമായ വർത്തമാനത്തെ തിരുമുഖത്തുപിള്ളയെ ധരിപ്പിച്ചു. ഈ അവസരത്തിലും ഈ മഹാന്റെ സുസ്ഥിരമായുള്ള രാജഭക്തിയും സ്വരാജ്യാഭിമാനവും കൃതജ്ഞതയും പൂർവ്വദീപ്തിയോടുകൂടി ഉജ്ജ്വലിക്കയാൽ, സ്വാർത്ഥത്തെക്കാളും സ്വരാജ്യക്ഷേമത്തെ കാംക്ഷിച്ച്, ആറു വീട്ടുകാർ മുമ്പായ ഗൃഹസ്ഥന്മാരേയും പത്തഞ്ഞൂറു ജനങ്ങളേയും ശേഖരിച്ചുകൊണ്ടു തിരുവനന്തപുരത്തേക്ക് അദ്ദേഹം പുറപ്പെട്ടു.

ആറുമുഖംപിള്ള ദളവാ യുവരാജാവിന്റെ കല്നപ്രകാരം ദ്രവ്യശേഖരം ചെയ്ത് മധുരപ്പട്ടാളത്തിന്റെ ശമ്പളക്കുടിശ്ശിക മിക്കവാറും തീർത്തു എങ്കിലും അവർക്ക് ചെല്ലേണ്ടതായിരുന്ന ഋണത്തെ ബാക്കി കൂടാതെ തീർക്കുന്നതിന് കഴിയാത്തതിനാൽ അദ്ദേഹം രാജവംശത്തിനുവേണ്ടി ഒരു ജാമ്യക്കാരന്റെ സ്ഥാനത്തിൽ ആ ധനകാംക്ഷികളുടെ ബന്തോവസ്തിൽ പാർക്കേണ്ടിവന്നു. ഇദ്ദേഹം മാങ്കോയിക്കൽക്കുറുപ്പിനെ വിശ്വസിക്കാതിരുന്നതും ഈ സേനയെ സ്വാധീനപ്പെടുത്തുന്നതിന് മാങ്കോയിക്കൽക്കുറുപ്പ് ചെയ്ത ശ്രമങ്ങൾ നിഷ്ഫലമായതും കാലക്കുട്ടിപ്പിള്ളയുടെ കൃത്രിമത്താൽത്തന്നെ ആയിരുന്നു. ആ ചരിത്രത്തിൽ ഉൾപ്പെട്ടിട്ടുള്ള എല്ലാ സംഗതികളും ഓരോരുത്തരുടെ കഥകളിൽനിന്ന് വിശദമായെന്നുവരികിലും അനന്തപത്മനാഭനെ വധിക്കുന്നതിനുണ്ടായ ശ്രമത്തിന്റെ സൂക്ഷ്മഹേതു സുഭദ്രയ്ക്കുപോലും അറിയുന്നതിനു കഴിവുണ്ടായില്ല. പുണ്യാഹാദി അടിയന്തിരങ്ങളും കഴിഞ്ഞ് മാർത്താണ്ഡവർമ്മ യുവരാജാവ് പട്ടം ഏറ്റു മഹാരാജാവായതിന്റെശേഷം മണക്കാട്ടിനു സമീപം സർക്കാർവകയായുള്ള ഒരു തോട്ടത്തിൽ എഴുന്നള്ളി ഹാക്കിം മുതലായ മുഹമ്മദീയർക്ക് മുഖം കാണിക്കുന്നതിന് അവസരം കൊടുത്തു. അന്നു സുന്ദരയ്യന്റെ വധത്തെക്കുറിച്ച് പ്രസ്താവം ഉണ്ടായപ്പോൾ ഹാക്കിം മഹാരാജാവിനോട് ഇപ്രകാരം ഉണർത്തിച്ചു: "മഹാരാജാവേ, വൈദികനിഗ്രഹംചെയ്തു എന്നുള്ള ചാഞ്ചല്യം വേണ്ട. ഷംസുഡീൻ, കുറുപ്പുസാഹേബിനെ വീണ്ടുകൊണ്ടുവന്നാൽ സമ്മാനമായി ഒരു കഥ വാഗ്ദത്തം ചെയ്തിട്ടുണ്ടല്ലോ. (ചിരിച്ചുകൊണ്ട്) ആ കഥ കേട്ടുകൊൾകതന്നെ. ബുദ്ധിക്ക് ബഹുവികാസമുണ്ടാകും. മധുരയ്ക്കു സമീപം ഒരു ഗ്രാമത്തിൽ മഹാവിദ്വാനായ ഒരു ശാസ്ത്രി ഉണ്ടായിരുന്നു. ഇദ്ദേഹം മദ്യപനായതുകൊണ്ട് സ്വജാതീയരാൽ ഭ്രഷ്ടനാക്കപ്പെട്ടു. ഈയാൾക്ക് 'ഒരു മറവസ്ത്രീയിൽ രണ്ടു പുത്രന്മാരുണ്ടായി-ഒന്നാമൻ പലവേശം; രണ്ടാമൻ പുലമാടൻ. ഇവർ രണ്ടുപേരും ഗംഭീരന്മാരായ തസ്കരന്മാരായിത്തീർന്നു. അനുജനായ പുലമാടൻ നമ്മുടെ ഭവനത്തിൽ കടന്ന് ഒരിക്കൽ മോഷണംചെയ്വാൻ ശ്രമിച്ചു. അന്നു നാം അവന്റെ ഒരു കൈയ്ക്കു കൊടുത്ത വെട്ടിന്റെ പാട് ഇപ്പോൾ മാത്രം മാഞ്ഞിരിക്കും. പലവേശം ഹിന്ദുഭൈരാഗിയുടെ വേഷം ധരിച്ചും പുലമാടൻ വൈദികനായും ഈ രാജ്യത്തിൽ താമസി

ച്ചിരുന്നു. നിദ്രയിലും നമ്മെ രക്ഷിച്ചുപോരുന്നവന്റെ കരുണ മഹാരാജാവിൽ ഉദിക്കയാൽ മഹാരാജാവിന്റെ രാജ്യഭരണശ്രമങ്ങളെ ലഘുവാക്കുന്നതിനായി തന്റെ ദിവ്യകോപത്തെ ബീറാംഖാനിലും ഷംസുഡീനിലും ആവസിപ്പിച്ച് അവരെ നിഗ്രഹിപ്പിച്ചിരിക്കുന്നു." ഈ പ്രസംഗത്താലും ഓരോരുത്തർ അപ്പോൾ ഓർമ്മിച്ച ഓരോ സംഗതികളാലും പുലമാടൻ സുന്ദരയ്യനും പലവേശം കോടാങ്കിയും ആയിരുന്നു എന്ന് എല്ലാവർക്കും സ്പഷ്ടമായി. ഓരോരുത്തർ ആശ്ചര്യത്തോടുകൂടി ഓരോ നവമായ അഭിപ്രായങ്ങളെ ഈ സംഗതി സംബന്ധിച്ചു പ്രസ്താവിക്കുന്നതിനിടയിൽ അനന്തപത്മനാഭൻ മാത്രം മിണ്ടാതെ ജീവച്ഛവം പോലെ അരനാഴികയോളം നിന്നു. ഒടുവിൽ മഹാരാജാവിനോട് ഇപ്രകാരം അറിയിച്ചു: "തിരുമേനീ ഇതുവരെ വ്യക്തമാകാത്ത ഒരു സംഗതി ഇപ്പോൾ അതിവിശദമായിരിക്കുന്നു. അടിയന്റെ പിന്നീടു കാടുമറഞ്ഞുപോയ അനുജത്തിയെ തമ്പിഅദ്ദേഹം സംബന്ധംചെയ്യണമെന്നു താല്പര്യപ്പെട്ടതും അച്ഛൻ അനുവദിച്ചതും അടിയൻ വിരോധിച്ചതും കല്പിച്ചറിഞ്ഞിട്ടുണ്ടല്ലോ? ഇതുമൂലം തമ്പിഅദ്ദേഹം മുഷിഞ്ഞില്ലെന്നു നടിച്ചതിനെ എല്ലാവരും വിശ്വസിച്ചുവന്നു. എന്നാൽ, യഥാർത്ഥത്തിൽ അദ്ദേഹത്തിന് അടിയനോടു ബഹുകോപമുണ്ടായി. സുന്ദരയ്യൻ യജമാനനിലും അധികം കയർത്തു. ഇവൻ ഒരിക്കൽ അടിയനെ കണ്ടപ്പോൾ കൂസലറ്റ് ഇങ്ങനെ പറഞ്ഞു: 'അടേ അപ്പൻ, തങ്കച്ചിയെ തമയൻതാൻ ശമ്മന്തം ചെയ്തുക്കോയെ. അന്തപ്പരശുരാമരുടെ ഏർപ്പാടുക്ക് ഇന്ത പുത്തി. മാങ്കായ്ക്ക് ഉപ്പുപ്പരലാട്ടം പിടിച്ചുക്കോ.' ആ നീചന്റെ ഈ വാക്കുകൾക്കുത്തരമായി ബ്രാഹ്മണനാണല്ലോ എന്നു വിചാരിച്ച് 'താൻ മറവനാണെടോ' എന്നു പറകമാത്രം ചെയ്തു. ഇത് അയാളുടെ ഉള്ളിൽക്കൊണ്ടു എന്ന് അടിയനു തോന്നുന്നു." ഈ അഭിപ്രായത്തോട് എല്ലാവരും യോജിച്ചു. സുന്ദരയ്യന്റെ അളവില്ലാത്തതായും അഗാധമായും ഉള്ള കൃത്രിമങ്ങളെക്കുറിച്ചു പിന്നെയും പല പ്രസംഗങ്ങൾ നടക്കുന്നതിനിടയിൽ ഹാക്കിം മഹാരാജാവിനോട് ഈ വിധം പറഞ്ഞു: "മഹാരാജാവേ, നാം കാണുന്നില്ലാത്ത നേത്രങ്ങൾ നമ്മെ സദാ കാണുന്നതിനാൽ സൃഷ്ടിച്ചവന്റെ കല്പനകളെ ആദരിച്ചു നടക്കുന്നവർക്ക് ദുർന്നയന്മാരിൽനിന്ന് ആപത്തുണ്ടാകുന്നതല്ല. മഹാരാജാവിന്റെ ധൈര്യം, സത്യം, ആർദ്രത, നിഷ്പക്ഷപാതം, അനസൂയത്വം, ലോകാപവാദത്തിലുള്ള ഭയം, സ്വപ്രജാക്ഷേമതല്പരത ഇതുകൾ മഹാരാജാവിന്റെ രക്ഷയ്ക്കായുള്ള ഓരോ കോട്ടകളാണെന്നു വിശ്വസിച്ചുകൊള്ളണം. മഹാരാജാവ് ദീർഘായുഷ്മാനായി ദിനംപ്രതി വർദ്ധിക്കുന്ന യശസ്സോടുകൂടി വാഴുന്നതിന് സർവ്വശക്തൻ അനുഗ്രഹിക്കട്ടെ." ഹാക്കിമിന്റെ ഈ പ്രസംശകൾ കേട്ട് മഹാരാജാവ് മാങ്കോയിക്കൽക്കുറുപ്പിന്റെ മുഖത്തു മന്ദസ്മിതത്തോടുകൂടി നോക്കി. അദ്ദേഹം മിണ്ടാതെ നിന്നതിനാൽ മഹാരാജാവ് ഇപ്രകാരം അരുളിച്ചെയ്തു: "സാഹേബ്, നിങ്ങളുടെ ഈ പ്രശംസയ്ക്ക് ഒരു വ്യാഖ്യാനം നിങ്ങളെപ്പോലുള്ള ഒരു മഹാനും എന്റെ പ്രജകളിൽ ഒരുവനും നിങ്ങളുടെ സ്നേഹിതനുമായുള്ള കുറുപ്പിന്റെ

നോക്കിൽനിന്നു ലഭിച്ചിരിക്കുന്നതിനാൽ അതിന്റെ സാരം എനിക്ക് പൂർണ്ണമായി മനസ്സിലായിരിക്കുന്നു. നിങ്ങളുടെ ഈ പ്രശംസ ഒരു ഉപദേശമായി ഞാൻ സ്വീകരിക്കുന്നു. എന്നിൽ ഉണ്ടെന്നു നിങ്ങൾ അഭിപ്രായപ്പെടുന്ന ഗുണങ്ങൾ എന്റെയും പ്രജകളുടെയും ക്ഷേമത്തിനുവേണ്ടി ഞാൻ സമ്പാദിച്ചിരിക്കേണ്ടതാണെന്നുള്ള നിങ്ങളുടെ ഗുണദോഷത്തെ ഞാൻ അനാദരിച്ചതായി ഈ നില്ക്കുന്നവരാകട്ടെ, സന്തതികളാവട്ടെ. ഗൂഢമായിട്ടെങ്കിലും പ്രസ്താവിക്കുന്നതിന് സംഗതി വരുത്താതെ ശ്രീപത്മനാഭൻ എന്നെ പരിപാലിക്കുമെന്നു ഞാൻ വിശ്വസിക്കുന്നു."

ഇങ്ങനെ ഓരോ വിഷയങ്ങളെക്കുറിച്ച് സംഭാഷണങ്ങൾ നടന്നുകൊണ്ടിരിക്കുമ്പോൾ സുഭദ്രയെക്കുറിച്ച് പ്രസ്താവം ഉണ്ടായി. ആ സ്ഥലത്തേക്കു പുറപ്പെടുന്നതിനു മുമ്പിൽ തിരുമുഖത്തുപിള്ള മുതലായവരോട് ആലോചിച്ച് തമ്പിമാരേയും മറ്റും ബന്ധനത്തിൽനിന്നു വിടുന്നതിന് മഹാരാജാവ് കല്പന കൊടുത്തിട്ടുണ്ടായിരുന്നു. സുഭദ്രയുടെ നാമോച്ചാരണത്തോടുകൂടി മഹാരാജാവിന് ഒരു സംഭ്രമം ഉണ്ടായി. ധൃതിയിൽ "അനന്തപത്മനാഭാ, നീ വേഗത്തിൽ സുഭദ്രയെ അവിടെനിന്ന് മാറ്റണം. കുടമൺപിള്ള കോപിയാണ്. സുഭദ്രയുടെ തർക്കങ്ങളെ സാരമാക്കരുത്. പോ" എന്നു പറഞ്ഞു. ഈ കല്പന അനുസരിച്ച് അനന്തപത്മനാഭൻ പുറപ്പെടുന്നതിനു മുമ്പിൽ ബീറാംഖാൻ ആസ്ഥാനത്തുനിന്ന് മറഞ്ഞു. ഈ ക്രിയ കണ്ടവർ അയാളുടെ മനോഗുണത്തെ ശ്ലാഘിച്ചു എങ്കിലും ധൃതിയെക്കുറിച്ചും ആശ്ചര്യപ്പെടാതിരുന്നില്ല. ബീറാംഖാന്റെ പുറകേ അനന്തപത്മനാഭനും നടകൊണ്ടു. മഹാരാജാവിന്റെ അനുമതിയോടുകൂടി തിരുമുഖത്തുപിള്ളയും കുടമൺപിള്ളയുടെ വീട്ടിലേക്കു തിരിച്ചു.

യുവരാജാവിന്റെ പ്രാണരക്ഷണം ചെയ്തതിന്റെശേഷം സുഭദ്ര തന്റെ ഗൃഹംവിട്ടു പുറത്തിറങ്ങീട്ടില്ലായിരുന്നു. തന്നെ ബാധിച്ചിരുന്ന ഒരു മനഃസ്താപത്തെ സഹിച്ചുകൊണ്ട് അവിടെത്തന്നെ താമസിക്കുന്നതിനിടയിൽ, സുഭദ്രയെ ചെമ്പകശ്ശേരിയിലേക്കു മാറ്റുന്നതിനായി പാറുക്കുട്ടി മുതലായവർ പല ശ്രമങ്ങളും ചെയ്തു. ശങ്കു ആശാൻ തന്റെ കണ്ണുനീരുകൊണ്ടുതന്നെ സുഭദ്രയുടെ മുമ്പിൽ ഒരു തടാകത്തെ നിർമ്മിച്ചിട്ടും സുഭദ്രയുടെ മനസ്സിളകിയില്ല. സുഭദ്രയുടെ വിഷാദകാരണം അറിയാതെ തിരുമുഖത്തുപിള്ള മുതലായവർ ഉഴലുന്നതിനിടയിൽ മഹാരാജാവുതന്നെ സുഭദ്രയെ കണ്ടു താൻ ഒരു സഹോദരൻ എന്നപോലെ സുഭദ്രയുടെ സകലഹിതങ്ങളേയും സാധിച്ചുകൊടുക്കുന്നതിന് സന്നദ്ധനായിരിക്കുന്നുണ്ടെന്നും അതിനാൽ സുഭദ്രയുടെ ഇംഗിതത്തെ ഗോപ്യമായി വച്ചുകൊള്ളാതെ തന്നോടു പറയണമെന്നും മറ്റും അരുളിച്ചെയ്തു. ഇതിന് ഉത്തരമായി, "അടിയൻ നിസ്സാരമായ ഒരു സഹായം ചെയ്തിട്ടുള്ളതിന് പ്രതിഫലമായി കല്പിച്ചു തിരുമനസ്സിലെ സ്ത്രീകളായ പ്രജകളേയും അടിയന്റെനേർക്കു തോന്നുന്ന സ്നേഹത്തോടുകൂടി രക്ഷിച്ചാൽ മതി," എന്നുമാത്രം പറഞ്ഞതേയുള്ളു. സന്തോഷകാലങ്ങളിൽ തന്നാൽ കഴിവുള്ളടത്തോളം സഹായങ്ങൾ പരന്മാർക്കു ചെയ്യുന്നതിനു സുഭദ്ര എത്ര

ത്തോളം തയ്യാറായിരുന്നുവോ, അത്രത്തോളം തന്റെ സന്താപത്തെ വീതിക്കുന്ന വിഷയത്തിൽ സുഭദ്ര അസന്നദ്ധയായിരുന്നു. സുഭദ്രയുടെ വ്യസനഹേതു പാറുക്കുട്ടിക്ക് ഔഷധം വാങ്ങിക്കൊണ്ടുവന്ന ഭൃത്യന് അറിവുണ്ടായിരുന്നു. എങ്കിലും സുഭദ്രയുടെ വിരോധം അനുസരിച്ച് അവനും അത് പുറത്തു പ്രസ്താവിക്കാതെ അടക്കിക്കൊണ്ടു.

കുടമൺപിള്ള ബന്ധനത്തിൽനിന്നു മോചിക്കപ്പെട്ട ഉടനേതന്നെ ഭവനത്തിൽ എത്തി. ഭൃത്യരേയും മറ്റും അകലെ ആക്കീട്ട്, സുഭദ്രയെ അടുത്തുവിളിച്ചു. വലിയതമ്പിയുടെ പക്കൽനിന്നു കേട്ടിരുന്ന ഓരോ കഥകൾ ഓർത്തുണ്ടായ കോപത്തോടുകൂടി സുഭദ്രയുടെ കൂന്തലിന് ചുറ്റിപ്പിടിച്ചുകൊണ്ട്, കർക്കശനായ ആ വൃദ്ധൻ ഇങ്ങനെ ചോദ്യം തുടങ്ങി: “എടീ, തറവാട്ടിനേയും മാനത്തേയും കെടുത്ത-കൊട്ടാരത്തിലും തെരുവിലും അഴിഞ്ഞ് ആടിനടന്നതിന് അനുഭവം ഇന്നുണ്ട്. ആരു പറഞ്ഞിട്ടാണ്-തമ്പുരാൻ നിന്റെ ആരായിട്ടാണ് ഞങ്ങളെ നീ നശിപ്പിച്ചത്? ആ പരമ ആഭാസൻ വന്നുചേർന്നു കുടുംബത്തേയും രാജ്യത്തേയും മുടിച്ചു.”

സുഭദ്ര: ആരമ്മാവാ? എന്റെ അച്ഛനോ!

കുടമൺപിള്ള: മിണ്ടിയാൽ നാക്കിനെ പിഴുതേക്കുന്നുണ്ട്. താഴ്ത്തു കഴുത്തിനെ തള്ളയ്ക്കോങ്ങിയ വാൾ പിള്ളയ്ക്ക്. ഏതൊരുത്തൻ വന്നു തടുക്കുന്നു എന്നു കാണട്ടെ.

ഈ ഗർജ്ജനങ്ങൾ പുറത്തായപ്പോൾ പടിഞ്ഞാറു തുറന്നുകിടന്നിരുന്ന വാതിലിൽക്കൂടി ഒരാൾ അകത്തു കടന്ന് “അരുതേ, അന്യായമരുതേ” എന്നു പറഞ്ഞുകൊണ്ട് അടുത്തു. പെട്ടെന്ന് ആഗമിച്ച ഈ അന്യനെക്കണ്ട് “പത്മനാഭാ! ഇനി മരിച്ചാലും വേണ്ടുകില്ല” എന്ന് സുഭദ്ര പരമാർത്ഥമായി വിളിക്കുന്നതിനിടയിൽ കുടമൺപിള്ളയുടെ ഖഡ്ഗം ഉയർന്നു കീഴ്പോട്ടു പതിക്കയും സുഭദ്ര “അയ്യോ! അമ്മാ!” എന്നുള്ള പ്രലാപത്തോടുകൂടി നിലത്തു വീഴുകയും ചെയ്തു. ഈ ഭയങ്കരകൃത്യം കണ്ടു മുന്നോട്ടുകുതിച്ച ബീറാംഖാനായ അന്യൻ തന്റെ ഖഡ്ഗം ദൂരത്ത് എറിഞ്ഞിട്ട് “ഇവളെ അന്യായമായി ഉപേക്ഷിച്ച എന്നെയും” എന്നു പറഞ്ഞുകൊണ്ടു കുടമൺപിള്ളയുടെ മുമ്പിൽനിന്നപ്പോൾ പ്രാണവേദനയോടുകൂടി പിടയ്ക്കുന്ന സുഭദ്ര “ആ പാവത്തിനെക്കൂടെ (ഫാത്തിമയെ) ചതിക്കരുതേ” എന്നു ബീറാംഖാനോടു “മതി അമ്മാവാ ഇതു മതി” എന്നിങ്ങനെ കുടമൺപിള്ളയോടും അപേക്ഷിച്ചു. നാവു കുഴങ്ങിവശമായി. സുഭദ്രയുടെ വാക്കുകൾ കേട്ട്, അരുണമായി ഉജ്ജ്വലിച്ചിളകുന്ന നേത്രങ്ങളെ ഉരുട്ടി ആ സ്ത്രീയെ നോക്കീട്ട് ലേശവും ചലനം കൂടാതെയും നിരായുധനായും നില്ക്കുന്ന ബീറാംഖാന്റെ കണ്ഠം ലക്ഷ്യമാക്കി തരിമ്പും കരുണയും പുരുഷത്വവും കൂടാതെ കുടമൺപിള്ള ഖഡ്ഗം പിന്നെയും ഓങ്ങി. എന്നാൽ, അനന്തപത്മനാഭന്റെ വാളിനാൽ കുടമൺപിള്ളതന്നെ രണ്ടായിക്കീറി വീഴ്ത്തപ്പെട്ടതിനാൽ ബീറാംഖാൻ രക്ഷപ്പെട്ടു. ബീറാംഖാന്റെ നിലയും സുഭദ്രയുടെ സ്ഥിതിയും കണ്ട് അത്യാശ്ചര്യത്തോടും ദുസ്സഹമായുള്ള ആധിയോടും അനന്തപത്മനാഭൻ നിന്നതിനി

ടയിൽ ബീറാംഖാൻ നിലത്തു വീണു ബാലന്മാരെപ്പോലെ കരഞ്ഞുതുടങ്ങി. അപ്പോഴേക്ക് "ചതിച്ചോ മഹാപാപീ" എന്നു നിലവിളിച്ചു കൊണ്ടു തിരുമുഖത്തുപിള്ളയും എത്തി. പുത്രിയെക്കുറിച്ചു കേട്ടുവന്നിരുന്ന ദോഷാരോപണങ്ങൾ വ്യാജമെന്നുള്ളതിനു പുറമേ സുഭദ്രയിൽ ദോഷഭാഗങ്ങൾ അശേഷം ശൂന്യമായിരുന്നു എന്നു തിരുമുഖത്തുപിള്ളയ്ക്കു ബോദ്ധ്യപ്പെട്ടപ്പോൾ മുതല്ക്ക് അതിബലവത്തായിത്തീർന്നിരുന്ന വാത്സല്യബന്ധം ഖണ്ഡിക്കപ്പെട്ടിരിക്കുന്നു എന്ന് ഒരു നോട്ടത്തിൽ ധരിച്ച അദ്ദേഹത്തിന്റെ അവർണ്ണനീയമായുള്ള പാരവശ്യത്തെക്കണ്ട്, ആ ശീലാവതി പിതാവിൽ അനുകമ്പ കലർന്ന് ഒന്നു മന്ദഹാസം ചെയ്തു. തന്റെ പൂർവ്വപ്രഭയെ ആ അവസരത്തിൽ പ്രാപിച്ചിരുന്ന സുഭദ്രയെ തിരുമുഖത്തുപിള്ള അതികരുണയോടുകൂടി ഉയർത്തി തന്റെ മടിയിൽ കിടത്തി. ഈ സ്ഥിതിയിൽ അച്ഛനേയും, തന്നെ ത്യജിച്ച ഭർത്താവിനേയും, സഹോദരനേയും കടാക്ഷിച്ചുകൊണ്ട് നാരായണനാമജപത്തോടുകൂടി ലോകത്തിൽ ഗുണവാന്മാർ വ്യത്യസ്തം കൂടാതെ ഐശ്വര്യപദത്തെ പ്രാപിക്കുന്നില്ലെന്നു പ്രത്യക്ഷമാക്കുമാറ് തന്റെ ജഡത്തേയും സൽക്കീർത്തിയേയും ഭൂമിയിൽ ശേഷിപ്പിച്ചിട്ട് സുഭദ്ര പ്രപഞ്ചത്തിരയ്ക്കുള്ളിൽ മറഞ്ഞു.

ഈ വൃത്താന്തം കേട്ടപ്പോൾ യാതൊരാപത്തിലും കൂസലില്ലാത്ത പുരുഷകേസരിയായ മാർത്താണ്ഡവർമ്മ മഹാരാജാവ് വലതുകൈയാൽ നെറ്റിത്തടത്തെ താങ്ങിക്കൊണ്ട് ഏകദേശം ഒരു നാഴികയോളം നിശ്ചേഷ്ടനായി ഇരുന്നുപോയി. ഈ സ്ഥിതിയിൽനിന്ന് ഉണർന്നപ്പോൾ അശ്രുപരിചയം ഏറ്റവും അപൂർവ്വമായിരുന്ന അദ്ദേഹത്തിന്റെ നേത്രങ്ങളിൽനിന്നു കണ്ണുനീർ വർഷിച്ചുതുടങ്ങി. "ആട്ടെ, പപ്പുത്തമ്പിയുടെ ഈ ക്രിയയ്ക്ക്, പ്രതിക്രിയ ഈ കൈതന്നെ സാധിക്കും." എന്ന് അരുളിച്ചെയ്തുകൊണ്ടു തന്റെ പ്രാണരക്ഷണംചെയ്ത മഹാമനസ്വിനിയുടെ ജഡത്തെ ആയതു ഭസ്മാക്കുന്നതിനു മുമ്പിൽ ഒന്നുകൂടി കാണുന്നതിനായി ആ മഹാഭാഗനായ മഹാരാജാവ് പരിവാരസമേതനായി പുറപ്പെട്ടു.

കൊല്ലം മൂന്നു കഴിഞ്ഞിരിക്കുന്നു. ഹാക്കിം മുതലായ മഹമ്മദീയർ സ്വദേശത്തേക്കു മടങ്ങിപ്പോയിരിക്കുന്നു. സുലൈഖ കന്യകയായിത്തന്നെയിരിക്കുന്നു. നുറഡീൻ അനുരൂപയായ ഒരു യുവതിയുടെ ഭർത്താവായിരിക്കുന്നു. ഈ യുവാവിന്റെ വിവാഹഘോഷത്തിൽ അനന്തപത്മനാഭനും ഹാജരുണ്ടായിരുന്നു. ആദ്യത്തിൽ പരസ്പരം ഗുണങ്ങൾ അറിയാതെ വർത്തിക്കയും, ഇടയിൽ കൃത്രിമക്കാരുടെ വഞ്ചനയിൽ അകപ്പെട്ട് ഭർത്താവിന്റെ അവിവേകം മൂലം മഹാദുഃഖങ്ങൾ അനുഭവിക്കയും, ഒടുവിൽ അന്യോന്യം സ്നേഹാദരങ്ങൾ തോന്നിത്തുടങ്ങിയപ്പോൾ നിവൃത്തിയില്ലാത്ത സ്ഥിതിയിൽ ആയതിനെക്കുറിച്ചു പരിതപിക്കയും ചെയ്ത ദമ്പതിമാരിൽ പുരുഷനായ ബീറാംഖാൻ വിനാഴികതോറും പ്രഥമപത്നിയായ സുഭദ്രയെ സ്മരിച്ചു വ്യസനിച്ചും ഫാത്തിമയാൽ ആശ്വസിപ്പിക്കപ്പെട്ടും ജീവിതഭാരത്തെ ഒരുവിധത്തിൽ വഹിച്ചുകൂട്ടുന്നു. പപ്പു ചെമ്പകശ്ശേരിയിലെ ഒരു കാര്യസ്ഥനായിരിക്കുന്നു. 'ചൂളേക്കാമേത്തച്ചി'യുടെ കഥ പാറു

ക്കുട്ടിയുടെ മുമ്പിൽവച്ചു പ്രസ്താവിക്കുന്നതൊഴിച്ച് മറ്റെല്ലാ കാര്യങ്ങളിലും ഈ കാര്യസ്ഥനെക്കുറിച്ച് ആ ഭവനത്തിലുള്ള എല്ലാവരും വളരെ തൃപ്തിയായിരിക്കുന്നു. കാലക്കുട്ടിയുടെ നിഴൽപോലും തിരുവിതാംകൂറിൽ കാണ്മാനില്ല. ആനന്ദം ചെമ്പകശ്ശേരിക്കാരുടെ ധർമ്മംകൊണ്ട് കാലക്ഷേപം ചെയ്തുവരുന്നു. ശങ്കരച്ചാരുടെ തറവാട്ടിലേക്ക് സുഭദ്ര മരിക്കുന്നതിനു മുമ്പിൽത്തന്നെ അനവധി മുതൽ കൊടുത്തിരുന്നു എങ്കിലും, മഹാരാജാവ് തിരുവുള്ളമായി ചില ഭൂമികൾ, നികുതികൾ കൂടാതെ പതിച്ചുകൊടുത്തു. തമ്പിമാർ, എട്ടുവീട്ടിൽപിള്ളമാർ, ആറുമുഖംപിള്ള, രാമയ്യൻ ഇവരുടെ കഥാശേഷം തിരുവിതാംകൂർ ചരിത്രത്തിൽനിന്ന് അറിയാവുന്നതാണ്. പരമേശ്വരൻപിള്ള മഹാരാജാവിന്റെ പള്ളിയറവിചാരിപ്പുകാരനായിരിക്കുന്നു. ആ മഹാരഥൻ തന്റെ ശാസനകളേയും യജമാനത്വങ്ങളേയും മതിയാക്കി വയ്ക്കണമെന്നു നാഴികയ്ക്കൊരിക്കൽ നിശ്ചയിക്കുന്നുണ്ടെങ്കിലും മഹാരാജാവിന് ആ വിടുവായനെക്കൊണ്ടുള്ള ബാധ അയാളുടെ വാർദ്ധക്യത്തോടുകൂടി കൂടി വരുന്നതേയുള്ളു. ചെമ്പകശ്ശേരിയിലെ മൂത്തപിള്ള വിവാഹബന്ധത്തിൽ അകപ്പെടാതെ സ്വാതന്ത്ര്യവാനായി മനസ്സുഖത്തോടുകൂടിയിരിക്കുന്നു. മേലിൽ സഹോദരിയോടു കാര്യാലോചനകൾ ചെയ്കയും ഭാഗിനേയിയുടെ അനിഷ്ടത്തെ ആചരിക്കയും ചെയ്യുന്നതല്ലെന്ന് ഇദ്ദേഹം സ്വകാര്യമായി ഉറച്ചിരിക്കുന്നു. മാങ്കോയിക്കൽക്കുറുപ്പ് തന്റെ പൂർവ്വഗൃഹസ്ഥാനത്തിൽ മഹാരാജാവിനാൽ പണിചെയ്യിക്കപ്പെട്ട് 'മാർത്താണ്ഡൻ വലിയ പടവീട്' എന്ന നാമധേയം അരുളി നല്കപ്പെട്ട ഭവനത്തിൽ 'തമ്പി' എന്നുള്ള സ്ഥാനത്തോടുകൂടി പാർക്കുന്നു. ഇദ്ദേഹത്തിന്റെ അനന്തിരവൻ കൊച്ചുവേലുത്തമ്പി മഹാരാജാവിന്റെ സേവകനായി ചെമ്പകശ്ശേരിയിൽ പാർക്കുന്നു. ചുള്ളിയിൽ മാർത്താണ്ഡൻപിള്ള താൻ സ്വമേധയായി ചെയ്ത പ്രവൃത്തികൾക്കു തിരുമുഖത്തുപിള്ളയിൽനിന്നു ശിക്ഷയുണ്ടാകുമെന്നു പേടിച്ച് കുറച്ചുകാലം ഒളിച്ചുനടന്നു. ഒടുവിൽ മഹാരാജാവിനെ മുഖം കാണിച്ച് വില്ലുവയ്ക്കയും തൃക്കൈയിൽനിന്ന് അതിനെ വാങ്ങുകയും ചെയ്തുകൊണ്ട് തിരുമുഖത്തുപിള്ളയെക്കണ്ടു ശങ്കു ആശാൻ പേടികൂടാതെ വയസ്സ് കീഴ്പോട്ട് എണ്ണിത്തുടങ്ങിയിരിക്കുന്നു. ഒടുവിൽ ആഘോഷിച്ച ജന്മനാൾ '45'-ാമത്തേതെന്നും മറ്റും ആശാൻ സംശയമായിട്ടല്ല, തീർച്ചയായിട്ടുതന്നെ പറയുന്നു. ആശാന് മനഃസ്താപം ഒന്നേ ഉള്ളു. സുഭദ്രയെക്കുറിച്ചു തനിക്കുണ്ടായ അബദ്ധമായ വിശ്വാസത്തിന്റെ പാപം "ഏതു കാശീച്ചെന്നു കുളിച്ചാലക്കൊണ്ടു തീരും പിള്ളേ?" എന്നുള്ള ചോദ്യംകൊണ്ട് മൂപ്പർ അനന്തപത്മനാഭനെ സദാ പീഡിപ്പിക്കുന്നു. സുഭദ്രയുടെ നാമസ്മരണയെ ഉദ്ദീപിപ്പിക്കുന്നതായ ഏതൊരു സംഗതിയെ എങ്കിലും ആശാന്റെ സന്നിധിയിൽവെച്ചു പ്രസ്താവിച്ചാൽ വൃദ്ധൻ ഉടനെ കരഞ്ഞുപോകും. കാർത്ത്യായനിഅമ്മ പ്രൗഢിയോടുകൂടി ഗൃഹകാര്യങ്ങൾ അന്വേഷിച്ചുവരുന്നു. തമ്പിമാരുടെയോ സുന്ദരയ്യന്റെയോ കഥയുള്ളെടത്തുമാത്രം കാർത്ത്യായനിഅമ്മ ഇല്ലെന്നാണ് ഒരു നിയമം ഇപ്പോൾ

വച്ചിരിക്കുന്നത്. തിരുമുഖത്തുപിള്ള ലോകസുഖങ്ങളിലുള്ള ആസക്തിയെ ആസകലം ത്യജിച്ചിട്ട് സ്വഗൃഹത്തിൽത്തന്നെ പാർക്കുന്നു. സുഭദ്രയുടെ മരണസമയത്തിൽ ഇദ്ദേഹത്തിന് ഉള്ളിൽ കത്തിയ അഗ്നിയെ ഭാര്യാപുത്രമിത്രവർഗ്ഗങ്ങളിൽ ഒരുത്തരാലും തണുപ്പിക്കുന്നതിനു കഴിവുണ്ടായില്ല. അനന്തപത്മനാഭൻ തന്റെ എന്നല്ല, ചെമ്പകശ്ശേരിത്തറവാട്ടിലേയും കാരണവസ്ഥാനം വഹിക്കേണ്ടിവന്നതിനാലും അച്ഛന്റെ താല്പര്യംനിമിത്തവും ഗൃഹസ്ഥാശ്രമത്തെ സ്വീകരിച്ചതല്ലാതെ, ഉദ്യോഗാവസ്ഥകളെ കാംക്ഷിച്ചില്ല. എന്നാൽ ദേശിങ്ങനാടു മുതലായ ദേശങ്ങളോടുണ്ടായ യുദ്ധങ്ങളിൽ മാർത്താണ്ഡവർമ്മ മഹാരാജാവുതന്നെ സേനയെ നടത്തിയ എല്ലാ സന്ദർഭങ്ങളിലും തിരുമേനിയുടെ രക്ഷകന്മാരിൽ പ്രമാണിയായി പുറപ്പെട്ടിരുന്നത് ഈ അനന്തപത്മനാഭൻ ആയിരുന്നു. അനന്തപത്മനാഭന്റെ സ്ഥിരവാസം ചെമ്പകശ്ശേരിയിൽ ആയിരിക്കുന്നു. ഈ ഭവനത്തിൽ കഥാരംഭഭാഗങ്ങളിൽ വിവരിച്ചിട്ടുള്ളതിൽക്കൂടുതലായി തെക്കുഭാഗത്തു കിഴക്ക് ദർശനമായി സദാ ഒരു ദീപം പ്രകാശിക്കുന്ന ഒരു ചെറിയ കെട്ടിടവും സുഭദ്രയുടെ പ്രതിച്ഛായ എന്നു തോന്നിക്കുന്ന ഒരു ചെറിയ കോമളവിഗ്രഹവും കാണ്മാനുണ്ട്. മേൽപ്പറയപ്പെട്ട നൂതന കെട്ടിടം സുഭദ്രയുടെ നാമസ്മരണയ്ക്കായി ആ സ്ത്രീയുടെ അസ്ഥി സ്ഥാപിച്ച് അതിന്റെ മുകളിൽ പണിചെയ്യിച്ചിട്ടുള്ള ഉപദേവതാഗൃഹവും കോമളവിഗ്രഹം അനന്തപത്മനാഭന്റേയും പാറുക്കുട്ടിയുടേയും പ്രേമാധിക പ്രതിബിംബമായുള്ള സന്താനവും ആണ്. ഈ കുട്ടിക്ക് 'സുഭദ്ര' എന്ന നാമത്തെത്തന്നെ മാതാപിതാക്കന്മാർ നല്കിയിരിക്കുന്നു. ശ്രീവീരമാർത്താണ്ഡവർമ്മ മഹാരാജാവ് ശ്രീപത്മനാഭസേവാരതനായി, പ്രജാപരിപാലനതല്പരനായി, ദിനംപ്രതി കളങ്കരഹിതമായുള്ള യശസ്സിനെ ആർജ്ജിക്കുന്നു. അതുകൊണ്ട് പ്രജകൾ സന്തുഷ്ടരായി കൊണ്ടാടുകയുംചെയ്യുന്നു.

www.ingramcontent.com/pod-product-compliance
Lightning Source LLC
LaVergne TN
LVHW101402051026
849519LV00005BC/1613
* 9 7 8 9 3 8 2 8 0 8 6 8 8 *